भोजदेव-विरचितं
सरस्वतीकण्ठाभरण-वैदिकव्याकरणम्

अष्टमोऽध्यायः

प्रथम-द्वितीयपादौ (वैदिकीप्रक्रिया)

तृतीय-चतुर्थपादौ (स्वरप्रक्रिया)

सम्पादक-अनुवादक-विवरणकारः

डॉ. नारायण म. कंसारा

डिरेक्टर, महर्षि वेदविज्ञान अकादमी

अमदावाद

राष्ट्रिय वेदविद्या प्रतिष्ठान

नव देहली

१९९२

First Published 1992

Published by the Member-Secretary for
RASHTRIYA VEDA VIDYA PRATISHTHAN
Rajendra Bhavan (Third Floor),
210, Deen Dayal Upadhyaya Marg,
New Delhi 110 002

in association with
MOTILAL BANARSIDASS PUBLISHERS PVT. LTD.
Bungalow Road, Jawaher Nagar, Delhi 110 007

Also available at
Chowk, Varanasi 221 001
Ashok Rajpath, Patna 800 004
16 St. Mark's Road, Bangalore 560 001
120 Royapettah High Road, Mylapore,
Madras 600 004

ISBN : 81-208-1091-0

TYPESET & PRINTED BY
FOTRONICS
Bharwada House, Opp. High Court Railway
Crossing, Navrangpura, Ahmedabad-380 009.
Telephone : 465127

ભોજદેવ-વિરચિત

સરસ્વતીકંઠાભરણ-વૈદિકવ્યાકરણ

(વૈદિકી અને સ્વર પ્રક્રિયા)

(અધ્યાય ૮ પાદ ૧-૪)

(સમીક્ષિત આવૃત્તિ, સંસ્કૃત-ગુજરાતી વિવરણ અને
ઉદાહરણોની વિસ્તૃત સમજૂતી સહિત)

સંપાદક
ડૉ. નારાયણ મ. કંસારા
ડિરેક્ટર,
મહર્ષિ વેદવિજ્ઞાન અકાદમી, અમદાવાદ.

રાષ્ટ્રિય વેદવિદ્યા પ્રતિષ્ઠાન,
નવી દિલ્હી
૧૯૯૨

PREFACE

It is for the first time that we are publishing a well-knit compact Vedic Sanskrit Grammar composed in the llth century A.D. The original aphorisms of this work actually form the last chapter of a comprehensive work of Sanskrit Grammar comprising eight chapters, wellknown to have been composed by the celebrated Emperor Bhojadev Paramar of Dhara. Dr. Narayan Kansara, the Director of the Maharshi Academy of Vedic Sciences, Ahmedabad, has critically edited the sutras, compiled the Sanskrit and Gujarati explanations, and collated as also elucidated the illustrations. I should like to place on record my thankfulness to Shri Ishwarbhai Patel, the Former Vice Chancellor of three universities in Gujarat and President of the management of the Maharshi Academy of Vedic Sciences, who had brought this work to my notice. We have no doubt that this work will prove very useful to the Vedic students. We are happy to publish it on behalf of the Pratishthan.

KIREET JOSHI
Member Secretary

બે બોલ

ઈ.સની ૧૧મી સદીમાં રચાયેલું સુબદ્ધ વૈદિક સંસ્કૃત વ્યાકરણ આ સંસ્કૃત-ગુજરાતી ગ્રંથ રૂપે સૌ પ્રથમવાર જ પ્રસિધ્ધ કરીએ છીએ. ધારાધીશ મહારાજાધિરાજ ભોજદેવ પરમારની કૃતિ તરીકે જાણીતું બનેલું આ વૈદિકવ્યાકરણ મૂળે તો એમના સંપૂર્ણ અષ્ટાધ્યાયી સંસ્કૃત વ્યાકરણનો છેલ્લો અધ્યાય છે, અને સૂત્રાત્મક સ્વરૂપે આ ગ્રંથ રચાયેલો છે. આ અધ્યાયનું સંશોધિત સંસ્કરણ, સૂત્રોનું સંસ્કૃત વિવરણ, ગુજરાતી અર્થ, ઉદાહરણ અને પ્રક્રિયાની સંપૂર્ણ સમજૂતી આ બધું આ ગ્રંથમાં મહર્ષિ વેદવિજ્ઞાન અકાદમીના નિર્દેશક ડૉ. નારાયણ કંસારાએ તૈયાર કર્યું. આ પુસ્તકના પ્રકાશનના અવસર પર અકાદમીના સંચાલક મંડળના ભૂતપૂર્વ પ્રમુખ અને ગુજરાતના ત્રણ વિશ્વવિદ્યાલયોના ભૂતપૂર્વ કુલપતિ શ્રી ઈશ્વરભાઈ પટેલ પ્રતિ આભાર પ્રગટ કરવા ઈચ્છું છું. એમણે આ ગ્રંથનો સર્વપ્રથમ પરિચય મને આપેલો હતો. આ પુસ્તક વેદાભ્યાસીઓને ખૂબ જ ઉપયોગી નીવડશે એમાં શંકા નથી.રાષ્ટ્રિય વેદવિદ્યા પ્રતિષ્ઠાન તરફથી આ ગ્રંથ પ્રસિધ્ધ કરતાં અમને આનંદ થાય છે.

કિરીટ જોષી
મેમ્બર સેક્રેટરી

પ્રાસ્તાવિક

પ્રાચીન ભારતીયવાઙ્મયમાં વેદની સંહિતાઓ અને બ્રાહ્મણ ગ્રંથો ખૂબ પવિત્ર, પ્રાચીન અને વિદ્યાના ભંડાર ગણાયા છે. એમની ભાષા ખૂબ પુરાણી, ઋષિઓના જમાનાની, આર્ષવાણી હોવાથી તેને એના મૂળ સ્વરૂપે સાચવી રાખવા માટે ગુરુશિષ્યની જીવંત મૌખિક પાઠ પરંપરા પ્રવૃત્ત થઈ. એ જમાનાની ભાષા જે સ્વરૂપે પ્રગટ થઈ તે મૂળના ઉચ્ચારણ-વાચિક-સ્વરૂપને સાચવવામાં ઉચ્ચારની લઢણ કે ચડઉત્તર અર્થબોધમાં ખૂબ મહત્ત્વની હતી. તેથી સ્વરભારની જાળવણી મહત્ત્વની ગણાઈ. આ જ કારણે જેમ આજે પશ્ચિમની ભાષાઓમાં સ્વરભારનું મહત્ત્વ છે અમ પ્રાચીનકાળે શુદ્ધ ઉચ્ચારણ અને શબ્દ તથા વાક્યના સ્વરભાર (accent)નું મહત્ત્વ હતું. તેથી મૂળના ઉચ્ચારણને યથાવત જાળવી રાખવા સ્વરભારની જાળવણી મહત્ત્વની ગણાઈ. વૈદિક મંત્રોના શુદ્ધ ઉચ્ચારણ અંગેની ચર્ચા પ્રાતિશાખ્ય ગ્રંથોમાં કરવામાં આવી છે. એ ઉપરાંત શિક્ષાગ્રંથોની પ્રવૃત્તિ પણ આ અર્થે જ થઈ છે. વળી શાન્તતવાચાર્ય જેવા વૈયાકરણોએ 'ફિટ્સૂત્ર' રચીને વિવિધ પદોના સ્વરભારને લગતા નિયમોનો સંગ્રહ કર્યો છે. ભગવાન પાણિનિએ અષ્ટાધ્યાયીમાં લૌકિક શબ્દોના વિવેચનમાં વચ્ચે પ્રસંગોપાત વૈદિક પ્રયોગને લગતાં સૂત્રો પણ રચ્યાં છે. આ સૂત્રો આઠેય અધ્યાયોમાંનાં બધા જ પાદોમાં છૂટક છૂટક વિખરાયેલાં છે.

ધારાધિપતિ મહારાજાધિરાજ ભોજદેવે (ઈ.સ. ૧૧મી સદી) સાહિત્ય, અલંકાર, વ્યાકરણ, નિઘંટુ, ધર્મશાસ્ત્ર, ખગોળવિદ્યા, જ્યોતિષ, યોગ, આયુર્વેદ, વાસ્તુશાસ્ત્ર, શિલ્પશાસ્ત્ર, દર્શનવિદ્યા, ધનુર્વેદ અને સંગીત જેવા વિવિધ વિષયો પર કુલ મળીને આશરે પચ્ચીસ જેટલા રચેલા ગ્રંથો આજે મળી આવે છે. એક વિદ્વાન અને વિદ્યાપોષક રાજવી તરીકે તેમણે તે જમાનાના ખ્યાતનામ પ્રકાંડ પંડિતોને રાજ્યાશ્રય આપીને આ ગ્રંથો લખાવ્યા હશે એવું માનવામાં આવે છે.

સંસ્કૃતમાં એમણે 'સરસ્પતીકંઠાભરણ' નામે બે ગ્રંથો રચ્યા, જેમાંનો એક વ્યાકરણવિષયક હતો, જ્યારે બીજો અલંકારશાસ્ત્રવિષયક. અહીં આપણે 'સરસ્વતીકંઠભરણવ્યાકરણ'ના સંદર્ભમાં જ વિચાર કરીએ છીએ. ભોજદેવની પૂર્વે પાણિનિ, ચંદ્રગોમી, વામન, શાકટાયન, કાતંત્રકાર, જૈનેન્દ્ર, બુદ્ધિસાગર વગેરેએ સંસ્કૃત વ્યાકરણને નવા નવા દૃષ્ટિબિંદુથી સમજીને પોતપોતાના સ્વતંત્ર ગ્રંથો લખી, વ્યાકરણવિષયક સ્વતંત્ર સંપ્રદાય (System) પ્રવર્તાવ્યા હતા. ભોજદેવનો ગ્રંથ પણ આવો એક નવો ચીલો પાડનારો ગ્રંથ છે.

ભોજદેવકૃત 'સરસ્વતીકંઠાભરણ' વ્યાકરણ એ મૂલતઃ તો પાણિનિની પરંપરાને નવેસરથી સંશોધિત પરિવર્ધિત રૂપે રજૂ કરવાના પ્રયાસનો જ પરિપાક છે. પાણિનિએ પોતાના 'અષ્ટાધ્યાયી' અને તેના સહાયક 'ગણપાઠ', 'ધાતુપાઠ',

'લિંગાનુશાસન' અને 'ઉણાદિપાઠ' તથા 'શિક્ષા' ગ્રંથો રચ્યા. ત્યાર પછી એમાં ઉક્ત-અનુક્ત-દુરુક્તની શુદ્ધિપૂર્તિ કરવા કાત્યાયને 'વાર્તિક'ની રચના કરી. પછી થોડાક સૈકા બાદ શુંગવંશી રાજા પુષ્યમિત્રના કાળમાં થઈ ગયેલ પતંજલિએ આ બધાને લક્ષમાં લઈને બૃહત્કાય 'મહાભાષ્ય' ગ્રંથની રચના કરી. આ ત્રણે ગ્રંથોના આમૂલચૂલ અધ્યયન વિના પાણિનીય વ્યાકરણને યથાર્થ રીતે સમજી શકાય નહીં એ હકીકતને લક્ષમાં રાખીને પરંપરાએ પાણિનિ, કાત્યાયન અને પતંજલિને વ્યાકરણ-પરંપરામાં 'મુનિત્રય' તરીકે નવાજ્યા, અને એ ત્રણેયના ગ્રંથો મળીને 'પાણિનીય વ્યાકરણ' ગણાય તેવી પરિપાટી શરૂ થઈ. હકીકતમાં આ રીતે તો ત્રણ મુનિઓના ગ્રંથો અલગ અલગ હોવાથી અલગ અલગ ભણવા પડે એવી પરિસ્થિતિ થઈ. તેથી ઈ.સ.ની છઠ્ઠી-સાતમી સદીમાં વામન અને જયાદિત્યે સંપૂર્ણ 'અષ્ટાધ્યાયી'નું વિવરણ કરતી 'કાશિકા' નામની વૃત્તિ રચી. આ બધા જ ગ્રંથોનો સાર ગ્રહણ કરીને ઈ.સ.ની અગિયારમી સદીમાં ભોજદેવે આ ત્રણે મુનિઓના ગ્રંથોમાંના સંપૂર્ણ જ્ઞાનને એક જ સૂત્રાત્મક ગ્રંથમાં વણી લેવા માટે ભગીરથ પ્રયત્ન આદર્યો, જે 'સરસ્વતીકંઠાભરણ-વ્યાકરણ' રૂપે આજે આપણી સમક્ષ ઉપલબ્ધ છે. આ ગ્રંથમાં કુલ આઠ અધ્યાયો છે અને દરેક અધ્યાયમાં કુલ ચાર પાદ છે. એમ બત્રીસ પાદમાં કુલ મળીને ભોજદેવે આશરે છ હજાર સૂત્રો વણી લીધાં છે. એ સૂત્રોમાં છેક અષ્ટાધ્યાયીથી માંડીને કાશિકા સુધીની પાણિનીય પરંપરાના વ્યાકરણજ્ઞાનને ભોજદેવે આવરી લીધું છે.

'સરસ્વતીકંઠાભરણવ્યાકરણ' ગ્રંથ પર આશરે ઈ.સ.ની પંદરમી-સોળમી સદીમાં થઈ ગયેલ દંડનાથ નારાયણે 'હૃદયહારિણી' વ્યાખ્યા રચી છે, જે સાત અધ્યાય સુધી ઉપલબ્ધ છે. નારાયણ દંડનાથનાં મંતવ્યોનો 'પ્રક્રિયાસર્વસ્વ'કાર નારાયણ ભટ્ટત્તિરિએ અને 'ગણરત્નમહોદધિ'કાર વર્ધમાને આદરપૂર્વક ઉલ્લેખ કર્યો છે.

'વૈદિક વ્યાકરણ' એ 'સરસ્વતીકંઠાભરણ-વ્યાકરણ'નું અવિભાજ્ય અંગ છે. પ્રથમ સાત અધ્યાય સુધીમાં ભોજદેવે લૌકિક સંસ્કૃત ભાષાનું વ્યાકરણ આવરી લીધું છે, જ્યારે છેલ્લા આઠમા અધ્યાયમાં તેમણે વૈદિક ગ્રંથોમાંની ભાષાનું વ્યાકરણ આવરી લઈ તેમાં વૈદિકી પ્રક્રિયા અને સ્વરભારના વિષયોની છણાવટ કરી છે. આ આઠમા અધ્યાયમાં આશરે કુલ ૮૨૯ સૂત્રોનો સમાવેશ થયો છે. પાદવાર ગણના કરીએ તો પ્રથમ પાદમાં ૧૭૪, બીજા પાદમાં ૧૫૬, ત્રીજામાં ૨૬૪ અને ચોથામાં ૨૩૫ સૂત્રો છે. એક જ સળંગ ગ્રંથરૂપે વૈદિક વ્યાકરણને સૂત્રો દ્વારા રજૂ કરવાનો આ પ્રથમ અને કદાચ આજ સુધામાં તો અંતિમ પ્રયાસ છે, કારણ કે પાણિનિએ તો અષ્ટાધ્યાયીમાં દરેક અધ્યાયના દરેક પાદમાં વચ્ચે વચ્ચે અમુક વિષયને લગતા પ્રકરણના અંતે બે ચાર સૂત્રોમાં छन्दसि, मंत्रे,

निगदे, ब्राह्मणे વગેરે શબ્દો સૂત્રમાં મૂકીને, એ શબ્દની અનુવૃત્તિ તે પછીનાં જેટલાં સૂત્રોમાં જાય ત્યાં સુધીમાં, વૈદિક વ્યાકરણવિષયક ચર્ચા કરી છે. તેથી પાણિનીય વ્યાકરણનાં વૈદિકી કે સ્વરપ્રક્રિયાને લગતાં સૂત્રોને, ભટ્ટોજી દીક્ષિતને કર્યું છે તેમ, અલગ તારવીએ તો પણ પૂર્વાપર સૂત્રોનો અર્થબોધ થઈ શકે તેમ નથી. તેથી તે માટે અંતે તો 'કૌમુદી'ને આત્મસાત્ કર્યા વિના છૂટકો નથી રહેતો. આને બદલે ભોજદેવનાં માત્ર ૮૨૯ સૂત્રો જો કંઠસ્થ કરી લઈને તેમના અર્થને સાંગોપાંગ સળંગરૂપે સમજી લેવામાં આવે તો બાકીના 'સરસ્વતીકંઠાભરણ'ના સાત અધ્યાય કે પાણિનિના કોઈ જ ગ્રંથને ભણવાની જરૂર રહેતી નથી કે વિગતે અભ્યાસ કરવાની સામાન્ય જિજ્ઞાસુને આવશ્યકતા જણાતી નથી.

આઠમા અધ્યાયના પ્રથમ પાદના પ્રથમ સૂત્રમાં જ ભોજદેવે छन्दसि અને बहलन् એ પદોનો અધિકાર સ્થાપ્યો છે, જે સમગ્ર આઠમા અધ્યાયને આવરી લે છે. તેથી આ અધ્યાયનાં બધાં જ સૂત્રોમાં આ બે પદોની અનુવૃત્તિ આપોઆપ જ આવે છે એવું ફલિત થાય છે. પછી આ પાદમાં ભોજદેવે પ્રગૃહ્ય, ઉપસર્ગ અને ગતિસંજ્ઞાનો બોધ કરાવી, ક્યચ્, સિપ્ વગેરે પ્રત્યયોનો ઉપદેશ કર્યો છે. ત્યારબાદ 'અભ્યુત્સાદયાં' ; 'પ્રજનયાં' વગેરે ઉપપદોવાળા શબ્દોનું નિપાતન દર્શાવી યઙ્, અઙ્, અક્ વગેરે પ્રત્યયો, શપ્ ના લુક્ અને શ્લુ આદેશો, શાનચ્ અને શાયચ્ આદેશો અને ક્યપ્ પ્રત્યયનું વિધાન કર્યું છે. પછી નિષ્ટર્ક્ય, દેવહૂય, વગેરેનું નિપાતન, ઈટ્, ચિ, હ્યુટ્, વિટ્, હ્વિન્, ડસ્, વિચ્, ક્વિપ્, કાનચ્, ક્વસુ, ઈષ્ણુચ્ અને સ્નુ, ઉ, ઘઞ્, અય્, યુચ્, લુઙ્, લઙ્, લિટ્, લેટ્ , તવૈ, કેઙ્, કેન્ય, ત્વઙ્, ઐસ્ વગેરે પ્રત્યયોનું વિધાન છે. વચ્ચે દૃશ્, વિખ્યે, પ્રિયૈ, રોહિણ્યૈ, અવ્યથિષ્યૈ વગેરેનું નિપાતન દર્શાવીને, તોસુન્, કસુન્ પ્રત્યયોનું, પછી વિભક્તિઓની - ખાસ કરીને તૃતીયા અને બ્રાહ્મણગ્રંથોમાંના તેના અપવાદોની નોંધ લઈને - છણાવટ કરી છે. ત્યાર બાદ કેટલાક સમાસમાં પૂર્વવત્ લિંગનું વિધાન કરીને ઉણ્, ણ્યમ્, ઈકન્, ણિ, ત્યપ્, થન્, મયટ્, ઘ, યત્, ણ્યઙ્, યઙ્, આનઙ્, મતુપ્, તાતિલ્, છ, વતુપ્, વિનિ, સ્થાલ્ અને અઞ્ વગેરે પ્રત્યયોનું વિધાન કર્યું છે.

બીજા પાદમાં દ્વિત્વ પ્રકરણથી આરંભ કર્યો છે. ત્યાર પછી સંપ્રસારણ 'અ' નો 'એચ્', 'શીર્ષ'નો 'શિરસ્', અવાદેશ, એઙદેશ વગેરે આદેશોનું વિધાન કર્યું છે. પછી દીર્ઘપ્રકરણ નિરૂપી અયાદેશ, ધિ-આદેશ, લ્યબાદેશ, યગાગમ અને ઈષ્ટ્વીનમ્, પિત્વીનમ્ વગેરેનું નિપાતન, અનંગાદેશ, ગ્રસિત, સ્કભિત વગેરેનું નિરૂપણ કરીને દુરસ્યુ, દ્રવિણસ્યુ, દાધર્તિ, દર્ધર્તિ વગેરેનું નિપાતન, લોપ, હ્રસ્વ, ઈત્ વગેરેનું નિપાતન, નુટ્, તુટ્ આગમો, મૂર્ધન્યાદેશ વગેરેનું વિધાન આવે છે.

આઠમા અધ્યાયનો ત્રીજો અને ચોથો પાદ વૈદિક શબ્દોમાંના સ્વરભાર (accent)નું નિરૂપણ કરે છે, જેને 'સ્વરપ્રક્રિયા' નામે ઓળખવામાં આવે છે. ત્રીજા પાદમાં પ્રથમ નવ સૂત્રોમાં ઉદાત્ત, અનુદાત્ત અને સ્વરિત એ ત્રણ સ્વરભારનો નિર્ણય કરવામાં અગત્યનો ભાગ ભજવતી કેટલીક પરિભાષાઓ નોંધી છે, જેમાં સાર્વધાતુક-સ્વર, નઞ્-સ્વર અને કૃત્-સ્વર વગેરેને લગતી પરિભાષાનો, સ્વરભારનો સંબંધ સ્વરવર્ણો સાથે જ છે અને વ્યંજનોની હયાતિ આ દૃષ્ટિએ લક્ષમાં લેવાની નથી એ હકીકત દર્શાવતી પરિભાષા, અને સામાન્ય રીતે પદમાં એક જ ઉદાત્ત અને બાકીના અનુદાત્ત સ્વર હોય છે તેને લગતી પરિભાષાનો સમાવેશ થયો છે. દસમા સૂત્રથી શરૂ થયેલું ઉદાત્ત સ્વર પ્રકરણ ત્રીજા પાદના અંત સુધી ચાલે છે.

ચોથા પાદમાં સમાસપ્રકરણથી આરંભ કર્યો છે. પ્રથમ સૂત્રમાં સમાસાન્ત અને અન્તોદાત્તનું વિધાન કરીને બીજા સૂત્રથી છેક ૭૧ મા સૂત્ર સુધી પ્રકૃતિસ્વરનું પ્રકરણ ચાલે છે. વચ્ચે સૂત્ર ૭૨ થી ૧૦૫ સુધી અન્તોદાત્તપ્રકરણ નિરૂપી, પાછું ૧૨૩ મા સૂત્ર સુધી અન્તોદાત્ત પ્રકરણ નિરૂપ્યું છે. પછી ઉદાત્ત પ્રકૃતિવત્ સ્વરનું વિધાન કરી, પાછું ફરીથી અન્તોદાત્ત પ્રકરણ ચાલે છે. છેલ્લે પ્લુત-ઉદાત્ત, અનુદાત્ત-પ્લુત અને સ્વરિત-પ્લુત સ્વરનું વિધાન કરી, પરચૂરણ મુદ્દાઓ નોંધી પાદ સમાપ્ત કર્યો છે.

ડૉ. ટી. આર. ચિંતામણિએ આ 'સરસ્વતીકંઠાભરણ-વ્યાકરણ' ગ્રંથની સંશોધિત આવૃત્તિનું સંપાદન કર્યું અને એ ગ્રંથને મદ્રાસ યુનિવર્સિટીએ ઈ.સ.૧૯૩૭ માં પ્રસિદ્ધ કર્યો. ડૉ. ચિંતામણિએ પોતાની આવૃતિ માટે એકલા સૂત્રપાઠવાળી, તથા ચોથા અધ્યાયના અંત સુધીનો ગ્રંથ ધરાવતી 'હૃદયહારિણી' વ્યાખ્યા સહિતની એમ બે મદ્રાસની હસ્તપ્રતો અને સાતમા અધ્યાયના અંત સુધીના ગ્રંથપાઠવાળી 'હૃદયહારિણી' વ્યાખ્યા સહિતની ત્રિવેન્દ્રમની હસ્તપ્રત, તથા મદ્રાસમાંની એક તાડપત્રીય હસ્તપ્રત એમ ચાર હસ્તપ્રતો ઉપયોગમાં લીધેલી. છતાં તેમણે કબૂલ્યું છે કે, હસ્તપ્રતોમાંનો ગ્રંથપાઠ તદ્દન શુદ્ધ જ છે એવો દાવો થઈ શકે તેમ નથી. આ કારણે તેમણે પાદટીપોમાં શુદ્ધ પાઠનું ક્વચિત્ સૂચન કર્યું છે. ડૉ. ચિંતામણીએ કરેલો પરિશ્રમ પ્રશંસનીય છે. વિશેષતઃ તેમણે પરિશિષ્ટોમાં ભોજીય સૂત્ર અને પાણિનીય સૂત્રનો પારસ્પારિક સંદર્ભ દર્શાવતો કોઠો આપ્યો છે, જે સંશોધક વિદ્વાનો માટે અતિશય ઉપયોગી હોઈ, તે બદલ આપણે તેમના કાયમી ઋણી રહીશું.

આ અમૂલ્ય આવૃત્તિને આધારે મારા સંશોધકછાત્ર પ્રો. **વિશ્વનાથ ગોકુળદાસ શાસ્ત્રી**એ ગુજરાત યુનિવર્સિટીની પીએચ.ડી. ઉપાધિ માટે શોધપ્રબંધરૂપે સંપૂર્ણ 'સરસ્વતીકંઠાભરણ-વ્યાકરણ'નું વિવેચનાત્મક અને તુલનાત્મક

અધ્યયન કરવા માટે ઈ.સ. ૧૯૭૪માં મારા માર્ગદર્શન હેઠળ કાર્ય આરંભ્યું. ૧૯૭૯ સુધીમાં માત્ર ત્રણ અધ્યાય સુધીનું જ કામ થઈ શક્યું. પછી વચ્ચે નિષ્ક્રિયતાનો ગાળો આવી ગયો અને ફરીથી ઈ.સ. ૧૯૮૬ના અરસામાં માત્ર વૈદિક વ્યાકરણવાળા આઠમા અધ્યાયનું વિવેચનાત્મક અને તુલનાત્મક અધ્યયન કરી તેના આધારે શોધપ્રબંધ પ્રસ્તુત કરવાનું નક્કી કર્યું. શોધપ્રબંધ તો ૧૯૮૮માં રજૂ થઈ ગયો. પણ એ પ્રબંધ હિન્દીમાં છે અને એમાં સૂત્રોનો હિંદીમાં અનુવાદ, કાશિકા વગેરેમાં મળી આવતાં ઉદાહરણો અને પાણિનીય સૂત્રો સાથેની તુલના આપવામાં આવી છે. મુ.શ્રી **ઈશ્વરભાઈએ** ભોજદેવના વૈદિક વ્યાકરણને ગુજરાતના વેદપાઠીઓ અને ગુજરાતી ભાષી વેદજીજ્ઞાસુ વાચકો માટે સુલભ બનાવવા માટેનો પ્રસ્તાવ મારી સમક્ષ મૂક્યો. તેને વધાવી લઈને એ અંગેનાં મારાં અંગત સંશોધનો તથા પ્રો. વિશ્વનાથ શાસ્ત્રીના શોધપ્રબંધના લેખન વખતે મારાં સ્વતંત્ર સંશોધનોને આધારે એ અધ્યાયના ડૉ. ચિન્તામણિના મૂળ ગ્રંથપાઠના સંશોધનમાં તથા સૂત્રોના અર્થઘટનમાં મેં કરેલા સુધારા-વધારા એ ઉભયને આધારે ભોજદેવના 'સરસ્વતીકંઠાભરણ-વૈદિકવ્યાકરણ'ની એક સંશોધિત શુદ્ધ આવૃત્તિ, પાણિનીય અષ્ટાધ્યાયી, તથા વાર્તિક, મહાભાષ્ય, કાશિકા, પદમંજરી, ન્યાસ વગેરેને આધારે ભોજીય સૂત્રોનું સંસ્કૃત વિવરણ, ગુજરાતી વિવરણ, મૂળ વૈદિક ગ્રંથોમાંથી વૈદિક ઉદાહરણોની ખોજ તથા તેમની પ્રક્રિયાલક્ષી સમજૂતી આ બધું તૈયાર કરીને ગુજરાતના વિદ્વાનો વેદપાઠીઓ તથા વેદવિદ્યાના પ્રેમીઓ સમક્ષ અહીં મેં રજૂ કર્યું છે.

આ ગ્રંથમાં ઉદાહરણોમાંનાં સ્વરાંકન વિષે ખાસ વાત નોંધવાની કે અહીં વિદ્યાર્થી જીજ્ઞાસુને સમજ આપવાનો ઉદ્દેશ મુખ્ય હોવાથી ઋગ્વેદની સ્વરાંકન પદ્ધતિને અનુસરીને **ઉદાત્ત** સ્વરભાર માટે કોઈ નિશાની નથી રાખી, તેથી સ્વરિતવાળા અક્ષરની તરત પૂર્વેનો નિશાની વગરનો અક્ષર ઉદાત્ત સમજવાનો છે : એ જ રીતે બે અનુદાત્તની વચ્ચેના નિશાની વગરના એક કે બે અક્ષરો પણ ઉદાત્ત સમજવા. **સ્વરિત** દર્શાવવા અક્ષરની ઉપર ઉભી રેખાની નિશાની, અને **અનુદાત્ત** દર્શાવવા અક્ષરની નીચે આડી રેખાની નિશાની દર્શાવી છે. સ્વરિતની નિશાનીવાળા અક્ષર પછી આવતા નિશાની વગરના બધા જ અક્ષરો **પ્રચય** કે **એકશ્રુતિ** અર્થાત્ નિશાની વગરના અનુદાત્ત સ્વરવાળા છે, જેમાંનો અંતિમ અનુદાત્ત અક્ષર અનુદાત્તની નિશાનીવાળો હોય છે. કેમકે તેની તરત પછી ઉદાત્તસ્વરવાળો અક્ષર આવેલો હોવાથી, તે આગામી ઉદાત્તનો સૂચક બની રહે છે. આ સ્પષ્ટતા કરવાનું કારણ એ છે કે યજુર્વેદની મુદ્રિત કાઠકસંહિતા અને મૈત્રાયણિસંહિતામાં સ્વરાંકનની જરા જુદી પદ્ધતિ જોવા મળે છે ; ત્યાં ઉદાત્ત દર્શાવવા અક્ષરની ઉપર ઉભી રેખા મુકેલી જોવા મળે છે. આ ગ્રંથમાંના

ઉદાહરણોમાં જો એ પદ્ધતિ અપનાવીએ તો વિદ્યાર્થી જીજ્ઞાસુઓને ગોટાળો થવાનો પૂરો સંભવ છે. તેથી આ ગ્રંથમાં તો મૈત્રાયણિ સંહિતામાંનાં ઉદાહરણોમાં પણ ઋગ્વેદની પદ્ધતિએ સ્વરાંકન દર્શાવ્યું છે, જેથી ઉદાત્ત-અનુદાત્ત-સ્વરિત પકડવામાં મુશ્કેલી ન પડે અને સાચી સમજ મગજમાં પાકી ઉતરે. ઉપરાંત વૈદિક ઉદાહરણોમાં સંહિતાપાઠનાં અવતરણો આપ્યાં છે ; પણ તેમાંના શબ્દોની સમજૂતી આપતી વખતે શબ્દો અલગ પાડવા પડયા ત્યાં પદપાઠ મુજબનું સ્વરાંકન દર્શાવ્યું છે.

આશા છે કે અમારા આ પ્રયાસથી પાણિનીય વૈદિકી પ્રક્રિયા અને સ્વરપ્રક્રિયાના અભ્યાસની આજ સુધી થતી આવેલી ઉપેક્ષાનો હવે અંત આવશે અને વૈદિક વ્યાકરણના ગુજરાતીભાષી સાચા જિજ્ઞાસુઓ માટે આ ગ્રંથના પરિશિષ્ટ - ૧માં આપેલાં માત્ર આઠસો ઓગણત્રીસ સૂત્રો કંઠસ્થ કરીને તેમને સાંગોપાંગ સમજી લઈને વૈદિક વ્યાકરણના પારંગત થવાનો સહેલો ઉપાય સુલભ બનશે. સંશોધકોને માટે બીજાં પરિશિષ્ટો ઉપયોગી થઈ પડશે. આ સૂત્રો પ્રાચીન પાણિનીય વ્યાકરણની શૈલીમાં રચાયાં હોવાથી તેમાંની શબ્દસિદ્ધિની પ્રક્રિયા સમજવા માટે આ વૈદિક વ્યાકરણના સંપાદકે રચેલા **'સંસ્કૃત સરળપ્રબોધ'** અને **'પાણિનીય લઘુચંદ્રિકા'** એ બે ગ્રંથો જીજ્ઞાસુઓને ખૂબ સહાયભૂત નીવડશે.

આ ગ્રંથના મુદ્રણ માટે પ્રેસ કોપી કરવાનો શ્રમ ઉઠાવી સહર્ષ સહાય કરનાર **ડૉ. વિશ્વનાથ શાસ્ત્રી** અને **ડૉ. જાગૃતિબેન પંડયા**નો ખાસ આભાર માનુ છું.મહર્ષિ વેદવિજ્ઞાન અકાદમીના ભોજદેવકૃત વ્યાકરણને ગુજરાતીમાં પ્રસિદ્ધ કરવાના આ પુરુષાર્થને રાષ્ટ્રિય વેદવિદ્યા પ્રતિષ્ઠાને પોતાના પ્રોજેક્ટ તરીકે સ્વીકાર્યો. પછી તેના પરિપાક રૂપે તૈયાર થયેલા આ ગ્રંથને પ્રસિદ્ધ કરવા માટે મુ. શ્રી ઈશ્વરભાઈએ ફરીથી રાષ્ટ્રિય વેદવિદ્યા પ્રતિષ્ઠાન સમક્ષ હાથ લંબાવ્યો ત્યારે એમના સૂચનના પ્રતિભાવ રૂપે પ્રતિષ્ઠાને આ ગ્રંથને પોતાના પ્રકાશન રૂપે પ્રસિદ્ધ કરવાનું સ્વીકાર્યું એ બદલ મહર્ષિ વેદવિજ્ઞાન અકાદમી તરફથી પ્રતિષ્ઠાનને ધન્યવાદ આપું છું

મહર્ષિ વેદવિજ્ઞાન અકાદમી — નારાયણ કંસારા
અમદાવાદ — ડિરેક્ટર
તા. ૨૫-૧૦-૧૯૯૨

અનુક્રમણિકા

સંકેતસૂચિ

अ. पै. सं.	-	अथर्ववेदीयपैप्पलादसंहिता।
अ. शौ. सं.	-	अथर्ववेदीयशौनकसंहिता।
ऋ. सं. / खि	-	ऋग्वेदसंहिता/खिलसूक्तानि।
का. सं.	-	(यजुर्वेदीय) काण्वसंहिता।
काठ. सं.	-	(यजुर्वेदीय) काठकसंहिता।
कौषी. ब्रा	-	कौपीतकिब्राह्मणम्।
जै. ब्रा	-	जैमिनीयब्राह्मणम्।
ता. म. ब्रा.	-	ताण्ड्यमहाब्राह्मणम्।
तै. आ.	-	तैत्तिरीयारण्यकम्।
तै. ब्रा	-	तैत्तिरीयब्राह्मणम्।
तै. सं.	-	(कृष्णयजुर्वेदीय) तैत्तिरीयसंहिता।
पा. अ.	-	पाणिनीयाष्टाध्यायीसूत्रपाठः।
पा. अ. का.	-	पाणिनीयाष्टाध्यायीसूत्राणां काशिकावृत्तिः।
पा. अ. न्या./पद.	-	पाणिनायायाष्टाध्यायीकाशिकावृत्तेः न्यासव्याख्या/पदमंजरीव्याख्या।
पै. र ब्रा.	-	पैङ्गिरहस्यब्राह्मणम्।
मै. सं.	-	(यजुर्वेदीय) मैत्रायणीसंहिता।
यजु. सं.	-	(शुक्ल) यजुर्वेदसंहिता।
शत. ब्रा.	-	शतपथब्राह्मणम्।
स. कं.	-	सरस्वतीकंठाभरणम्
सा. सं.	-	सामवेदसंहिता।

धाराधीशमहाराजाधिराज-श्रीभोजदेवविरचितं
सरस्वतीकण्ठाभरण-वैदिकव्याकरणम्
॥ अष्टमोऽध्यायः ॥

। अथ प्रथमः पादः ।

(१) बहुलं छन्दसि ॥८।१।१॥

सूत्रार्थ :- छन्दसि (= वैदिक प्रयोगे) बहुलं (= बहुलकं) भवति। અર્થાત્ (લૌકિક વ્યાકરણનાં વિધાનો) વૈદિક પ્રયોગમાં અનેક (અલગ અલગ) રીતે લાગુ પડેલાં હોય છે.

આ સૂત્રનો અધિકાર આઠમા અધ્યાયની સમાપ્તિ સુધી છે. તેથી આ અધ્યાયના બધા જ પાદોમાં કહેલાં બધાં જ સૂત્રોમાં बहुलम् (=અનેક રીતે) અને छन्दसि (=વૈદિકભાષામાં) એ બે પદો અધ્યાહાર સમજવાનાં છે. અર્થાત્ આ આખા આઠમા અધ્યાયની ચર્ચા વૈદિક પ્રયોગોને અનેક રીતે લાગુ પડે છે.

અહિં આપણે યાદ રાખવું જોઈએ કે પાણિનિ, અને તેને અનુસરીને ભોજદેવે, સંસ્કૃત ભાષાની લૌકિક બોલીનું વિશ્લેષણ કરીને તેમાંના શબ્દોનું સ્વરૂપ સમજાવવા પ્રકૃતિ-પ્રત્યય વિભાગની પદ્ધતિનો ઉપયોગ કર્યો છે. એ મુજબ દરેક શબ્દમાં અમુક ભાગ 'પ્રકૃતિ'-અર્થાત્ મહદ્ અંશે મૂળ સ્વરૂપે કાયમ રહેતો હોય છે. અને અમુક ભાગ 'પ્રત્યય'-અર્થાત્ સંજોગ અને વક્તાની કથન કરવાની ઈચ્છાને અનુસરીને બદલાતો- હોય છે. નામ સર્વનામ વગેરેમાં 'પ્રાતિપદિક' અર્થાત્ શબ્દનું મૂળ સ્વરૂપ એ પ્રકૃતિભાગ છે, જેને ' सुप् ' પ્રત્યયો લાગતા હોવાનું દર્શાવ્યું છે. ક્રિયાપદોમાં (ધાતુ) અર્થાત્ ક્રિયાપદનું મૂળ ક્રિયાવાચી સ્વરૂપ-પ્રકૃતિભાગ છે. અને તેને 'तिङ्' વગેરે પ્રત્યયો લાગતા હોવાનું દર્શાવ્યું છે. પ્રકૃતિ અને પ્રત્યય વચ્ચે પૂરક તરીકે જે વર્ણ આવે તેમને 'आगम' કહેવામાં આવે છે. પ્રકૃતિભાગ કે પ્રત્યયભાગને બદલે, અથવા તેના અમુક અંશને બદલે તેને દૂર કરીને જે બીજો શબ્દાંશ આવી જાય તેને 'आदेश' કહેવામાં આવે છે. કર્તા વગેરે વિભક્તિઓ તથા કાળના પ્રત્યયો પણ લૌકિક સંસ્કૃતમાં અમુક ચોક્કસ અર્થોમાં જ પ્રયોજાય છે. પણ વૈદિક ભાષામાં આ બધા નિયમો એમ ને એમ જ લાગુ પડેલા જોવા મળતા નથી, તાત્પર્ય કે વૈદિક સંસ્કૃત બોલીનું વિશ્લેષણ કરવા માટે લૌકિક સંસ્કૃત બોલીના વિશ્લેષણ

માટેની વિવરણ પદ્ધતિ લાગુ પાડીએ ત્યારે એમાં બધી જ બાબતોમાં અનેક પ્રકારના અપવાદો જોવામાં આવે છે. આ છે 'વ્યત્યય' અંગેની વિભાવના. આ વિભાવના વ્યાકરણગત વિશ્લેષણ પદ્ધતિ અંગેની, અને તેને અનુસરીને પ્રકૃતિ-પ્રત્યય વિભાજનની સમજને લગતી છે એ ન ભૂલવું જોઈએ. તેથી જ લૌકિક સંસ્કૃત બોલીના વિશ્લેષણનું શાસ્ત્રીય-વૈજ્ઞાનિક માળખું એની એ જ રીતે નહીં પણ જુદી જ રીતે (बहलम्) તેને લાગુ પાડવાનું રહે છે, આ પરિસ્થિતિને बाहुलकम् (= बहुलस्य भावः) તરીકે પતંજલિએ ઓળખાવી છે.

વાજસનેયી પ્રાતિશાખ્યના ભાષ્યકાર અનંત ભટ્ટે આ 'बाहुलकम्' ની સમજૂતી આપતાં કહ્યું છે કે-

॥क्वचिद् प्रवृत्तिः क्वचिदप्रवृत्तिः
क्वचिद् विभाषा क्वचिदन्यदेव ।
विधेर्विधानं बहुधा समीक्ष्य
चतुर्विधं बाहुलकं वदन्ति ॥

અર્થાત્ વ્યાકરણ કાર્યના વિધાનને અનેક પ્રકારે વિચારી, તે કાર્ય કોઈક ઠેકાણે લાગુ પડે, કોઈક ઠેકાણે લાગુ ન પડે, કોઈક ઠેકાણે વિકલ્પ લાગુ પડે અને કોઈક ઠેકાણે જુદી રીતે લાગુ પડે; આમ 'બાહુલક' ચાર પ્રકારનું હોય છે.

હવે આ 'બાહુલક' કેવી રીતે કઈ કઈ બાબતમાં વૈદિક સંસ્કૃત બોલીના વિશ્લેષણ વખતે નજરે પડે તે જોવા માટે વ્યાકરણ મહાભાષ્યકાર પતંજલિને યાદ કરીએ.

'बहलम्' એ પદનો અર્થ દર્શાવતાં મહાભાષ્યકાર પતંજલિ (પા. ૩. ૧. ૮૫) નીચેનો શ્લોક ટાંકે છે :

सुप्-तिङ्-उपग्रह-लिङ्ग-नराणां काल-हल्-अच्-स्वर-कर्तृ-यङां च ।
व्यत्ययमिच्छति शास्त्रकृदेषां सोऽपि च सिध्यति बाहुलकेन ॥

અર્થાત્ 'बहलम्' શબ્દના પ્રયોગ દ્વારા શાસ્ત્રકાર સુપ્-પ્રત્યય, તિઙ્-પ્રત્યય, વર્ણ કે પદ, લિંગ, પુરુષ, કાળ, વ્યંજન, સ્વરવર્ણ, કારક અને યઙ્ (અર્થાત્ યક્ થી અઙ્ સુધીના) પ્રત્યયોની બાબતમાં શાસ્ત્રકાર વૈદિક ભાષામાં (छन्दसि) વ્યત્યય-ની ઈચ્છા રાખીને તેને અનેક રીતે સાધતા જોવા મળે છે એવું સ્વીકારે છે.

પાણિનીય અષ્ટાધ્યાયીમાં 'सार्वधातुके यक्' (૩. ૧. ૬૭) સૂત્રથી 'लिङ्याशिष्यङ्' (૩. ૧. ૮૬.) સુધીનાં સૂત્રોમાં અને ભોજદેવના "સરસ્વતીકંઠા-ભરણ" માં 'सार्वधातुके यक्' (૧. ૩. ૧૦૩) થી 'बहलम्' (૧. ૩. ૧૨૭) સુધીમાં

લૌકિક ભાષાના વ્યાકરણ અંગે દર્શાવેલા યક્, શપ્, શ્યન્, શ્નુ, શ, શ્નમ્, ઉ, શ્ના, શ્નુ, શ્ન, શાનચ્, શાયચ્ અને અઙ્ એ પ્રત્યયોનો પ્રયોગ જે રીતે દર્શાવ્યો છે તે વૈદિક ભાષામાં એની એ જ રીતે થયેલો જોવા મળતો નથી, બલકે એમાં ઘણો ફેરફાર થયેલો જોવા મળે છે.

'વ્યત્યય' પદનો અર્થ છે 'વ્યતિગમન' (= અવગણના કરીને ઉપર જવું). 'વ્યત્યય' (= બદલવું, પરિવર્તન પામવું, અનિયમિત રીતે લાગુ પડવું તે), અને 'વ્યતિહાર' (= અદલબદલ થવું તે). આ વ્યત્યય નીચે દર્શાવ્યા મુજબ વૈદિક સંસ્કૃત બોલીમાં જોવા મળે છે.

(૧) **सुप् પ્રત્યયોનો વ્યત્યય :** સુપ્ = વિભક્તિ પ્રત્યયો. દા.ત. युक्ता मातासीद् धुरि दक्षिणायाः (ઋ. ૧. ૧૬૪. ૯)। આ વૈદિક પ્રયોગમાં दक्षिणायाम् એમ સપ્તમી વિભક્તિ અપેક્ષિત હતી છતાં ષષ્ઠી વિભક્તિનો પ્રયોગ જોવા મળે છે.

(૨) **तिङ् પ્રત્યયોનો વ્યત્યય :** तिङ् (= ધાતુ ને લાગતા પરસ્મૈપદ અને આત્મનેપદ પ્રત્યયો. દા.ત. चषालं ये अश्वयूपाय तक्षति (ऋ १. १६२. ६) એ વૈદિક પ્રયોગમાં तक्षन्ति એમ બહુવચન અપેક્ષિત હતું. છતાં ત્યાં એકવચનનો પ્રયોગ થયેલો જોવા મળે છે.

(૩) **उपग्रह નો વ્યત્યય :** ઉપગ્રહ એટલે કે પરસ્મૈપદ કે આત્મનેપદ. દા.ત. स ब्रह्मचारिणमिच्छते (अ. शौ. सं. ११. ५. १७)। અને प्रतीपमन्य ऊर्मिर्युध्यति ।આ બે વૈદિક પ્રયોગમાં અનુક્રમે इष् (इच्छ्) ધાતુ પરસ્મૈપદી હોવાથી इच्छति અને युध् ધાતુ આત્મનેપદી હોવાથી युध्यते એમ પદો અપેક્ષિત હતાં, પણ અહીં પદવ્યત્યય થઈને પરસ્મૈપદી ધાતુને આત્મનેપદનો અને આત્મનેપદી ધાતુને પરસ્મૈપદનો પ્રત્યય લાગેલો જોવા મળે છે.

(૪) **लिङ्ग નો વ્યત્યય :** દા.ત. मधोस्तृप्ता इवासते । આ વૈદિક પ્રયોગમાં मधु (નપું) શબ્દનું मधुनः રૂપ અપેક્ષિત હતું. પણ એને બદલે પુંલ્લિંગનો પ્રત્યય લાગેલો જોવા મળે છે.

(૫) **नर વ્યત્યય :** નર =પુરુષ (પ્રથમ, મધ્યમ અને ઉત્તમ પુરુષ, જેને સામાન્ય રીતે ત્રીજો, બીજો અને પહેલો કહે છે તે). દા.ત अधा स वीरैर्दशभिर्वियूयाः (ऋ . सं. ७. १०४. १५) । આ વૈદિક પ્રયોગમાં वियूयात् પ્રથમ પુરુષનો પ્રયોગ અપેક્ષિત હતો, પણ વ્યત્યય થઈને મધ્યમ પુરુષનો પ્રયોગ થયેલો જોવા મળે છે.

(૬) **काल વ્યત્યય :** દા.ત. श्वोऽग्नीनाधास्यमानेन ।श्वः सोमेन यक्ष्यमाणेन । આ વૈદિક પ્રયોગમાં અનુક્રમે आधाता અને यष्टा એમ અનદ્યતન

ભવિષ્યકાળનો લુટ્ લકારનો પ્રયોગ અપેક્ષિત હતો, તેને બદલે સામાન્ય ભવિષ્યકાળનો લૃટ્ લકારનો કૃદંત પ્રયોગ થયેલો જોવા મળે છે.

(૭) **हल् વ્યત્યય :** હલ્ = વ્યંજન વર્ણ. દા.ત. त्रिष्टभौजः शुभित-मुग्रवीरम् । આ વૈદિક પ્રયોગમાં शुधितम् એમ પ્રયોગ અપેક્ષિત હતો તેને બદલે शुभितम् (ध् ને બદલે भ्) વ્યંજન પ્રયોજાયેલો જોવા મળે છે.

(૮) **अच् વ્યત્યય :** (અચ્ = સ્વર વર્ણ). દા.ત. उपगायन्ति मा पत्नयो गर्भिणयः । આ વૈદિક પ્રયોગમાં દીર્ઘ ઈકારાન્ત સ્ત્રીલિંગી નામનો पत्न्यो गर्भिण्यः એવો પ્રયોગ અપેક્ષિત હતો છતાં હ્રસ્વ ઈકારાન્ત નામનાં पत्नयः અને गर्भिणयः એવાં રૂપોનો પ્રયોગ થયેલો જોવા મળે છે.

(૯) **स्वर વ્યત્યય :** સ્વર = સ્વરભાર = ઉદાત્ત, અનુદાત્ત, સ્વરિત વગેરે. દા.ત. अश्वा॑वती॑ँ सोम॑वती॑ँ प्रजा॑वती॑ँ सू॒र्यव॑ती॒ँ दृषदम् (તૈ. सं. ४. २. ६. ४) ।આ વૈદિક પ્રયોગમાં अ॒श्वा॒व॒तीँ વગેરેમાં અન્તોદાત્ત અર્થાત્ પદના અંતિમ સ્વર વર્ણ પર ઉદાત્ત સ્વરભાર અપેક્ષિત હતો, પણ અહીં તો પ્રકૃતિ (= મૂળમાંનો) આદ્યુદાત્ત (= પદના આદિ સ્વર વર્ણ ઉપર ઉદાત્ત) સ્વરભાર જોવા મળે છે. તેથી અહીં સ્વરવ્યત્યય સ્વીકાર્યા સિવાય છૂટકો નથી.

(૧૦) **कर्तृ વ્યત્યય :** અહીં કર્તૃશબ્દ બધા જ કારકોનો પ્રતિનિધિ છે, તેથી કર્તૃ કારક કહેવાય. દા.ત. " आसादयद्भिरुभयोर्वेदाः । " આ વૈદિક પ્રયોગમાં आसादयद्भ्यः એમ સમ્પ્રદાનાર્થક ચતુર્થીનો પ્રયોગ અપેક્ષિત છે, પણ તેને બદલે કરણાર્થક તૃતીયા વિભક્તિનો પ્રયોગ થયેલો જોવા મળે છે.

(૧૧) **यगादि વ્યત્યય :** યગાદિ = યક્ + આદિ. યક્ વગેરે પ્રત્યયોનો વ્યત્યય દા.ત. मुण्डा शुष्मस्य भेदति । આ વૈદિક પ્રયોગમાં 'भिद्' ધાતુ રુધાદિ સપ્તમ ગણનો હોવાથી તેને श्नम् (= न) વિકરણ પ્રત્યય લાગેલું भिनत्ति રૂપ અહીં અપેક્ષિત હતું. છતાં તેને બદલે પ્રથમ ગણનો शप्.(= अ) પ્રત્યય લાગેલું भेदति રૂપ પ્રયોજાયેલું જોવા મળે છે.

હવે જો લૌકિક સંસ્કૃત બોલીમાં આવા પ્રયોગો થયા હોત તો શાસ્ત્રકાર તેમને અશિષ્ટ કે અશાસ્ત્રીય ગણાવત. પરન્તુ આ તો વેદગ્રંથોમાંના પ્રયોગો છે અને વેદો તો અનાદિકાળથી સચવાતી આવેલી ઈશ્વરી વાણી છે. એમાંના પ્રયોગોને અશિષ્ટ કે અશાસ્ત્રીય કેવી રીતે ગણાવી શકાય ? તેથી વ્યાકરણશાસ્ત્રકાર પ્રયોગોને શિષ્ટ કે શાસ્ત્રીય ઠરાવવા લૌકિક પ્રયોગો માટે ગોઠવેલ વિશ્લેષણ પદ્ધતિના માળખામાં અપવાદો - વ્યત્યય - સ્વીકારી લઈને પણ પ્રયોગોને શુદ્ધ શિષ્ટમાન્ય અને શાસ્ત્રીય ગણાવવા આ 'બાહુલક' નો આશરો લે છે.

(૨) शे प्रगृह्यम् ॥ ८ । १ । २ ॥

सूत्रार्थ :- (छन्दसि बहुलम्) शे (इति सुपाम् आदेशः) प्रगृह्यसंज्ञकः भवति ।

અર્થ - (વૈદિક પ્રયોગમાં સુપ્ પ્રત્યયોને સ્થાને) આદેશ તરીકે આવેલો શે (= ए) વાળા શબ્દો પ્રગૃહ્ય સંજ્ઞક બને છે.

જેની પ્રગૃહ્યસંજ્ઞા હોય તે પદનો અન્ત્ય સ્વરવર્ણ મૂળ સ્વરૂપે જ સચવાઈ રહે છે, અને તેની પછી આવતા સ્વર વર્ણ સાથે તેની સંધિ થઈ જતી નથી.

ઉદા. :- अस्मे इन्द्रा बृहस्पती (ऋ. सं. ४. ४९. ४) ।આ વૈદિક પ્રયોગમાં अस्मे પછી इन्द्रा આવવાં છતાં ए + इ ની अस्मायिन्द्रा એમ અયાદિ સંધિ થઈ નથી, અને એ વર્ણો હતા તેમ મૂળ સ્વરૂપે જ રહ્યા છે. કેમકે अस्मे માં शे આદેશ રહેલો છે તેથી अस्मे પદ પ્રગૃહ્યસંજ્ઞક છે.

(३) ईदूतौ सप्तम्यर्थे ॥ ८ । १ । ३ ॥

सूत्रार्थ :- (छन्दसि विषये) सप्तम्यर्थे प्रयुक्तम् ईत् (= ईदन्तम्) ऊत् (= ऊदन्तं) च शब्द स्वरूपं प्रगृह्यसंज्ञं भवति । ईद् + ऊतौ सप्तमी + अर्थे । ईत् = દીર્ઘ ઈકારાન્ત શબ્દ; ऊत् = દીર્ઘ ઉકારાન્ત શબ્દ. ઉપરના સૂત્રમાંથી ' प्रगृह्य ' પદની અનુવૃત્તિ આ સૂત્રમાં આવે છે.

અર્થ - વૈદિક પ્રયોગમાં સપ્તમીના અર્થમાં પ્રયોજાયેલ દીર્ઘ ઈકારાન્ત અને દીર્ઘ ઉકારાન્ત શબ્દો પ્રગૃહ્યસંજ્ઞક બને છે.

ઉદા. :- अध्यस्यां मामकी तनू । આ વૈદિક પ્રયોગમાં मामक्याम् तन्वाम् એમ શબ્દ પ્રયોગ અપેક્ષિત હતા. પરન્તુ સુપ્ પત્યયોનો લુક્ (= લોપ) થઈને દીર્ઘ ઈકારાન્ત मामकी અને દીર્ઘ ઉકારાન્ત तनू એવા સપ્તમીના અર્થવાળા પ્રયોગો વપરાયેલા જોવા મળે છે. આ પ્રયોગો પ્રગૃહ્ય સંજ્ઞક હોવાથી તેમનો અંત્યસ્વર મૂળ સ્વરૂપમાં સચવાઈ રહે છે; તેથી સંધિ થતી નથી.

(४) उपसर्गाः ॥ ८ । १ । ४ ॥

सूत्रार्थ :- (छन्दसि विषये बहुलम्) उपसर्गाः प्रयुज्यन्ते ।

અર્થ - (વૈદિક પ્રયોગોમાં અનેક રીતે) ઉપસર્ગો પ્રયોજાય છે. 'ઉપસર્ગ' એટલે ધાતુ (= ક્રિયાપદના મૂળસ્વરૂપ)ની પૂર્વે લાગતા प्र-परा-अप-सम्-अनु-अव-निस्-निर्-दुस्-दुर्-वि-आ-नि-अधि-अपि-अति-सु-उत् આ બાવીસ શબ્દો. એ શબ્દોનો ગણ प्र થી શરૂ થતો હોવાથી ગણને અને ગણમાંના બધા જ શબ્દોને 'प्रादि'

કે 'ઉપસર્ગ' તરીકે ઓળખવામાં આવે છે. આ શબ્દો ધાતુની પૂર્વે લાગીને તેમના અર્થમાં પરિવર્તન આણે છે. જેમકે 'हृ' = હરણ કરવું, લઈ જવું, પરન્તુ प्र + हृ = પ્રહાર કરવો, મારવું; आ + हृ = આહાર કરવો = ખાવું; सम् + हृ = સંહાર કરવો = નાશ કરવો; वि + हृ વિહાર કરવો = હરવું ફરવું; परि + हृ = ત્યાગ કરવો = છેટે રાખવું.

(૫) परेऽपि ॥ ૮ । ૧ । ૫ ॥

सूत्रार्थ :- (छन्दसि विषये बहुलम्) उपसर्गाः परे अपि भवन्ति ।

(આ સૂત્રમાં પૂર્વસૂત્રમાંથી उपसर्गाः પદની અનુવૃત્તિ આવે છે.)

અર્થ - (વૈદિક પ્રયોગોમાં અનેક રીતે) ઉપસર્ગો (ધાતુની) પછી પણ પ્રયોજાયેલા હોય છે સૂત્રમાં अपि (= પણ) શબ્દ પ્રયોજાયો હોવાથી 'ધાતુની પૂર્વે' એવું આપોઆપ સૂચવાયું છે જ.

ઉદા. :- जयेम सं युधि स्पृधः । આ વૈદિક પ્રયોગમાં जयेम ક્રિયાપદ પછી सम् ઉપસર્ગ પ્રયોજાયેલો જોવા મળેછે. લૌકિક પ્રયોગમાં તો કાયમ संजयेम એમ જ જોવા મળે છે. તેથી આ સૂત્રમાં વૈદિક પ્રયોગમાં ઉપસર્ગના આવા વિશિષ્ટ પ્રયોગની નોંધ લેવામાં આવી છે. છતાં इन्द्रस्य नु वीर्याणि प्रवोचम् (ऋ. सं. १. ३२. १.) જેવા વૈદિક પ્રયોગોમાં प्र વગેરે ઉપસર્ગો वोचम् ક્રિયાપદની પૂર્વે પણ પ્રયોજાયેલા જોવા મળે છે જ.

(૬) व्यवहिताश्च ॥ ૮ । ૧ । ૬ ॥

सूत्रार्थ :- (छन्दसि विषये बहुलं उपसर्गाः परे पूर्वे) व्यवहिताः च भवन्ति ।

(આ સૂત્રમાં પૂર્વસૂત્રો ૮. ૧. ૧, ૮. ૧. ૪ તથા ૮. ૧. ૫ ની અનુવૃત્તિ આવે છે.)

અર્થ - વૈદિક પ્રયોગોમાં (ઉપસર્ગો પૂર્વે પછી અને) છૂટા પણ પ્રયોજાય છે.

ઉદા. आ न इन्द्रो हरिभिर्यातु । (ऋ. सं. ४. २०. २; ६. ७०. ३; वाज सं. २०. ४९) आ मुन्द्रैरिन्द्र हरिभिर्याहि मयूररोमभिः । (ऋ. सं. ३. ४५. १; साम. सं. १. २४६ ; अ. शौ. सं. ७. ११७. १) । અહીં ક્રિયાપદ છે आयातु અને आयाहि. પરન્તુ એમાંનો आ ઉપસર્ગ यातु અને याहि ક્રિયાપદથી છૂટો પ્રયોજાયો છે; અને વચમાં બીજા શબ્દો આવી ગયેલા છે; વ્યવધાન છે.

(૭) पुनश्चनसौ गती ॥ ८ । १ । ७ ॥

सूत्रार्थ :- पुनश्च चनश्च (छन्दसि विषये)-गतिसंज्ञौ भवतः।

અર્થ - 'पुनर्' અને 'चनस्' એ બે શબ્દો વૈદિક પ્રયોગમાં 'ગતિસંજ્ઞક' ગણાય છે. ગતિસંજ્ઞક થવાથી એ શબ્દોમાં 'गतिर्गतौ' (સર. ક્ર. ૮। ૩। ૨૪ ।) સૂત્ર મુજબ નિઘાત અર્થાત્ અનુદાત્ત સ્વરભાર આવે છે.

ઉદા. :- पुनर्निष्कृतो रथः (तै. सं. १. ५. २. ७.)। અહીં पुनः માં બન્ને અક્ષરો અનુદાત્ત છે उशिग्दूतश्चनो हितः (ऋ. सं. ३. ११. २). ।અહીં આદ્યુદાત્ત चनस् શબ્દ ગતિસંજ્ઞક થવાથી તેમાં ન અનુદાત્ત બને છે.

(૮) सार्वधातुकार्धधातुके वा ॥ ८ । १ । ८ ॥

सूत्रार्थ :- (छन्दसि विषये बहुलं) सार्वधातुकार्धधातुकसंज्ञे विकल्पेन भवतः।

અર્થ :- વૈદિક પ્રયોગમાં સાર્વધાતુક અને આર્ધધાતુક સંજ્ઞા વિકલ્પે થાય છે. આ અધિકાર સૂત્ર છે. ધાતુની પછી લાગેલા तिङ् પ્રત્યાહાર અન્તર્ગત સમાયેલા પરસ્મૈપદ અને આત્મનેપદ પ્રત્યયો અને જેમાં ડાકાર ઈત્સંજ્ઞક હોય તેવા પ્રત્યયો સાર્વધાતુક કહેવાય છે, બાકીના બધા **'આર્ધધાતુક'** કહેવાય છે. लिट्, आशीर्लिङ् અને लिङ् વગેરેમાં લાગતા પ્રત્યયો આર્ધધાતુક હોય છે. વૈદિક પ્રયોગમાં સાર્વધાતુક અને આર્ધધાતુક પ્રત્યયો અંગે ચોક્કસ નિયમો નથી; આ પ્રત્યયો છૂટથી પ્રયોજાયેલા જોવા મળે છે. લૌકિક સંસ્કૃત બોલીમાં જેમાં સાર્વધાતુક પ્રત્યયો જોવા મળતા હોય તેવા પ્રયોગોમાં વૈદિક સંસ્કૃત બોલીમાં આર્ધધાતુક પ્રત્યયો લાગેલા હોય છે. તેથી વૈદિક પ્રયોગોમાં સાર્વધાતુક કે આર્ધધાતુક ગમે તે પ્રત્યયો લાગ્યા હોય છે એવું આ સૂત્ર જણાવે છે.

(૯) क्यच् परेच्छायाम् ॥ ८ । १ । ९ ॥

सूत्रार्थ :- (छन्दसि विषये धातो परतः) परेच्छायां गम्यमानायां क्यच् प्रत्ययो भवति।

અર્થ :- વૈદિક પ્રયોગમાં 'બીજા ની ઈચ્છા' એ અર્થ દર્શાવવો અભિપ્રેત હોય ત્યારે ધાતુને क्यच् પ્રત્યય લાગે છે. क्यच् પ્રત્યયમાં क् અને च् ઈત્સંજ્ઞક છે.

ઉદા. :- मा त्वा वृका अघायवो विदन् (वाज. सं. ४. ३४ ; तै. सं. १. २. ९. १; मैत्रा. सं . १. २. ६)। અહીં अघायवः એ પદમાં બીજાને પીડા આપવાના અર્થમાં अघा (= પાપ) શબ્દને क्यच् (=य) પ્રત્યય લાગીને નામધાતુ अघाय् (अघायति) અને તે ઉપરથી કર્તૃવાચક નામ अघायु બનેલું છે.

(१०) सिब्लेटि ॥ ८ । १ । १० ॥

सूत्रार्थ :- (छन्दसि विषये) लेटि परतः (धातोः) सिप्प्रत्ययो बहुलं भवति ।

અર્થ :- વૈદિક પ્રયોગમાં ધાતુ પછી લેટ્ લકાર આવતાં તેને सिप् પ્રત્યય લાગે છે. सिप् માં इ અને प् ઈત્સંજ્ઞક છે.

ઉદા. :- जोषिषत् । तारिषत् । मन्दिषत् । અહીં सिप् પ્રત્યય લાગેલો છે તેમજ स् નો ष् થયો છે. આ વૈદિક લેટ્ લકારનાં રૂપો છે.

(११) नाम् लिटो मन्त्रे ॥ ८ । १ । ११ ॥

सूत्रार्थ :- मन्त्रे लिटः प्रत्ययस्य प्रयोगे आम्प्रत्ययो न भवति ।

અર્થ :- વૈદિક મંત્ર પ્રયોગમાં લિટ્ લકારના પ્રયોગમાં आम् પ્રત્યય લાગતો નથી. આ સૂત્રમાં 'मन्त्र' પદનો નિર્દેશ થયો છે, તેથી બ્રાહ્મણગ્રંથો તથા લૌકિક સંસ્કૃત બોલીમાં તેનો પ્રયોગ થાય છે એવું ફલિત થાય છે.

ઉદા. :- कृष्णो नोनाव वृषभो यदीदम् (ऋ . सं. १. ७९. २) । અહિં 'नु' ધાતુને લિટ્ લકારમાં आम् પ્રત્યય લાગ્યો નથી. એથી ઉલટું अथ ह शुनःशेप ईक्षाञ्चक्रे । त हे तदन्तर्वेद्यामासाञ्चक्रिरे । अविज्ञातानि च दर्शयाञ्चकार । આ બ્રાહ્મણવાક્યમાં ईक्षाञ्चके, आसाञ्चक्रिरे અને दशर्याञ्चकार એ લેટ્ લકારના પ્રયોગોમાં आम् પ્રત્યય લાગેલો જોવા મળે છે.

(१२) अभ्युत्सादयांप्रजनयांचिकयांरमयामकः ॥ ८ । १ । १२ ॥

सूत्रार्थ :- (छन्दसि विषये) अभ्युत्सादयामकः, प्रजनयामकः चिकयामकः, रमयामकः - एते प्रयोगाः (बहुलं) निपात्यन्ते ।

અર્થ :- વૈદિક પ્રયોગમાં अभ्युत्सादयाम्, प्रजनंयाम्, चिकयाम् અને रमयाम् એ શબ્દોનુ : લગાડીને નિપાતન કરવામાં આવે છે.

ઉદા. :- तदेनं द्वयं भागधेयमभ्युत्सादयामकर्ग्राम्यं चारण्यं च (मै. सं. १. ६. ५) । प्रातः प्रजनयामकर्देवाश्च वा असुराश्च (मै. सं. १. ६. १०) चिकयामकः । स्व एवैना गोष्ठे रमयामकः (काठ. सं. ७. ७) । અહીં अभ्युत्सादयाम्, प्रजनायाम्, चिकयाम् અને रमयाम् એ શબ્દોને कृ ધાતુનું સામાન્ય ભૂતકાળનું अकः રૂપ લાગીને લુઙ્ લકારના પ્રયોગમાં सद्, जन्, चि, અને रम् એ ण्यन्त ધાતુઓને आम् પ્રત્યયનું નિપાતન કરીને अभ्युत्सादयामकः, प्रजनयामकः, चिकयामकः અને रमयामकः એવા પ્રયોગો થયેલા જોવા મળે છે. લૌકિક પ્રયોગમાં તો આવા અર્થ માટે अभ्युदषीषत्, प्राजीजनत्, अचैषीत् અને अरीरमत् એવા પ્રયોગો થયા હોત.

(१३) पावयांक्रियाद्विदामक्रन् ॥ ८ । १ । १३ ॥

सूत्रार्थ :- (छन्दसि विषये) पावयांक्रियात्, विदामक्रन् इत्येते प्रयोगौ निपात्येते ।

અર્થ :- વૈદિક સંસ્કૃત ભાષામાં पावयांक्रियात् અને विदामक्रन् એ પ્રયોગોનું નિપાતન કરવામાં આવે છે.

ઉદા. :- नैनं दधिक्रावां चन पांवयांक्रिंयादिति खलु वा आंहुः (मै. सं. २. १. ७)। ब्राह्मणाः पुरा विदामंक्रन् (तै. सं. ३. ५. १०. २)। અહીં લિઙ્ લકારના અર્થમાં 'पू' ધાતુ ઉપરથી आम् प्रत्यय લાગીને पावयांक्रियात् અને 'विद्' ધાતુ ઉપરથી લુઙ્ લકારના અર્થમાં आम् प्रत्यय લાગીને विदामक्रन् એવા પ્રયોગોનું નિપાતન થયેલું જોવા મળે છે. લૌકિક પ્રયોગમાં આ જ અર્થમાં અનુક્રમે पाव्यात् અને अवेदिषुः એવા પ્રયોગો થાત.

(१४) घसह्वरणशवृदहाद्वृच्कृगमिजनिभ्यः सिजोदेर्लुक् ॥ ८ । १ । १४ ॥

सूत्रार्थ :- (छन्दसि विषये) घस, ह्वर, णश, वृ, दह, आत्, वृच्, कृ गम्, जन् इत्येतेभ्यो धातुभ्यः परस्य सिजादिप्रत्ययस्य लुक् भवति ।

અર્થ :- વૈદિક પ્રયોગમાં घस्, ह्वृ , नश् वृ, दह्, आ, वृज्, कृ, गम्, जन्, આ ધાતુઓ પછી પાણિનીય પદ્ધતિમાં च्लि ના આદેશરૂપે આવતા સિચ્ પ્રત્યયનો લુક્ (= લોપ) થયેલો જોવા મળે છે.

ઉદા. :- अक्षन्नमीमदन्त (ऋ. सं. १. ८२. २). અહીં अद् (= ખાવું) ધાતુને લુઙ્ લકારમાં घस् આદેશ થઈ તેને સિચ પ્રત્યય લાગતાં अ + घस् + सिच् + अन् એમ થતાં सिच् નો લોપ થઈને अघस् + अन् = अक्षन् = अक्षन् રૂપ બન્યું છે. मा ह्वर्मित्रस्य त्वम् ।અહિં ह्वृ (= કુટિલ થવું) ધાતુને લુઙ્ લકારમાં ह्वृ + च्लि + तिप् થઈ सिच् નો લોપ થઈ ह्वृत् = ह्वर्त् = ह्वः રૂપ બન્યું છે; અને मा પછી તેનો પ્રયોગ થવાથી अह्वः એમ થવાને બદલે આદિ अट् આગમનો લોપ થયો છે.

मा प्रणङ् मर्त्यस्य (ऋ. सं. १. १८. ३) । અહીં प्र + नश् + सिच् + तिप् માં सिच् નો લોપ થતાં प्र + नश् + तिप् રહેતાં प्रणश् + त्, अट् આગમનો मा ને લીધે અભાવ અને અપૃક્ત હલ્ त् નો લોપ થઈ जश् ભાવ થઈ प्रणम् અને અનુનાસિક થતાં प्रणङ् રૂપ સિદ્ધ થયું. सुरुचों वेन आंवः। (यजु. सं. १३. ३). અહીં आ + वृञ् ધાતુ ઉપરથી લુઙ્ લકારમાં सिच् નો લોપ, અડાગમ

અને સવર્ણદીર્ઘ થઈને આવઃ રૂપ સિદ્ધ થયું છે. સૂત્રમાંના વૃ દ્વારા વૃङ् અને વૃञ् એ બે ધાતુઓનો સંકેત થયો છે.

मा नु आ धंक् (ऋ. सं. ६. ६१. १४)। અહિં दह् (= બળવું) ધાતુને લુઙ્ લકારમાં सिच् નો લોપ, અડાગમનો અભાવ, जश् ભાવ અને चर्त्व થઈને धक् રૂપ સિદ્ધ થયું છે.

आप्रा द्यावापृथिवी अन्तरिक्षम् । (ऋ. सं. १. ११५. १)। અહિં आ + प्रा (= ભરવું) ધાતુને લુઙ્ લકારમાં सिच् નો લુક્ થઈ, અડાગમ, સવર્ણદીર્ઘ, आ + अ + प्रा + स्, રુત્વ, વિસર્જનીય થઈ आप्राः રૂપ સિદ્ધ થયું.

मा नो अस्मिन् महाधने वर्क्. . (ऋ. सं. ८. ७५. १२)। અહિં वृज् ધાતુને લુઙ્ લકારમાં सिच् નો લોપ, અપૃક્ત त નો લોપ, કુત્વ અને चर् થઈને वर्क् રૂપ સિદ્ધ થયું છે.

अक्रन् कर्म कर्मकृतः (यजु. सं. ३. ४७)। અહિં कृ ધાતુને लुङ् લકારમાં सिच् નો લોપ, અડાગમ, સંયોગાન્ત લોપ અને यण् ભાવ થઈને अक्रन् રૂપ સિદ્ધ થયું છે.

सद्यः पुष्टिं निरुन्धानासो अग्मन् (ऋ. सं. १. १२२. ७)। અહિં गम् ધાતુને લઙ્ લકારમાં सिच् નો લોપ, અડાગમ તથા ઉપધા લોપ થઈને अग्मन् રૂપ સિદ્ધ થયું.

अज्ञत वा अस्य दन्ताः (ऐ. ब्रा. ७. १४. १५) અહીં जन् ધાતુને લુઙ્ લકારમાં सिच् નો લોપ, અડાગમ, ઉપધાલોપ, શ્ચુત્વ થઈને अज्ञत રૂપ સિદ્ધ થયું.

પાણિનીય પદ્ધતિમાં लुङ् ને પ્રથમ च्लि લાગી તેનો सिच् આદેશ થવાનું વિધાન છે. ભોજદેવની પદ્ધતિમાં સીધો જ सिच् પ્રત્યય લાગવાથી તેનો જ લુક્ થાય છે.

(१५) गुपेर्लुङि चङ् वा ॥ ८ । १ । १५ ॥

સૂત્રાર્થ :- (छन्दसि विषये) गुपेः धातोः लुङि चङ् प्रत्ययो वा भवति।

અર્થ :- (વૈદિક પ્રયોગમાં) गुप् ધાતુને લુઙ્ લકારમાં વિકલ્પે चङ् પ્રત્યય લાગે છે.

ઉદા. :- इमान् मे मित्रावरुणौ गृहानजूगुपतं युवम्। (मैत्रा. सं. १. ५. १४. ७६)। અહીં गुप् ધાતુને લુઙ્ લકારમાં चङ् પ્રત્યય, દ્વિત્વ તથા અભ્યાસ વગેરે કાર્યો થઈને મધ્યમ પુરુષ દ્વિવચનમાં थस् પ્રત્યય લાગી अट् + जु + गुप् + चङ् + थस् થતાં અભ્યાસનો દીર્ઘ અને थस् નો तम् થઈને अजूगुपतम् રૂપ સિદ્ધ થયું.

પરન્તુ લૌકિક પ્રયોગમાં चङ् પ્રત્યય ન લાગતાં सिच् પ્રત્યય, ઈડાગમ-નિષેધ/પક્ષે ઈડાગમ, પક્ષે आय આગમ, सिच् પ્રત્યય વગેરે થઈને अगौप्तम्, अगोपिष्टम् કે अगोपायिष्टम् રૂપો સિદ્ધ થાય છે.

(૧૬) नोनयतिध्वनयत्येलयत्यर्दयतिभ्यः ॥८ ।१ ।१६॥

સૂત્રાર્થ :- (छन्दसि विषये) ऊनयति, ध्वनयति, एलयति, अर्दयति इत्येतेभ्यो ण्यन्तेभ्योः धातुभ्यः चङ्प्रत्ययो न भवति।

અર્થ :- ऊन, ध्वन्, इल् અને अर्द् એ ધાતુઓને પ્રેરક લુઙ્ લકારમાં चङ् પ્રત્યય લાગતો નથી.

ઉદા. :- मा त्वायतो जरितुः काममूनयीः (ऋ. सं. १. ५३. ३)। અહીં उन् ધાતુને પ્રેરક લુઙ્ લકારમાં चङ् પ્રત્યય ન લાગતાં सिच् પ્રત્યય લાગી અડાગમ લોપ થઈને મધ્યમ પુરુષ એક વચનનો પ્રત્યય લાગી, ऊनयीः રૂપ સિદ્ધ થયું. લૌકિક પ્રયોગમાં औनिनः રૂપ થાત.

मा त्वाग्निर्ध्वनयीत् (ऋ. सं. १. १६२. १५)। અહીં ध्वन् ધાતુને પ્રેરક લુઙ્ લકારમાં चङ् ન લાગતાં, सिच् પ્રત્યય લાગી, અડાગમ લોપ થઈ પ્રથમ પુરુષ એકવચનનો तिप् પ્રત્યય લાગી, ध्वनयीत् રૂપ સિદ્ધ થયું. લૌકિક પ્રયોગમાં अदिध्वनत् રૂપ થાત.

काममैलयीः। અહીં इल् ધાતુને પ્રેરક લુઙ્ લકારમાં चङ् પ્રત્યય ન લાગતાં सिच् પ્રત્યય લાગી, અડાગમ થઈ, મધ્યમ પુરુષ એકવચનનો सिप् પ્રત્યય લાગી, ऐलयीः રૂપ સિદ્ધ થયું છે. લૌકિક પ્રયોગમાં ऐलिलः રૂપ થાત.

मैनमर्दयीत् । અહીં अर्द् ધાતુને પ્રેરક લુઙ્ લકારમાં चङ् પ્રત્યય ન લાગતાં सिच् પ્રત્યય લાગી, અડાગમ લોપ થઈ, પ્રથમ પુરુષ એકવચનનો तिप् પ્રત્યય લાગી, अर्दयीत् રૂપ સિદ્ધ થયું છે. લૌકિક પ્રયોગમાં आर्दिदत् રૂપ થાત.

(૧૭) कृमृदृरुहिभ्योऽङ् ॥ ८ । १ । १७ ॥

સૂત્રાર્થ :- (छन्दसि विषये) कृ, मृ, दृ , रुहि इत्येतेभ्यो धातुभ्यः लुङि अङ्प्रत्ययो भवति।

અર્થ :- વૈદિક પ્રયોગમાં कृ, मृ, दृ, અને रुह् આ ધાતુઓને લુઙ્ લકારમાં अङ् પ્રત્યય લાગે છે.

ઉદા. :- उप ते स्तोमान् पशुपा इवाकरम् (ऋ.सं.१. ११४. ९) અહીં कृ ધાતુને લુઙ્ લકારમાં अङ् પ્રત્યય, અડાગમ અને ઉત્તમ પુરુષ એકવચનનો

પ્રત્યય લાગીને अकरम् રૂપ સિદ્ધ થયું છે. એ જ રીતે शकलाङ्गुष्ठकोऽकरत् એ પ્રયોગમાં अकरत् રૂપ સિદ્ધ થયું છે. લૌકિક પ્રયોગમાં अकार्षीत् રૂપ થાત.

अथोऽमरत् માં मृ ધાતુને, अदरदर्थान् માં दृ ધાતુને અને पर्वतमारुहत् માં रुह् ધાતુને લુઙ્ લકારમાં अङ् પ્રત્યય, અડાગમ અને પ્રથમ પુરુષ એકવચનનો પ્રત્યય લાગીને અનુક્રમે अमरत्, अदरत् અને अरुहत् એ રૂપો સિદ્ધ થયાં છે. લૌકિક પ્રયોગમાં अमृत, अदारीत् અને अरुक्षत् રૂપો થાત.

(૧૮) लिङ्याशिषि ॥ ८ । १ । १८ ॥

सूत्रार्थ :- (छन्दसि विषये) आशिषि लिङि परतः (धातोः) अङ्प्रत्ययो भवति ।

अर्थ :- વૈદિક પ્રયોગમાં આશીર્વાદના અર્થમાં લિઙ્ લકારમાં ધાતુને अङ् પ્રત્યય લાગે છે.

આ સૂત્ર દ્વારા स्था, गा, गम्, वच्, विद्, शक् અને रुह् ધાતુના વૈદિક પ્રયોગોને સિદ્ધ કરવાનું પ્રયોજન છે, જે નીચેના સૂત્રમાં દર્શાવ્યું છે.

(૧૯) स्थागागमिवचिविदिशकिरुहिभ्यः ॥ ८ । १ । १९ ॥

सूत्रार्थ :- (छन्दसि विषये) स्था, गा, गमि, वचि, विदि, शकि,रुहि इत्येतेभ्यो धातुभ्यः (आशिषि विषये लिङि परत) अङ्प्रत्ययो भवति ।

अर्थ :- વૈદિક પ્રયોગમાં स्था, गा, गम्, वच्, विद् शक् અને रुह् આ ધાતુઓને આશીર્વાદાર્થક લિઙ્ લકારમાં अङ् પ્રત્યય લાગે છે.

ઉદા. :- उपस्थेयं वृषभं तुग्रियाणाम् ।, सत्यमुपगेयम् ।, गमेम जानतो गृहान् ।, मन्त्रं वोचेमाग्नये, (यजु. सं. ३. ११)। विदेयमेनां मनसि प्रविष्टाम् (अ. शौ. सं. १९. ४. २)। शकेमं त्वा समिधम् (ऋ . सं. १. ९४. ३)। અને अस्रवन्तीमा रुहेमा स्वस्तये (ऋ . सं. १०. ६३. १०)। આ વૈદિક પ્રયોગોમાં उप + स्था, उप + गा, गम्, वच्, विद्, शक्, અને रुह् ધાતુઓને આશીર્વાદના અર્થમાં लिङ् લકારમાં अङ् પ્રત્યય લાગીને અનુક્રમે उपस्थेयम्, उपगेयम्, गमेम, वोचेम, विदेयम्, शकेम અને रुहेम રૂપો સિદ્ધ થયાં છે. ઉદાહરણમાંના છેલ્લા રૂપમાં અંતિમ સ્વર છાન્દસ દીર્ઘ છે.

(૨૦) दृशेरक् ॥ ८ । १ । २० ॥

सूत्रार्थ :- (छन्दसि विषये) दशि धातोः (लिङि आशिषि विषये) अक् प्रत्ययो भवति ।

અર્થ :- વૈદિક પ્રયોગમાં દૃશ્ ધાતુને આશીર્વાદાર્થક લિઙ્ લકારમાં અક્ પ્રત્યય લાગે છે.

ઉદા. :- पितरं च दृशेयं मातरं च। આ વૈદિક પ્રયોગમાં દૃશ્ ધાતુને લિઙ્ લકારમાં આશીર્વાદના અર્થમાં અક્ પ્રત્યય લાગીને દૃશેયમ્ રૂપ સિદ્ધ થયું છે.

(२१) शपो लुक्च्छ्लू ॥ ८ । १ । २१ ॥

સૂત્રાર્થ :- (छन्दसि विषये बहुलं) धातोः शपः क्वचित् लुक् भवति क्वचिच्च शपः स्थाने श्लुरादेशोऽपि भवति।

અર્થ :- વૈદિક પ્રયોગમાં ધાતુને લાગતા શપ્ પ્રત્યયનો કોઈક વાર લુક્ (= લોપ) થઈ જાય છે અને કોઈકવાર શપ્ ને સ્થાને શ્લુ આદેશ પણ આવી જાય છે.

ઉદા. :- दार्तिं प्रियाणिं (ऋ. सं. ४. ८. ३)। અહીં જુહોત્યાદિ તૃતીય ગણના दा ધાતુને શપ્ પ્રત્યય લાગી તેનો લુક્ થતાં (શપ્ નો શ્લુ આદેશ ન થયો) તેથી ધાતુને દ્વિત્વ પણ ન થયું. આ રીતે दाति પ્રયોગ સિદ્ધ થયો. લૌકિક પ્રયોગમાં તો શ્લુ આદેશ અને દ્વિત્વ થઈને ददाति એ રૂપ થાય જ છે. એ જ રીતે धाति प्रियाणि વૈદિક પ્રયોગમાં धाति રૂપ સિદ્ધ થયું. લૌકિક પ્રયોગમાં दधाति રૂપ સિદ્ધ થાય છે.

पूर्णा विंवष्टि (ऋ. सं. ७. १६. ११)। અહીં અદાદિ દ્વિતીય ગણના વચ્ ધાતુને શપ્ પ્રત્યય લાગીને તેને સ્થાને શ્લુ આદેશ થતાં દ્વિત્વ થઈને वश्+वश्+तिप् એમ થતાં विवष्टि રૂપ સિદ્ધ થયું. લૌકિક પ્રયોગમાં તો શપ્ નો લુક્ થઈને वष्टि રૂપ થયું હોત. એ જ રીતે तुरीयं धामं महिषो विंवक्ति (ऋ सं.९. ९६.१९)। એ પ્રયોગમાં પણ શપ્ ને સ્થાને શ્લુ આદેશ તથા દ્વિત્વ થઈને विवक्ति રૂપ સિદ્ધ થયું છે. લૌકિક પ્રયોગમાં શપ્ નો લુક્ થઈને वक्ति રૂપ સિદ્ધ થયું હોત.

(२२) हलः श्नाशानचोः शायज् वा ॥ ८ । १ । २२ ॥

સૂત્રાર્થ :- (छन्दसि विषये) हलन्ताद् धातोः परस्य श्नाप्रत्ययस्य स्थाने, शानच् प्रत्ययस्य च स्थाने, शायच् आदेशो विकल्पेन भवति।

અર્થ :- વૈદિક પ્રયોગમાં હલન્ત ધાતુ પછી લાગનારા श्ना પ્રત્યય અને (તેને સ્થાને લાગતા) शानच् આદેશને સ્થાને शायच् આદેશ વિકલ્પે લાગે છે; વિકલ્પે शानच् આદેશ પણ લાગે છે. આ પ્રત્યયોમાં श् અને च् ઈત્સંજ્ઞક છે.

ઉદા. :- गृभाय जिह्वया मधु (ऋ. सं. ८. ३७. ५) । આ વૈદિક પ્રયોગમાં गृभ् એ ક્ર્યાદિ નવમ ગણના ધાતુને लोट् લકારમાં सिप् નો हि આદેશ થઈ, વચ્ચે श्ना વિકરણ લાગતાં તેને સ્થાને शायच् આદેશ થતાં हि નો लुक् થઈ સમ્પ્રસારણ થતાં गृभाय રૂપ સિદ્ધ થયું.

बधान पशुम् । આ વૈદિક પ્રયોગમાં ક્ર્યાદિ નવમ ગણના बन्ध् ધાતુને श्ना વિકરણ લાગતાં તેને સ્થાને शानच् આદેશ થઈને बधान રૂપ સિદ્ધ થયું.

(२३) प्रत्यपिभ्यां ग्रहेः क्यप् ॥ ८ । १ । २३ ॥

सूत्रार्थ :- (छन्दसि विषये) प्रति, अपि इत्येवं पूर्वाद् ग्रहिधातोः क्यप् प्रत्ययो भवति ।

અર્થ :- વૈદિક પ્રયોગમાં प्रति કે अपि લાગેલા હોય તેવા ग्रह् ધાતુને क्यप् પ્રત્યય લાગે છે. આ પ્રત્યયમાં क् અને प् ઈત્સંજ્ઞક છે.

ઉદા. :- मत्तस्य न प्रतिगृह्यम् (तै. ब्रा. १.३.२.७) । तस्मान्नापिगृह्यम् (का. सं. १४.५) । અહીં प्रतिगृह्यम् અને अपिगृह्यम् એ વૈદિક પ્રયોગોમાં प्रति + ग्रह् અને अपि + ग्रह् ધાતુઓને क्यप् પ્રત્યય લાગ્યો છે.

(२४) निष्टर्क्यदेवहयप्रणीयोन्नीयोच्छिष्यमर्यस्तर्याध्वर्य-खन्यखान्यदेवयज्यापृच्छ्यप्रतिषीव्यब्रह्मवाद्यभाव्य-स्ताव्योपचाय्यपृडानि ॥ ८ । १ । २४ ॥

सूत्रार्थ :- (छन्दसि विपये) निष्टर्क्य, देवहय, प्रणीय, उन्नीय, उच्छिष्य, मर्य, स्तर्या, ध्वर्य, खन्य, खान्य, देवयज्या, आपृच्छ्य, प्रतिषीव्य, ब्रह्मवाद्य, भाव्य, स्ताव्य, उपचाय्यपृड इत्येते शब्दाः निपात्यन्ते

અર્થ :- વૈદિક પ્રયોગમાં (ઉપર જણાવેલા) निष्टर्क्य વગેરે શબ્દોનું નિપાતન કરવામાં આવે છે.

ઉદા. :- निष्टर्क्यं चिन्वीत पशुकामः । प्रदक्षिणं पर्यस्योर्ध्वग्रन्थिं निष्टर्क्यं बध्नाति । અહીં निस् + कृत् (= છેદવું) એ ધાતુને क्यप् ને બદલે ण्यत्

પ્રત્યય, લઘૂપધગુણ, ધાતુના વર્ણોનો આદ્યન્તવિપર્યય અને ષત્વનું નિપાતન કરીને निष्टर्क्य રૂપ સિદ્ધ કરવામાં આવ્યું છે.

स्पर्धन्ते वा उं देवहूये (ऋ. सं. ७. ८५. २) અહિં વૈદિક પ્રયોગમાં देव શબ્દ ઉપપદમાં છે. તેની સાથે हू ધાતુ જોડાઈને देव+हु ને क्यप् પ્રત્યય, तुगागम નો અભાવ અને ધાતુને દીર્ઘાદેશ આ બધાનું નિપાતન કરીને देवहूय રૂપ સિદ્ધ થયેલું ગણ્યું છે. બીજી રીતે જોઈએ તો ह्वेञ् ધાતુને क्यप् પ્રત્યયનું નિપાતન કરી, સમ્પ્રસારણ અને દીર્ઘાદેશ કરીને રૂપ સિદ્ધ થયું ગણી શકાય.

प्रणीयः । उन्नीयः । उच्छिष्यः (आश्व. श्रौ. सू. ११. ७. ३) । અહીં प्र+नी અને उत्+नी એ ધાતુઓને क्यप् પ્રત્યયનું નિપાતન કરીને અનુનાસિક ભાવથી द् નો न् થઈને, તથા उत्+शिष् ધાતુને क्यप् પ્રત્યય, છકાર અને શ્ચુત્વથી રૂપ સિદ્ધ થયેલ છે.

मर्यः । स्तर्या । ध्वर्यः । खन्यः । આ વૈદિક પ્રયોગોમાં मृ (= મારવું), स्तृ (= ઢાંકવું), ध्वृ (= વાંકા થવું, છેતરવું), खन् (= ખોદવું), એ ધાતુઓને ण्यत् ને બદલે यत् પ્રત્યયનું નિપાતન કરી રૂપસિદ્ધિ થયેલી માની છે.

खान्यः । અહીં खन् ધાતુને ण्यत् પ્રત્યયનું નિપાતન કરીને खान्य રૂપ સિદ્ધ થયું માન્યું છે.

देवयज्या । અહીં દેવ શબ્દને ઉપપદમાં રાખી यज् ધાતુને य પ્રત્યયનું સ્ત્રીલિંગમાં નિપાતન કરીને રૂપ સિદ્ધ કર્યું છે.

आपृच्छ्यः । અહીં आ+प्रच्छ् ધાતુને क्यप् પ્રત્યયનું નિપાતન અને સંપ્રસારણ થઈને રૂપ સિદ્ધ થયું છે.

प्रतिपीव्यः । આ વૈદિક પ્રયોગમાં प्रति+पिव् ધાતુને क्यप् અને षत्व નિપાતન તથા દીર્ઘાદેશથી રૂપસિદ્ધિ થઈ છે.

ब्रह्मवाद्यः । અહીં ब्रह्म ઉપપદ યુક્ત वद् ધાતુને ण्यत् પ્રત્યયનું નિપાતન થયું છે.

भाव्यः । स्ताव्यः । આ વૈદિક પ્રયોગોમાં भू અને स्तु ધાતુઓને ण्यत् પ્રત્યયનું નિપાતન અને વૃદ્ધિ આદેશ થઈને રૂપ સિદ્ધ થયું છે.

उपचाय्यपृडं हिरण्यम् (का. सं. ११. १) । અહીં उप+चि ધાતુ પછી पृड् ઉત્તરપદ આવતાં ધાતુને ण्यत् પ્રત્યયનું નિપાતન તથા આયાદેશ થઈને उपचाय्यपृडम् રૂપ સિદ્ધ થયું છે.

નિપાતન કરવાનું પ્રયોજન એ છે કે શબ્દની સિદ્ધિમાં આવતી શાસ્ત્રીય મુશ્કેલીઓને લક્ષમાં ન લેતાં વૈદિક પ્રયોગોમાં એ રૂપ જે સ્વરૂપે પ્રયોજાયું હોય તેને જ સિદ્ધ અર્થાત્ શિષ્ટ માન્ય તરીકે સ્વીકારી લેવાનું છે, અને તેને જ પ્રમાણભૂત ગણીને તેની યથાશક્ય રીતે સિદ્ધિ કે ઉપપત્તિ બેસાડવી જોઈએ; શાસ્ત્રની વિધિ તેમાં બાધક ન નીવડી શકે.

(२५) कर्मणि सुरायां पिबतेष्टग्वा ॥ ८ । १ । २५ ॥

सूत्रार्थ :- छन्दसि विषये सुरायां कर्मणि उपपदे पिबतेर्धातोः टक्प्रत्ययो वा भवति।

અર્થ :- કર્મવાચક 'સુરા' શબ્દ ઉપપદ હોય ત્યારે पा (=પીવું) ધાતુને વિકલ્પે टक् પ્રત્યય લાગે છે. टक् પ્રત્યયમાં ट् અને क् ઈત્સંજ્ઞક છે.

ઉદા. :- या ब्राह्मणी सुरापी भवति नैनां देवाः पतिलोकं नयन्ति। या ब्राह्मणी सुरापा भवति नैनां देवाः पतिलोकं नयन्ति। અહીં सुरा+पा ધાતુને टक् પ્રત્યય લાગતાં સ્ત્રીલિંગમાં ङीष् પ્રત્યય લાગીને सुरापी રૂપ સિદ્ધ થાય છે. વિકલ્પે टक् પ્રત્યય ન લાગ્યો હોય ત્યારે સ્ત્રીલિંગી રૂપ सुरापा બને છે.

(२६) वनसनरक्षिमथाम् इन् ॥ ८ । १ । २६ ॥

सूत्रार्थ :- छन्दसि विषये वन सन रक्ष मथ इत्येतेभ्यो धातुभ्यः कर्मण्युपदे इन् प्रत्ययो भवति।

અર્થ :- वन् (= વહેંચવું), सन् (= ષણ ભાગ પાડવા), रक्ष् (= સાચવવું, પાલન કરવું), मथ् (= વલોવવું) આ ધાતુઓના ઉપપદ તરીકે કર્મવાચક શબ્દ હોય તો તે ધાતુઓને इन् પ્રત્યય લાગે છે ; इन् માં न् ઈત્સંજ્ઞક છે.

ઉદા. :- ब्रह्मवनिं त्वा क्षत्रवनिं (यजु. सं. १. १७)। गोः सनिः (यजु. सं. ८. १२) । यौ पथिरक्षी श्वानौ (अ. शौ. सं. ८. १. ९) । हविर्मथीनाम् (ऋ सं. ७. १०४. २१) । અહીં क्षत्र +वन्, गा +सन्, पथ+रक्ष् અને हविस्+मथ् એ ધાતુઓની પૂર્વે તેમનું કર્મ ઉપપદ તરીકે આવે છે. તેથી તેમને इन् પ્રત્યય લાગીને क्षत्रवनि, गोसनि, पथिरक्षि, हविर्मथि એવા શબ્દો સિદ્ધ થયા છે. ધાતુપાઠમાં सन् ધાતુનો ઉલ્લેખ ષણ એ રીતે થયો છે. પછી ધાતુના આદિ ष નો स થતા ण નો न થઈ જાય છે.

(૨૭) सुप्युपदे सहो ण्विः ॥ ८ । १ । २७ ॥

सूत्रार्थ :- (छन्दसि विषये) सहेर्धातोः सुबन्त उपपदे ण्विप्रत्ययो भवति ।

અર્થ :- વૈદિક પ્રયોગમાં सह् ધાતુની પૂર્વે સુબન્ત ઉપપદ હોય તો ધાતુને ण्वि પ્રત્યય લાગે છે. ण्वि પ્રત્યયમાં ण् ઈત્સંજ્ઞક છે અને અપૃક્ત વિ નો લોપ થાય છે.

ઉદા. :- तुराषाट् (ऋ. सं. ३. ४८. ४) । અહીં सह् ધાતુને तुर એ સુબન્ત ઉપપદ લાગતાં तुर+सह् ધાતુને ण्वि પ્રત્યય લાગતાં, દીર્ઘાદેશ, स કારનો ष કાર, ह કારનો ઢકાર, જશ્ત્વ થઈ તેનો ડકાર અને ચર્ત્વ થઈ ટકાર થતાં રૂપ સિદ્ધ થયું છે. એ જ રીતે जलाषाट् અને पृतनाषाट् પણ સિદ્ધ થશે.

(૨૮) वहश्च ॥ ८ । १ । २८ ॥

सूत्रार्थ :- (छन्दसि) सुप्युपपदेवहधातोर्ण्विः प्रत्ययो भवति ।

અર્થ :- વૈદિક પ્રયોગમાં वह् ધાતુની પૂર્વે સુબન્ત ઉપપદ હોય તો ધાતુને ण्वि પ્રત્યય લાગે છે.

ઉદા. :- दित्यवाट् (यजु. सं. १४. १०) । અહીં दित्यं वहति એ અર્થમાં दित्य+वह् માં ધાતુને ण्वि પ્રત્યય લાગતાં ઢકાર જશ્ત્વ, અને ચર્ત્વ થઈને રૂપ સિદ્ધિ થઈ છે. એ જ રીતે प्रष्ठं वहति=प्रष्ठवाह् બને છે.

(૨૯) कव्यपुरीषपुरीष्येषु ञ्युट् ॥ ८ । १ । २९ ॥

सूत्रार्थ :- (छन्दसि विषये) कव्य, पुरीष, पुरीष्य इत्येतेषु सुबन्तेषु उपपदेषु वह धातोः ञ्युट् प्रत्ययो भवति ।

અર્થ :- कव्य વગેરે સુબન્તો ઉપપદ તરીકે હોય ત્યારે वह् ધાતુને ञ्युट् પ્રત્યય લાગે છે. ञ्युट् માં ञ् અને ट् ઈત્સંજ્ઞક છે. અને यु નો अन થાય છે.

ઉદા. :- कव्यवाहनः (यजु. सं. १९. ६५) । અહીં कव्य ઉપપદયુક્ત वह् ધાતુને ञ्युट् પ્રત્યય લાગતાં कव्यवह्+यु = कव्यवह्+अन, વૃદ્ધિ આદેશ થઈને कव्यवाहनः રૂપ સિદ્ધ થયું છે. એ જ રીતે पुरीषवाहनः અને पुरीष्यवाहनः પ્રયોગોમાં બને છે.

(૩૦) हव्येऽनन्तः पादम् ॥ ८ । १ । ३० ॥

सूत्रार्थ :- (छन्दसि विषये) हव्यसुबन्त उपपदे अनन्तः (= ऋक्पादमध्ये न) वर्तमानाद् वह धातोः ञ्युट् प्रत्ययो भवति ।

अर्थ :- વૈદિક પ્રયોગમાં हव्य સુબન્ત वह् ધાતુના ઉપપદ તરીકે હોય અને એ ધાતુ ઋક્પાદની વચમાં ન હોય તો ધાતુને ञ्युट् પ્રત્યય લાગે છે.

ઉદા. :- दूतश्च हव्यवाहनः (ऋ . सं. ६. १६. २३) । અહીં वह् ધાતુની પૂર્વે हव्य સુબન્ત ઉપપદ તરીકે આવેલું છે. અને ધાતુ ઋક્પાદના અંતે છે, નહીં કે મધ્યમાં. તેથી, हव्यवह् ને ञ्युट् પ્રત્યય લાગીને हव्यवाहनः રૂપ સિદ્ધ થયું છે. એ જ રીતે यजिष्ठं हव्यवाहन (ऋ . सं. १. ३६. १०) વગેરેમાં.

પરન્તુ પાદની મધ્યમાં આવે તો પૂર્વ સૂત્ર મુજબ ण्वि પ્રત્યય લાગેલો જોવા મળે છે. જેમકે सुश्चंद्र दस्म विश्पंते हव्यंवाट् तुभ्यं हयत इषं स्तोतृभ्य आ भंर (ऋ . सं. ५. ६. ५) એ જ રીતે हव्यवाळग्निरजरश्चनों हितो (ऋ . सं. ३. २. २) માં वह् ધાતુ પાદની વચમાં છે તેથી ત્યાં પણ તેને ण्वि પ્રત્યય લાગ્યો છે. हव्य શબ્દ ઉપપદ હોવાથી वह् ધાતુ પાદના આદિમાં હોવાનું સંભવિત નથી.

(૩૧) सुप्युपसर्गयोर्जनसनखनक्रमगमो विट् ॥ ८ । १ । ३१ ॥

सूत्रार्थ :- (छन्दसि विषये) सुबन्त उपपदे जन, सन, खन, क्रम, गम इत्येतेभ्यो धातुभ्यो विट् प्रत्ययो भवति ।

अर्थ :- વૈદિક પ્રયોગમાં जन् વગેરે ધાતુઓની પૂર્વે સુબન્ત ઉપપદ તરીકે આવેલું હોય તો ધાતુને विट् પ્રત્યય લાગે છે. विट् માં ट् ઈત્સંજ્ઞક છે. અને અપૃક્ત वि નો લોપ થાય છે.

ઉદા. :- अब्जा गोजा ऋतजा अद्रिजा ऋतम् (ऋ . सं. ४. ४०. ५)। અહીં अप् + जन्, गो + जन्, ऋत + जन्, अद्रि + जन् એમ जन् પૂર્વે સુબન્ત ઉપપદ આવેલાં છે. તેથી जन् ધાતુને विट् પ્રત્યય લાગતાં અપૃક્ત वि નો લોપ, અનુનાસિકાન્ત અંગનો આકારાદેશ, જશ્ત્વથી પકારનો બકાર અને સવર્ણ દીર્ઘ થઈને अब्जा રૂપ સિદ્ધ થયું છે; એ જ રીતે गोजा, ऋतजा અને अद्रिजा ની સિદ્ધિ થાય છે.

गोषा इन्द्रो नृषा अस्यश्वसा वाजसा उत (ऋ . सं. ९. २. १०)। અહીં गो + सन्, नृ + सन्, अश्व + सन्, वाज + सन् એમ सन् ધાતુ પૂર્વે સુબન્ત ઉપપદ

આવ્યું હોવાથી તે ધાતુને विट् પ્રત્યય લાગતાં પૂર્વવત गोषा, नृषा એ બેમાં षत्व થઈને, અને अश्वसा અને वाजसा માં એ વગરની બાકીની પ્રક્રિયા થઈને, શબ્દસિદ્ધિ થઈ છે.

इयं शुष्मेभिर्बिसखा इवारुजत् (ऋ . सं. ६. ६१. २)। અહીં खन् ધાતુની પૂર્વે बिस સુબન્ત ઉપપદ આવેલું હોવાથી बिस् + खन् ને विट् પ્રત્યય લાગીને ઉપર મુજબ बिसखाः રૂપ સિદ્ધ થયું છે.

परां दधिक्रा अंसरत् सहस्रैः (ऋ . सं. ४. ३८. ९) । आ दधिक्रा शर्वसा पञ्च कृष्टीः (ऋ . सं. ४. ३८. १०)। અહીં क्रम् ધાતુની પૂર્વે दधि સુબન્ત ઉપપદ હોવાથી ધાતુને विट् પ્રત્યય લાગી પૂર્વવત્ दधिक्राः રૂપ સિદ્ધ થયું છે.

वायुरंग्रेगा यंज्ञप्रीः (यजु. सं. २७. ३१) । અહીં गम् ધાતુની પૂર્વે अग्रे એ સુબન્ત ઉપપદ આવવાથી ધાતુને विट् પ્રત્યય લાગી પૂર્વવત્ अग्रेगाः રૂપ સિદ્ધ થયું છે.

(૩૨) मन्त्रे श्वेतवहोक्थशस्पुरोडाशवयजिभ्यो ण्विन् ॥८।१।३२॥

सूत्रार्थ :- मंत्रविषये श्वेतवह, उक्थशस् पुरोडाश् अवयज् इत्येतेभ्यः ण्विन् प्रत्ययो भवति।

અર્થ :- વૈદિક મંત્રોમાં श्वेत શબ્દ ઉપપદ હોય ત્યારે वह् ધાતુને, उक्थ ઉપપદ હોય ત્યારે शंस् ધાતુને, पुरस् ઉપપદ હોય ત્યારે दाश् ધાતુને અને, अव ઉપપદ હોય ત્યારે यज् ધાતુને ण्विन् પ્રત્યય લાગે છે. ण्विन् પ્રત્યયમાં ण् અને न् ઈત્સંજ્ઞક છે. ण्विन् ને સ્થાને उस् આદેશ થાય છે.

ઉદા. :- श्वेतवा इन्द्रः। અહીં श्वेता एनं वहन्ति એ અર્થમાં श्वेत શબ્દ ઉપપદમાં આવતાં वह् ધાતુને ण्विन् પ્રત્યય લાગી डस् આદેશ, टि લોપ, દીર્ઘાદેશ, અપૃક્ત स् નો લોપ, रुत्व અને વિસર્જનીય થઈને श्वेतवाः રૂપ સિદ્ધ થયું.

उक्थशाः। અહીં उक्थानि शंसन्ति અથવા उक्थैः शंसति એ અર્થમાં उक्थ શબ્દયુક્ત शंस् ધાતુને, નિપાતનથી અનુનાસિક લોપ થઈને शस् બની, ण्विन् પ્રત્યય લાગતાં डस् આદેશ વગેરે પૂર્વવત્ થઈને उक्थशाः રૂપ સિદ્ધ થયું છે.

पुरोडाः । અહીં पुरो दाशन्त एनम् એ અર્થમાં पुरस् ઉપપદ યુક્ત दाश् ધાતુને ण्विन् પ્રત્યય લાગતાં નિપાતનથી દકારનો અને ડકાર અને उस् આદેશ વગેરે પૂર્વવત્ થઈને पुरोडाः રૂપ સિદ્ધ થયું છે.

त्वं यज्ञे वरुणस्यावया असि । અહીં अव ઉપપદયુક્ત यज् ધાતુને ण्विन् પ્રત્યય લાગી પૂર્વવત્ डस् આદેશ વગેરે થઈને अवयाः રૂપ સિદ્ધ થયું છે.

(३३) सुपि वलि डस् ॥ ८ । १ । ३३ ॥

सूत्रार्थ :- (छन्दसि) वलादौ सुबन्ते परतः श्वेतवाहादीनां डस् प्रत्ययो भवति ।

અર્થ :- વૈદિક પ્રયોગમાં श्वेतवाह વગેરે પદોને વલાદિ सुप् પ્રત્યયો લાગે ત્યારે डस् પ્રત્યય થાય છે.

डस् પ્રત્યય ण्विन् પ્રત્યયનો અપવાદ રજૂ કરે છે. सुप् પ્રત્યયોમાં सु, भ्याम्, भिस्, भ्यस् અને सुप् એ वलादि (એટલે કે માહેશ્વર પ્રત્યાહાર સૂત્રોમાં हयरवट् માંના व થી આરંભીને છેલ્લા हल् સુધીમાં આવરી લેવાયેલા વર્ણોમાંથી य સિવાયનો કોઈ વ્યંજન) જેમના આદિમાં આવ્યો હોય તેવા પ્રત્યય છે.

ઉદા. :- श्वेतवोभ्याम् । श्वेतवोभिः । અહીં श्वेतवाह + भ्याम् અને श्वेतवाह + भिः એમ વલાદિ सुप् પ્રત્યય આવ્યા હોવાથી श्वेतवाहને ण्विन्ને બદલે डस् પ્રત્યય લાગ્યો છે. પ્રક્રિયા પૂર્વસૂત્રમાં જોયા મુજબની છે. પરન્તુ વલાદિને બદલે બીજો કોઈ सुप् પ્રત્યય લાગે તો ण्विन् પ્રત્યય જ થાય છે. જેમ કે श्वेतवाह + औ = श्वेतवाहौ । श्वेतवाह + जस् = श्वेतवाहः । અહીં जस् માં ज् ઈત્સંજ્ઞક છે તેથી લક્ષમાં લેવાતો નથી. પરન્તુ श्वेतवाह + सु માં स् ઈત્સંજ્ઞક નથી તેથી તે પ્રત્યય વલાદિ હોવાથી डस् પ્રત્યય લાગતાં श्वेतवाः રૂપ ઉપરના સૂત્રોમાં દર્શાવ્યા મુજબ સિદ્ધ થયું છે.

(३४) उपयजो विच् ॥ ८ । १ । ३४ ॥

सूत्रार्थ :- (छन्दसि विषये) उपपूर्वकस्य यजेः धातोः वलादौ सुपि विच् प्रत्ययो भवति ।

અર્થ :- यज् ધાતુની પૂર્વે उप ઉપપદ આવેલું હોય તો વલાદિ सुप् પ્રત્યય લાગતાં ધાતુને विच् પ્રત્યય લાગે છે. આ विच् પ્રત્યયમાં च् ઈત્સંજ્ઞક છે અને वि નો લોપ થઈ જાય છે.

ઉદા. :- उपयड्भीरुर्ध्वं वहन्ति (शत. ब्रा. ३. ८. ३. १८) । उपयड्भ्यः । અહીં उप + यज् ધાતુ પછી વલાદિ सुप् પ્રત્યય भिस् કે भ्यस् આવતાં

उपयज् + विच् + भिस् થઈ લોપ, જકારનો ष કાર અને જશ્ત્વથી ष કારનો ड કાર થતાં उपयड्भिः રૂપ સિદ્ધ થયું એ જ રીતે उपयज् + विच् + भ्यः = उपयड्भ्यः થાય છે.

(૩૫) भूते हनः कर्मणि ब्रह्मभ्रूणवृत्रेषु क्विप् ॥ ८ । १ । ३५ ॥

सूत्रार्थ :- (छन्दसि विषये) भूते कर्मणि उपपदे हन्तेर्बहुलं क्विप् प्रत्ययो भवति ।

અર્થ :- વૈદિક પ્રયોગમાં ભૂતકાળના અર્થમાં हन् ધાતુનું કર્મ ઉપપદ હોય ત્યારે ધાતુને क्विप् પ્રત્યય લાગે છે. क्विप् પ્રત્યયમાં क અને प् ઈત્સંજ્ઞક છે. અને वि નો લોપ થઈ જાય છે.

ઉદા. :- मातृहा सप्तमं नरकं प्रविशेत् । અહીં मातृहा શબ્દ मातरं हतवान् मातृहा એમ ભૂતકાળવાચક हन् ધાતુનું કર્મ मातृ શબ્દ ઉપપદ તરીકે છે. તેથી તેને क्विप् પ્રત્યય લાગતાં मातृ + हन् + क्विप् + सु = मातृ + हन् + सु, દીર્ઘ, નલોપ થઈને मातृहा રૂપ સિદ્ધ થયું છે. એ જ રીતે वृत्रहा, ब्रह्महा, भ्रूणहा વગેરે. વિકલ્પે णिनि પ્રત્યય લાગતાં मातरं हतवान् = मातृ + हन् + णिनि + सु માં હકારનો ध કાર, न કાર નો त કાર, વૃદ્ધિ આદેશ, અપૃક્તલોપ અને न લોપ થઈને मातृघाती રૂપ પણ સિદ્ધ થશે.

(૩૬) लिटः कानज् वा ॥ ८ । १ । ३६ ॥

सूत्रार्थ :- (छन्दसि विषये) भूते धातोः लिटः स्थाने कानच् आदेशो वा भवति ।

અર્થ :- વૈદિક પ્રયોગમાં ભૂતકાળના અર્થમાં ધાતુને लिट् પ્રત્યયને બદલે कानच् આદેશ વિકલ્પે થાય છે. આ પ્રત્યયમાં क् અને च् ઈત્સંજ્ઞક છે.

ઉદા. :- अग्निं चिक्यानः (तै. सं. ५. २. ३. ६) । અહીં चि ધાતુને અભ્યાસ, કુત્વ, યણાદેશ અને कानच् પ્રત્યય લાગીને રૂપ સિદ્ધ થયું છે.

सुषुवाणाः ((मैत्रा. सं. ३. ४. ३) અહિં सु ધાતુને अवङ् આદેશ, ષત્વ અને कानच् પ્રત્યય લાગીને રૂપ સિદ્ધિ થઈ છે.

પરંતુ अहं सूर्यमुभयतो ददर्श (यजु. सं. ८. १) । અહિં दृश् ધાતુને लिट् લકારમાં कानच् પ્રત્યય લાગ્યો નથી તેથી આ વિધિ વૈકલ્પિક છે.

(૩૭) क्वसुश्च ॥ ८ । १ । ३७ ॥

सूत्रार्थ :- (छन्दसि विषये) लिटः स्थाने क्वसुः आदेशो वा भवति ।

અર્થ :- વૈદિક પ્રયોગમાં लिट् લકારને સ્થાને વિકલ્પે क्वसु આદેશ થાય છે. આ આદેશમાં क् અને उ ઈત્સંજ્ઞક છે.

ઉદા. :- पपिवान् (ऋ . सं. १. ६१. ७) । અહીં पा ધાતુને ઈડાગમ, આકારલોપ, દ્વિર્વચન, રૂપાતિદેશ, कानच् અને હ્રસ્વ થઈને पपिवस् બની પ્રથમા એકવચનમાં पपिवान् રૂપ સિદ્ધ થાય છે.

जक्षिवांसः पपिवांसो मधूनि (अ. शौ. सं. ७. १०२. ३) । અહિં अद् ધાતુને लिट् લકારમાં घस् આદેશ, દ્વિર્વચન, ચર્ત્વ, ષત્વ, રુત્વ, વિસર્જનીય થઈને जक्षिवस् બની રૂપસિદ્ધિ થઈ છે.

(૩૮) तच्छीलतद्धर्मतत्साधुकारिषु णेरिष्णुच् ॥ ८ । १ । ३८ ॥

सूत्रार्थ :- (छन्दसि विषये) ण्यन्ताद् धातोः तच्छीलादिषु कर्तृषु इष्णुच् प्रत्ययो भवति ।

અર્થ :- વૈદિક પ્રયોગમાં ण्यन्त (= પ્રેરણાર્થક) ધાતુને 'તે પ્રકારનો સ્વભાવ,' 'તે પ્રકારનો ધર્મ,' 'તેને માટે સારું કરનાર' એ અર્થવાળા કર્તા હોય તો ધાતુને (વર્તમાનકાળમાં) इष्णुच् પ્રત્યય લાગે છે. આ પ્રત્યયમાં च् ઈત્સંજ્ઞક છે.

ઉદા. :- वीरुधः पारयिष्णवः (ऋ . सं. १०. १७. ३) । दृपदं धारियष्णवः । અહિં पृ અને धृ એ ધાતુઓને णिच् પ્રત્યય, વૃદ્ધિ, इष्णुच् પ્રત્યય, अय् આદેશ, ગુણ, અવાદેશ થઈને રૂપસિદ્ધિ થઈ છે.

(૩૯) दंशेः क्स्नुः ॥ ८ । १ । ३९ ॥

सूत्रार्थ :- (छन्दसि विषये) दंशेर्धातोः तच्छीलादिषु क्स्नुः प्रत्ययो भवति ।

અર્થ :- વૈદિક પ્રયોગમાં दंश् ધાતુને 'तच्छील' વગેરે અર્થવાળા કર્તા હોય તો ધાતુને क्स्नु પ્રત્યય લાગે છે. અહિં क् ઈત્સંજ્ઞક છે.

ઉદા. :- दंक्षणवः पशवः । અહીં दंश् + क्स्नु માં ષત્વ, કત્વ, અનુસ્વાર અને પરસવર્ણ થઈને दंक्ष्णु બનીને રૂપસિદ્ધિ થઈ છે.

(૪૦) क्ययशोभ्यामुः ॥ ८ । १ । ४० ॥

सूत्रार्थः- (छन्दसि विपये) क्यच्-क्यङ्-क्यषन्ताद् धातोः तच्छीलादिषु कर्तृषु वर्तमाने काले यशःशब्दाच्च डः प्रत्ययो भवति ।

અર્થ :- વૈદિક પ્રયોગમાં क्य (=क्यच्, क्यङ् કે क्यष्) પ્રત્યય જેને લાગ્યો હોય તેવા ધાતુનો કર્તા તચ્છીલાદિ અર્થમાં પ્રયોજાયો હોય તો ધાતુને, તેમજ ઉપર દર્શાવેલ પ્રત્યયવાળા यशस् શબ્દને પણ उ પ્રત્યય લાગે છે.

ઉદા. :- आ देवयुरिनधते दुरोणे (ऋ. सं. ४. २. ७)। भरस्व सुम्नयुर्गिरः (ऋ .सं. १. ७९. १०)। अघायवः (यजु. सं. ४. ३४. ११. ७९)। धर्मस्यं व्रतेन तपसा यशस्यवः (अ. शौ. सं. ४. ११. ६)। અહીં देव, सुम्न અને अघाय એ क्यच् પ્રત્યયાન્ત નામધાતુઓને અને यशस् શબ્દને क्यच् પ્રત્યય લાગીને यशस्य બનીને उ પ્રત્યય લાગતાં અનુક્રમે देवयुः, सुम्नयुः, यशस्युः વગેરે રૂપો સિદ્ધ થયા છે.

(४१) आदृगमहनजनसदिभ्यः किकिनौ लिड्वत् ॥ ८ । १ । ४१ ॥

સૂત્રાર્થ :- (छन्दसि विषये) आकारान्तेभ्यः, ऋकारान्तेभ्यः गम, हन, जन, सद इत्येतेभ्यश्च धातुभ्यः तच्छीलादिषु कर्त्तृषु किकनौ प्रत्ययौ भवतः, लिड्वच्च तौ प्रत्ययौ स्तः।

અર્થ :- વૈદિક પ્રયોગમાં આકારાન્ત ધાતુઓને, ઋકારાન્ત ધાતુઓને गम्, हन्, जन् અને सद् એ ધાતુઓને તેનો કર્તા તચ્છીલાદિ અર્થવાળો હોય ત્યારે कि અને किन् પ્રત્યયો લાગે છે, અને આ પ્રત્યયોને લિટ્‌તુલ્ય કાર્ય થાય છે. कि પ્રત્યયમાં क् અને किन् પ્રત્યયમાં क् તથા न् ઈત્સંજ્ઞક છે.

ઉદા. :- बभ्रिर्वज्रं पपिः सोमं ददिर्गाः (ऋ. सं. ६. २३. ४) । मित्रावरुणौ ततुरिः।, दूरे ह्यध्वा जगुरिः पराचैः (ऋ . सं. १०. १०८. १)। जग्मिर्युवा नृषदनमवोभिः (ऋ . सं. ७. २० .१)। जघ्निर्वृत्रममित्रियं सस्निर्वाजं दिवेदिवे (ऋ . सं. ९. ६१. २०)। जज्ञिर्बीजम्। અહીં पपिः, ददिः, ततुरिः, जगुरिः, जग्मिः. जघ्निः, सस्निः, जज्ञिः આ બધાં રૂપોમાં અનુક્રમે આકારાન્ત पा અને दा ધાતુઓને, ઋકારાન્ત तृ (= तुर्) ધાતુને, અને गम्, हन्, जन् અને सद् ધાતુઓને कि અથવા किन् પ્રત્યય લાગ્યો છે અને તેથી લિટ્‌વત્ કાર્ય થયું છે. લિટ્‌વત્ કાર્યમાં દ્વિર્વચન વગેરેનો સમાવેશ થાય છે. किन् પ્રત્યયમાં न् ઈત્સંજ્ઞક હોવાથી તે પ્રત્યય લાગતાં પદ આદ્યુદાત્ત બને છે. જેમકે जगुरिः તથા जग्मि માં ज અને सस्निं માં स ઉદાત્ત હોવાથી આ પદો આદ્યુદાત્ત છે. તેથી અહીં किन् પ્રત્યય લાગ્યો છે. બાકીના રૂપોમાં कि પ્રત્યય લાગ્યો છે એમ સમજવાનું છે.

(૪૨) उद्यमननिपातननयोरुन्निभ्यां ग्रहेर्घञ् ॥ ८ । १ । ४२ ॥

સૂત્રાર્થ :- (छन्दसि विषये) स्रुगात्मकस्य आहुतिप्रदानसाधनीभूतस्य यज्ञपात्रविशेषस्य उद्यमनं उर्ध्वनयनं, निपातनं अधस्तान्नयनम् इत्येतयोः अर्थयोः, उदि उपपदे, निपूर्वाच्च ग्रहेर्धातोः घञ् प्रत्ययो भवति ।

અર્થ :- વૈદિક પ્રયોગમાં યજ્ઞમાં આહુતિ હોમવા માટેના સરવાને ઉંચો કરવો, નીચો કરવો એ અર્થમાં ग्रह् ધાતુની પૂર્વે અનુક્રમે उत् અને नि ઉપપદ આવે તો ધાતુને घञ् પ્રત્યય લાગે છે. घञ् માં घ् અને ञ् ઈત્સંજ્ઞક છે.

ઉદા. :- उद्ग्राभं च निग्राभं च ब्रह्मं देवा अवीवृधन् (तै. सं. १. १. १३. १)। અહિં યજ્ઞના સરવાને ઉંચો કરવાના અર્થમાં उत् અને તેને નીચો કરવાના અર્થમાં नि, ઉપપદ તરીકે આવીને उद्+ग्रह् અને नि+ग्रह् એ ધાતુઓને घञ् પ્રત્યય લાગ્યો છે. તેમાં આદિવૃદ્ધિ, ઘકારનો છાંદસ ભકાર થઈને રૂપસિદ્ધિ થઈ છે.

(૪૩) सुजुवोरच् ॥ ८ । १ । ४३ ॥

સૂત્રાર્થ :- (छन्दसि विषये) सु, जु इत्येताभ्यां धातुभ्यां अच् प्रत्ययो भवति ।

અર્થ :- વૈદિક પ્રયોગમાં सु અને जु ધાતુઓને अच् પ્રત્યય લાગે છે. अच् માં च् ઈત્સંજ્ઞક છે.

ઉદા. :- पञ्चौदनसवः । ऊर्वोरस्तु मे जवः । અહીં અનુક્રમે सु અને जु ધાતુઓને अच् પ્રત્યય લાગતાં ગુણ અને આવાદેશ થઈને सवः અને जवः રૂપ સિદ્ધ થયાં છે.

(૪૪) ईषद्दुःसुषु कृच्छ्राकृच्छ्रार्थेषु गत्यर्थेभ्यः युच् ॥ ८ । १ । ४४ ॥

સૂત્રાર્થ :- (छन्दसि विषये) ईषदादिषु कृच्छ्राकृच्छ्रार्थेषु उपपदेषु गत्यर्थेभ्यो धातुभ्यो युच् प्रत्ययो भवति

અર્થ :- ईषद् (= થોડુંક), दुः (=ખરાબ) सु (=સારૂં) એ શબ્દો અનુક્રમે મુશ્કેલી કે સરળતાના અર્થમાં ઉપપદ તરીકે આવે તો ગતિવાચક ધાતુઓને વૈદિક પ્રયોગમાં युच् પ્રત્યય લાગે છે. युच् માં च् ઈત્સંજ્ઞક છે. આ સૂત્ર खल् પ્રત્યયનો અપવાદ દર્શાવે છે.

ઉદા. :- सूपसदनोऽग्निः । सूपसदनमन्तरिक्षम् । અહીં उप + सद् એ ગત્યર્થક ધાતુની પહેલાં सु એ અકૃચ્છ્રવાચક (= સરળતા કે સુકરતાવાચક) શબ્દ ઉપપદ તરીકે આવ્યો છે તેથી વૈદિક પ્રયોગમાં सु + उप + सद् + यु એમ થતાં यु ને સ્થાને अन् આદેશ થઈને सूपसदनः અને सूपसदनम् એ બે રૂપો સિદ્ધ થયાં છે.

(૪૫) धातुसम्बन्धे लुङ्लङ्लिटो वा ॥ ८ । १ । ४५ ॥

सूत्रार्थ :- (छन्दसि विषये) धातुसम्बन्धे सर्वेषु कालेषु लुङ्लङ्लिटः प्रत्ययाः विकल्पेन भवन्ति । तेनान्येऽपि लकारा यथायथं भवन्ति ।

અર્થ :- વૈદિક પ્રયોગમાં ધાતુને બધા કાળોમાં લુઙ્ લઙ્ અને લિટ્ પ્રત્યયો વિકલ્પે લાગે છે. આ પ્રત્યયોમાં ङ् અને ट् ઈત્સંજ્ઞક છે.

લૌકિક સંસ્કૃતમાં लुङ् સામાન્ય ભૂતકાળ, लङ् અનદ્યતન ભૂતકાળ અને लिट् પરોક્ષ ભૂતકાળ માટે પ્રયોજાય છે. પરન્તુ વેદમાં લુઙ્, લઙ્ અને લિટ્ એ લકારો જોઈને ભૂતકાળનો જ અર્થ સમજવો બરાબર નથી, કેમકે આ પ્રત્યયો વર્તમાન, ભૂત અને ભવિષ્ય એ બધા જ અર્થોમાં પ્રયોજાયેલા જોવા મળે છે. વેદ મંત્રોના અર્થોને સમજવા માટે આ સૂત્ર ખાસ મહત્ત્વનું છે.

ઉદા. :- दे॒वो दे॒वेभि॒रा ग॑म॑त् (ऋ. सं. १. १. ५)। અહિં आ + गम् ધાતુને લુઙ્ લકારનો પ્રત્યય લાગીને आ + अगमत् = आगमत् રૂપ બન્યું છે. અહિં લુઙ્ લકારનો પ્રત્યય વર્તમાનકાળનો અર્થ દર્શાવે છે, નહિં કે ભૂતકાળનો.

शकलाङ्गुष्ठकोऽकरत् । अहं तेभ्योऽक॒रं नमः (यजु. सं. १६. ८)। અહિં कृ ધાતુને લુઙ્ લકાર લાગીને अकरत् તથા अकरम् રૂપ બન્યાં છે. અહિં પણ વર્તમાનકાળનો અર્થ જ અભિપ્રેત છે.

अह॒न्न॒हि॒मन्व॒पस्त॑तर्द॒ (ऋ. सं. १. ३२. १)। त्वष्टा॑स्मै॒ वज्रं॑ स्व॒र्यं॑ ततक्ष । (ऋ. सं. १. ३२. २)। दे॒वस्य॑ पश्य॒ काव्यं॒ न म॑मा॒र न जी॑र्यति । (अ. शौ सं. १०. ८. ३२)। स दा॑धार पृथि॒वीम् (यजु. सं.१३. ४)। આ વૈદિક પ્રયોગોમાં અનુક્રમે तृद्, तक्ष्, मृ અને धृ ધાતુઓને લિટ્ લકાર લાગીને તેમનાં ततर्द, ततक्ष, ममार, दाधार એ રૂપો બન્યાં છે. પરન્તુ એ બધામાં વર્તમાનકાળનો જ અર્થ અભિપ્રેત છે.

(૪૬) लिङर्थे लेट् ॥ ८ । १ । ४६ ॥

सूत्रार्थ :- (छन्दसि विषये) धातोः विधिनिमन्त्रणादिषु हेतुहेतुमतोश्च यत्र लिङ् विधीयते तत्र विकल्पेन लेट् प्रत्ययो भवति ।

અર્થ :- લૌકિક પ્રયોગમાં જ્યાં ધાતુને વિધિ વગેરે તથા હેતુહેતુમદ્‌ભાવ (= ક્રિયાતિપત્ત્યર્થ)ના અર્થમાં લિઙ્ પ્રત્યય લાગે છે તેવા સંજોગોમાં વૈદિક પ્રયોગમાં લિઙ્ ના અર્થમાં લેટ્ પ્રત્યય લાગતો જોવામાં આવે છે. વિકલ્પે લિઙ્ પણ લાગી શકે.

ઉદા. :- सुविता धर्मं साविषत् (यजु. सं. १८. ३०)। जोषिषत्। तारिषत्। मन्दिषत्। આ વૈદિક પ્રયોગોમાં सू, जुष्, तृ અને मन्द् ધાતુઓને લેટ્ લકાર લાગીને લિઙ્ લકારના અર્થવાળાં રૂપો બન્યાં છે.

धियो यो नः प्रचोदयात् (ऋ. सं. ३. ६२. १०)। અહીં प्र + चुद् ધાતુને લિઙ્ લકાર લાગીને જ રૂપ બનેલું છે.

(૪૭) उपसंवादाशङ्कयोश्च ॥ ८ । १ । ४७ ॥

सूत्रार्थ :- (छन्दसि विषये) उपसंवादे आशंकायां च गम्यमानां धातोः लेट् प्रत्ययो भवति। उपसंवादः = पणबन्धः । आशङ्का = कारणं दृष्ट्वा कार्यस्य अनुमानम्।

અર્થ :- ઉપસંવાદ (='તુ આમ કરે તો હું પણ એમ કરું' એવો પારસ્પરિક વચન-બદ્ધતાનો વ્યવહાર) અને આશંકા (= અમુક કારણ હોવાથી અમુક પરિણામ આવવું જોઈએ એવું અનુમાન) આ બે અર્થો દર્શાવવા માટે વૈદિક પ્રયોગમાં ધાતુને લેટ્ લકાર લાગતો જોવામાં આવે છે.

ઉદા. :- निहारं च हरांसि मे निहारं नि हंराणि ते स्वाहा (यजु. सं. ३. ५०) । अहमेव पशूनामीशै। मदग्रा एव वो ग्रहा गृह्यान्तै। मद्देवतान्येव वः पात्राण्युच्यान्तै। અહીં हरासि (= हर = प्रयच्छ = તું આપ), निहराणि (= नितरां प्रयच्छानि = હું પણ આપું), ईशै (= માલિક છું), गृह्यान्तै (= લેવાય), उच्यान्तै (= બોલાય, ઉચ્ચારાય), આ બધા લેટ્ લકારના પ્રયોગોમાં ઉપસંવાદ (એટલે કે પારસ્પરિક શરતી વ્યવહાર)નો અર્થ અભિવ્યક્ત થયો છે.

नेज्जिह्मायन्त्यो नरकं पताम (ऋ. सं. खिल. १०. १०६. १)। અહીં पताम એ લેટ્ લકારના રૂપમાં આશંકા (=અમુક પરિણામની શક્યતા)નો અર્થ દર્શાવાયો છે. ઉપરના વૈદિક વાક્યનો અર્થ છે: "કુટિલતા કરતાં અમે ક્યાંક નરકમાં ન પડીએ" ! અહિં કુટિલ આચરણના પરિણામરૂપે નરકપાતની આશંકા વ્યક્ત થઈ છે.

(૪૮) कृत्यार्थे तवैकेन्केन्यत्वनः ॥ ८ । १ । ४८ ॥

सूत्रार्थ :- (छन्दसि विषये) कृत्यप्रत्ययानां भावकर्मणोः अर्थयोर्गम्यमानयोः धातोः तवै, केन्, केन्य, त्वन् इत्येते प्रत्ययाः भवन्ति।

અર્થ :- વૈદિક પ્રયોગમાં કૃત્ય પ્રત્યયનો ભાવ કે કર્મ એ અર્થ દર્શાવવો હોય ત્યારે ધાતુને तवै, केन्, केन्य અને त्वन् એ પ્રત્યયો લાગે છે. આ પ્રત્યયોમાં આદ્ય क् અને અન્ત્ય न् ઈત્સંજ્ઞક છે. 'આવશ્યકતા' ઈચ્છનીયતા, યોગ્યતા અને સંભાવના આ અર્થોને વ્યક્ત કરવા કૃત્ય પ્રત્યયો પ્રયોજાય છે.

ઉદા. :- सूर्याय पन्थामन्वेतवा उं (ऋ. सं. १. २४. ८)। ऋतस्य पन्थामन्वेतवा उं (ऋ. सं. ७. ४४. ५)। અહીં अन्वेतवै + उ = अन्वेतवाय् + उ = अन्वेतवा उ એમ य કાર લોપ થયો છે. अन्वेतवै (= अन्वेतव्यम् = અનુસરીએ) એ अनु = इ ધાતુનું લેટ્ લકારનું तवै પ્રત્યય લાગેલું રૂપ છે, અને કર્મણિનો અર્થ દર્શાવે છે. એ જ રીતે परिस्तरितवै (= परिस्तरितव्यम्), परिधातवै (= परिधातव्यम्) એ રૂપો અનુક્રમે परि + स्तृ અને परि + धा એ ધાતુઓનાં લેટ્ લકારનાં तवै પ્રત્યય લાગેલાં રૂપો છે.

नावगाहे। અહિં अव + गाह् ધાતુને લેટ્ લકારમાં केन् પ્રત્યય લાગીને अवगाहे (= अवगाहितव्यम्) રૂપ બન્યું છે. दिदृक्षेण्यः (तै. ब्रा. २. ७. ९. ४)। शुश्रूषेण्यः। અહીં दश् અને श्रु ધાતુઓને લેટ્ લકારમાં કર્મણિના અર્થમાં केन्य પ્રત્યય લાગીને दिदृक्षेण्यः (= दिदृक्षितव्यम् = જોવા ઈચ્છવું) અને शुश्रूषेण्यः (= शुश्रूषितव्यम् = સેવા કરવા યોગ્ય) એ રૂપો બનેલાં છે.

कर्त्वं हविः (अ. शौ. सं. १. ४. ३) અહિં कृ ધાતુને લેટ્ લકારમાં કર્મણિ અર્થમાં त्वन् પ્રત્યય લાગીને कर्त्वं (= कर्तव्यम् = કરવા યોગ્ય) એ રૂપ બન્યું છે.

(४९) अवचक्षे ॥ ८ । १ । ४९ ॥

સૂત્રાર્થ :- (छन्दसि विषये) कृत्यार्थे अवचक्षे इति एश्प्रत्ययान्तं रूपं निपात्यते।

અર્થ :- વૈદિક પ્રયોગમાં કૃત્ય પ્રત્યયનો અર્થ દર્શાવવા अवचक्षे એવું एश् પ્રત્યય લાગેલું રૂપ નિપાતનથી સિદ્ધ થયું સમજવું. આ પ્રત્યયમાં शकार ઈત્સંજ્ઞક છે.

ઉદા. :- शतवंज्रा रिपुणा नावचक्षें। (ऋ. सं. ४. ५८. ५)। અહીં अव् + चक्ष् ધાતુને લેટ્ લકારમાં एश् પ્રત્યય લાગીને अवचक्षे (= अवख्यातव्यम् = નીચો ગણવામાં આવવો) એવું કર્મણિ અર્થનું રૂપ નિષ્પન્ન થયું માનવું. નિપાતનને યથાર્થ ઠેરવવા एश् પ્રત્યયની કલ્પના કરવામાં આવી છે. एश् પ્રત્યય शित् હોવાથી સાર્વધાતુક સંજ્ઞા થવાને લીધે चक्ष् ધાતુને ख्याञ् આદેશ થતો નથી.

(૫૦) तुमर्थे च ॥ ८ । १ । ५० ॥

सूत्रार्थ :- (छन्दसि विषये) तुमर्थे धातोः पूर्वनिर्दिष्टाः प्रत्ययाः भवन्ति ।

અર્થ :- વૈદિક પ્રયોગમાં तुम् પ્રત્યયાન્ત હેતુવાચક અર્થમાં ધાતુને ઉપર જણાવેલા तवै વગેરે પ્રત્યયો લાગે છે. (तुमर्थ =હેત્વર્થક)

ઉદા. :- परावतं परमां गन्तवा उं (ऋ. सं. १०. १५. १४) । અહીં गम् ધાતુને લેટ્ લકારનો तवै પ્રત્યય तुमर्थ (= હેત્વર્થક) દર્શાવવા લાગલો છે. गन्तवै + उ = गन्तवाय् + उ = गन्तवा उ એમ य કાર લોપ થઈને સન્ધિ થઈ છે. गन्तवै = गन्तुम् = જવા માટે.

(૫૧) सेसेनसेअसेन्क्सेकसेनध्यैअध्यैन्कध्यैकध्यैन्शध्यै- शध्यैन्तवैतवेङ्तवेनः ॥ ८ । १ । ५१ ॥

सूत्रार्थ :- (छन्दसि विषये) तुमर्थे धातोः से, सेन्, असे. असेन्, क्से, कसेन्, अध्यै, अध्यैन्, कध्यै, कध्यैन्, शध्यै, शध्यैन्, तवै, तवेङ्, तवेन् इत्येते प्रत्ययाः भवन्ति ।

અર્થ :- વૈદિક પ્રયોગમાં તુમર્થમાં (હેત્વર્થ માટે) ધાતુને से વગેરે ઉપર દર્શાવેલા પ્રત્યયો લાગે છે. આ પ્રત્યયોમાં આદિ क् કે श् અને અન્ત્ય न् ઈત્સંજ્ઞક છે. न् ઈત્સંજ્ઞક હોય તેવા પ્રત્યયથી આદ્યુદાત્ત સ્વરભાર આવે છે. બીજા બધામાં પ્રત્યય સ્વર આવે છે.

ઉદા. :- वक्षे रायः । અહિં वच् ધાતુને से પ્રત્યય લાગીને કુત્વ થઈ वच् + से = वक् + से = वक्षे એવું તુમર્થક રૂપ બન્યું છે.

ता वामेषे रथांनाम् (ऋ. सं. ५. ६६. ३) । અહીં इ ધાતુને सेन् પ્રત્યય લાગીને इ + से બની ધાતુને ગુણ તથા પ્રત્યયને ષત્વ થઈને एषे એ આદ્યુદાત્ત સ્વરવાળું તુમર્થક રૂપ બન્યું છે.

क्रत्वे दक्षाय जीवसें (अ. शौ. ६. ११. २) । जीवंसे । અહીં जीव् ધાતુને असे પ્રત્યય લાગીને जीवसें અવું મધ્યોદાત્ત સ્વરવાળું, અને असेन् પ્રત્યય લાગીને जीवंसे એવું આદ્યુદાત્ત સ્વરવાળું તુમર્થક રૂપ બન્યું છે.

एष्टा रायः । प्रेषे भगाय (यजु. ५. ७) । અહીં प्र + इ ધાતુને क्से પ્રત્યય લાગ્યો છે.

गवामिव श्रियसे शृङ्गमुत्तमम् (ऋ. सं. ५. ५९. ३) । અહિં श्रि ધાતુને क्सेन् પ્રત્યય લાગીને મધ્યોદાત્ત श्रियसें રૂપ બન્યું છે. એ જ રીતે भियसें, वृधसें, ऋचसें એ રૂપો પણ क्सेन् પ્રત્યયાન્ત તુમર્થક છે.

चुरध्यै। जुरध्यै। तुरध्यै नाशयध्यै। वुन्दध्यै। આ વૈદિક પ્રયોગોમાં चर, जृ, तृ, नश, वन्द् એ ધાતુઓને अध्यै પ્રત્યય લાગીને મધ્યોદાત્ત તુમર્થક રૂપ બન્યાં છે.

क्षरंध्यै। गमंध्यै। भरंध्यै। यजंध्यै। આ વૈદિક પ્રયોગોમાં क्षर, गम, भृ, यज् એ ધાતુઓને अध्यैन् પ્રત્યય લાગીને આદ્યુદાત્ત તુમર્થક રૂપો સિદ્ધ થયાં છે.

इषध्यै। दुहध्यै। धियध्यै। शुचध्यै। વૈદિક પ્રયોગોમાં इष, दुह, ध्यै, शुच् વગેરે ધાતુઓને कध्यै પ્રત્યય લાગીને મધ્યોદાત્ત તુમર્થક રૂપો બન્યાં છે.

श्रियंध्यै અહીં श्रि ધાતુને कध्यैन् પ્રત્યય લાગીને આદ્યુદાત્ત તુમર્થક રૂપ બન્યું છે.

गृणध्यै। पृणध्यै। અહિં गृ અને पृ ધાતુઓને शध्यै પ્રત્યય લાગીને મધ્યોદાત્ત તુમર્થક રૂપો બન્યાં છે.

पिबंध्यै। અહિં पा ધાતુને शध्यैन् પ્રત્યય લાગીને આદ્યુદાત્ત તુમર્થક રૂપ બન્યું છે.

ઉપર નિર્દેશેલા अध्यै, अध्यैन्, कध्यै, कध्यैन्, शध्यै, शध्यैन् એ પ્રત્યયોમાં આદિ क કાર કે श કાર અને અન્ત્ય न કાર ઈત્સંજ્ઞક છે. આ ઈત્સંજ્ઞક અનુબંધોનું વિશિષ્ટ પ્રયોજન છે. જેમાં न કાર ઈત્સંજ્ઞક હોય તેવા પ્રત્યય ને नित्, અને જેમાં क કાર કે श કાર ઈત્સંજ્ઞક હોય તેવા પ્રત્યયને અનુક્રમે कित् અને शित् તરીકે ઓળખવામાં આવે છે. नित् પ્રત્યય લાગેલા રૂપમાં આદ્યસ્વર ઉદાત્ત બને છે. कित् પ્રત્યયો લાગીને બનેલા રૂપોમાં ધાતુના સ્વરને ગુણ થતો નથી. शित् પ્રત્યયો લાગીને બનેલાં રૂપોમાં ધાતુના લટ્ લકારનું અંગ પ્રયોજાય છે.

पातुवै। परिंधातुवै। अपंभर्तुवै। मन्तुवै। गन्तुवै। આ બધા વૈદિક પ્રયોગોમાં અનુક્રમે पा, परि + धा, अप + भृ, मन, गम् એ ધાતુઓને तवै પ્રત્યય લાગીને તુમર્થક રૂપો બન્યાં છે.

सूतंवे। ओतंवे। અહીં सू અને आ + वे ધાતુઓને तवेङ् પ્રત્યય લાગીને આદ્યુદાત્ત તુમર્થક રૂપો બન્યાં છે. આ પ્રત્યય ङित् હોવાથી ધાતુનો ગુણ થતો નથી, અને સમ્પ્રસારણ થાય છે.

गन्तंवे। दातंवे। प्रतिंधातवे। पातंवे। અહિં અનુક્રમે गम्, दा, प्रति + धा અને पा ધાતુઓને तवेन् પ્રત્યય લાગીને આદ્યુદાત્ત તુમર્થક રૂપો બન્યાં છે.

(૫૨) दृशे विख्ये च ॥ ८ । १ । ५२ ॥

सूत्रार्थ :- (छन्दसि विषये) तुमर्थे दृशे विख्ये इत्येतौ शब्दौ निपात्येते ।

અર્થ :- વૈદિક પ્રયોગમાં દૃશે અને વિખ્યે એ બે શબ્દોનું તુમર્થક તરીકે નિપાતન સમજવામાં આવે છે.

ઉદા. :- दृशे विश्वाय सूर्यम् (यजु. सं. ७. ४१)। विख्ये त्वा हरामि।, चक्षुर्विख्ये तनूभ्यः (ऋ. सं. १०. १५८. ४)। આ વૈદિક પ્રયોગોમાં दृश् અને वि+ख्या એ ધાતુઓનાં के પ્રત્યયાન્ત તુમર્થક રૂપો સમજીને તેનું નિપાતન કરવામાં આવ્યું છે. સૂત્રમાં विख्ये રૂપ છે, પણ વેદમાં આ અર્થવાળું विख्यै રૂપ પ્રસિદ્ધ છે. એ રૂપમાં कै પ્રત્યય લાગેલો માનવો પડશે. આ પ્રત્યયમાં કકાર ઈત્સંજ્ઞક છે.

(૫૩) प्रयै रोहिष्यै अव्यथिष्यै ॥ ८ । १ । ५३ ॥

सूत्रार्थ :- (छन्दसि विषये) प्रयै, रोहिष्यै, अव्यथिष्यै इत्येते शब्दाः तुमर्थे निपात्यन्ते ।

અર્થ :- વૈદિક પ્રયોગમાં प्रयै, रोहिष्यै અને अव्यथिष्यै એ પ્રયોગોનું તુમર્થક તરીકે નિપાતન સમજવામાં આવે છે.

ઉદા. :- प्रयै देवेभ्यो महीः (ऋ. सं. १. १४२. ६) । અહિં प्र+या ધાતુને कै પ્રત્યય લાગીને તુમર્થક प्रयै રૂપ બન્યું માનવામાં આવે છે. એ જ રીતે रोहिष्यै। अपामोषधीनां रोहिष्यै (तै. सं. १. ३. १०. २)। अव्यथिष्यै। આ વૈદિક પ્રયોગોમાં અનુક્રમે रुह् તથા व्यथ् ધાતુને इष्यै પ્રત્યય લાગીને रोहिष्यै તથા व्यथिष्यै રૂપ બન્યાં માનવામાં આવે છે. अव्यथिष्यै માં व्यथ् ની પૂર્વે નકારાર્થક अ લાગીને રૂપ બનેલું છે.

(૫૪) शकि णमुल्कमुलौ ॥ ८ । १ । ५४ ॥

सूत्रार्थ :- (छन्दसि विषये) शक्नोति धातौ उपपदे तुमर्थे धातोः णमुल्कमुलौ प्रत्ययौ भवतः ।

અર્થ :- વૈદિક પ્રયોગમાં शक् ધાતુ ઉપપદ તરીકે હોય ત્યારે તુમર્થક તરીકે ધાતુને णमुल् અને कमुल् પ્રત્યયો લાગે છે. આ પ્રત્યયોમાં ઈત્સંજ્ઞક णकार વૃદ્ધિ સૂચવે છે; ઈત્સંજ્ઞક કકાર ગુણ વૃદ્ધિનો પ્રતિષેધ દર્શાવે છે. ઈત્સંજ્ઞક લકાર પ્રત્યયની પૂર્વેના આદિ વર્ણને ઉદાત્ત બનાવે છે.

ઉદા. :- अग्निं वै देवा विभाजं नाशक्नुवन्। અહિં शक् ધાતુના રૂપના ઉપપદ તરીકે वि + भज् ધાતુને णमुल् પ્રત્યય લાગીને विभाजम् (= विभक्तुम् = ભાગ પાડવા માટે) એવું તુમર્થક રૂપ બન્યું છે.

तदंवरुधं नाशंक्नोत् (तै. सं. २. ३. ७. १)। આ વૈદિક પ્રયોગમાં शक् ધાતુના ઉપપદ તરીકે अव + रुध् ધાતુને कमुल् પ્રત્યય લાગીને अवरुधम् (= अवरोद्धुम् = રોકવા માટે) એ તુમર્થક રૂપ બન્યું છે. એ જ રીતે अपलुपं नाशक्नुवन् માં अप + लुम्प् ધાતુને कमुल् પ્રત્યય લાગીને अपलुपम् (= अपलोप्तुम् = લુપ્ત કરવા માટે) એવું તુમર્થક રૂપ બન્યું છે.

(૫૫) ईश्वरे तोसुन्कसुनौ ॥ ८ । १ । ५५ ॥

સૂત્રાર્થ :- (छन्दसि विषये) ईश्वरशब्दे उपपदे सति तुमर्थे धातोः तोसुन् प्रत्ययः कसुन् प्रत्ययश्च भवतः।

અર્થ :- વૈદિક પ્રયોગમાં ईश्वर શબ્દ ઉપપદ તરીકે હોય ત્યારે ધાતુને તુમર્થવાચક तोसुन् અને कसुन् પ્રત્યયો લાગે છે. આ પ્રત્યયોમાં આદિ क કાર, उ કાર અન્ત્ય न કાર ઈત્સંજ્ઞક છે. कसुन् માં उ પણ ઈત્સંજ્ઞક છે.

ઉદા. :- यजंमान ईश्वरोऽनु परांभवितोः (तै. सं. १. ५. २. २)। ईश्वरो दुश्चर्मा भविंतोः (तै. सं. २. २१०. २)। અહિં ईश्वर શબ્દ ઉપપદ તરીકે હોવાથી અનુક્રમે परा + भू ધાતુને તથા भू ધાતુને तोसुन् પ્રત્યય લાગીને पराभवितोः (= पराभवितुम् = હરાવવા માટે) અને भवितोः (= भवितुम् = થવા માટે) એવાં તુમર્થક રૂપ બન્યાં છે.

ईश्वरो विलिखः। આ વૈદિક પ્રયોગમાં ईश्वर શબ્દ ઉપપદ હોવાથી वि + लिख् ધાતુને कसुन् પ્રત્યય લાગીને वि + लिख् + कसुन् = विलिख् + अस् = विलिखः (= विलिखितुम् = લખવા માટે) એવું તુમર્થક રૂપ સિદ્ધ થયું.

(૫૬) भावलक्षणे स्थेण्कृञ्वदिचरिहुतमिजनिभ्यस्तोसुन् ॥ ८ । १ । ५६ ॥

સૂત્રાર્થ :- (छन्दसि विषये) भाव (= क्रिया)लक्षणेऽर्थे वर्तमानेभ्यः स्था, इण्, कृञ्, वदि, चरि, हु, तमि, जनि, इत्येतेभ्यः धातुभ्यः तुमर्थे तोसुन् प्रत्ययः भवति।

અર્થ :- વૈદિક પ્રયોગમાં ક્રિયાવાચક અર્થમાં પ્રયોજાતા स्था, इ, कृ, वद्, चर्, हु, तम्, जन्, એ ધાતુઓને તુમર્થક तोसुन् પ્રત્યય લાગે છે.

ઉદા. :- आ संस्थातोर्वेद्यां सीदन्ति । અહિં सम् + स्था એ સમાપ્તિવાચક ધાતુને તુમર્થક तोसुन् પ્રત્યય લાગીને संस्थातोः રૂપ બન્યું છે. आ संस्थातोः = आ समाप्तेः ।

पुरा सूर्यस्योदेतोराधेयः (का. सं. ८. ३) । અહિં उद् + इ એ ક્રિયાપરક ધાતુને તુમર્થક तोसुन् પ્રત્યય લાગીને उदेतोः રૂપ બન્યું છે.

पुरा वत्सानामपाकर्तोः । અહીં अप + आ + कृ ધાતુને તુમર્થક तोसुन् પ્રત્યય લાગીને अपाकर्तोः રૂપ બન્યું છે.

पुरा प्रवदितोरग्नौ प्रहोतव्यम् । पुरा प्रचरितोरग्नीध्रे होतव्यम् । आ होतोरप्रमत्तस्तिष्ठति । आ तमितोरासीत् । आ विजनितोः सम्भवामेति । આ વૈદિક પ્રયોગોમાં અનુક્રમે प्र + वद्, प्र + चर्, हु, तम् અને वि + जन् એ ધાતુઓને તુમર્થક तोसुन् પ્રત્યય લાગીને प्रवदितोः, प्रचरितोः, आ होतोः, आ तमितोः, विजनितोः એ રૂપો સિદ્ધ થયા છે.

ઉપર નિર્દેશેલા तोसुन् અને कसुन् પ્રત્યયો લાગે ત્યારે અવ્યયસંજ્ઞા થઈને તેની પછી લાગતા आप् કે सुप् પ્રત્યયોનો લુક્ થાય છે. તેથી અંતે તો तोस् વાળું શબ્દરૂપ બને છે. જેમકે, प्र + वद् + तोसुन् + सु = प्र + वद् + इट् + तोस् = प्र + वद् + इ + तोस् પછી રુત્વ અને વિસર્જનીય થઈને प्रवदितोः રૂપ બન્યું છે.

(૫૭) सृपितृदोः कसुन् ॥ ८ । १ । ५७ ॥

सूत्रार्थ :- (छन्दसि विषये) भावलक्षणे वर्तमानाभ्यां सृपि, तृद इत्येताभ्यां धातुभ्यां तुमर्थे कसुन् प्रत्ययो भवति ।

अर्थ :- વૈદિક પ્રયોગમાં ક્રિયાપરક सृप् અને तृद् ધાતુઓને તુમર્થક कसुन् પ્રત્યય લાગે છે.

ઉદા. :- पुरा क्रूरस्य विसृपो विरप्शिन् (यजु. सं. १. २८)। पुरा जत्रुभ्य आतृदः (ऋ. सं. ८. १. १२)। આ વૈદિક પ્રયોગોમાં અનુક્રમે वि + सृप् અને आ + तृद् ધાતુઓને कसुन् પ્રત્યય લાગીને विसृपः અને आतृदः એ રૂપો સિદ્ધ થયાં છે. અહીં वि + सृप् + कसुन् + सु માં અવ્યય સંજ્ઞા થવાથી सु પ્રત્યયનો લુક્ થતાં विसृप् + कसुन् = विसृप् + अस् = विसृपः એમ રૂપ બન્યું.

(૫૮) लेटोऽडाटौ ॥ ८ । १ । ५८ ॥

सूत्रार्थ :- (छन्दसि विषये) लेटः अट् आट् इत्येतौ आगमौ भवतः ।

અર્થ :- વેદ વિષયમાં લેટ્ લકારને अट् અને आट् એ આગમો વારાફરતી લાગે છે.

ઉદા. :- जीवाति शरदः शतम् । भवति, भवाति । भविषति, भविषाति । जोषिषत् । तारिषत् । पताति विद्युत् । उदधिं च्यावयाति । આ વૈદિક પ્રયોગોમાં લેટ્ લકારના ति કે त् પ્રત્યયની પૂર્વે अट् આગમ લાગે ત્યારે भवति, भविषति, जोषिषत्, तारिषत् રૂપો બને છે, પણ आट् આગમ લાગે ત્યારે जीवाति, भविषाति, पताति, च्यावयाति એવા રૂપો બને છે. દા.ત. भू + लेट् = भू + तिप् = भू + सिप् + तिप् = भू + सिप् + अट् + तिप् = भविषति । અને भू + सिप् + आट् + तिप् = भविषाति ।

(५९) आत ऐ ॥ ८ । १ । ५९ ॥

सूत्रार्थ :- (छन्दसि विषये) लेट्समबन्धिनः आकारस्य स्थाने ऐकारादेशो भवति ।

અર્થ :- વૈદિક પ્રયોગમાં લેટ્ સંબંધી आ કારને બદલે ऐ કાર આદેશ થાય છે. અહીં આત્મનેપદના आताम्, आते, आथाम् आथे એ પ્રત્યયોના आ કારનો ऐ કાર થવાનું પ્રસ્તુત છે.

ઉદા. :- मन्त्रयैते, मन्त्रयैथे । करवैते, करवैथे । एधिषैते, एधिषैथे । અહીં मन्त्र् ધાતુને લેટ્ લકાર લાગતાં તેના પ્રત્યયોમાંના मन्त्रय + आते, અને मन्त्रय + आथे માં आ કારને સ્થાને ए કાર થવાથી मन्त्रय + एते અને मन्त्रय + एथे એમ પ્રત્યયાદેશ થયા છે.

(६०) वैतोऽन्यत्र ॥ ८ । १ । ६० ॥

सूत्रार्थ :- (छन्दसि विषये) अन्यत्र (= 'आत ऐ' इत्येतत्सूत्रविषयं वर्जयित्वा) लेट् सम्बन्धिन एकारास्य स्थाने विकल्पेन ऐकारादेशो भवति ।

અર્થ :- વૈદિક પ્રયોગમાં ઉપર દર્શાવેલ સૂત્ર (૮. ૧. ૫૯) ના વિષય સિવાય બીજે બધે લેટ્ સંબંધી एकार ના સ્થાને વિકલ્પે ऐ થાય છે.

ઉદા. :- अहमेव पशूनामीशै । मदग्रा एव वो ग्रहा गृह्यान्तै । અહીં ईश् + ए = ईश् + ऐ = ईशै રૂપ સિદ્ધ થયું છે. એ જ રીતે ऐधातै, ऐधाते । ऐधान्तै, ऐधान्ते । વગેરે રૂપોમાં પણ અન્ત્ય ए ને બદલે વિકલ્પે ऐકાર થાય છે.

(६१) इतो लोपः परस्मैपदेषु ॥ ८ । १ । ६१ ॥

सूत्रार्थ :- (छन्दसि विषये) परस्मैपदविषयस्य लेट्सम्बन्धिन इकारस्य विकल्पेन लोपो भवति ।

અર્થ :- વૈદિક પ્રયોગમાં પરસ્મૈપદમાં લેટ્ કારને લગતા પ્રત્યયના इ કાર નો વિકલ્પે લોપ થાય છે.

ઉદા. :- जोषिषत्। तारिषत्। मन्दिषत्। અહીં जुष्, तृ અને मन्द् ધાતુઓને પરસ્મૈપદમાં લેટ્ લકાર થતાં तिप् પ્રત્યયમાંના इ કાર નો લોપ થયો છે, તેથી ति ને બદલે त् લાગેલો દેખાય છે.

(६२) स उत्तमस्य ॥ ८ । १ । ६२ ॥

सूत्रार्थ :- (छन्दसि विषये) लेट्सम्बन्धिन उत्तमपुरुषस्थस्य सकारस्य विकल्पेन लोपो भवति।

અર્થ :- વૈદિક પ્રયોગમાં લેટ્ લકાર સંબંધી ઉત્તમપુરુષના પ્રત્યયમાંના स કાર નો લોપ થાય છે.

ઉદા. :- भविषाव, भविषाम। करवाव, करवाम। અહીં वस् અને मस् પ્રત્યયોમાંના અન્ત્ય स કારનો લોપ થયો છે. લોપ ન થાય ત્યાં भविषावः અને भविषामः એવા રૂપો બનશે.

(६३) अमो मश् ॥ ८ । १ । ६३ ॥

सूत्रार्थ :- (छन्दसि विषये) अमः (= मिबादेशस्य) स्थाने मश् आदेशो भवति।

અર્થ :- વૈદિક પ્રયોગમાં (मिप् પ્રત્યયના સ્થાને આવતા) अम् આદેશને સ્થાને मश् આદેશ થાય છે. मश् માં श् કાર ઈત્સંજ્ઞક છે અને अ કાર ઉચ્ચારણાર્થ છે. शित् આદેશ સર્વાદેશ છે, અર્થાત્ આખા પ્રત્યયને બદલે આવે છે.

ઉદા. :- वधीं वृत्रम् (ऋ. सं. १. १६५. ८)। क्रमीं वृक्षस्य शाखम्। અહિં हन् ધાતુને લુઙ્ લકારમાં અટ્ આગમનો બહુલથી છાન્દસ્ લોપ, हन् ને સ્થાને वध् આદેશ, ईट् આગમ, मिप् નો अमादेश, अम् નો આ સૂત્રથી म् આદેશ આ રીતે वधीम् રૂપ બન્યું છે. એ જ રીતે क्रम ધાતુનું લુઙ્ લકારમાં क्रमीम् રૂપ સિદ્ધ થયું છે.

(६४) लोपस्त आत्मनेपदेषु ॥ ८ । १ । ६४ ॥

सूत्रार्थ :- (छन्दसि विषये) आत्मनेपदेषु यस्तकारस्तस्य लोपो भवति।

અર્થ :- વૈદિક પ્રયોગમાં આત્મનેપદમાં જે त કાર આવે છે તેનો લોપ થાય છે. અહીં પ્રથમપુરુષ બહુવચનના તે પ્રત્યયના આદેશ अत् માંના त् નો નિર્દેશ છે.

ઉદા. :-ताां देवां अदुह्र गन्धर्वाप्सरसो अदुह्र (मै. सं. ४. २. १३)। અહિં दुह् ધાતુને વૈદિક પ્રયોગમાં लुङ् લકારમાં झ પ્રત્યયના આદેશ अत् ને બહુલ કરીને रुट् આગમ લાગે છે. એ રીતે लुङ् લકારમાં अट्+दुह्+शप्+झ=शप् નો लुक् અને झ નો अत् આદેશ થઈને अह्+दुह्+अत्=अदुहत् થઈને "झस्य रुट्" (૮. ૧. ૬૫) સૂત્રથી रुट् આગમ તથા સૂત્રથી त કાર લોપ થતાં अदुह्+र+अ=अदुह्र રૂપ સિદ્ધ થયું છે.

(૬૫) झस्य रुट् ॥ ૮ । ૧ । ૬૫ ॥

સૂત્રાર્થ :- (छन्दसि विषये) झादेशस्य अतो बहुलं रुडागमो भवति।

અર્થ :- વૈદિક પ્રયોગમાં झ પ્રત્યયના આદેશ अत् ને બહુલ કરીને र આગમ લાગે છે. रुट् માં उ અને ट् ઈત્સંજ્ઞક છે. टित् આગમ જેને લાગવાનો હોય તેના આદિમાં લાગે છે.

ઉદા. :- अदुह्र। अदुह्र ની રૂપસિદ્ધિમાં ઉપર દર્શાવ્યું તેમ रुट् આગમ अत् પ્રત્યયના આદિમાં લાગ્યો છે, પછી त કારનો લોપ ઉપરના સૂત્રથી થતાં રૂપ સિદ્ધ થયું છે. જેમાં રુડાગમ નથી લાગતો ત્યાં अदुहत् રૂપ બને છે. આ આગમ ઘણીવાર झादेश સિવાય પણ લાગે છે. તેથી બાહુલક અહીં પ્રસ્તુત છે. જેમકે, अदृंश्रमस्य केतवः (ऋ . सं. १. ५०. ३)। અહીં दृश् ધાતુને लुङ् લકારમાં ઉત્તમપુરુષ એકવચનમાં અડાગમ, शप् નો लुक् અને રુડાગમ થઈને अट्+दृश्+शप्+अम्=अट्+दृश्+अम्=अट्+दृश्+रुट्+अ= अदृश्+र्+अम्=अदृश्रम् રૂપ બન્યું છે.

(૬૬) लोटो ध्वमो ध्वात् ॥ ૮ । ૧ । ૬૬ ॥

સૂત્રાર્થ :- (छन्दसि विषये) लोट्लकारस्य ध्वम् प्रत्ययस्य स्थाने ध्वात् इत्ययमादेशो भवति।

અર્થ :- વૈદિક પ્રયોગમાં લોટ્ લકારમાંના ध्वम् પ્રત્યયને બદલે ध्वात् આદેશ લાગે છે.

ઉદા. :- अन्तरेवोष्माणं वारयध्वात् (ऐ. ब्रा. २. ६)। અહીં वृङ् અથવા वृञ् ધાતુને હેતુમાન્ અર્થમાં णिच् થઈને લોટ્ લકારમાં शप्, અયાદેશ, અને ध्वात् આદેશ થઈને वारयध्वात् રૂપ સિદ્ધ થયું છે. वारयध्वात्=वारयध्वम्।

(६७) यजध्वैनम् ॥ ८ । १ । ६७ ॥

सूत्रार्थ :- (छन्दसि विषये) यजध्वैनम् इति निपात्यते ।

અર્થ :- વૈદિક પ્રયોગમાં यजध्वैनम् એ પ્રયોગનું નિપાતન કરવામાં આવે છે.

ઉદા. :- यजध्वैनं प्रियमेधाः (ऋ . सं. ८. २. ३७)। અહીં यजध्वम् + एनम् એ પરિસ્થિતિમાં સંધિ થઈને यजध्वमेनम् એમ થવું જોઈતું હતું. પણ વૈદિક પ્રયોગમાં વચલા म કારનો લોપ થઈ ગયો છે, તેને શાસ્ત્રસંમત ઠરાવવા (यजध्व + एनम् =) यजध्वैनम् એ રૂપનું નિપાતન કર્યું છે.

(६८) तस्य तात्तप्तनप्तनथनाः ॥ ८ । १ । ६८ ॥

सूत्रार्थ :- (छन्दसि विषये) लोट्लकारमध्यमपुरुषबहुवचनप्रत्ययस्य तशब्दस्य स्थाने तात्, तप्, तनप्, तन, थन इत्येते आदेशाः भवन्ति ।

અર્થ :- વૈદિક પ્રયોગમાં લોટ્ લકારના મધ્યમ પુરુષ બહુવચનના પ્રત્યયમાંના त् ને સ્થાને तात्, तप् तनप्, तन અને थन એ આદેશો થાય છે. આ આદેશોમાં અન્ત્ય प् ઈત્સંજ્ઞક છે.

ઉદા. :- गात्रं गात्रमस्या नूनं कृणुतात् (ऐ. ब्रा. २. ६)। ऊवध्यगोहं पार्थिवं खनतात् (ऐ. ब्रा. २. ६)। अस्नारक्षः संसृजतात् (ऐ. ब्रा. २. ६)। सूर्यं चक्षुर्गमयतात् (ऐ. ब्रा. २. ६)। અહીં कृ, खन्, सं + सृज અને गम् (પ્રેરક) એ ધાતુઓનાં મધ્યમ પુરુષ બહુવચનમાં લૌકિક સંસ્કૃતમાં त પ્રત્યય લાગીને कृणुत, खनत, संसृजत, અને गमयत એવાં રૂપો બનત. પરન્તુ વૈદિક પ્રયોગોમાં અન્ત્ય त પ્રત્યયને બદલે तात् આદેશ થઈને कृणुतात्, खनतात्, संसृजतात् અને गमयतात् એવાં રૂપો બન્યાં છે.

शृणोत ग्रावाणः । અહિં લૌકિક સંસ્કૃતમાં श्रु ધાતુનું शृणुत રૂપ બનત, પણ વૈદિક પ્રયોગમાં त ને સ્થાને तप् આદેશ આવવાથી श्नु વિકરણને ગુણ થતાં शृणोत રૂપ સિદ્ધ થયું છે. એ જ રીતે सुनोता सोमपाव्ने सोममिन्द्राय वज्रिणे (ऋ . सं. ७. ३२. ८)। અહીં सुनोत રૂપમાં પણ सु ધાતુને तप् પ્રત્યય લાગીને અન્ત્યસ્વર છાન્દસ દીર્ઘ થયો છે. લૌકિક પ્રયોગમાં सुनुत રૂપ બનત.

आपो हि ष्ठा मयोभुवस्ता नं ऊर्जे दधातन (ऋ . सं. १०. ९. १)। અહીં धा ધાતુને तनप् પ્રત્યય લાગીને दधातन રૂપ બન્યું છે. લૌકિક પ્રયોગમાં धत्त રૂપ બનત.

ऋभवस्तं जुंजुष्टन (ऋ. सं. ४. ३६. ७)। અહીં जुष् ધાતુને तन् પ્રત્યય લાગીને બહુલકથી श ને श्लु આદેશ, દ્વિત્વ, તથા तन પ્રત્યય લાગીને जुजुष्टन રૂપ સિદ્ધ થયું છે. લૌકિક પ્રયોગમાં તો श અને त પ્રત્યય લાગીને जुषत રૂપ બનત.

यदिष्ठन। આ વૈદિક પ્રયોગમાં इष् (इच्छ्) ધાતુને श વિકરણ, બહુલકથી તેનો લુક્ અને थन પ્રત્યય લાગી ष्टत्व થઈને इष्ठन રૂપ સિદ્ધ થયું છે. લૌકિક પ્રયોગમાં इच्छत રૂપ બનત એ જ રીતે कोवस्तो मरुतो यतिष्ठन માં પણ थन પ્રત્યય લાગ્યો છે.

(६९) पेरङिद् वा ॥ ८ । १ । ६९ ॥

सूत्रार्थ :- (छन्दसि विषये) तप् तनप् इत्येते पित्प्रत्ययाः पित्त्वाद् विकल्पेन अङितः भवन्ति।

અર્થ :- વૈદિક પ્રયોગમાં ઉપર જણાવેલા પ્રત્યયોમાંના तप् અને तनप् એ પ્રત્યયો पित् હોવાથી વિકલ્પે अङित् બને છે. આ રીતે ङित्त्व નો અભાવ થવાથી વિકરણ પ્રત્યયનો ગુણ થયો છે.

ઉદા. :- शृणोत। दधातन। जुजुष्टन। इष्ठन। અહીં तप् અને तनप् પ્રત્યયો લાગ્યા છે. અહિં આ પ્રત્યયો ङित् ન હોવાથી વિકરણને ગુણ થયો છે. પરન્તુ વિકલ્પે જો આ પ્રત્યયોમાં ઈત્સંજ્ઞક प કાર ન હોત અને તેઓ त, तन, એ રીતે अपित् હોત તો ङिद्वत् થવાથી વિકરણ પ્રત્યયનો ગુણ ન થાત. અને લૌકિક પ્રયોગમાં બને છે તેવાં शृणुत, धत्त, जुषत, इच्छत એવાં રૂપો વૈદિક પ્રયોગમાં પણ બનત. જેમકે, सचेतसो मे शृणुतेदमुक्तम् (अ. शौ. सं. १. ३०. २)। रयिमस्मासु धत्त (ऋ.सं. १. ६४. १५)। अग्निर्जुषत नो गिरः (ऋ. सं. ५. १३. ३)। सखायुः क्रतुमिच्छतः (ऋ. सं. ८. ७०. १३)। આ બધા વૈદિક પ્રયોગોમાં त અને तन પ્રત્યયો पित् ન હોઈ ગુણ થતો નથી. તેથી વેદમાં शृणुत, धत्त, जुषत, इच्छत એવાં રૂપો પણ પ્રયોજાયેલાં જોવા મળે છે.

(७०) मस इक् ॥ ८ । १ । ७० ॥

सूत्रार्थ :- (छन्दसि विषये) मसः (= मस् इत्येतत् प्रत्ययात् परतः) इक् आगमः विकल्पेन भवति।

અર્થ :- વૈદિક પ્રયોગમાં मस् પ્રત્યય પછી વિકલ્પે इक् આગમ લાગે છે. આ આગમમાં क् ઈત્સંજ્ઞક હોવાથી તે मस् ના અંતે લાગે છે.

ઉદા. :- पुनस्त्वां दीपयामसि। शलभ भञ्जयामसि। त्वयि रात्रिं वासयामसि। આ વૈદિક પ્રયોગમાં दीप्, भञ्ज् અને वास् ધાતુઓને लट् લકાર પ્રેરક

પ્રથમપુરુષ બહુવચનમાં मस् પ્રત્યયને इक् આગમ લાગીને दीपया-मस्+इ=दीपयामसि, भञ्जयामस्+इ= भञ्जयामसि અને वासयामस्+इ=वासयामसि એવાં રૂપો સિદ્ધ થયાં છે. આ ઈગાગમ ન હોત તો લૌકિક પ્રયોગની જેમ दीपयामः, भञ्जयामः અને वासयामः એ રૂપો બનત. જેમકે यमुं द्विष्मस्तमुं प्राणो जंहातु (ऋ. सं. ३. ५३. २१)। માં द्विष् ધાતુને मस् પ્રત્યય લાગીને द्विष्मः રૂપ સિદ્ધ થયું. તેમાં मस् ને ઈગાગમ લાગ્યો નથી.

(७१) सुपां सुलुगापूर्वसवर्णाच्छेयाडाड्यायाजालः ॥८।१।७१॥

સૂત્રાર્થ :- (छन्दसि विषये) सुपां (= सुप्रत्ययानां) स्थाने सु, लुक्, आ, पूर्वसवर्ण, आत्, शे, या, डा, ड्या, याच्, आल् इत्यते आदेशाः भवन्ति।

અર્થ :- વૈદિક પ્રયોગમાં सुप् એ વિભક્તિપ્રત્યયોને સ્થાને सु વગેરે આદેશો થાય છે. આ આદેશોમાં આદિમાં श्, ड् અને અંતે त्, च् અને ल् ઈત્સંજ્ઞક છે.

ઉદા. :- अनृक्षराः ऋजवंः सन्तु पन्थाः (ऋ. सं. १०. ८५. २३)। અહીં पथिन् શબ્દને जस् પ્રત્યય લાગીને લૌકિક પ્રયોગમાં पन्थानः રૂપ બનત. પણ અહીં जस् ને સ્થાને सु આદેશ થાય છે , તેથી (પ્રથમા એકવચનમાં બને છે તેમ) न કારને સ્થાને आकारादेश, અલ્વિધિ હોવાથી સ્થાનિવત્ નો નિષેધ થવાથી सु ના લોપનો અભાવ, સર્વનામસ્થાન હોવાથી य કારને સ્થાને न्थ આદેશ, સવર્ણદીર્ઘ, રુત્વ અને વિસર્જનીય થઈને पथिन् +सु = पथि+आ+सु+ = पथ्+अ+आ+सु= पन्थ्+अ+आ+सु =पन्थ्+आ+स्+ = पन्थाः એ પ્રથમા બહુવચનનું રૂપ વૈદિક પ્રયોગમાં સિદ્ધ થયું છે.

आर्द्रे चर्मन् व्यायंच्छेते (तै. सं. ७. ५. ९. ३)। हविर्धाने यत्सुन्वन्ति तत्सामिधेनीरन्वाह। चर्मन् શબ્દને સપ્તમી એકવચનમાં ङि પ્રત્યય લાગીને લૌકિક પ્રયોગમાં चर्मणि એમ રૂપ બનત. પણ અહિં વૈદિક પ્રયોગમાં चर्मणि પછી ङि પ્રત્યયનો લુક્ (=લોપ) થતાં चर्मन् એ શબ્દરૂપ જ સપ્તમીના અર્થમાં પ્રયોજાયું છે. એ જ રીતે બીજા ઉદાહરણમાં यत् અને तत् એ પણ यस्मिन् અને तस्मिन् ને બદલે પ્રયોજાયેલાં ङि પ્રત્યયનો लुक् થઈને બનેલાં સપ્તમ્યર્થ વૈદિક રૂપો જ છે.

स नों धीती वरिष्ठया (ऋ. सं. ५. २५. ३)। कयां मती कुत एतांस एते (ऋ. सं. १.१६५.१)। आ सुंष्टुती नमंसा वर्तयध्यै (ऋ. सं. ५. ४३. २)।

અહીં વૈદિક પ્રયોગમાં ધીતિ, મતિ અને સુષ્ટતિ એ શબ્દોને તૃતીયા એકવચનમાં टा(=आ) પ્રત્યયને પૂર્વસવર્ણ (= इ કારના જેવો જ आने સ્થાને इ) આદેશ થવાથી धीति+टा =धीति+आ = धीति+इ = धीती એવું રૂપ સિદ્ધ થયું છે. એ જ રીતે मति+टा = मति+इ = मती અને सुष्टति + टा + इ = सुष्टुति એમ રૂપો બન્યાં છે. લૌકિક પ્રયોગમાં આ રૂપોને બદલે અનુક્રમે धीत्या, मत्या અને सुष्टुत्या એવાં રૂપો બનત.

या सुरथा रथीतमोभा देवा दिविस्पृशा । अश्विना ता हवामहे । (ऋ. सं. १. २२. २)। અહીં यद्, सुरथ, रथीतम, उभ, देव, दिविस्पृश्, अश्विन्, तद् આ બધા જ શબ્દોને પ્રથમા દ્વિવચનમાં औ પ્રત્યય લાગીને તેને સ્થાને વૈદિક પ્રયોગમાં आ આદેશ થઈને या (=यौ), सुरथा (=सुरथौ), रथीतमा (=रथी-तमौ), देवो (= देवौ), दिविस्पृशा (=दिविस्पृशौ), अश्विना (= अश्विनौ) અને ता (=तौ) એવાં દ્વિવચનાન્ત રૂપો સિદ્ધ થયાં છે.

न ताद् ब्राह्मणाद् निन्दामि । અહિં तद् સર્વનામ અને ब्राह्मण શબ્દને દ્વિતીયા બહુવચનમાં शस् પ્રત્યય લાગીને તેને સ્થાને आत् આદેશ થવાથી ताद् (=तान्) અને ब्राह्मणाद् (=ब्राह्मणान्) એવાં વૈદિક રૂપો સિદ્ધ થયાં છે.

अस्मे इन्द्राबृहस्पती (ऋ. सं. ४. ९४. ४)। न युष्मे वाजबन्धवः (ऋ. सं. ८. ६८. १९)। આ વૈદિક પ્રયોગોમાં अस्मद् સર્વનામને ચતુર્થી બહુવચનના भ्यस् પ્રત્યયને સ્થાને शे આદેશ થઈને अस्मे (=अस्मभ्यम्) અને युष्मे (=युष्मभ्यम्) રૂપો સિદ્ધ થયાં. અહીં अस्मद्+ भ्यस् માં भ्यस् સ્થાને शे (=ए) આદેશ થઈને अस्मद् + शे, टि લોપથી अद् નો લોપ થતાં अस्म्+ए =अस्मे બન્યું. એ જ રીતે युष्मद् સર્વનામને સપ્તમી બહુવચનના सुप् પ્રત્યયને સ્થાને शे આદેશ થઈને युष्मे (=युष्मासु) રૂપ સિદ્ધ થયું છે.

दृशानो रुक्मं उरुया विभाति (मै. सं. ३. २. १)। मरुतामेति धृष्णुया (ऋ. सं. १. २३. ११)। અહીં उरु અને धृष्णु એ બે શબ્દોને તૃતીયા એક વચનમાં टा પ્રત્યય લાગીને તેને સ્થાને या આદેશ થઈને उरुया (=उरुणा) અને धृष्णुया (=धृष्णुना) એ વૈદિક રૂપ સિદ્ધ થયાં છે.

यमेरिरे भृगवो विश्ववेदसं नाभा पृथिव्या भुवनस्य मज्मना (ऋ. सं. १. १४३. ४)। અહીં नाभि અને पृथिवी એ બે શબ્દોને સપ્તમી એકવચનનો ङि પ્રત્યય લાગી, તે પ્રત્યયનો डा આદેશ થતાં नाभि+ङि = नाभि+डा અને पृथिवी+ङि = पृथिवी+डा એમ થતાં પ્રાતિપદિકનો टि લોપ થઈને नाभ्+आ = नाभा અને पृथिवी+आ = पृथिव्या એમ વૈદિક રૂપો સિદ્ધ

થયાં છે. અહીં नाभा = नाभौ । पृथिव्या = पृथिव्याम् । डा આદેશમાં ड् ઈત્સંજ્ઞક છે, તેથી टि લોપ થાય છે.

अनुष्ट्या च्यावयतात् । આ વૈદિક પ્રયોગમાં अनुष्टुप् શબ્દને તૃતીયા એકવચનનો टा પ્રત્યય લાગીને તેનો ड्या આદેશ થવાથી अनुष्टुप् + टा = अनुष्टुप् + ड्या, टि લોપ થઈને अनुष्ट् + या = अनुष्ट्या રૂપ સિદ્ધ થયું. ड्या આદેશમાં ड् ઈત્સંજ્ઞક છે. તેથી टि લોપ થાય છે.

पन्थां ऋतस्यं साधुया (ऋ . सं. १. ४६. ११)। અહીં साधु શબ્દને પ્રથમા એકવચનનો सु પ્રત્યય લાગતાં તેને याच् આદેશ થતાં साधु + सु = साधु + या = साधुया (= साधुः) રૂપ સિદ્ધ થયું. याच् આદેશમાં च् ઈત્સંજ્ઞક છે.

वसन्ता यजेत । અહીં वसन्त શબ્દને સપ્તમી એકવચનનો ङि પ્રત્યય લાગતાં તેને સ્થાને आल् આદેશ થયો, અને वसन्त + ङि = वसन्त + आल् = वसन्त + आ = वसन्ता (= वसन्ते) રૂપ સિદ્ધ થયું. आल् આદેશમાં ल् ઈત્સંજ્ઞક છે.

(७२) इयाडियाजीकाराङ्याजयारश्च ॥ ८ । १ । ७२ ॥

सूत्रार्थ :- (छन्दसि विषये) सुपां स्थाने इया, डियाच्, ईकार, आङ्, अयाच्, अयार् इत्येते आदेशाश्च भवन्ति ।

अर्थ :- વૈદિક પ્રયોગમાં सुप् પ્રત્યયને સ્થાને इया વગેરે આદેશો પણ થાય છે.

ઉદા. :- घृतप्रतीक उर्विया व्यद्यौत् (ऋ . सं. ३. १. १८)। प्रत्यङ्ङुष-संमुर्विया वि भांति (ऋ . सं. ५. २८. १)। दार्विया। અહીં उरु અને दारु શબ્દોને તૃતીયા એકવચનમાં टा પ્રત્યય લાગીને તેને સ્થાને इया આદેશ થતાં उरु + इया = उर्विया (= उरुणा) અને दारु + इया = दार्विया (= दारुणा) એ વૈદિક રૂપો સિદ્ધ થયાં છે.

सुक्षेत्रिया सुंगातुया वंसूया चं यजामहे (ऋ . सं. १. ९७. २)। सुगात्रिया। અહીં सुक्षेत्रिन् અને सुगात्रिन् શબ્દોને તૃતીયા એકવચનનો टा પ્રત્યય લાગીને પછી તેને સ્થાને डियाच् આદેશ થતાં टी લોપ થઈને सुक्षेत्रिन् + टा = सुक्षे-त्रिन् + डियाच् = सुक्षेत्र् + इया = सुक्षेत्रिया રૂપ સિદ્ધ થયું છે. એ જ રીતે सुगात्रिया પણ. डियाच् આદેશમાં ડકાર ઈત્સંજ્ઞક છે તેથી टि ભાગનો લોપ થાય છે. અને ચકાર ઈત્સંજ્ઞક હોવાથી શબ્દમાં અંત્ય સ્વર ઉદાત્ત બને છે.

दृतिं न शुष्कं सरसी शयानम् (ऋ. सं. ७. १०३. २)। અહિં सरस् શબ્દને સપ્તમી એકવચનનો ङि પ્રત્યય લાગતાં તેને સ્થાને ई કાર આદેશ આવતાં सरस्+ङि = सरस्+ई = सरसी (= सरसि) એવું વૈદિક રૂપસિદ્ધ થયું છે.

प्र बाहवां सिसृतं जीवसें न (तै. सं. १. ८. २२. ३)। आ नों मित्रावरुणा प्र बाहवां (तै. सं. २. ५. १२. ३)। અહિં बाह શબ્દને તૃતીયા એકવચનમાં टा પ્રત્યય લાગી તેને સ્થાને आङ् આદેશ થતાં बाह+टा = बाह+आङ् થઈ, આ આદેશ ङित् હોવાથી ગુણ અને અવાદેશ થઈને बाहवा (= बाहुना) એમ વૈદિક રૂપ સિદ્ધ થયું છે.

उत नग्ना बोभुंवती स्वप्नया संचसे जनंम् (अ. शौ. सं. ५. ७. ८)। અહિં स्वप्न શબ્દને તૃતીયા એકવચનનો टा પ્રત્યય લાગીને તેને સ્થાને अयाच् આદેશ થતાં स्वप्न+टा = स्वप्नया (=स्वप्नेन) એ વૈદિક રૂપ સિદ્ધ થયું. अयाच् આદેશ चित् હોવાથી શબ્દ અન્તોદાત્ત બન્યો છે.

स नः सिन्धुंमिव नावयातिं पर्षा स्वस्तयें (ऋ. सं. १. ९७. ८)। અહિં नौ શબ્દને તૃતીયા એકવચનનો टा પ્રત્યય લાગી તેને સ્થાને अयार् આદેશ થતાં नौ+टा = नौ+अया = नावया (=नावा) એ વૈદિક રૂપ સિદ્ધ થયું છે. આ આદેશ रित् (=ઈત્સંજ્ઞક र વાળો) હોવાથી શબ્દનો ઉપાન્ત્ય સ્વર ઉદાત્ત બન્યો છે.

(૭૩) भिस ऐस् ॥ ८ । १ । ७३ ॥

सूत्रार्थ :- (छन्दसि विषये) भिसः (=भिस् प्रत्ययस्य) स्थाने बहुलं ऐस् इत्ययमादेशो भवति।

અર્થ :- વૈદિક પ્રયોગમાં ઘણીવાર भिस् ને સ્થાને ऐस् આદેશ થાય છે. ઘણીવાર નથી પણ થતો.

ઉદા. :- अग्निः पूर्वेभिर्ऋषिभिरीड्यो नूतनैरुत (ऋ. सं. १. १. २)। सखं ऋभुभिः पुरुहत प्रियेभिरिमां धियंम् (ऋ. सं. ३. ५४. १७)। અહીં पूर्व એ સર્વનામને તૃતીયા બહુવચનનો भिस् પ્રત્યય લાગતાં તેને સ્થાને ऐस् આદેશ થયો નથી. લૌકિક પ્રયોગમાં આદેશ થઈ पूर्वैः રૂપ બનત. તેને બદલે भिस् પ્રત્યય લાગીને વૈદિક पूर्वेभिः રૂપ બન્યું છે. એ જ રીતે લૌકિક પ્રયોગમાં प्रिय શબ્દનું प्रियैः રૂપ બનત. પણ અહિં ऐस् આદેશ ન થતાં भिस् પ્રત્યય જ રહીને प्रियेभिः રૂપ સિદ્ધ થયું છે. પણ नूतन શબ્દને भिस् પ્રત્યય લાગીને તેને ऐस् આદેશ થયો છે. લૌકિક સંસ્કૃતમાં બધાં જ અકારાન્ત અંગોને લાગતા भिस्

નો ऐस् આદેશ થઈ જાય છે. વેદમાં કોઈક રૂપોમાં થાય છે અને કોઈક રૂપોમાં નથી થતો. જેમકે देवो देवेभिरागमत् (ऋ. सं. १. १. ५)। અને देवैरासंत्सि बर्हिषि (ऋ. सं. १. १२. ४)। અહીં પ્રથમ મંત્રમાં देवेभिः માં ऐस् આદેશ થયેલો નથી જ્યારે બીજા મંત્રમાં देवैः પદમાં भिस् ને સ્થાને ऐस् આદેશ થયેલો જોવા મળે છે. લૌકિક પ્રયોગમાં देव શબ્દ અકારાન્ત હોવાથી ऐस् આદેશ થાય જ છે.

(७४) श्रीग्रामणीभ्यामामो नुट् ॥ ८ । १ । ७४ ॥

સૂત્રાર્થ :- श्री, ग्रामणी इत्येताभ्यां (छन्दसि विषये) आमः (= षष्ठी बहुवचनप्रत्ययस्य) नुट् आगमो भवति ।

અર્થ :- श्री અને ग्रामणी એ બે શબ્દોને વૈદિક પ્રયોગમાં ષષ્ઠી બહુવચનનો आम् પ્રત્યય લાગતાં તેની પૂર્વે नुट् આગમ લાગે છે. આ આગમમાં ट् ઈત્સંજ્ઞક છે.

ઉદા. :- श्रीणामुदारो धरुणो रयीणाम् (ऋ. सं. १०. ४५. ५)। सूतग्रामणीनाम्। અહીં श्री અને ग्रामणी શબ્દોને आम् પ્રત્યય લાગતાં વચ્ચે नुट् આગમ આવી, णत्व થઈને श्री + आम् = श्री + नुट् + आम् = श्री + न् + आम् = श्रीणाम् એમ રૂપ સિદ્ધ થયું છે. એ જ રીતે ग्रामणीनाम् પણ. લૌકિક પ્રયોગમાં श्री શબ્દને વિકલ્પે नदी સંજ્ઞા પ્રાપ્ત ન થતાં श्रियाम् રૂપ બને છે. એ જ રીતે सूत શબ્દનો ग्रामणी શબ્દ સાથે કર્મધારક સમાસ બને ત્યારે सूतग्रामणी શબ્દ હ્સ્વાન્ત, નદ્યન્ત (= દીર્ઘ ઈકારાન્ત કે દીર્ઘ ઉકારાન્ત સ્રીલિંગી) કે આબન્ત (= આકારાન્ત સ્રીલિંગી) ન હોવાથી તેને नुट् આગમ ન લાગી શકત. તેથી આ સૂત્ર દ્વારા આ વૈદિક પ્રયોગોને શિષ્ટમાન્ય ઠરાવ્યા છે.

(७५) गोः पादान्ते ॥ ८ । १ । ७५ ॥

સૂત્રાર્થ :- (छन्दसि विषये) गो इत्येतस्माच्छब्दाद् ऋक्पादान्ते वर्तमानाद् उतरस्य आमः बहुलं नुडागमो भवति ।

અર્થ :- વૈદિક પ્રયોગમાં 'गो' શબ્દ જો ઋચાના પાદના અન્તે આવેલો હોય તો તેને લાગનારા आम् પ્રત્યયને ઘણું કરીને नुट् આગમ થાય છે.

ઉદા. :- विद्मा हि त्वा गोपतिं शूर गोनाम् (ऋ. सं. १०. ४७. १)। उत व्रजमंपवर्तासि गोनाम् (ऋ. सं. ४. २०. ८)। અહીં गो શબ્દ ઋચાના પાદને અંતે આવ્યો હોવાથી તેને લાગેલા आम् પ્રત્યયને नुट् આગમ લાગીને गो + आम् = गो + नुट् + आम् = गो + न् + आम् = गोनाम् રૂપ સિદ્ધ થયું છે.

પરન્તુ गवामपं व्रजं वृधि (ऋ. सं. १. १०. ७)। કે विदो गवांमूर्वमुस्त्रियांणाम् (ऋ. सं. ५. ३०. ४) માં गो શબ્દ પાદના આરંભે કે મધ્યમાં આવેલો હોવાથી તેને नुट् આગમ લાગ્યા વિના જ आम् પ્રત્યય લાગીને गो + आम् = गवाम् એવું વૈદિક રૂપ બન્યું છે. કોઈક વાર गो શબ્દ ઋચાના પાદને અંતે આવ્યો હોય છતાં પણ नुट् આગમ ન લાગ્યો હોય તેવું પણ વેદમાં જોવા મળે છે. જેમકે हन्तारं शत्रूणां कृधि विराजं गोपंतिं गवाम् (ऋ. सं. १०. १६६. १)। આ કારણે જ नुट् આગમ બાહુલકથી લાગુ પડે છે એમ સમજવાનું છે.

(७६) आज्जसेरसुक् ॥ ८ । १ । ७६ ॥

सूत्रार्थ :- (छन्दसि विषये) आत् (= अवर्णान्ताद् अङ्गाद्) उत्तरस्य जसेः (= जस् - प्रत्ययस्य) असुक् आगमो भवति।

અર્થ :- વૈદિક પ્રયોગમાં अ વર્ણાન્ત અંગ પછી લાગતા जस् પ્રત્યયને અંતે असुक् આગમ લાગે છે. આ આગમમાં उ અને क् ઈત્સંજ્ઞક છે; कित् હોવાથી પ્રત્યયને અંતે લાગે છે.

ઉદા. :- ब्राह्मणासः सोमिनो वाचंमक्रत (ऋ. सं. ७. १०३. ८)। उन्मंध्यमाः पितरः सोम्यासः (ऋ. सं. १०. १५. १)। અહીં ब्राह्मण અને सोम्य એ अ કારાન્ત શબ્દોને પ્રથમા બહુવચનમાં जस् (= अस्) પ્રત્યય લાગતાં વૈદિક પ્રયોગમાં તે પ્રત્યયને અંતે असुक् (= अस्) આગમ લાગીને ब्राह्मण + जस् = ब्राह्मण + अस् + अस् = ब्राह्मणासस् બની रुत्व તથા વિસર્જનીય થઈને ब्राह्मणासः રૂપ સિદ્ધ થયું છે. એ જ રીતે सोम्य + जस् = सोम्य + अस् + अस् = सोम्यासः। એ જ રીતે ये पूर्वासो य उ परासः (ऋ. सं. १०. १५. २)। માં पूर्वासः અને परासः માં અનુક્રમે पूर्व અને पर ને जस् પ્રત્યય તથા असुक् આગમ લાગીને રૂપ સિદ્ધ થયાં છે.

(७७) नेतरात् तः ॥ ८ । १ । ७७ ॥

सूत्रार्थ :- (छन्दसि विषये) इतरशब्दात् (नपुंसकलिङ्गादुत्तरयोः स्वमोः अमादेशस्य स्थाने) तकारदेशो न भवति।

અર્થ :- વૈદિક પ્રયોગમાં इतर શબ્દને (નપુંસકલિંગ પ્રથમા અને દ્વિતીયા એકવચનમાં લાગતા सु અને अम् પ્રત્યયોને બદલે આવતા अम् આદેશને સ્થાને) વૈદિક પ્રયોગમાં तકારાદેશ થતો નથી.

ઉદા. :- इतरमितरमण्डमजायत। वार्तघ्नमितरम्। આ વૈદિક પ્રયોગોમાં નપુંસકલિંગી इतर શબ્દને અનુક્રમે લાગેલા अम् અને सु પ્રત્યયોને સ્થાને त કારાદેશ થયો નથી, તેથી इतरम् એમ अम् આદેશવાળું જ રૂપ બન્યું છે. લૌકિક

પ્રયોગમાં इतरत् રૂપ બનત. એને માટે ભોજરાજે સરસ્વતીકંઠાભરણમાં डतरादिभ्यः पञ्चभ्योऽनेकतरात् तः (स. कं. ३. १. १६३) સૂત્રમાં જે त કારનું વિધાન કર્યું હતું તેને તેમણે અહીં નિષેધ કર્યો છે. પાણિનિ આ સંજોગોમાં अद्ड् આદેશનો નિષેધ કરે છે આ સૂત્ર इतर શબ્દને નપુંસકલિંગમાં લાગુ પડે છે તેથી સૂત્રાર્થમાં એ વિષે જરૂરી સ્પષ્ટીકરણ કર્યું છે.

(७८) होः कर्मणि तृतीया वा ॥ ८ । १ । ७८ ॥

सूत्रार्थ :- (छन्दसि विषये) जुहोतेः अनभिहिते कर्मणि कारके तृतीया विभक्ति विकल्पेन भवति, पक्षे द्वितीया च।

અર્થ :- વૈદિક પ્રયોગમાં हु ધાતુના અનભિહિત કર્મ કારકની વિકલ્પે તૃતીયા વિભક્તિ થાય છે; પક્ષમાં દ્વિતીયા વિભક્તિ પણ થશે.

ઉદા. :- यवाग्वा अग्निहोत्रं जुहोति। यवागूम् अग्निहोत्रं जुहोति। અહીં हु (= હોમવું, આપવું, લેવું) એ ધાતુની સાથે તેના અનભિહિત કર્મ કારક यवागू ની અનુક્રમે તૃતીયા અને દ્વિતીયા એ બંન્ને વિભક્તિઓનાં यवाग्वा અને यवागूम् એ રૂપો વૈદિક પ્રયોગમાં વિકલ્પે પ્રયોજાય છે. અર્થાત્ બન્ને રૂપો શિષ્ટ માન્ય છે.

(७९) दिवः पण्यर्थस्य द्वितीया ब्राह्मणे ॥ ८ । १ । ७९ ॥

सूत्रार्थ :- (ब्राह्मणविषये) व्यवहारार्थस्य दिव्धातोः अनभिहिते कर्मणि कारके द्वितीया विभक्तिर्भवति।

અર્થ :- બ્રાહ્મણગ્રંથમાંના પ્રયોગમાં લેવડ દેવડ (= વેપાર)ના અર્થમાં પ્રયોજાયેલા दिव् ધાતુના અનભિહિત કર્મકારકને દ્વિતીયા વિભક્તિ લાગે છે.

ઉદા. :- गामस्य तदहः सभायां दिव्येयुः। આ બ્રાહ્મણગ્રંથ પ્રયોગમાં दिव् ધાતુના અનભિહિત કર્મ गो નું गाम् એ દ્વિતીયા વિભક્તિનું રૂપ અહીં પ્રયોજાયું છે.

(८०) ब्रूहिप्रेष्ययोरप्रस्थिते हविषि षष्ठी देवतासम्प्रदाने ॥ ८ । १ । ८० ॥

सूत्रार्थ :- (ब्राह्मणविषये) देवतासम्प्रदानेऽर्थे वर्तमानयोः ब्रूहि, प्रेष्य (इति लोण्मध्यमपुरुषैकवचनान्तयोः) अप्रस्थिते (= अविशिष्टे) हविषि कर्मणि षष्ठी विभक्तिर्भवति।

અર્થ :- બ્રાહ્મણગ્રંથગત પ્રયોગમાં દેવતાને અર્પણ કરવાના અર્થમાં પ્રયોજાયેલા ब्रूहि અને प्रेष्य એ આજ્ઞાર્થ બીજા પુરુષ એકવચનનાં શબ્દરૂપોના અવિશિષ્ટ હવિ રૂપ કર્મને ષષ્ઠી વિભક્તિ લાગે છે.

ઉદા. :- अग्नये छागस्य हविषो वपायाः मेदसोऽनुब्रू३हि । अग्नये छागस्य हविषो वपायाः मेदसः प्रे३ष्य । અહીં ब्रू અને प्र+इष् ના આજ્ઞાર્થ બીજા પુરુષ અકવચનાન્ત ब्रूहि અને प्रेष्य એ ક્રિયાપદોના छाग, हविष्, वपा અને मेदस् એ અપ્રસ્થિત (= અવિશિષ્ટ) હવિવાચક શબ્દોની वपायाः અને मेदसः એમ ષષ્ઠી વિભક્તિ પ્રયોજાઈ છે. પરન્તુ જ્યારે આ ક્રિયાપદોનું કર્મ પ્રસ્થિત (= વિશિષ્ટ) હવિવાચક હોય તો ષષ્ઠી ને બદલે દ્વિતીયા વિભક્તિ પ્રયોજાય છે. જેમકે इन्द्राग्निभ्यां छागं हविर्वपां मेदः प्रस्थितं प्रेष्य । અહીં પ્રસ્થિત હવિવાચક કર્મ छाग, हवि, वपा, मेदस् અને प्रस्थितએ શબ્દોનાં छाग, हविः, वपाम्, मेदस् અને प्रस्थितम् એમ દ્વિતીયા વિભક્તિ થઈ છે.

(૮૧) यजेः करणे ॥ ८ । १ । ८१ ॥

सूत्रार्थ :- (छन्दसि विषये बहुलं) यजधातोः करणे कारके षष्ठी विभक्तिर्भवति ।

અર્થ :- વૈદિક પ્રયોગમાં ઘણું કરીને यज् ધાતુનું કરણકારક ષષ્ઠી વિભક્તિમાં પ્રયોજાય છે, વિકલ્પે તૃતીયા વિભક્તિ પણ થાય છે.

ઉદા. :- धृतस्य यजते । (कौषी. ब्रा.१६. ५ ; शत. ब्रा. ४. ४. २. ४)। सोमस्यजते । धृतेन यजते । सोमेन यजते । અહીં यज् ધાતુના કરણવાચક घृत અને सोम શબ્દોનાં ષષ્ઠી વિભક્તિનાં घृतस्य અને सोमस्य રૂપો બહુલક રીતે પ્રયોજાયાં છે. વિકલ્પે તૃતીયાનાં घृतेन અને सोमेन એ રૂપ પણ પ્રયોજાય છે. અહીં એ સમજવાનું છે કે ષષ્ઠી વિભક્તિ પ્રયોજાય છતાં તે કરણના તૃતીયાના જ અર્થમાં વપરાય છે.

(૮૨) तोसुन्कसुनोः ॥ ८ । १ । ८२ ॥

सूत्रार्थ :- (छन्दसि विषये बहुलं) धातोः तोसुन्कसुनोः प्रत्यययोः परयोः कर्मणि षष्ठी विभक्तिभवति ।

અર્થ :- વૈદિક પ્રયોગમાં ધાતુને तोसुन् અને कसुन् પ્રત્યય લાગે ત્યારે ધાતુના કર્મને ઘણીવાર ષષ્ઠી વિભક્તિમાં પ્રયોજવામાં આવે છે.

ઉદા. :- पुरा सूर्यस्योदेतोराधेयः । पुरा वत्सानामपाकर्तोः । पुरा क्रूरस्य विसृपो विरप्शिन् । આ વૈદિક પ્રયોગોમાં અનુક્રમે उद्+इ તથા अप+आ+कृ ધાતુના तोसुन् પ્રત્યયાન્ત उदेतोः અને अपाकर्तोः એ રૂપોના કર્મ सूर्य અને

वत्सनी सूर्यस्य અને वत्सनाम् એમ ષષ્ઠી વિભક્તિ પ્રયોજાઈ છે. એ જ રીતે वि+सृप् ધાતુના कसुन् પ્રત્યયાન્ત विसृपः શબ્દના કર્મ क्रूर ની પણ ષષ્ઠી વિભક્તિ પ્રયોજાઈ છે.

(८३) कतृकर्मणोः ॥ ८ । १ । ८३ ॥

सूत्रार्थ :- (छन्दसि विषये च कर्तरि कर्मणि बहुलं) षष्ठी विभक्तिर्भवति ।

અર્થ :- વૈદિક પ્રયોગમાં ઘણીવાર કર્તા અને કર્મકારકને ષષ્ઠી વિભક્તિમાં પ્રયોજવામાં આવે છે.

ઉદા. :- उदिंता सूर्यस्य (ऋ. सं. १. १०. ८. १२)। उषसो व्युंष्टौ (ऋ. सं. १. ११८. ११) यां पंत्युः क्रीता सती (मै. सं. १. १०. ११)। આ વૈદિક પ્રયોગોમાં उदिता, व्युष्टौ અને क्रीता એ ક્રિયાઓના કર્તા કારકો અનુક્રમે सूर्य, उषस् અને पति ને ષષ્ઠી વિભક્તિમાં પ્રયોજવામાં આવ્યા છે.

त्वमीं शिषे वसूंनाम् (ऋ. सं. ८. ७१. ८)। ददांत नो अमृतंस्य प्रजायै (ऋ. सं. ७. ५७. ६)। भगंस्य नो धेहि। (अ. शौ. सं. १९. ४. ३)। આ વૈદિક પ્રયોગોમાં ईशिषे, ददात અને धेहि એ ક્રિયાઓના કર્મ કારકો वसु, अमृत અને भग ને ષષ્ઠી વિભક્તિમાં પ્રયોજવામાં આવ્યા છે.

પાણિનિના સૂત્રોમાં, કાત્યાયનના વાર્તિકોમાં, કે પતંજલિના મહાભાષ્યમાં આ અંગે કોઈ સ્પષ્ટ નિર્દેશ નથી. ભોજદેવે પોતાની આગવી સૂઝથી આ શોધી કાઢયું જણાય છે. ડૉ. રામગોપાલે વૈદિક વ્યાકરણ ભા-૨ (પૃ ૮૩૪-૮૩૫) માં આવા પ્રયોગોની નોંધ લીધી છે.

(८४) षष्ठी चतुर्थ्यावन्योन्यार्थे वा ॥ ८ । १ । ८४ ॥

सूत्रार्थः- (छन्दसि विषये बहुलं) षष्ठी विभक्तिश्चतुर्थ्यर्थे, चतुर्थी च विभक्तिः षष्ठ्यर्थे भवतः ।

અર્થ :- વૈદિક પ્રયોગમાં ઘણીવાર ચતુર્થીના અર્થમાં ષષ્ઠી વિભક્તિ અને ષષ્ઠીના અર્થમાં ચતુર્થી વિભક્તિ એમ બે વિભક્તિઓ એક બીજાના અર્થમાં પ્રયોજાય છે.

ઉદા. :- पुरुषमृगश्चन्द्रमंसो गोधा कालंका दार्वाघाटस्ते वनस्पतिनांम् (यजु. सं. २४. ३५ ; तै. सं. ५. ५. १५. १ ; मै. सं. ३. १४. १६)। અહીં અનુક્રમે चन्द्रमोभ्यः અને वनस्पतिभ्यः એમ ચતુર્થીના અર્થમાં चन्द्रमसः અને वनस्पतीनाम् એમ ષષ્ઠી વિભક્તિ પ્રયોજાઈ છે.

या खर्वेण पिबति तस्यै खर्वो जायते। या दतो धावति तस्यै श्यावदन्। या नखानि कृन्तति तस्यै कुनखः। याऽङ्क्ते तस्यै काणः। या अभ्यङ्क्ते तस्यै दुश्चर्मा। या केशात् प्रतिलिखति तस्यै खलतिः। अहल्यायैः जारः। (शत. ब्रा. ३. ३. ४. १८)। અહીં અનુક્રમે तस्याः, अहल्यायाः એમ ષષ્ઠીના અર્થમાં तस्यै અને अहल्यायै એમ ચતુર્થી વિભક્તિ પ્રયોજાઈ છે.

(૮૫) पूर्ववल्लिङ्गं हेमन्तशिशिरावहोरात्रे ॥ ८ । १ । ८५ ॥

सूत्रार्थः- (छन्दसि विषये) हेमन्तशिशिरौ, अहोरात्रे इत्येतयोर्द्वन्द्वसमासयोः पूर्ववल्लिङ्गं भवति।

અર્થ :- વૈદિક પ્રયોગમાં हेमन्त + शिशिर, અને अहन् + रात्रि આ પદોનો દ્વન્દ્વ સમાસ બન્યો હોય તો એ સમાસનું લિંગ પૂર્વપદના લિંગ અનુસાર થાય છે.

ઉદા. हेमन्तशिशिरावृतूनां प्रीणामि। अहोरात्रे इदं ब्रूमः। અહીં વૈદિક પ્રયોગમાં हेमन्त (પું.) અને शिशिर (નપું.) એ બે શબ્દોના બનેલા દ્વન્દ્વ સમાસનું हेमन्तशिशिरौ એમ પુંલ્લિંગી રૂપ થયું છે તે પૂર્વપદ हेमन्त ના લિંગને અનુસરીને થયું છે. એ જ રીતે अहन् (પું.) અને रात्रि (સ્ત્રી.) એ બે શબ્દોના બનેલા દ્વન્દ્વ સમાસનું अहोरात्रे એ પુંલિંગી રૂપ अहन् એ પૂર્વપદના લિંગને અનુસરીને થયું છે. લૌકિક પ્રયોગમાં પરવલ્લિંગ - અર્થાત્ ઉત્તરપદના લિંગને અનુસરીને - સમાસનું લિંગ થઈને हेमन्तशिशिरे તથા अहोरात्रौ એમ રૂપ થાત.

(૮૬) पुनर्वस्वोरेकवचनं वा ॥ ८ । १ । ८६ ॥

सूत्रार्थः- (छन्दसि विषये) पुनर्वस्वोः नक्षत्रयोः द्वित्वे विकल्पेन एकवचनं भवति।

અર્થ :- વૈદિક પ્રયોગમાં पुनर्वसू એ નક્ષત્રવાચક શબ્દને વિકલ્પે એકવચન થાય છે.

ઉદા. :- पुनर्वसुर्नक्षत्रमदितिर्देवता। અહીં पुनर्वसुः એમ એકવચનનું રૂપ પ્રયોજાયું છે. વિકલ્પે पुनर्वसू नक्षत्रमदितिर्देवता। એ પ્રયોગમાં पुनर्वसू એ દ્વિવચન છે. બન્ને પ્રયોગો શિષ્ટમાન્ય છે.

(૮૭) विशाखयोश्च ॥ ८ । १ । ८७ ॥

सूत्रार्थः- (छन्दसि विषये) विशाखयोर्नक्षत्रयोश्च द्वित्वे एकवचनं विकल्पेन भवति।

અર્થ :- વૈદિક પ્રયોગમાં विशाखा નામે ઓળખાતા બે તારાના નક્ષત્રને માટે વિકલ્પે એકવચન પ્રયોજાય છે.

ઉદા. :- विशाखा नक्षत्रमिन्द्राग्नी देवता। અહીં विशाखा શબ્દ એકવચનમાં છે. વિકલ્પે विशाखे नक्षत्रमिन्द्राग्नी देवता। આ પ્રયોગમાં विशाखे એ દ્વિવચન છે. બન્ને પ્રયોગો શિષ્ટમાન્ય છે.

(अथ समासे प्रत्ययविधिः)

(૮૮) अनो बहुव्रीहेरुपधालोपिनो स्त्रियां ङीप् ॥ ૮ । ૧ । ૮૮ ॥

सूत्रार्थ :- (छन्दसि विषये) अन्नन्तो य उपधालोपी बहुव्रीहिस्तस्मात् स्त्रियां ङीप् प्रत्ययो भवति।

અર્થ :- જેને અંતે अन् આવ્યો હોય અને ઉપધાનો લોપ થયો હોય તેના બહુવ્રીહિ સમાસને વૈદિક પ્રયોગમાં સ્ત્રીલિંગ હોય તો ङीप् પ્રત્યય લાગે છે. આ પ્રત્યયમાં ङ् અને प् ઈત્સંજ્ઞક હોવાથી તે ङित् અને पित् છે.

ઉદા. :- गौः पञ्चदाम्नी। एकदाम्नी। द्विदाम्नी। एकमूर्ध्नी। समानमूर्ध्नी। અહીં पञ्च दामनी यस्याः सा એ અર્થમાં पञ्च અને दामन् એ બે પદોનો બહુવ્રીહિ સમાસ બને ત્યારે पञ्च + दामन् ને ङीप् પ્રત્યય લાગતાં पञ्च + दामन् + ङीप् માં અન્ત્ય अन् માંના अ નો अल्‌લોપ થતાં पञ्चदामन् + ई = पञ्चदाम्नी રૂપ સિદ્ધ થયું. અહિં दामन् શબ્દમાં ઉપધા अ કાર નો લોપ થયો હોવાથી ઉપધાલોપી બહુવ્રીહિ બને છે, અને તેનું વૈદિક સ્ત્રીલિંગી રૂપ ङीप् પ્રત્યય લાગીને જ થાય છે.

(૮૯) केवलादिभ्यश्च ॥ ૮ । ૧ । ૮૯ ॥

सूत्रार्थ :- (छन्दसि विषये) केवलादिगणपठितेभ्यः केवल, मामक, भागधेय, पाप, अपर, समान, आर्यकृत, सुमङ्गल, भेषज, इत्येतेभ्यो स्त्रियां ङीप प्रत्ययो भवति।

અર્થ :- વૈદિક પ્રયોગમાં કેવલાદિગણમાં સમાવેલા केवल વગેરે નવ શબ્દોને સ્ત્રીલિંગી અર્થમાં ङीप् પ્રત્યય લાગેલો હોય છે.

ઉદા. :- मृदुर्निमंन्युः केवंली प्रियवादिन्यनुंव्रता (अ. शौ. सं. ३. २५. ४)। मामकी (पै. र. ब्रा. ६. ६८)। इन्द्राग्न्योर्भागधेयीं स्थ मित्रावरुंणयोर्भागधेयीं स्थ विश्वेषां देवानां भागधेयीं स्थ (यजु. सं. ६. २४)। अ निषव्यास्तन्वंः सन्तु पापीः (ऋ. सं. १०. १०८. ६)। उतापरीभ्यों मघवा वि जिग्ये (ऋ. सं. १. ३२. १३)। समिंतिः समानी ।; समानी व आकूंतिः (ऋ. सं. १०. १९१. ३-४)। आर्यकृतीं भवत्यूर्ध्वकपाला स देवत्वांय (मै. सं. १. ८. २)। संवत्सरस्य या पत्नी सा नों अस्तु सुमङ्गली (अ. शौ. सं. ३. १०. २)। आपः सर्वस्य भेषजीः (ऋ. सं. १०. १३७. ६)। આ બધા વૈદિક પ્રયોગોમાં અનુક્રમે केवल, मामक, भागधेय, पाप, अपर, समान, आर्यकृत, सुमङ्गल અને भेषज શબ્દોના સ્ત્રીલિંગી તરીકે केवली, मामकी, भागधेयी, पापी, अपरी, समानी, आर्यकृती, सुमङ्गली અને भेषजी એ શબ્દોનાં ङीप् પ્રત્યયાન્ત રૂપો પ્રયોજાયાં છે. આ વૈદિક વિશિષ્ટતા છે. લૌકિક પ્રયોગમાં ङीप् ને બદલે टाप् પ્રત્યય લાગીને केवला, मामका, भागधेया, पापा, अपरा, समाना, आर्यकृता, सुमङ्गला અને भेषजा એવા સ્ત્રીલિંગી શબ્દો બને છે.

(९०) रात्रेरजसादिषु ॥ ८ । १ । ९० ॥

सूत्रार्थ :- (छन्दसि विषये) स्त्रियां जसादिविभक्तिविषयाद् अन्यत्र रात्रिशब्दाद् ङीप् प्रत्ययो भवति ।

અર્થ :- વૈદિક પ્રયોગમાં जस् વગેરે સિવાયની બીજી વિભક્તિઓમાં रात्री શબ્દને સ્ત્રીલિંગમાં ङीप् પ્રત્યય લાગે છે.

ઉદા. :- एवा रात्र्युषसे योनिंमारैक् (ऋ. सं. १. ११३. १)। ह्वयामि रात्रीं जगंतो निवेशंनीम् (ऋ. सं. १. ३५. १)। दशरात्रर शिवेना (ऋ. सं. १. ११६. २४)। रात्रींभिस्मा अहंभिर्दशस्येत् (ऋ. सं. १०. १०. ९)। अङ्गान्य-जग्रभं सर्वा रात्रींणामतिशर्वरे (अ. शौ. सं. ४. ५. ४)। रात्र्यै कृष्णं पिंङ्गाक्षम् (यजु. सं. ३०. २९)। रात्र्यांश्चिदन्धो अति देव पश्यसि (ऋ. सं. १. ९४. ७)। रात्र्यां तमो अदंधुः (ऋ. सं. १०. ६८. ११)। આ બધા વૈદિક પ્રયોગોમાં रात्री શબ્દને ङीप् પ્રત્યય લાગીને रात्री એમ દીર્ઘ ई કારાન્ત શબ્દ બનીને તેને પ્રથમા, દ્વિતીયા, ચતુર્થી એકવચન અને બહુવચન અને સપ્તમી વિભક્તિના सु, अम्, ङस्, आम् અને ङि એ जस् વગેરે સિવાયના પ્રત્યયો લાગીને रात्री, रात्रीं, रात्रीणाम्, रात्रिभिः, रात्र्यै, रात्र्याः, रात्र्याम् એવાં રૂપો સિદ્ધ થયાં છે.

(૯૧) अन्तर्वत्पतिवतोर्नुग्वा ॥ ८ । १ । ९१ ॥

सूत्रार्थ :- (छन्दसि विषये) अन्तर्वत् पतिवत् इत्येताभ्यांशब्दाभ्यां स्त्रियां ङीप् प्रत्ययो भवति, तयोश्च विकल्पेन नुगागमो भवति ।

અર્થ :- વૈદિક પ્રયોગમાં अन्तर्वत् અને पतिवत् એ શબ્દોને સ્ત્રીલિંગમાં ङीप् પ્રત્યય અને વિકલ્પે नुक् આગમ લાગે છે. આ આગમમાં क् ઈત્સંજ્ઞક હોવાથી તે कित् છે અને શબ્દોની તરત જ પછી લાગે છે.

ઉદા. :- सान्तर्वत्नी देवानुपैत् । पतिवत्नी । तरुणवत्सा । અહીં अन्तर्वत् + नुक् + ङीप् = अन्तर्वत् + न् + ई = अन्तर्वत्नी એમ રૂપ સિદ્ધ થયું છે. એ જ રીતે पतिवत् + नुक् + ङीप् = पतिवत् + न + ई = पतिवत्नी । નુગાગમ વિકલ્પે લાગતો હોવાથી પક્ષે એ વિનાનાં રૂપ પણ થાય છે. જેમકે, अन्तर्वती पतिवती । अन्तर्वत्नी = अन्तर्वती = गर्भिणी । पतिवत्नी = पतिवती = जीवपतिः । આ પ્રયોગોના વિધિ અંગે કાશિકાકારે નીચેના સંગ્રહકારિકા નોંધી છે :

अन्तर्वत्पतिवतोस्तु मतुब्वत्त्वे निपातनात् ।
गर्भिण्यां जीवपत्यां च वा च्छन्दसि नुग्विधिः ॥

અર્થાત્ अन्तर्वत् અને पतिवत् એ બે શબ્દોનું मतुब् પ્રત્યય સહિત નિપાતન કર્યું હોવાથી આ શબ્દોને અનુક્રમે 'સગર્ભા' અને 'સૌભાગ્યવતી' એ અર્થમાં જ વિકલ્પે नुक् આગમ લાગે છે.

(૯૨) बह्वंहतिपद्धत्यञ्चत्यङ्कतिवंहतिशकटिशक्तिशस्त्रि-शारिवारिगत्यहिकपिमुनियष्ट्यादिभ्यो ङीष् ॥ ८ । १ । ९२ ॥

सूत्रार्थ :- बह, अंहति, पद्धति, अञ्चति, अङ्कति, वंहति, शकटि, शक्ति, शस्त्रि, शारि, वारि, गति, अहि, कपि, मुनि, यष्टि इत्येवमादिभ्यः प्रातिपदिकेभ्यः स्त्रियां ङीष् प्रत्ययो भवति ।

અર્થ :- વૈદિક પ્રયોગમાં बह વગેરે પ્રતિપદિકોને સ્ત્રીલિંગમાં ङीष् પ્રત્યય લાગે છે. આ પ્રત્યયમાં ष् ઈત્સંજ્ઞક હોવાથી તે पित् છે.

ઉદા. :- बह्वीश्च भूयसीश्च याः (ऋ. सं. १. १८८. ५) । अंहती (पा. अ. का. ४. १. ४५) । पद्धती (पा. अ. का. ४. १. ४५) । अञ्चती (पा. अ. का. ४. १. ४५) । अङ्कती (पै. र ब्रा. ८. १२. ६) । शकटीरिव सर्जति (ऋ. सं. १०. १४६. ३) । स्तुर्यं चिच्छक्त्यश्विना शचीभिः (ऋ. सं. ७. ६८. ८) । शस्त्री (पा. अ. न्या. ४. १. ४५) । याभिः शारीराजतं स्यूमरश्मये (ऋ. सं. १. ११२. १६) ।

वारी (पा. अ. ४. १. ४५)। गती (पै. र ब्रा. २०. ४२. १०)। ईक्षेण्यांसो अ॒ह्यो-३॑ न चार॑वो (ऋ. सं. ९. ७७. ३)। कपी, मुनी, यष्टी (पा. अ. ४. १. ४५)। ઉપરના વૈદિક પ્રયોગોમાં बह, अंहति, पद्धति, अञ्चति, अङ्कति वंहति, शकटि, शक्ति, शस्त्रि, शारि वारि, गर्ति, अहि, कपि, मुनि, અને यष्टि એ શબ્દોને ङीष् પ્રત્યય લાગીને बह्वी, अंहती, पद्धती, अञ्चती, अङ्कती, वंहती, शकटी, शक्ती, शस्त्री, शारी वारी, गती, अही, कपी, मुनी અને यष्टी એમ દીર્ઘ ઈકારાન્ત સ્ત્રીલિંગી શબ્દો બન્યા છે.

(९३) चण्डादिभ्यश्च ॥ ८ । १ । ९३ ॥

सूत्रार्थ :- (छन्दसि विषये) चण्डादिगणस्थेभ्यः (चण्ड, अराल, कमल, कृपाण, विकट, विशाल, विशङ्कट, भरुज, ध्वज, चन्द्रभागा(नदी), कल्याण, उदार, पुराण, अहन् इत्येतेभ्यः स्त्रियां ङीष् प्रत्ययो भवति।

અર્થ :- વૈદિક પ્રયોગમાં चण्डादि ગણમાંના શબ્દોને સ્ત્રીલિંગમાં ङीष् પ્રત્યય લાગે છે.

ઉદા. :- चण्डी। अराली। कमली। कृपाणी। विकटी। विशाली। विशङ्कटी। भरुजी। ध्वजी। चन्दाभागी (नदी)। कल्याणी। उदारी। पुराणी। दीर्घाह्णी ।

આ પ્રયોગોમાં ङीष् (=ई) પ્રત્યય લાગીને સ્ત્રીલિંગી શબ્દ બન્યા છે. આ પ્રયોગો વાર્તિકકારે નોંધ્યા છે.

(९४) शंप्रविभ्यो भुवः ॥ ८ । १ । ९४ ॥

सूत्रार्थ :- (छन्दसि विषये) शम्, प्र, वि, इत्येतेषु पूर्वेषु भुवः प्रातिपदिकात् ङीष् प्रत्ययो भवति।

અર્થ :- (વૈદિક પ્રયોગમાં) भ॒वः પ્રાતિપદિકની પૂર્વે शम्, प्र, કે वि આવેલા હોય તો સ્ત્રીલિંગમાં પ્રતિપાદિકને ङीष् પ્રત્યય લાગે છે.

ઉદા. :- वि॒राट् स॒म्राड् वि॒भ्वीः प्र॒भ्वीः (ऋ. सं. १. १८८. ५)। शम्भ्वी। આ વૈદિક પ્રયોગમાં અનુક્રમે वि + भुव्, प्र + भुव् અને शम् + भुव् એ भू ધાતુમાંથી બનેલા પ્રાતિપાદકોની પૂર્વે वि, प्र, કે शम् આવેલા હોવાથી તેમનાં સ્ત્રીલિંગી શબ્દ સ્વરૂપો विभ्वी, प्रभ्वी અને शम्भ्वी બન્યાં છે.

(९५) मुद्गलस्यानुग्लिच्च ॥ ८ । १ । ९५ ॥

सूत्रार्थ :- (छन्दसि विषये) मुद्गलप्रातिपदिकात् स्त्रियां ङीष् प्रत्ययो भवति, तस्य च आनुक् आगमो, स च लित् भवति।

અર્થ :- વૈદિક પ્રયોગમાં मुद्गल શબ્દને સ્ત્રીલિંગમાં ङीष् પ્રત્યય અને आनुक् આગમ લાગે છે. આ આગમ लित् બને છે. आनुक આગમમાં અન્ત્ય उ અને क् ઈત્સંજ્ઞક છે. તેથી તે શબ્દની તરત પછી લાગે છે. आनुक् આગમ लित् ગણવાથી તૃતીય સ્વર ઉદાત્ત બને છે.

ઉદા. :- रथीरंभून्मुद्गलानी गविंष्टौ (ऋ. सं. १०. १०२. २)। અહીં વૈદિક પ્રયોગમાં मुद्गगल પ્રાતિપદિકને પ્રથમ आनुक् આગમ લાગીને ङीष् પ્રત્યય લાગતાં मुद्गगल + आनुक् + ङीष् = मुद्गल + आन् + ई = मुद्गलानी એમ સ્ત્રીલિંગી પ્રાતિપદિક બન્યું છે. लित् ગણાવાથી તેમાં ત્રીજો અક્ષર ला ઉદાત્ત બન્યો છે.

(९६) दीर्घजिह्वी ॥ ८ । १ । ९६ ॥

सूत्रार्थ :- (छन्दसि विषये) दीर्घजिह्वी इति स्त्रीलिङ्गी ङीषन्तो शब्दो निपात्यते ।

અર્થ :- વૈદિક પ્રયોગમાં दीर्घजिह्वी શબ્દનું ङीष् પ્રત્યયાન્ત તરીકે નિપાતન કરવામાં આવે છે.

ઉદા. :- दीर्घजिह्वी वा इदं रक्षो यज्ञहा (ता. म. ब्रा. १३. ६. १)। दीर्घजिह्वी वै देवानां हव्यमलेट् । આ વૈદિક પ્રયોગોમાં दीर्घजिह्वी શબ્દ સ્ત્રીલિંગી છે. તેનો ઉપધાવર્ણ જોડાક્ષર હોવાથી તે સંયોગોપધ છે. તેથી તેને લૌકિક પ્રયોગમાં ङीष् પ્રત્યય ન લાગે. તેથી જ વૈદિક પ્રયોગને શિષ્ટમાન્ય ઠરાવવા નિપાતન કરવામાં આવ્યું છે.

(९७) वाहः ॥ ८ । १ । ९७ ॥

सूत्रार्थ :- (छन्दसि विषये) वाहन्तात् प्रातिपदिकात् स्त्रियां ङीष् प्रत्ययो भवति ।

અર્થ :- 'वाह्' જેને અન્તે આવ્યો હોય તેવા પ્રાતિપદિકને વૈદિક પ્રયોગમાં ङीष् પ્રત્યય લાગે છે.

ઉદા. :- दित्यवाट् चं मे दित्यौही चं मे, तुर्यवाट् च मे तुर्यौही चं मे (यजु. सं. १८. २६)। प्रष्ठौही दक्षिणा (मै. सं. २. ६. ४)। प्रष्टौही । આ વૈદિક પ્રયોગોમાં दित्यवाह्, तुर्यवाह्, पष्ठवाह् અને प्रष्ठवाह् એ वाह् અન્તવાળા પ્રાતિપદિકોને સ્ત્રીલિંગમાં ङीष् પ્રત્યય લાગીને અનુક્રમે दित्यौही, तुर्यौही, पष्ठौही અને प्रष्ठौही રૂપ બન્યાં છે. અહીં दित्यवाह् + ङीष् + सु માં वाह् ને સમ્પ્રસારણ આદેશ થઈને दित्य + ऊह् + ई = વૃદ્ધિ એકાદેશ થઈને दित्यौही રૂપ બન્યું છે.

(૯૮) न सख्यशिश्व्योः ॥ ८ । १ । ९८ ॥

सूत्रार्थ :- (छन्दसि विषये) सखी, अशिश्वी इत्येतौ ङीषन्तौ न स्तः।

અર્થ :- વૈદિક પ્રયોગમાં सखी અને अशिश्वी એમ ङीष् પ્રત્યયાન્ત સ્ત્રીલિંગી શબ્દો પ્રયોજાતા નથી. પાણિનિએ તો આ પ્રયોગો લૌકિક ભાષામાં જ પ્રયોજાતા હોવાનું નોધ્યું છે.

ઉદા. :- सखा सप्तपदी भव। स्तनाभुजो अशिश्वीः (ऋ सं. १. १२०. १८)। વેદમાં सखिन् અને अशिशु એ શબ્દોનાં સ્ત્રીલિંગી ङीष् પ્રત્યયાન્ત सखी અને अशिश्वीः એવા રૂપો પ્રયોજાતાં નથી. ઉપરનું अशिश्वीः રૂપ अशिशु શબ્દનું સ્ત્રીલિંગી પ્રથમા બહુવચનનું રૂપ છે, નહીં કે પ્રથમા એકવચનનું. લૌકિક પ્રયોગમાં सखीयं मे ब्राह्मणी। नास्या शिशुरस्तीति अशिश्वी એવાં વાક્યપ્રયોગો જોવા મળે છે.

(૯૯) कद्रुकमण्डलुगुल्गुलुमधुजतुपतयालुभ्य ऊङ् ॥ ८ । १ । ९९ ॥

सूत्रार्थ :- (छन्दसि विषये) कद्रु, कमण्डलु, गुल्गुलु, मधु, जतु, पतयालु इत्येतेभ्यः शब्देभ्यः स्त्रियाम् ऊङ् प्रत्ययो भवति।

અર્થ :- વૈદિક પ્રયોગમાં कद्रु વગેરે છ શબ્દોને સ્ત્રીલિંગમાં ऊङ् પ્રત્યય લાગે છે; આ પ્રત્યયમાં ङ् ઈત્સંજ્ઞક છે, તેથી તે ङित् હોવાથી ગુણવૃદ્ધિનો નિષેધ છે.

ઉદા. :- कुद्रूश्च वै सुपर्णी च (तै. सं. ६. १. ६. १)। मा स्मा कमण्डलूं शूद्राय दद्यात्। गुल्गुलूः पीला (अ. शौ. सं. ४. ३७. ३)। इयं वीरुन्मधुजाता मधुश्चुन्मधुला मधूः (अ. शौ. सं. ७. ५६. २)। अहोरात्रयोः सन्धिभ्यो जतूः (यजु. सं. २४. २५)। या मां लक्ष्मीः पतयालूः (अ. शौ. सं. ७. ११५. २)। વૈદિક પ્રયોગોમાં कद्रु વગેરે શબ્દોને ऊङ् પ્રત્યય લાગીને તેમનાં સ્ત્રીલિંગી कद्रू, कमण्डलू, गुल्गुलू, मधू, जतू અને पतयालू એવાં પ્રાતિપદિકો બન્યાં છે.

(૧૦૦) वाङ्मतिपितृमतां प्राग्जितात् ण्यः ॥ ८ । १ । १०० ॥

सूत्रार्थ :- (छन्दसि विषये), वाच्, मति અને पितृमत् इत्येतेभ्यः प्राग्जिताधिकारात् ण्यः प्रत्ययो भवति।

અર્થ :- વૈદિક પ્રયોગમાં वाच् વગેરે ત્રણ શબ્દોને प्राग्जिताधिकार અન્તર્ગત ण्य પ્રત્યય લાગે છે. ण्य પ્રત્યય णित् છે.

ઉદા. :- इयमुपरिं मतिस्तस्यै वाङ्मात्या हेमन्तो वाच्यः (यजु. सं. १३. ५८)। ब्राह्मणमद्य विदेयं पितृमन्तं पैतृमत्यम् (यजु. सं. ७. ४६)। અહીં वाच्, वाङ्मति અને पितृमत् એ શબ્દોને પ્રાગ્જીતાદિ અર્થમાં ण्य પ્રત્યય લાગીને અનુક્રમે वाच्य, वाङ्मात्य અને पैतृमत्य એવાં પ્રાતિપદિક બન્યાં છે. પાણિનીય પદ્ધતિમાં આ प्राग्दीव्याधिकार અન્તર્ગત છે.

(१०१) बहिषः ईकञ् ॥ ८ । १ । १०१ ॥

सूत्रार्थ :- (छन्दसि विषये) बहिष्शब्दात् प्राग्जिदाद्यर्थे ईकञ् प्रत्ययो भवति।

અર્થ :- વૈદિક પ્રયોગમાં बहिस् શબ્દને પ્રાગ્જીતાદિ અર્થમાં ईकञ् પ્રત્યય લાગે છે. આ પ્રત્યયમાં ञ् ઈત્સંજ્ઞક છે તેથી તેનો આદિ અક્ષર ઉદાત્ત બને છે.

ઉદા. :- बाहीकः (शत. ब्रा. १७. ३. ८)। અહિં बहिस् શબ્દને ईकञ् પ્રત્યય લાગીને बहिस्+ईकञ्, વૃદ્ધિ તથા ઉપધા લોપ થઈને बाह्+ईक=बाहीक એવું પ્રાતિપદિક બન્યું છે.

(१०२) तिलान्निष्फलात् पिञ्जो डित् ॥ ८ । १ । १०२ ॥

सूत्रार्थ :- (छन्दसि विषये) सस्यावस्थायां फलरहितत्वेऽर्थे तिलशब्दात् परतः पिञ्जप्रत्ययो भवति स च डित् भवति।

અર્થ :- વૈદિક પ્રયોગમાં ઉગી ન શકે તેવા અર્થમાં तिल શબ્દને पिञ्ज પ્રત્યય લાગે છે. અને તે डित् ગણાય છે. डित् હોવાથી તેના टि ભાગનો લોપ થાય છે. टि ભાગ=અન્ત્ય સ્વરથી શરૂ થતો શબ્દાંશ.

ઉદા. :- तिल्पिञ्जं दण्डनं नडम् (अ. शौ. सं. १२. २. ५४) અહીં तिल+पिञ्ज= टि ભાગનો લોપ થતાં तिल्+पिञ्ज=तिल्पिञ्ज એવું પ્રતિ-પાદિક સિદ્ધ થયું છે.

(१०३) आविषस्त्यप् ॥ ८ । १ । १०३ ॥

सूत्रार्थ :- (छन्दसि विषये) आविस्शब्दात् त्यप्प्रत्ययो भवति।

અર્થ :- વૈદિક પ્રયોગમાં आविस् શબ્દને त्यप् પ્રત્યય લાગે છે. त्यप् પ્રત્યય पित् છે.

ઉદા. :- आविष्ट्यो वर्धते चरुः (ऋ. सं. १. १५. ५)। અહીં आविस् શબ્દને त्यप् પ્રત્યય લાગતાં ष्टुत्व થઈને आविष्ट्य એવું પ્રાતિપદિક બન્યું છે.

(१०४) वर्षावसन्ताभ्यां ठञ् ॥ ८ । १ । १०४ ॥

सूत्रार्थ :- (छन्दसि विषये) वर्षा, वसन्त इत्येताभ्यां परतः शैषिकेऽर्थे ठञ् प्रत्ययो भवति।

અર્થ :- वर्षा અને वसन्त એ બે શબ્દોને વૈદિક પ્રયોગમાં શૈષિક અર્થમાં ठञ् પ્રત્યય લાગે છે. ठञ् પ્રત્યયમાં ञ् ઈત્સંજ્ઞક હોવાથી શબ્દરૂપ આદ્યુદાત્ત બને છે. અને ठ ને સ્થાને इक આદેશ થાય છે.

ઉદા. :- मधुंश्च माधंवश्च वासंन्तिकावृतू ... नभंश्च नभस्यंश्च वार्षिकावृतू (तै. सं. ४. ४. ११. १)। અહીં वर्षा શબ્દને ठञ् પ્રત્યય લાગી વૃદ્ધિ તથા इक આદેશ થઈને वर्षा + ठञ् = वर्षा + इक = टि લોપ થઈને वार्ष् + इक = वार्षिक બન્યું. અને એ જ રીતે वसन्त + ठञ् = वसन्त + इक = वासन्त् + इक = वासन्तिक રૂપ બનશે.

(१०५) प्रगस्य त्नो गलोपश्च ॥ ८ । १ । १०५ ॥

सूत्रार्थ :- (छन्दसि विषये) 'प्रग' इत्येतच्छब्दात् त्नः प्रत्ययो भवति, गकारस्य च लोपो भवति।

અર્થ :- 'प्रग' શબ્દને त्न પ્રત્યય લાગે છે. અને ग નો લોપ થાય છે.

ઉદા. :- नू गृंणानो गृंणते पंत्न राजन् (ऋ . सं. ६. ६१. ५)। सं दूतं प्रत्नमिंन्धते (ऋ . सं. १. ३६. ४)। नः पितरः परांसः प्रत्नासंः (ऋ . सं. ४. २. १६)। આ વૈદિક પ્રયોગોમાં प्रत्न શબ્દની સિદ્ધિ प्रग + त्न માં गનો લોપ થઈને प्र + त्न = प्रत्न એ રીતે દર્શાવી છે. (त्न = त् + न).

(१०६) तस्य विकारावयवे द्व्यचो मयट् ॥ ८ । १ । १०६ ॥

सूत्रार्थ :- (छन्दसि विषये) तस्य (षष्ठीसमर्थाद्) द्व्यचः प्रातिपदिकात् मयट् प्रत्ययो भवति, विकारावयवोरर्थयोः।

અર્થ :- વૈદિક પ્રયોગોમાં ષષ્ઠી વિભક્તિ સાથે સંબંધ ધરાવતા બે સ્વર વર્ણવાળા પ્રાતિપદિકને વિકાર કે અવયવના અર્થમાં मयट् પ્રત્યય લાગે છે. અહિં तस्य પદ ષષ્ઠીસમર્થનો બોધ કરાવે છે.

ઉદા. :- यस्यं पर्णमयीं जुहर्भवंति (तै. सं. ३. ५. ७. १)। शरमयं बर्हिः शृणात्येवैनम् (तै. सं. २. १. ७. ५)। दर्भमयं वासो भवति। અહીં અનુક્રમે पर्ण, शर, दर्भ એ द्व्यच् (=બે સ્વર વર્ણવાળા) ષષ્ઠીસમર્થ શબ્દોને વિકાર-વાચક કે અવયવવાચક અર્થમાં मयट् પ્રત્યય લાગ્યો છે. मयट् માં ट् ઈત્સંજ્ઞક

છે, અને તે એવું દર્શાવે છે કે આ શબ્દનું સ્ત્રીલિંગી રૂપ બનાવવા ङीप् પ્રત્યય લાગે છે. જેમકે पर्णमयी માં ङीप् પ્રત્યય લાગીને દીર્ઘ ઈકારાન્ત પદ બન્યું છે.

(१०७) नोत्वद्वदर्ध्रबिल्वात् ॥ ८ । १ । १०७ ॥

सूत्रार्थ :- (छन्दसि विषये) षष्ठीसमर्थाद् द्व्यचः उत्वतः (=उकारवतः) प्रातिपदिकात्, वदर्ध्रशब्दात्, बिल्वशब्दाच्च विकारावयवयोरर्थयोः मयट् प्रत्ययो न भवति।

અર્થ :- વૈદિક પ્રયોગમાં ષષ્ઠી સમર્થ द्व्यच् શબ્દ ઉકારવાળો હોય તો તેને, वर्ध्र તથા बिल्व એ શબ્દોને પણ વિકાર કે અવયવના અર્થમાં मयट् પ્રત્યય લાગતો નથી.

ઉદા. :- मौञ्जं शिक्यम्। गार्मुतं चक्रम्। वार्ध्रम्। बैल्वम्। આ વૈદિક પ્રયોગોમાં मुञ्ज અને गर्मुत् એ બે શબ્દો ઉકારવાળા અને द्व्यच् છે. તેથી તેમને વિકાર કે અવયવના અર્થમાં मयट् પ્રત્યય ન લાગતાં અનુક્રમે अण् અને अञ् પ્રત્યય લાગીને આદિસ્વરની વૃદ્ધિ થઈને मुञ्ज+अण्=मौञ्ज અને गर्मुत्+अञ्=गार्मुत् એમ શબ્દસિદ્ધિ થઈ છે. वर्ध्रम् અને बिल्व શબ્દોને પણ વિકારાવયવાર્થે मयट् ન લાગતાં अण् પ્રત્યય લાગી આદિ વૃદ્ધિ થઈને वर्ध्र + अण् = वर्ध्र અને बिल्व + अण् = बैल्व એમ શબ્દસિદ્ધિ થઈ છે.

(१०८) तत्र साधौ यत् ॥ ८ । १ । १०८ ॥

सूत्रार्थ :- (छन्दसि विषये) तत्र (=सप्तमीसमर्थाद्) साधुः इत्येतस्मिन्नर्थे बहुलं यत् प्रत्ययो भवति।

અર્થ :- વૈદિક પ્રયોગમાં સપ્તમી વિભક્તિ સાથે સંબંધ ધરાવતા શબ્દને 'સારૂં' એ અર્થમાં ઘણીવાર यत् પ્રત્યય લાગે છે. यत् માં त् ઈત્સંજ્ઞક છે.

ઉદા. :- सामं कृण्वन्त्सामन्यों विपश्चित् (ऋ. सं. ९. ९६. २२)। અહિં सामसु साधुः (=प्रवीणो, योग्यो वा) =सामन्यः, એ અર્થમાં सामन् શબ્દને यत् પ્રત્યય લાગીને सामन्+यत्= सामन्य એમ પ્રાતિપદિક બન્યું છે.

(१०९) सभायां ढः ॥ ८ । १ । १०९ ॥

सूत्रार्थ :- (छन्दसि विषये) सप्तमीसमर्थात् सभाप्रातिपदिकात् साधुरित्येतस्मिन्नर्थे ढः प्रत्ययो भवति।

અર્થ :- વૈદિક પ્રયોગમાં સપ્તમીસમર્થ सभा શબ્દને 'સારૂં' એ અર્થમાં ढ પ્રત્યય લાગે છે. ढ નો एय् આદેશ થાય છે. ढ માં अ ઉચ્ચારણાર્થ છે.

ઉદા. :- सुभेयो युवाऽस्य यजमानस्य वीरो जायताम् (तै. सं. ७. ५. १८. १) અહીં सभा શબ્દને 'તેમાં પ્રવીણ કે યોગ્ય' એ અર્થમાં ढ પ્રત્યય લાગી, एय् આદેશ થઈને सभा + ढ = सभा + एय् + अ = ૫૨૩૫ એકાદેશ થઈને सभेय પ્રાતિપદિક બન્યું છે.

(११०) प्राक् परिमाणाद् यत् ॥ ८ । १ । ११० ॥

सूत्रार्थ :- इत आरभ्य तदस्य परिमाणम् (८. १. १४०) इत्येतस्मात् सूत्रात् पूर्वं पूर्वं येऽर्थाः निर्दिश्यन्ते तेषु सामान्येन यत् प्रत्ययोऽधिकृतो वेदितव्यः ।

અર્થ :- આ સૂત્રથી આરંભીને આ પાદના ૧૪૦મા સૂત્ર સુધીમાં જે જે અર્થો દર્શાવ્યા છે તે તે અર્થોમાં સામાન્ય રીતે यत् પ્રત્યય લાગે છે એવો અધિકાર સમજવો.

આ અધિકાર સૂત્ર છે અને અધિકારની મર્યાદા પણ દર્શાવે છે.

(१११) भवे पाथोनदीभ्यां ड्यण् ॥ ८ । १ । १११ ॥

सूत्रार्थ :- (छन्दसि विषये) पाथशब्दान्नदीशब्दाच्च 'तत्र भवः' इत्येतस्मिन्नर्थे ड्यण् प्रत्ययो भवति ।

અર્થ :- વૈદિક પ્રયોગમાં પાથ અને નદી એ બે શબ્દોને 'તેમાં ઉદ્ભવેલો' એ અર્થમાં ड्यण् પ્રત્યય લાગે છે. આ પ્રત્યયમાં ड् અને ण् ઈત્સંજ્ઞક છે. डित् હોવાથી टि નો લોપ થાય છે. णित् હોવાથી આદિસ્વરની વૃદ્ધિ થાય છે.

ઉદા. :- तमु त्वा पाथ्यो वृषा समीधे (तै. सं. ३. ५. ११. ४)। नमो नाधाय च वैशन्ताय च (तै. सं. ४. ५. ७. १)। આ વૈદિક પ્રયોગોમાં पाथस् અને नदी એ શબ્દોને 'તેમાં ઉદ્ભવેલો' એ અર્થમાં ड्यण् પ્રત્યય લાગીને पाथस् + ड्यण् = पाथ् + य = पाथ्य । नदी + ड्यण् = नादी + यण् = नाद् + नाद्य આ પ્રમાણેની શબ્દસિદ્ધિ થાય છે.

(११२) स्रोतसो ड्यड्ड्यौ ॥ ८ । १ । ११२ ॥

सूत्रार्थ :- (छन्दसि विषये) सप्तमीसमर्थात् स्रोतस् इत्येतस्माच्छब्दात् ड्यत्, ड्य, इत्येतौ प्रत्ययौ 'तत्र भव' इत्येतस्मिन्नर्थे भवतः ।

અર્થ :- વૈદિક પ્રયોગમાં સપ્તમી સમર્થ स्रोतस् શબ્દને 'તેમાં ઉદ્ભવેલો' એ અર્થમાં ड्यत् અને ड्य એ પ્રત્યયો લાગે છે. ड्यत् માં ड् અને त् બન્ને ઈત્સંજ્ઞક છે. ड्य માં માત્ર ड् ઈત્સંજ્ઞક છે. डित् હોવાથી टि ભાગનો લોપ થાય છે. અને तित् હોય ત્યાં સ્વરિત થાય છે.

ઉદા. :-नवतिं स्रोत्या नवं च स्रवंन्तीः (ऋ. सं. १०. १०४. ८)। नमः स्रोतस्यांय च (तै. सं. ४. ५. ५. २)। અહીં स्रोतस् શબ્દને ड्यत् પ્રત્યય લાગીને स्रोत्यं અને ड्य પ્રત્યય લાગીને પણ स्रोत्य એમ પ્રતિપાદિક બન્યાં છે. स्रोतस् + ड्यत् = टि લોપ થઈને स्रोत् + य = स्रोत्यं। આ બન્નેમાં માત્ર સ્વરનો જ ફરક રહેશે; પ્રથમ આદ્યુદાત્ત છે, જ્યારે બીજું અન્તોદાત્ત છે. વિકલ્પે यत् પ્રત્યય લાગતાં स्रोतस् + यत् = स्रोतस्यं એ પ્રતિપાદિક બન્યું છે.

(११३) सगर्भसयूथसनुताद् यन् ॥ ८ । १ । ११३ ॥

सूत्रार्थ :- (छन्दसि विषये) सप्तमीसमर्थेभ्यः सगर्भ, सयूथ, सनुत इत्येतेभ्यः प्रातिपदिकभ्यो भवार्थे यन् प्रत्ययो भवति।

અર્થ :- વૈદિક પ્રયોગમાં સપ્તમી સમર્થ सगर्भ, सयूथ અને सनुत એ પ્રાતિપદિકોને 'તેમાં ઉદ્‌ભવેલું' એ અર્થમાં यन् પ્રત્યય લાગે છે. આ પ્રત્યય नित् છે. તેથી પદ આદ્યુદાત્ત બને છે.

ઉદા. :- अनुभ्राता सगर्भ्योऽनु सखा सयूंथ्यः (यजु. सं. १४. २०)। यो नः सनुंत्य उत वां जिघत्नुः (ऋ. सं. २. ३०. ९)। આ વૈદિક પ્રયોગોમાં અનુક્રમે सगर्भ, सयूथ અને सनुत એ સપ્તમીસમર્થ પ્રાતિપદિકોને ભાવાર્થે यन् પ્રત્યય લાગીને सगर्भ्य, सयूथ्य, અને सनुत्य એ શબ્દો સિદ્ધ થયા છે. समाने गर्भे भवः = सगर्भ्यः। समाने यूथे भवः = सयूथ्यः। समाने नुते (= अन्तर्हितदेशे) भवः = सनुत्यः। सगर्भे + यन् = અન્ત્ય સ્વરનો લોપ થઈને सगर्भ् + य = सगर्भ्य પદ બને છે.

(११४) तुग्राद् घन् ॥ ८ । १ । ११४ ॥

सूत्रार्थ :- (छन्दसि विषये) सप्तमीसमर्थात् 'तुग्र' प्रातिपदिकात् भवार्थे घन् प्रत्ययो भवति ।

અર્થ :- સપ્તમી સમર્થ तुग्र પ્રાતિપદિકને તત્રભવાર્થે घन् પ્રત્યય લાગે છે. આ પ્રત્યયમાં घ નો इय् આદેશ થઈને इय् બને છે. नित् હોવાથી પદ આદ્યુદાત્ત બને છે.

ઉદા. :- आशुं॒ जेतारं॒ हेतारं॒ रथीतममतूर्तं तुग्रियावृधम् (साम. सं. १. २८३)। त्वमग्ने वृषभस्तुग्रियाणाम्। આ વૈદિક પ્રયોગોમાં तुग्र શબ્દને घन प्रत्यय લાગી તેનો इय આદેશ થઈને तुग्र + घन् = तुग्र + इय = પરરૂપ એક: દેશ થઈને तुग्रिय પ્રાતિપદિક બન્યું છે.

(૧૧૫) अग्राद् यत् ॥ ८ । १ । ११५ ॥

सूत्रार्थ :- (छन्दसि विषये) सप्तमीसमर्थाद् अग्र इत्येतस्मात् प्रातिपदिकात् भवार्थे यत् प्रत्ययो भवति।

અર્થ :- વૈદિક પ્રયોગમાં સપ્તમી સમર્થ अग्र એ પ્રાતિપદિકને તત્રભવાર્થે यत् પ્રત્યય લાગે છે. यत् પ્રત્યય तित् હોવાથી પદ સ્વરિત બને છે.

ઉદા. :- नमोऽग्र्याय च (यजु. सं. १६. ३०)। અહિં अग्र શબ્દને यत् પ્રત્યય લાગીને अग्र्+यत्= અન્ત્ય સ્વરનો લોપ થઈને अग्र+य=अग्र्य એવું પ્રાતિપદિક બન્યું છે. अग्रे भवः अग्र्यः ।

(૧૧૬) घच्छौ च ॥ ८ । १ । ११६ ॥

सूत्रार्थ :- (छन्दसि विषये) सप्तमीसमर्थाद् अग्र इत्येतस्मात् प्रातिपदिकाद् भवार्थे घच्, छ इत्येतावपि प्रत्ययौ भवतः।

અર્થ :- વૈદિક પ્રયોગમાં સપ્તમી સમર્થ अग्र એ પ્રાતિપદિકને તત્રભવાર્થે घच् અને छ એ પ્રત્યયો પણ લાગે છે. घच् માં च् ઈત્સંજ્ઞક છે; घ ને સ્થાને इय् આદેશ થઈને इय् પ્રત્યય બને છે. चित् હોવાથી પદ અન્તોદાત્ત બનશે. छ ને સ્થાને ईय् આદેશ થઈને ईय પ્રત્યય બનશે.

ઉદા. :- अ॒यं ते॒ स्तोमो॑ अग्रि॒यो हृदिस्पृक् (ऋ. सं. १. १६. ७) त्वष्टा॑रमग्री॒यं ब्रू॒मस्ते॑ (मै. सं. २. ७. १३)। આ વૈદિક પ્રયોગોમાં अग्र શબ્દને घच् અને छ પ્રત્યય લાગીને અનુક્રમે अग्रिय અને अग्रीय એમ પ્રાતિપદિક બન્યાં છે. अग्र+घच्=अग्र+इय થઈ પરરૂપ એકાદેશ થઈને =अग्रिय। अग्र+छ=अग्र+ईय થઈ પરરૂપ એકાદેશથી अग्रीय રૂપ બને છે.

(૧૧૭) समुद्राभ्राद् घः ॥ ८ । १ । ११७ ॥

सूत्रार्थ :- (छन्दसि विषये) सप्तमीसमर्थाद् 'समुद्र'-प्रातिपदिकात् भवार्थे घ प्रत्ययो भवति।

અર્થ :- વૈદિક પ્રયોગમાં સપ્તમીસમર્થ समुद्र એ પ્રાતિપદિકને घ પ્રત્યય લાગે છે. घ ને इय् આદેશ થઈને इय પ્રત્યય બને છે.

ઉદા. :- न॒द्यः॑ समु॒द्रियः॑ (ऋ. सं. १. ५५. ५) नेदं॑ ना॒वः स॑मु॒द्रियः॑ (ऋ. सं. १. २५. ७)। અહીં समुद्र શબ્દને घ પ્રત્યય લાગી તેનો इय આદેશ થઈને પરરૂપ એકાદેશ દ્વારા समुद्रिय એ રૂપસિદ્ધિ થઈ છે.

(११८) तद्वानासामुपधानो मन्त्र इतीष्टकासु लुक् च मतोः ॥८।१।११८॥

सूत्रार्थ :- (छन्दसि विषये) उपधानो मन्त्रः (= उपधीयते स्थाप्यते इष्टका येन मन्त्रेण तत्समानाधिकरणः) तद्वान् (= मतुबन्तं प्रातिपदिकं) तस्मात् आसाम् (= षष्ठ्यर्थे) यत् प्रत्ययो भवति, यत् तदासाम् इति निर्दिष्टम् इष्टकाश्चेत् ता भवन्ति, प्रकृत्यन्तर्गतस्य मतो लुक् भवति।

અર્થ :- જે મંત્રને બોલતાં ઉપધાન (= વેદિ બનાવવા ઈંટોનું સ્થાપન) કરવામાં આવે છે તે ઉપધાન મંત્રના સમાનાધિકારણમાં રહેલા પ્રથમાસમર્થ (तद्वान्) અંતે मतुप् પ્રત્યય લાગેલા પ્રાતિપદિકને ષષ્ઠી વિભક્તિ (आसाम्) ના અર્થમાં यत् પ્રત્યય લાગે છે. જો એ ષષ્ઠ્યર્થમાં ઈંટોનો નિર્દેશ થતો હોય તો, અને પ્રકૃતિભાગના मतुप् પ્રત્યયનો लुक् પણ થઈ જાય છે.

ઉદા. :- वर्चस्या उपदधाति। सहस्या उपदधाति। तेजस्या उपदधाति। જે મંત્રોમાં वर्चस्, सहस् અને तेजस् વગેરે શબ્દો હોય તે મંત્રોને वर्चस्वान्, सहस्वान्, तेजस्वान् શબ્દો દ્વારા ઓળખવામાં આવે છે. અને આ શબ્દોમાં तदस्यास्त्यस्मिन्निति मतुप् (पा. अ. ५. २. ९४ ; स. कं. ५. २. १२४) એ સૂત્રથી मतुप् પ્રત્યય લાગીને આ બે શબ્દો मतुबन्त પ્રકૃતિ બનેલા છે. હવે वर्चस् વગેરે શબ્દોવાળા મંત્ર બોલીને વેદિ બનાવવા જ્યારે ઈંટોનું ચયન (= એકઠી કરવાનું) કરવામાં આવશે ત્યારે તે મંત્રો 'ઉપધાન મંત્રો' કહેવાશે. તેથી वर्चस्वत् મંત્ર આ ઈંટોનો ઉપધાન મંત્ર છે, આ અર્થમાં वर्चस्वत् વગેરે શબ્દોને ઉપરના સૂત્રથી यत् પ્રત્યય લાગશે અને मतुबन्त પ્રકૃતિશબ્દ वर्चस्वत् માંના मतुप् ભાગ (= वत्) નો लुक् થઈને वर्चस्वत् + यत् = वर्चस् + य = वर्चस्य એમ પ્રાતિ-પદિક બની તેનું પ્રથમા બહુવચન वर्चस्याः બનશે. આ શબ્દ યજ્ઞની ઉપચયન થયેલી ઈંટોના વિશેષણ તરીકે પ્રયોજાય છે. એ જ રીતે सहस्याः, तेजस्याः એ વૈદિક પ્રયોગો સિદ્ધ થશે. (તૈત્તિરીય સંહિતા ૫. ૬. ૨ અને ૩) માં આને લગતા મંત્રો મળે છે.

કુંભેષ્ટકા અને ભૂતેષ્ટકાના ચયન વખતે ઉપધાન મંત્રોનો વિનિયોગ થાય છે.

(११९) अश्विमानण् ॥८।१।११९॥

सूत्रार्थ :- उपधानमन्त्रसमानाधिकरणात् प्रथमासमर्थात् मतुबन्ताद् अश्वि-मान् इति प्रातिपदिकात् षष्ठ्यर्थे अण् प्रत्ययो भवति, यत् तत् षष्ठ्यन्तेन निर्दिष्टम् इष्टाकाश्चेत् ताः भवन्ति, मतोश्च लुग्भवति छन्दसि विषये।

અર્થ :- ઉપધાનમંત્ર સમાનાધિકરણ પ્રથમાન્ત મતુબન્ત अश्विमान् એ પ્રાતિપદિક દ્વારા ષષ્ઠ્યર્થથી યજ્ઞની ચયન કરવામાં આવતી ઈષ્ટકાઓ (=ઈંટો) અભિધેય હોય, તો તેને अण् प्रत्यय લાગે છે અને मतुप् પ્રત્યયનો लुक् થાય છે.

ઉદા. :- अश्विनीरुपदधाति। અહીં अश्विमान् उपधानो मन्त्र आसाम् ता इष्टका अश्विनीः એ અર્થમાં अश्विमत्(=अश्विन्+मत्)ને अण् પ્રત્યય લાગતાં मतुप् નો લોપ થઈ अश्विन्+अण् ને સ્ત્રીલિંગમાં ङीप् પ્રત્યય થતાં अश्विन्+ङीप्=अश्विन्+ई પરરૂપ થઈને अश्विनी એ શબ્દરૂપ સિદ્ધ થશે. અહીં अश्विनीः=अश्विनौ દેવોના મંત્રો વડે જેમનું ઉપધાન થયું છે એવી યજ્ઞની વેદીની ઈંટો.

(१२०) वयस्यासु मूर्ध्नो मतुप् ॥८।१।१२०॥

सूत्रार्थ :-उपधानमंत्रसमानाधिकारणात् प्रथमासमर्थात् मतुबन्तात् मूर्धन् इति प्रातिपदिकाद् वयस्यासु इष्टकासु अभिधेयासु (छन्दसि विषये) मतुप् प्रत्ययो भवति, लुक् च मतोः।

અર્થ :- ઉપધાનમંત્ર સમાનાધિકરણ પ્રથમાસમર્થ મતુબન્ત मूर्धन् પ્રાતિપદિક, वयस्वान् ઉપાધાનમંત્રવાળી ઈંટોનું વાચક હોય તો, તેને વૈદિક પ્રયોગમાં मतुप् प्रत्यय લાગે છે, અને તેનો लुक् થાય છે.

ઉદા. :- मूर्धन्वत्य इष्टकाः। અહીં मूर्धन्वत्+मतुप् માં પ્રકૃતિગત मतुप् ભાગ वत्નો લોપ થઈ જશે અને मूर्धन्+मतुप् રહેશે. તેમાં ઉપધા म નો व થઈને સ્ત્રીલિંગમાં ङीप् प्रत्यय લાગીને मूर्धन्वती શબ્દરૂપ સિદ્ધ થશે.

અહિં આ સમજવાનું છે કે वयस् શબ્દ જે મંત્રમાં હોય તે મંત્ર वयस्वान् કહેવાય. યજ્ઞની જે ઈંટોના ચયનમાં वयस्वान् મંત્ર ઉપધાનમંત્ર તરીકે પ્રયોજાય તે ઈંટોને वयस्या (इष्टकाः) કહેવાશે, જેમાં वयस्वत् માંના मतुप् નો लुक् થઈને यत् પ્રત્યય થયો છે. જે ઉપધાનમંત્રમાં वयस् અને मूर्धन् એ બન્ને શબ્દો હોય તે મંત્ર वयस्वान् અને मूर्धन्वान् બન્ને તરીકે ઓળખાશે.

હવે જેમ वयस्वान् શબ્દને यत् પ્રત્યય અને मतुप् નો લોપ થતો હતો તેમ અહીં પણ પ્રાપ્ત થાય એ અપેક્ષિત બને. તેથી અહીં मतुप्નું વિધાન કર્યું છે. આ નિયમ ત્યારે જ લાગુ પડે જ્યારે मूर्धन् અને वयस् બન્ને શબ્દો એક જ મંત્રમાં હોય, અને તો જ वयस्या નામે ઓળખાતી ઈંટો मूर्धन्वती પણ ગણાય. આમ मूर्धन्वान् उपधानो मंत्र आसां वयस्यानाम् इष्टकानां ताः मूर्धन्वत्यः (इष्टकाः) એમ અર્થ થયો.

(१२१) मत्वर्थे मासतन्वोः ॥ ८ । १ । १२१ ॥

सूत्रार्थ :- (छन्दसि विषये) 'तदस्य अस्ति अस्मिन्' इति मत्वर्थे प्रथमासमर्थात् प्रातिपदिकात् मासतन्वोः प्रत्ययार्थविशेषणयोः षष्ठ्यर्थे सप्तम्यर्थे च यत्-प्रत्ययो भवति ।

अर्थ :- માસ અને તનુ એ પ્રત્યયાર્થક વિશેષણ લાગેલાં હોય ત્યારે વૈદિક પ્રયોગમાં 'એમાં એનું છે તે' એ મત્વર્થમાં પ્રથમાસમર્થ પ્રાતિપદિકને यत् પ્રત્યય લાગે છે.

ઉદા. :- नभंश्च नभुस्यंश्च... सहंश्च सहस्यंश्च तपंश्च तपुस्यंश्च (तै. सं. १. ४. १४. १)। यां वां मित्रावरुणा ओजुस्या तनूंस्तंया वाः विधेमु (मै. सं. २. ३. १)। અહીં नभांसि विद्यन्ते यस्मिन् मासे स नभस्यो मासः એ અર્થમાં માસ શબ્દના પ્રત્યયાર્થક વિશેષણ તરીકે સપ્તમીસમર્થ नभस् શબ્દને यत् પ્રત્યય લાગીને नभस् + यत् = नभस्य એમ પ્રાતિપદિક સિદ્ધ થયું. એ જ રીતે ओजो विद्यतेऽस्यां सा ओजस्या तनूः એ અર્થમાં तनू શબ્દના પ્રત્યયાર્થવિશેષણ તરીકે સપ્તમીસમર્થ ओजस् શબ્દને यत् પ્રત્યય લાગીને ओजस् + यत् = ओजस्य એમ પ્રાતિપદિક સિદ્ધ થયું છે. પછી તેનું સ્રીલિંગી રૂપ બન્યું છે.

(१२२) लुगकारेकाररेफाश्च ॥ ८ । १ । १२२ ॥

सूत्रार्थ :- (छन्दसि विषये) मासतन्वोः प्रत्ययार्थविशेषणयोः मत्वर्थे यो यत्- प्रत्ययः तस्य लुक्, अकारः, इकार, रेफश्च इत्येते भवन्ति ।

अर्थ :- વૈદિક પ્રયોગમાં માસ અને તનુ એ પ્રત્યયાર્થક વિશેષણ લાગેલાં હોય ત્યારે પ્રાતિપદિકને મત્વર્થે જે यत् પ્રત્યય લાગે છે, તેનો લુક, अ કાર, इ કાર કે રેફ થાય છે.

ઉદા. :- तपश्च तपस्यश्च। અહીં तपस् + य = तपस्यः થાય છે અને तपस् + यत् = तपस् એમ लुक् થઈને तपः શબ્દ પણ માસના અર્થમાં બને છે. એ જ રીતે नभः અને नभस्यः। सहः અને सहस्यः એ માસવાચક શબ્દોની સિદ્ધિ થાય છે.

इषो मासः। ऊर्जो मासः। આ પ્રયોગોમાં इड् (इष्) अस्मिन् मासे अस्ति इति इषः અને ऊर्ज् अस्मिन् मासे अस्ति इति ऊर्जः એ અર્થમાં અનુક્રમે इड् + यत् = इड् + अ = ષત્વ થઈને इष, અને ऊर्ज् + यत् अ કાર થઈને ऊर्ज् + अ = ऊर्ज એમ માસવાચક શબ્દ બને છે.

शुचिर्मासः। અહીં शुच् अस्मिन् मासे अस्ति इति शुचिः એ અર્થમાં शुच्+यत्=इ કાર થઈને शुच्+इ=शुचि એમ માસવાચક શબ્દ બન્યો છે.

शुक्रो मासः। અહીં પણ शुच् अस्मिन् मासे अस्ति इति शुक्रः એ અર્થમાં शुच्+यत्= રેફ થઈને शुच्+र= शुक्र એમ શબ્દ સિદ્ધ થયો છે.

(१२३) मधोर्ञ च ॥८।१।१२३॥

सूत्रार्थ :- (छन्दसि विषये) प्रथमासमर्थात् मधुशब्दात् मत्वर्थे ञः प्रत्ययो भवति, यत् च।

અર્થ :- વૈદિક પ્રયોગમાં મત્વર્થે ञ પ્રત્યય પણ લાગે છે અને यत् પ્રત્યય પણ. આ પ્રત્યયો मास અને तनु એ પ્રત્યયાર્થક વિશેષણના અનુષંગે લાગે છે.

ઉદા. :- माधवः। मधव्यः। मधुः અહીં मधु अस्मिन् अस्ति इति એ અર્થમાં मधु શબ્દને અનુક્રમે ञ અને यत् પ્રત્યય લાગીને માસના અર્થમાં माधवः અને मधव्यः રૂપો સિદ્ધ થયાં છે, જ્યારે यत् નો लुक् થઈને मधु રૂપ પણ સિદ્ધ થયું છે.

એ જ રીતે माधवा, मधव्या અને मधुः એ શબ્દો तनु શબ્દના વિશેષણ તરીકે मधु શબ્દને અનુક્રમે ञ, यत् એ પ્રત્યયો લાગીને, અને यत् નો लुक् થઈને બન્યાં છે.

(१२४) विभाषायां च ॥८।१।१२४॥

सूत्रार्थ :- (छन्दसि विषये) प्रथमासमर्थात् मधुशब्दात् मत्वर्थे विभाषायां (=विकल्पेन) च यत्प्रत्ययो लुगादिकं च भवति।

અર્થ :- વૈદિક પ્રયોગમાં मधु શબ્દને મત્વર્થે વિકલ્પે यत् પ્રત્યય, लुक् વગેરે લાગુ પડે છે.

ઉદા. :- माधवः। मधव्यः। मधुः। ઉપર દર્શાવ્યા મુજબ આ પ્રયોગોમાં मधु શબ્દને અનુક્રમે ञ તથા यत् પ્રત્યયો લાગીને, અને છેલ્લામાં તેનો लुक् થઈને રૂપો બન્યાં છે.

(१२५) ओजसोऽहनि यत्खौ ॥८।१।१२५॥

सूत्रार्थ :- (छन्दसि विषये) ओजःशब्दात् मत्वर्थे अहनि अभिधेये यत् च खः च इत्येतौ प्रत्ययौ भवतः।

અર્થ :- વૈદિક પ્રયોગમાં ओजस् શબ્દને મત્વર્થે દિવસવાચક હોય ત્યારે यत् કે ख એ પ્રત્યયો લાગે છે. ख પ્રત્યયમાં ख् ને સ્થાને ईन् આદેશ થઈને ईन પ્રત્યય બને છે.

ઉદા. :- यो वां मित्रावरुणा ओजस्या तनूः (मै. सं. २. ३. ९)। अहन्नोजसीने (मै. सं. ३. १६. ४)। ओजस्यमहः। ओजसीनमहः। અહીં ओजस् શબ્દને यत् પ્રત્યય લાગીને ओजस् + यत् = ओजस् + य = ओजस्य અને ख પ્રત્યય લાગીને ओजस् + ख = ओजस् + ईन = ओजसीन એમ દિવસવાચક પ્રાતિપદિક સિદ્ધ થયાં છે.

(१२६) वेशोयशआदेर्भगाद्यल् ॥ ८ । १ । १२६ ॥

सूत्रार्थ :- (छन्दसि विषये) वेशस् यशस् इत्येतौ आदौ यस्य प्रातिपदिकस्य तस्मात् वेशोयशआदेः भगन्तात् प्रातिपदिकात् मत्वर्थे यल् प्रत्ययो भवति।

અર્થ :- જેના આદિમાં वेशस् કે यशस् શબ્દ હોય અને અંતમાં भग શબ્દ હોય તેવા પ્રાતિપદિકને મત્વર્થે यल् પ્રત્યય લાગે છે. આ પ્રત્યય लित् હોવાથી પ્રત્યયની પૂર્વેનો સ્વર ઉદાત્ત બને છે.

ઉદા. :- वेशोभग्यः। यशोभग्यः। वेशः = બળ ; અને भग = શ્રી, કામ પ્રયત્ન, મહાનતા, પરાક્રમ અને યશ આ છ બાબતો. वेशस् શબ્દ પછી भग શબ્દ લાગીને તેને મત્વર્થે यत् પ્રત્યય લાગતાં वेशः + भग + यत् = वशोभग + य = वेशोभग्यः। वेशोभगो विद्यते यस्य स वेशोभग्यः। એ જ રીતે यशस् + भग + यत् = यशोभग्यः = यशोभगो विद्यते यस्य स यशोभग्यः। આ પ્રયોગો વેદસંહિતાઓ કે બ્રાહ્મણગ્રંથોમા મળતા નથી.

(१२७) ख च ॥ ८ । १ । १२७ ॥

सूत्रार्थ :- (छन्दसि विषये) वेशोयशआदेः भगन्तात् प्रथमासमर्थात् प्रातिपदिकात् मत्वर्थे खः प्रत्ययोऽपि भवति।

અર્થ :- વૈદિક પ્રયોગમાં वेशस् અને यशस् વગેરે શબ્દો પછી અંતે भग શબ્દ લાગ્યો હોય તેવા પ્રથમાસમર્થ પ્રાતિપદિકને મત્વર્થે ख પ્રત્યય પણ લાગે છે; ख નો ईन् આદેશ થઈને इन પ્રત્યયાદેશ બની જાય છે.

ઉદા. :- वेशोभगीनः। यशोभगीनः। અહિં वेशस् અને यशस् એ શબ્દોને અંતે भग શબ્દ લાગીને वेशोभगो विद्यते यस्य એ અર્થમાં મત્વર્થે ख

પ્રત્યય લાગીને વેશોભગીનઃ શબ્દ સિદ્ધ થયો છે. એ જ રીતે યશોભગીનઃ । વૈદિક સંહિતાઓમાં વેશભગીન અને યશોભગીન એવાં પ્રાતિપદિકો પ્રયોજાયાં છે.

દા.ત. यां सरस्वती वेशभगीना (मै. सं. १. ४. ३) । वेशस् + भग + ख = वेशोभग + ईन = वेशोभगीनः । એ જ રીતે यशस् + भग + ख = यशोभग + ईन = यशोभगीनः ।

(१२८) पूर्वैः कृतमिनयौ च ॥ ८ । १ । १२८ ॥

સૂત્રાર્થ :- (छन्दसि विषये) 'कृतम्' इत्येतस्मिन्नर्थे तृतीयासमर्थात् पूर्वशब्दात् इन, य इत्येतौ प्रत्ययौ भवतः, ख च ।

અર્થ :- વૈદિક પ્રયોગમાં તૃતીયાસમર્થ પૂર્વ શબ્દને "(તેના વડે) કરવામાં આવ્યું" એ અર્થમાં इन કે य પ્રત્યય લાગે છે. અને ख પ્રત્યય પણ લાગે છે.

ઉદા. :- पूर्विणैः । पूर्व्यौं । पूर्वीणैः । અહીં पूर्वैः कृतः पन्थाः तैः पथिभिः એ અર્થમાં તૃતીયાસમર્થ પૂર્વ શબ્દને '(તેમના વડે) કરવામાં આવેલો' એ અર્થમાં इन, य અને ईन પ્રત્યયો લાગીને અનુક્રમે पूर्व + इन = पूर्विण, पूर्व + य = पूर्व्य અને पूर्व + ईन = पूर्वीण એમ પ્રાતિપદિકો બને છે. દા.ત. परेत पितरस्सोम्यासो गम्भीरेभिः पथिभिः पूर्विणेभिः (काठ. सं. ९. ६) । यः स्नीहितीषु पूर्व्यः (ऋ. सं. १. ७४. २) ।

(१२९) अद्भिः संस्कृतम् ॥ ८ । १ । १२९ ॥

સૂત્રાર્થ :- (छन्दसि विषये) तृतीयासमर्थात् अप्प्रातिपदिकात् संस्कृतम् इत्येतस्मिन्नर्थे यत् प्रत्ययो भवति ।

અર્થ :- તૃતીયા સમર્થ अप् પ્રાતિપદિકને '(તેનાથી) સંસ્કારવામાં આવેલું' એ અર્થમાં यत् પ્રત્યય લાગે છે.

ઉદા. :- स ईं मृगो अप्यो वनर्गुः (ऋ. सं. १. १६४. ५) । त्वयां हितमप्यमप्सु भागम् (ऋ. सं. २. ३८. ७) । અહીં તૃતીયા સમર્થ अप् પ્રાતિપદિકને '(તેના વડે સંસ્કારેલું)' એ અર્થમાં यत् પ્રત્યય લાગીને अप् + यत् = अप् + य = अप्य એવું પ્રાતિપદિક રૂપ સિદ્ધ થયું છે.

(१३०) सहस्रेण सम्मितौ घः ॥ ८ । १ । १३० ॥

सूत्रार्थ :- (छन्दसि विषये) तृतीयासमर्थात् सहस्रप्रातिपदिकात् सम्मितौ इत्येतस्मिन्नर्थे घः प्रत्ययो भवति ।

અર્થ :- વૈદિક પ્રયોગમાં તૃતીયાસમર્થ સહસ્ર પ્રાતિપદિકને સંમિતિ (= તુલ્યતા) એવો અર્થ અભિધેય હોય ત્યારે ઘ પ્રત્યય લાગે છે; ઘ ને સ્થાને इय् આદેશ થઈને इय એવો પ્રત્યયાદેશ બને છે.

ઉદા. :- सहस्रियं दम्यं भागमेतम् (ऋ. सं. ७. ५६. १४)। सहस्रियं वाजमत्यं न सप्तिम् (तै. सं ४. २. ४. २) । અહીં सहस्रेण संमितिर्यस्य એ અર્થમાં તૃતીયાસમર્થ સહસ્ર શબ્દને તુલ્યતાના અર્થમાં ઘ(= इय) પ્રત્યય લાગીને સહસ્રિય શબ્દ સિદ્ધ થયો છે.

(१३१) मतौ च ॥ ८ । १ । १३१ ॥

सूत्रार्थ :- (छन्दसि विषये) प्रथमासमर्थात् सहस्रप्रातिपदिकात् मत्वर्थे घः प्रत्ययो भवति ।

અર્થ :- પ્રથમા સમર્થ સહસ્ર પ્રાતિપદિકને મત્વર્થે ઘ (= इय) પ્રત્યય લાગે છે.

ઉદા. :- सविता यः संहस्रियः (तै. सं. २. ४. ५. १)। અહીં सहस्रमस्य विद्यते એ અર્થમાં પ્રથમાસમર્થ સહસ્ર શબ્દને મત્વર્થે ઘ પ્રત્યય લાગીને સહસ્ર + ઘ = સહસ્ર + इय = સહસ્રિય એમ પ્રાતિપદિક સિદ્ધ થયું છે.

(१३२) यूपदर्भादीनर्हति यः ॥ ८ । १ । १३२ ॥

सूत्रार्थ :- (छन्दसि विषये) द्वितीयासमर्थेभ्यो यूपदर्भादिप्रातिपदिकेभ्यः अर्हति इत्येतस्मिन्नर्थे यः प्रत्ययो भवति ।

અર્થ :- દ્વિતીયા સમર્થ યૂપ, દર્ભ વગેરે પ્રાતિપદિકોને '(તેને) યોગ્ય છે' એ અર્થમાં ય પ્રત્યય લાગે છે.

ઉદા. :- य एव यूप्यस्तं वृश्चति (काठ. सं. २६. ३)। અહીં यूपमर्हति इति यूप्यः यज्ञः એ અર્થમાં યૂપ શબ્દને યોગ્યતાવાચક ય પ્રત્યય લાગીને યૂપ્ય શબ્દ બન્યો છે. એ જ રીતે दर्भान् अर्हति इति दर्भ्यं हविः એ અર્થમાં યોગ્યતાવાચક ય પ્રત્યય લાગીને દર્ભ્ય શબ્દ સિદ્ધ થાય છે.

(१३३) सोमम् ॥ ८ । १ । १३३ ॥

सूत्रार्थ :- (छन्दसि विषये) द्वितीयासमर्थात् सोमशब्दात् अर्हति इत्येतस्मिन्नर्थे यः प्रत्ययो भवति।

અર્થ :- વૈદિક પ્રયોગમાં દ્વિતીયા સમર્થ सोम શબ્દને યોગ્યતાવાચક य પ્રત્યય લાગે છે.

ઉદા. :- द्युम्नी श्लोकी स सोम्यः (ऋ. सं. ८. ९३. ८)। शुध्दो मंमद्धि सोम्यः (ऋ.सं. ८. ९५. ८)। અહીં દ્વિતીયાસમર્થ सोम શબ્દને યોગ્યતાવાચક य પ્રત્યય લાગીને सोम + य = सोम्य એમ પ્રાતિપદિક સિદ્ધ થયું છે.

(१३४) मये च ॥ ८ । १ । १३४ ॥

सूत्रार्थ :- (छन्दसि विषये) सोम शब्दात् मयेऽर्थे च यः प्रत्ययो भवति।

અર્થ :- વૈદિક પ્રયોગમાં सोम શબ્દને मय (= વિકાર કે અવયવ)ના અર્થમાં પણ य પ્રત્યય લાગે છે.

ઉદા. :-विश्वेभिः सोम्यं मध्वग्न इन्द्रेण वायुना (ऋ. सं. १. १४. १०)। અહિં सोममयम् એ અર્થમાં सोम શબ્દને य પ્રત્યય લાગીને सोम्य પ્રાતિપદિક સિદ્ધ થયેલું છે. सोम्यः = सोमस्य विकारोऽवयवो वा। सोम्यम् = सोमादागतम्। मय દ્વારા અહીં मयट् પ્રત્યય અભિપ્રેત છે. मयट् પ્રત્યય વિકાર, અવયવ અને પ્રકૃત (= પ્રાચુર્ય)ના અર્થમાં વપરાય છે.

(१३५) मधोः ॥ ८ । १ । १३५ ॥

सूत्रार्थ :- (छन्दसि विषये) मधुप्रातिपदिकात् मयेऽर्थे यत् प्रत्ययो भवति।

અર્થ :- વૈદિક પ્રયોગમાં मधु પ્રાતિપદિકને मय ના અર્થમાં यत् પ્રત્યય લાગે છે.

ઉદા. :- दुध्ना मंधुमिश्रेणं पूरयति मधव्योऽसानीति (तै. सं. ५. २. ९. ३)। मधव्यो स्तोकावप तौ रराध (तै. सं. ३. २. ८. २)। અહીં मधु શબ્દને मय ના અર્થમાં यत् પ્રત્યય લાગીને मधव्य (= मधुमय) એવું પ્રાતિપદિક સિદ્ધ થયું છે.

(१३६) वसोः समूहे च ॥ ८ । १ । १३६ ॥

सूत्रार्थ :- (छन्दसि विषये) वसुप्रातिपदिकात् समूहे वाच्ये, मयेऽर्थे च, यत् प्रत्ययो भवति।

અર્થ :- वसु પ્રાતિપદિકને સમૂહવાચક, અને मय ના અર્થમાં ગણ, यत् પ્રત્યય લાગે છે.

ઉદા. :-उ॒भयं॑ ते॒ न क्षीय॑न्ते वसु॒व्यं॑म् (ऋ. सं. २. ९. ५)। देवा॑ वसव्या॒ अग्ने॑ सोम सूर्य (तै. सं. २. ४. ८. १)। અહીં वसु શબ્દના वसोः समूहः એમ સમૂહના અર્થમાં यत् પ્રત્યય લાગીને वसव्यम् શબ્દ સિદ્ધ થયો છે, અને वसु ને वसुमयः એમ मय ના અર્થમાં यत् પ્રત્યય લાગીને वसव्य પ્રાતિપદિક સિદ્ધ થયું છે. मय ના અર્થમાં वसोः विकारो, अवयवो, प्राचुर्यं वा = वसव्यः એમ શબ્દ સિદ્ધ થાય છે.

(१३७) स्वार्थे छन्दसोऽक्षराणाम् ॥ ८ । १ । १३७ ॥

सूत्रार्थ :- (छन्दसि विषये) अक्षराणां समूहे वाच्ये छन्दःशब्दात् स्वार्थे यत् प्रत्ययो भवति।

અર્થ :- વૈદિક પ્રયોગમાં અક્ષરોના સમૂહનો બોધ કરવાનો હોય ત્યારે छन्दस् શબ્દને સ્વાર્થે यत् પ્રત્યય લાગે છે.

ઉદા. :- आ श्रा॑वये॒ति॒ चतु॑रक्षरमस्तु॒ श्रौष॒डिति॒ चतु॑रक्षरं॒ यजे॒ति॒ द्व्य॑क्षरं॒ ये यजा॑मह॒ इति॒ पञ्चा॑क्षरं द्व्यक्ष॒रो व॑षट्का॒र एष वै स॑प्तद॒शः प्र॒जाप॑तिर्य॒ज्ञमन्वा-य॑त्तो... ए॒ष वै छ॑न्द॒स्यः॑ प्र॒जाप॑तिरा श्रा॑व॒यास्तु॒ श्रौष॒ड्यज॒ ये यजा॑महे वषट्का॒रो (तै. सं. १. ६. ११. १-४)। અહીં અક્ષરોના સમૂહના વાચક તરીકે छन्दस् શબ્દને સ્વાર્થે यत् પ્રત્યય લાગીને छन्दस्यः એ શબ્દરૂપ સિદ્ધ થયું છે. અને તે સત્તર અક્ષરના મંત્રથી વાચ્ય એવો અર્થબોધ કરાવે છે.

(१३८) नक्षत्राद् घः ॥ ८ । १ । १३८ ॥

सूत्रार्थ :- (छन्दसि विषये) नक्षत्रशब्दात् स्वार्थे घः प्रत्ययो भवति।

અર્થ :- વૈદિક પ્રયોગમાં नक्षत्र શબ્દને સ્વાર્થે घ પ્રત્યય લાગે છે; घ् નો इय् થઈને इय એમ પ્રત્યયાદેશ બને છે.

ઉદા. :- नक्ष॑त्रेभ्य॒ः स्वाहा॑ नक्ष॒त्रिये॒भ्यः॑ स्वाहा॑ (मै. सं. ३. १२. ७)। અહીં સ્વાર્થે नक्षत्र શબ્દને घ (= इय) પ્રત્યય લાગીને नक्षत्र + घ = नक्षत्र + इय = नक्षत्रिय એમ પ્રાતિપદિક બન્યું છે.

(१३९) शिवशमरिष्टानां करभावयोस्तातिल् ॥ ८ । १ । १३९ ॥

सूत्रार्थ :- (छन्दसि विषये) शिव, शम्, अरिष्ट इत्येतेभ्यः षष्ठीसमर्थेभ्यः प्रातिपदिकेभ्यः करभावयोरर्थयोः तातिल् प्रत्ययो भवति ।

અર્થ :- વૈદિક પ્રયોગમાં शिव, शम् અને अरिष्ट એ ષષ્ઠીસમર્થ પ્રાતિપદિકોને 'કરનાર' અને ભાવના અર્થમાં तातिल् પ્રત્યય લાગે છે; આ પ્રત્યયમાં ल् ઈત્સંજ્ઞક હોવાથી પ્રત્યય लित् છે.

ઉદા. :- शिवतांतः (अ. पै. सं. ५. ३६. १. ९) आ त्वांगमुं शन्तांतिभिरथों अरिष्टतांतिभिः (ऋ. सं. १०. १३७. ४)। અહીં शिवं करोति, शं करोति, अरिष्टं करोति અથવા शिवस्य करः (=कर्ता), शमः करः, अरिष्टस्य करः એ અર્થમાં અનુક્રમે शिव, शम् અને अरिष्ट એ પ્રાતિપદિકોને तातिल् પ્રત્યય લાગીને અનુક્રમે शिवताति, शन्ताति અને अरिष्टताति શબ્દો સિદ્ધ થયા છે.

याभिः शंतांती भवंथो ददुाशुपें (ऋ. सं. १. ११२. २०)। अथों अरिष्टतांतये (ऋ. सं. १०. ६०. ८, १०)। અહીં शिवस्य भावः, शमः भावः, अरिष्टस्य भावः એ અર્થોમાં અનુક્રમે शम् અને अरिष्ट શબ્દને ભાવાર્થે तातिल् પ્રત્યય લાગીને शन्ताति અને अरिष्टताति શબ્દો બન્યા છે.

(१४०) तदस्य परिमाणम् ॥ ८ । १ । १४० ॥

सूत्रार्थ :- (छन्दसि विषये) परिमाणसमानाधिकरणवाचिनः प्रथमासमर्थात् प्रातिपदिकात् षष्ठ्यर्थे यथाविहितं प्रत्ययो भवति ।

અર્થ :- વૈદિક પ્રયોગમાં પરિમાણ (=ભેદ પાડવાનું તત્ત્વ કે માપ)ના સમાનાધિકારણવાચક પ્રથમાસમર્થ પ્રાતિપદિકને ષષ્ઠીના અર્થમાં હવે પછી કહેવામાં આવ્યા અનુસાર પ્રત્યયો લાગે છે. આ **અધિકાર સૂત્ર** છે અને એની અનુવૃત્તિ નીચેના સૂત્રોમાં આવે છે.

(१४१) सप्तनोऽञ् वर्गे ॥ ८ । १ । १४१ ॥

सूत्रार्थ :- (छन्दसि विषये) सप्तन्-शब्दात् तदस्य परिमाणमित्येतस्मिन्नर्थे वर्गऽभिधेये अञ् प्रत्ययो भवति ।

અર્થ :- વૈદિક પ્રયોગમાં सप्तन् શબ્દને 'તે આનું પરિમાણ' એ અર્થમાં વર્ગવાચક अञ् પ્રત્યય લાગે છે. આ પ્રત્યય ञित् છે.

ઉદા. :- त्रिरा साप्तानि सुन्वते (ऋ. सं. १. २०. ७)। सुप्तैवास्य साप्तानि प्रीणाति (तै. सं. ५. ४७. ५)। અહીં सप्तन् શબ્દને सप्तानां वर्गः = साप्तम् (સાત સંખ્યાવાળો વર્ગ)। 'તે આનું પરિમાણ' એ અર્થમાં વર્ગવાચક अञ् પ્રત્યય લાગીને सप्तन् + अञ्, टि લોપ અને આદિ વૃદ્ધિ થઈને साप्त એમ પ્રાતિપદિક સિદ્ધ થયું છે.

(१४२) संख्यायाः शन्शतच्छतिभ्यो डिनिर्वा ॥८।१।१४२॥

સૂત્રાર્થ :- (छन्दसि विषये) शन्नन्तात्, शतन्तात्, शत्यन्ताच्च संख्यावाचिनः प्रातिपदिकात् 'तदस्य परिमाणम्' इत्यर्थे डिनिः प्रत्ययो वा भवति।

અર્થ :- વૈદિક પ્રયોગમાં જેને અંતે शत्, शन् કે शति આવે છે તેવા સંખ્યાવાચક પ્રાતિપદિકને 'તે આનું પરિમાણ' એ અર્થમાં વિકલ્પે डिनि (= इन्) પ્રત્યય લાગે છે; આ પ્રત્યય ડિત્ છે તેથી टि લોપ થાય છે.

ઉદા. :- पञ्चदशिनोऽर्धमासास्त्रिंशिनो मासाः (तै. सं. ७. ५. २०. १)। विंशिनोऽङ्गिरसः। અહીં पञ्चदशन् એ शन्नन्त, त्रिंशत् એ शतन्त અને विंशति એ शत्यन्त સંખ્યાવાચક પ્રાતિપદિકોને પરિમાણવાચક डिनि પ્રત્યય લાગીને टि લોપ થઈને पञ्चदश् + इन्, त्रिंश् + इन् અને विंश् + इन् = અનુક્રમે पञ्चदशिन्, त्रिंशिन् અને विंशिन् એવાં પ્રાતિપદિકો સિદ્ધ થયા છે.

(१४३) वत्सरान्तात् तेन निर्वृत्तादिषु च्छः ॥८।१।१४३॥

સૂત્રાર્થ :- छन्दसि विषये तेन निर्वृत्तं तमधीष्टो भृतो भूतो भावी इत्येतेष्वर्थेषु वत्सरान्तात् प्रातिपदिकात् छः प्रत्ययो भवति।

અર્થ :- વૈદિક પ્રયોગમાં 'તેના વડે બનેલું' 'સત્કારપૂર્વક વ્યપાર', 'ખરીદેલું', 'થઈ ગયેલું', 'થવાનું', એ અર્થોમાં वत्सर શબ્દ જેને અંતે આવેલો હોય તેવા પ્રાતિપદિકને छ પ્રત્યય લાગે છે. छ ને સ્થાને ईय् આદેશ થતાં ईय પ્રત્યયાદેશ બને છે.

ઉદા. :- इयँ स्वस्तिस्संवत्सरीया परिवत्सरीयेदावत्सरीयानुवत्सरीयोद्वत्सरीया (का. सं. १३. १५. ७१)। અહીં सम् + वत्सर, परि + वत्सर, इदा + वत्सर, अनु + वत्सर, उद् + वत्सर એ વત્સરાન્ત પ્રાતિપદિકોને નિવૃત્તાદિ અર્થોમાં छ (= ईय) પ્રત્યય લાગીને અનુક્રમે संवत्सरीया (= संवत्सरेण निर्वृत्ता), परिवत्सरीया (= परिवत्सरम् अधीष्टा), इदावत्सरीया (= इदावत्सरं भृता), अनुवत्सरीया

(=अनुवत्सरं भूता) અને उद्वत्सरीया (=उद्वत्सरं भावी) એ શબ્દો छ પ્રત્યય લાગીને તે તે અર્થમાં સિદ્ધ થયા છે.

(१४४) संपरिपूर्वात् ख च ॥ ८ । १ । १४४ ॥

सूत्रार्थ :- (छन्दसि विषये) द्वितीयासमर्थात् संपरिपूर्वात् वत्सरान्तात् प्रातिपदिकात् अधीष्टादिष्वर्थेषु खः प्रत्ययो भवति, छः च।

અર્થ :- વૈદિક પ્રયોગમાં દ્વિતીયાસમર્થ પૂર્વે सम् કે परि લાગેલા અને અંતે वत्सर શબ્દ આવેલો હોય તેવા પ્રાતિપદિકને अधीष्ट વગેરે (ઉપર દર્શાવેલા) અર્થોમાં ख પ્રત્યય લાગે છે, અને छ પ્રત્યય પણ લાગે છે.

ઉદા. :- संवत्सरीणं पयं उस्रियांयाः (ऋ. सं. १०. ८७. १७)। ब्रह्मं कृण्वन्तः परिवत्सरीणम् (ऋ. सं. ७. १०३. १७)। અહીં सम् પૂર્વે આવેલા અને वत्सर અંતે આવેલા संवत्सर પ્રાતિપદિકને ઉપરોક્ત અર્થોમાં ख (=ईन) પ્રત્યય લાગીને संवत्सर + ख = संवत्सर + ईन = संवत्सरीण શબ્દ સિદ્ધ થયો છે.

संवत्सरीयमुप भागमासते (मै. सं. २. १०. १. ११)। અહીં सम् પૂર્વક वत्सर શબ્દને ઉપરોક્ત અર્થોમાં छ પ્રત્યય લાગીને પૂર્વસૂત્રમાં દર્શાવ્યા મુજબ જ संवत्सरीय શબ્દ સિદ્ધ થયો છે. परिवत्सरीय નું ઉદાહરણ પૂર્વ સૂત્રમાં આવી ગયું છે.

(१४५) तदस्य प्राप्तमृत्वियः ॥ ८ । १ । १४५ ॥

सूत्रार्थ :- (छन्दसि विषये) तदस्य प्राप्तमित्येतस्मिन् विषये ऋत्वियशब्दो (घस्-प्रत्ययान्तः) निपात्यते।

અર્થ :- વૈદિક પ્રયોગમાં 'તેને આ પ્રાપ્ત થયું છે' એ અર્થમાં (ऋतु શબ્દને घस् પ્રત્યય લાગીને બનેલા) ऋत्विय શબ્દનું નિપાતન કરવામાં આવે છે.

ઉદા. :- तवायं भाग ऋत्वियः (ऋ. सं. १. १३५. ३)। पतिर्गवां प्रदिव इन्दुर्ऋत्वियः (ऋ. सं. ९. ७२. ४)। અહીં ऋत्विय શબ્દનો વૈદિક પ્રયોગ થયો છે. અને તે ऋतु શબ્દને घस् પ્રત્યય ઉપર દર્શાવેલા અર્થમાં લાગીને ऋतु + घस् = ऋतु + इयस् = ऋत्वियः એમ સિદ્ધ થયો છે. પાણિનિએ घस् પ્રત્યયનું વિધાન કર્યું છે, જ્યારે ભોજદેવે घस् પ્રત્યયાન્ત ऋत्विय શબ્દનું નિપાતન કર્યું છે.

(१४६) उपसर्गाद् धात्वर्थे वतिः ॥ ८ । १ । १४६ ॥

सूत्रार्थ :- (छन्दसि विषये) धात्वर्थे वर्तमानाद् उपसर्गात् स्वार्थे वतिः प्रत्ययो भवति।

અર્થ :- વૈદિક પ્રયોગમાં ધાતુનો અર્થ ધરાવતા ઉપસર્ગને સ્વાર્થે वति પ્રત્યય લાગે છે. उत् અને नि ઉપસર્ગ અનુક્રમે 'ઉપર નિકળેલું' અને 'નીચે રહેલું' એ અર્થમાં ધાત્વર્થે પ્રયોજાય છે.

ઉદા. :- स उद्वतो॑ निवतो॑ याति वेविषत् (ऋ . सं. ३. २. १०)। याः प्रवतो॑ निवतं॑ उद्वतं॑ उदुन्वतीः (ऋ . सं. ७. ५०. ४)। અહીં उत्, नि, प्र એ ધાત્વર્થે પ્રયોજાયેલા ઉપસર્ગોને સ્વાર્થે वति પ્રત્યય લાગીને उद्वत्, निवत्, प्रवत् એવાં પ્રાતિપદિકો સિદ્ધ થયાં છે.

(१४७) युष्मदस्मद्भ्यां सादृश्ये वतुप्

॥ ८ । १ । १४७ ॥

सूत्रार्थ :- (छन्दसि विषये) युष्मदस्मद्भ्यां सादृश्येऽर्थे वतुप् प्रत्ययो भवति।

અર્થ :- વૈદિક પ્રયોગમાં युष्मद् અને अस्मद् શબ્દોને સાદૃશ્યના અર્થમાં वतुप् પ્રત્યય લાગે છે. वतुप् માં उ અને प् ઈત્સંજ્ઞક છે.

ઉદા. :- न रिष्येत् त्वावतः सखा॑ (ऋ . सं. १. ९१. ८)। हवं विप्रस्य मावतः (ऋ . सं. १. १७. २)। न त्वाँ अन्यो दिव्यो न पार्थिवो न जातो न जनिष्यते (ऋ . सं. ७. ३२. २३)। त्वावतः पुरूवसो वयमिन्द्र प्रणेतः (ऋ . सं. ८. ४६. १)। આ વૈદિક પ્રયોગોમાં युष्मद् અને अस्मद् શબ્દને वतुप् પ્રત્યય લાગીને त्वावत् અને मावत् પ્રાતિપદિકો સિદ્ધ થયાં છે. त्वावत् = त्वत्सदृशः। मावत् = मत्सदृशः।

(१४८) नः संख्याया असंख्यादेर्डटो मट्

॥ ८ । १ । १४८ ॥

सूत्रार्थ :- (छन्दसि विषये) नान्ताद् संख्यावाचिनः षष्ठीसमर्थस्य असंख्यादेः प्रातिपदिकात् परतः डट् प्रत्ययस्य मट् आगमो भवति।

અર્થ :- વૈદિક પ્રયોગમાં સંખ્યા આદિમાં ન હોય એવા નકારાન્ત ષષ્ઠીસમર્થ સંખ્યાવાચક પ્રાતિપદિકને લાગતા डट् પ્રત્યયને मट् આગમ લાગે છે. डट् પ્રત્યયમાં ड અને ट् ઈત્સંજ્ઞક છે. मट् આગમમાં ट् ઈત્સંજ્ઞક છે.

ઉદા. :- पञ्चममिन्द्रियमस्यापाक्रामन्। અહિં पञ्चन् એ નકારાન્ત સંખ્યાને સંખ્યાસમુદાયના અર્થમાં डट् પ્રત્યય લાગીને मट् આગમ લાગતાં पञ्चन् + मट् + डट् = पञ्च + म् + अ = पञ्चम (= પાંચમું) એમ પ્રાતિપદિક સિદ્ધ થયું. અહિં 'પાંચમું' એ પાંચના સમુદાયનું આદિ નથી તેથી અસંખ્યાદિ છે.

(१४९) पूरणे थड् वा ॥ ८ । १ । १४९ ॥

सूत्रार्थ :- (छन्दसि विषये) नकारान्तात् संख्यावाचिनः षष्ठीसमर्थस्य असंख्यादेः प्रातिपदिकात् परतः पूरणेऽर्थे डट् प्रत्ययस्य थट् आगमो वा भवति ।

અર્થ :- વૈદિક પ્રયોગમાં નકારાન્ત સંખ્યાવાચક ષષ્ઠીસમર્થ સંખ્યાસમુદાયના અર્થમાં રહેલા પ્રાતિપદિકને પૂરણના અર્થમાં લાગેલા डट् प्रत्ययने વિકલ્પે थट् આગમ લાગે છે.

ઉદા. :- पञ्चथाद् वा अध्यृतोष्यष्ट ऋतुर्बभूव (का. सं. ९. ३) । साकंजानां सप्तथमाहुरेकजम् (ऋ . सं. १. १६४. १५) । અહીં पञ्चन् અને सप्तन् એ નકારાન્ત સંખ્યાવાચક ષષ્ઠીસમર્થ સંખ્યાસમુદાયના અર્થમાં રહેલા શબ્દોને લાગેલા डट् प्रत्ययने વિકલ્પે थट् આગમ લાગીને पञ्चन् + डट् + थट् = पञ्च + अ + थ = पञ्चथ, सप्तन् + डट् + थट् = सप्त + अ + थ = सप्तथ એમ પ્રાતિપદિકો સિદ્ધ થયાં છે. पञ्चथः = पञ्चमः । सप्तथः = सप्तमः ।

(१५०) परिपन्थिपरिपरिणौ पर्यवस्थातरि ॥ ८ । १ । १५० ॥

सूत्रार्थ :- (छन्दसि विषये) परिपन्थिन् परिपरिन् इत्येतौ शब्दौ पर्यवस्थातरि वाच्ये निपात्येते ।

અર્થ :- વૈદિક પ્રયોગમાં પર્યવસ્થાતા (= સંપન્ન બળવાન પ્રતિપક્ષી) ના અર્થમાં परिपन्थिन् અને परिपरिन् એ બે શબ્દોનું નિપાતન કરવામાં આવે છે.

ઉદા. :- मा विंदन् परिपुन्थिनः (ऋ . सं. १०. ८५. १२) । मां त्वा परिपुरिंणो मां परिपुन्थिंनो मां त्वा वृंका अघायंवो विदन् (मै. सं. १. २. ६) । આ વૈદિક પ્રયોગોમાં परिपन्थिन् અને परिपरिन् શબ્દો પ્રયોજાયા છે. તેમાંના परिपन्थिन् શબ્દમાં इनि પ્રત્યય તથા પ્રકૃતિગત इन् ભાગનો લોપ કરીને તથા परिपरिन् શબ્દમાં परि શબ્દને દ્વિત્વ, इनि પ્રત્યય તથા इकार માત્રનો લોપ, આ કાર્યોનું નિપાતન કરવામાં આવ્યું છે. परिपन्थिन् = રસ્તો રોકીને હેરાન કરનાર. परिपरिन् = ચારે બાજુથી ઘેરી લઈને લૂંટી લેનાર.

(१५१) ईवनिपौ च मत्वर्थे ॥ ८ । १ । १५१ ॥

सूत्रार्थ :- छन्दसि विषये मतुबर्थे ई च वनिप् च इत्येतौ प्रत्ययौ भवतः ।

અર્થ :- વૈદિક પ્રયોગમાં मतुप् પ્રત્યયના અર્થમાં इ અને वनिप् એ પ્રત્યયો પણ લાગે છે; આ પ્રત્યયો पित् છે.

ઉદા. :- रथीरंभून्मुद्गलानी गविष्टौ (ऋ. सं. १०. १०२. २)। सुमङ्गलीरियं वधूः (ऋ. सं. १०. ८५. ३३)। इतो वा सातिमीमहे (ऋ. सं. १. ६. १०)। અહીં रथ તથા सुमङ्गल શબ્દોને મત્વર્થે इ પ્રત્યય લાગીને रथी અને सुमङ्गली શબ્દો, અને मघ શબ્દને वनिप् પ્રત્યય લાગીને मघवन् શબ્દ, સિદ્ધ થયા છે.

(૧૫૨) अष्ट्रामेखलारुजादिभ्यो विनिः ॥ ८ । १ । १५२ ॥

सूत्रार्थ :- (छन्दसि विषये बहुलं) अष्ट्रा मेखला रुजा इत्यादि शब्देभ्यो मत्वर्थे विनिः प्रत्ययो भवति।

અર્થ :- વૈદિક પ્રયોગમાં બહુલકથી अष्ट्रा, मेखला, रुजा વગેરે શબ્દોને મત્વર્થે विनि પ્રત્યય લાગે છે; આ પ્રત્યયમાં અંત્ય इ કાર ઈત્સંજ્ઞક છે.

ઉદા. :- शुनमंष्ट्राव्यंचरत् कपर्दी (ऋ. सं. १०. १०२. ८)। અહીં अष्ट्रा + विन् = अष्ट्राविन् = अष्ट्रावी। मेखलावी (अ. पै.सं. १६. १५३. ४)। मेखला + विन् = मेखलाविन् = मेखलावी। અને रुजा + विन् = रुजाविन् = रुजावी એમ પ્રાતિપદિકો સિદ્ધ થયાં છે. અહીં अष्ट्रा, मेखला અને रुजा એ શબ્દોને મત્વર્થે विनि પ્રત્યય લાગેલો છે.

(૧૫૩) द्वयोभयहृदयमर्मणां दीर्घश्च ॥ ८ । १ । १५३ ॥

सूत्रार्थ :- (छन्दसि विषये) द्वय, उभय, हृदय, मर्मन् इत्येतेभ्यः मत्वर्थे विनिः प्रत्ययो भवति, तेषान्त्योऽच् च दीर्घो भवति।हृ

અર્થ :- द्वय, उभय, हृदय અને मर्मन् એ શબ્દોને મત્વર્થે विनि પ્રત્યય લાગે છે અને તેમનો અંત્ય સ્વર દીર્ઘ બને છે.

ઉદા. :- त्वं तस्यं दयाविनोऽघशंसस्य (ऋ. सं. १. ४२. ४)। उभोर्भयाविन्नुपंधेहि दंष्ट्रां (ऋ. सं. १०. ८७. ३)। द्वयावी। उभयावी। हृदयावी। मर्मावी। આ વૈદિક પ્રયોગોમાં द्वय, उभय, हृदय અને मर्मन् શબ્દોને મત્વર્થે विनि પ્રત્યય લાગ્યો છે, અને તેમનો અન્ત્ય સ્વર દીર્ઘ થયો છે. જેમકે द्वय + विन् = द्वया + विन् = द्वयाविन्। એ જ રીતે उभय + विन् = उभया-विन् = उभयाविन्। ઉપલબ્ધ વૈદિક ગ્રંથોમાં हृदयाविन् અને मर्माविन् નાં ઉદાહરણો મળતાં નથી, પરન્તુ हृदयामय, हृदयाविध्, मर्माविध् ને લગતા પ્રયોગો મળે છે. જેમાં हृदय અને मर्मन् ના અંત્ય સ્વરનો દીર્ઘ થયો છે.

(૧૫૪) सप्तम्यर्थे किमोऽद्वा हः कुश्च ॥ ८ । १ । १५४ ॥

सूत्रार्थ :- (छन्दसि विषये) सप्तम्यर्थे किम्शब्दात् अत् प्रत्ययो हः प्रत्ययो वा भवति, तकारादौ हकारादौ च प्रत्यये परतः 'किम्' इत्येतस्य 'कु' इत्ययमादेशो भवति ।

अर्थ :- વૈદિક પ્રયોગમાં સપ્તમીના અર્થમાં किम् શબ્દને अत् કે ह પ્રત્યય વિકલ્પે લાગે છે, અને આ तકારન્ત કે ह કારન્ત પ્રત્યય લાગતાં किम् શબ્દને સ્થાને कु આદેશ થાય છે. अत् પ્રત્યય तित् છે.

ઉદા. :- क्व१॑ त्री च॒क्रा त्रि॒वृ॒तो रथ॑स्य॒ (ऋ. सं. १. ३४. ९) । यं स्मां पृच्छन्ति॒ कुह॒ सेतिं घो॒रम् (ऋ. सं. १. १२. ५) । અહીં किम् શબ્દને સપ્તમ્યર્થે अत् પ્રત્યય લાગતાં किम् નો कु આદેશ થઈને किम् + अत् = कु + अ = क्व શબ્દ સિદ્ધ થયો છે. એ જ રીતે किम् પછી સપ્તમ્યર્થે ह પ્રત્યય લાગતાં किम् નો कु આદેશ થઈને किम् + ह = कु + ह = कुह એ શબ્દ સિદ્ધ થયો છે. क्व = कुत्र । कुह = कुत्र ।

(૧૫૫) इदंतद्भ्यां दार्हिलौ काले ॥ ८ । १ । १५५ ॥

सूत्रार्थ :- (छन्दसि विषये) सप्तम्यर्थे इदं शब्दात् तच्छब्दाच्च दा च र्हिल् च प्रत्ययौ भवतः कालेऽर्थे ।

अर्थ :- इदम् અને तद् એ શબ્દોને સપ્તમ્યર્થે કાળવાચક दा અને र्हिल् એ પ્રત્યયો લાગે છે; र्हिल् પ્રત્યય लित् છે.

ઉદા. :- इ॒दा चि॒दह्न॑ इ॒दा चिदक्तोः (ऋ. सं. ४. १०. ५) । ए॒तर्ह्य॑ध्व॒र्युः स ईश्वरो वेपनः (तै. सं. २. ६. ५. ६) । काले એ અર્થમાં અહીં इदम् ને સપ્તમીના અર્થમાં કાળવાચક दा પ્રત્યય લાગીને इदा, અને र्हिल् પ્રત્યય લાગીને एतर्हि એ રૂપો સિદ્ધ થયાં છે.

त॒दा (अ. पै. सं. १६. २१. ४) । न मृ॒त्युरा॑सीद॒मृतं॒ न तर्हि॑ (ऋ. सं. १०. १२९. २) । અહિં तस्मिन् काले એ અર્થમાં तद् ને दा તથા र्हिल् પ્રત્યય લાગીને અનુક્રમે तदा અને तर्हि શબ્દો સિદ્ધ થયા છે.

(૧૫૬) किमो हेतुप्रकारवचनयोस्था ॥ ८ । १ । १५६ ॥

सूत्रार्थ :- (छन्दसि विषये) हेतौ प्रकारवचने च वर्तमानात् किम्शब्दात् था प्रत्ययो भवति ।

अर्थ :- વૈદિક પ્રયોગમાં હેતુવાચક અને પ્રકારવાચક અર્થમાં किम् શબ્દને था પ્રત્યય લાગે છે.

ઉદા. :- कुथा ह तद् वरुणाय त्वमंग्ने कुथा दिवे गर्हसे कन्न आगः। कुथा मित्राय मीळ्हषे पृथिव्यै (ऋ. सं. ४. ३. ५)। અહીં किम् શબ્દને હેતુવાચક केन હેતુના એ અર્થમાં था પ્રત્યય લાગીને कथा શબ્દ સિદ્ધ થયો છે.

कुथा रांधाम सखायः (ऋ. सं. १. ४१. ७)। कुथा न क्षोणीर्भियसा समांरत (ऋ. सं. १. ५. ४. १)। અહીં किम् શબ્દને પ્રકારવાચક केन प्रकारेण એ અર્થમાં था પ્રત્યય લાગીને कथा શબ્દ સિદ્ધ થયો છે.

(१५७) पश्च पश्चा पश्चादर्थे ॥ ८ । १ । १५७ ॥

सूत्रार्थ :- (छन्दसि विषये) पश्च च पश्चा च इत्येतौ शब्दौ पश्चादर्थे निपात्येते।

અર્થ :- વૈદિક પ્રયોગમાં पश्च અને पश्चा એ શબ્દોનું (પછી, પાછળ કે પશ્ચિમ) એ અર્થમાં નિપાતન કરવામાં આવે છે.

ઉદા. :- परो व्याप्तो जायते पश्च सिंहः।, न प्राचीनमादित्या नोत पुश्चा (ऋ. सं. २. २७. ११) અહીં અનુક્રમે पश्च અને पश्चा એ શબ્દો पश्चात् (= પછી, પાછળ, પશ્ચિમે) એ અર્થમાં પ્રયોજ્યા છે. અને નિપાતનથી એ શબ્દો સિદ્ધ થયા છે.

(१५८) तुरिष्ठन्नीयसुनौ ॥ ८ । १ । १५८ ॥

सूत्रार्थ :- तुः इति तृन्तृचोः सामान्येन ग्रहणम्। (छन्दसि विषये) त्रान्ताद् प्रातिपदिकात् इष्ठन्-ईयसुन्-इत्येतौ (अजादी) प्रत्ययौ भवतः।

અર્થ :- અહિં સૂત્રમાં तृ દ્વારા तृन् અને तृच् એ બે પ્રત્યયોનો સામાન્ય રીતે નિર્દેશ છે. વૈદિક પ્રયોગમાં तृ કારાન્ત પ્રાતિપદિકને इष्ठन् અને ईयसुन् એ અજાદિ પ્રત્યયો લાગે છે; આ બન્ને પ્રત્યયો નિત્ છે તેથી તે આદ્યુદાત્ત સ્વરવાળો શબ્દ બનાવે છે.

ઉદા. :- पुरु सखिंभ्य आसुतिं करिष्ठः (ऋ. सं. ७. ९७. ७)। दोहीयसी धेनुः। અહીં कृत શબ્દને इष्ठन् અને दोग्धृ શબ્દને ईयसून् પ્રત્યય લાગીને અનુક્રમે करिष्ठ અને दोहीयस् એમ પ્રાતિપાદિકો બન્યાં છે. પછી સ્ત્રીલિંગી નામ બનાવવા डीप् પ્રત્યય લાગીને दोहीयसी પ્રાતિપદિક સિદ્ધ થયું છે.

(१५९) अमु चामु वाद्रव्यप्रकर्षे ॥ ८ । १ । १५९ ॥

सूत्रार्थ :- (छन्दसि विषये) अद्रव्यप्रकर्षेऽर्थे प्रातिपदिकात् अमु च आमु च प्रत्ययौ वा भवतः।

અર્થ :- વૈદિક પ્રયોગમાં અદ્રવ્યપ્રકર્ષના અર્થમાં પ્રાતિપદિકને अमु અને आमु પ્રત્યયો વિકલ્પે લાગે છે. આ પ્રત્યયો उदित् છે અર્થાત્ એમાંનો અન્ત્ય उ ઈત્સંજ્ઞક છે.

ઉદા. :- द्राघीय आयुः प्रतरं दधानाः (ऋ. सं. १. ५३. ११)। प्र तं नयं प्रतरां वस्यो (तै. सं. ४. २. २. ३)। અહીં प्रतर શબ્દને અદ્રવ્યાર્થપ્રકર્ષના અર્થમાં अमु પ્રત્યય લાગીને प्रतरम् અને आमु પ્રત્યય લાગીને प्रतराम् શબ્દ સિદ્ધ થયા છે. પાણિનિએ આ પ્રત્યયો ए કારાન્ત, किम्, तिङन्त અને અવ્યયોને घ પ્રત્યય લાગીને જે શબ્દ બન્યો હોય તેવા, પ્રાતિપદિકોને લાગતા હોવાનું વિધાન 'अमु च छन्दसि' (पा. अ. ५. ४. १२) એ સૂત્રમાં કર્યું છે.

(१६०) इवार्थे प्रत्नपूर्वविश्वेमाभ्यस्थाल् ॥ ८ । १ । १६० ॥

सूत्रार्थ :- (छन्दसि विषये) प्रत्न, पूर्व, विश्व, इम इत्येतेभ्यः प्रातिपदिकेभ्यः इवार्थे थाल् प्रत्ययो भवति।

અર્થ :- प्रत्न, पूर्व विश्व અને इम એ પ્રાતિપદિકોને इव ના **અર્થમાં** थाल् પ્રત્યય લાગે છે. આ लित् પ્રત્યય છે તેથી મધ્યોદાત્ત શબ્દ બને છે.

ઉદા. :- तं प्रत्नथां पूर्वथां विश्वथेमथां (ऋ.सं. ५. ४४. १)। અહીં प्रत्न इव = प्रत्नथा, पूर्व इव पूर्वथा, विश्व इव विश्वथा અને इम इव इमथा આ રીતે प्रत्न વગેરે શબ્દોને थाल् પ્રત્યય લાગીને શબ્દો સિદ્ધ થયા છે.

(१६१) स्वार्थे मित्राद्धेयः ॥ ८ । १ । १६१ ॥

सूत्रार्थः- (छन्दसि विषये) मित्रशब्दात् स्वार्थे धेयप्रत्ययो भवति।

અર્થ :- વૈદિક પ્રયોગમાં मित्र શબ્દને સ્વાર્થે धेय પ્રત્યય લાગે છે. (સ્વાર્થે = શબ્દના પોતાના મૂળ અર્થમાં જ).

ઉદા. :- सꣳरंभस्व मित्रेणांग्ने मित्रधेयें यतस्व (तै. सं. ४. १. ७. २)। અહીં मित्र શબ્દને સ્વાર્થે धेय પ્રત્યય લાગીને मित्रधेय શબ્દ સિદ્ધ થયો છે.

(१६२) कुलालवरुडनिषादकर्मारचण्डालमित्रामित्रेभ्योऽण् ॥ ८ । १ । १६२ ॥

सूत्रार्थ :- (छन्दसि विषये) कुलाल, वरुड, निषाद, कर्मार, चण्डाल, मित्र, अमित्र इत्येतेभ्यः स्वार्थे अण् प्रत्ययो भवति।

અર્થ :- વૈદિક પ્રયોગમાં कुलाल વગેરે શબ્દોને સ્વાર્થે अण् પ્રત્યય લાગે છે. આ પ્રત્યય णित् હોવાથી આદિ વૃદ્ધિ થાય છે.

ઉદા. :- तपंसे कौलालम् (यजु. सं. ३०. ७)। वारुडः। ऋक्षीकाभ्यो नैषादम् (यजु. सं. ३०. ८)। कार्मारो अश्मभिर्द्युभिः (ऋ. सं. ९. ११२. २)। वायवे चाण्डालम् (यजु. सं. ३०. २१)। मैत्रः शरसि सन्ताय्यमाने (यजु. सं. ३९. ५)। नासामामित्रो व्यथिरा दंधर्षति (ऋ. सं. ६. २८. ३) અહીં कुलाल + अण् = कौलाल, वरुड + अण् = वारुड, निषाद + अण् = नैषाद, कर्मार + अण् = कार्मार, चाण्डाल + अण् = चण्डाल, मित्र + अण् = मैत्र, अमित्र + अण् = आमित्र એમ શબ્દસિદ્ધિ થઈ છે. વૈદિક સંહિતાઓમાં वरुड શબ્દ નથી મળતો. સંભવતઃ वरुण + अण् = वारुण એ શબ્દ અભિપ્રેત હશે એમ લાગે છે. ઋગ્વેદમાં कर्मार શબ્દ પણ પ્રયોજાયો છે. જેમકે सं कुर्मारं इवाधमत् (ऋ. सं. १०. ७२. २)।

(१६३) अयवसमरुद्भ्यामञ् ॥ ८ । १ । १६३ ॥

सूत्रार्थ :- (छन्दसि विषये) अयवस, मरुत् इत्येताभ्यां प्रातिपदिकाभ्यां स्वार्थे अञ् प्रत्ययो भवति।

અર્થ :- વૈદિક પ્રયોગમાં अयवस् અને मरुत् શબ્દને अञ् પ્રત્યય લાગે છે. આ પ્રત્યય ञित् છે.

ઉદા. :- राज्ञ आयंवसस्य जिष्णोः (ऋ. सं. १. १२२. १५)। न खलु वै पुशवः आयंवसे रमन्ते (तै. सं. ५. २. ८. ३)। पृथिव्यां द्युतानस्त्वां मारुतो मिंनोतु (यजु. सं. ५. २७)। અહીં अयवस् + अञ् = आयवस અને मरुत् + अञ् = मारुत એમ સ્વાર્થે अञ् પ્રત્યય લાગીને પ્રાતિપદિકો સિદ્ધ થયાં છે.

(१६४) वस्वयस्वर्चस्पूर्वकविनिष्केवलोक्थजनौकेभ्यो यद् वा ॥ ८ । १ । १६४ ॥

सूत्रार्थ :- (छन्दसि विषये) वसु, अयस्, वर्चस्, पूर्व, कवि, निष्केवल, उक्थ, जन, ओक इत्येतेभ्यः स्वार्थे यत् प्रत्ययो वा भवति।

અર્થ :- વૈદિક પ્રયોગોમાં वसु વગેરે શબ્દોને સ્વાર્થે यत् પ્રત્યય વિકલ્પે લાગે છે.

ઉદા. :- उभयं ते न क्षीयते वसुव्यम् (ऋ. सं. २. ९. ५)। अयस्यो वसानाः। वर्चस्या एवैना अकः (मै. सं. ४. ४. २)। यः स्नीहितीषु पूर्व्यः (ऋ. सं. १. ७४. २)। कुव्योऽसि कव्युवाहनः (मै. सं. १. २. १२)। निष्केवल्यश्च मे

(यजु. सं. १८. २०)। क्रतुर्भवत्युक्थ्यः (ऋ. सं. १. १७. ५)। स्रजं कृण्वानो जन्यो न शुभ्वा (ऋ. सं. ४. ३८. ६)। ज्योतिरथः पवते राय ओक्यः (ऋ. सं. ९. ८६. ४५)। અહીં वसु + यत् = वसव्य, अयस् + यत् = अयस्य, वर्चस् + यत् = वर्चस्य, पूर्व = यत् = पूर्व्य, कवि + यत् = कव्य, निष्केवल + यत् = निष्केवल्य, उक्थ + यत् = उक्थ्य, जन् + यत् = जन्य, ओक् + यत् = ओक्य એમ પ્રાતિપદિકો સિદ્ધ થયાં છે. આમાંથી वस्व्यं, उक्थ्यं, औक्यं એ શબ્દોમાં પ્રત્યય तित् હોવાથી સામાન્યતઃ તેનો સ્વરિત બને છે.

(१६५) समादावतुः ॥ ८ । १ । १६५ ॥

सूत्रार्थ :- (छन्दसि विषये) समशब्दात् आवतुः प्रत्ययो भवति।

अर्थ :- सम શબ્દને आवतु પ્રત્યય લાગે છે. એમાં અન્ત્ય उ ઈત્સંજ્ઞક છે, તેથી આ પ્રત્યય उदित् છે.

ઉદા. :- यत् समावद्विद्ध कृथा (तै. सं. २. ५. ४)। तस्मात् समावत् पशूनाम् (तै.सं. ५. १. ४. २)। અહીં सम શબ્દને आवतु પ્રત્યય લાગીને समावत् શબ્દ સિદ્ધ થયો છે.

(१६६) वृकात् तिल् प्रशंसायाम् ॥ ८ । १ । १६६ ॥

सूत्रार्थ :- (छन्दसि विषये) प्रशंसाविशिष्टेऽर्थे वर्तमानाद् वृक शब्दात् तिल् प्रत्ययो भवति।

अर्थ :- વૈદિક પ્રયોગમાં પ્રશંસા વિશિષ્ટ અર્થમાં वृक શબ્દને तिल् પ્રત્યય લાગે છે; આ પ્રત્યય लित् છે.

ઉદા. :- यो नो दुरेवो वृकतिर्दभीतिः (ऋ. सं. ४. ४१. ४)। અહીં वृक શબ્દને तिल् પ્રત્યય લાગીને वृक + तिल् = वृक + ति = वृकति એમ પ્રાતિપદિક સિદ્ધ થયું છે. वृकतिः (= વધુ લેનાર)

(१६७) ज्येष्ठात् तातिल् ॥ ८ । १ । १६७ ॥

सूत्रार्थ :- (छन्दसि विषये) ज्येष्ठप्रातिपदिकात् प्रशंसोपाधिकेऽर्थे तातिल् प्रत्ययो भवति।

अर्थ :- વૈદિક પ્રયોગમાં ज्येष्ठ પ્રાતિપદિકને પ્રશંસા વિશિષ્ટ અર્થમાં तातिल् પ્રત્યય લાગે છે; આ પ્રત્યય लित् છે.

ઉદા. :- ज्येष्ठतातिं बर्हिषदं स्वर्विदम् (ऋ. सं. ५. ४४. १)। અહીં ज्येष्ठ પ્રાતિપદિકને પ્રશંસાના અર્થમાં तातिल् પ્રત્યય લાગીને ज्येष्ठताति શબ્દ સિદ્ધ થયો છે. ज्येष्ठताति = વધુ જ્યેષ્ઠ.

(૧૬૮) सर्वदेवाभ्यां च ॥ ८ । १ । १६८ ॥

सूत्रार्थ :- (छन्दसि विषये) सर्व, देव, इत्येताभ्यां प्रातिपदिकाभ्यां च तातिल् प्रत्ययो भवति ।

અર્થ :- વૈદિક પ્રયોગમાં સર્વ અને દેવ એ પ્રાતિપદિકોને तातिल् પ્રત્યય લાગે છે.

ઉદા. :- अ॒द्या चं स॒र्वतांतये श्वश्चं स॒र्वतांतये (ऋ . सं. ६. ५६. ६)। शुष्मिन्तंमो जायसे दे॒वतांतये र॒यिर्न दे॒वतांतये (ऋ . सं. १. १२७. ९)। અહીં सर्व અને देव એ પ્રાતિપદિકોને तातिल् પ્રત્યય લાગીને અનુક્રમે सर्वताति અને देवताति શબ્દો સિદ્ધ થયા છે.

(૧૬૯) अनसोर्नपुंसकात्तत्पुरुषाट्टज्वा ॥ ८ । १ । १६९ ॥

सूत्रार्थ :- (छन्दसि विषये) अन्नन्ताद् असन्ताच्च नपुंसकलिङ्गात् तत्पुरुषात् टच् प्रत्ययो वा भवति ।

અર્થ :- અન્તે अन् આવેલા, અને અન્તે अस् આવેલા નપુંસકલિંગી તત્પુરુષ સમાસ પ્રાતિપદિકને વિકલ્પે टच् પ્રત્યય લાગે છે. આ પ્રત્યયમાં ट् અને च् ઈત્સંજ્ઞક છે.

ઉદા. :- हस्तिचर्मे जुहोति । ऋषभचर्मेऽभिषिञ्चति । ब्रह्मसामम् । અહીં हस्तिनः चर्म = हस्तिचर्म, ऋषभस्य चर्म = ऋषभचर्म અને ब्रह्मणः साम = ब्रह्मसाम એમ ષષ્ઠીતત્પુરુષ સમાસો છે. અને એમાં चर्मन्, सामन् એવા अन् અન્તવાળા શબ્દો અંતે આવેલા છે. તેથી તેને વિકલ્પે हस्तिचर्म + टच् = टि લોપ થઈને हस्तिचर्म + अ = हस्तिचर्म એમ શબ્દ સિદ્ધ થયો છે આ શબ્દ અકારાન્ત હોવાથી हस्तिचर्मे એમ સપ્તમીમાં રૂપ થયું. વિકલ્પે हस्तिचर्मणि રૂપ પણ પ્રયોજાય છે. ब्रह्मसामम् એ નપુંસકલિંગી દ્વિતીયા એકવચનનું રૂપ છે. વિકલ્પે ब्रह्मसाम એમ રૂપ પણ પ્રયોજાય છે.

देवच्छन्दसानि । मनुष्यच्छन्दसानि । देवच्छन्दः । देवच्छन्दसम् । અહીં देवस्य छन्दः = देवच्छन्दस् અને मनुष्यस्य च्छन्दः = मनुष्यच्छन्दस् એ નપુંસકલિંગી ષષ્ઠીતત્પુરુષ સમાસો છે; જેમાં અન્તે अस् અન્તવાળો छन्दस् શબ્દ આવેલો છે. આ શબ્દોને टच् પ્રત્યય લાગતાં देवच्छन्दस् + टच् = टि લોપ થઈને देवच्छन्द् + अ = देवच्छन्द એમ अ કારાન્ત શબ્દ પણ બને છે, અને વિકલ્પે देवच्छन्दस् શબ્દ પણ બને છે.

(१७०) अर्चशित्यहिभ्यो नस् नासिकायाः ॥ ८ । १ । १७० ॥

सूत्रार्थ :- (छन्दसि विषये) अर्च, शिति अहि इत्येतेभ्यः शब्देभ्यः परे नासिकाशब्दस्य नस् इति आदेशो भवति।

અર્થ :- વૈદિક પ્રયોગમાં अर्च, शिति અને अहि એ શબ્દો પછી नासिका શબ્દ આવે તો તેને બદલે नस् આદેશ થાય છે.

ઉદા. :- अर्चनाः। शितिनाः। अहिनाः। **અહીં અનુક્રમે** अर्च इव नासिका अस्य, शितिर्नासिका अस्य અને अहिरिव नासिका अस्य એ અર્થમાં अर्च + नासिका = अर्च + नस् = अर्चनाः। शिति + नासिका = शिति + नस् = शितिनाः। अहि + नासिका = अहि + नस् = अहिनाः આ રીતે શબ્દો સિદ્ધ થયા છે.

(१७१) नेतुरप् ॥ ८ । १ । १७१ ॥

सूत्रार्थ :- (छन्दसि विषये) नेतृशब्दान्ताद् बहुव्रीहेः समासान्त अप् प्रत्ययो भवति।

અર્થ :- વૈદિક પ્રયોગમાં नेतृ શબ્દ જેને અંતે આવતો હોય તેવા બહુવ્રીહિને સમાસાન્ત अप् પ્રત્યય લાગે છે; આ પ્રત્યય पित् છે.

ઉદા. :- ये देवाः पुरःसदोऽग्निनेत्रा दक्षिणसदो यमनेत्राः पश्चात्सदः सवितृनेत्रा उत्तरसदो वरुणनेत्रा उपरिषदो बृहस्पतिनेत्राः (तै. सं. १. ८. ७. १)। અહીં अग्नि + नेतृ, यम + नेतृ, सवितृ + नेतृ, वरुण + नेतृ અને बृहस्पति + नेतृ એમ नेतृ શબ્દાન્ત સમાસો છે. એમાં अग्निः नेता येषां ते अग्निनेत्राः એ રીતે બહુવ્રીહિ સમાસ અભિપ્રેત છે. અહીં સમાસાન્ત अप् પ્રત્યય લાગીને अग्नि + नेतृ + अप् = अग्निनेत्रः એ શબ્દની અને, એ રીતે જ બીજા શબ્દોની, સિદ્ધિ થઈ છે.

(१७२) बहोरसिज् प्रजायाः ॥ ८ । १ । १७२ ॥

सूत्रार्थ :- (छन्दसि विषये) बहुपूर्वात् प्रजान्तात् बहुव्रीहेः असिच् प्रत्ययो भवति।

અર્થ :- વૈદિક પ્રયોગમાં बहु શબ્દને અંતે प्रजा શબ્દ આવીને બહુવ્રીહિ સમાસ બને ત્યારે તેને असिच् પ્રત્યય લાગે છે; આ પ્રત્યયમાં इ અને च् ઈત્સંજ્ઞક છે.

ઉદા. :- बहुप्रजा निर्ऋतिमाविवेश (ऋ. सं. १. १६४. ३२)। અહીં बहु + प्रजा એ શબ્દો મળીને बह्व्यः प्रजाः अस्याः सा बहुप्रजा એમ બહુવ્રીહિ સમાસના અર્થમાં સમાસાન્ત असिच् પ્રત્યય લાગીને बहुप्रजा + अस् = बहुप्रजाः એમ શબ્દ સિદ્ધ થાય છે.

(१७३) दन्तस्य दतृ ॥ ८ । १ । १७३ ॥

सूत्रार्थ :- (छन्दसि विषये) दन्तशब्दस्य दतृ इत्ययमादेशो भवति समासान्तो बहुव्रीहौ समासे।

અર્થ :- વૈદિક પ્રયોગમાં બહુવ્રીહિ સમાસમાં અંતે આવતા दन्त શબ્દને સ્થાને दतृ આદેશ થાય છે. અહિં दतृમાં ઋકાર उगित् કાર્ય તરીકે नुम् આગમ માટે છે.

ઉદા. :- पत्रदतमालभेत। उभयदत आलभते। અહીં पत्र + दन्त અને उभय + दन्त એ શબ્દોના पत्रमिव दन्ताः अस्य અને उभये दन्ताः अस्य એમ બહુવ્રીહિ સમાસ કરતાં સમાસાન્ત दन्त શબ્દને સ્થાને दतृ (= दत्) આદેશ થઈને पत्रदत्, उभयदत् એમ પ્રાતિપદિકો સિદ્ધ થાય છે.

(१७४) नर्तः कप् ॥ ८ । १ । १७४ ॥

सूत्रार्थ :- (छन्दसि विषये) ऋवर्णान्ताद् बहुव्रीहेः कप् प्रत्ययो न भवति।

અર્થ :- વૈદિક પ્રયોગમાં ऋ કારાન્ત બહુવ્રીહિ સમાસને कप् પ્રત્યય લાગતો નથી; આ પ્રત્યય पित् છે.

ઉદા. :- हतो हतमाता क्रिमिर्हतभ्राता हतस्वसा (अ. शौ. सं. २. ३२. ४)। અહિં हता माता अस्य, हतः भ्राता अस्य, हता स्वसा अस्य એ અર્થોમાં हत શબ્દ પછી અનુક્રમે मातृ, भ्रातृ અને स्वसृ એ ઋકારાન્ત શબ્દો આવીને બહુવ્રીહિ સમાસ બન્યો છે. લૌકિક પ્રયોગમાં અહીં સમાસાન્ત कप् પ્રત્યય લાગીને बहु + कर्तृ + कप् = बहुकर्तृकः એમ શબ્દ સિદ્ધ થાત. પણ અહિં વૈદિક પ્રયોગમાં हत + भ्रातृ માં कप् પ્રત્યય નથી લાગતો. તેથી हतभ्राता એવું જ પ્રાતિપદિક સિદ્ધ થાય છે.

इति श्रीभोजदेवविरचित-सरस्वतीकण्ठाभरणाष्टमाध्याय-
वैदिकव्याकरणे प्रथमः पादः ॥

॥ अथ द्वितीयः पादः ॥

(१७५) द्विर्वा ॥ ८ । २ । १ ॥

सूत्रार्थ :- (छन्दसि विषये) धातोः द्विर्वचनं विकल्पेन भवति ।

અર્થ :- વૈદિક પ્રયોગમાં ધાતુને વિકલ્પે દ્વિર્વચન થાય છે.

ઉદા. :- अ॒ग्निर्जा॑गार॒ तमृच॑ः कामयन्ते॒ (ऋ. सं. ५. ४४. १५)। दाति॑ प्रि॒याणि॑ चि॒द् वसु॑ (ऋ. सं. ४. ८. ३)। અહીં વૈદિક પ્રયોગમાં गृ ધાતુને लिट् લકારમાં દ્વિર્વચન ન થવાથી जागार રૂપ બન્યું છે, દ્વિર્વચન થાય તો जजागार એમ રૂપ પ્રયોજાત. એ જ રીતે दा એ જુહોત્યાદિ તૃતીય ગણના ધાતુનું लट् લકારમાં દ્વિર્વચન થયા વગરનું दाति રૂપ પ્રયોજાયું છે. દ્વિર્વચન થયું હોય ત્યાં ददाति રૂપ પ્રયોજાય છે. જેમકે सोमो॑ वी॒रं क॑र्म॒ण्यं॑ ददा॒ति (ऋ. सं. १. ९१. २०)।

(१७६) तुजादीनां दीर्घोऽभ्यासस्य ॥ ८ । २ । २ ॥

सूत्रार्थ :- (छन्दसि विषये) तुजप्रकारकानां धातुनाम् अभ्यासस्य दीर्घो भवति ।

અર્થ :- વૈદિક પ્રયોગમાં तुज् પ્રકારના (જેમને માટે ક્યાંય દીર્ઘનું વિધાન નથી કે જેમનામાં દીર્ઘત્વ ક્યાંય જોવામાં આવતું નથી તેવા) ધાતુઓના અભ્યાસસંજ્ઞક વર્ણનો अच् દીર્ઘ બને છે. આવા ધાતુઓમાં तुज्, मह्, धृ, मि, तु વગેરેનો સમાવેશ થતો લાગે છે એવું કાશિકા અને તેની પદમંજરી અને ન્યાસ વ્યાખ્યાઓને આધારે જણાય છે.

(પદમંજરીના મતે પાણિનીય પદ્ધતિમાં આ સૂત્રની જરૂર જ નથી, કેમ કે આવું દીર્ઘત્વ છાન્દસ હોવાથી વ્યાકરણનો નિયમ એને માટે કરી શકાય નહીં.)

ઉદા. :- सास्माक॑मनवद्य तूतुजान वे॒धसा॑म् (ऋ. सं. १. १२९. १)। समि॑द्धे अ॒ग्नावधि॑ मामहानः (तै. सं. ४. ६. ३. २)। स दा॑धार पृथि॒वीम् (ऋ. सं. १०. १२१. १)। मी॑माय (अ. शौ. सं. ५. ११. ३)। तूताव। આ વૈદિક પ્રયોગોમાં ધાતુના અભ્યાસ - દ્વિત્વ પામેલા - વર્ણનો હ્રસ્વ સ્વર દીર્ઘ બન્યો છે.

લૌકિક પ્રયોગમાં તો तुतजानः, ममहानः, मिमाय, दधार, तुताव એમ રૂપો સિદ્ધ થાત. વૈદિક પ્રયોગમાં તો થોડાક ધાતુઓને અમુક જ પ્રત્યયો લાગે ત્યારે જ આ દીર્ઘત્વ જોવા મળે છે એવું કાશિકાકારે નોંધ્યું છે (પા. અ. ૬. ૧. ૭).

(१७७) ह्वः सम्प्रसारणम् ॥ ८ । २ । ३ ॥

सूत्रार्थ :- (छन्दसि विषये) ह्वयतेर्धातोः बहुलं सम्प्रसारणं भवति ।

અર્થ :- વૈદિક પ્રયોગમાં ह्वेञ् ધાતુને ઘણીવાર સમ્પ્રસારણ થાય છે. (સમ્પ્રસારણ = य्, व्, र અને ल् ને બદલે અનુક્રમે इ, उ, ऋ અને लृ થઈ જવો તે;) અહીં व् નો उ થાય છે.

ઉદા. :- इन्द्रांवरुण वामुहं हवे (ऋ. सं. १. १७. ७)। हवे देवानामवंसा जनिंत्री (ऋसं. १. १८५. ६)। અહીં ह्वे + शप् + इट् = સમ્પ્રસારણ, शप् નો લુક્ અને उवङ् આદેશ થઈને हव् + इ. પછી ए કારાદેશ થઈને हव् + ए = हवे એમ રૂપસિદ્ધિ થઈ. ઘણીવાર નથી પણ થતું. દા.ત. श्रुधि नं इन्द्र ह्वयांमसि त्वा (ऋ. सं. ६. २६. १)

(१७८)रयेर्मतौ ॥ ८ । २ । ४ ॥

सूत्रार्थ :- (छन्दसि विषये) रयिशब्दस्य मतौ परतो बहुलं सम्प्रसारणं भवति ।

અર્થ :- વૈદિક પ્રયોગમાં रयि શબ્દને मतुप् પ્રત્યય લાગે તો ઘણીવાર (रयि ના य् ને સ્થાને) સમ્પ્રસારણ થાય છે.

ઉદા. :- यो रेवान् यो अंमीवहा वंसुवित् पुंष्टिवर्धनः (ऋ. सं. १. १८. २)। અહીં रयि શબ્દને મત્વર્થીય वत् પ્રત્યય લાગતાં रयि + वत्। रयि માંના य् નું સમ્પ્રસારણ થતાં रइइ + वत् = रे + वत् = रेवत् એમ પ્રાતિપદિક સિદ્ધ થયું. ઘણીવાર નથી પણ થતું. જેમ કે वंसंद् रयिं रंयिवतंश्च जनांन् (ऋ. सं. ६. ६८. ५)। અહીં रयि + वत् = रयिवत् એમ પ્રાતિપદિક છે.

(१७९)ऋचि त्रेरुत्तरपदादिलोपश्च ॥ ८ । २ । ५ ॥

सूत्रार्थ :- (छन्दसि विषये) ऋचि परतः त्रेः सम्प्रसारणं भवति, उत्तरपदादिलोपश्च ।

અર્થ :- વૈદિક પ્રયોગમાં त्रि પછી ऋक् શબ્દ આવેલો હોય તો त्रि માંના र નું સમ્પ્રસારણ (= ऋ) થાય છે. અને ઉત્તરપદના આદિ વર્ણનો લોપ થાય છે.

ઉદા. :- अथो यदेतं तृचमन्वाह (तै. सं. १. ५. ८. ३)। અહીં तिस्र ऋचो यस्मिन् तत् तृचं सूक्तम् એ અર્થમાં સમાસ બનતાં त्रि + ऋक् આવતાં त्रि માંનું र् નું સમ્પ્રસારણ થઈને ऋ થવાથી तृ + ऋक् થઈ ઉત્તરપદના આદિવર્ણ ऋ નો લોપ થતાં तृ + क् = तृच् શબ્દ સિદ્ધ થશે.

(१८०)चायः की ॥ ८ । २ । ६ ॥

सूत्रार्थ :- (छन्दसि विषये) चायृधातोः बहुलं की इत्ययमादेशो भवति।

अर्थ :- વૈદિક પ્રયોગમાં चायृ (=चाय्) ધાતુને સ્થાને ઘણીવાર की આદેશ થઈ જાય છે.

ઉદા. :- न्यं १ न्यं चिक्युर्न नि चिंक्युरन्यम् (ऋ. सं. १. १६४. ३८)। અહીં चाय् ધાતુને સ્થાને की આદેશ થઈને नि+चाय्=नि+की થઈને તેનું લિટ્ લકારમાં દ્વિત્વ થઈને निचिक्युः રૂપ સિદ્ધ થયું છે.

ઘણીવાર की આદેશ નથી થતો. જેમકે, उज्जिंहीते निचाय्या तष्टेंव पृष्ट्यामयीं (ऋ. सं. १. १०५. १८)। અહીં निचाय्या માં की આદેશ થતો નથી.

(१८१) अपस्पृधेथामानृचुरानृहश्चिच्युषेतित्याजश्राताः-श्रितमाशीराशीर्त्ताः ॥ ८ । २ । ७ ॥

सूत्रार्थ :- (छन्दसि विषये) अपस्पृधेथाम्, आनृचुः, आनृहुः, चिच्युषे, तित्याज, श्राताः, श्रितम्, आशीर्, आशीर्ताः इत्येते शब्दा निपात्यन्ते।

अर्थ :- વૈદિક પ્રયોગમાં अपस्पृधेथाम् વગેરે શબ્દોનું નિપાતન કરવામાં આવે છે.

ઉદા. :- इन्द्रंश्च विष्णो यदपंस्पृधेथाम् (तै. सं. ३. २. ११. २)। અહીં નિપાતન ને લીધે स्पृध् ધાતુને લઙ્ લકારમાં आथाम् પ્રત્યય, દ્વિર્વચન, રેફનું સમ્પ્રસારણ અને અકાર લોપ થઈને अपस्पृधेथाम् રૂપ બને છે.

य उग्रा अर्कमांनृचुः (ऋ. सं. १. १९. ४)। અહીં નિપાતનને લીધે अर्च ધાતુને લિટ્ લકારમાં उस् પ્રત્યય લાગતાં સમ્પ્રસારણ, અભ્યાસનો દીર્ઘ, નુડાગમ અકાર લોપ થઈને आनृचुः રૂપ સિદ્ધ થાય છે. લૌકિક પ્રયોગમાં आनर्चुः રૂપ બનત.

न वसून्यानृहुः। અહીં નિપાતનને લીધે अर्ह् ધાતુને લિટ્ લકારમાં उस् પ્રત્યય લાગતાં સમ્પ્રસારણ, અભ્યાસનો દીર્ઘ, નુડાગમ અને અકાર થઈને आनृहुः રૂપ સિદ્ધ થયું છે. લૌકિક પ્રયોગમાં आनर्हुः રૂપ બનત.

यस्ता विश्वांनि चिच्युषे (ऋ. सं. ४. ३०. २२)। અહીં નિપાતનથી च्युङ् ધાતુને લિટ્ લકારમાં (थास् ને સ્થાને) से આદેશ લાગતાં અભ્યાસને સમ્પ્રસારણ તથા અનિટ્ત્વ થઈને चिच्युषे રૂપ સિદ્ધ થાય છે. લૌકિક પ્રયોગમાં च्युच्युविषे રૂપ બનત.

यस्तित्याजं सचिविदं सखायम् (ऋ. सं. १०. ७१. ६)। અહીં નિપાતનથી त्यज् ધાતુને लिट् લકારમાં णल् પ્રત્યય લાગતાં અભ્યાસને સમ્પ્રસારણ થઈને तित्याज રૂપ સિદ્ધ થાય છે. લૌકિક પ્રયોગમાં तत्याज રૂપ બનત.

श्रातास्त इन्द्रसोमाः। અહીં નિપાતનથી श्रीञ् ધાતુને નિષ્ઠા क्त પ્રત્યય લાગતાં श्री ને સ્થાને श्रा આદેશ થયો છે. એમ ન થાત તો श्रीताः રૂપ બનત. જેમકે, श्रीताः सोमा आ याहि (ऋ. सं. ८. २. २८)।

अप्सु सिंहमिंव श्रितम् (ऋ. सं. ३. ९. ४)। यद्यधिश्रितं स्कन्देत् (मै. सं. १. ८. ३)। આ પ્રયોગમાં નિપાતન અને श्रीञ् ધાતુને નિષ્ઠા क्त પ્રત્યય લાગતાં હ્સ્વત્વ થઈને श्रितम् રૂપ સિદ્ધ થાય છે. અહીં કાશિકાકાર નોંધે છે કે સામાન્યતઃ સોમને લાગતી ઋચાઓમાં श्री નો श्रा આદેશ જોવા મળે છે. બાકી બધે श्रि આદેશ મળે છે. કોઈકવાર સોમનો સંબંધ ન હોય તો પણ श्रा ભાવ મળે છે. જેમકે यदि श्रातो जुहोतन।

शुचिंरसि पुरुनिःष्ठाः क्षीरैर्मध्युत आशीर्तः (ऋ. सं. ८। २। ९)। तामाशीरा दुहन्ति। आशीर्त ऊर्जम्। આ વૈદિક પ્રયોગોમાં નિપાતનથી आ+श्रीञ् ધાતુને क्विप् પ્રત્યય લાગતાં श्री ને સ્થાને शीर् આદેશ થઈને आशीः એવું શબ્દરૂપ થયું છે. એ જ રીતે आ+श्रीञ् ધાતુને નિષ્ઠામાં क्त પ્રત્યય લાગતાં शीर्ભાવ તથા નિષ્ઠાના त ને न કારનો અભાવ થઈને आशीर्तः રૂપ સિદ્ધ થાય છે.

(१८२)खिदेरादेचो वा ॥ ८ । २ । ८ ॥

सूत्रार्थ :- (छन्दसि विषये) खिदधातोः एचः स्थाने विकल्पेन आकारादेशो भवति।

અર્થ :- વૈદિક પ્રયોગમાં खिद् ધાતુના एच् વર્ણને સ્થાને आ આદેશ થાય છે.

ઉદા. :- चित्तं चिखाद। चित्तं चिखेद। અહીં खिद् ધાતુને लिट् લકારમાં आ કારાદેશ, દ્વિત્વ અને અભ્યાસકાર્ય થઈને चिखाद રૂપ સિદ્ધ થયું છે. પક્ષે चिखेद રૂપ પણ બને છે.

(१८३)शिरसः शीर्षन् ॥ ८ । २ । ९ ॥

सूत्रार्थ :- (छन्दसि विषये) शिरः शब्दस्य समानार्थं शीर्षन् इति शब्दान्तरं निपात्यते।

અર્થ :- વૈદિક પ્રયોગમાં शिरस् શબ્દને બદલે તેના સમાનાર્થ शीर्षन् શબ્દનું નિપાતન કરવામાં આવે છે.

ઉદા. :- हस्ते॒ वज्र॒ भर॑ति शी॒र्षणि॒ क्रतु॑म् (ऋ . सं. २. १६. २)। शीर्ष्णः शीर्ष्णो जग॑तस्तस्थुषस्पति॑म् (ऋ . सं. ७. ६६. १५)। तस्माच्छीर्षन् प्राणो हितः (जैमि. ब्रा. २. ४. १५)।

પણ शिरस् શબ્દ પણ વૈદિક ગ્રંથોમાં પ્રયોજાયો છે જ. જેમકે मदे॑ सु॒तस्य॒ शव॒सा भि॑न॒च्छिरः॑ (ऋ . सं. १. ५२. १०)। પણ આનાં બીજી વિભક્તિ-ઓનાં રૂપો વેદમાં પ્રયોજાયાં જણાતાં નથી.

(१८४) दन्तनासिकासृग्यकृच्छकृदुदकासनपृतनासानूनां दन्नसन्यकन्शकन्नुदनासन्पृत्स्नवः शसादौ ॥ ८ । २ । १० ॥

सूत्रार्थ :- (छन्दसि विषये) दन्त, नासिका, असृज्, यकृत् शकृत्, उदक, आसन, पृतना, सानु, इत्येतेषां शब्दानां स्थाने शस्प्रभृतिप्रत्ययेषु परतः दत्, नस्, असन्, यकन्, शकन्, उदन्, आसन्, पृत्, स्नु इत्येते आदेशा भवन्ति।

અર્થ :- વૈદિક પ્રયોગમાં दन्त ને સ્થાને दत्, नासिका ने સ્થાને नस्, असृज ને સ્થાને असन्, यकृत् ને સ્થાને यकन्, शकृत् ને સ્થાને शकन्, उदक् ને સ્થાને उदन्, आसन ને સ્થાને आसन्, पृतना ને સ્થાને पृत् અને सानु ને સ્થાને स्नु આદેશ થાય છે.

ઉદા. :- यद॑र्जुन सारमेय द॒तः पि॑शङ्ग यच्छ॑से (ऋ . सं. ७. ५५. २)। या द॒तो धाव॑ते॒ तस्यै॑ श्या॒वदन् (तै. सं. २. ५. १. ७)। અહીં दन्त ને બદલે दत् બન્યું છે.

पृष्ठे सदो॑ न॒सोर्यमः॑ (ऋ . सं. ५. ६१. २)। અહીં नासिका નું नस् બન્યું છે.

अपास्त्य॒स्नेव रक्षां॑सि नि॒रव॑दयत (तै. सं. ६. ३. ९. २)। અહીં असृज् નું असन् બન્યું છે.

यक्ष्म॒ं मत॑स्नाभ्यां य॒क्नः (ऋ . सं. १०. १६३. ३)। અહીં यकृत् નું यकन् થયું છે.

ततः शक्नोर्गर्मुदजायत॒ (मै. सं. २. २. ४)। कू॒ष्माञ्‌ शकपि॒ण्डैः (मै. सं. ३. १५. ९)। અહીં शकृत् નું शकन् બન્યું છે.

चर्मेवोद भिर्व्युदन्ति भूम (ऋ सं. १. ८५. ५)। અહીં उदकનું उदन् બન્યું છે.

हव्या जुह्वान आसनि (ऋ. सं. १. ७५. १)। અહીં आसन નું आसन् બન્યું છે.

यमग्ने पृत्सु मर्त्यमवा (ऋ. सं. १. २७. ७)। અહીં पृतना ને બદલે पृत् બન્યું છે.

अधि ष्णुना बृहता वर्तमानम् (ऋ . सं. ४. २८. २)। दिवो वहध्वं उत्तराद धि ष्णुभिः (ऋ . सं. ५. ६०. ७)। અહીં सानु ને બદલે स्नु બન્યું છે.

અહીં ઉપર અનુક્રમે दतः = दन्तान्, नसोः = नासिकयोः, अस्ना = असृजा, अस्नाभ्याम् = असृग्भ्याम्, यक्नः = यकृतः, शक्नोः = शकृतोः, शकपिण्डैः = शकृत्पिण्डैः, उदभिः = उदकैः, आसनि = आसने, पृत्सु = पृतनासु, स्नुना = सानुना, स्नुभिः = सानुभिः એ અર્થમાં દ્વિતીયા બહુવચન વગેરેની વિભક્તિ લાગીને વૈદિક પ્રયોગો થયેલા જોવા મળે છે.

(१८५)शेर्लोपः ॥ ८ । १ । ११ ॥

सूत्रार्थ :- (छन्दसि विषये) शि इत्ययं जश्शसोर्य आदेशः तस्य बहुलं लोपो भवति।

अर्थ :- વૈદિક પ્રયોગમાં (जश् અને शस् વિભક્તિ પ્રત્યયને સ્થાને આવતા) शि આદેશનો ઘણીવાર લોપ થાય છે.

ઉદા. :- त्रीणि पदा वि चक्रमे विष्णुः (ऋ . सं. १. २२. १८)। त्रिनो अश्विना दिव्यानि भेषजा (ऋ . सं. १. ३४. ६)। पद શબ્દને દ્વિતીયા બહુવચનનો शस् પ્રત્યય લાગતાં તેને સ્થાને शि આદેશ થઈને પ્રત્યયલક્ષણથી नुम् આગમ તથા સર્વનામસ્થાનને લીધે દીર્ઘ થઈને पदानि રૂપ બનત. પણ અહીં शि નો લોપ થવાથી पदा એવું વૈદિક રૂપ સિદ્ધ થયું છે. એ જ રીતે भेषज શબ્દને शस् પ્રત્યય લાગતાં ઉપર મુજબ પ્રક્રિયા થઈને भेषजानि રૂપ બનત, પણ शि નો લોપ થવાથી भेषजा એવું વૈદિક રૂપ સિદ્ધ થયું છે.

(१८६)विश्वजनादीनां छे तुक् ॥ ८ । २ । १२ ॥

सूत्रार्थ :- (छन्दसि विषये) विश्वजन इत्येवमादीनां छकारे परे बहुलं तुगागमो भवति।

अर्थ :- વૈદિક પ્રયોગમાં विश्वजन વગેરે શબ્દો પછી छ કાર આવે તો તેને तुक् આગમ લાગે છે; આ આગમ कित् છે.

ઉદા. :- विश्वजनच्छत्रम् । नच्छायां कुरवोपराम् । અહીં विश्वजन + छत्रम् તથા न + छायाम् આ બન્ને ઉદાહરણોમાં न પછી छ આવતાં छ ને तुक् આગમ લાગીને न + त् + छ = न + च् + छ એમ સંધિ થાય છે.

(१८७)गोरव्यूतौ ॥ ८ । २ । १३ ॥

सूत्रार्थ :- (छन्दसि विषये) गोशब्दस्य यूतिशब्दे परे तस्य ओकारस्य स्थाने वान्त अवादेशो भवति ।

अर्थ :- વૈદિક પ્રયોગમાં गो શબ્દ પછી यूति આવે તો गो ના ओ ને સ્થાને (જેના અંતે व् છે એવો) अव् દેશ થાય છે.

ઉદા. :- नैषा गव्यूतिरपभर्तवा उं (ऋ . सं. १०. १४. २) । અહીં गो + यूति એમ થતાં ओ નો अव् આદેશ થઈને गव् + यूति = गव्यूति એવો શબ્દ સિદ્ધ થયો છે. લૌકિક પ્રયોગમાં गोयूति એવો શબ્દ બનત.

(१८८)ह्रदय्या आपः ॥ ८ । २ । १४ ॥

सूत्रार्थ :- (छन्दसि विषये) ह्रदय्या इत्ययं शब्द आबर्थवृत्तिः निपात्यते ।

अर्थ :- आपः ના વિશેષણ તરીકે ह्रदय्या શબ્દનું વૈદિક પ્રયોગમાં નિપાતન કરવામાં આવે છે.

ઉદા. ह्रदय्या आपः । नमो ह्रदय्याय (तै. सं. ४. ५. ९. १) । અહીં ह्रदे भवा એ અર્થમાં यत् પ્રત્યય લાગીને ह्रदय्य એમ શબ્દ સિદ્ધ થાય છે.

(१८९)भय्यप्रवय्ये ॥ ८ । २ । १५ ॥

सूत्रार्थ :- (छन्दसि विषये) बिभतेर्धातोः प्रपूर्वस्य च वी इत्येतस्य यति प्रत्यये परतः अयादेशो निपात्यते ।

अर्थ :- વૈદિક પ્રયોગમાં भी ધાતુને અને प्र ઉપસર્ગપૂર્વક वी ધાતુને यति પ્રત્યય લાગ્યો હોય તો अय् આદેશનું નિપાતન કરવામાં આવે છે.

ઉદા. :- प्रदाहाद् वा भय्यं किलासंभवात् (का. सं. ३३. ४) । અહીં बिभेत्यस्मात् એ અર્થમાં भी + यत् = ई નો अय् આદેશ થઈને भय् + य = भय्य એમ શબ્દ સિદ્ધ થયો છે.

वत्सतरी प्रवय्या । અહીં प्र + वी પ્રત્યય આવતાં यत् ના ई ને अय् આદેશ થતાં प्रवी + यत् = प्रवय् + य = प्रवय्य એમ શબ્દ સિદ્ધ થયો છે.

(१९०)अचः पररूपमेमन्त्रादिषु ॥ ८ । २ । १६ ॥

सूत्रार्थ :- (छन्दसि विषये) अचः एमन्त्रादिषु परेषु तस्य स्थाने पररूपमेकादेशो भवति ।

અર્થ :- વૈદિક પ્રયોગમાં અજન્ત (=अच् જેને અંતે આવેલ હોય તેવા) શબ્દ પછી एमन् વગેરે આવે તો अच् ને સ્થાને પરરૂપ એકાદેશ થાય છે.

ઉદા. :- अपां त्वेमन् । अपां त्वोद्मन् । અહીં त्वा+एमन् અને त्वा + ओद्मन् એમ આવતાં आ + ए અને आ + ओ વચ્ચે પરરૂપ એકાદેશ સન્ધિ થતાં आ + ए = ए, आ + ओ = ओ એમ સંધિ થઈને त्वा + एमन् = त्वेमन् અને त्वा + ओद्मन् = त्वोद्मन् એમ સંધિપ્રયોગ થયા છે. લૌકિક પ્રયોગમાં त्वा एमन् અને त्वा ओद्मन् એમ પ્રકૃતિભાવ થાત.

(१९१)दीर्घादौश्जसोः ॥ ८ । २ । १७ ॥

सूत्रार्थ :- (छन्दसि विषये) दीर्घात् औट्प्रत्यये, जस्प्रत्यये च परतः एकादेशो बहुलं भवति ।

અર્થ :- વૈદિક પ્રયોગમાં દીર્ઘ સ્વરાન્ત શબ્દને औट् પ્રત્યય અને जस् પ્રત્યય લાગતાં ઘણીવાર પરરૂપ એકાદેશ થાય છે.

ઉદા. :- वाराह्यौ । उपानह्यौ । અહીં वाराही અને उपानही એ દીર્ઘસ્વરાન્ત શબ્દોને औट् એ પ્રથમા કે દ્વિતીયા બહુવચનનો પ્રત્યય લાગતાં પરરૂપ એકાદેશ થઈને वाराही + औट् =(यण् આદેશ થઈને) वाराह्य् + औ = वाराह्यौ, उपानही + औट् = उपानह्य् + औ = उपानह्यौ એમ રૂપસિદ્ધિ થઈ.

मारुत्यः चतस्रः । पिण्ड्यः । અહીં દીર્ઘ ઈકારાન્ત मारुती અને पिण्डी શબ્દો પછી जस् પ્રત્યય લાગતાં मारुती + जस् માં यण् આદેશ થઈને मारुतय् + अस् = मारुत्यः અને पिण्डय् + अस् = पिण्ड्यः એમ રૂપો સિદ્ધ થયાં છે.

(१९२)पूर्वसवर्णो वा ॥ ८ । २ । १८ ॥

सूत्रार्थ :- (छन्दसि विषये) दीर्घात् औश्जसोः परतः पूर्वसवर्णदीर्घ एकादेशो वा भवति ।

અર્થ :- વૈદિક પ્રયોગમાં દીર્ઘસ્વરાન્ત શબ્દ પછી औट् અને जस् પ્રત્યય લાગતાં વિકલ્પે પૂર્વસવર્ણ દીર્ઘ એકાદેશ થાય છે.

ઉદા. :- वाराही उपानंहा अभ्यंवहरत्यारण्यानेवं पुशूंन् (मै. सं. ४. ४. ६) । कार्ष्णी उपानहावुपं मुञ्चते (तै. सं. ५. ४. ४. ४) । અહીં वाराही + औट् =

પૂર્વ સવર્ણ દીર્ઘ થઈને वाराही, कार्ष्णी + औट् = પૂર્વસવર્ણ દીર્ઘ થઈને कार्ष्णी એમ દ્વિવચનનાં રૂપો સિદ્ધ થયાં છે.

अथैतां मारुतीश्चंतस्रः (का. सं. ११. १०)। અહીં मारुती + जस् = मारुती + अस् પૂર્વ સવર્ણ દીર્ઘ એકાદેશ થઈને मारुती + स् = मारुतीः એમ પ્રથમા બહુવચનનું રૂપ સિદ્ધ થયું છે.

(१९३)एङः प्रकृत्यान्तःपादमव्यपरेऽति ॥८।२।१९॥

सूत्रार्थ :- (छन्दसि विषये) ऋक्पादमध्ये वकारयकारपरत्ववर्जिते अति परतः एङ प्रकृत्या भवन्ति

અર્થ :- વૈદિક પ્રયોગમાં ઋચાના પાદમાં एङ् (=ए ऐ ओ औ જેના અંતે હોય તેવા પદ) પછી अत् (= હ્રસ્વ અકાર) આવે તો एङ् નો પ્રકૃતિભાવ રહે છે (અર્થાત્ સંધિ થતી નથી).

ઉદા. :-ते अग्रे अश्वमायुञ्जन्। ते अस्मिन् जवामादधुः। सुजा॑ते अश्व॑सुनृते (ऋ . सं. ५. ७९. १)। उपप्रयन्तो॑ अध्वरम् (ऋ . सं. १. ७४. १)। शिरो अपश्यम्। अध्वर्यो अद्रिभिः सुतम्। અહીં अग्रे + अ, ते + अस्मिन्, सुजाते + अश्व માં ए પછી अ આવ્યો છે, છતાં પ્રકૃતિભાવ થવાથી, સંધિ થવા માટે अय् આદેશ થતો નથી. એ જ રીતે प्रयन्तो + अध्वरम्, शिरो + अपश्यम् અને अध्वर्यो + अद्रिभिः માં ओ પછી अ આવ્યો છે છતાં પ્રકૃતિભાવ થવાથી સંધિ થવા માટે अव् આદેશ થયો નથી.

(१९४)अव्यादवद्यादवक्रमुरव्रतायमवन्त्ववस्युषु च ॥८।२।२०॥

सूत्रार्थ :- (छन्दसि विषये) ऋक्पादमध्ये वर्तमानेषु अव्यात्, अवद्यात्, अवक्रमुः, अव्रत, अयम्, अवन्तु, अवस्यु इत्येतेषु परत एङः प्रकृत्या भवन्ति।

અર્થ :- વૈદિક પ્રયોગમાં एङ् (=एङन्त પદ) પછી ઋચાના પાદની અંદર આવેલા अव्यात् વગેરે શબ્દોની પૂર્વે આવેલ एङ् પ્રકૃતિભાવમાં રહે છે; સંધિ થતી નથી.

ઉદા. :- अ॒ग्निः प्र॑थमो वसु॑भिर्नो॑ अव्या॒त् (तै. सं. २. १. ११. २)। द्रु॒हो नि॒दो मि॑त्रमहो अव॒द्यात् (ऋ . सं. ४. ४. १५)। माशिं॑वासो॒ अव॑ क्रमुः (ऋ . सं. ७. ३२. २७)। ते नो अव्रताः (अ. पै. सं. १७. ४०. २)। शतधारो अयं मणिः। ते नो अवन्तु पितरः। कु॒शिकासो॑ अव॒स्यवः (ऋ . सं. ३. ४२. ९)। અહીં

८

अव्यात् વગેરે પદો નો વગેરેમાંના एङ् પછી આવ્યાં હોવા છતાં अव् આદેશ ન થતાં પ્રકૃતિભાવ રહીને, સંધિ થઈ નથી.

(१९५) उरो यजुषि ॥ ८ । २ । २१ ॥

सूत्रार्थ :- (छन्दसि विषये) यजुषि एङन्तः उरःशब्दोऽति परतः प्रकृत्या भवति ।

અર્થ :- વૈદિક પ્રયોગમાં યજુસ્-મંત્રની બાબતમાં एङ् અંતવાળા उरस् શબ્દ પછી હ્રસ્વ अ આવે તો પ્રકૃતિભાવ રહેવાથી સંધિ થતી નથી.

ઉદા. :- प्रियधाऽऽविशतोरो अन्तरिक्षं सजूर्देवेन (तै. सं. १. ३. ८. १)। અહીં उरो + अन्तरिक्षम् માં ओ પછી अ આવ્યો છે, છતાં પ્રકૃતિભાવ થવાથી અવાદેશ સંધિ થઈ નથી.

(१९६) आपोजुषाणोवृष्णोवर्षिष्ठे ॥ ८ । २ । २२ ॥

सूत्रार्थ :- (छन्दसि विषये) यजुषि आपो, जुषाणो, वृष्णो, वर्षिष्ठे इत्येतानि अति परतः प्रकृत्या भवन्ति ।

અર્થ :- વૈદિક પ્રયોગમાં યજુવેદમાં आपो, जुषाणो, वृष्णो અને वर्षिष्ठे એ પદો પછી હ્રસ્વ અકાર આવે તો પ્રકૃતિભાવ રહેવાથી સંધિ થતી નથી.

ઉદા. :- आपो अस्मान् मातरः शुन्धयन्तु (यजु. सं. ४. २)। जुषाणो अप्तुराज्यस्य वेतु स्वाहा (यजु. सं. ५. ३५)। वाचस्पतये पवस्व वृष्णो अंशुभ्यां गभस्तिपूतः (यजु. सं. ७. १)। देवस्त्वा सविता श्रपयतु वर्षिष्ठेऽधि नाके (यजु. सं. १. २२)। આ બધા વૈદિક પ્રયોગોમાં યજુર્વેદના મંત્રોમાં आपो + अस्मान्, जुषाणो + अप्सु, वृष्णो + अंशुभ्याम् અને वर्षिष्ठे + अधि એમ एङ् પછી अत् આવ્યો હોવા છતાં પ્રકૃતિભાવ થવાથી અયાદેશ કે અવાદેશ સંધિ થઈ નથી.

(१९७) अम्बे अम्बालिके अम्बिकेपूर्वे ॥ ८ । २ । २३ ॥

सूत्रार्थः- (छन्दसि विषये) यजुषि अम्बिके शब्दात् पूर्वे अम्बे शब्दे वर्तमाने तथा अम्बिके पूर्वे अम्बालिके शब्दे परे एङः अति परतः प्रकृत्या भवन्ति ।

અર્થ :- વૈદિક પ્રયોગમાં યજુર્વેદના મંત્રમાં अम्बिके શબ્દની પૂર્વે अम्बे આવે તો અથવા अम्बिके શબ્દ अम्बालिके ની પૂર્વે આવે તો (એમાંના અન્ત્ય एङ् પછી अ આવ્યો હોવા છતાં) પ્રકૃતિભાવ રહે છે અને સંધિ થતી નથી.

ઉદા. :- अम्बे अम्बिकेऽम्बालिके न मां नयति कश्चन (यजु. सं. २३. १८)। અહીં अम्बे + अम्बिके માં अम्बिका ની પૂર્વે अम्बे શબ્દ આવ્યો છે છતાં म्बे માંના ए પછી अम्बिके માંનો अ આવ્યો હોવા છતાં ए + अ વચ્ચે પ્રકૃતિભાવ રહેવાથી સંધિ થઈ નથી.

એ જ રીતે अम्बिके શબ્દ अम्बालिके ની પૂર્વે આવેલો છે, તેમાં के માંના ए પછી આવેલા अ ની વચ્ચે ए + अ એમ હોવા છતાં પ્રકૃતિભાવ થવાથી અયાદેશ સંધિ થઈ નથી.

(१९८) अङ्ग इत्यादौ च ॥ ८ । २ । २४ ॥

सूत्रार्थ :- (छन्दसि विषये) यजुषि अङ्गशब्दे य एङ् स अति परतः प्रकृत्या भवति, तदादौ च अति परतो यः कश्चिद् एङः पूर्वः, सोऽपि प्रकृत्या भवति।

અર્થ :- વૈદિક પ્રયોગમાં યજુર્વેદના મંત્રમાં अङ्ग શબ્દમાંના (अङ्ग માંના) एङ् પછી હ્રસ્વ अ કાર આવે, અથવા अङ्ग શબ્દમાંનો આદિ अ કાર કોઈપણ एङ् પછી આવે તો (ए + अ) પ્રકૃતિભાવ રહે છે, અને સંધિ થતી નથી.

ઉદા. :- ऐन्द्रः प्राणो अङ्गे अङ्गे नि दीध्यत् (यजु. सं. ६. २०)। અહીં अङ्गे + अङ्गे માં अङ्गे શબ્દમાંના एङ् પછી બીજો अङ्गे શબ્દમાંનો अ કાર આવતાં પ્રકૃતિભાવ રહ્યો છે અને સંધિ થઈ નથી. એ જ રીતે प्राणो + अङ्गे માં एङ् પછી अङ्गे શબ્દનો अ કાર આવવા છતાં પ્રકૃતિભાવ રહ્યો છે, અને સંધિ થઈ નથી.

(१९९) अनुदात्ते च कुधपरे ॥ ८ । २ । २५ ॥

सूत्रार्थ :- (छन्दसि विषये) यजुषि अनुदात्ते च अति कवर्गधकारे परतः एङ् प्रकृत्या भवति।

અર્થ :- વૈદિક પ્રયોગમાં યજુર્વેદના મંત્રમાં एङ् પછી अ કાર આવે અને તે અકાર પછી તરત જ क વર્ગનો કોઈ પણ વર્ણ કે ધકાર આવતો હોય તો, एङ् + अत्માં પ્રકૃતિભાવ રહે છે. અને સંધિ થતી નથી.

ઉદા. :- अयं सो अग्निः (यजु. सं. १२. ४७)। हविष्मान् देवो अध्वरः (यजु. सं. ६. २३)। અહીં सो + अग्निः અને देवो + अध्वरः માં एङ् (ए, ऐ, ओ, કે औ) પછી અનુદાત્ત अत् (= હ્રસ્વ અકાર) આવ્યો છે, જેની પછી અનુક્રમે ग् અને ध् આવેલો છે, તેથી પ્રકૃતિભાવ થવાથી સંધિ થતી નથી.

(२००) अवपथासि च ॥ ८ । २ । २६ ॥

सूत्रार्थ :- (छन्दसि विषये) यजुषि (थास् प्रत्ययान्ते) अवपथाःशब्दे योऽनुदात्तोऽकारः तस्मिन् परतः एङ् प्रकृत्या भवति ।

અર્થ :- વૈદિક પ્રયોગમાં યજુર્વેદના મંત્રમાં एङ् પછી अवपथाः શબ્દમાંનો આદિ અનુદાત્ત અકાર આવે તો પ્રકૃતિભાવ થવાથી સંધિ થતી નથી.

ઉદા. :- त्री रुद्रेभ्यो अवपथास्त्रिरादित्येभ्यो अवपथा येन रूपेण प्रजापतयेऽवपथास्तेन मह्यं पवस्व (काठ. सं. ३०. ६)। અહીં रुद्रेभ्यो + अवपथाः, आदित्येभ्यो + अवपथाः અને प्रजापतये + अवपथाः એમ ત્રણેય ઉદાહરણોમાં ओ કે ए પછી અનુદાત્ત હ્રસ્વ અકાર આવવા છતાં પ્રકૃતિભાવને લીધે સંધિ થઈ નથી.

अवपथाः એ वप् ધાતુને લઙ્ લકારમાં थास् પ્રત્યય લાગીને બનેલું (અનદ્યતન ભૂત. મધ્યમ પુ. એ.વ.નું) રૂપ છે. મૂળ સંહિતાગ્રંથ મળતો ન હોવાથી આ ઉદાહરણમાં સ્વરભાર દર્શાવ્યો નથી છતાં अवपथाःમાં अ અનુદાત્ત છે તે ધ્યાનમાં રાખવાનું છે.

(२०१) ईषा अक्षादयः ॥ ८ । २ । २७ ॥

सूत्रार्थ :- (छन्दसि विषये) ईषा अक्ष इत्यादिषु प्रकृतिभावो भवति ।

અર્થ :- વૈદિક પ્રયોગમાં ईषा अक्ष વગેરેમાં પ્રકૃતિભાવ રહે છે.

ઉદા. :- हि॒र॒ण्ययीं॑ वां र॒भिरी॒षा अक्षो॑ हि॒र॒ण्ययः॑ (ऋ . सं. ८. ५. ३०)। का ईमरे पिशङ्गि॒ला (यजु. सं. २३. ५५)। पथा अगमन्। આ વૈદિક પ્રયોગોમાં ईषा + अक्षः, का + ईमरे અને पथा + अगमन् માં आ + अ એમ હોવા છતાં પ્રકૃતિભાવ રહ્યો છે. અને દીર્ઘએકાદેશ વગેરે સંધિ થઈ નથી.

(२०२) आङोऽनुनासिकश्च ॥ ८ । २ । २८ ॥

सूत्रार्थ :- (छन्दसि विषये) आङोऽचि परतः संहितायामनुनासिकादेशो भवति, स च प्रकृत्या भवति ।

અર્થ :- વૈદિક પ્રયોગમાં आङ् પછી अच् આવે તો आङ् ને અનુનાસિક આદેશ થાય છે. અને તે બન્ને પ્રકૃતિભાવમાં રહે છે, તેથી સંધિ થતી નથી.

आङ् દ્વારા અહીં ઈષદ્, ક્રિયાયોગ, મર્યાદા વગેરે અર્થમાં પ્રયોજાતા આ અવ્યય નો નિર્દેશ થયો છે.

ઉદા. :- अभ्रआ॑ अपः । पर्षि द्रीने गंभीर आ॑ उग्रंपुत्रे जिघांसतः (ऋ सं. ૮. ૬૭. ૧૧)। અહીં आ॑ પછી अ કે उ આવવા છતાં પ્રકૃતિભાવ રહીને સંધિ થઈ નથી.

(૨૦૩) त्यदस्सुलोपो हलि वा ॥ ૮ । ૨ । ૨૯ ॥

सूत्रार्थ :-(छन्दसि विषये) त्यदः (प्रथमैकवचनरूपस्य स्यः इत्येतस्य) हलि परतो सुप्रत्ययस्य लोपो विकल्पेन भवति ।

અર્થ :- વૈદિક પ્રયોગમાં त्यद् ના પ્રથમા એકવચનના स्यः રૂપ પછી हल् (= કોઈ પણ વ્યંજન) આવે તો स्यः માંના सु પ્રત્યયનો વિકલ્પે લોપ થાય છે.

ઉદા. :- उत स्य वाजी क्षिपणिं तुरण्यति (ऋ . सं. ४. ४०. ४)। क्वेदंभूद् यः स्य दूतो न आजंगन् (ऋ सं. १. १६१. ४)। અહીં स्य પછી व् કે द् આવેલો હોવાથી स्यः માંનો सु પ્રત્યય લુપ્ત થવાથી स्य રૂપ સિદ્ધ થયું છે.

इत्थं वाव स्य आर्तिमाऽरिष्यतीति (तै. सं. २. ६. ६. १)। અહીં स्यः + आ એમ થતાં हल् ન હોવા છતાં सु લોપ થઈને स्य રૂપ સિદ્ધ થયું છે. વિકલ્પે सु લોપ નથી પણ થતો. જેમકે, यत्र स्यो निपतेत् ।

(૨૦૪) ह्रस्वाच्चन्द्रस्य सुण्मन्त्रे ॥ ૮ । ૨ । ૩૦ ॥

सूत्रार्थ :- (छन्दसि विषये) मन्त्रे चन्द्रशब्दस्य उत्तरपदभूतस्य (समासे सति पूर्वपदान्तभूतात्) ह्रस्वात् परतः सुट् आगमो भवति ।

અર્થ :- વૈદિક પ્રયોગમાં મંત્રમાં चन्द्र શબ્દ ઉત્તરપદે રહીને સમાસ બનાવે ત્યારે (પૂર્વપદાન્ત) હ્રસ્વ સ્વર પછી सुट् (= स्) આગમ લાગે છે. આ આગમમાં उ અને ट् ઈત્સંજ્ઞક છે.

ઉદા. :- सुश्चन्द्र दस्म विश्पते (ऋ सं ५. ६. ५)। અહીં હ્રસ્વાન્ત सु + चन्द्र નો પ્રાદિ સમાસ બન્યો છે. તેમાં હ્રસ્વ उ પછી चन्द्र શબ્દ આવતાં વચ્ચે सुट् આગમ લાગીને सु + सुट् + चन्द्र = सु + स् + चन्द्र = શ્ચુત્વ થઈને सुश्चन्द्र શબ્દ સિદ્ધ થયો છે.

પણ મંત્રમાં चन्द्रની પૂર્વે દીર્ઘાન્ત શબ્દ હોય તો તેમાં सुट् આગમ લાગતો નથી. જેમકે, सूर्याचन्द्रमसौ ।

લૌકિક પ્રયોગમાં તો પૂર્વપદ હ્રસ્વાન્ત હોય તો પણ સુડાગમ લાગતો નથી. જેમકે, सुचन्द्रा पौर्णमासी ।

(૨૦૫) पितरामातरा द्वन्द्वे ॥ ८ । २ । ३१ ॥

सूत्रार्थ :- (छन्दसि विषये) द्वन्द्वसमासे पितरामातरा इति निपात्यते ।

અર્થ :- વૈદિક પ્રયોગમાં દ્વન્દ્વસમાસ તરીકે पितरामातरा એ પ્રયોગનું નિપાતન કરવામાં આવે છે.

ઉદા. :- आ मां गन्तां पितरा मातरा च (तै. सं. १. ७. ८. २-३) । અહીં पितृ + मातृ એ બેના દ્વન્દ્વ સમાસમાં પૂર્વપદ पितृ શબ્દને अराङ् આદેશનું નિપાતન થઈને पितरा અને ઉત્તરપદ मातृ શબ્દને सुलुक् થઈને આકારાદેશનું નિપાતન થઈને मातरा એમ શબ્દ સિદ્ધિ થઈ છે.

વેદમાં पितरा मातरा च એમ મળે છે. એમાં કોઈ સમાસ હોવાનું લાગતું નથી. તેથી સૂત્રકારનો द्वन्द्वे શબ્દ ઉપયોગી જણાતો નથી. પાણિનિએ આ શબ્દ પ્રયોજ્યો નથી.

(૨૦૬) ङ्यापो ह्रस्वो वा ॥ ८ । २ । ३२ ॥

सूत्रार्थ :- (छन्दसि विषये) ङ्यन्तस्य आबन्तस्य च उत्तरपदे परतः विकल्पेन ह्रस्वादेशो भवति ।

અર્થ :- વૈદિક પ્રયોગમાં ङी પ્રત્યયાન્ત અને आप् પ્રત્યયાન્ત શબ્દો પછી કોઈક ઉત્તરપદ આવે તો વિકલ્પે (અન્ત્ય દીર્ઘસ્વરને) હ્રસ્વાદેશ થાય છે.

ઉદા. :- पृथिविदाः . . . .कुमारीदाः . . . . युवतिदा (काठ. सं. ३९. ९) । અહીં ङी પ્રત્યયાન્ત पृथिवी અને युवती શબ્દો પછી पृथिवीं ददाति અને युवतीं ददाति એ અર્થમાં સમાસ થતાં पृथिवी + दा અને युवती + दा એમ ઉત્તરપદ આવતાં ङ्यन्त પદને હ્રસ્વાદેશ થતાં पृथिविदा અને युवतिदा એમ શબ્દો સિદ્ધ થયા છે.

પક્ષે कुमारीदा માં હ્રસ્વાદેશ થયો નથી.

ऊर्णम्रदा ऊर्जं मे यच्छ (तै. सं. १. २. २. २)। अजक्षीरेण जुहोति। ऊणम्रदा पृथिवीं विश्वधायसम् । અહીં अजा + क्षीर અને ऊर्णा + म्रदा એમ આબન્ત પદ પછી ઉત્તરપદ આવતાં હ્રસ્વાદેશ થઈને અનુક્રમે अजक्षीर અને ऊर्णम्रदा શબ્દો સિદ્ધ થયા છે.

પક્ષે હ્રસ્વાદેશ નથી પણ થતો. જેમકે ऊर्णासूत्रेणं कुवयों वयन्ति (यजु. सं. १९. ८०) ।

(૨૦૭) भक्षस्य कारे मुम् ॥ ८ । २ । ३३ ॥

सूत्रार्थ :- (छन्दसि विषये) भक्षशब्दस्य कारशब्देन समासे मुमागमो भवति ।

અર્થ :- વૈદિક પ્રયોગમાં भक्ष શબ્દનો कारशब्द સાથે સમાસ થાય ત્યારે વચ્ચે मुम् આગમ લાગે છે.

ઉદા. :- एते होमा भक्षंकारांश्च भवन्ति (मै. सं. ४. ७. ३) । અહીં भक्षं करोति અથવા भक्षस्य कारः એ અર્થમાં भक्ष + कार નો સમાસ થતાં વચ્ચે मुम् આગમ લાગતાં भक्ष + मुम् + कार = भक्ष + म् + कार = भक्षंकार એમ શબ્દ-સિદ્ધિ થઈ છે.

(૨૦૮) नीचस्यावगुच्चादौ ॥ ८ । २ । ३४ ॥

सूत्रार्थ :- (छन्दसि विषये) नीचशब्दस्य उच्चादौ पूर्वपदे सति अवक् आदेशो भवति ।

અર્થ :-વૈદિક પ્રયોગમાં उच्च વગેરે શબ્દો પૂર્વપદ હોય ત્યારે नीच શબ્દનો अवक् આદેશ થાય છે.

ઉદા. :- उच्चावचान् हि स्तोमांनुपयन्ति (तै. सं. ७. ४. ३. ६) । અહીં उच्च + नीच એ બે પદોનો સમાસ થતાં नीच ને સ્થાને अवक् આદેશ થઈને उच्च + नीच = उच्चा + अवक् = उच्चावच् । આવા વૈદિક પ્રયોગ માટે પાણિ-નિએ કોઈ સૂત્ર રચ્યું નથી.

ડૉ. ચિંતામણિની આવૃત્તિમાં આ સૂત્રનો नीचायादुगुच्चादौ પાઠ છે જેનો તે પાઠ ભ્રષ્ટ હોવાથી અર્થ બેસતો નથી.

(૨૦૯) समानस्यामूर्धप्रभृत्युदर्केषु सः ॥ ८ । २ । ३५ ॥

सूत्रार्थ :- (छन्दसि विषये) समानस्य स इत्ययमादेशो भवति मूर्धन्, प्रभृति, उदर्क इत्येतानि उत्तरपदानि वर्जयित्वा ।

અર્થ :- વૈદિક પ્રયોગમાં समान શબ્દને સ્થાને स આદેશ થાય છે, જો ઉત્તરપદ તરીકે मूर्धन्, प्रभृति અને उदर्क સિવાયના શબ્દો હોય તો.

ઉદા. :- अनु भ्राता सगर्भ्योऽनु सखा सयूथ्यः (यजु. सं. ४. २०) । यो नः सनुत्यः (ऋ. सं. २. ३०. ९) । અહીં समाने गर्भे भवः, समाने यूथे भवः અને समाने नुते भवः એ અર્થમાં समान + गर्भ, समान + यूथ અને समान + नुत એમ સમાસ કરીએ ત્યારે समान શબ્દને સ્થાને स આદેશ થઈને यत् प्रत्यय

લાગતાં सगर्भ्य, सयूथ्य અને सनुत्य એ શબ્દો સિદ્ધ થયાં છે. नुत = છુપું સ્થાન; सनुत्यः = સાથીદાર ચોર.

પરંતુ स॒मा॒नमू॑र्ध्नीरभि लो॒कमर्कम् (तै. सं. ४. ३. ११. ४) અને स॒मा॒नप्र॑भृयो भवन्ति स॒मा॒नोद॑र्काः (तै. सं. ५. ३. १. २) માં समान પછી मूर्धन्, प्रभृति અને उदर्क શબ્દ આવ્યા હોવાથી स આદેશ થયો નથી.

(२१०) सहेः क्त्वात् साढ्यै साढ्वा तृचि साढा निगमे ॥८।२।३६॥

सूत्रार्थ :- (छन्दसि निगमविषये) सह धातोः क्त्वान्तात् साढ्यै, साढ्वा तृचि च साढा इत्येते शब्दाः निगमे निपात्यन्ते।

અર્થ :- વૈદિક નિગમપ્રયોગમાં क्त्वा પ્રત્યયાન્તના અર્થમાં सह् ધાતુના साढ्यै, साढ्वा અને तृच् ના રૂપમાં साढा એ શબ્દોનું નિગમમાં નિપાતન કરવામાં આવે છે.

ઉદા. :- स॑ प्रजा॑पतिरग्नि॑मा॑धत्त॒, मा॑ ए॒वा॑ सह॒, इ॑ति॒ ता॑ असहत, तं॑त् सा॑ढ्यै॒ वा॑वैषं॑ आ॑धीयत॒ (मै. सं. १. ६. ३)। અહીં साढ्यै નો પ્રયોગ છે.

स॒प॑त्नं भ्रातृव्य॑ँ सा॒ढ्वा॑ तेऽकामयन्त (मै. सं. ३. ८. ५)। અહીં साढ्वा નો પ્રયોગ છે.

साढा નો પ્રયોગ કદાચ પૈપ્પલાદ સંહિતા (१०. ४. १२)। માં साढामित्रम् માંનો અભિપ્રેત હશે. બીજે ઉપલબ્ધ નથી.

(२११) अष्टनो दीर्घः ॥८।२।३७॥

सूत्रार्थ :- (छन्दसि विषये) अष्टन्शब्दस्य उत्तरपदे सति दीर्घो भवति।

અર્થ :- अष्टन् શબ્દ પછી ઉત્તરપદ આવી સમાસ બને તો તેનો અન્ત્ય સ્વર દીર્ઘ બને છે.

ઉદા. :- अनु॑मत्या अ॒ष्टाक॑पालः (यजु. सं. ४०. ६०)। प्रतू॑र्तिरष्टादशः.... वि॒व॒र्तो॑ऽष्टाचत्वारि॒ंशः (यजु. सं. १४. २३)। अ॒ष्टापदी नव॑पदी बभूवु॒षी॑ (ऋ सं. १. १६४. ४१)। अ॒ष्टाव॑न्धुरं वह॒ता॒भि॒तो॒ रथ॒म् (ऋ सं. १०. ५३. ७)। पशू॒नां दोहा॑या॒ष्टास्तनां करोति॒ (तै. सं. ५. १. ६. ४)। અહીં अष्ट + कपाल = अष्टाकपाल, अष्ट + दश = अष्टादश, अष्ट + चत्वारिंशत् = अष्टाचत्वारिंशत्, अष्ट + पदी = अष्टापदी, अष्ट + स्तना = अष्टास्तना એમ अष्टन् ના ष्ट માં અન્ત્ય अ નો દીર્ઘ થઈને ष्टा બન્યું છે. આ નિપાતનથી આ શબ્દો સિદ્ધ થયા છે.

(૨૧૨) मन्त्रे सोमाश्वेन्द्रियविश्वदेव्यस्य मतौ ॥ ८ । २ । ३८ ॥

सूत्रार्थ :- (छन्दसि विषये) मन्त्रे, सोम, अश्व, इन्द्रिय, विश्वदेव्य इत्येतेषां शब्दानां मतुप् प्रत्यये परतः दीर्घो भवति ।

अर्थ :- વૈદિક મંત્રપ્રયોગમાં સોમ વગેરે શબ્દો પછી मतुप् प्रत्यय લાગે તો તે શબ્દોનો (અન્ત્ય સ્વર) દીર્ઘ થાય છે.

ઉદા. :- अश्वावतीं सोमावतीमूर्जयन्तीम् (ऋ सं. १०. ९७. ७)। य दिन्द्रायेन्द्रियावंत इन्द्रियमेव (तै. सं. २. ४. २)। हविरिन्द्रियावंत् परिस्रुता (यजु. सं. १९. १५)। वरुत्रीष्ट्वा देवीर्विश्वदेव्यावतीः (यजु. सं. ११. ६१)। અહીં अश्व + मतुप् = अश्वावत्, सोम + मतुप् = सोमावत्, इन्द्रिय + मतुप् = इन्द्रियावत्, विश्वदेव्य + मतुप् = विश्वदेव्यावत् એમ मत् નો वत् આદેશ થઈ, શબ્દ સિદ્ધ થઈને પછી ङीप् પ્રત્યય લાગીને સ્ત્રીલિંગી રૂપ બનેલાં છે.

(૨૧૩) ओषधेर्विभक्तावप्रथमायां वा ॥ ८ । २ । ३९ ॥

सूत्रार्थ :- (छन्दसि विषये) मन्त्रे अप्रथमायां (= प्रथमावर्जितायां) विभक्तौ परत ओषधिशब्दस्य विकल्पेन दीर्घो भवति ।

अर्थ :- વૈદિક પ્રયોગમાં મંત્રમાં પ્રથમા સિવાયની વિભક્તિનો પ્રત્યય લાગતાં ओषधि શબ્દનો (અન્ત્ય સ્વર) વિકલ્પે દીર્ઘ બને છે.

ઉદા. :- सद्यो जात ओषधीभिर्ववक्षे (ऋ . सं. ३. ५. ८)। त्वं वनेभ्यस्त्वमोषधीभ्यः (ऋ . सं. २. १. १)। या पर्वतेष्वोषधीष्वप्सु (ऋ सं. १. ५९. ३)। અહીં ओषधि શબ્દ પછી અનુક્રમે તૃતીયા બહુવચન, ચતુર્થી તથા પંચમી બહુવચન અને સપ્તમી બહુવચન એ પ્રથમાવર્જિત વિભક્તિઓના પ્રત્યયો આવ્યા હોવાથી તેનો અન્ત્ય સ્વર દીર્ઘ થઈને અનુક્રમે ओषिध + भिस् = ओषधीभिः, ओषधि + भ्यस् = ओषधीभ्यः, ओषधि + सुप् = ओषधीपु એમ રૂપો સિદ્ધ થયાં છે.

મંત્રોમાં બધે જ આમ બને છે એવું નથી. ओषधि શબ્દને પ્રથમા સિવાયની બીજી વિભક્તિના પ્રત્યયો લાગવા છતાં દીર્ઘાદેશ નથી પણ થતો. દા.ત. यत्संपिषन्त्योषधिम् (ऋ . सं. १०. ८५. ३)। दृक्यृद्धं वा एतदोषधिभिर्यदृक्षम् (काठ. सं. २५. २)। ओषधिभ्योऽधि पशवः (काठ. सं. ६. २)।

આ કારણે આ વિધિ વૈકલ્પિક હોવાનું જણાય છે. પાણિનિ, કાત્યાયન, પતંજલિ, કાશિકાકાર કે બીજા કોઈના લક્ષમાં આ આવ્યું જણાતું નથી.

(२१४) संहितायाम् ॥ ८ । २ । ४० ॥

सूत्रार्थ :- 'संहितायाम्' इत्यधिकारः। यदित ऊर्ध्वमनुक्रमिष्यामः संहितायामित्येवं तद् वेदितव्यम्।

અર્થ :- 'संहितायाम्' (= વૈદિક સંહિતામાં) એમ અધિકાર છે. અહીંથી હવે પછી જે કંઈ કથન કરવામાં આવે તે વેદના સંહિતાપાઠને લગતું છે એમ જાણવું. संहिता = परः सन्निकर्षः = વર્ણોનું એક બીજાની સાથે અતિ નિકટ આવવું; વચ્ચે કોઈ જ વ્યવધાન ન હોવું તે.

(२१५) ऋचि तुनुघमक्षुतङ्कुत्रोरुष्याणाम् ॥ ८ । २ । ४१ ॥

सूत्रार्थ :- (छन्दसि) ऋग्वेदे संहितायाम् तु, नु, घ, मक्षु, तङ्, कु, त्र, उरुष्य इत्येतेषां शब्दानां बहुलं दीर्घो भवति।

અર્થ :- વૈદિક પ્રયોગમાં ઋગ્વેદ સંહિતામાં तु, नु, घ, मक्षु, तङ्, कु, त्र અને उरुष्य એ શબ્દોનો અન્ત્ય સ્વર ઘણીવાર દીર્ઘ થાય છે. लोट् લકારમાં लङ्वत् અતિદેશ કરીને મધ્યમ પુરુષ બહુવચનમાં થ નો तङ् આદેશ થાય છે તેનો અહીં નિર્દેશ છે.

ઉદા. :- आ तू नं इन्द्र वृत्रहन् (ऋ सं. ४. ३२. १)। आश्रुंत्कर्ण श्रुधी हवं नू चिंद्दधिष्व मे गिरः (ऋ. सं. १. १०. ९)। उत वां घा स्यालात् (ऋ. सं. १. १०९. २)। मक्षू गोमंन्तमीमहे (ऋ सं. ८. ३३. ३)। प्र देवं देव्या धिया भरंता जातवेंदसम् (ऋ सं. १०. १७६. २) कूचिंत् सतीरूर्वे गा विंवेद (ऋ सं. ९. ८७. ८)। पुरुत्रा वृत्रो अंशयद् व्यंस्तः (ऋ सं. १. ३२. ७)। उरुष्या णों अभिशंस्तेः सोम नि पाह्यंहंसः (ऋ सं. १. ९१. १५)। ઋગ્વેદના આ મંત્રોમાંના વૈદિક પ્રયોગોમાં तु ને બદલે तू, नु ને બદલે नू, घ ને બદલે घा, मक्षुने બદલે मक्षू, तङ् પ્રત્યય લાગેલા भरत ને બદલે भरता, कुचित् ને બદલે कूचित्, पुरुत्र ને બદલે पुरुत्रा અને उरुष्य ને બદલે उरुष्या એમ શબ્દરૂપો સંહિતામાં આ રીતે અન્ત્ય સ્વર છાન્દસ દીર્ઘ થઈને સિદ્ધ થયાં છે.

(२१६) इकः सुञि ॥ ८ । २ । ४२ ॥

सूत्रार्थ :- (छन्दसि विषये) ऋग्वेदमन्त्रसंहितायां इगन्तस्य सुञि परतो बहुलं दीर्घो भवति।

અર્થ :- ઋગ્વેદની મંત્ર સંહિતામાં ઈગન્ત (= इक् = इ, उ, ऋ, लृ અંતે આવેલા હોય તેવા) શબ્દો પછી सुञ આવે તો ઈગન્તનો અન્ત્ય સ્વર

ઘણી વાર દીર્ઘ બને છે. सूञ् આ વૈદિક નિપાત છે. અને તેનું षत्व થઈને षु બને છે.

ઉદા. :- अ॒भी षु ण॒: सखीनाम् (ऋ. सं. ४. ३१. ३)। ऊ॒र्ध्व ऊ॒ षु णं ऊ॒तये॒ (ऋ सं. १. ३६. १३)। અહીં अभि અને उ પછી सूञ् (=षु) આવતાં દીર્ઘ થઈને अभि અને ऊ એમ શબ્દસિદ્ધિ થઈ છે. इक् માં ऋ અને लृ નો સમાવેશ પણ થાય છતાં એનાં કોઈ ઉદાહરણ વૃત્તિકાર કે ભાષ્યકારે ટાંક્યાં નથી.

(२१७) द्व्यचोऽतस्तिङः ॥ ८ । २ । ४३ ॥

सूत्रार्थ :- (छन्दसि विषये) ऋक्संहितायां द्व्यचः तिङन्तस्य अतः बहुलं दीर्घो भवति।

अर्थ :- વૈદિક પ્રયોગમાં ઋગ્વેદ સંહિતામાં બે अच् (= સ્વરવર્ણ) વાળા तिङन्त શબ્દના अत् (= अ કારનો) ઘણીવાર દીર્ઘાદેશ થાય છે.

ઉદા. :- वि॒द्मा हि त्वा॒ गोपंतिं शूर॒ गोनां॑म् (ऋ सं. १०. ४७. १)। અહીં विद्म એ બે સ્વરવર્ણવાળું तिङ् પ્રત્યય લાગેલું तिङन्त રૂપ છે. જેને અન્તે अत् (=अકાર) આવેલો છે. તે સંહિતાપાઠમાં દીર્ઘ થઈને विद्मा શબ્દ સિદ્ધ થયો છે.

(२१८) निपातस्य च ॥ ८ । २ । ४४ ॥

सूत्रार्थ :- (छन्दसि विषये) ऋक्संहितायां निपातस्य च बहुलं दीर्घो भवति।

अर्थ :- વૈદિક પ્રયોગમાં ઋગ્વેદ સંહિતામાં નિપાતનો અન્ત્ય સ્વર ઘણીવાર છાન્દસ દીર્ઘ થાય છે.

ઉદા. : ए॒ता ह्यस्य सू॒नृता॑ (ऋ सं. १. ८. ८)। एवा हि ते॒ विभू॑तयः (ऋ सं. १. ८. ९)। त्वामच्छा॑ जरि॒तारः॑ (ऋ सं. १. २. २)। અહીં एव અને अच्छ એ બે નિપાતોનો અન્ત્ય સ્વર છાન્દસ દીર્ઘ થઈને एवा અને अच्छा એવાં બે વૈદિક રૂપો સિદ્ધ થયાં છે.

(२१९) तिसृचतस्रोर्नामि वा ॥ ८ । २ । ४५ ॥

सूत्रार्थ :- (छन्दसि विषये) संहितायां तिसृ, चतसृ इत्येतयोः नामि परतः दीर्घो वा भवति।

अर्थ :- વૈદિક પ્રયોગમાં સંહિતામાં तिसृ અને चतसृ એ શબ્દોને ષષ્ઠી બહુવચનનો नाम् પ્રત્યય લાગે ત્યારે અન્ત્યસ્વર વિકલ્પે છાન્દસ દીર્ઘ બને છે.

ઉદા. :- त्रयस्तथुर्वृषभासस्तिसृणां धिषणांनां रेतोधा वि द्युमन्तः (ऋ. सं. ५. ६९. २)। અહીં ઋગ્વેદ સંહિતામાં तिसृणाम् માં तिसृ + नाम् આવતાં सृનો છાન્દસ દીર્ઘ सृ થયો છે.

ઉપલબ્ધ વૈદિક સંહિતાઓમાં આવતાં चतसृ + नाम् નું चतसृणान् થાય છે. પણ છાન્દસ દીર્ઘનું ઉદાહરણ મળતું નથી.

વિકલ્પે દીર્ઘ ન થતાં હ્રસ્વ રહે છે. દા.ત.तिसृणां मध्यन्दिने चतसृणां तृतीयसवने (काठ. सं. २७. ९)।

(२२०) षपूर्वनोपधायाः शि सुटि ॥ ८ । २ । ४६ ॥

सूत्रार्थ :- (छन्दसि विषये) संहितायां नोपधायाः षपूर्वस्य शि (= सर्वनामस्थाने) सुटि प्रत्यये परतो दीर्घो वा भवति।

અર્થ :- વૈદિક પ્રયોગમાં વેદસંહિતામાં न કારાન્ત અંગના ष કાર જેની પૂર્વે આવ્યો હોય તેવા ઉપધા अच् પછી સર્વનામસ્થાનવાચક (= પ્રથમા એકવચન, દ્વિ. વ, બ.વ. અને દ્વિતીયા. એ.વ તથા દ્વિ.વ. નો) પ્રત્યય આવે તો એ न કારાન્ત અંગના ઉપધાને (= અન્ત્ય સ્વરવર્ણની પૂર્વેના સ્વરવર્ણને) દીર્ઘાદેશ થાય છે.

ઉદા. :- धैर्यायि तक्षाणम् (यजु. सं. ३०. ६)। तक्षा रिष्टं रुतं भिषग् (ऋ सं. ९. ११२. १)। અહીં तक्षन् એ નકારાન્ત અંગના ઉપધા (= છેલ્લાની પહેલાનાં) વર્ણ अ કાર ની પૂર્વે क्ष (= क् + ष) માંનો षકાર આવ્યો હોવાથી તે षपूर्व नोपध વર્ણ છે. તેની પછી सुट्(= सु, औ, जस्, अम् અને औट्) માંનો अम् અને सु પ્રત્યય આવતાં तक्षन् + अम् અને तक्षन् + सु એમ થતાં દીર્ઘાદેશ થઈને तक्षाणम् અને तक्षा રૂપ સિદ્ધ થાય છે.

પણ ऋभुक्षणमिन्द्रमा हुव ऊतयं ऋभून् (ऋ सं. १. १११. ४) માં ऋभुक्षन् એ न કારાન્ત અંગના ઉપધા વર્ણ अ કારની પૂર્વે क्ष માંનો ष કાર આવીને તેની પછી सुट् માંનો अम् પ્રત્યય લાગ્યો હોવા છતાં ઉપધા अ કારનો દીર્ઘ થયો નથી . તેથી આ વિધિ વૈકલ્પિક જણાય છે.

(२२१) विड्वनोरनुनासिकस्यात् ॥ ८ । २ । ४७ ॥

सूत्रार्थ :- (छन्दसि विषये) संहितायां विटि वनि च प्रत्यये परतोऽनुनासिकान्तस्याङ्गस्य आकारादेशो भवति।

અર્થ :- વૈદિક પ્રયોગમાં વેદસંહિતામાં અનુનાસિક વર્ણ જેના અંતે આવેલો હોય તેવા અંગ પછી विट् કે वन् પ્રત્યય આવે તો અનુનાસિકાન્ત

અંગના અન્ત્ય વર્ણને સ્થાને આ કાર આદેશ થાય છે. અહીં वन् દ્વારા वनिप् પ્રત્યયનો નિર્દેશ થયો છે. विट् માં ट् અને वनिप् માં इ અને प् ઈત્સંજ્ઞક છે.

ઉદા. :- अब्जा गोजा ऋतजा अद्रिजा ऋतम् (ऋ सं. ४. ४०. ५)। અહીં अप्सु जायते, गोषु जायते, ऋते जायते, अद्रिषु जायते એ અર્થમાં अप्, गो, ऋत અને अद्रि એ શબ્દો સાથે जन् ધાતુ જોડાતાં अप् + जन् + विट्, गो + जन् + विट्, ऋत + जन् + विट्, अद्रि + जन् + विट् એમ विट् પ્રત્યય લાગીને અંગના અનુનાસિક न કાર નો आ કારાદેશ અને विट् ના वि નો સર્વલોપ થતાં अप् + ज + आ = अब्जा, गो + ज + आ = गोजा, ऋत + ज + आ = ऋतजा અને अद्रि + ज + आ = अद्रिजा એવાં પ્રાતિપદિકો સિદ્ધ થયાં છે.

गोषा इन्द्रो नृषा अस्यश्वसा वाजसा उत (ऋ . सं. ९. २. १०)। અહીં गो + सन्, नृ + सन्, अश्व + सन्, वाजस् + सन् પછી विट् પ્રત્યય લાગી सन् ધાતુના न કારનો आ કાર આદેશ અને विट् પ્રત્યયનો સર્વાપહારી લોપ થતાં अश्वसा અને वाजसा શબ્દો અને स કારનો ष કાર થઈને गोषा અને नृषा શબ્દો સિદ્ધ થયા છે.

કાશિકાકારે પા.અ. ૬.૪.૪૧ ની વૃત્તિમાં આની સાથે જ कूपखाः, शतखाः, सहस्रखाः, दधिक्राः, અને अग्रेगाः એ શબ્દો ઉદાહરણ તરીકે ટાંક્યાં છે. આમાંથી शतखाः (अ. पै. सं. १६. ७०. ७), दधिक्राः (ऋ सं. ४. ३८. ९), અને अग्रेगाः (यजु. सं. २७. ३१) એ પ્રયોગો વૈદિક સંહિતાઓમાં મળે છે.

स्यात्रः सूनुस्तनयो विजावा (ऋ सं. ३. १. २३)। અહીં वि + जन् ધાતુને वनिप् પ્રત્યય લાગીને, वि + जन् + वनिप् અન્ત્ય अल् એવા न् નો આકારાદેશ થઈને, वि + ज + आ + वनिप् = विजा + वन् = न् નો आ કારા-દેશ થઈને, विजाव + आ = विजावा એ પ્રાતિપદિક સિદ્ધ થયું છે.

(२२२) जनिता मन्त्रे ॥ ८ । २ । ४८ ॥

सूत्रार्थ :- (छन्दसि विषये) मन्त्रे 'जनिता' इति इडादौ तृचि परतः णिलोपः निपात्यते ।

अर्थ :- વૈદિક મંત્રપ્રયોગમાં इडादि तृच् પછી णि લોપ દ્વારા जनिता શબ્દનું નિપાતન કરવામાં આવે છે.

ઉદા. :- यो नः पिता जनिता (ऋ . सं. १०. ८२. ३)। અહીં जन् + णिच् + तृच् એમ इडादि હોવાથી તેની બાબતમાં अनिट् આર્ધધાતુક પ્રત્યય લાગતાં णि લોપ થઈ શકે તેમ ન હતો. એ મુજબ जन् + अय् + इट् + तृच् = जन् + अय् + इ + तृ = जनयितृ પ્રાતિપદિક લૌકિક પ્રયોગમાં બને

છે. પણ અહીં सेट् ધાતુની બાબતમાં પણ णि લોપનું નિપાતન કરીને जन्+इट्+तृ=जनितृ એવું પ્રાતિપદિક સિદ્ધ કર્યું છે. जनिता માં વૃદ્ધિ થઈને जान् બનતું હતું તે णित् થવાથી હ્રસ્વ થઈને जन् રહે છે.

(૨૨૩) शमिता यज्ञे ॥ ८ । २ । ४९ ॥

सूत्रार्थ :- (छन्दसि विषये) यज्ञकर्मणि इडादि तृचि परतः शमिता इति निपात्यते ।

અર્થ :- વૈદિક પ્રયોગમાં યજ્ઞકર્મના અર્થમાં इडादि तृच् પ્રત્યય લાગતાં (णि લોપનું નિપાતન કરીને) शमिता શબ્દ સિદ્ધ થાય છે.

ઉદા. :- दे॒वेभ्यो दैव्यः॑ शमि॒तोप॑ हव्यम् (ऋ सं. २. ३. १०) । सुकृता तच्छ॑मि॒तारः॑ कृण्वन्तु (ऋ सं. १. १६२. १०) । અહીં शम्+णि+इट्+तृच् એમ शम् ધાતુને इडादि तृच् પ્રત્યય લાગતાં પૂર્વવત્ તે अनिट् ન હોવાથી તેને णि લોપ પ્રાપ્ત ન હતો છતાં णि લોપ નું નિપાતન કરીને शम्+इट्+तृच्=शम्+इ+तृ=शमितृ એવું પ્રાતિપદિક સિદ્ધ થયું છે.

(૨૨૪) णेरयिष्णुचि ॥ ८ । २ । ५० ॥

सूत्रार्थ :- (छन्दसि विषये) ण्यन्तात् धातोः इष्णुचि प्रत्यये परतः णेः अयादेशो भवति ।

અર્થ :- ण्यन्त (= પ્રેરક) ધાતુને इष्णुच् પ્રત્યય લાગે તો ધાતુને णि નો अय् આદેશ થાય છે; આ પ્રત્યય चित् છે.

ઉદા. :- वी॒रुधः॑ पारयि॒ष्णवः॑ (ऋ . सं. १०. ९३. ३) यां श्या॒मां सां पोषयि॒ष्णुः (मैत्रा. सं. ४. २. १४) । અહીં णिच् પ્રત્યયાન્ત पृ અને पुष् ધાતુઓને पृ+णिच्+इष्णुच् તથા पुष्+णिच्+इष्णुच् એમ इष्णुच् પ્રત્યય લાગતાં णि નો अय् આદેશ થઈને पृ+अय्+इष्णु અને पुष्+अय्+इष्णु બની અનુક્રમે વૃદ્ધિ અને ગુણાદેશ થઈ पार+अय्+इष्णु=पारयिष्णु અને पोष्+अय्+इष्णु=पोषयिष्णु એમ પ્રાતિપદિકો સિદ્ધ થયાં.

(૨૨૫) युप्लुवोर्ल्यपि दीर्घः ॥ ८ । २ । ५१ ॥

सूत्रार्थ :- (छन्दसि विषये) यु, प्लु इत्येतयोर्ल्यपि परतो दीर्घो भवति ।

અર્થ :- यु અને प्लु ધાતુઓને ल्यप् પ્રત્યય લાગે તો ધાતુને દીર્ઘાદેશ થાય છે. ल्यप् માં ल् અને प् ઈત્સંજ્ઞક છે.

ઉદા. :- यथा॒ दान्त्य॑पूर्वं वि॒यूयं (ऋ . सं. १०. १३१. १) । यत्रापो दक्षिणा परिप्लूय (काठ. सं. २५. ३) । અહીં वि+यु+ल्यप् અને

परि+प्लु+ल्यप् એમ થતાં ધાતુને દીર્ઘાદેશ થઈને वि+यू+य=वियूय અને परि+प्लू+य=परिप्लूय એમ શબ્દસિદ્ધિ થઈ છે.

(૨૨૬) नाडमाङ्योगेऽपि ॥८।२।५२॥

सूत्रार्थ :- (छन्दसि विषये) धातोः अमाङ्योगेऽपि बहुलं अडागमो न भवति। बहुलत्वात् माङ्योगेऽपि भवति।

અર્થ :- વૈદિક પ્રયોગમાં लुङ्, लङ् અને लृङ् માં माङ् નો યોગ ન હોય તો પણ ધાતુને ઘણીવાર अट् આગમ નથી લાગતો. અને ઘણીવાર माङ् યોગ હોય છતાં अट् આગમ લાગે છે.

ઉદા. :- जनिष्ठा उग्रः सहसे तुराय (ऋ. सं. १०. ७३. १)। અહીં जन् ધાતુને लुङ् લકારમાં थास् પ્રત્યય લાગીને जनिष्ठाः રૂપ બન્યું છે. અહીં माङ् નો યોગ ન હોવાથી જો લૌકિક પ્રયોગ હોત તો अट् આગમ લાગીને अजनिष्ठाः રૂપ થાત. પણ વૈદિક પ્રયોગમાં લાગ્યો નથી.

પણ मा वः क्षेत्रे परबीजान्यवाप्सुः (आप. ध. सू. २. ६. १३. ६)। અહીં माङ् યોગ હોવા છતાં वप् ધાતુને अट् આગમ લાગીને अवाप्सुः રૂપ પ્રયોજાયું છે.

(૨૨૭) आट् च ॥८।२।५३॥

सूत्रार्थ :-(छन्दसि विषये) धातोः बहुलं अमाङ्योगेऽपि आट् आगमश्च न भवति।

અર્થ :- વૈદિક પ્રયોગમાં ધાતુને माङ् નો યોગ ન હોય તો પણ ઘણીવાર आट् આગમ થતો નથી.

ઉદા. :- मा त्वायतो जरितुः काममूनयीः (ऋ. सं. १. ५३. ३)। અહીં ऊन् એ ण्यन्त ધાતુને लुङ् લકારમાં सिच् પ્રત્યયાદેશ લાગીને आट् આગમ લાગતાં લૌકિક પ્રયોગમાં औनिनः રૂપ થાત; પણ વૈદિક પ્રયોગમાં ऊनयीः રૂપ સિદ્ધ થયું અને माङ् યોગ ન હોવા છતાં आट् આગમ લાગ્યો નથી.

(૨૨૮) इरयो रे ॥८।२।५४॥

सूत्रार्थ :- (छन्दसि विषये) इरे इत्येतस्य बहुलं रे इत्ययमादेशो भवति।

અર્થ :- વૈદિક પ્રયોગમાં इरे ના સ્થાને ઘણીવાર रे આદેશ થાય છે. इरे દ્વારા इरेच् પ્રત્યયાદેશનો નિર્દેશ છે. આ इरेच् આદેશ लिट् લકારમાં झ પ્રત્યયનો આદેશ છે.

ઉદા. :- गर्भं प्रथमं दध्र आपः (ऋ. सं. १०. ८२. ५) । અહીં ધૃ ધાતુને લિટ્ લકારમાં झ પ્રત્યય લાગતાં દ્વિત્વ અને झ ને સ્થાને इरेच् આદેશ થતાં दधा+इरे માં रे ભાવ થતાં दधा+रे થઈને अ કાર લોપ થતાં दध्+रे=दध्रे રૂપ સિદ્ધ થયું છે. इडादि આર્ધધાતુક પ્રત્યય લાગતાં ધાતુના આ કારાન્ત અંગનો આ કાર લુપ્ત થાય છે. रे ભાવ થતાં તે અજાદિ ન રહેતાં લોપ ન થાત. અનજાદિત્વ પણ અસિદ્ધ હોવાથી इरे ના સ્થાનીભાવને આધારે લોપ થાય છે.

(२२९) श्नुतन्वादीनां य्वोरचीयुवौ वा ॥ ८ । २ । ५५ ॥

સૂત્રાર્થ :- (छन्दसि विषये) इवर्णोवर्णान्तस्य श्नुप्रत्यायान्तस्याङ्गस्य, तन्वादीनां च, अजादौ प्रत्यये परतः इय् उव् इत्येतावादेशौ भवतः।

અર્થ :- (વૈદિક પ્રયોગમાં) श्नु પ્રત્યયાન્ત અંગ અને (तन्वादि ગણના तनु, विषु) વગેરે શબ્દોને अजादि પ્રત્યય લાગે તો તેના વિકલ્પે इय् અને उव् આદેશ થાય છે.

ઉદા. :- सर्वामेव वाचमाप्नुवन्ति (तै. सं. ७. ४. ४. २)। तदनु सर्वे राध्नुवन्ति (तै. सं. ७. ४. ८. ३)। न ह्य१न्ये अशक्नुवन् (ऋ. सं. ५. ४०. ९)। અહીં સ્વાદિ ગણના आप्, राध् અને शक् એ ધાતુઓને श्नु પ્રત્યય લાગતાં તે श्नुप्रत्ययान्त બને છે, અને તેના અન્ત્ય उ વર્ણને સ્થાને उव् આદેશ થઈને आप्+श्नु+झ=आप्+नुव्+अन्ति=आप्नुवन्ति, राध्+श्नु+झ= राध्+नु+अन्ति= राध्+नुव्+अन्ति=राध्नुवन्ति વગેરે શબ્દો સિદ્ધ થયા છે.

आविस्तन्वं कृणुषे दृशे कम् (ऋ. सं. १. १२३. ११)। अग्निस्ते तनुवं माऽति धाक् (तै. सं. १. १. ८. १) । विष्वं पुषेम। विषुवं पुषेम। स्वर्गं लोकमायन् (मै. सं. १. ४. ७)। सुवर्गमेव लोकं समारोहति (तै. सं. १. ५. ७. १) । त्र्यम्बकं यजामहे (ऋ. सं. ७. ५९. १२)। त्रियमबकं यजामहे। અહીં तन्व-तनुव, विष्व-विषुव, स्वर्ग-सुवर्ग, त्र्यम्बकं-त्रियम्बक એ વૈકલ્પિક પ્રાતિપદિકોનાં પ્રથમ રૂપમાં મૂળ उ અને इ છે. જ્યારે બીજા રૂપમાં उव् અને इय् આદેશ થયો છે.

(२३०) भूसुधियोर्यण् ॥ ८ । २ । ५६ ॥

સૂત્રાર્થ :- (छन्दसि विषये) भू, सुधी इत्येतयोरङ्गयोः अजादौ सुपि परतो यणादेशो वा भवति।

અર્થ :- भू અને सुधी એ બે અંગોને તેમની પછી अजादि सुप् પ્રત્યય આવે તો તેને સ્થાને વિકલ્પે યણાદેશ થાય છે.

ઉદા. :- वनेषु चित्रं विभुवं विशेविंशे (तै. सं. १. ५. ५. १)। सद्योवृधं विभ्वं रोदस्योः (ऋ. सं. ३. ३१. १३)। सुधियम् (अ. पै. सं. ५. ३६. ७)। इन्द्रो अश्रायि सुध्यो निरेके (ऋ. सं. १. ५१. १४)।

અહીં विभ्व-विभुव અને सुधिय-सुध्य એવાં વૈકલ્પિક પ્રાતિપદિકો વૈકલ્પિક યણાદેશથી સિદ્ધ થયાં છે; વિકલ્પે उव् અને इय् આદેશ થયો છે.

(२३१) तनिपत्योर्लोप उपधाया क्ङित्यजादौ ॥८।२।५७॥

सूत्रार्थ :- (छन्दसि विषये) तनि, पति इत्येतयोरुपधाया लोपो भवति, अजादौ क्ङिति प्रत्यये परतः।

અર્થ :- વૈદિક પ્રયોગમાં तन् અને पत् ધાતુનાં અંગ પછી અજાદિ (=સ્વરાદિ) કિત્ કે ઙિત્ પ્રત્યય લાગે તો તે અંગની ઉપધાનો લોપ થાય છે.

ઉદા. :- वि तत्निरे कवय ओतवा उ (ऋ. सं. १. १६४. ५)। शकुना इव पप्तिम (ऋ. सं. ९. १०७. २०)। અહીં तन् ધાતુને લિટ્ લકારમાં પ્ર. પુ. બ. વમાં इरेच् પ્રત્યય લાગતાં દ્વિત્વ થઈને तन्+तन्+इरे=त+तन्+इरे થઈ ધાતુના ઉપધા अ કારનો લોપ થતાં त+न्+इरे= तत्निरे રૂપ સિદ્ધ થયું. લૌકિક પ્રયોગમાં तेनिरे રૂપ થાત. એજ રીતે पत् ધાતુને લિટ્ લકારમાં ઉત્તમ પુ. બ. વમાં म પ્રત્યય લાગતાં દ્વિત્વ અને ઈડાગમ થઈને पत्+पत्+इट्+म=प+पत्+इ+म ધાતુના ઉપધા અકારનો લોપ થઈને प+प्+त्+इम=पप्तिम રૂપ સિદ્ધ થયું. લૌકિક પ્રયોગમાં पेतिम રૂપ થાત.

(२३२) घसिभसोर्हलि च ॥८।२।५८॥

सूत्रार्थ :- (छन्दसि विषये) घसि भस इत्येतयोरुपधाया लोपो भवति हलादौ अजादौ च क्ङिति प्रत्यये परतः।

અર્થ :- વૈદિક પ્રયોગમાં घस् અને भस् અંગ પછી હલાદિ (=વ્યંજનાદિ) કે અજાદિ કિત્ કે ઙિત્ પ્રત્યય લાગે તો અંગની ઉપધાનો લોપ થાય છે.

ઉદા. :- सग्धिश्च मे सपीतिश्च मे (यजु. सं. १८. ९)। बब्धां ते हरी धानां (नि. ५. १२)। हरी इवान्धांसि बप्सता (ऋ. सं. १. २८. ७)। અહીં अद् ધાતુને घस्लृ આદેશ થઈને હલાદિ क्तिन् પ્રત્યય લાગતાં घस्+ति માં

घस् ના ઉપધા अ કાર નો લોપ થઈને, घ्+ति થયું. પછી झल् घ કાર પછી झल् तકાર આવતાં સકાર લોપ થઈને, घ्+ति માં झष् घ કાર પછી तકાર આવેલો હોવાથી तકારનો धકારાદેશ થતાં, घ्+धि થયું. પછી ધાતુના घ કારને જશ્ત્વ થતાં ग्+धि=ग्धि બન્યું. પછી समाना चासौ ग्धिः એ અર્થમાં સમાસ બનતાં समाना+सु+ग्धि+सु માં सु લોપ તથા પુંવદ્ભાવ થઈ समाना+ग्धि થયું પછી समान ને સ્થાને છાંદસ સકારાદેશ થતાં स+ग्धि=सग्धि એ શબ્દ સિદ્ધ થયો.

એ જ રીતે भस् ધાતુને લોટ્ લકારમાં પ્ર. પુ. બ. વ.માં लङ्वत् કાર્ય થઈને ताम् પ્રત્યય લાગીને દ્વિત્વ થતાં भस्+भस्+ताम्, અભ્યાસનો હલાદિ શેષ અને ચર્ત્વ થઈ ब+भस्+ताम् થયું. પછી झल् પછી આવતાં અકારનો લોપ, ઉપધા અકારનો લોપ અને પ્રત્યયમાં ध કારાદેશ થઈને बभ्+धाम् અને અંતે જશ્ત્વ થઈ बब्धाम् રૂપ સિદ્ધ થયું.

(२३३) श्रुशृणुपृकृवृभ्यो हेर्धिः ॥ ८ । २ । ५९ ॥

સૂત્રાર્થ :- (छन्दसि विषये) श्रु, शृणु, पृ, कृ, वृ, इत्यतेभ्य उत्तरस्य हलादेः हेः स्थाने धिः आदेशो भवति ।

અર્થ :- વૈદિક પ્રયોગમાં શ્રુ, शृणु, पृ, कृ અને वृ પછી હલાદિ પ્રત્યય આવે તો हि ને સ્થાને धि આદેશ થાય છે.

ઉદા. :- श्रुधी हवम् (ऋ . सं. १. २. १)। शृणुधी गिरः (ऋ . सं. ८. ८४. ३)। रायस्पूर्धि (ऋ . सं. १. ३६. १२)। उरु णस्कृधि (ऋ . सं. ८. ७५. ११)। सत्रांदावन्नपां वृधि (ऋ . सं. १. ७. ६) ।અહીં श्रुधी માં शप् નો છાન્દસ લોપ, धि આદેશ અને હલ્પરત્વને લીધે દીર્ઘ થયો છે. शृणुधी માં श्रु નો शृ આદેશ, श्नु વિકરણ, धि આદેશ, છાંન્દસ લોપ અને धि આદેશ હલ્પરત્વથી દીર્ઘ થયો છે. पूर्धि, कृधि અને वृधि માં ઉપર દર્શાવ્યા મુજબ शप् નો लुक् થઈને धि આદેશ થયો છે.

(२३४) अङितश्च ॥ ८ । २ । ६० ॥

સૂત્રાર્થ :- (छन्दसि विषये) अङितश्च हिकारस्य धिकारोआदेशो भवति ।

અર્થ :- વૈદિક પ્રયોગમાં ङित् ન હોય તેવા हि નો પણ धि આદેશ થાય છે.

ઉદા. :- सोमं रारन्धि नों हृदि (ऋ . सं. १. ९१. १३)। अस्मभ्यं तद्धर्यश्व प्र यन्धि (ऋ . सं. ३. ३६. ९)। युयोध्यस्यस्मज्जुंहुराणमेनः (यजु. सं. ४०. १६)। हि પ્રત્યય વિકલ્પે अपित् હોવાથી તે સાર્વધાતુક પક્ષમાં ङिद्वत् થશે

અને પિત્ પક્ષમાં અઙિત્ રહેશે. આ સૂત્રમાં આવા અઙિત્ हि પ્રત્યયનો નિર્દેશ છે. ઉપરનાં ઉદાહરણોમાં रम् ધાતુને વ્યત્યયથી પરસ્મૈપદ, शप् નો શ્લુ અને અભ્યાસનો દીર્ઘ થઈને, हि નો धि આદેશ થઈ रारन्धि રૂપ સિદ્ધ થયું છે. यन्धि માં यम् ધાતુને शप् નો લુક્ થઈને हि નો धि આદેશ થયો છે. युयोधि માં शप् નો શ્લુ, દ્વિત્વ, ગુણ અને धि આદેશ થયો છે.

(२३५) उतो लुग्वा ॥ ८ । २ । ६१ ॥

सूत्रार्थः- (छन्दसि विषये) उकारान्तात् प्रत्ययात् उत्तरस्य हेर्लुग्भवति ।

અર્થ :- વૈદિક પ્રયોગમાં उ કારાન્ત પ્રત્યય પછી લાગતા हि નો વિકલ્પે લુક્ (= લોપ) થાય છે.

ઉદા. :- आ तनुहि यातुधानान् ।, धिनुहि देवान् (यजु. सं. १. २०)। अद्या कृंणुहि वीतये (ऋ. सं. १. १३. २)। અહીં तन् ધાતુને उ પ્રત્યય, અને ¯धि તથા कृ ધાતુને नु પ્રત્યય લાગીને પછી વિકલ્પે हि પ્રત્યય લાગતાં અનુક્રમે तनुहि, धिनुहि અને कुणुहि એમ શબ્દરૂપો સિદ્ધ થયાં છે.

(२३६) अमिपचियजिवपीनामतोऽलिट्येत् ॥ ८ । २ । ६२ ॥

सूत्रार्थ :- (छन्दसि विषये) अमि, पचि, यजि, वपि, इत्येतेषां अकारस्य अलिटि एत्वं भवति ।

અર્થ :- વૈદિક પ્રયોગમાં अम्, पच्, यज्, અને वप् એ ધાતુઓમાંના अ કારને સ્થાને લિટ્ સિવાયના લકારમાં ए કારાદેશ થાય છે.

ઉદા. :- यं व्येमानं यक्ष्मो गृंह्णीयात् (काठ. सं. १३. ६)। અહીં वि + अम् ને चानश् પ્રત્યય લાગીને મુગાગમ ન થઈ, अ કારનો ए કારાદેશ થઈને वि + एमानम् = व्येमानम् રૂપ સિદ્ધ થયું છે.

पेचिरन् । અહીં पच् ધાતુને લિઙ્ લકારમાં સીયુટ્, झ નો अन् આદેશ, शप् અને ગુણ થઈને पचेरन् બનતાં, एत्व અને છાંન્દસ હ્રસ્વત્વ થતાં पेचिरन् રૂપ સિદ્ધ થયું છે. આજે ઉપલબ્ધ સંહિતાઓમાં આ પ્રયોગ મળી આવતો નથી.

मनुंरायेजे पिता (ऋ . सं. १. ११४. २)। आवेपे । અહીં यज् અને आ + वप् ને લઙ્ લકારમાં ઈડાગમ તથા ए કારાદેશ થઈને आयेजे અને आवेपे રૂપ સિદ્ધ થયાં છે. आवेपे નો પ્રયોગ ઉપલબ્ધ સંહિતાઓમાં મળી આવતો નથી.

(૨૩૭) वाहो वाड्यचि ॥ ८ । २ । ६३ ॥

सूत्रार्थ :- (छन्दसि विषये) यकारपूर्वके अजन्ते चोपपदे सति वाहः स्थाने वाडित्ययमादेशो भवति।

અર્થ :- વૈદિક પ્રયોગમાં य કાર જેની પૂર્વે હોય તેવો શબ્દ, અને અજન્ત શબ્દ ઉપપદમાં આવે તો वाह् ને સ્થાને वाड् આદેશ થાય છે.

ઉદા. :- हव्यवाड् जुह्वांस्यः (ऋ. सं. १. १२. ६)। दित्यवाड्वयो विराट् छन्दुर्यः . . . .तुर्यवाड्वयोनुष्टुप् छन्दः (यजु. सं. १४. १०)। प्रष्ठवाट्। અહીં વૈદિક પ્રયોગોમાં हव्य + वाह् અને दित्य + वाह् માં य કારપૂર્વક પદ ઉપપદ છે, અને प्रष्ठ + वाह् માં અજન્ત પદ ઉપપદ છે તેથી તેની પછી આવતા वाह् ને સ્થાને वाट् આદેશ થઈને અનુક્રમે हव्यवाट्, दित्यवाट् અને प्रष्ठवाट् એમ પ્રાતિપદિકો સિદ્ધ થયાં છે.

(૨૩૮) तुरिष्ठेयसोर्लोपः ॥ ८ । २ । ६४ ॥

सूत्रार्थ :- (छन्दसि विषये) त्रन्तात् प्रातिपदिकाद् इष्ठ ईयस् इत्येतयोः परतः तृ इत्येतस्य लोपो भवति।

અર્થ :- तृ કાર પ્રાતિપદિક પછી इष्ठ કે ईयस् પ્રત્યય લાગે તો અંગના અન્ત્ય तृ નો લોપ થાય છે.

ઉદા. :- पुरू सखिभ्यः आसुतिं करिष्ठः (ऋ. सं. ७. ९७. ७)। दोहीयसी धेनुः। આ વૈદિક પ્રયોગમાં तृन् (= तृ) પ્રત્યયાન્ત कर्तृ અને दोग्धृ એ શબ્દોને અનુક્રમે इष्ठन् અને ईयसुन् પ્રત્યય લાગતાં तृ નો લોપ થઈને कृ + तृ + इष्ठ = कृ + इष्ठ = ગુણ થઈને कर् + इष्ठ = करिष्ठ અને दुध् + तृ + ईयस् = दुह् + ईयस् = ગુણ થઈને दोहीयस्, પછી સ્ત્રીલિંગનો પ્રત્યય લાગીને दोहीयसी શબ્દ સિદ્ધ થયા છે.

(૨૩૯) र ऋत ऋजोर्वा ॥ ८ । २ । ६५ ॥

सूत्रार्थ :- (छन्दसि विषये) ऋजु इत्येतस्याङ्गस्य ऋतः (= ऋकारस्य) स्थाने विकल्पेन रेफ आदेशो भवति, इष्ठयसोः परतः।

અર્થ :- વૈદિક પ્રયોગમાં ऋजु એ અંગ પછી इष्ठ અને ईयस् પ્રત્યયો લાગે ત્યારે અંગના ऋ કારને સ્થાને र આદેશ થાય છે.

ઉદા. :- त्वं रजिष्ठमनु नेषि पन्थाम् (ऋ. सं. १. ९१. १)। અહીં ऋजु શબ્દ પછી इष्ठ પ્રત્યય લાગતાં ऋजु + इष्ठ = ऋ નો र આદેશ થઈને

रजु + इष्ठ = टि લોપ થઈને रज् + इष्ठ = रजिष्ठ એમ શબ્દ સિદ્ધિ થઈ છે. વેદમાં इष्ठन् પ્રત્યયવાળું જ ઉદાહરણ મળ્યું છે, ईयसुन् વાળું મળતું નથી.

(૨૪૦) मन्त्रेष्वाङ्यादेरात्मनः ॥ ८ । २ । ६६ ॥

सूत्रार्थ :- (छन्दसि विषये) आङ् (= टा)प्रत्यये परत आत्मन आदेः (= आकारस्य) लोपो भवति ।

અર્થ :- વૈદિક પ્રયોગમાં आङ् (= टा) પ્રત્યય લાગતાં आत्मन् શબ્દના આદિ આકારનો લોપ થાય છે. आङ् એ અહીં टा (તૃ.એ.વ.ના) પ્રત્યયની પૂર્વાચાર્યોની સંજ્ઞા છે.

ઉદા. :- त्मनां दे॒वेषु॑ विविदे मि॒तद्रुः॑ (ऋ . सं. ७. ७. १) । અહીં आत्मन् શબ્દને તૃતીયા એ.વ.નો પ્રત્યય. (आङ् = टा) લાગતાં आत्मन् શબ્દના આદિ आ નો લોપ થઈને आत्मन् + आ = त्मन् + आ = त्मना શબ્દ સિદ્ધ થયો છે.

વૈદિક સંહિતાઓમાં માત્ર તૃ.એ.વ.નો પ્રત્યય લાગતાં જ નહીં પણ પ્રથમા, દ્વિતીયા, તૃતીયા, ચતુર્થી અને સપ્તમી એ.વ.ના પ્રત્યયો લાગે ત્યારે પણ आत्मन् શબ્દના આદિ आનો લોપ થતો જોવામાં આવે છે. દા.ત. इह् त्वा॒ भूर्या चर॒द्रु॒प त्मन् (ऋ . सं. १. ६२. ८) માં त्मन् (પ્ર.એ.વ.), त्मनमू॒र्जं न वि॒श्वध॒ क्षरं॑ध्यै (ऋ . सं. १. ६३. ८) માં त्मनम् (દ્વિ.એ.વ.), विश्वं॑ तो॒कमु॒त त्मनां॑ (ऋ . सं. १. ४१. ६) માં त्मना (તૃ.એ.વ.), त्मने॑ तो॒काय॒ तनं॑याय मृळ (ऋ . सं. १. ११४. ६)। માં त्मने (ચ. એ.વ.), અને प्र यद् वां॑ ब॒द्धस्त्मनि॒ खाद॑ति॒ क्षाम् (ऋ . सं. १. १५८. ४) માં त्मनि (સ.એ.વ.). પરન્તુ તૃ.એ.વ.ના પ્રયોગો વિપુલ પ્રમાણમાં હોવાથી સૂત્રમાં તેને પ્રાધાન્ય અપાયું હશે.

(૨૪૧) ऋत्व्यवास्त्व्यवास्त्वमाध्वीहिरण्ययानि ॥ ८ । २ । ६७ ॥

सूत्रार्थ :- (छन्दसि विषये) ऋत्व्य, वास्त्व्य, वास्त्व, माध्वी, हिरण्यय इत्येतानि प्रातिपदिकानि निपात्यन्ते ।

અર્થ :- વૈદિક પ્રયોગમાં ऋत्व्य, वास्त्व, माध्वी અને हिरण्यय એ પ્રાતિપદિકોનું નિપાતન કરવામાં આવે છે.

ઉદા. :- ऋत्व्यानि (अ. पै. सं. १९. २५. १४)। वास्त्व्यम् । वा॑स्तो॒र्वै वा॒स्त्वं॑ जातं॑ वा॒स्त्वं॑मयं॒ खलु वै रु॒द्रस्य॒ (मै. सं. २. २. ४)। माध्वीर्नः स॒न्त्वौष॑धीः (ऋ . सं. १. ९०. ६)। हि॒र॒ण्यये॑न स॒वि॒ता रथे॒न (ऋ . सं. १. ३५. २)। અહીં વૈદિક પ્રયોગમાં ऋतौ भवम् એ અર્થમાં ऋतुशब्द અને वास्तौ भवम्

એ અર્થમાં वास्तु શબ્દને यत् પ્રત્યય લાગતાં તેને સ્થાને યણાદેશનું નિપાતન કરીને અનુક્રમે ऋत्व्य અને वास्त्व्य એ પ્રાતિપદિકોની સિદ્ધિ થઈ છે. वस्तुनि भवः એ અર્થમાં वस्तु શબ્દને अण् પ્રત્યય લાગતાં તેને સ્થાને યણાદેશનું નિપાતન કરીને वास्त्व શબ્દની સિદ્ધિ કરી છે. मधु(=माधुर्यं) विद्यते अस्याम् એ અર્થમાં मधु શબ્દને अण् પ્રત્યય લાગતાં તેને સ્થાને સ્ત્રીલિંગમાં યણાદેશનું નિપાતન કરી माध्वी એ પ્રાતિપદિકની સિદ્ધિ થઈ છે. हिरण्यं विद्यते अस्मिन् એ અર્થમાં हिरण्य શબ્દને मयट् પ્રત્યય લાગતાં તેના મના લોપનું નિપાતન કરીને हिरण्यय એ પ્રાતિપદિકની સિદ્ધિ કરવામાં આવી છે.

(૨૪૨) समासेऽनञ्पूर्वे ल्यपः क्त्वा वा ॥८।२।६८॥

सूत्रार्थ :- (छन्दसि विषये) अनञ्पूर्वे समासे (क्त्वादेशभूतस्य) ल्यपः स्थाने विकल्पेन क्त्वा इत्ययमादेशो भवति।

અર્થ :- જેમાં नञ् ન હોય તેવા પૂર્વપદવાળા સમાસમાં (क्त्वा પ્રત્યયને સ્થાને થતા) ल्यप् આદેશને સ્થાને વૈદિક પ્રયોગમાં વિકલ્પે क्त्वा (=त्वा) આદેશ થાય છે.

ઉદા. :- कृष्णं वांसो यंजमानं परिधापयित्वांन्वारम्भयित्वैतांनि जुहोति (काठ. सं. ११. १०)। प्रत्यर्पयित्वा (अ. शौ. सं. १२. २. ५५)। અહીં વૈદિક પ્રયોગમાં परि + धा, अनु + आ + रभ्, प्रति + ऋ એ ધાતુઓમાં ધાતુપૂર્વે ઉપસર્ગ આવ્યો હોવા છતાં, લૌકિક પ્રયોગની જેમ क्त्वा ને બદલે ल्यप् પ્રત્યય લાગે છે તેમ ન બનતાં, ल्यप् ને બદલે क्त्वा પ્રત્યય જ લાગેલો જોવા મળે છે. તેથી આ સૂત્ર દ્વારા આવા આર્ષપ્રયોગને શિષ્ટમાન્ય ગણવામાં આવ્યો છે.

આ સૂત્રમાં વિકલ્પનું વિધાન કર્યું હોવાથી પક્ષે ल्यप् પણ ક્વચિત જોવા મળે છે. જેમકે तंत एवं प्राञ्चमुदधृत्य (मै. सं. १. ८. ८)। અહીં उत् + धृ ને ल्यप् પ્રત્યય લાગીને उद् + धृ + य અને તુગાગમ થઈને उदधृत्य રૂપ સિદ્ધ થયું છે.

ઘણીવાર ઉપસર્ગ ન હોય છતાં વૈદિક પ્રયોગમાં ધાતુને क्त्वा ને બદલે ल्यप् પ્રત્યય લાગેલો જોવા મળે છે. જેમકે अर्च्य तान् देवान् गतः।

(૨૪૩) क्त्वो यक् ॥ ८ । २ । ६९ ॥

सूत्रार्थ :- (छन्दसि विषये) क्त्वा इत्येतस्य यगागमो भवति।

अर्थ :- વૈદિક પ્રયોગમાં क्त्वा ને यक् આગમ લાગે છે. यक् એ कित् હોવાથી क्त्वा પછી લાગે છે.

ઉદા. :- सौभाग्यमस्यै दुत्त्वाय (ऋ. सं. १०. ८५. ३३)। અહીં दा ધાતુને क्त्वा પ્રત્યય લાગીને તેને यक् આગમ લાગતાં दा+क्त्वा+यक्= ધાતુનો दद् આદેશ થઈને दद्+त्वा+य=दत्त्वाय રૂપ સિદ્ધ થયું. આ જ રીતે गत्वाय, जग्ध्वाय, दृष्ट्वाय, भक्त्वाय. हत्वाय, हित्वाय, कृत्वाय, तत्वाय, वृत्वाय વગેરે વૈદિક પ્રયોગો સિદ્ધ થયેલા છે.

(૨૪૪) इष्ट्वीनं पीत्वीनमिति च ॥ ८ । २ । ७० ॥

सूत्रार्थ :- (छन्दसि विषये) इष्ट्वीनं, पीत्वीनम् इत्येते शब्दाः निपात्यन्ते ।

अर्थ :- વૈદિક પ્રયોગમાં इष्ट्वीनम्, पीत्वीनम् એ શબ્દોનું નિપાતન કરવામાં આવે છે.

ઉદા. :- इष्ट्वीनम्। पीत्वीनम्। અહીં इष्ट्वा એ અર્થમાં इष्ट्वीनम् અને पीत्वा એ અર્થમાં पीत्वीनम् એ વૈદિક પ્રયોગમાં ईनम् એ અન્તાદેશનું નિપાતન કરીને શબ્દ સિદ્ધિ થઈ છે. આજે ઉપલબ્ધ વૈદિક સંહિતાઓમાં આ પ્રયોગો મળી આવતા નથી.

(૨૪૫) स्नात्व्यादयः ॥ ८ । २ । ७१ ॥

सूत्रार्थ :- (छन्दसि विषये) स्नात्व्यादिगणपठिताः शब्दाः निपात्यन्ते।

अर्थ :- વૈદિક પ્રયોગમાં स्नात्व्यादि ગણમાંના (स्नात्वी, पीत्वी) શબ્દોનું નિપાતન કરવામાં આવે છે.

ઉદા. :- द्रुपदादिवेन्मुमुचानः स्विन्नः स्नात्वी मलादिव (मै. सं. ३. ११. १०)। पीत्वी सोमस्य वावृधे (ऋ. सं. ३. ४०. ७)। અહીં વૈદિક પ્રયોગમાં स्नात्वा એ અર્થમાં स्ना ધાતુને અને पीत्वा એ અર્થમાં पा ધાતુને क्त्वा પ્રત્યય લાગતાં તેને ई કાર અન્તાદેશનું નિપાતન કરીને અનુક્રમે स्नात्वी અને पीत्वी એ શબ્દની સિદ્ધિ થઈ છે.

(૨૪૬) अस्थ्यादीनामनङ् ॥ ८ । २ । ७२ ॥

सूत्रार्थ :- (छन्दसि विषये) अस्थ्यादिशब्दानां (नपुंसकस्य अङ्गस्य) बहुलं अनङ् आदेशो भवति।

અર્થ :- વૈદિક પ્રયોગમાં अस्थि વગેરે (=अस्थि, दधि, सक्थि, अक्षि) શબ્દોને अनङ् આદેશ થાય છે. આ આદેશ અંગના અન્ત્ય अच्(=સ્વર) ને સ્થાને થાય છે.

ઉદા. :- अस्थान्युत्कृत्य जुहोति। इन्द्रो दधीचो अस्थभिः (ऋ. सं. १. ८४. १३)। अस्थन्वन्तं यदनस्था बिभर्ति (ऋ. सं. १. १६४. ४)। અહીં अस्थि શબ્દને દ્વિ. બ. વ.નો शस्, તૃ. બ. વ.નો भिस्, અને मतुप् પ્રત્યય લાગતાં અંગને अनङ् આદેશ થઈને અનુક્રમે अस्थि+शस्=अस्थन्+शस्=न કાર લોપ થતાં अस्थानि, अस्थि+भिस्=अस्थन्+भिस् થઈને न કાર લોપ થતાં अस्थभिः એ શબ્દો સિદ્ધ થયા છે. अस्थि શબ્દને मतुप् પ્રત્યય લાગતાં अनङ् આદેશ થઈને अस्थि+मतुप्=अस्थन् +मतुप् માં પ્રત્યયને વત્વ થઈ अस्थन्+वत् પ્રાતિપદિક સિદ્ધ થઈ તેનું દ્વિ. એ. વ.નું अस्थन्वन्तम् રૂપ સિદ્ધ થયું છે.

दध्ना मन्दिष्ठः शूरस्य (ऋ. सं. ८. २. ९)। માં दधि શબ્દને તૃ. એ. વનો टा પ્રત્યય લાગતાં અંગને अनङ् આદેશ તથા अ કાર લોપ થઈને दधि+टा=दधन्+टा=दधन्+आ=दध्ना રૂપ સિદ્ધ થયું છે.

वि सक्थानि नरो यमुः (ऋ. सं. ५. ६१. ३)। અહીં सक्थि શબ્દને દ્વિ.બ.વ.નો शस् પ્રત્યય લાગતાં અંગને अनङ् આદેશ થઈ सक्थि+शस्= सक्थन्+शस् થઈને નપુંકલિંગમાં सक्थानि રૂપ સિદ્ધ થયું છે.

तेषां सं हन्मो अक्षाणि (ऋ. सं. ७. ५५. ६)। भद्रं पश्येमाक्षभिः (यजु. सं. २५. ११)। अक्षण्वन्तः कर्णवन्तः सखायः (ऋ. सं. १०. ७१. ७)। અહીં अक्षि શબ્દને અનુક્રમે દ્વિ. બ. વ. નો शस् અને તૃ.બ.વ.નો भिस् પ્રત્યય લાગતાં અંગને अनङ् આદેશ થતાં अक्षि+शस्=अक्षन्+शस्, अक्षि+भिस्=अक्षन्+भिस् એમ થઈ न લોપ થઈને अक्षाणि અને अक्षभिः રૂપો સિદ્ધ થયાં છે. अक्षि શબ્દને मतुप् પ્રત્યય લાગતાં અંગને अनङ् આદેશ થઈ अक्षि+मतुप्=अक्षन्+मतुप् થઈ नुट આગમ અને વત્વ થઈને अक्षन्+वन्त् એમ પ્રાતિપદિક સિદ્ધ થઈ તેનું પ્ર. બ. વ.નું अक्षण्वन्तः રૂપ સિદ્ધ થયું છે.

(૨૪૭) ई च द्विवचने ॥ ८ । २ । ७३ ॥

सूत्रार्थ :- (छन्दसि विषये) द्विवचने परतोऽस्थ्यादीनाम् ईकारादेशो भवति।

અર્થ :- વૈદિક પ્રયોગમાં अस्थि વગેરે (ઉપર નિર્દેશેલા) શબ્દોને દ્વિવચનનો પ્રત્યય લાગતાં અંગને ई કારાદેશ થાય છે.

ઉદા. :- अक्षी ते इन्द्र पिङ्गले कपेरिव ।, दिवो यदुक्षी अमृता अकृण्वन् (ऋ. सं. १. ७२. १०) । अक्षीभ्यां ते नासिकभ्याम् (ऋ. सं. १०. १६३. १) । અહીં अक्षि શબ્દને પ્રથમા દ્વિવચનનો औ પ્રત્યય લાગતાં ई કારાદેશ થઈને નપુંસક શબ્દ હોવાથી औ ને शी આદેશ થઈ अक्ष् + ई + शी = अक्ष् + ई + ई થતાં પૂર્વસવર્ણના નિષેધમાં છાંન્દસ વિકલ્પે પૂર્વસવર્ણ થઈને अक्षी રૂપ સિદ્ધ થયું. એ જ રીતે अक्षि + भ्याम् માં ई કારદેશ થઈને अक्षि + ई + भ्याम् = अक्षीभ्याम् રૂપ સિદ્ધ થયું

अस्थि, दधि અને सक्थि શબ્દના દ્વિવચનનાં ઉદાહરણો ઉપલબ્ધ સંહિતાઓમાં મળતાં નથી. આ જ કારણે કદાચ કાશિકા વગેરેમાં આને લગતાં ઉદાહરણ આપવામાં આવ્યાં નથી.

(૨૪૮) दृक्स्ववस्स्वतवसां नुं सौ ॥ ८ । २ । ७४ ॥

સૂત્રાર્થ :- (छन्दसि विषये) दृक्, स्ववस्, स्वतवस् इत्येतेषामङ्गानां सौ परतो नुमागमो भवति ।

અર્થ :- दृक्, स्ववस् અને स्वतवस् એ અંગો પછી सु પ્રત્યય લાગતાં नुम् આગમ લાગે છે. આ આગમ मित् હોવાથી અંગના છેલ્લા સ્વર પછી આવે છે.

ઉદા. :- ईदृंङ् वै राष्ट्रं वि पर्यावर्तयतीति (तै. सं. २. ५. १. १)। कीदृङ्ङिन्द्रः सरमे (ऋ. सं. १०. १०८. ३)। तादृङ् पुनर्भवति यादृंक् संन्यंजते (मै. सं. १. ९. ६)। यादृङ् सन् यजते (काठ. सं. ३०. ३)। स्वं वेदु स्ववानेव भंवति (तै. सं. ३. १. २. ३)। भुवस्तस्य स्वतंवाँ पायुरंग्ने (ऋ. सं. ४. २. ६)। स्वतंवाँ ऋुष्व इन्द्रः (ऋ. सं. ४. २०. ६)। અહીં ईदृश्, तादृश्, यादृश् स्ववस् અને स्वतवस् એ અંગો પછી सु પ્રત્યય આવતાં नुम् આગમ લાગીને ईदृ + नुम् + श् + सु = इदृ + न् + श् + स् સંયોગાન્ત લોપ થતાં इदृन् થઈ कु त्व થતાં इदृङ् રૂપ સિદ્ધ થયું. એ જ રીતે तादृङ् , यादृङ् , स्ववान् અને स्वतवान् એ વૈદિક રૂપોની સિદ્ધિ થઈ છે.

(૨૪૯) ऋत इद्धातोः ॥ ८ । २ । ७५ ॥

સૂત્રાર્થ :- (छन्दसि विषये) ऋकारान्तस्य धातोरङ्गस्य बहुलं इकारादेशो भवति ।

અર્થ :- (વૈદિક પ્રયોગમાં) ऋ કારાન્ત ધાતુના અંગને ઘણીવાર इ કારાદેશ થાય છે.

ઉદા. :- अधिं श्रुवोः किंरते रेणुमृञ्जन् (ऋ. सं. ४. ३८. ७)। योऽन्नमत्ति यज्ञं गिरति (काठ. सं. २३. ६)। तिस्तिरे बर्हिरानुषक् (ऋ. सं. ३. ४१. २)। विशीर्य (अ. पै. सं. १४. २. ४)।

આ વૈદિક પ્રયોગમાં અનુક્રમે कृ, गृ, स्तृ અને शृ ધાતુઓના અંગોને ઈ કારાદેશ થઈને किरत्, गिरति, तिस्तिरे, विशीर्य એવાં રૂપો સિદ્ધ થયાં છે.

(२५०) उच्च ॥ ८ । २ । ७६ ॥

सूत्रार्थ :- (छन्दसि विषये) ऋकारान्तस्य धातोरङ्गस्य बहुलं उकारादेशो भवति।

અર્થ :- વૈદિક પ્રયોગમાં ऋ કારાન્ત ધાતુના અંગને ઘણીવાર उ કારાદેશ થાય છે.

ઉદા. :- पुरुप्रैषस्ततुंरिर्यज्ञसाधनः (ऋ. सं. १. १४५. ३)। दूरे ह्यध्वा जगुंरिः पराचैः (ऋ. सं. १०. १०८. १)। ओजिंष्ठं पपुंरि श्रवः (ऋ. सं. ४. ४६. ५)। पिपर्ति पपुंरिर्नरा (ऋ. सं. १. ४६. ४)। અહીં तॄ, गॄ, पॄ એ દીર્ઘ ॠકારાન્ત ધાતુઓના અંગોને उકારાદેશ થઈને ततुरीः, जगुरिः, पपुरिः એવા રૂપો સિદ્ધ થયા છે.

(२५१) युष्मदस्मदोरात् ॥ ८ । २ । ७७ ॥

सूत्रार्थ :- (छन्दसि विषये) युष्मद् अस्मद् इत्येतयोः बहुलम् आकारादेशो भवति।

અર્થ :- વૈદિક પ્રયોગમાં युष्मद् અને अस्मद् ને ઘણીવાર आકારાદેશ થાય છે.

ઉદા. :- शिवमायन्तंमभ्यत्रं युष्माः (यजु. सं. ११. ४७)। युष्माभिः। युष्मासु। युष्मादंत्तस्य मरुतो विचेतसः (ऋ. सं. ५. ५४. १३)। युष्मानींतो अभंयं ज्योतिंरश्याम् (ऋ. सं. २. २७. ११)। मा युष्मावंत्स्वापिषुं श्रमिष्म (ऋ. सं. २. २९. ४)। युष्मोतो विप्रों मरुतः शतस्वी (ऋ. सं. ७. ५८. ४)। અહીં युष्माः, युष्माभिः, युष्मासु, युष्मादत्त, युष्मानीत અને युष्मोत માં युष्मद् ને आ કારાદેશ થયો છે.

आस्माकोऽसि शुक्रः (यजु. सं. ४. २४)। अस्माकेंभिर्नृभिः सूर्यं सनत् (ऋ. सं. १. १००. ६)। प्रास्माकांसश्च सूरयः (ऋ. सं. १. ९७. ३)। अस्माकेंनाभियुग्वंना (ऋ. सं. ६. ४५. १५)। अस्माभ्यः (अ. पै. सं. ३. १९.

૨)। આ વૈદિક પ્રયોગોમાં आस्माक, अस्माकासः, अस्माकेन, अस्माकेभिः અને अस्माभ्यः માં अस्मद् શબ્દને આકારાદેશ થયો છે.

(૨૫૨) न प्रथमाद्विवचने ॥ ८ । २ । ७८ ॥

सूत्रार्थ :- (छन्दसि विषये) प्रथमायाः द्विवचने विभक्तौ परतो युष्मदस्मदोराकारादेशो बहुलं न भवति।

અર્થ :- વૈદિક પ્રયોગમાં युष्मद् અને अस्मद् પછી પ્રથમા દ્વિવચનનો વિભક્તિ પ્રત્યય લાગે ત્યારે તેમને ઘણીવાર આકારાદેશ થતો નથી.

ઉદા. :- युवं वस्त्राणि पीवसा वसाथे (ऋ. सं. १. १५२. १)। प्रावंतं युवमश्विना (ऋ. स. १. ४७. ५)। युष्मद् શબ્દને પ્રથમા દ્વિવચનમાં औ પ્રત્યય લાગતાં युष्म् ના સ્થાને युव् આદેશ થઈને अद् નો આકારાદેશ અને औ પ્રત્યયને સ્થાને अम् આદેશ થઈને વૈદિક અને લૌકિક પ્રયોગમાં युवाम् રૂપ બને છે. પરન્તુ અહીં વૈદિક પ્રયોગમાં આકારાદેશ ન થવાથી युवम् રૂપ સિદ્ધ થયું છે.

માત્ર પ્રથમા દ્વિવચનમાં જ નહીં પણ કોઈક વાર તૃતીયા, ચતુર્થી કે પંચમી દ્વિવચનમાં પણ આકારાદેશ નથી થતો જેમકે युवभ्यामिन्द्राग्नी स्तोमं जनयामि नव्यम् (ऋ. सं. १. १०९. २)। ઘણીવાર આકારાદેશ થાય છે. જેમકે युवाभ्यां देवी धिषणा मदायेन्द्राग्नी (ऋ. सं. १. १०९. ४)।

प्र हारावमन्तः स्व इति मम वै युवं स्थः (तै. सं. २. ५. २. ३)। आवं देवानां भागधे असावा (तै. सं. २. ५. ६. ५)। અહીં अस्मद् શબ્દને પ્રથમા દ્વિવચનનો औ પ્રત્યય લાગતાં अस्मद् માંના अस्म् ને સ્થાને आव् આદેશ થઈને अद् ને સ્થાને आ કાર આદેશ તથા औ પ્રત્યયને સ્થાને अम् આદેશ થઈને વૈદિક અને લૌકિક પ્રયોગોમાં आवाम् રૂપ બને છે. પરન્તુ અહીં આ કારાદેશ થયો નથી. તેથી अवाम् રૂપ સિદ્ધ થયું છે.

(૨૫૩) हु ह्वरेर्निष्ठायाम् ॥ ८ । २ । ७९ ॥

सूत्रार्थ :- (छन्दसि विषये) ह्वरतेरङ्गस्य निष्ठायां (=क्तप्रत्यये क्तवतु प्रत्यये च) परतो हु इत्ययमादेशो भवति।

અર્થ :- ह्वृ ધાતુના અંગને નિષ્ઠા (=क्त અને क्तवतु) પ્રત્યય લાગતાં ધાતુનો हु આદેશ થાય છે. क्त= કર્મણિ ભૂતકૃદંતનો त પ્રત્યય. क्तवतु એટલે तवत् પ્રત્યય.

ઉદા. :- अहुतमसि हविर्धानम् (यजु. सं. १. ९)। अत्यो न हुतः पतंतः परिहुत् (ऋ. सं. ६. ४. ५)। ह्रुतस्य चाहुतस्य च।અહીં વૈદિક પ્રયોગમાં ह्वृ

ધાતુ પછી નિષ્ઠા क्त પ્રત્યય લાગતાં ह्वृ ને સ્થાને ह्रु આદેશ થઈને ह्रुत એમ પ્રાતિપદિક સિદ્ધ થયું છે. લૌકિક પ્રયોગમાં ह्वृतम् રૂપ થાત.

(૨૫૪) अपरिह्वृताश्च ॥८।२।८०॥

સૂત્રાર્થ :- (छन्दसि विषये) अपरिह्वृता इति शब्दो निपात्यते ।

અર્થ :- વૈદિક પ્રયોગમાં अपरिह्वृताः એ શબ્દનું નિપાતન કરવામાં આવે છે.

ઉદા. :- अपरिह्वृताः सनुयाम वाजम् (ऋ. सं. १. १००. १९)। અહીં परि + ह्वृ ધાતુને નિષ્ઠા પ્રત્યય क्त લાગવા છતાં ह्रु આદેશ નથી થયો અને તેથી अपरिह्वृत એવું પ્રાતિપદિક સિદ્ધ થયું છે. સૂત્રમાં બહુવચનાન્ત પદનો નિર્દેશ થયો છે.

પરન્તુ કવચિત્ એકવચનાન્ત પ્રયોગ પણ મળી આવે છે. જેમકે अपरिह्वृतो अत्यो न सप्तिः (ऋ. सं. १०. ६. २)। त्वं वसूनि संगता विश्वा च सोम सौभगा। सुदात्वपरिह्वृता (ऋ. सं. ८. ७८. ८)।

(૨૫૫) सोमे ह्वरितः ॥८।२।८१॥

સૂત્રાર્થ :- (छन्दसि विषये) ह्वरित इति निपात्यते सोमश्चेद् भवति ।

અર્થ :- વૈદિક પ્રયોગમાં ह्वरितः એ શબ્દનું નિપાતન કરવામાં આવે છે, જો તે સોમનો વાચક હોય તો.

ઉદા. :- मा नः सोम ह्वरितो विह्वरस्व (मान. श्रो. सू. २. ५. ४. २४)। આ વૈદિક પ્રયોગમાં ह्वृ ધાતુને નિષ્ઠા क्त પ્રત્યય લાગતાં ह्रु આદેશ નથી થયો અને इट् આગમ તથા ગુણનું નિપાતન થઈને ह्वरित શબ્દ સિદ્ધ થયો છે. આ શબ્દ सोम નું વિશેષણ છે અને सोम શબ્દ પછી આવેલો છે.

(૨૫૬) ग्रसितस्कभितस्तभितोत्तभितचत्तविकस्ताविशस्तृशंस्तृशास्तृतरुतृतरूतृवरुतृवरूतृवरूत्रीरुज्ज्वलितिक्षरितिक्षमितिवमित्यमितीति च ॥८।२।८२॥

સૂત્રાર્થ :- (छन्दसि विषये) ग्रसित, स्कभित, स्तभित, उत्तभित, चत्त, विकस्त, विशस्तृ, शंस्तृ, शास्तृ, तरुतृ, तरूतृ, वरुतृ, वरूतृ, वरूत्री, उज्ज्वलिति, क्षरिति, क्षमिति, वमिति, अमिति इत्येतानि पदानि निपात्यन्ते ।

અર્થ :- વૈદિક પ્રયોગમાં ग्रसित વગેરે (ઓગણીસ) શબ્દોનું નિપાતન કરવામાં આવે છે.

ઉદા. :- ग्रसितं॑ वा॒ एतत् सोम॑स्य यदा॒पन्नं, ग्र॒सि॒तमे॒ते॒ सोम॑स्य निष्खिद॑न्ति ये॒ सोम॑ विचिन्वन्ति (मै. सं. ३. ७. ४)। द्यावा॑पृथि॒वी वरु॑णस्य धर्म॑णा विष्कं॑भिते अ॒जरे॑ भूरि॑रेतसा (ऋ. सं. ६. ७०. १)। येन॒ स्वः स्तभि॒तं येन॒ नाकः (य. सं. ३२. ६)। स॒त्येनोत्त॑भिता भूमि॒ः सूर्ये॒णोत्त॑भिता द्यौः (ऋ. सं. १०. ८५. १)। च॒त्तो इतश्च॒त्तामु॒तः (ऋ. सं. १०. १५५. २)। त्रिधा॑ ह॒ श्याव॑मश्वि॒ना विक॑स्तमु॒ज्जीवस॑ ऐरयतं सुदानू (ऋ. सं. १. ११७. २४)। एक॒स्य त्वष्टु॒रश्व॑स्या विश॒स्ता (ऋ. सं. १. १६२. १९)। ग्रा॒वग्रा॒भ उ॒त शंस्ता॒ सुवि॑प्रः (ऋ. सं. १. १६२. ५)। प्रशा॒स्ता क्रतु॒नाज॑नि (ऋ .सं. २. ५. ४)। स॒हावा॑नं तरु॒तारं॑ रथा॑नाम् (ऋ. सं. १०. १७८. १)। तरूतारम्। वरुतारम् रथानाम्। म॒हश्चि॑दसि॒ त्यज॑सो वरू॒ता (ऋ. सं. १. १६९. १)। वरू॑त्रीष्ट्वा दे॒वीर्वि॒श्वदे॑व्यावतीः (यजु. ११. ६१)। वरू॑त्रयो॒ जन॑यस्त्वा वि॒श्वदे॑व्यावतीः (तै. सं. ४. १. ६. २)। अग्निरुज्ज्वलिति। स्तोकं क्षरिति। स्तोमं क्षमिति। यः सोम॒ वमि॑ति॒ (तै. सं. २. ३. २. ६)। अभ्यमिति वरुणः।

આ વૈદિક પ્રયોગોમાં ग्रसु, स्कन्भु અને स्तन्भु આ ધાતુઓ उदित् (જેમાં હ્રસ્વ उ ઈત્સંજ્ઞક છે એવા) હોવાથી તેમને કર્મણિ ભૂતકૃદંતમાં क्त પ્રત્યય લાગતાં इट् નો પ્રતિષેધ લાગુ પડતો હતો, તેથી લૌકિક પ્રયોગમાં અનુક્રમે ग्रस्त, विष्कब्ध અને स्तब्ध એવાં રૂપો બને છે. પરન્તુ વૈદિક પ્રયોગમાં इट् નું નિપાતન કરીને અનુનાસિક લોપ થઈ ग्रसित, स्कभित અને स्तभित એ રૂપ સિદ્ધ થયાં.

उद् + स्तम्भ् + क्त નું લૌકિક પ્રયોગમાં પૂર્વસવર્ણ અને અનુનાસિક લોપ થઈને उत्तब्ध રૂપ બને છે, પરન્તુ વૈદિક પ્રયોગમાં इट् નું નિપાતન કરીને उत्तभित રૂપ સિદ્ધ થયું છે.

चत् અને वि + कस् એ ધાતુઓને क्त પ્રત્યય લાગતાં લૌકિક પ્રયોગમાં અનુક્રમે चतित અને विकसित એવાં પ્રાતિપદિકો બને છે, કેમકે તેમાં इट् આગમ લાગ્યો છે. પરન્તુ અહીં વૈદિક પ્રયોગમાં ઈડાગમના નિષેધનું નિપાતન કરીને चत्त અને विकस्त એવાં રૂપો સિદ્ધ થયાં છે.

वि + शस्, शंस्, અને शास् આ ધાતુઓને तृच् પ્રત્યય લાગતાં લૌકિક પ્રયોગમાં ઈડાગમ લાગીને અનુક્રમે विशसित, शंसित અને शासित એવા શબ્દો બને છે. પણ વૈદિક પ્રયોગમાં ઈડાગમ નિષેધનું નિપાતન થઈને विशस्त, शंस्त અને शास्ता એવા શબ્દો સિદ્ધ થાય છે.

तृ ધાતુને तृच् પ્રત્યય લાગતાં લૌકિક પ્રયોગમાં ઈડાગમ થઈને तरितृ અને तरीतृ પ્રાતિપદિકો સિદ્ધ થાય છે. પણ વૈદિકપ્રયોગમાં उट् તથા ऊट्

આગમનું નિપાતન કરીને तरुतृ અને तरूतृ એવાં પ્રાતિપદિકો સિદ્ધ થઈને तरुतारम् તથા तरुतारम् એવાં શબ્દરુપો સિદ્ધ થાય છે.

એ જ રીતે वृ ધાતુને तृच् પ્રત્યય લાગતાં ઈડાગમ થઈને લૌકિક પ્રયોગમાં અનુક્રમે वरितृ અને वरीतृ એવાં પ્રાતિપદિકો બને છે પણ વૈદિક પ્રયોગમાં उट् અને ऊट् આગમ થઈને वरुतृ અને वरूतृ એવાં પ્રાતિપદિકો સિદ્ધ થઈને वरुतारम् તથા वरूतारम् એવાં શબ્દોરૂપો બને છે.

वरूत्री એ વૈદિક પ્રયોગમાં वृ ધાતુને ઉપર મુજબ ऊट् આગમ તથા ङीप् પ્રત્યયનું નિપાતન થયું છે.

उत्+ज्वल्, क्षर, क्षम्, वम्, અને अम् આ ધાતુઓને तिप् પ્રત્યય લાગતાં વચ્ચે આવતા शप्(=अ) વિકરણમાં अ કારને સ્થાને इ કારાદેશનું નિપાતન કરીને અનુક્રમે उज्ज्वलिति, क्षरिति, क्षमिति, वमिति અને अमिति એ વૈદિક રૂપો સિદ્ધ થયાં છે. લૌકિક પ્રયોગમાં उज्ज्वलति, क्षरति, क्षमति, वमति અને अमति એવાં રૂપો થાય છે.

સૂત્રમાં ग्रसित થી विकस्त સુધીના પદોનો સમાસ કરીને પ્રથમા બહુવચન તરીકે નિર્દેશ્યાં છે. विशस्तृ થી પછી બધાં પદો સમાસ કર્યા વગર નિર્દેશ્યાં છે. वरूत्रीः એ પ્રથમા બહુવચનમાં છે.

(૨૫૭) बभूथाततन्थजगृम्भववर्थाः ॥ ८ । २ । ८३ ॥

सूत्रार्थ :- (छन्दसि विषये) बभूथ, आततन्थ, जगृम्भ, ववर्थ इत्येतानि पदानि थलि परतः निपात्यन्ते ।

અર્થ :- વૈદિક પ્રયોગમાં बभूथ, आततन्थ, जगृम्भ અને ववर्थ એ પદોનું નિપાતન કરવામાં આવે છે.

ઉદા. :- इन्द्रं स्वधामनु हि नो बभूथ (ऋ. सं. १. १६५. ५) । रथीर्ऋतस्यं बृहतो बभूथं (ऋ. सं. ४. १०. २) । त्वं बंभूथ पृतनासु सासहिः (ऋ. सं. १. १०२. ९) । भू ધાતુને લિટ્ લકારમાં દ્વિત્વ, ક્રાદિનિયમ અનુસાર इट् આગમ અને મધ્યમ (=બીજો) પુરુષ એ.વ.નો थल् પ્રત્યયાદેશ થઈને લૌકિક પ્રયોગમાં बभूविथ રૂપ બને છે. પરન્તુ અહીં વૈદિક પ્રયોગમાં इट्-આગમના પ્રતિષેધનું નિપાતન કરીને बभूथ રૂપ સિદ્ધ કર્યું છે.

येनान्तरिक्षमुर्वाततन्थं (ऋ. सं. ३. २२. २) । અહીં आ+तन् ધાતુને લિટ્ લકારમાં દ્વિત્વ, ઈડાગમ અને थल् પ્રત્યય લાગતાં લૌકિક પ્રયોગમાં आतेनिथ રૂપ થાય છે. પરન્તુ અહીં વૈદિક પ્રયોગમાં ઈડાગમના અભાવનું નિપાતન કરીને आततन्थ રૂપ સિદ્ધ કર્યું છે.

जगृम्भा ते दक्षिणमिन्द्र हस्तम् (ऋ. सं. १०. ४७. १)। અહીં ग्रह् કે गृभ् ધાતુને લિટ્ લકારમાં ઉત્તમ(=પહેલો) પુરુષ બ.વ.માં मस् પ્રત્યય લાગતાં દ્વિત્વ, ઈડાગમ થઈને લૌકિક પ્રયોગમાં जगृहिम રૂપ થાય છે. પરન્તુ અહીં વૈદિક પ્રયોગમાં मस् નો म આદેશ, સમ્પ્રસારણ અને હકારના ભકારાદેશનું નિપાતન કરીને जगृम्भ રૂપ સિદ્ધ કર્યું છે.

ववर्थ त्वं हि ज्योतिषा। वृ ધાતુને લિટ્ લકારમાં દ્વિત્વ, ઈડાગમ અને थल् પ્રત્યય લાગતાં ववरिथ એવું રૂપ લૌકિક પ્રયોગમાં બને છે. પરન્તુ અહીં વૈદિક પ્રયોગમાં ઈડાગમના નિષેધનું નિપાતન કરીને ववर्थ રૂપ સિદ્ધ કર્યું છે.

(૨૫૮) सनिंससनिवांसम् ॥ ८ । २ । ८४ ॥

सूत्रार्थ :- (छन्दसि विषये) सनिम् इत्येवंपूर्वस्य सनोतेः सनतेर्वा धातोः सनिंससनिवांसम् निपात्यते।

અર્થ :- વૈદિક પ્રયોગમાં सनिम् જેની પૂર્વે આવેલો હોય તેવા सन् (૬. ઉ. કે ૧ આ.) ધાતુ ઉપરથી सनिंससनिवांसम् એ શબ્દનું નિપાતન કરવામાં આવે છે.

ઉદા. :- आजिं त्वाग्ने ससृजवाँसँ सनिंससनिवाँसम् (वारा. श्रो. सू. १. ३. ५. १६) ।અહીં सनिम् + सन् ધાતુને क्वसु પ્રત્યય લાગતાં ઈડાગમથી एत्व અને અભ્યાસના લોપનું નિપાતન કરીને सनिंससनिवांसम् એ દ્વિ. એ. વ.નો વૈદિક પ્રયોગ સિદ્ધ કરવામાં આવ્યો છે. આ શબ્દ આ જ સ્વરૂપે વૈદિક પ્રયોગમાં મળી આવે છે. તેથી આ નિપાતન વૈદિક પ્રયોગ પૂરતું જ સીમિત છે. લૌકિક પ્રયોગમાં सेनिवांसम् એવું રૂપ બનત.

(૨૫૯) नेत्पावकादीनां प्रत्ययस्थात् कात्पूर्वस्यात आप्यसुपः ॥ ८ । २ । ८५ ॥

सूत्रार्थ :- (छन्दसि विषये) पावकादिशब्दानां प्रत्ययस्थात् ककारात् पूर्वस्याकारस्य इकारादेशो न भवति आपि परतः, स चेदाप् सुपः परो न भवति।

અર્થ :- पावक વગેરે શબ્દોને લાગતા પ્રત્યયમાં રહેલાં क કારની પૂર્વે આવેલા आ કારનો इ કારાદેશ થતો નથી જો आप् (= સ્ત્રીલિંગી પ્રત્યય) सुप् પ્રત્યય પછી આવ્યો ન હોય તો. અહીં आप् દ્વારા टाप्, डाप् કે चाप् એ સ્ત્રીલિંગી પ્રત્યયોનો ઉલ્લેખ છે.

ઉદા. :- हिरण्यवर्णाः शुचयः पावकाः यांसु (मै. सं. २. १३. १. ३)। वेदिं प्रोक्षत्यृक्षा वा एषाऽलोमकाऽमेध्या (तै. सं. २. ६. ५. १)। અહીં पुनन्ति

पावयान्ति इति वा એ અર્થમાં पू ધાતુને ण्वुल् પ્રત્યય લાગતાં તેનો अक પ્રત્યયાદેશ થઈને पू + ण्वुल् = पू + अक થઈ ધાતુના સ્વરની વૃદ્ધિ થતાં पौ + अक, અને आव् આદેશ થઈને पावक શબ્દ બને છે. તેને સ્ત્રીલિંગમાં टाप् પ્રત્યય લાગતાં पावक + टाप् થતાં લૌકિક પ્રયોગમાં અહીં क કારની પૂર્વેના अ કારને इ કારાદેશ થઈને पाविका રૂપ બને છે. પરન્તુ વૈદિક પ્રયોગમાં અહીં એ જ અર્થમાં ण्वुल् પ્રત્યય અને टाप् પ્રત્યય લાગવા છતાં इ કારાદેશ થયો નથી. તેથી એ જ અર્થમાં पावकाः (સ્ત્રી. પ્ર.બ.વ.) રૂપ સિદ્ધ થયું છે.

न अस्याः लोमानि सन्ति એ અર્થમાં लोमन् શબ્દને कप् પ્રત્યય અને શબ્દની પૂર્વે न કારાર્થક अ લાગી अ + लोम + क् = अलोमक બની તેને टाप् પ્રત્યય લાગતાં इ કારાદેશ થઈ अलोमिका રૂપ બને છે. પરન્તુ અહીં વૈદિક પ્રયોગમાં इ કારાદેશ નો નિષેધ થઈને अलोमका રૂપ સિદ્ધ થયું છે.

(२६०) दाधोर्लोपो लेटि वा ॥ ८ । २ । ८६ ॥

सूत्रार्थ :- (छन्दसि विषये) दा, धा इत्येतयोः धात्वोः अङ्गानां लेटि परतो विकल्पेन लोपो भवति।

અર્થ :- વૈદિક પ્રયોગમાં दा અને धा ધાતુઓને લેટ્ લકારમાં તેમનાં અંગોના અન્ત્ય अल्(= वर्ण)નો વિકલ્પે લોપ થાય છે.

ઉદા. :- सोमो॑ ददद् गन्ध॒र्वाय॑ गन्ध॒र्वो द॑ददु॒ग्नये॑ (ऋ. सं. १०. ८५. ४१)। दध॒द् रत्ना॑नि दा॒शुषे॑ (ऋ. सं. ४. १५. ३)। અહીં दा અને धा ધાતુને લેટ્ લકારમાં शप् ને श्लु આદેશ થઈ, દ્વિત્વ વગેરે થઈને અનુક્રમે द + दा + तिप् અને द + धा + तिप् થતાં अट् આગમ અને આ સૂત્રથી અન્ત્ય अल् નો લોપ થઈને द + द् + अट् + त् = द + द् + अ + त् = ददत् અને द + ध् + अट् + त् = द + ध् + अ + त् = दधत् એ શબ્દોની સિદ્ધિ થઈ છે.

(२६१) मीनातेः शिति ह्रस्वः ॥ ८ । २ । ८७ ॥

सूत्रार्थ :- (छन्दसि विषये) मीनातेरङ्गस्य शिति प्रत्यये परतो ह्रस्वो भवति।

અર્થ :- વૈદિક પ્રયોગમાં मी (मीनाति) એ ધાતુને शित् પ્રત્યય લાગતાં ધાતુના અંગને હ્રસ્વાદેશ થાય છે.

ઉદા. :- सखा॒ सख्यु॑र्न प्र मि॑नाति सं॒गिर॑म् (ऋ. सं. ९. ८५. १६)। यः सं॒मा॒नं न प्र॒मि॒नाति॑ धाम॑ (ऋ. सं. ७. ६३. ३)। प्र मि॑नन्ति व्र॒तं वा॑म् (ऋ. सं. २. २४. १२)। અહીં मी ધાતુને प्र ઉપસર્ગ લાગીને પછી शप् અને

तिप् પ્રત્યય લાગતાં शप् નો श्ना આદેશ થઈને प्र + मी + ना + ति થતાં વૈદિક પ્રયોગમાં ધાતુના અંગને હ્રસ્વાદેશ થઈને प्र + मि + ना + ति = प्रमिनाति રૂપ સિદ્ધ થયું છે. એ જ રીતે प्रमिनन्ति માં પણ થયું છે.

(२६२) तुरुस्तुशम्यमिभ्य ईट् सार्वधातुकस्य हलादेर्वा ॥ ८ । २ । ८८ ॥

सूत्रार्थ :- (छन्दसि विषये) तु, रु, ष्टुञ्, शम्, अम् इत्येतेभ्य उत्तरस्य हलादेः सार्वधातुकस्य ईडागमो भवति ।

અર્થ :- વૈદિક પ્રયોગમાં तु, रु, स्तु, शम् અને अम् પછી આવેલા હલાદિ સાર્વધાતુકને વિકલ્પે ईट् આગમ લાગે છે; આમાં तु એ સૌત્ર છે.

ઉદા. :- उत्तौति । उत्तवीति । उपरौति । उपरवीति । उपस्तौति । उपस्तवीति । આ વૈદિક પ્રયોગો આજે ઉપલબ્ધ વૈદિક ગ્રંથોમાં મળતા નથી.

शाम्यध्वम् । शमीध्वम् । ईट् આગમ વગરનો शाम्यन्ति (तै. सं. २. २. १) । એ વૈદિક પ્રયોગ મળે છે, અને ईट् આગમવાળો પ્રયોગ शमीध्वम् (तै. आ. ३. ६. ६. ४)માં મળે છે.

अभि ये नो मर्तासो अमन्तिं (ऋ. सं. ७. २५. २) । અહીં ईट् આગમ વગરનો अमन्ति પ્રયોગ મળે છે. तमभ्यमीति वरुंणः (यजु. सं. २२. ५) । અહીં ईट् આગમ વળો अभ्यमीति પ્રયોગ મળે છે.

આ બધા વૈદિક પ્રયોગોમાં ધાતુને હલાદિ સાર્વધાતુક પ્રત્યય तिप्, झि, ध्वम् લાગતાં ધાતુના અંગને ईट् આગમ લાગવાથી उत्तवीति, उपरवीति, उपस्तवीति, शमीध्वम्, अमीति એવાં રૂપો સિદ્ધ થયા છે.

(२६३) अस्तिसिज्भ्याम् ॥ ८ । २ । ८९ ॥

सूत्रार्थ :- (छन्दसि विषये) अस्तेरङ्गात् सिजन्ताच्च परस्य सार्वधातुकस्य बहुलमीडागमो भवति ।

અર્થ :- વૈદિક પ્રયોગમાં अस् ધાતુના અંગને અને सिच् પ્રત્યયાન્ત ધાતુને લાગતા સાર્વધાતુકને ઘણીવાર ईट् આગમ લાગે છે.

ઉદા :- अप्रकेतं संलिलं सर्वमा इदम् (ऋ. सं. १०. १२९. ३) । अतो भूरतं आ उत्थितं रजः (ऋ. सं. १०. १४९. २) । चित्तिरा उपबर्हणं चक्षुरा अभ्यञ्जनम् । द्यौर्भूमिः कोशं आसीत् (ऋ. सं. १०. ८५. ७) । આ વૈદિક પ્રયોગોમાં आः એ ईट् આગમ વગરનું અને आसीत् એ ईट् આગમ વાળું એમ બે પ્રકારનાં રૂપો પ્રયોજાયેલાં મળી આવે છે.

दि॒वो न वृ॒ष्टिः पव॑मानो अक्षाः (ऋ. सं. ९. ८९. १)। लो॒पा॒शः सिं॒हं प्र॒त्यञ्च॑मत्साः (ऋ. सं. १०. २८. ४)। આ વૈદિક પ્રયોગમાં क्षर અને त्सर् ધાતુઓને લૂટ્ લકાર (સામાન્યભૂતકાળ)માં सिच् પ્રત્યય લાગવા છતાં ઈટ્ આગમ લાગ્યો નથી, તેથી अक्षाः અને अत्साः એવા રૂપો સિદ્ધ થયાં છે.

લૌકિક પ્રયોગમાં क्षर् અને त्सर् નાં અનુક્રમે अक्षारीत् અને अत्सारीत् રૂપ બનત.

(२६४) अभ्यस्तस्यापिति गुणो वा लघूपधस्य ॥८।२।९०॥

सूत्रार्थ :- (छन्दसि विषये) अभ्यस्तसंज्ञकस्याङ्गस्य लघुपधस्य इकोऽपिति सार्वधातुके परतो विकल्पेन गुणो भवति।

અર્થ :- વૈદિક પ્રયોગમાં 'અભ્યસ્તસંજ્ઞક' અંગના લઘુ ઉપધા इक् (=इ, उ, ऋ लृ) પછી अपित् સાર્વધાતુક આવે તો તેનો વિકલ્પે ગુણાદેશ થાય છે.

ઉદા :- जु॒जो॑षु॒ दिन्द्रो॑ दु॒स्मव॑र्चा (ऋ. सं. १. १७३. ४)। અહીં जुष् ધાતુને લેટ્ લકારમાં तिप् પ્રત્યય લાગતાં अट् આગમ, श વિકરણ, श्लु આદેશ, દ્વિત્વ અને લઘૂપધગુણ થઈને जुजोषत् રૂપ સિદ્ધ થયું છે.

(२६५) ह्रस्वश्चोपधाया अचि पिति ॥८।२।९१॥

सूत्रार्थ :- (छन्दसि विषये) अभ्यस्तसंज्ञकस्याङ्गस्य लघूपधस्य पिति सार्वधातुके परतो विकल्पेन गुणो भवति, ह्रस्वश्चोपधायाः।

અર્થ :- વૈદિક પ્રયોગમાં અભ્યસ્તસંજ્ઞક અંગના લઘુ ઉપધા इक् પછી અજાદિ पित् સાર્વધાતુક આવે તો તેનો વિકલ્પે ગુણાદેશ થાય છે, અને ઉપધાને હ્રસ્વાદેશ થાય છે.

ઉદા. :- पस्पशाते। चाकशीति। वावशीति। આ વૈદિક પ્રયોગોમાં स्पश्, काश, અને वाश् ધાતુઓને યઙ્લુગન્ત (=પૌનઃપુન્યાર્થક) પ્રયોગમાં દ્વિત્વ, અભ્યસ્ત અંગને અજાદિ પિત્ સાર્વધાતુક પ્રત્યય લાગતાં ગુણાદેશ થઈને ઉપધાને હ્રસ્વાદેશ થયો છે. અને પ્રથમ શબ્દમાં आट् આગમ અને બાકીના બેમાં ईट् આગમ લાગ્યો છે.

(२६६) सम्बुद्धौ नद्यम्बार्थानाम् ॥८।२।९२॥

सूत्रार्थ :- (छन्दसि विषये) अम्बार्थानामङ्गानां नद्यन्तानां च ह्रस्वो भवति साम्बुद्धौ परतः।

અર્થ :- વૈદિક પ્રયોગમાં अम्बा (=મા) ના અર્થવાળાં અંગોને તથા નદી સંજ્ઞક અંગોને સંબુદ્ધિ (=સંબોધન વાચક) પ્રથમા વિભક્તિનો પ્રત્યય લાગતાં હ્રસ્વાદેશ થાય છે.

ઉદા. :- प्रशंस्तिमम्ब नस्कृधि (ऋ . सं. २. ४१. १६)। અહીં अम्बा શબ્દનું સંબોધનમાં હ્રસ્વાદેશ થઈને अम्ब રૂપ સિદ્ધ થયું છે.

વિકલ્પે હ્રસ્વાદેશ નથી પણ થતો જેમકે हे अम्बाड। हे अम्बाडे। हे अम्बाल। हे अम्बाले। हे अम्बिक। हे अम्बिके। આ પ્રયોગો ઉપલબ્ધ વૈદિક પ્રયોગોમાં ભાગ્યે જ જોવા મળે છે.

(૨૬૭) तलो ङौ च ॥८।२।९३॥

સૂત્રાર્થ :- (छन्दसि विषये) सम्बुद्धौ ङौ च परे, तलो बहुलं ह्रस्वो भवति।

અર્થ :- વૈદિક પ્રયોગમાં સંબોધન અને ङि પ્રત્યય લાગે ત્યારે तल् પ્રત્યયના સ્થાને હ્રસ્વાદેશ થાય છે.

ઉદા. :- देवते भक्तिः। देवतायां भक्तिः। हे देवत। हे देवते। અહીં देव શબ્દને तल् પ્રત્યય લાગીને (ति શબ્દ प्रज्ञादि ગણનો હોવાથી) अण् પ્રત્યય લાગતાં देव + तल् + अण् = देवत + अ = देवता શબ્દ બન્યો છે. વૈદિક પ્રયોગમાં આ શબ્દને સપ્તમી એ.વ.નો પ્રત્યય લાગતાં અનુક્રમે देवता + ङि = હ્રસ્વાદેશ થઈને देवत + इ = देवते રૂપ સિદ્ધ થયું છે. જ્યાં હ્રસ્વાદેશ ન થાય ત્યાં લૌકિક પ્રયોગની જેમજ देवतायाम् રૂપ થાય છે.

એ જ રીતે સંબોધનમાં પ્રથમા એ.વ.નો सु પ્રત્યય લાગીને देवता + सु = આબન્તનું एत्व થતાં देवते + स् પછી હલ્ (=સકારનો) લોપ થતાં देवते રૂપ લૌકિક પ્રયોગમાં બને છે. પરન્તુ વૈદિક પ્રયોગમાં ए કારનો હ્રસ્વાદેશ થતાં देवत એમ રૂપ સિદ્ધ થયું છે.

(૨૬૮) सम्बुद्ध्यादिषु गुणादयो ह्रस्वस्य प्राग्लिटः ॥८।२।९४॥

સૂત્રાર્થ :- (छन्दसि विषये) लिटः प्राक् सम्बुद्ध्यादिषु परेषु ह्रस्वान्तस्य अङ्गस्य गुणादयो भवन्ति।

અર્થ :- વૈદિક પ્રયોગમાં ઘણીવાર લિટ્‌ની પૂર્વે હ્રસ્વાન્ત અંગને સંબુદ્ધિ વગેરે પરમાં આવે તો ગુણ વગેરે કાર્યો થાય છે.

ઉદા. :- अम्बे। दर्वि। शतक्रत्वः। पश्वे भृत्यः। किकिदीव्याः। अम्बे अम्बाल्यम्बिके (तै. सं. ७. ४. १९. १)। पूर्णा दर्वि परा पत (यजु. सं. ३. ४९)। अधां शतक्रत्वो यूयमिमं मे अगदं कृत (ऋ. सं. १०. ९७. २)। पश्वे तोकाय शं गवे (ऋ. सं. ८. ५. २०)। साकं यक्ष्म प्रपत चाषेण किकिदीव्यां (मै. सं. २. ७. १३)।

આ ઉદાહરણોમાં अम्बे માં હ્રસ્વભાવનો અભાવ, दर्वि, शतक्रत्व અને पश्वे માં ગુણ અને किकिदीव्य માં નકારનો અભાવ થયો છે.

આ જ શબ્દોનાં આ જ અર્થમાં अम्ब, दर्वी, शतक्रतवः, पशवे અને किकिदिविना રૂપો પણ વેદમાં પ્રયોજાયાં છે. જેમકે, उवे अम्ब सुलाभिके (ऋ. सं. १०. ८६. ७)। दावीं श्रीणीष आसनि (ऋ. सं. ५. ६. ९)। अधां शतक्रतवो यूयमिमं मे अगदं कृत (काठ. सं. १६. १३)। चतुष्पदे च पशवे (ऋ. सं. ३. ६२. १४)। चाषेण किकिदीविना (ऋ. सं. १०. १७. १३)

(२६९) नित्यमुर्ऋत् ॥८।२।९५॥

सूत्रार्थ :- (छन्दसि विषये) प्राग्लिटः ऋवर्णस्य स्थाने नित्यं ऋकारादेशो भवति।

અર્થ :- વૈદિક પ્રયોગમાં લિટ્ ની પૂર્વે ऋ વર્ણને સ્થાને કાયમ ऋ-વર્ણાદેશ થાય છે.

ઉદા. :- अवीवृधत् पुरोडाशेन (यजु. सं. २८. २३)। इदं हविरंजुषेतामवीवृधेताम् (मै. सं. ४. १३. ९)। मा नः परि ख्युदक्षरा चरन्त्यवीवृधन् (ऋ. सं. ७. ३६. ७)। અહીં अवीवृधत्, अवीवृधेताम् અને अवीवृधन् માં वृध् ધાતુમાંના ऋ કારનો વિકલ્પે ગુણાદેશ ન થતાં ऋ કારાદેશ જ કાયમ થાય છે એમ આ સૂત્ર જણાવે છે.

(२७०) न क्यचि दीर्घादपुत्रादीनाम् ॥८।२।९६॥

सूत्रार्थ :- (छन्दसि विषये) पुत्रवर्जितस्य अवर्णान्तस्य अङ्गस्य क्यचि परत दीर्घत्वमीकारादेशश्च न भवतः।

અર્થ :- વૈદિક પ્રયોગમાં પુત્ર વગેરે શબ્દો સિવાયના અવર્ણાન્ત અંગને क्यच् પ્રત્યય લાગતાં દીર્ઘ અને ઈકારાદેશ થતાં નથી.

ઉદા. :- मित्रयुंररुतीनतारीत् (मै. सं. २. ६. १२)। संस्वेदयुः। देवाञ्जिगाति सुम्नयुः (ऋ. सं. ३. २७. १)। અહીં मित्र, स्वेद અને सुम्न એ अ વર્ણાન્ત અંગોને क्यच् પ્રત્યય લાગવા છતાં દીર્ઘ અને ई કારાદેશ થયો નથી.

પરન્તુ, पुत्र વગેરે શબ્દોને ई કારાદેશ થાય છે. દા.ત. जनीयन्तो न्वग्रवः पुत्रीयन्तः सुदानवः (ऋ. सं. ७. ९६. ४)। અહીં जन અને पुत्र એ अ કારાન્ત અંગોને क्यच् પ્રત્યય લાગતાં ई કારાદેશ થયો છે.

(૨૭૧) दुरस्युर्द्रविणस्युर्वृषण्यतिरिषण्यति ॥ ८ । २ । ९७ ॥

સૂત્રાર્થ :- (छन्दसि विषये) दुरस्युः, द्रविणस्युः, वृषण्यति, रिषण्यति इत्येतानि शब्दरूपाणि क्यचि निपात्यन्ते।

અર્થ :- વૈદિક પ્રયોગમાં दुरस्युः, द्रविणस्युः, वृषण्यति અને रिषण्यति એ શબ્દોનું क्यच् પ્રત્યયાન્ત તરીકે નિપાતન કરવામાં આવે છે.

ઉદા. :- वलगोऽवबाढो दुरस्यूं रक्षोघ्नो वलगघ्नः (काठ. सं. २. ११)। अग्निवृत्राणि जङ्घनद् द्रविणस्युर्विपन्यया (ऋ. सं. ४. १६. ३५)। कुविद्वृषण्यन्तीभ्यः पुनानो गर्भमादधत् (ऋ. सं. ९. १९. ५)। अदेवेन मनसा यो रिषण्यति (ऋ. सं. २. २३. १२)। અહીં दुष्ट શબ્દને दुरस् આદેશ, द्रविण શબ્દને द्रविणस् આદેશ, वृष શબ્દને वृषण् આદેશ, અને रिष्ट શબ્દને रिषण् આદેશ થઈને પછી क्यच् પ્રત્યય લાગતાં અનુક્રમે दुरस्यु, द्रविणस्यु, वृषण्यति અને रिषण्यति એવા શબ્દોનું નિપાતન થયું છે. જો આમ નિપાતન ન થયું હોત તો લૌકિક પ્રયોગની જેમ दुष्टीयति, द्रविणीयति, वृषीयति અને रिष्टीयति એવા શબ્દો થાત.

(૨૭૨) अश्वाघस्यात् ॥ ८ । २ । ९८ ॥

સૂત્રાર્થ :- (छन्दसि विषये) क्यचि परे अश्व, अघ इत्यतयोः आकारादेशो भवति।

અર્થ :-વૈદિક પ્રયોગમાં अश्व અને अघ શબ્દને क्यच् પ્રત્યય લાગતાં आ કારાદેશ થાય છે.

ઉદા. :- अश्वायन्तो मघवन्निन्द्र वाजिनो गव्यन्तस्त्वा हवामहे। (ऋ. सं. ७. ३२. २३)। मा त्वा वृका अघायवो विदन् (यजु. सं. ४. ३४)। અહીં अश्व શબ્દના અન્ત્ય अ કારનો आ કારાદેશ થઈને क्यच् પ્રત્યય લાગીને शतृ પ્રત્યય લાગતાં अश्वायत् અને अघ શબ્દને आ કારાદેશ, क्यच् પ્રત્યય તથા उ પ્રત્યય લાગીને अघायु એમ શબ્દો સિદ્ધ થયા છે.

(२७३) देवसुम्नयोर्यजुषि काठके ॥ ८ । २ । ९९ ॥

सूत्रार्थ :- (छन्दसि विषये) देव सुम्न इत्येतयोः क्यचि परतः आकारादेशो भवति यजुषि काठकशाखायाम्।

અર્થ :- વૈદિક પ્રયોગમાં યજુર્વેદની કાઠક શાખામાં દેવ અને સુમ્ન એ બે શબ્દોને क्यच् પ્રત્યય લાગતાં અંગના અન્ત્ય વર્ણનો આ કારાદેશ થાય છે.

ઉદા. :- अंग्ने प्रेंहि प्रथमों देवायतां चक्षुः (काठ. सं. १८. ४)। सुम्नायंन्निद्विंशो अस्माकमाचरारिष्टवीरा जुहवाम ते हविंः (काठ. सं. ४०. ११)। सुम्नायंन्तो हंवामहे (काठ. सं. ८. १७)। અહીં દેવ અને સુમ્ન શબ્દોને क्यच् પ્રત્યય લાગતાં અન્ત્ય અકારનો આ કારાદેશ થઈને देवायत् અને सुम्नायत् એવાં પ્રાતિપદિકો સિદ્ધ થયાં છે.

(२७४) कव्यध्वरपृतनस्यर्चि लोपः ॥ ८ । २ । १०० ॥

सूत्रार्थ :- (छन्दसि विषये) ऋचि (=ऋङ्मन्त्रे) कवि, अध्वर, पृतना इत्येतेषां अङ्गानां क्यचि परतो लोपो भवति।

અર્થ :- ઋગ્વેદ મંત્રોના વૈદિક પ્રયોગમાં कवि, अध्वर અને पृतना ના અંગોને क्यच् પ્રત્યય લાગતાં તે અંગના અન્ત્ય વર્ણનો લોપ થાય છે.

ઉદા. :- स पूर्वंया निविदां कुव्यतायोरिमाः प्रजा अंजनयुन् मनूंनाम् (ऋ सं. १. ९६. २)। कदु प्रेष्ठांविषां रंयीणामध्वर्यन्ता यदुंन्निनीथो अपाम् (ऋ. सं. १. १८१. १)। पृतन्युतो वंनुयामं वनुष्युतः (ऋ. सं. १. १३२. १)। અહીં कवि, अध्वर અને पृतना એ શબ્દોને क्यच् પ્રત્યય લાગતાં તેમના અન્ત્ય इ કાર, अ કાર અને आ કારનો લોપ થઈને कव्यत्, अध्वर्यत् અને पृतन्यत् એવાં પ્રાતિપદિકોનાં રૂપો ઋગ્વેદના મંત્રોમાં પ્રયોજાયેલાં જોવા મળે છે.

(२७५) हाको हिर्वा किति ॥ ८ । २ । १०१ ॥

सूत्रार्थ :- (छन्दसि विषये) ओहाक् इत्येतस्य अङ्गस्य किति प्रत्यये परतो विकल्पेन हि इत्ययमादेशो भवति।

અર્થ :- વૈદિક પ્રયોગમાં हाक् (=ओहाक्=हा ધાતુ) ના અંગને कित् (જેમાં क् ઈત્ હોય તેવો) પ્રત્યય લાગે ત્યારે વિકલ્પે हा ને બદલે हि આદેશ થાય છે.

ઉદા. :- हित्वावुद्यरांतीः (ऋ. सं. ५. ५३. १४)। हित्वायांवद्यं पुनर-स्तुमेहि (ऋ. सं. १०. १४. ८)। અહીં ओहाक् (=हा) ધાતુને क्त्वा એ कित्

પ્રત્યય લાગતાં हा + क्त्वा = हि + त्वा એમ हि આદેશ થઈને हित्वा અને हित्वाय એ વૈદિક રૂપો સિદ્ધ થયાં છે.

(२७६) सुधितवसुधितनेमधितधिष्वधिषीयाः ॥ ८ । २ । १०२ ॥

સૂત્રાર્થ :- (छन्दसि विषये) सुधित, वसुधित, नेमधित, धिष्व धिषीय इत्येतानि निपात्यन्ते ।

અર્થ :- વૈદિક પ્રયોગમાં सुधित, वसुधित, नेमधित, धिष्व અને धिषीय એ શબ્દોનું નિપાતન કરવામાં આવે છે.

ઉદા. :- गर्भं माता सुधितं वक्षणास्ववेनन्तं तुषयन्ती बिभर्ति (ऋ . सं. १०. २७. १६)। वसुधितमग्नौ जुहोति । अग्निं होतारमीळते वसुधितिं प्रियम् (ऋ . सं. १. १२८. ८)। नेमधिता न पौंस्या वृथेव विष्टान्तो (ऋ . सं. १०. ९३. १३)। અહીં सु, वसु અને नेम પછી धा ધાતુ આવીને क्त એ कित् પ્રત્યય લાગતાં इत्व કે ઈડાગમ થતાં सु + हित, वसुहित અને नेमहित એવાં રૂપો થાય. પરન્તુ વેદમાં હકારને બદલે ધકારવાળાં રૂપો પ્રયોજાયાં છે, તેથી આવાં રૂપોનું આ સૂત્રથી નિપાતન કરવામાં આવ્યું છે.

धिष्व वज्रं दक्षिण इन्द्र हस्ते (ऋ . सं. ६. २२. ९)। सुरेता रेतो धिषीय (तै. सं. १. ६. ४. ४)। અહીં धा ધાતુને લોટ્ લકારમાં इत्व કે ઈડાગમ, અને પ્રત્યયને દ્વિર્વચનાભાવનું નિપાતન કરીને धिष्व રૂપ સિદ્ધ કર્યું છે. નહીંતર धत्स्व રૂપ થાત. એ જ રીતે धा ધાતુને આશીર્લિઙ્માં આત્મનેપદ ઉત્તમ પુરુષ એકવચનમાં इत्व કે ઈડાગમનું નિપાતન કરીને धिषीय રૂપ સિદ્ધ કર્યું છે. નહીંતર धासीय એવું રૂપ થાત.

(२७७) स्ववःस्वतवस्मासुषसां तो भि ॥ ८ । २ । १०३ ॥

સૂત્રાર્થ :- (छन्दसि विषये) स्ववस्, स्वतवस् मास्, उषस् इत्येतेषां भकारादौ प्रत्यये परे तकारादेशो भवति ।

અર્થ :- વૈદિક પ્રયોગમાં स्ववस्, स्वतवस्, मास् અને उषस् શબ્દને भ-કારાદિ પ્રત્યય લાગે ત્યારે તેમના અન્ત્ય स કારને સ્થાને त કારાદેશ થાય છે.

ઉદા. :- स्ववद्भिः । स्वतवद्भ्योऽनुसृष्टान् (यजु. सं. २४. १६)। माद्भिः शरद्भिर्दुरो वरन्त वः (ऋ . सं. २. २४. ५)। माद्भ्यस्त्वा चन्द्रो वृत्रहा (अ. शौ. सं. १९. २७. २)। समुषद्भिरजायथाः (ऋ . सं. १. ६. ३) અહીં स्ववस् + भिः,

स्वतवस् + भ्यः, मास् + भिः, मास् + भ्यः અને उषस् + भिः આ પ્રમાણે ઉપરોક્ત શબ્દને भ કારાદિ भिस् કે भ्यस् પ્રત્યય લાગતાં શબ્દના અન્ત્ય स કારને સ્થાને त કાર આદેશ થતાં, જશ્ત્વ (= त् નો द्) થઈને અનુક્રમે स्ववद्भिः स्वतवद्भ्यः, माद्भिः माद्भ्यः અને उषद्भिः એવાં વૈદિક રૂપો સિદ્ધ થયાં છે.

(૨૭૮) न कृषेरभ्यासस्य चुर्यङि ॥ ८ । २ । १०४ ॥

सूत्रार्थ :- (छन्दसि विषये) कृष् (विलेखने) इति धातोः अङ्गस्य योऽभ्यासस्तस्य यङि परतः चुत्वादेशो न भवति।

અર્થ :- વૈદિક પ્રયોગમાં कृष् ધાતુના અંગના અભ્યાસ પછી यङ् લાગતાં અભ્યાસવર્ણનો च વર્ગાદેશ થતો નથી.

ઉદા. :- करीकृष्यते यज्ञकुणपः । અહીં कृष् ધાતુને यङ् લાગતાં અભ્યાસ થઈને कृ + कृष् + य + शप् + त् + ए માં આભ્યાસને रीक् આગમ થતાં क + री + कृष् + य् + अ + ते થયું. અહીં વૈદિક પ્રયોગમાં क નો ચવર્ગાદેશ ન થવાથી करीकृष्यते રૂપ સિદ્ધ થયું. લૌકિક પ્રયોગમાં चुत्वादेश થતાં चरीकृष्यते એમ રૂપ થાય છે.

(૨૭૯) दाधर्तिदर्धर्तिदर्धर्षिबोभुतुतेतिक्तेऽलर्ष्यापनीफणत् ॥ ८ । २ । १०५ ॥

सूत्रार्थ :- (छन्दसि विषये) दाधर्ति, दर्धर्ति, दर्धर्षि, बोभूतु, तेतिक्ते, अलर्षि, आपनीफणत् इत्येतानि शब्दरूपाणि निपात्यन्ते ।

અર્થ :- વૈદિક પ્રયોગમાં दाधर्ति, दर्धर्ति, दर्धर्षि, बोभूतु, तेतिक्ते अलर्षि અને आपनीफणत् એ શબ્દરૂપોનું નિપાતન કરવામાં આવે છે.

ઉદા. :- दाधर्ति । दर्धर्ति । क्ष्मया दर्धर्ष्योजंसा (ऋ. सं. ५. ८४. ३)। અહીં 'धृञ् धारणे,' धृङ् अवस्थाने કે धृङ् अवध्वंसने એમાંના धृ ધાતુને ण्यन्त (= પ્રેરક)માં श्लु કે यङ्लुक्‌માં નિપાતન છે; એમાં પણ दाधर्ति માં णि પ્રત્યયના લુક્ નું અને અભ્યાસના દીર્ઘનું નિપાતન થયું છે. दर्धर्ति માં यङ् અને ઉપધા હ્રસ્વત્વનું નિપાતન છે. दर्धर्षि માં सिप् પ્રત્યય લાગતાં यङ् માં ઉપધા હ્રસ્વત્વનું નિપાતન છે.

बोभूतु । અહીં भू ધાતુને યઙ્લુક્ માં લોટ્ અને ગુણાભાવનું નિપાતન છે.

तेतिंक्ते तिग्मा तुजसे अनींका (ऋ. सं. ४. २३. ७)। અહીં तिज् ધાતુને યઙ્લુક્‌માં આત્મનેપદનું નિપાતન કરીને तेतिक्ते રૂપ સિદ્ધ કર્યું છે.

अलर्षि માં જુહોત્યાદિ ગુણના ऋ ધાતુને ऋ કારસ્થાને अ કાર, र પરત્વ, રેફનો ल કારાદેશ કરીને લટ્ લકારમાં सिप् પ્રત્યય લાગતાં રૂપસિદ્ધિ થઈ છે.

पुथामङ्क्षांस्यन्वापनीफणत् (ऋ . सं. ४. ४०. ४)। અહીં आ + फण् ધાતુને યઙ્લુક્ માં शतृ પ્રત્યય અને અભ્યાસને निक् આગમનું નિપાતન કરીને રૂપ સિદ્ધ કર્યું છે.

(२८०) संसनिष्यदत्करिक्रत्कनिक्रदद्भरिभ्रद्दविध्वतोद-विद्युतत्तरित्रतःसरीसृपतंवरीवृजन्मर्मृज्यागनीगन्तीति च ॥ ८ । २ । १०६ ॥

सूत्रार्थ :- (छन्दसि विषये) संसनिष्यदत्, करिक्रत्, कनिक्रदत् भरिभ्रत्, दविध्वतः, दविद्युतत्, तरित्रतः, सरीसृपतम्, वरीवृजत् मर्मृज्य, आगनीगन्ति इत्येतानि रूपाणि निपात्यन्ते।

अर्थ :- વૈદિક પ્રયોગમાં संसनिष्यदत् વગેરે (અગિયાર) રૂપોનું નિપાતન કરવામાં આવે છે.

ઉદા. :- संसनिष्यदत्। सदांसरो वाजमच्छा सनिंष्यदत् (ऋ . सं. ९. ११०. ४)। અહીં सम् + स्यन्द् ધાતુને યઙ્લુક્ માં शतृ પ્રત્યય લાગી અભ્યાસ ને निक् આગમ અને ધાતુના સકારને ષત્વનું નિપાતન કરવામાં આવ્યું છે.

आविष्करिंक्रद् वृषंणं सचाभुवम (ऋ . सं. १. १३१. ३)। અહીં कृ ધાતુને યુઙ્લુમાં શતૃપ્રત્યય લાગતાં અભ્યાસના क કારને चु ત્વાદેશનો અભાવ અને रिक् આગમનું નિપાતન થઈને करिक्रत् રૂપ સિદ્ધ થયું છે.

दधद् रेतः कनिंक्रदत् (ऋ . सं. १. १२८. ३)। અહીં क्रन्द्र ધાતુને લુઙ્ લકારમાં च्लि નો अङ् આદેશ, દ્વિર્વચન, અભ્યાસનો ચુત્વાભાવ અને નિગાગમનું નિપાતન કરીને कनिक्रदत् રૂપ સિદ્ધ કરવામાં આવ્યું છે.

इयंर्ति धूममंरुषं भरिभ्रत् (यजु. सं. १२. २४)। અહીં भृ ધાતુને યઙ્લુક્માં શતૃપ્રત્યય લાગતાં જશત્વાભાવ, કે શ્લુ પ્રત્યય લાગતાં અભ્યાસને પ્રાપ્ત एत्व નો અભાવ, જશ્ત્વાભાવ અને रिक् આગમનું નિપાતન થઈને भरिभ्रत् રૂપ સિદ્ધ થયું છે.

दविंध्वतो रुश्मयः सूर्यस्य (ऋ . सं. ४. १३. ४)। અહીં ध्वृ ધાતુને યઙ્લુક્ માં શતૃપ્રત્યય લાગતાં, અભ્યાસને विक् આગમ તથા ધાતુના ऋ કારના લોપનું નિપાતન થઈને जस् પ્રત્યયાન્ત दविध्वतः રૂપ સિદ્ધ થયું છે.

उदंग्ने भारत द्युमदजंस्रेण दविंद्युतत् (ऋ . सं. ६. १६. ४५)। અહીં द्युत् ધાતુને યઙ્લુમાં શતૃપ્રત્યય લાગતાં અભ્યાસને પ્રાપ્ત સમ્પ્રસારણનો અભાવ અને अ त्व તથા विक् આગમનું નિપાતન કરીને दविद्युतत् રૂપ સિદ્ધ કર્યું છે.

दधिक्राव्णः सहोर्जा तरित्रतः (ऋ . सं. ४. ४०. ३)। અહીં तृ ધાતુને યઙ્લુક્‌માં શતૃપ્રત્યય લાગતાં શપ્ નો શ્લુ થઈને ષષ્ઠી એ.વ.માં અભ્યાસને रिक् આગમનું નિપાતન થઈને तरित्रतः રૂપ સિદ્ધ થયું છે.

सरीसृपतम्। અહીં सृप् ધાતુને યઙ્લુમાં શતૃપ્રત્યય લાગતાં શપ્ નો શ્લુ થઈ દ્વિ. એ. વ.માં અભ્યાસને रीक् આગમનું નિપાતન થઈને રૂપ સિદ્ધ થયું છે.

वरींवृजत् स्थ विरेभिः सुशिप्रा (ऋ . सं. ७. २४. ४)। અહીં वृज् ધાતુને યઙ્લુમાં શપ્ નો શ્લુ થઈને શતૃપ્રત્યય લાગતાં અભ્યાસને रीक् આગમનું નિપાતન થઈને वरीवृजत् રૂપ સિદ્ધ થયું છે.

मर्मृज्य। यदीं मर्मृज्यते धियः (ऋ . सं. ९. ४७. ४)। मर्मृज्यन्ते दिवेदिवे (ऋ . सं. ४. १५. ६)। मर्मृज्यमांनाः परिं यन्त्यापः (तै. सं. २. ५. १२. २)। અહીં मर्मृज्यમાં मृज् ધાતુને લિટ્ લકારમાં णल् પ્રત્યય લાગતાં અભ્યાસને रुक् આગમ તથા ધાતુને युक् આગમનું નિપાતન છે; એમાં ધાતુ અલઘુપધ થઈ જવાથી વૃદ્ધિ થતી નથી.

वक्ष्यन्तीवेदा गंनीगन्ति कर्णम् (ऋ . सं. ६. ७५. ३)। અહીં आ + गम् ધાતુને યઙ્લુક્‌માં લટ્ લકારમાં શપ્ નો શ્લુ થઈને અભ્યાસને પ્રાપ્ત ચુત્વનો અભાવ અને नीक् આગમનું નિપાતન કરીને आगनीगन्ति રૂપ સિદ્ધ કર્યું છે.

(२८१) ससूव ॥ ८ । २ । १०७ ॥

सूत्रार्थ :- (छन्दसि विषये) ससूव इति निपात्यते।

अर्थ :- વૈદિક પ્રયોગમાં ससूव શબ્દનું નિપાતન કરવામાં આવે છે.

ઉદા. :- गृष्टिः संसूव स्थविंरं तवागाम् (ऋ . सं. ४. १८. १०)। અહીં षूङ् (= सू) ધાતુને લિટ્ માં પરસ્મૈપદ, सू ને वुक् આગમ અને અભ્યાસને अत्व નું નિપાતન કરીને રૂપસિદ્ધિ થઈ છે. सु + वुक् + णल् = सूव् + सूव् + अ = स + सूव् + अ = ससूव। લૌકિક પ્રયોગમાં सुषुवे રૂપ થાત.

(२८२) श्लावभ्यासस्येत् ॥ ८ । २ । १०८ ॥

सूत्रार्थ :- (छन्दसि विषये) अभ्यासस्य बहुलमिकारादेशो भवति श्लौ सति।

અર્થ :- વૈદિક પ્રયોગમાં અભ્યાસને ઘણીવાર શ્લુ થતાં इ કારાદેશ થઈ જાય છે.

ઉદા. :- पूर्णां विंवष्ट्यासिचंम् (ऋ . सं. ७. १६. ११)। तुरीयं धामं महिषो विंवक्ति (ऋ . सं. ९. ९६. १९)। वत्सं न माता सिषक्ति (ऋ . सं. १. ३८. ८)। आ विश्वतः प्रत्यञ्चं जिघर्मि (ऋ . सं. २. १०. ५)। અહીં विवष्टि, विवक्ति, सिषक्ति, जिघर्मि એ રૂપો માં દ્વિતીય ગણના वश्, वच्, सच् અને घृ ધાતુઓના शप् નો શ્લુ આદેશ થતાં દ્વિત્વ થઈને અભ્યાસસંજ્ઞક પૂર્વ વર્ણને इ કારાદેશ થયો છે.

(૨૮૩) प्रसमुपोदः पादपूरणे द्वे ॥ ८ । २ । १०९ ॥

सूत्रार्थ :- (छन्दसि विषये) प्र, सम्, उप, उद् इत्येतेषां द्वे भवतो द्विर्वचनेन चेत् पादः पूर्यते ।

અર્થ :- વૈદિક પ્રયોગમાં જો એમ કરવાથી પાદ પૂરો કરવાનો હોય તો प्र, सम्, उप, અને उद् નું દ્વિત્વ કરવમાં આવે છે.

ઉદા. :- प्रप्रायमग्निर्भरतस्य शृण्वे (ऋ . सं. ७. ८. ४)। संसमिद्युंवसे वृषन् (ऋ . सं. १०. १९१. १)। उपोप मे परां मृश (ऋ . सं. १. १२६. ७)। किं नोदुंदु हर्षसे दातवा उं (ऋ . सं. ४. २१. ९)। અહીં પાદ પૂરો કરવા માટે અનુક્રમે प्रप्र, संसं, उपोप અને उदुदु એમ દ્વિત્વ કરવામાં આવ્યું છે. અને એમ કરવાથી પાદમાં ખૂટતો એક અક્ષર ભરાઈ જાય છે. આવા દ્વિત્વથી પ્રથમ અને ચોથા ઉદાહરણમાં ત્રિષ્ટુપ્ છંદના પાદના અગિયાર અક્ષર પૂરા થાય છે. બીજામાં અને ત્રીજામાં અનુષ્ટુપ્ ના પાદના આઠ અક્ષર પૂરા થાય છે.

(૨૮૪) सिद्धः संयोगान्तलोपो रोरुत्वे ॥ ८ । २ । ११० ॥

सूत्रार्थ :- (छन्दसि विषये) रु इत्येतस्य उत्वादेशप्रसंगे संयोगान्तलोपः सिद्धः वक्तव्यः ।

અર્થ :- વૈદિક પ્રયોગમાં रु ને સ્થાને उ ત્વાદેશનો પ્રસંગ આવતાં સંયોગાન્તલોપ સિદ્ધ ગણવો જોઈએ.

ઉદા. :- उप ब्रह्मांणि हरिवः (ऋ . सं. १. ३. ६)। एतेनं गातुं हंरिवो विदो नः (ऋ . सं. १. १७३. १३)। अस्य कुंर्मो हरिवो मेदिनं त्वा (तै. सं. ४. ७. १४. ४) આ બધાં ઉદાહરણોમાં हरि શબ્દને मतुप् પ્રત્યય લાગતાં हरि + मत् = हरिवत् થઈ તેને सु પ્રત્યય, नुम् આગમ થઈ, हल्, ङि, આદિલોપ

સંયોગાન્તલોપ અને રુત્વ થતાં રુત્વને સ્થાને उ ત્વ થવાનો પ્રસંગ આવે છે; ત્યાં સંયોગાન્તલોપ અસિદ્ધ ઠરત તો उ ત્વ ન થાત. તેને આ સૂત્રથી સિદ્ધ ઠરાવ્યો છે, તેથી उ ત્વ થઈ ગુણ થતાં हरिवो રૂપ સિદ્ધ થાય છે.

(२८५) इऋभ्यां मतोर्वः ॥ ८ । २ । १११ ॥

सूत्रार्थ :- (छन्दसि विषये) इवर्णान्ताद् रेफान्ताच्च परस्य मतोर्वत्वं भवति।

અર્થ :- વૈદિક પ્રયોગમાં इ વર્ણાન્ત અને રેફાન્ત શબ્દોને લાગતા मतुप् પ્રત્યય ને વકારાદેશ થાય છે.

ઉદા. :- त्रिवती याज्यानुवाक्या भवति।, प्र यांहि हरिवो हरिभ्याम् (ऋ सं. ३. ३०. २)। अधिपतिवती जुहोति। चरुरग्निवानिव।, यो अस्मै रेवान् न सुनोति सोमम् (ऋ. सं. १०. १६०. ४)। सरस्वतीवान् भारतीवान् (ऐ. ब्रा. २. २४)। दधीवाँश्चरुः। અહીં हरि એ इ કારાન્ત શબ્દને मतुप् પ્રત્યય લાગતાં हरि + मन्त् + सु થતાં हलङ्यादिलोप, સંયોગાન્તલોપ અને આ સૂત્રથી વત્વ થઈને हरि + वन् બન્યું. પછી हरिभ्याम् માંનો ह એ हश् વર્ણ આવતાં रु ને उ ત્વ અને ગુણ એકાદેશ થઈને हरिवो રૂપ સિદ્ધ થયું. અહિં સંયોગાન્તલોપ પૂર્વસૂત્રાનુસાર થયો છે.

रयि શબ્દને मतुप् પ્રત્યય લાગતાં બાહુલકથી સમ્પ્રસારણ, रयि + मतुप् = रइ + मतुप् પછી આ સૂત્રથી व ત્વ થઈ, ગુણ એકાદેશ થઈ रेवान् રૂપ સિદ્ધ થયું.

એ જ રીતે त्रि + मतुप्, अधिपति + मतुप् માં પણ વત્વ અને ઉપધા-દીર્ઘ થઈને त्रीवती તથા अधिपतिवती એ સ્ત્રીલિંગી રૂપો સિદ્ધ થયાં છે.

गीर्वान्, धूर्वान्, आशीर्वान् એ રેફાન્ત પ્રાતિપદિકોને मतुप् પ્રત્યય લાગીને व ત્વ થયાનાં ઉદાહરણો છે. એમાં गृ ધાતુને इत्व રપરત્વ અને દીર્ઘાદેશ થયો છે. धुर्व ધાતુને વકારલોપ અને ઉપધાદીર્ઘ થયો છે. आशास् ધાતુને क्विप् પ્રત્યય લાગી शास् ની ઉપધાને इ ત્વ થઈ રુત્વ અને દીર્ઘાદેશ થયો છે.

(२८६) अनो नुट् ॥ ८ । २ । ११२ ॥

सूत्रार्थ :- (छन्दसि विषये) अनन्तादुत्तरस्य मतोर्नुडागमो भवति।

અર્થ :- વૈદિક પ્રયોગમાં अन् અન્તે આવ્યો હોય તેવા પ્રાતિપદિકને તેની પછી मतुप् પ્રત્યય આવતાં વચ્ચે नुट् આગમ લાગે છે.

ઉદા. :- अक्षण्वन्तः कर्णवन्तः सखायः (ऋ . सं. १०. ७१. ७)। अस्थन्वन्तं यदनस्था बिभर्ति (ऋ . सं. १. १६४. ४)। अक्षण्वता लाङ्गलेन। शीर्षण्वती। मूर्धन्वती। અહીં अक्षन्, अस्थन्, शीर्षन्, मूर्धन् એ अन् -અન્તવાળા શબ્દોને मतुप् પ્રત્યય લાગતાં તે શબ્દની પછી नुट् આગમ આવીને अक्षण्वत् અને अस्थन्वत् એ પ્રાતિપદિકોનાં રૂપો સિદ્ધ થયાં છે.

એ જ રીતે સિદ્ધ થયેલાં शीर्षण्वत् અને मूधन्वत् એ પ્રાતિપદિકોને ङीप् પ્રત્યય લાગીને સ્રીલિંગી રૂપો સિદ્ધ થયાં છે.

(૨૮૭) नाद्घस्य ॥ ८ । २ । ११३ ॥

સૂત્રાર્થ :- (छन्दसि विषये) नकारान्तादुत्तरस्य घसंज्ञकस्य नुडागमो भवति।

અર્થ :- વૈદિક પ્રયોગમાં ન કારાન્ત પ્રાતિપદિક પછી घ સંજ્ઞક (तरप् અને तमप्) પ્રત્યયો આવતાં પ્રાતિપદિકને नुट् આગમ લાગે છે.

ઉદા. :- सुपथिन्तरः। संमीधे दस्युहन्तमम् (ऋ . सं. ६. १६. १५)। અહીં सुपथिन् અને दस्युहन् એ ન કારાન્ત પ્રાતિપદિકો પછી घ સંજ્ઞક (तरप् અને तमप्) પ્રત્યયો આવતાં પ્રાતિપદિકને नुट् આગમ લાગીને सुपथिन्तर અને दस्युहन्तम શબ્દો સિદ્ધ થયા છે; એમાં મૂળ શબ્દના અન્ત્ય નકારનો લોપ થઈને પછી नुट् આગમ લાગ્યો છે.

(૨૮૮) भूरिदाव्नस्तुट् ॥ ८ । २ । ११४ ॥

સૂત્રાર્થ :- (छन्दसि विषये) भूरिदावन्-शब्दात् परस्य घसंज्ञकस्य प्रत्ययस्य तुडागमो भवति।

અર્થ :- વૈદિક પ્રયોગમાં भूरिदावन् શબ્દને घ સંજ્ઞક પ્રત્યય લાગતાં તેને तुट् આગમ લાગે છે.

ઉદા. :- अन्यो नेत् सूरिरोहते भूरिदावत्तरो जनः (ऋ . सं. ८. ५. ६९)। भूरिदाव्न आ विंदं शूनमापेः (ऋ . सं. २. २७. ९७)। અહીં भूरि ददाति એ અર્થમાં वनिप् પ્રત્યય લાગીને भूरिदावन् શબ્દ બન્યો છે. તેને तरप् પ્રત્યય લાગતાં તે घ સંજ્ઞક હોવાથી तुट् આગમ લાગીને भूरिदावन् + तुट् + तरप् થઈ અન્ત્ય ન કારનો લોપ થતાં भूरिदाव + त् + तर = भूरिदावत्तरः એમ રૂપ સિદ્ધ થયું છે.

(૨૮૯) हृग्रहोर्हस्य भः ॥ ८ । २ । ११५ ॥

સૂત્રાર્થ :- (छन्दसि विषये) हरतेः ग्रहेश्च धात्वोः यो हकारस्तस्य भकारो भवति।

અર્થ :- વૈદિક પ્રયોગમાં हृ અને ग्रह् એ ધાતુઓના ह કારનો ભકાર થાય છે.

ઉદા. :- मासो जभारं शरदंश्च पूर्वीः (ऋ . सं. ४. १८. ४)। बुलिं शीर्षाणिं जभ्रुरश्व्यांनि (ऋ . सं. ७. १८. १९)। य इमे रोदंसी मुही संमीची सुमजंग्रभीत् (ऋ . सं. ८. ६. १७)। गृभ्णातिं रिप्रमविरंस्य तान्वां (ऋ . सं. ९. ७८. २)। उद्ग्राभं चं निग्राभं च ब्रह्मं देवा अंवीवृधन् (यजु. सं. १७. ६४)। અહીં हृ ધાતુના રૂપોમાં ह કાર નો भ કાર થવાથી (भृ ધાતુનાં રૂપો જેવાં) जभार (=जहार) અને जभ्रुः (=जह्रुः) જેવાં રૂપો સિદ્ધ થયાં છે. એ જ રીતે ग्रह् ધાતુના ह કારનો भ કાર થતાં (ग्रभ् ધાતુનાં જેવાં) ग्रह् નું गृभ्णाति, सम्+ग्रह् નું सम्+अजग्रभीत्, उद्+ग्रह्नुं इद्ग्राभम् અને नि+ग्रह्नुं निगाभम् એવાં વૈદિક રૂપો સિદ્ધ થયાં છે.

(२९०) नसत्तनिषत्तानुत्तप्रतूर्तसूर्तगूर्तानि ॥ ८ । २ । ११६ ॥

सूत्रार्थ :- (छन्दसि विषये) नसत्त, निषत्त, अनुत्त, प्रतूर्त, सूर्त गूर्त इत्येतानि निपात्यन्ते ।

અર્થ :- વૈદિક પ્રયોગમાં नसत्त, निषत्त, अनुत्त, प्रतूर्त, सूर्त અને गूर्त એ શબ્દોનું નિપાતન કરવામાં આવે છે.

ઉદા :- नसत्तमञ्जसा। અહીં न+सद् ને क्त પ્રત્યય લાગતાં તે પ્રત્યયના न ત્વના અભાવનું નિપાતન કરીને नसत्त રૂપ સિદ્ધ કર્યું છે. લૌકિક પ્રયોગમાં नसन्न રૂપ થાત.

निषत्तमंस्य चरंतो ध्रुवस्यु (ऋ . सं. १. १४६. १)। અહીં नि+सद् ધાતુને क्त પ્રત્યય લાગતાં न ત્વનો અભાવ અને ષત્વનું નિપાતન કરીને निषत्त રૂપ સિદ્ધ કર્યું છે. લૌકિક પ્રયોગમાં निषण्ण રૂપ થાત.

अनुंत्तं वज्रिन् वीर्यम् (ऋ . सं. १. ८०. ७)। विश्वा इन्द्रांयु तविंषीरनुंत्ताः (ऋ . सं. ३. ३१. १३)। અહીં नञ् પૂર્વક उन्द् ધાતુને क्त પ્રત્યય લાગતાં अन्+उद्+क्त એમ થઈ न કારના અભાવનું નિપાતન કરી अनुत्त પ્રાતિપદિક સિદ્ધ થયું છે; લૌકિક પ્રયોગમાં अनुन्न એવો શબ્દ બનત.

प्रतूर्तं वाजिन्ना द्रव (यजु. सं. ११. १२)। અહીં प्र+त्वर ધાતુને क्त પ્રત્યય લાગતાં न કારનો અભાવ તથા व કાર અને ઉપધાનું उ ત્વ નિપાતન કરીને प्रतूर्त શબ્દ સિદ્ધ કર્યો છે; લૌકિક. પ્રયોગમાં प्रतूर्ण એવું રૂપ થાત.

असूर्ते सूर्ते रजसि निषत्ते ये भूतानि समकृण्वन्निमानि (ऋ सं. १०. ८२. ४)।असूर्ता सूर्ता रजसो विमाने ये भूतानि समकृण्वन्निमानि (तै. सं. ४. ६. २. २)। અહીં સૃ ધાતુને ઉ त्व અને न त्वाभाવનું તથા દીર્ઘત્વનું નિપાતન કરીને सूर्त ની રૂપસિદ્ધિ કરી છે. લૌકિક પ્રયોગમાં સૃત રૂપ થાત.

पूर्वीरुषसः शरदश्च गूर्ताः (ऋ .सं. ४. १९. ८)। प्र मन्दुयुर्मनां गूर्त होता (ऋ . सं. १. १७३. २)। અહીં ગુર્ ધાતુને क्तના न त्वाभाવનું તથા દીર્ઘનું નિપાતન કરીને गूर्त ની રૂપસિદ્ધિ કરવામાં આવી છે.

(२९१) अवयाश्वेतवाः ॥ ८ । २ । ११७ ॥

सूत्रार्थ :- (छन्दसि विषये) अवयाः श्वेतवाः इत्येतौ अनुकरणरूपौ प्रथमान्तौ पदौ कृतदीर्घौ सम्बुद्धौ निपात्येते।

અર્થ :- વૈદિક પ્રયોગમાં अवयाः અને श्वेतवाः એ અનુકરણરૂપ પ્રથમાન્તમાં પદોનું અન્ત્ય દીર્ઘવાળાં રૂપોનું સંબોધનના અર્થમાં નિપાતન કરવામાં આવે છે.

ઉદા. :- अस्ति हि ष्मा ते शुष्मिन्नवयाः (ऋ . सं. १. १७३. १२)। मो षु णं इन्द्र पृत्सु देवास्तु स्म ते शुष्मिन्नवया। (तै. सं. १. ८. ३. १)। અહીં अव + यज् ધાતુને ण्विन् પ્રત્યય લાગતાં डस् પ્રત્યયનું તથા દીર્ઘત્વનું નિપાતન કરીને हे अवया એ શબ્દ સંબોધન એ.વ.માં અને हे अवयाः એ શબ્દ સંબોધન બહુવચનમાં સિદ્ધ કર્યો છે.

हे श्वेतवाः માં श्वेतवह् એ પદમાં डस् પ્રત્યયનું તથા દીર્ઘત્વનું નિપાતન કરીને રૂપસિદ્ધિ કરી છે. આ રૂપનો પ્રયોગ વૈદિક ગ્રંથોમાં મળતો નથી.

(२९२) पुरोडा उक्थशाश्च ॥ ८ । २ । ११८ ॥

सूत्रार्थ :- (छन्दसि विषये) पुरोडा उक्थशाः इत्येतौ शब्दौ सम्बुद्धौ कृतदीर्घौ निपात्येते।

અર્થ :- વૈદિક પ્રયોગમાં पुरोडा અને उक्थाशाः એ શબ્દોનું સંબોધનમાં દીર્ઘાન્ત તરીકે નિપાતન કરવામાં આવે છે.

ઉદા. :- पुरोळा अंग्न पचतस्तुभ्यं व घ्रा परिष्कृतः (ऋ . सं. ३. २८. २)। અહીં पुरस् + दाश् ધાતુને ण्विन् પ્રત્યય લાગતાં डस् પ્રત્યયનું તથા દીર્ઘત્વનું નિપાતન કરીને पुरोडा એ એકવચનાન્ત સંબોધન રૂપની સિદ્ધિ કરવામાં આવી છે.

वज्रमेनमभि प्र वर्तयत्युक्थशा इत्याह (तै. सं. ३. २. ९. १)। અહીં उक्थानि शंसति એ અર્થમાં उक्थ+शंस् ધાતુને ण्विन् પ્રત્યય લાગતાં સંબો-ધનમાં डस् પ્રત્યયનું નિપાતન કરીને દીર્ઘાન્ત उक्थाशाः એ રૂપની સિદ્ધિ કરવામાં આવે છે.

(२९३) अम्नसूधसवसां रो वा ॥ ८ । २ । ११९ ॥

सूत्रार्थ :- (छन्दसि विषये) अम्नस्, ऊधस्, अवस् इत्येतेषां रुर्वा रेफो वा उभयथा बहुलं भवति।

અર્થ :- વૈદિક પ્રયોગમાં अम्नस्, ऊधस् અને अवस् શબ્દોમાં रुत्व અથવા રેફ એ બન્ને વિકલ્પે થાય છે.

ઉદા. :- तदांहुरुम्ण एवानुंद्रुत्यं (मै. सं. १. ६. १०)। प्रजनयिताम्नस्सूर्ये निम्रुक्ते (काठ. सं. ६. ५)। अम्नरेव। અહીં વૈદિક પ્રયોગમાં अम्नस् શબ્દના स કારનું નિત્ય रु त्व પ્રાપ્ત હતું તેનો પક્ષે રેફભાવ સિદ્ધ કર્યો છે. रु त्व થતાં તેનો વિસર્જનીય (=વિસર્ગ) બને છે, અને પછી તેનો લોપ થતાં સન્ધિ થતી નથી.

शुच्यूधों अतृणन्न गवाम् (ऋ. सं. ४. १. १९)। ऊधः खलुं वे प्रंजा अनूपंजीवन्ति (मै. सं. ३. १०. ४)। ऊधरेव, ऊध एव। અહીં પણ उधस् શબ્દને વિકલ્પે રેંફ કે रु त्वनी સિદ્ધિ દર્શાવી છે.

अवः पश्यन्ति वितंतं यथा रजः (ऋ. सं. १. ८३. २)। अवरेव। अव एव। અહીં વૈદિક પ્રયોગમાં अवस् શબ્દને વિકલ્પે રેફ કે रु त्वनी સિદ્ધિ કરવામાં આવી છે. रु त्व થતાં તેનો વિસર્ગ બની જાય છે.

(२९४) प्रचेतसो राजनि ॥ ८ । २ । १२० ॥

सूत्रार्थ :- (छन्दसि विषये) प्रचेतस् इत्येतस्य राजन् शब्दे परे रुर्वा रेफो वा उभयथा भवति।

અર્થ :- વૈદિક પ્રયોગમાં प्रचेतस् શબ્દ પછી राजन् શબ્દ આવતાં रु-त्व કે રેફ બન્ને રીતે વિકલ્પે થાય છે.

ઉદા. :- प्रचेता राजन् (ऋ. सं. १. २४. १४)। प्रचेतो राजन् (तै. सं. १. ५. ११. ३)। અહીં प्रकृष्टं चेतो यस्य એ બહુવ્રીહિ સમાસમાં આમંત્રિત (= સંબોધન એકવચનમાં) रु त्व કે રેફ એમ બન્ને રીતે વૈદિક પ્રયોગ થાય છે.

(૨૯૫) अहरादीनां पत्यादिषु ॥ ८ । २ । १२१ ॥

सूत्रार्थ :- (छन्दसि विषये) अहरादीनां (=अहर्, गीर्, धूर्) इत्येतेषां पत्यादिषु परतो रेफो वा रुत्वं वा उभयथा भवति।

अर्थ :- વૈદિક પ્રયોગમાં अहर्, गीर् અને धूर् એ શબ્દો પછી पति વગેરે શબ્દો આવતાં વિકલ્પે રેફ અથવા रु रुત્વ બન્ને રીતે થાય છે.

ઉદા. :- अहर्पतये स्वाहा (यजु. सं. ९. २०)। अहर्पतिः। अहःपति। गीर्प्पतिः। गीःपति। धूर्प्पतिः। धूःपतिः। અહીં વિકલ્પે રેફનો વિસર્જનીય થતો રોકવા આ સૂત્રની રચના જરૂરી છે.

(૨૯૬) भुवश्च महाव्याहृतेः ॥ ८ । २ । १२२ ॥

सूत्रार्थ :- (छन्दसि विषये) भुवस् इत्येतत् महाव्याहृतेः सकारस्य रुर्वा रेफो वा उभयथा भवति।

अर्थ :- વૈદિક પ્રયોગમાં भुवस् એ મહાવ્યાહૃતિના અન્ત્ય स કારનો રેફ કે રુત્વ એમ બન્ને વિકલ્પે થાય છે.

ઉદા. :- भुवरित्यन्तरिक्षम् (काठ. सं. ६. ७)। भुव इत्यन्तरिक्षम्। भूर्भुवः स्वर्द्यौरिव भूम्ना पृथिवीव वरिम्णा (यजु. सं. ३. ५)। વેદમાં भूर्, भुवस्, स्वर्, महस्, जनस्, तपस्, અને सत्यम् એ સાત વ્યહૃતિઓ તરીકે ઓળખાય છે. એમાંથી પ્રથમ ત્રણ મહાવ્યાહૃતિઓ કહેવાય છે. કારણકે વૈદિક સંહિતાઓમાં એમનો નિર્દેશ થયો છે. અહીં અન્તરિક્ષ વાચક भुवस् મહાવ્યાહૃતિ વિષે કહ્યું છે કે આ શબ્દ રુત્વ અને રેફ બન્નેવાળા સ્વરૂપે વેદમાં પ્રયોજાયેલ જોવા મળે છે. भुवस्+इति માં स् ને रु त्व થઈને વિસર્જનીય થતાં તેનો લોપ થઈને भुव इति એમ સન્ધિ ઙપ્રયોગ થયો છે. પદપાઠમાં આ જોવા મળે છે.

(૨૯૭) नभस्वदङ्गिरस्वन्मनुष्वद्वृषणवसुवृषणश्वायस्मयसत्रऽक्त्वतादयः ॥ ८ । २ । १२३ ॥

सूत्रार्थ :- (छन्दसि विषये) नभस्वत्, अङ्गिरस्वत्, मनुष्वत्, वृषण्वसु वृषणश्व, अयस्मय, सत्रऽक्त्वता इत्येतानि शब्दरूपाणि निपातनेन साधूनि भवन्ति।

अर्थ :- વૈદિક પ્રયોગમાં नभस्वत्, अङ्गिरस्वत्, मनुष्वत्, वृषण्वसु, वृषणश्व, अयस्मय, सत्रऽक्त्वता એ શબ્દોનું નિપાતન કરવામાં આવે છે. અને આ શબ્દ-રૂપોને શિષ્ટોએ માન્ય કર્યાં છે.

ઉદા. :- नभ इव नभस्वत्। समुद्रोऽसि नभस्वानार्द्रदानुः (यजु. सं. १८. ४५)। अङ्गिरा इव अङ्गिरस्वत्। मनुरिव मनुष्वत्। मनुष्वदग्ने अङ्गिरस्वदङ्गिरः

(ऋ . सं. १. ३१. १७)। न यत्परो नान्तर आदुधर्षद् वृषण्वसू (ऋ . सं. २. ४१. ८)। मेनाभवो वृषणश्वस्य सुक्रतो विश्वेत् (ऋ . सं. १. ५१. १३)। आसीदयस्मयुस्तम्वादाम् विप्राः (ऋ . सं. ५. ३०. १५)। स सुष्टुभा स ऋक्वता गणेन (ऋ . सं. ४. ५०. ५)। અહીં नभस्वत् मनुष्वत्, अङ्गिरस्वत्, वृषण्वसु, वृषणश्व, अयस्मय, स ऋक्वता આ બધા વૈદિક પ્રયોગમાં ક્વચિત ભ સંજ્ઞા તથા ક્વચિત્ પદસંજ્ઞા બન્ને સાથે પ્રયોજાયેલાં જોવા મળે છે. આ શબ્દોરૂપોને શિષ્ટરૂપો તરીકે સ્વીકાર્ય ગણવામાં આવ્યાં છે.

(२९८) अधउपरिभ्यां स्विदासीतष्टिः प्लुतः ॥ ८ । २ । १२४ ॥

सूत्रार्थ :- (छन्दसि विषये) अधस्, उपरि इत्येताभ्यां परतः स्विदासीत् इत्येतस्य टिः प्लुतो भवति।

અર્થ :- વૈદિક પ્રયોગમાં अधस् અને उपरि પછી स्विदासीत् નો टि (= અન્ત્ય સ્વરવર્ણથી આરંભાતો) ભાગ પ્લુત બને છે.

ઉદા. :- अधः स्विदासी३दुपरि स्विदासी३त् (ऋ . सं. १. १२९. ५)। અહીં स्वित् અવ્યય વિતર્કનો અર્થ દર્શાવે છે. आसीत् ક્રિયાપદ છે. આ મંત્રભાગનો અર્થ આમ થાય છેઃ "આ જગત્ ઉત્પન્ન થયા પૂર્વે જે તમસ્ (= પ્રકૃતિ) હતું તે સ્રષ્ટાની उपरि (=તેનાથી અધિક) હતું અથવા अधः (= અલ્પ) હતું?" આવો વિતર્ક અહીં કરવામાં આવ્યો છે. તેથી વિચારસૂચક વાક્ય હોવાથી બન્ને વાક્યોના आसीत् પદના टि ભાગને (ઉચ્ચારણની ત્રણ માત્રા દર્શાવતા ३ ના આંકડાવાળો) પ્લુત આદેશ થયો છે."

(२९९) ओमभ्यादाने ॥ ८ । २ । १२५ ॥

सूत्रार्थ :- (छन्दसि विषये) अभ्यादाने (= प्रारम्भे) अर्थे य ओम्शब्दस्तस्य प्लुतो भवति।

અર્થ :- વૈદિક પ્રયોગનાં પ્રારંભના અર્થમાં ओम् શબ્દ પ્લુત બને છે.

ઉદા. :- ओ३म्। अग्निमीळे पुरोहितम् (ऋ . सं. १. १. १)। અહીં ઋગ્વેદ સંહિતાના પ્રથમ મંડળના પ્રથમ મંત્રથી વેદપાઠનો પ્રારંભ કરવામાં આવે છે એ દર્શાવવા ओम् શબ્દનું પ્લુત તરીકે ઉચ્ચારણ કરવામાં આવ્યું છે. ओ પછીનો ३ એ સ્વરવર્ણનું ત્રણ માત્રાનું પ્લુત ઉચ્ચારણ સૂચવે છે.

(३००) ये यज्ञकर्मणि ॥ ८ । २ । १२६ ॥

सूत्रार्थ :- (छन्दसि विषये) ये इत्येतस्य यज्ञकर्मणि प्लुतो भवति।

અર્થ :- વૈદિક પ્રયોગમાં 'ये' એ પદ યજ્ઞકર્મ વખતે પ્લુત બને છે.

ઉદા. :- ये३ यजामहे। सुमिधाग्निं दुवस्यत (ऋ. सं. ८. ४४. १)। યજ્ઞની ક્રિયામાં समिधाग्निं दुवस्यत એ ઋઙ્‌મન્ત્રથી આહુતિ આપતી વખતે આરંભમાં ये यजामहे બોલવામાં આવે છે, ત્યારે ये३ એમ પ્લુત ઉચ્ચારણ કરવામાં આવે છે. ये પછીનો ३ येમાંના ए સ્વરનું ત્રિમાત્રિક ઉચ્ચારણ સૂચવે છે.

(૩૦૧) याज्यान्तः ॥ ८ । २ । १२७ ॥

सूत्रार्थ :- (छन्दसि विषये) याज्याकाण्डे पठितानां मन्त्राणामन्तस्य टेः प्लुतो भवति यज्ञकर्मणि।

અર્થ :- વૈદિક પ્રયોગમાં યાજ્યાકાંડમાં પઠિત મંત્રોમાંના અન્ત્ય મંત્રનો ये ભાગ યજ્ઞકર્મમાં પ્લુત બને છે.

ઉદા. :- स्तोमैर्विधेमाग्नाइ३ (ऋ. सं. ८. ४३. ११)। 'जिह्वामंग्ने चकृषे हव्यवाहा३म् (ऋ. सं. १०. ८. ६)। અહીં વેદપાઠમાંના અન્ત્ય મંત્રના છેડે આવેલા आग्नयें પદના टि ભાગનું યજ્ઞકર્મમાં પ્લુત થતાં आग्ना३इं એમ ઉચ્ચારણ થાય છે; એ જ રીતે हव्यवाहंम् નું પ્લુત થઈને યજ્ઞકર્મમાં हव्यवाहा३म् ઉચ્ચારણ થાય છે.

(૩૦૨) एचः प्रश्नान्तादिवत् पूर्वस्यार्धस्यादुत्तरस्येदुतौ ॥ ८ । २ । १२७ ॥

सूत्रार्थः- (छन्दसि विषये) एचः प्रश्नान्तादिवत् आकारादेशः प्लुतादेशो भवति, प्लुतविषयस्य पूर्वस्यार्धस्य आकार आदेशो भवति, उत्तरस्य च इकारोकारौ आदेशौ भवतः। सूत्रे आदिवत् इत्यत्र आदिना अभिपूजित-विचार्यमाण-प्रत्यभि-वाद-याज्यान्तानां ग्रहणम्।

અર્થ :- વૈદિક પ્રયોગમાં પ્રશ્નાન્ત વગેરેની જેમ एच् નો પ્લુતદેશ થાય છે. પ્લુત બનનારા અને આ एच् (=ए અને ओ)માંના પૂર્વાધનો आ કારાદેશ થઈ તે પ્લુત બને છે. ઉત્તરાર્ધનો इ કે उ આદેશ થાય છે.

અહીં સૂત્રમાંના आदिवत् માં आदि પદ દ્વારા પ્રશ્નાન્ત, અભિપૂજીત, વિચાર્યમાણ પ્રત્યભિવાદ અને યાજ્યાન્તનો નિર્દેશ સમજવાનો છે. (પ્રશ્નાન્ત = પ્રશ્નનો અંતિમભાગ; અભિપૂજીત = પ્રશંસા કે વખાણ; વિચાર્યમાણ = પૂછપ-રછ; પ્રત્યભિવાદ = કુશળપ્રશ્નનો જવાબ; અને યાજ્યાન્ત = આહુતિમંત્રનો અંતિમ વર્ણ.)

ઉદા. :- अगमइ पूर्वा३न् ग्रामा३न् अग्निभूता३इ पटा३उ। અહીં પ્રશ્નાન્તે अग्निभूते માંના एच् (=ए = अ+इ) ના પૂર્વાર્ધ અનો આકારાદેશ પ્લુત થયો છે અને ઉત્તરાર્ધને इ કારાદેશ કે उકારાદેશ થાય છે. તાત્પર્ય કે ए (=अ+इ) અને ओ (=अ+उ) માં પૂર્વાધ अ નો પ્લુત आ३ થાય છે. જ્યારે ઉત્તરાર્ધ इ કે उ એમના એમ રહીને શબ્દમાં છૂટા પડે છે.

भद्रं करोषि माणवक३ अग्निभूता३इ पटा३उ। અહીં અભિપૂજિતના અર્થમાં अग्निभूते માંના एच् (=ए=अ+इ) ના પૂર્વાર્ધ (=अ)ના आ કારાદેશનો પ્લુત અને ઉત્તરાર્ધનો इ કારાદેશ તથા पटो માંના एच् (=ओ=अ+उ)ના પૂર્વાર્ધ (अ)નો आ કારાદેશ અને ઉત્તરાર્ધનો उ કારાદેશ થયો છે.

होतव्यं दीक्षितस्य गृहा३इ। અહીં વિચાર્યમાણના અર્થમાં एच् નો आકારાદેશ પ્લુત અને इ કારાદેશ થયો છે.

आयुष्मानेधि अग्निभूता३इ। पटा३उ। અહીં एच् (=ए અને औ)ના પૂર્વાર્ધ નો आકારાદેશ પ્લુત અને ઉત્તરાર્ધના इ કાર તથા उ કારાદેશ થયા છે.

उ॒क्षान्ना॑य व॒शान्ना॑य सोम॑पृष्ठाय वे॒धसे॑। स्तोमै॑र्विधे॒याग्नया३इ (ऋ. सं. ૮. ૪૩. ૧૧)। અહીં યાજ્યાન્તમાં મંત્રના અન્તે આવેલા आग्नये પદમાંના અન્ત્ય एच् (=ए) નો પૂર્વાર્ધ आકારાદેશ પ્લુત અને ઉત્તરાર્ધનો इ કારાદેશ થયો છે.

(३०३) प्रणवष्टेः ॥ ८ । २ । १२९ ॥

सूत्रार्थ :- (छन्दसि विषये) यज्ञकर्मणि टेः प्रणव आदेशो भवति।

અર્થ :- યજ્ઞકર્મમાં શબ્દના टि ભાગનો પ્રણવાદેશ થાય છે. (પાદ કે અર્ધઋચાના અન્ત્ય અક્ષરને લઈ તેના આદિ-અક્ષર-શેષ ને સ્થાને ત્રિમાત્ર ओ३म् કે ૐકારનું વિધાન કરવામાં આવે છે. તેને 'પ્રણવ' તરીકે ઓળખાવામાં આવે છે.

ઉદા. :- अपां रेतांसि जिन्वतो३म्। देवान् जिगाति सुम्नयो३म्। અહીં સામિધેન્યાદિ (= વિશિષ્ટ સમૂહ રૂપે પઠિત) અમુક ઋચાની બાબતમાં મંત્રના પાદ કે અર્ધી ઋચાના અન્તે टिભાગને પ્રણવાદેશ થાય છે. અને टि ભાગને ओ३म् એમ ત્રિમાત્રિક ૐકાર રૂપે ઉચ્ચારવામાં આવે છે. जिन्वति માં इ કાર टि ભાગ છે, જ્યારે सुम्नयुः માં उ કાર टि ભાગ છે.

(૩૦૪) ये यजामहे ब्रूहिप्रेष्यश्रौषड्वौषडावहानामादेः ॥८।२।१३०॥

सूत्रार्थ :- (छन्दसि विषये) यज्ञकर्मणि ये यजामहे, ब्रूहि, प्रेष्य, श्रौषट्, वोषट्, आवह इत्येतेषामादेः प्लुतो भवति।

અર્થ :- વૈદિક પ્રયોગમાં યજ્ઞકર્મ વખતે ये यजामहे, ब्रूहि, षेष्य, श्रौषट् वौषट् અને आवह આ શબ્દોનો આદિવર્ણ પ્લુત બને છે.

ઉદા. :- ये३ यजामहे માં આદિ અક્ષર ये, अग्नयेऽनुब्रू३हि માં ब्रूहि નો આદ્યક્ષર ब्रू, अग्नये गोमयान् प्रे३ष्य માં प्रेष्य નો આદિ અક્ષર प्रे, अस्तु श्रौ३षट् માં આદિ અક્ષર श्रौ, सोमस्याग्ने व्रीहि वौ३षट् માં वौषट् નો આદિ અક્ષર वौ અને अग्निमा३वह માં आवह નો આદિ અક્ષર आ પ્લુત બન્યા છે.

(૩૦૫) ओश्रावयाश्रावयेत्यग्नीत्प्रेषणे परस्य च ॥८।२।१३१॥

सूत्रार्थ :- (छन्दसि विषये) यज्ञकर्मणि अग्नीधः प्रेषणे ओश्रावय आश्रावय इत्येतयोः आदेः प्लुतो भवति।

અર્થ :- વૈદિક પ્રયોગમાં યજ્ઞકર્મ વખતે અગ્નીધનો કાર્યાર્થ પ્રેષ કરવા માટે औश्रावय અને आश्रावय એ પદોના આદિ વર્ણનો પ્લુત થાય છે. अग्नीध એ ખાસ ઋત્વિજ્‌ની સંજ્ઞા હોય છે. તેનું પ્રેષણ (=યજ્ઞકર્મમાં નિયોજન) તે अग्नीत्प्रेषण કહેવાય છે.

ઉદા. :- ओ ३ श्रा ३ वय। आ ३ श्रा ३ वय। અહીં ओ અને आ તથા श्रावय માંના श्रा એ વર્ણો પ્લુત થયા છે.

(૩૦૬) मतुवसुवनानां रु सम्बुद्धौ संहितायाम् ॥८।२।१३२॥

सूत्रार्थ :- (छन्दसि विषये) मत्वन्तस्य, वस्वन्तस्य, वन्नन्तस्य च पदस्य सम्बुद्धौ परतः संहितायां रु इत्ययमादेशो भवति। सूत्रे रु इत्यविभक्तिको निर्देशः।

અર્થ :- વૈદિક પ્રયોગમાં मत् પ્રત્યયાન્ત, वस् પ્રત્યયાન્ત અને वन् પ્રત્યયાન્ત પદો પછી સંબોધનવાચક પદ આવે તો સંધિ કરતી વખતે પ્રત્યયના અન્ત્ય વર્ણને સ્થાને रु (=र्) આદેશ થાય છે. સૂત્રમાં रु એમ વિભક્તિ વિનાનો નિર્દેશ છે.

ઉદા. :- इन्द्रं मरुत्व इह पाहि सोमम् (ऋ . सं. ३. ५१. ७)। અહીં मरुत् + मतुप् = मरुत् + वतुप् = मरुत्वत् એ મતુબન્ત પદમાં સંબુદ્ધિવાચક પ્રત્યય લાગીને मरुत्वन् રૂપ બન્યું છે. તે પછી इह પદ આવતાં સંધિનો પ્રસંગ ઉપસ્થિત થયો. ત્યારે આ સૂત્ર મુજબ न् ને સ્થાને रु આદેશ થઈને मरुत्वर् બન્યું. પછી તેનો य કારાદેશ તથા य કારનો લોપ થતાં मरुत्व એમ સંધિગત રૂપ સિદ્ધ થયું છે.

वोचेस्तन्नो हरिवो यत्ते अस्मे (ऋ. सं. १. १६५. ३)। अस्मु कुल्मो हरिवो मेदिनं त्वा (ऋ . सं. खिल. १०. १२८. १. પછી)। અહીં हरि + मतुप् = हरि + वतुप् = हरिवत् એ મતુબન્ત પદમાં સંબુદ્ધિવાચક પ્રત્યય લાગીને हरिवन् રૂપ બન્યું છે. તે પછી यत् માંનો य् કે मेदिनम् માંનો म् આવતા સંધિનો પ્રસંગ ઉપસ્થિત થાય છે. ત્યારે આ સૂત્ર મુજબ न् ને સ્થાને रु (= र्) આદેશ થતાં हरिवर् થઈ रु ને उत्व અને ગુણાદેશ થઈને हरिव + उ = हरिवो એમ રૂપ સિદ્ધ થયું છે.

मिद्वंस्तोकाय तनंयाय मृळ (ऋ . सं. २. ३३. १४)। અહીં मिह् ધાતુને लिट् લકારમાં लिट् ને સ્થાને क्वसु પ્રત્યય અને નિપાતનથી દ્વિવચનનો અભાવ થતાં मीढ्वस् वस्वन्त પદ બન્યું છે. તેનું સંબોધનવાચક मीढ्वन् રૂપ બનતાં न કારને સ્થાને रु આદેશ થઈ તેનો વિસર્જનીય થઈ તે પછી तोक પદ આવતાં स કારાદેશ થતાં मिढ्वस् એવું સંધિગત રૂપ બન્યું છે.

यस्वायन्तं वसुना प्रातरित्वो मुक्षीजंयेव पदिंमुत्सिनाति (ऋ. सं. २. १२५. ८)। અહીં प्रातः પછી इण् गतौ એ ધાતુ આવીને प्रातः एति એ અર્થમાં इ ધાતુને क्वनिप् પ્રત્યય લાગતાં प्रातः + इवन् એવું પ્રાતિપદિક બન્યું છે. અહીં इ એ હ્રસ્વાન્ત ધાતુને क्वनिप् એ કિત્ પ્રત્યય લાગ્યો હોવાથી તેને तुक् આગમ લાગે છે. અને प्रातः इत्वन् પદ બને છે. તેનું સંબોધન प्रातरित्वन् રૂપ થઈ તેની પછી मुक्षी સાથે સંધિ કરવાનો પ્રસંગ આવતાં न् ને સ્થાને रु આદેશ થઈને उ કારાદેશ અને ગુણ થતાં इत्वो એવું સંધિગત રૂપ સિદ્ધ થયું છે.

(૩૦૭)ऋक्षु नश्छव्यम्परे वा ॥ ८ । २ । १३३ ॥

સૂત્રાર્થ :- (छन्दसि विषये) ऋक्षु (= पादयुक्तमन्त्रेषु) नकारान्तस्य पदस्य अम्परे छवि परतो रुर्वा नकारो वा उभयथा भवति संहितायाम्।

અર્થ :- વૈદિક પ્રયોગમાં ઋક્મન્ત્રોમાં न કારાન્ત પદ પછી अम्परक छव् (= छ, ठ, थ, च, ट, त) વર્ણ આવે તો न કાર ને સ્થાને रु કે न કાર બેમાંથી ગમે તે રીતે વિકલ્પે સંધિ થાય છે.

ઉદા. :- प्रजापंतेविभान्नामं लोकस्तस्मिंस्त्वा दधामि (तै. सं. १. ६. ५. १)। અહીં तस्मिन् + त्वा આવતાં न કારને સ્થાને रु त्व, स त्व અને અનુનાસિક થઈને तस्मिंस्त्वा એમ સંધિ થઈ છે.

तस्मिन् तं धेंहि मा पृणौ (ऋ. सं. ८. ९७. २)। तस्मिन् तदेनों वसवो नि धेंतन (ऋ. सं. १०. ३७. १२)। અહીં तस्मिन् + तम् અથવા तस्मिन् + तद् આવતાં न કાર કાયમ રહ્યો છે.

(३०८) दीर्घादटि समानपादे ॥ ८ । २ । १३४ ॥

सूत्रार्थ :- (छन्दसि विषये) दीर्घादुत्तरस्य पदान्तस्य नकारस्य ऋक्षु रुर्भवति, अटि परतः समानपादे संहितायाम्।

અર્થ :- એક જ ઋક્પાદમાં દીર્ઘસ્વર બાદ પદાન્ત न કાર પછી अट् (= સ્વરવર્ણ અથવા ह य व र) આવે તો न કારને સ્થાને સંધિમાં रु त्वादेश થાય છે.

ઉદા. :- परिधींरति ताँ इंहि (ऋ. सं. ९. १०७. १९)। देवाँ अच्छा दीद्यंद् युञ्जे (ऋ. सं. ३. १. १)। महाँ इन्द्रो य ओजंसा (ऋ. सं. ८. ६. १) અહીં परिधीन् + अति, देवान् + अच्छा, महान् + इन्द्रः માં, धी, वा, हा વગેરે દીર્ઘસ્વરપૂર્વક, પદાન્ત न કાર પછી अ કે इ એ अट् વર્ણ આવતાં न કારને સ્થાને रु त्वादेश થઈને અનુનાસિક તથા વિસર્જનીય લોપ થઈને સન્ધિ થઈ છે.

(३०९) स्वतवान् पायौ ॥ ८ । २ । १३५ ॥

सूत्रार्थ :- (छन्दसि विषये) स्वतवान् इत्येतस्य नकारस्य रुर्भवति पायुशब्दे परतः संहितायाम्।

અર્થ :- વૈદિક પ્રયોગમાં स्वतवान् શબ્દ પછી पायु શબ્દ આવે ત્યારે સંધિના પ્રસંગે પદાન્ત न કાર ને સ્થાને रु त्वादेश થાય છે.

ઉદા. :- भुवस्तस्य स्वतंवाँ पायुरंग्ने (ऋ. सं. ४. २. ६)। અહીં स्वतवान् + पायुમાં न કારનો रु त्वादेश થઈ અનુનાસિક થયો છે.

(३१०) रस्सोऽप्रद्विरुक्तपरयोः कुप्वोः ॥ ८ । २ । १३६ ॥

सूत्रार्थ :- (छन्दसि विषये) कुप्वोः परतः रेफस्य सकारादेशो भवति, प्रशब्दं द्विरुक्तं (आम्रेडितसंज्ञं) च वजयित्वा संहितायाम्।

અર્થ :- વૈદિક પ્રયોગમાં રેફ પછી क વર્ગીય કે प વર્ગીય વ્યંજન આવે તો રેફને સ્થાને સંધિમાં स કારાદેશ થાય છે, प्र તથા (આમ્રેડિતસંજ્ઞક) દ્વિરુક્ત સિવાય. આ વૈકલ્પિક વિધિ છે.

ઉદા. :- अ॒यस्पात्र॑म् (अ. शौ. सं. ८. १३. २)। वि॒श्वतो॑बाहरु॒त वि॒श्व॑तंस्पात् (ऋ. सं. १०. ८१. ३)। અહીં अयस् અને विश्वतस् એ स કારાન્ત પદો પછી प કાર આવતાં रुत्व વિસર્જનીય થઈને પાછળે તેને સ્થાને સ-કારદેશ થાય છે. અને આ રીતે अयस्पात्रम्, विश्वतस्पात् જેવી સંધિ વેદમાં થાય છે.

પરન્તુ, अग्निः प्रविद्वान् તથા परुं॑षः परु॒ष॒स्परि॑ (यजु. सं. १३. २०) માં रुत्व વિસર્જનીય પછી प्र અથવા દ્વિરુક્ત પદ આવેલું હોવાથી તેને સ્થાને સંધિમાં स કારાદેશ થયો નથી.

(३११) कःकरत्करतिकृधिकृतेष्वनदितेः ॥ ८ । २ । १३७ ॥

सूत्रार्थ :- (छन्दसि विषये) कः, करत्, करति, कृधि, कृत इत्येतेषु परतः रेफस्य सकारादेशो भवति, अदितिं वर्जयित्वा।

અર્થ :- વૈદિક પ્રયોગમાં રેફ પછી कः, करत्, करति, कृधि, कृत એ પદો આવે તો રેફને સ્થાને સંધિમાં स કારાદેશ થાય છે, પરન્તુ રેફ પછી अदिति પદ આવે તો નથી થતો.

ઉદા. :- इन्द्रा॑य॒ यो नः॑ प्र॒दिवो॑ अ॒प॒स्कः (ऋ. सं. ६. २३. ५)। नः श्रेयं॑सु॒स्क॒रत् (ऋ. सं. ३. ५८)। स सु॒पेशं॑सस्करति॒ जोषि॑षु॒द्धि (ऋ. सं. २. ३५. १)। उरुं॑कृदु॒रु णंस्कृधि (ऋ. सं. ८. ७५. ११)। सहं॑स्वन्तः सह॒स्कृतं॑म् (यजु. सं. ३. ९८)। અહીં વૈદિક પ્રયોગમાં अपः + कः, श्रेयः + करत्, सुपेशसः + करति, नः + कृधि અને सहः + कृतम् માં रु त्व વિસર્જનીયને સ્થાને स કારાદેશ થઈને अपस्कः, श्रेयस्करत्, सुपेशसस्करति, णस्कृधि અને सहस्कृतम् એમ સંધિ થઈ છે.

પરન્તુ, यथो॑ नो॒ अदि॑ति॒ः क॒रत् (ऋ. सं. १. ४३. २) માં अदितिः + करत् માં रु त्व વિસર્જનીયને સ્થાને स કારાદેશ થયો નથી.

(३१२) पञ्चम्याः परावध्यर्थे ॥ ८ । २ । १३८ ॥

सूत्रार्थ :- (छन्दसि विषये) अध्यर्थे वर्तमानो यः परिः शब्दः तस्मिन् परतः पञ्चमीविसर्जनीयस्य सकारादेशो भवति।

અર્થ :- વૈદિક પ્રયોગમાં પંચમી વિભક્તિના વિસર્જનીય કે રેફ પછી अधि ના અર્થમાં પ્રયોજાયેલ परि શબ્દ આવે તો રેફ વિસર્જનીયનો स કારાદેશ થાય છે.

ઉદા. :- दि॒वस्परि॑ प्र॒थ॒मं ज॑ज्ञे (ऋ. सं. १०. ४५. १)। અહીં વૈદિક પ્રયોગમાં दिवः એ રેફ વિસર્જનીયાન્ત પદ પછી परि એ શબ્દ अधि ના અર્થમાં આવ્યો છે, તેથી રેફ વિસર્જનીયના સ્થાને स કારાદેશ થઈને दिवः + परि = दिवस्परि એમ સંધિ થઈ છે.

પરન્તુ, अहि॑रिव भो॒गैः प॒र्येति॑ बा॒हुम् (ऋ. सं. ६. ७५. १४) માં भोगैः એ તૃતીયાન્ત પદ પછી परि પદ આવ્યું હોવાથી स કારાદેશ થયો નથી.

(३१३) पातौ वा ॥ ८ । २ । १३९ ॥

सूत्रार्थ :- (छन्दसि विषये) पातु इत्येतस्मिन् धातौ परतः पञ्चमी विसर्जनीयस्य विकल्पेन सकारादेशो भवति।

અર્થ :- વૈદિક પ્રયોગમાં પંચમીના રેફ વિસર્જનીય પછી पा ધાતુ આવે તો રેફ વિસર્જનીય ને વિકલ્પે स કારાદેશ થાય છે.

ઉદા. :- दिवस्पातु। राज्ञस्पातु। અહીં स કારાદેશ થયો છે. પરન્તુ परिषदः पातु માં નથી થયો.

(३१४) षष्ठ्याः पतिपुत्रपृष्ठपारपदपयस्पोषेषु ॥ ८ । २ । १४० ॥

सूत्रार्थ :- (छन्दसि विषये) पति, पुत्र, पृष्ठ, पार, पद, पयस्, पोष इत्येतेषु परतः षष्ठीविसर्जनीयस्य सकारादेशो भवति।

અર્થ :- વૈદિક પ્રયોગમાં ષષ્ઠી વિભક્તિના રેફ વિસર્જનીય પછી पति, पुत्र, पृष्ठ, पार, पद, पयस् અને पोष એ પદો આવે તો રેફ વિસર્જનીયનો स કારાદેશ થાય છે.

ઉદા. :- वा॒चस्पतिं॑ वि॒श्वक॑र्माणमू॒तये॑ (ऋ. सं. १०. ८१. ७)। दि॒वस्पु॒त्राय॒ सूर्या॑य शंसत (ऋ. सं. १०. ३७. १)। दिवस्पृष्ठे धावमानं सुपर्णम्।, अग॑न्म॒ तम॑सस्पा॒रम॒स्य (यजु. सं. १२. ७३)। इळस्प॒दे समि॑ध्यसे॒ (ऋ. सं. १०. १९१. १)। सूर्यं चक्षुर्दिवस्पयः। रा॒यस्पोषं॒ यज॑मानेषु धत्तम् (ऋ. सं. ८. ५९. ७)। અહીં અનુક્રમે वाचः + पतिम्, दिवः + पुत्राय, दिवः + पृष्ठे, तमसः + पारम्, इळः + पदे, दिवः + पयः અને रायः + पोषम् માં ષષ્ઠીના રેફ વિસર્જનીય પછી ઉપરોક્ત પદો આવતાં स કારાદેશ થઈને સંધિ થયેલી છે.

(३१५) इडाया वा ॥ ८ । २ । १४१ ॥

सूत्रार्थ :- (छन्दसि विषये) इडायाः षष्ठीविसर्जनीयस्य वा सकार आदेशो भवति, पतिपुत्रादिषु परतः ।

અર્થ :- વૈદિક પ્રયોગમાં इडा શબ્દના ષષ્ઠી વિભક્તિના રેફ વિસર્જનીય પછી ઉપર દર્શાવેલા पति, पुत्र વગેરે શબ્દો આવે તો રેફ વિસર્જનીયનો વિકલ્પે स કારાદેશ થાય છે.

ઉદા. :- इडायास्पतिः । इडायाः पति । इडायास्पुत्रः । इडायाः पुत्रः । इडायास्पृष्ठम् । इडायाः. पृष्ठम् । इडायास्पारम् । इडायाः पारम् । इडायास्पदम् । इडायाः पदम् । इडायास्पयः । इडायाः पयः । इडायास्पोषम् । इडायाः पोषम् । અહીં इडायाः માંના ષષ્ઠી વિભક્તિના રેફ વિસર્જનીય પછી पति વગેરે શબ્દો આવતાં વિકલ્પે स કારાદેશ થયો છે.

(३१६) सहेः साडस्सषः ॥ ८ । २ । १४२ ॥

सूत्रार्थ :- (छन्दसि विषये) सहधातोः साड्रूपस्य यः सकारस्तस्य षकारो (=मूर्धन्यादेशो) भवति

અર્થ :- વૈદિક પ્રયોગમાં सह् ધાતુના साड् રૂપમાં જે स કાર છે તેનો ष કાર (=મૂર્ધન્યાદેશ) થાય છે.

ઉદા. :- उग्रस्तुराषाळभिभूत्योजा (ऋ. सं. ३. ४८. ४)। सुहावाँ इन्द्र सानसिः पृतनाषाळमर्त्यः (ऋ. सं. १. १७५. २)। અહીં तुरा+साड् અને पृतना+साड् માં तुरा અને पृतना શબ્દોને सह् ધાતુ લાગતાં ण्वि પ્રત્યય લાગીને सह् ધાતુની ઉપધાને વૃદ્ધિ તથા ढ त्व તેમજ जश् ભાવ થતાં साड् રૂપ થયું છે. આ સૂત્ર મુજબ स નો મૂર્ધન્યાદેશ થઈને तुराषाट् અને पृतनाषाट् શબ્દોની સિદ્ધિ થઈ છે. પછી अज्मध्य (=બે સ્વરોની વચ્ચે) હોવાથી ड् નો ळ् થયો છે.

(३१७) तादियुष्मत्तत्ततक्षुष्वन्तःपादम् ॥ ८ । २ । १४३ ॥

सूत्रार्थ :- (छन्दसि विषये) त्वम्, त्वाम्, त्वा ते, तव इति युष्मदादेशभूतेषु, तत्, ततक्षुस् इत्येतेषु च तकारादिषु परतः सकारास्य षकारो (=मूर्धन्यादेशो) भवत्ति, स चेत् सकारोऽन्तःपादं भवति ।

અર્થ :- વૈદિક પ્રયોગમાં युष्मद् ના त्वम्, त्वाम्, त्वा, ते, तव એ આદેશ, અને तत्, ततक्षुस् એ બધા તકારાદિ ઋક્પાદની વચમાં જો स કાર પછી આવે તો તેનો ष કાર (=મૂર્ધન્યાદેશ) થાય છે.

ઉદા. :- अग्निष्ट्वं नामासीत्। अग्निष्ट्वा वर्द्धयामसि। अग्निष्टे विश्वा मानाय। अप्स्वंग्ने सधिष्टव (ऋ. सं. ८. ४३. ९)। अग्निष्टद्विश्वामा पृणाति विद्वान् (ऋ. स. १०. ३. ४)। यतो द्यावांपृथिवी निंष्टतक्षुः (ऋ. सं. १०. ३१. ७)। અહીં अग्निस्+त्वम्, अग्निस्+त्वा, अग्निस्+ते, अग्निस्+तव માં ઋક્-પાદની વચ્ચે સકાર પછી युष्मद्ना त કારાદિ त्वम्, त्वा, ते, तव એ આદેશ રૂપો અને अग्निस्+तत् તથા निस्+ततक्षुः માં तत् અને ततक्षुः એ તકારાદિ પદો આવેલાં છે. તેથી વૈદિક પ્રયોગમાં તે સકારનો ષકારાદેશ થયો છે.

(३१८) यजुषि वा ॥ ८ । २ । १४४ ॥

सूत्रार्थ :- (छन्दसि विषये) त्वम्, त्वाम्, त्वा, ते तव इति युष्मदादेशभूतेषु तत्, ततक्षुः इति च तकारादिषु परेषु यजुषि सकारस्य षकारो (=मूर्धन्यादेशो) भवति।

अर्थ :- त्वम्, त्वाम्, त्वा, ते અને तव એ युष्मद् ના આદેશો અને तत् તથા ततक्षुः એ त કારાદિ શબ્દો યજુર્વેદના મંત્રમાં स કાર પછી આવે તો વિકલ્પે स કારનો ष કાર (=મૂર્ધન્યાદેશ) થાય છે.

ઉદા. :- अर्चिभिष्ट्वम्। अर्चिभिस्त्वम्। अग्निष्टेऽग्रम्। अग्निस्तेऽग्रम्। अग्निष्टत्। अग्निस्तत्। अर्चिभिष्टतक्षुः। अर्चिभिस्ततक्षुः।

શુક્લ યજુર્વેદ સંહિતામાંના शिवेभिंर्रचिभिष्ट्वम् (यजु. सं. १२. ३२) માં આ મૂર્ધન્યાદેશ થયો છે. પરન્તુ તૈતિરીય સંહિતામાંના याहि शिवेभिंरर्चि-भिस्त्वम् (तै. सं. ४. २. ३. १) માં નથી થયો. એ ઉપરથી આ સૂત્રમાંનો વિધિ વૈકલ્પિક કેમ છે તેનું પ્રમાણ મળી આવે છે.

(३१९) स्तुतस्तोमादीनाम् ॥ ८ । २ । १४६ ॥

सूत्रार्थ :- (छन्दसि विषये) यजुसि स्तुत, स्तोम इत्यादि शब्दानां सकारस्य षकारो मूर्धन्यादेशो भवति।

अर्थ :- વૈદિક પ્રયોગ બાબતે યજુર્વેદના મંત્રોમાં स्तुत, स्तोम વગેરે શબ્દોમાંના स કારનો ष કાર મૂર્ધન્યાદેશ થાય છે.

ઉદા. :- त्रिभिः ष्टतस्य। ज्योतिंष्टोमं .... गोष्टोंमं .... आयुंष्टोमं (तै. सं. ७. ४. ११. १)। અહીં त्रिभिः + स्तुतस्य અને ज्योति+स्तोमम्, गो+स्तोमम्, आयु+स्तोमम् માં स्तुत અને स्तोम ના આદિ स કારનો મૂર્ધન્યાદેશ થઈને ष કાર થયો છે.

(३२०) पूर्वपदात् ॥ ८ । २ । १४५ ॥

सूत्रार्थ :- (छन्दसि विषये) यजुषि पूर्वपदस्थान्निनिमित्ताद् (=इण्कवर्गाभ्याम्) उत्तरस्य सकारस्य षकारो मूर्धन्यादेशो भवति।

અર્થ :- વૈદિક પ્રયોગમાં યજુર્વેદના મંત્રોમાં પૂર્વપદમાં રહેલા (इ उ કે क વર્ગના) નિમિત્ત પછી स કાર આવે તો તેનો વિકલ્પે ष કાર મૂર્ધન્યાદેશ થાય છે.

ઉદા. :- त्रिंषन्धिर्हीषुः .... द्विंषन्धिर्हीषुः (मै. सं. ३. ८. २)। त्रिषन्धिर्हीषुः .... द्विषन्धिर्हीषुः (काठ. सं. २५. १)। मधुष्ठालं ब्रह्मणे (मै. सं. १. ११. ७)। मधुष्ठालं ब्रह्मणे (काठ. सं. १४. ८)। द्विषाहस्रं चिन्वीत (तै. सं. ५. ६. ८. २)। અહીં त्रि + सन्धिः, द्वि + सन्धिः, मधु + स्थालम्, द्वि + साहस्रम् આ યાજુષ મંત્રોના પદોમાં इ કાર પછી स કાર આવતાં મૂર્ધન્યાદેશ થઈને त्रिषन्धिः, द्विषन्धिः, मधुष्ठालम् અને द्विषाहस्रम् એવાં રૂપો સિદ્ધ થયાં છે.

(३२१) सुञः ॥ ८ । २ । १४७ ॥

सूत्रार्थ :- (छन्दसि विषये) पूर्वपदस्थान्निमित्ताद् (=इण्कवर्गाभ्याम्) उत्तरस्य सुञः सकारस्य षकारो मूर्धन्यादेशो भवति।

અર્થ :- વૈદિક પ્રયોગમાં પૂર્વપદમાં રહેલાં નિમિત્ત (=इ, उ અને क વર્ગીય વ્યંજન) પછી આવેલા सुञ् ધાતુના स કારનો ष કાર મૂર્ધન્યાદેશ થાય છે.

ઉદા. :- अभी षु णः सखीनाम् (ऋ. सं. ४. ३१. ३)। ऊर्ध्व ऊ षु णं ऊतये (ऋ. सं. १. ३६. १३)। અહીં अभि + सु અને उ + सु માં પૂર્વવર્ણનો દીર્ઘ અને सु ના स કારનો મૂર્ધન્યાદેશ થયો છે અને न નો ण-કારાદેશ થયો છે.

(३२२) सनोतेरनः ॥ ८ । २ । १४८ ॥

सूत्रार्थ :- (छन्दसि विषये) अनकारान्तस्य सनोतेः सकारस्य षकारो मूर्धन्यादेशो भवति।

અર્થ :- વૈદિક પ્રયોગમાં सन् ધાતુ न કારાન્ત ન હોય એવા સંજોગોમાં તે ધાતુના स કારનો ष કાર મૂર્ધન્યાદેશ થાય છે.

ઉદા. :- गोषा इन्द्रो नृषा अस्यश्वसा वाजसा उत (ऋ. सं. ९. २. १०)। અહીં गां सनोति (=ददाति) એ અર્થમાં गो + सन् માં न કારને સ્થાને आत्व થઈને गो + सा થતાં सन् ધાતુ નકારાન્ત મટી જઈને अनकारान्त બને છે. આ સંજોગોમાં વૈદિક પ્રયોગોમાં તેમનાં स કારનો ष કાર થઈને गोषा એવું રૂપ

સિદ્ધ થાય છે. એ જ રીતે नरं सनोति(=ददाति) એ અર્થમાં આ નિયમ મુજબ नृसा=नृषा શબ્દ સિદ્ધ થાય છે.

આ વિધિ બહુલક અર્થાત્ વૈકલ્પિક જણાય છે, કારણ કે अश्वसा અને वाजसा માં આ રીતે મૂર્ધન્યાદેશ થયો નથી.

(૩૨૩) ऋतिपृतनाभ्यां सहेः ॥ ८ । २ । १४९ ॥

સૂત્રાર્થ :- (छन्दसि विषये) ऋति, पृतना इत्येताभ्यां उत्तरस्य सहेः सकारस्य षकारो मूर्धन्यादेशो भवति।

અર્થ :- વૈદિક પ્રયોગમાં ऋति, पृतना એ શબ્દો પછી લાગેલા सह् ધાતુના स કારનો ष કાર મૂર્ધન્યાદેશ થાય છે.

ઉદા. :- अ॒ग्निर॒प्सामृ॑तीषहं॑ वी॒रं द॑दाति सत्प॑तिम् (ऋ. सं. ६. १४. ४)। नू ष्ठि॒रं म॑रुतो वी॒रव॑न्तमृतीषाहं॑ र॒यिम॒स्मासु॑ धत्त (ऋ. सं. १. ६४. १५)। सं वि॑व्यथुः पृत॒नाषाह॑मु॒ग्रा (ऋ. सं. ६. ७२. ५)। અહીં ऋति+सह् માં પૂર્વપદનો દીર્ઘ અને सह् ના स કારનો ष કારાદેશ થઈને ऋतीषह् શબ્દ અને એના ઉત્તરપદમાં દીર્ઘાદેશ થઈને ऋतीषाह् એ શબ્દો સિદ્ધ થયા છે. એ જ રીતે पृतना+सह् માં પણ स કારનો ष કાર થઈને पृतनाषाह् શબ્દ સિદ્ધ થયો છે. આ શબ્દોમાં सह् ધાતુને ण्वि પ્રત્યય લાગીને અપૃક્ત व કારનો લોપથયેલો હોય છે.

(૩૨૪) न रपरसृपिसृजिस्पृशिस्पृहाम् ॥ ८ । २ । १५० ॥

સૂત્રાર્થ :- (छन्दसि विषये) रेफपरस्य सकारस्य, सृपि, सृजि ,स्पृशि, स्पृहि इत्येतेषां च सकारस्य षकारो मूर्धन्यादेशो न भवति।

અર્થ :- જેના પછી રેફ આવ્યો હોય એવા, તથા सृपि, सृजि ,स्पृशि, स्पृहि એ ધાતુઓના स કારનો વૈદિક પ્રયોગમાં ष કાર મૂર્ધન્યાદેશ થતો નથી.

ઉદા. :- वि पा॒जसेति॒ वि स्र॑ꣳसयति (तै. सं. ५. १. ६. १)। वि॒स्रꣳ॑सिकाया॒ः काण्डा॑भ्यां जुहोति (मै. सं. २. ६. १)।

पुरा क्रू॒रस्य॑ वि॒सृपो॑ विरप्शिन् (यजु. सं. १. २८)। सुर्यो॒ न चक्षू॒ रज॑सो वि॒सर्ज॑ने (ऋ. सं. ५. ५९. ३)। दि॒वि स्पृ॑शन्ति भा॒नवः॑ (ऋ. सं. १. ३६. ३)। न स्वप्ना॑य स्पृहयन्ति (ऋ. सं. ८. २. १८)। न दु॑रु॒क्ताय॑ स्पृहयेत् (ऋ. सं. १. ४१. ९)। અહીં विसृपः, विस्रंसयति અને विस्रंसिकायाः માં स्र એ રેફપરક स કાર હોવા છતાં તેનો ष કાર થયો નથી. એ જ રીતે विसृपः, विसर्जने,

स्पृशन्ति, स्पृहयन्ति અને स्पृहयत् માં सृप्, सृज्, स्पृश् અને स्पृह् ધાતુઓના स કારનો ष કાર થયો નથી.

(३२५) सवनसूतसामसवनमुखानां द्विरुक्तौ ॥ ८ । २ । १५१ ॥

सूत्रार्थ :- (छन्दसि विषये) सवन, सुत, साम, सवनमुख इत्येतेषां द्विरुक्तौ सकारस्य षकारो मूर्द्धन्यादेशो न भवति।

अर्थ :- વૈદિક પ્રયોગમાં सवन, सुत, साम, सवनमुख આ શબ્દોની દ્વિરુક્તિ થાય ત્યારે स કાર નો ष કાર મૂર્ધન્યાદેશ થતો નથી.

ઉદા. :- आत्मा वा एष यज्ञस्य यदाग्रयणः सवनेसवनेऽभिगृह्णाति (तै. सं. ६. ४. ११. ४)। सुतेसुते न्योक से बृहद्बृहत एदरिः (ऋ. सं. १. ९. १०)। सामसाम (अ. शौ. सं. ८. ९. १६)। सामि प्राश्नन्ति सामि मार्जयन्त एतत् प्रति (तै. सं. १. ७. १. ५-६)। अथो खल्वाहुः सवनमुखे संवनमुखे कार्येति (त. सं. ७. ५. ५. १)। અહીં सवनेसवने, सुतेसुते, सामसाम, सामि. . .सामि, અને सवनमुखेसवनमुखे એ વૈદિક પ્રયોગમાં અનુક્રમે सवने, सुते, साम, सामि, કે सवनमुखे એ શબ્દોની દ્વિરુક્તિ થઈ છે. અને તેમાં स કારનો ष કાર મૂર્ધન્યાદેશ થયો નથી.

(३२६) किंसानुसवनयोश्च ॥ ८ । २ । १५२ ॥

सूत्रार्थ :- (छन्दसि विषये) किंस, अनुसवन इत्येतयोः सकारस्य षकारो न भवति।

अर्थ :- વૈદિક પ્રયોગમાં किंस અને अनुसवन એ શબ્દોના स કારનો ष કાર થતો નથી.

ઉદા. :- किंसंकिंसम्। अनुसवनमनुसवनम्। અહીં પણ स કારનો ष કાર થયો નથી. એ જ રીતે गोसनिंगोसनिम् અને अश्वसनिमश्वसनिम् માં પણ स કાર નો ष કાર થયો નથી.

(३२७) निव्यभिभ्योऽड्व्यवाये वा ॥ ८ । २ । १५३ ॥

सूत्रार्थ :- (छन्दसि विषये) नि, वि, अभि इत्येतेभ्यः उपसर्गेभ्य उत्तरस्य सकारस्याड्व्यवाये षकारो मूर्धन्यादेशो विकल्पेन न भवति।

अर्थ :- વૈદિક પ્રયોગમાં नि, वि અને अभि ઉપસર્ગ પછી આવતા स કારની વચ્ચે અડાગમ આવ્યો હોય તો વિકલ્પે ष કાર મૂર્ધન્યાદેશ થતો નથી.

ઉદા. :- उत ब्रह्मा निषीदति (ऋ. सं. ४. ९. ४)। अग्निर्होता न्यसीदत् (ऋ. सं. ५. १. ६)। येन कामेन न्यषदामेति (तै. सं. ७. ५. २. १)। અહીં नि + सद् ધાતુના निषीदति રૂપમાં स નો ष થયો છે. न्यसीदत् શબ્દપ્રયોગમાં અડાગમ વચ્ચે આવ્યો છે તેથી ष કાર થયો નથી. પણ न्यषदाम માં અડાગમ વચ્ચે આવ્યો હોવા છતાં ष કાર થયો છે.

व्यषीदत् पिता नः। व्यसीदत्। यज्ञो मृष्टश्शुचाभिषीदति (काठ. सं. ३२. ५)। पवमानो अभि स्पृधो विशो राजेव सीदति (ऋ. सं. ९. ७. ५)। अभ्यषीदत्। अभ्यसीदत्। આ પ્રયોગોમાં પણ વિકલ્પે ष કાર થયો છે, અને વિકલ્પે થયો નથી.

(૩૨૮) उदस्कन्देर्लोपः ॥ ८ । २ । १५४ ॥

सूत्रार्थ :- (छन्दसि विषये) उत्पूर्वस्य स्कन्देः सकारस्य लोपो भवति।

અર્થ :- વૈદિક પ્રયોગમાં उत् ઉપસર્ગ લાગેલા स्कन्द् ધાતુના સકારનો લોપ થાય છે.

ઉદા. :- अघ्न्ये दूरमुत्कन्द। उत्कन्दको नाम रोगः। આ પ્રયોગો આજે ઉપલબ્ધ વૈદિક ગ્રંથોમાં મળતા નથી. પરન્તુ પાણિનીય સૂત્ર ८. ४. ६१ ઉપરના વાર્તિકમાં કાત્યાયને નોંધ્યા છે. અહીં उत् + स्कन्द् ધાતુમાંના स કાર નો લોપ થઈને उत्कन्द એવું પ્રાથમિક ધાતુરૂપ સિદ્ધ થયું છે. કાત્યાયને વિકલ્પે આ રૂપ कन्द् ધાતુમાંથી સિદ્ધ થાય તેવું મન્તવ્ય વ્યક્ત કર્યું છે.

(૩૨૯) ऋतोऽवग्रहान्नो णः ॥ ८ । २ । १५५ ॥

सूत्रार्थ :- (छन्दसि विषये) ऋकारान्ताद् अवग्रहात् पूर्वपदादुत्तरस्य नकारस्य णकारादेशो भवति।

અર્થ :- વૈદિક પ્રયોગમાં અવગ્રહ વડે અલગ કરવામાં આવતા ऋ કારાન્ત પદ પછી આવતા न કારનો ण કારાદેશ થાય છે. જે પદમાં ऋ કાર પછી અવગ્રહ સંભવિત હોય તેવા પદ પછી આવતા न કારનો અહીં નિર્દેશ છે. અવગ્રહની અવસ્થામાં જ णत्व થાય એવું તાત્પર્ય નથી.

ઉદા. :- त्वं पिप्रोर्नृमणः प्रारुजः पुरः (ऋ. सं. १. ५१. ५)। पन्थामनु प्र विद्वान् पितृयाणम् (ऋ. सं. १०. २. ७)। અહીં શાકલ્યકૃત પદપાઠમાં नृमणः એ સમાસનાં नृऽमनः અને पितृयाणम् એ સમાસનાં पितृऽयानम् એમ અવગ્રહ વડે પદો છૂટા પાડવામાં આવ્યાં છે. તેથી સંહિતા પાઠમાં नृमणः અને पितृयाणम् એમ न કારનો ण કાર થયો છે. સમાસનું પદ પદપાઠમાં આ રીતે

છૂટું પડતું હોય, પૂર્વપદના અન્તે ऋ કાર હોય અને ઉત્તરપદમાં न કાર હોય ત્યારે જ આ નિયમ કાર્યાન્વિત થયેલો જોવા મળે છે.

(૩૩૦) धातुस्थोरुषुभ्यो नः ॥ ८ । २ । १५६ ॥

सूत्रार्थ :- (छन्दसि विषये) धातुस्थान्निमित्ताद् उत्तरस्य उरुशब्दात् षुशब्दाच्च उत्तरस्य नस् इत्येतस्य नकारस्य णकारादेशो भवति ।

અર્થ :- વૈદિક પ્રયોગમાં ધાતુમાં રહેલા નિમિત્ત (= રેફ અને ष કાર) પછી આવેલા, અને उरु તથા षु શબ્દ પછી આવતા न કારનો ण કારાદેશ થાય છે.

ઉદા. :- अग्ने रक्षां णो अंहसः (ऋ . सं. ७. १५. १३) । शिक्षां णो अस्मिन् पुंरुहूत यामंनि (ऋ . सं. ७. ३२. २६) । અહીં रक्षा શબ્દ પછી, તથા शिक्षा શબ્દ પછી, नः આવતાં रक्ष् અને शिक्ष् ધાતુમાં રહેલા ष કાર (क् + ष् = क्ष) ને લીધે न કારનો ण કાર થયો છે.

उरुंकृद्वरु णंस्कृधि (ऋ . सं. ८. ७५. ११) । અહીં उरु શબ્દ પછી नः આવતાં નકારનો ણકાર થઈને સંધિ થઈ છે. नः + कृधि = नस् + कृधि = णस् + कृधि = णस्कृधि ।

ऊर्ध्व ऊ षु णं ऊतये तिष्ठां देवो न संविता (ऋ . सं. १. ३६. १३) । अभी षु णः सखींनामविता जंरितृणाम् (ऋ . सं. ४. ३१. ३) । અહીં षु પછી नः આવતાં નકારનો ण કાર થયો છે. षु + नः + ऊतये = षुः न ऊतये = षु ण ऊतये । षु + नः + सखीनाम् = षु णः सखीनाम् ।

॥ इति श्रीभोजदेवविरचित-सरस्वतीकण्ठाभरणाष्टमाध्याय-
वैदिकव्याकरणे द्वितीयः पादः ॥

॥ अथ तृतीयः पादः ॥

(३३१) स्वरः सतिशिष्टो बलीयानविकरणस्य ॥८।३।१॥

सूत्रार्थ :- (छन्दसि भाषायां च स्वरविषये) सतिशिष्टः स्वरः (परनित्यान्तरङ्गापवादभावैर्व्यवस्थितः) आगमविकारप्रकृतिप्रत्ययस्वरेषु बलीयान् भवति, विकरणस्वरं वर्जयित्वा ।

અર્થ :- (પર, નિત્ય, અંતરંગ, અપવાદ એમાં પૂર્વ પૂર્વ કરતાં ઉત્તરોત્તર બળવાન એવી વ્યવસ્થા (હોવાને કારણે) આગમ, વિકાર, પ્રકૃતિ અને પ્રત્યય એ બધા સ્વરોમાં સતિશિષ્ટ સ્વર બળવાન ગણાય છે, સિવાય કે વિકરણ સ્વર. 'સતિશિષ્ટ' = એક પછી એક પ્રક્રિયા મુજબ જુદા જુદા સ્વરો આવતાં છેલ્લે જે કાયમ રહે તે. 'સ્વર' એટલે ઉદાત્ત, અનુદાત્ત, સ્વરિત વગેરે સ્વરભાર. આ સ્વરભાર વૈદિક અને લૌકિક ભાષા બંનેમાં પ્રયોજાતા હતા, પણ વૈદિક ગ્રંથોમાં તેમને ચિહ્નો દ્વારા સ્પષ્ટ દર્શાવવાની પ્રથા હતી.

ઉદા. :- तद्वैश्वदेवस्यं वैश्वदेवत्वम् (तै. ब्रा. ९. ४. १०. ५)। અહીં સતિશિષ્ટના ધોરણે સ્વર વ્યવસ્થા બેસાડવામાં આવી છે. અહીં वैश्वदेवत्वम् શબ્દ विश्वदेव શબ્દને अण् પ્રત્યય લાગીને वैश्वदेव શબ્દ બન્યો છે. अण् પ્રત્યય આદ્યુદાત્ત છે. તે પછી આ શબ્દને त्व પ્રત્યય લાગતાં અનુદાત્ત એ શિષ્ટ પ્રત્ય સ્વર તેનો બાધ કરે છે. કેમકે સતિશિષ્ટસ્વર બધા કરતાં પ્રબળ છે. સતિશિષ્ટસ્વર એટલે નિમિત્તસ્વર.

आस्यं चुत्वारों वीरा जांयन्ते (तै. सं. ७. १. ८. ९)। दुध्ना तंनक्ति (तै. सं. २. ५. ३. ५)। गोपाय नंः स्वुस्तयें (तै. सं. १. २. ३. १)। न यजुंः कर्तुव्यंम् (तै. सं. १. ५. २. ४)।

આ વૈદિક ઉદાહરણોમાંના પ્રથમમાં चत्वारः શબ્દ છે. તેમાં त्वा અક્ષર ઉદાત્ત છે. અહીં चन् ધાતુને ઔણાદિક अरन् એ नित् (= જેમાં નકાર ઈત્સંજ્ઞક છે એવો) પ્રત્યય લાગવાથી चतुंर् એ શબ્દ આદ્યુદાત્ત બને છે. આ શબ્દને સર્વનામસ્થાન (= પ્રથમા એ.વ., દ્વિ.વ., બ.વ.; દ્વિ.એ.વ. અને દ્વિ.વ.) પ્રત્યય લાગતાં आम् આગમ લાગે છે, જે ઉદાત્ત જ છે. आम् આગમ मित् હોવાથી અંત્ય સ્વર પછી લાગતાં चतु + आ + र् + जस् થઈ आव् આદેશ સંધિ થતાં चत्वारः રૂપ બને છે. અહીં આગમસ્વર અને પ્રકૃતિસ્વર (=મૂળ ધાતુનો સ્વર) એ બંનેનો સમાવેશ થઈને चुत्वारंः એ રૂપમાં પ્રકૃતિસ્વર પછી આવેલા આગમ

આ ના ઉદાત્ત સ્વરનું પ્રાબલ્ય સતિશિષ્ટ સ્વર તરીકે જોવા મળે છે, તેથી त्वा એ ઉદાત્ત સ્વરવાળો અક્ષર છે.

दध्ना એ શબ્દમાં ध्ना એ અક્ષર ઉદાત્તસ્વરવાળો છે. અહીં પ્રકૃતિ (=મૂળ શબ્દ) છે दधि જે આદ્યુદાત્ત છે. તેને તૃતીયાથી શરૂ થતી अजादि (= જેના આરંભમાં अच् અર્થાત સ્વર હોય તેવી) વિભક્તિ આવતાં अनङ् એ ઉદાત્ત આદેશ લાગે છે, જે ङित् હોવાથી અંત્ય સ્વરને સ્થાને આવે છે. આમ दधि + टा = दधि + आ = दधन् + आ = दध्ना એ રૂપસિદ્ધિ થઈ છે. એમાં પ્રકૃતિસ્વર થઈને વિકારસ્વર ઉદાત્ત થયો છે. આમ ध्ना એ અંત્ય અક્ષર ઉદાત્ત બન્યો છે.

गोपाय માં અંત્ય અક્ષર य ઉદાત્ત છે. આ શબ્દમાં ધાતુ गुप् ઉદાત્ત સ્વરવાળો છે. એ ધાતુને आय् એ ઉદાત્ત પ્રત્યય લાગીને લોટ્ લકારમાં મધ્યમ પુ.એ.વ.માં गोपाय રૂપ બન્યું છે. અહીં પ્રકૃતિ સ્વરનો પ્રત્યય સ્વર દ્વારા બાધ થઈને અન્તોદાત્ત સ્વર સિદ્ધ થયો છે.

कुर्तव्यम् માં અંત્ય અક્ષર સ્વરિત છે. અહીં कृ ધાતુ અનુદાત્ત છે. તેને આદ્યુદાત્ત तव्यत् પ્રત્યય લાગતાં બીજો અક્ષર त ઉદાત્ત બને છે અને પ્રત્યય तित् હોવાથી પ્રત્યયનો અંત્ય અક્ષર व्य સ્વરિત બને છે. આ ત્રણેમાં છેલ્લો तित् એ સતિશિષ્ટ હોવાથી આ શબ્દ અંત્યસ્વરિત સિદ્ધ થયો છે, અને બાકીના અક્ષરો અનુદાત્ત બન્યા છે.

આ રીતે આગમ, વિકાર, પ્રકૃતિ અને પ્રત્યયના નિમિત્તે જે સ્વર આવે તેમાં જે છેલ્લો આવે તે બળવાન હોવાથી કાયમ રહે છે, અને બાકીના બધા અનુદાત્ત બની જાય છે.

પરંતુ આ નિયમમાં વિકરણસ્વર અપવાદરૂપ છે. દા.ત. योंऽग्निं चिंनुते (तै. सं. ५. ४. १०. ३)। पुनीत आत्मानं द्वाभ्यांम् (तै. सं. १. ७. ६. ४)। અહીં चिनुते માં ते અક્ષર અને पुनीतमां त અક્ષર ઉદાત્ત છે. અહીં नु એ વિકરણ હોવાથી તેનો સ્વર સતિશિષ્ટ હોવાથી બળવાન હોવો જોઈતો હતો. પણ વિકરણસ્વરને આ નિયમ લાગુ પડતો નથી. તેથી સાર્વધાતુક પ્રત્યયનો અન્તોદાત્ત સ્વર જ અહીં સિદ્ધ થયો છે.

(३३२) विभक्तितन्निमित्तयोर्नञः ॥ ८ । ३ । २ ॥

सूत्रार्थ :- (स्वरविषये) विभक्तिस्वरात्, विभक्तिनिमित्तस्वराच्च नञ् स्वरो बलीयान्।

અર્થ :- સ્વર ભારની બાબતમાં વિભક્તિસ્વર અને વિભક્તિનિમિત્તક સ્વર કરતાં નञ् સ્વર બળવાન હોય છે. આ સૂત્ર સતિશિષ્ટ સ્વરના પ્રાબલ્યનું બાધક છે.

ઉદા. :- प्रत्यञ्च आ वर्तन्ते तिस्रस्तिस्रः सीताः (तै. सं. ५. २. ५. ४)। અહીં तिस्रः માં स्र ઉદાત્ત છે કેમકે વિભક્તિસ્વર સતિશિષ્ટસ્વર છે. પરંતુ अतिष्ठन्तम् (ऋ. सं. १०. ८९. २) માં નञ् સ્વર તેના કરતાં પણ વધુ બળવાન હોવાથી अ ઉદાત્ત છે.

ककुभेऽनड्वाहः (यजु. सं. २४. ८)। चत्वारो मा मशर्शारस्य शिश्वः (ऋ. सं. १. १२२. १५)। અહીં अनड्वाहः માં वा અને चत्वारः માં त्वा ઉદાત્ત છે, કારણ કે અહીં अनडुह् અને चतुर् એ શબ્દને સર્વનામસ્થાન વિભક્તિ લાગતાં आम् આગમ લાગ્યો છે, જે ઉદાત્ત છે. આ आम् આગમ मित् હોવાથી અંત્ય अच् પછી લાગતાં अनडु + आ + ह् = अनड्वाह् અને चतु + आ + र् = चत्वार એમ થતાં તેમાં અનુક્રમે वा અને त्वा એ અક્ષરો ઉદાત્ત બન્યા છે. આ સ્વરો વિભક્તિનિમિત્તક છે. પરંતુ આ શબ્દોને નञ् લાગતાં अनड्वाहः અને अचत्वारः એવાં નકારાર્થક શબ્દો બનતાં નञ् સ્વર બળવાન ઠરતાં अनड्वाहः અને अचत्वारः એમ બંને શબ્દોમાં अ ઉદાત્ત રહેશે. અહીં વિભક્તિનિમિત્તક आम् આગમના સતિશિષ્ટ સ્વરનો બાધ થયો છે.

(३३३) कृतश्च ॥ ८ । ३ । ३ ॥

सूत्रार्थ :- (स्वरविषये) कृतः यदुपपदं नञ् तस्य स्वरो बलीयान् भवति।

અર્થ :- कृत् પ્રત્યયાન્તના ઉપપદ તરીકે આવેલો નञ्નો સ્વર (કૃદંતના સ્વર કરતાં) બળવાન હોય છે.

ઉદા. :- अकरणिर्हं ते वृषल। અહીં अकरणिः માં ઠપકો આપવાના અર્થમાં નञ् ઉપપદ તરીકે લાગતાં कृ ધાતુને अनि પ્રત્યય લાગીને अ + कृ + अनि = अकरणि શબ્દ બન્યો છે. अनि એ कृत् પ્રત્યય છે. તેથી તેના નિમિત્તે શબ્દમાં ઉત્તરપદનો પ્રકૃતિ (= મૂળ) સ્વર ઉદાત્ત બને. પણ અહીં નञ् સ્વર अ તેનો બાધ કરે છે. તેથી अकरणि શબ્દમાં अ અક્ષર ઉદાત્ત છે.

(३३४) स्वरविधौ व्यञ्जनमविद्यमानवत् ॥ ८ । ३ । ४ ॥

सूत्रार्थ :- (स्वरविषये) उदात्तादिस्वरविधौ व्यञ्जनमविद्यमानवद् भवति।

અર્થ :- ઉદાત્ત, અનુદાત્ત, સ્વરિત એમ સ્વરભારનું વિધાન કરવામાં આવે ત્યારે તે માત્ર અકારાદિ સ્વરવર્ણોને લાગુ પડે છે, અને વ્યંજનોને તો

તેઓ છે જ નહીં એમ ગણીને એમાં લક્ષમાં લેવામાં આવતા નથી. તાત્પર્ય કે ઉદાત્ત વગેરે ગુણધર્મો સ્વરોને લાગુ પડે છે, નહીં કે વ્યંજનોને.

ઉદા. :- अग्निमींळे पुरोहिंतम् (ऋ. सं. १. १. १)। આ મંત્રમાંના 'अग्निम् इळे पुरोहितम् એ શબ્દોના સંહિતાપાઠમાં अ અનુદાત્ત છે, ग्नि માંનો इ ઉદાત્ત છે, मी માંનો इ સ્વરિત છે, ळे માંનો ए પ્રચય (= નિશાની વગરનો દર્શાવેલો અનુદાત્ત) છે, पु માંનો उ અનુદાત્ત છે, रो માંનો ओ ઉદાત્ત છે, हि માંનો इ સ્વરિત છે, અને त માંનો अ પ્રચય છે. અંતે આવેલ म् માં કોઈ સ્વરવર્ણ ન હોવાથી અને તે એકલો વ્યંજન વર્ણ હોવાથી ઉદાત્તાદિ સ્વરની દૃષ્ટિએ ન હોવા બરાબર છે. એ જ રીતે ઉપર દર્શાવેલ સ્વરવર્ણોવાળા અક્ષરોમાં પણ વ્યંજન વર્ણો ઉદાત્ત સ્વરની દૃષ્ટિએ ન હોવા બરાબર છે. તાત્પર્ય કે ઉદાત્તાદિ ?ગુણધર્મો સ્વરવર્ણોના છે, નહીં કે વ્યંજનવર્ણોના.

(३३५) अनुदात्तं पदमेकवर्जम् ॥ ८ । ३ । ५ ॥

सूत्रार्थ :- (स्वरविषये) परिभाषेयं स्वरविधिविषया। यत्रान्यः स्वर उदात्तः स्वरितो वा विधीयते तत्रानुदात्तं पदम्, एकं वर्जयित्वा, भवति इत्येतदुपस्थितं दष्टव्यम्। अनुदात्तच्कमनुदात्तम्।

અર્થ :- આ સૂત્ર સ્વરવિધિને લગતી પરિભાષા રજૂ કરે છે. જ્યાં અન્ય સ્વરનું ઉદાત્ત કે સ્વરિત તરીકે વિધાન કરવામાં આવે ત્યાં, એકને છોડીને (બાકીના અક્ષરવાળું) પદ અનુદાત્ત સ્વરભારવાળું બને છે, એમ વિધાન ઉપસ્થિત થાય છે. એ લક્ષમાં રાખવું. અનુદાત્ત = અનુદાત્ત સ્વરવર્ણવાળું.

ઉદા. :- પદમાં જેને લગતું વિધાન હોય તે સિવાયના બીજા અક્ષરો અનુદાત્ત બની જાય છે. દા.ત. गोपायति। धूपायति। અહીં ધાતુનો અંત્ય अच् (= સ્વરવર્ણ) ઉદાત્ત હોય છે. બાકીના વર્ણો અનુદાત્ત બને છે. તેથી गो અને धू એ ઉદાત્ત અક્ષરો છે.

लुनातिं, पुनातिं। અહીં श्ना વિકરણનો સ્વર બળવાન હોવાથી ना ઉદાત્ત છે, બાકીના અક્ષર અનુદાત્ત છે.

लुनीतः पुनीतः। અહીં तस् સ્વર બળવાન હોવાથી तः ઉદાત્ત છે, બાકીના અક્ષરો અનુદાત્ત છે.

लुनीतस्तराम् पुनीतस्तराम्। અહીં आम् આગમનો સ્વર ઉદાત્ત હોવાથી रा ઉદાત્ત છે, બાકીના અક્ષર અનુદાત્ત છે.

આ સૂત્રનું પ્રયોજન દર્શાવતાં કાશિકાકરે નીચેનો સંગ્રહ શ્લોક ટાંક્યો છે :

आगमस्य विकारस्य प्रकृतेः प्रत्ययस्य च
पृथक्स्वरनिवृत्त्यर्थमेकवर्जं पदस्वरः ॥

અર્થાત્, આગમ, વિકાર, પ્રકૃતિ અને પ્રત્યય એ દરેકનો પોતાનો આગવો સ્વર ટાળવા માટે (પદમાં) એકને બાદ કરીને (બાકીના બધા સ્વર-વર્ણોનો (અક્ષરોનો) પદસ્વર અનુદાત્ત હોવાનું કહ્યું છે. શ્લોકનો ફલિતાર્થ એમ છે કે આગમસ્વર, વિકારસ્વર અને પ્રત્યયસ્વર એ ત્રણેય સ્વરો પ્રકૃતિસ્વરનો બાધ કરે છે. ક્વચિત પ્રકૃતિસ્વર પ્રત્યય સ્વરનો બાધ કરે છે. એ બાધમાં સતિશિષ્ટ સ્વર બળવાન હોવાથી તે બધાનો બાધ કરે છે. અહીં જે વિધિ દર્શાવ્યો છે તે પર, નિત્ય, અંતરંગ કે અપવાદ છે તે જોઈને તેમાં ઉત્તરોત્તર વધુ બળવાન તથા એમાં સતિશિષ્ટ સૌથી બળવાન એવી વ્યવસ્થા કરવામાં આવી છે.

(३३६) इदमस्तृतीयादावशन्वादेशे ॥ ८ । ३ । ६ ॥

સૂત્રાર્થ :- (स्वरविषये) किञ्चित् कार्यं विधातुमुपात्तस्य कार्यान्तरं विधातुं पुनरुपादानम् अन्वादेशः। अन्वादेशविषयस्य इदं शब्दस्य तृतीयादौ विभक्तौ परतः अशादेशो भवति स च अनुदात्तः।

અર્થ :- કોઈક કાર્યનું વિધાન કરવા પ્રયોજેલા શબ્દને બીજું કાર્ય કરવા ફરીથી પ્રયોજવામાં આવે તો તેને 'અન્વાદેશ' (= અનુકથન) કહેવામાં આવે છે. અન્વાદેશ તરીકે પ્રયોજાયેલ इदम् શબ્દને તૃતીયાથી શરૂ થતી વિભક્તિ લાગે ત્યારે તેને સ્થાને अश् આદેશ થાય છે. અને તે અનુદાત્ત હોય છે.

ઉદા. :- आभ्यां छात्राभ्यां रात्रिरधीता अथो आभ्यामहरप्यधीतम्। અહીં પ્રથમ વાક્ય આદેશ વાક્ય છે, જ્યારે બીજું અન્વાદેશ વાક્ય છે. અહીં भिस् વગેરે તૃતીયાથી શરૂ થતી વિભક્તિઓ લાગતાં इदम्ને સ્થાને अश् આદેશ (शित् હોવાથી સર્વને સ્થાને) થઈને आभ्याम् રૂપ સિદ્ધ થયું છે. એ જ રીતે अस्मै, अस्य વગેરે પણ આ રીતે અન્વાદેશમાં અનુદાત્ત બને છે.

(३३७) एतदस्त्रतसोस्त्रतसौ च ॥ ८ । ३ । ७ ॥

સૂત્રાર્થ :- (स्वरविषये) अन्वादेशे वर्तमानस्य एतद् शब्दस्य त्रतसोः प्रत्यययोः परतः अशादेशोऽनुदात्तः त्रतसौ चानुदात्तौ भवतः।

અર્થ :- અન્વાદેશ તરીકે પ્રયોજાયેલ एतद् શબ્દને त्र અને तस् પ્રત્યય લાગતાં अश् આદેશ થાય છે, જે અનુદાત્ત બને છે; વળી त्र અને तस् પ્રત્યય પણ અનુદાત્ત બને છે.

ઉદા. :- एतस्मिन् ग्रामे सुखं वसामः अथो अत्र युक्ता अधीमहे। एतस्मात् छात्रात् छन्दोऽधीष्व, अथो अतो व्याकरणमप्यधीष्व। અહીં વાક્યોના પ્રથમ ભાગમાં આદેશ વાક્ય છે. બીજાભાગમાં अथो अत्र અને अथो अतः થી અન્વાદેશ છે. એમાં एतद् ને अथ આદેશ થઈને त्र પ્રત્યય લાગતાં अत्र શબ્દ અને तस् પ્રત્યય લાગતાં अतः શબ્દ બન્યો છે. તેમાં त्र અને तस् પ્રત્યયને અનુદાત્તનું વિધાન આ સૂત્રથી થયું છે.

(૩૩૮) द्वितीया टौस्स्वेनः ॥ ८ । ३ । ८ ॥

सूत्रार्थ :- (स्वरविषये) द्वितीया टा औस् इत्येतासु विभक्तिषु परतः अन्वादेशे वर्तमानयोः इदम्-एतद्-शब्दयोः अनुदात्त एन आदेशो भवति।

अर्थ :- દ્વિતીયા टा (=તૃતીયા એ.વ) અને औस् (ષષ્ઠી અને સપ્તમી દ્વિ.વ.) એ વિભક્તિઓ લાગે ત્યારે અન્વાદેશ તરીકે પ્રયોજાયેલ इदम् અને एतद् શબ્દોને સ્થાને અનુદાત્ત एन આદેશ થાય છે.

ઉદા. :- इमं छात्रं छन्दोऽध्यापय अथो एनं व्याकरणमध्यापय। અન્વાદેશમાં અહીં દ્વિતીયામાં इदम् ને एन આદેશ થઈને (एन + अम =) एनम् રૂપ બન્યું છે; अनेन छात्रेण रात्रिरधीता अथो एनेन अहरप्यधीतम्। અહીં તૃતીયામાં इदम् ને एन આદેશ થઈને (एन + इन =) एनेन રૂપ બન્યું છે; अनयोश्छात्रयोः शोभनं शीलं अथो एनयोः प्रभूतं स्वम् અહીં ષષ્ઠી-સપ્તમી દ્વિ.વ.માં इदम् ને एन આદેશ થઈને (एन + ओस् =) एनयोः રૂપ બન્યું છે.

એ જ રીતે અન્વાદેશમાં एतद् ને एन આદેશ થઈને एतं छात्र छन्दोऽध्यापय अथो एनं व्याकरणमध्यापय। एतेन छात्रेण रात्रीरधीता अथो एनेन अहरप्यधीताम्। एतयोश्छात्रयोः शोभनं शीलं अथो एनयोः प्रभूतं स्वम्। એ ઉદાહરણોમાં एनम्, एनेन અને एनयोः રૂપ સિદ્ધ થયાં છે.

(૩૩૯) एनच्च ॥ ८ । ३ । ९ ॥

सूत्रार्थ :- (स्वरविषये) एनद् इति नपुंसकैकवचनानन्तं रूपमनुदात्तं भवति।

अर्थ :- एनद् એ નપુંસક એકવચનનું રૂપ અનુદાત્ત બને છે.

ઉદા. :- य उं चैनदेवं वेद (तै. ब्रा. ३. १. ४. १)। અહીં एनद् એ અનુદાત્ત છે.

(३४०) दिशः स्वाङ्गान् ङीष् ॥ ८ । ३ । १० ॥

सूत्रार्थ :- (स्वरविषये) दिकपूर्वपदात् स्वाङ्गवाचिनः प्रातिपदिकात् परतः ङीष् प्रत्ययः अनुदात्तो भवति ।

અર્થ :- દિશાવાચક પૂર્વપદ વાળા સ્વાંગ (= પોતાના અંગ) વાચક પ્રતિપદિકને લાગતો ङीष् પ્રત્યય અનુદાત્ત બને છે.

ઉદા. :- प्राङ्मुखी । प्राङ्मुखा । प्राङ्नासिकी । प्राङ्नासिका । લૌકિક પ્રયોગમાં ङीप् પ્રત્યય લાગે છે, જે અનુદાત્ત હોય છે, અને વેદમાં અન્યત્ર ङीष् પ્રત્યય લાગે છે, જે ઉદાત્ત હોય છે. પણ ક્રિયાપદ શબ્દોને લાગતો ङीष् કાયમ અનુદાત્ત હોય છે.

(३४१) ओगुर्णादनुपसर्जनात् ॥ ८ । ३ । ११ ॥

सूत्रार्थ :- (स्वरविषये) उकारान्ताद् गुणवचनाद् अनुपसर्जनात् प्रातिपदिकात् ङीष् प्रत्ययोऽनुदात्तो भवति ।

અર્થ :- उ કારાન્ત ગુણવાચક ઉપસર્જનરહિત પ્રાતિપદિકને લાગેલ ङीष् પ્રત્યય અનુદાત્ત બને છે.

ઉદા. :- बह्वीषु हित्वा प्रपिबन् पट्वी । मृद्वी । અહીં बहु, पटु, मृदु એ इ કારાન્ત ગુણવાચક ઉપસર્જનરહિત શબ્દોને ङीष् પ્રત્યય લાગે છે, અને અનુદાત્ત બને છે.

(३४२) यत्रोदात्तलोपः स उदात्तः ॥ ८ । ३ । १२ ॥

सूत्रार्थ :- (स्वरविषये) यत्र (= यस्मिन् अनुदाते) परतः उदात्तः लुप्यते स अनुदात्तः उदात्तो भवति ।

અર્થ :- જે ઉદાત્ત પછી જે અનુદાત્ત આવતાં ઉદાત્ત સ્વરનો લોપ થાય છે, તે અનુદાત્ત સ્વર ઉદાત્ત બની જાય છે.

ઉદા. :- कुमारी । पथः पथा पथे । कुमुद्वान् । नड्वान् वेतस्वान् । देवीं वाचम् (ऋ. सं. ८. १००. ११) । અહીં कुमार શબ્દ અન્તોદાત્ત છે, તેને અનુદાત્ત ङीप् પ્રત્યય લાગતાં कुमार + ई એમ ઉદાત્ત પછી અનુદાત્ત આવ્યો, તેથી र માનાં ઉદાત્ત अ નો લોપ થયો અને અનુદાત્ત ई ઉદાત્ત થયો.

देवीम् માં પણ ઉપર પ્રમાણે જ देव + ई = देवी એમ પૂર્વવર્તી ઉદાત્ત अ નો લોપ થઈને તે પછી આવતાં અનુદાત્ત ई નો ઉદાત્ત થઈ ગયો છે.

પુથ:, પુથા અને પુથે માં પુથિન્ શબ્દ અન્તોદાત્ત છે. તેની પછી આવતી शस्(=अस्), टा(=आ) અને ङे(=ए) એ વિભક્તિઓ અનુદાત્ત છે. તેથી ઉદાત્ત ટિ ભાગ इन् નો, તે પછી અનુદાત્ત પ્રત્યય આવતાં, લોપ થઈને વિભક્તિઓ ઉદાત્ત બની ગઈ છે.

કુમુદ, નડ અને વેતસ શબ્દો અન્તોદાત્ત છે. તેમને ड्मतुप् (=मत्=वत्) પ્રત્યય લાગ્યો છે, જે અનુદાત્ત છે. આ પ્રત્યય ડિત્ હોવાથી ઉદાત્ત ટિ ભાગનો લોપ થઈને અનુદાત્ત પ્રત્યય ઉદાત્ત થઈ ગયો છે.

(३४३) हिमारण्याभ्याम् ॥ ८ । ३ । १३ ॥

सूत्रार्थ :- (स्वरविषये) हिम अरण्य इत्येताभ्यां परतः ङीप् प्रत्यय उदात्तो भवति ।

અર્થ :- हिम અને अरण्य શબ્દનો લાગતો ङीष् પ્રત્યય ઉદાત્ત બને છે; આ પ્રત્યયની પહેલાં आनुक् (=आन्) આગમ લાગે છે.

ઉદા. :- महत् हिमं हिमानी । महद् अरण्यम् अरण्यानी । અહીં મોટું એ અર્થમાં हिम અને अरण्य શબ્દોને आनुक् આગમ લાગીને પછી ङीष् પ્રત્યય લાગ્યો છે. આ રીતે हिम+आन्+ई=हिमानी અને अरण्य=आन्+ई=अरण्यानी એમ ઉદાત્ત ङीष् પ્રત્યય લાગતાં અન્તોદાત્ત શબ્દો બન્યા છે.

વેદમાં अरंण्यान्यरंण्यान्युसौ (ऋ . सं. १०. १४६. १) । માં अरंण्यानि શબ્દ હ્રસ્વ ઈકારાન્ત અને આદ્યુદાત્ત છે. अरण्यानिर्महीयते (ऋ . सं. १०. १४६. २) । માં अरण्यानिः શબ્દ અન્તોદાત્ત છે. वसंन्त्रण्यान्याम् (ऋ . सं. १. १४६. ४) । માં अरण्यानी શબ્દ કદાચ દીર્ઘ ई કારાન્ત અને અન્તોદાત્ત છે.

(३४४) बहुव्रीहेः संख्यादेरूधसो ङीप् ॥ ८ । ३ । १४ ॥

सूत्रार्थ :- (स्वरविषये) संख्यादेः अव्ययादेः ऊधस्शब्दान्तात् बहुव्रीहेः स्त्रियां ङीप् प्रत्यय उदात्तो भवति ।

અર્થ :- સંખ્યાવાચક શબ્દ અથવા અવ્યય શબ્દ આદિમાં આવેલો હોય એવા ઉધસ્ શબ્દાન્ત બહુવ્રીહિ સમાસને લાગતો ङीप् પ્રત્યય ઉદાત્ત બને છે.

ઉદા. :- द्व्यूध्नी । त्र्यूध्नी । अत्यूध्नी । निरूध्नी । અહીં द्वि+ऊधस्+ई, त्रि+ऊधस्+ई, अति+ऊधस्+ई અને निस्+ऊधस्+ई એમ સંખ્યાવાચક કે અવ્યય પૂર્વપદવાળા ऊधस् અન્તવાળા બહુવ્રીહિ સમાસને ङीप् પ્રત્યય લાગ્યો છે, તેને આ સૂત્રથી ઉદાત્ત હોવાનું વિધાન છે.

(૩૪૫) प्रत्ययस्यादिः ॥ ८ । ३ । १५ ॥

सूत्रार्थ :- (स्वरविषये) प्रत्ययस्य आदिः स्वरवर्णः उदात्तो भवति ।

અર્થ :- પ્રત્યયનો આદિસ્વર વર્ણ ઉદાત્ત હોય છે.

ઉદા. :- पूतं पवित्रेण (तै. सं. २. ४. ४. ६) । અહીં पू ધાતુને क्त (=त) પ્રત્યય લાગીને पूत શબ્દ અને इत्र પ્રત્યય લાગીને पवित्र શબ્દ બન્યો છે. તેથી पूतम् માં त ઉદાત્ત છે, જ્યારે पवित्रेण માંના वि માં इ ઉદાત્ત છે.

(૩૪૬) धातोरन्तः ॥ ८ । ३ । १६ ॥

सूत्रार्थ :- (स्वरविषये) धातोः अन्तः (=अन्त्यः स्वरवर्णः) उदात्तो भवति ।

અર્થ :- ધાતુનો અંત્ય સ્વર ઉદાત્ત હોય છે.

ઉદા. :- भवंत्यात्मनां (तै. सं. ३. २. २. ३) । અહીં भवंति માંના भ માં अ ઉદાત્ત છે, અને भू + शप् + तिप् (= भू + अ + ति) માં शप् વિકરણ અને ति પ્રત્યય पित् હોવાથી અનુદાત્ત છે.

यद्यजंते (तै. सं. २. ५. ५. ५) માં यजंते માંના य માં अ ઉદાત્ત છે, અને यज् + शप् + ते (= यज् + अ + ते) માં વિકરણ અને પ્રત્યય અનુ-દાત્ત છે.

(૩૪૭) कर्षात्वतो घञः ॥ ८ । ३ । १७ ॥

सूत्रार्थ :- (स्वरविषये) 'कृष विलेखने' इत्यस्मात् (भ्वागदिगणीयात्) आकारवतश्च धातोः यो घञ् तदन्तस्य अन्तः (=अन्त्यः स्वरवर्णः) उदात्तो भवति ।

અર્થ :- कृष् ધાતુ અને આકાર જેમાં હોય તેવા घञ् અંતે લાગેલા ધાતુનો અંત્યસ્વર ઉદાત્ત હોય છે.

ઉદા. :- कर्षः । पाकः । त्यागः । रागः । दायः । धायः । एष तें रुद्र भागः (तै. सं. १. ८. ६. १) । मनुः पुत्रेभ्यो दायं व्यंभजत् (तै. सं. ३. १. ९. ४) । અહીં कृष् ધાતુને घञ् પ્રત્યય લાગીને कर्ष શબ્દ બન્યો છે, પણ તેમાં આ કાર નથી. पच्, त्यज्, रञ्ज् ને घञ् લાગીને બનેલા पाक, त्याग, राग એ શબ્દો આકારવાળા છે. दा અને धा ધાતુને घञ् પ્રત્યય અને તેની પૂર્વે युक् આગમ લાગીને दाय અને धाय શબ્દો બનેલા છે તે પણ આકારવાળા છે. આ બધા આકારવાળા અને घञ् પ્રત્યય લાગેલા શબ્દોનો અત્યંસ્વર વર્ણ ઉદાત્ત છે.

(३४८) तौदादिको न ॥ ८ । ३ । १८ ॥

सूत्रार्थ :-(स्वरविषये) तौदादिको घञन्तः कर्षशब्द अन्तोदात्तो न भवति ।

અર્થ :- तुदादि ગણમાંના कृष् ધાતુને घञ् પ્રત્યય લાગીને બનેલો कर्ष શબ્દ અન્તોદાત્ત થતો નથી.

ઉદા. :-दृतिं सु कर्ष विषितं न्यञ्चम् (ऋ. सं. ५. ८३. ७)। અહીં कृष् એ तुदादि (૬ ઠ્ઠા) ગણના ધાતુનું कर्ष એ ક્રિયાપદ હોવાથી સર્વાનુદાત્ત છે. અને घञ् પ્રત્યય લાગેલ તૌદાદિક कृष् ધાતુનું कर्षं રૂપ આદ્યુદાત્ત બને છે. આમ તૌદાદિક कृष् ધાતુ घञ् અન્તવાળો હોય ત્યારે અન્તોદાત્ત હોતો નથી.

(३४९) उञ्छम्लेच्छजञ्जजल्पभक्षमन्थभोगदेहखेलखर-भागयुगानां च ॥ ८ । ३ । १९ ॥

सूत्रार्थ :- (स्वरविषये) उञ्छ, म्लेच्छ, जञ्ज, जल्प, भक्ष, मन्थ, भोग, देह, खेल, खर, भाग, युग इत्येतेषां शब्दनां चान्तः उदात्तो भवति ।

અર્થ :- उच्छ थी युग સુધી ના ઉપર દર્શાવેલા શબ્દોનો પણ અંત્ય સ્વરવર્ણ ઉદાત્ત હોય છે.

ઉદા. :- उञ्छः । म्लेच्छः । जञ्जः । जल्पः । भक्षः । मन्थः । भोगः । देहः । खेलः । खरः । भागः । युगः । આ બધા શબ્દોમાં પૂર્વ અક્ષરનો સ્વર અનુદાત્ત છે, જ્યારે અંત્ય અક્ષરનો સ્વર ઉદાત્ત છે.

(३५०) वेदवेगवेष्टबन्धानां करणे ॥ ८ । ३ । २० ॥

सूत्रार्थ :- (स्वरविषये) वेद, वेग, वेष्ट, बन्ध इत्येतेषां करणेऽर्थे घञन्तानां शब्दनाम् अन्त उदात्तो भवति ।

અર્થ :- वेद વગેરે કરણના અર્થમાં घञ प्रत्यय લાગેલા ચાર શબ્દોનો અંત્ય સ્વરવર્ણ ઉદાત્ત હોય છે.

ઉદા. :- तद्वेदस्यं वेदुत्वम् (तै. सं. १. ७. ४. ६)। वेगः। वेष्टः। बन्धान्मुंञ्चासि बद्धकम् (तै. आ. २. ६. १)। અહીં वेद, वेग, वेष्ट અને बन्ध એ શબ્દોમાં અંત્ય અક્ષરમાંનો સ્વરવર્ણ ઉદાત્ત છે.

(३५१) साम्बतापयोर्भावगर्हायाम् ॥ ८ । ३ । २१ ॥

सूत्रार्थ :- (स्वरविषये) साम्ब, ताप इत्यतयोः शब्दयोः भावगर्हार्थे वर्त-मानयो अन्त उदातो भवति ।

અર્થ :- साम्ब અને ताप એ બે શબ્દો નિંદાવાચક તરીકે પ્રયોજાય ત્યારે તેમનો અંત્ય સ્વરવર્ણ ઉદાત્ત હોય છે.

ઉદા. :- साम्बो भिक्षते। અહીં साम्बः શબ્દ अम्बया सह साम्वः એ અર્થમાં છે. માતા સાથે ભિક્ષા માગવી નિંદનીય છે. તેથી साम्बः શબ્દ અન્તોદાત્ત છે.

तापा दस्यूनां धार्मिकेषु। અહીં दस्यु (=ચોર લુંટારા)ને લીધે થતો તાપ (=સંતાપ) નિંદનીય છે, તેથી तापः શબ્દ અન્તોદાત્ત છે.

(३५२) वधव्यधजपाः ॥ ८ । ३ । २२ ॥

सूत्रार्थ :- (स्वरविषये) वध, व्यध, जप, इत्येते शब्दा अन्तोदात्ता भवन्ति।

અર્થ :- वध, व्यध, અને जप એ શબ્દો અન્તોદાત્ત હોય છે.

ઉદા. :- सत्यं ब्रवीमि वध इत्स तस्य (ऋ. सं. १०. ११७. ६)। અહીં वध શબ્દ અન્તોદાત્ત છે. એ જ રીતે व्यधः અને जपः શબ્દો પણ અન્તોદાત્ત છે.

(३५३) गरदरौ दूष्यश्वभ्रयोः ॥ ८ । ३ । २३ ॥

सूत्रार्थ :- (स्वरविषये) गरशब्दः दूष्येऽर्थे, दरशब्दश्च श्वभ्रेऽर्थे, वर्तमानौ अन्तोदात्तौ भवतः।

અર્થ :- गर શબ્દ વિષ (=ઝેર)ના અર્થમાં અને दर શબ્દ ખાડો કે નરકના અર્થમાં, પ્રયોજાયા હોય ત્યારે અન્તોદાત્ત હોય છે.

ઉદા. :- गरः। दरः। આ શબ્દો ઉપર દર્શાવેલા અર્થમાં અન્તોદાત્ત છે, બીજા અર્થમાં ધાતુસ્વર અનુસાર આદ્યુદાત્ત હોય છે.

(३५४) स्तुयुद्रुवः क्विबुपसृष्टाच्छन्दसि ॥ ८ । ३ । २४ ॥

सूत्रार्थ :- (स्वरविषये) ष्टञ् स्तुतौ, यु मिश्रणे अमिश्रणे च, द्रु गतौ इत्येते धातवः क्विबन्ताः सोपसर्गाश्चान्तोदात्ता भवन्ति।

અર્થ :- स्तु, यु અને द्रु એ ધાતુઓ क्विप् પ્રત્યય કે ઉપસર્ગ લાગેલા હોય ત્યારે અન્તોદાત્ત હોય છે.

ઉદા. :- परिष्टत्। संयुत्। परिद्रुत्। અહીં परि+स्तु, सम्+यु, परि+द्रु આ ધાતુઓની પૂર્વે ઉપસર્ગ આવેલા છે. અને ધાતુઓને क्विप् પ્રત્યય લાગ્યો છે, તેથી તેમનો સ્વર અન્તોદાત્ત છે.

(૩૫૫) वर्तनिः स्तोत्रे ॥ ८ । ३ । २५ ॥

सूत्रार्थ :- (स्वरविषये) स्तोत्रे (=सामनि) अर्थे वर्तमानः वर्तनिः शब्दः अन्तोदात्तो भवति।

અર્થ :- સામમંત્રના અર્થમાં પ્રયોજાયેલ वर्तनि શબ્દ અન્તોદાત્ત હોય છે.

ઉદા. :- गायत्रस्यं वर्तन्याम् (तै. सं. २. ३. १०. २)। प्रजापतेर्वर्तनिम् (तै. सं. ३. ७. १०. २)। અહીં वर्तनि શબ્દ સામ મંત્રના અર્થમાં પ્રયોજાયો હોવાથી અન્તોદાત્ત છે.

(૩૫૬) उत्तमशश्वत्तमौ ॥ ८ । ३ । २६ ॥

सूत्रार्थ :- (स्वरविषये) उत्तम, शश्वत्तम इत्येतौ शब्दौ अन्तोदात्तौ भवतः।

અર્થ :- उत्तम અને शश्वत्तम એ બે શબ્દો અન્તોદાત્ત હોય છે.

ઉદા. :- अहं भूंयासमुत्तमः (तै. सं. ३. ५. ५. १)। गोः शंश्वत्तमम् (तै. सं. ४. २. ४. ३)। અહીં उत्तमः અને शश्वत्तमम् એ બે શબ્દો અન્તોદાત્ત છે.

(૩૫૭) गर्ह्ये कुसीदिकदशैकादशिकौ ॥ ८ । ३ । २७ ॥

सूत्रार्थ :- (स्वरविषये) गर्ह्योर्थौ कुसीदिक, दशैकाशिक इत्येतौ शब्दौ उदात्तौ भवतः।

અર્થ :- ગ્રર્હ્ય (=નિંદનીય) અર્થવાળા कुसीदिक અને दशैकादिशिक એ શબ્દો અન્તોદાત્ત હોય છે.

ઉદા. :- कुसीदिकः (=कुसीदं प्रयच्छति = નિંદિત વસ્તુ આપનારો)। दशैकादशिकः (= વ્યાજ લગાડતાં दश ના एकादश થઈ જાય એમ વ્યાજે પૈસા આપનારો). આ શબ્દોનો અંત્ય સ્વર ઉદાત્ત બને છે. આ શબ્દો चित् પ્રત્યયાન્ત હોય ત્યારે અન્તોદાત્ત હોય છે, અને नित् પ્રત્યયાન્ત હોય ત્યારે આદ્યુદાત્ત હોય છે.

(૩૫૮) व्रजयजोः स्त्रियां भावे क्यपः ॥ ८ । ३ । २८ ॥

सूत्रार्थ :- (स्वरविषये) व्रज यज इत्येताभ्यां धातुभ्यां स्त्रीलिङ्गे भावे विहितस्य क्यप्प्रत्ययस्य उदात्तो भवति।

અર્થ :- व्रज् અને यज् એ ધાતુોને ભાવવાચક અર્થમાં લાગતો क्यप् પ્રત્યય ઉદાત્ત બને છે.

ઉદા. :- व्रज्या । इज्या । આ શબ્દો व्रज અને यज् ધાતુને क्यप् પ્રત્યય લાગીને સ્ત્રીલિંગમાં ભાવવાચક નામ બનાવે છે. તેમાં क्यप् પ્રત્યય ઉદાત્ત છે, તેથી શબ્દો અન્તોદાત્ત બન્યા છે.

(૩૫૯) मन्त्रे वृषेषपचमनविदभूवीरादिभ्य क्तिन् ॥ ८ । ३ । २९ ॥

सुत्रार्थ :- (छन्दसि स्वरविषये) मन्त्रविषये भावेऽर्थे वृषु सेचने, इषु इच्छायाम्, डुपचष् पाके, मन ज्ञाने, विद ज्ञाने, भू सत्तायाम्, वी गतिव्याप्तिप्रजननादिषु, रा दाने इत्येतेभ्यो धातुभ्यः स्त्रियां क्विन् प्रत्ययो भवति, स च उदात्तः ।

અર્થ :- વેદમંત્રોમાં वृष् (=સીંચવું), इष् (=ઈચ્છવું), पच् (=રાંધવું), मन् (=જાણવું મનન કરવું), विद् (=જાણવું), भू (=હોવું, થવું), वी (=ગતિ કરવી, વ્યાપવું, ઉત્પન્ન કરવું) અને रा (=આપવું) એ ધાતુઓને સ્ત્રીલિંગમાં ભાવવાચક क्तिन् પ્રત્યય લાગે છે, અને તે ઉદાત્ત હોય છે. અર્થાત્ આ પ્રત્યય લાગીને બનેલ શબ્દ અન્તોદાત્ત હોય છે.

ઉદા. :- यदेषां वृष्टिरसर्जि (ऋ. सं. १. ३८. ८)। विश्वेदस्मै सुदिना सासंदिष्टिः (ऋ. सं. ४. ४. ७)। आदित् पुक्तिः पुरोळाशं रिरिच्यात् (ऋ. सं. ४. २४. ५)। साधंते मतिर्ऋस्य (ऋ. सं. १. १४१. १)। वेदोऽसि वित्तिंरसि (तै. सं. १. ६. ४. ४)। भूतिर्दुध्ना (तै. सं. ३. २. ६. १)। अग्न आ याहि वीतये (ऋ. सं. ६. १६. १०)। रातिं भृगूंणाम् (तै. सं. ४. २. ७. ३)। આ બધાં ઉદાહરણોમાં वृष्टिः, इष्टिः, पुक्तिः, मतिः, वित्ति, भूतिः, वीतीः, रातिः એ શબ્દ क्विन् પ્રત્યયાન્ત અને અન્તોદાત્ત છે.

(૩૬૦) ऊतियूतिजूतिसातिहेतिकीर्तीनाम् ॥ ८ । ३ । ३० ॥

सूत्रार्थ :- मन्त्रे ऊति, यूति, जूति, साति, हेति, कीर्ति इत्येतेषां स्त्रिया भावे क्तिन् प्रत्ययान्तानाम् अन्ता उदात्ताः । (=अन्तोदात्ताः) निपात्यन्ते ।

અર્થ :- વેદમંત્રોમાં ऊति, यूति, जूति, साति, हेति અને कीर्ति એ સ્ત્રીલિંગ ભાવવાચક क्तिन् પ્રત્યયાન્ત શબ્દોના અંતિમ સ્વરનું ઉદાત્ત તરીકે નિપાતન કરવામાં આવે છે, અને શબ્દ અન્તોદાત્ત બને છે.

ઉદા. :- ऊतयं इन्द्र मावंते (ऋ. सं. १. ८. ९)। यूतिः । मानो जूतिर्जुंषतामाज्यंस्य (यजु. सं. २. १३)। सातिर्न वोऽमंवती (ऋ. सं. १. १६८. ७)। परिं णो हेती रुद्रस्यं (ऋ. सं. २. ३३. १४)। तां सु तें कीर्तिं मंघवन् (ऋ. स. १०. ५४. १)। અહીં ऊतिः, यूतिः, जूतिः, सातिः, हेतिः, અને कीर्तिः

આ શબ્દોમાં અનુક્રમે अव्, यु, जु, सो, हि, અને कृ ધાતુઓને સ્ત્રીલિંગમાં ભાવવાચક क्तिन् પ્રત્યય લાગેલો છે, અને તે શબ્દો અન્તોદાત્તં છે.

(૩૬૧) चितः ॥ ८ । ३ । ३१ ॥

सूत्रार्थ :- (स्वरविषये) चकार इत् यस्य स चित्। तस्य चितः शब्दस्य अन्त उदात्तो (= शब्दोऽन्तोदात्तो) भवति।

अर्थ :- જે શબ્દમાં ચકાર इत् સંજ્ઞક હોય તે चित् પ્રત્યયાન્ત શબ્દ અન્તોદાત્ત બને છે.

ઉદા. :- ईश्वरो वा एषः (तै. सं. ५. २. १. २)। न स्थांवराणां गृह्णीयात् (तै. सं. ६. ४. २. ३)। स्थावरा गृंह्णाति (तै. आ. १. २४. २)। અહીં ईश અને स्था ધાતુને वरच् એ चित् પ્રત્યય લાગીને બનેલા ईश्वरः અને स्थावराणाम् એ શબ્દો અન્તોદાત્ત છે.

भङ्गरम्। भासुरम्। અહીં भञ्ज् અને भास् ધાતુઓને घुरच् એ चित् પ્રત્યય લાગીને બનેલા શબ્દો અન્તોદાત્ત છે.

कुण्डिनाः। અહીં कुण्डिन् શબ્દને થયેલો कुण्डिनच् આદેશ चित् હોવાથી શબ્દ અન્તોદાત્ત બન્યો છે.

(૩૬૨) तद्धितस्य ॥ ८ । ३ । ३२ ॥

सूत्रार्थ :- (स्वरविषये) चित्तद्धितस्य अन्त उदात्तो भवति।

अर्थ :- चित् તદ્ધિત પ્રત્યય લાગેલા શબ્દનો અંત્ય સ્વરવર્ણ ઉદાત્ત હોય છે.

ઉદા. :- कौञ्जायनाः। અહીં कुञ्जस्य गोत्रपत्यानि એ અર્થમાં कुञ्ज શબ્દને च्फञ् એ चित् તદ્ધિત પ્રત્યય લાગીને અન્તોદાત્ત कौञ्जायन શબ્દ બન્યો છે. એ જ રીતે मौञ्जायनाः માં પણ चित् તદ્ધિત च्फञ् પ્રત્યય લાગવાથી અન્તોદાત્ત શબ્દ બન્યો છે.

(૩૬૩) कितः ॥ ८ । ३ । ३३ ॥

सूत्रार्थ :- ककार इत् यस्य स कित्, तस्य। (स्वरविषये) कितः तद्धितस्य अन्त उदात्तो भवति।

अर्थ :- જેમાં કકાર इत् સંજ્ઞક હોય તે कित् ગણાય. આ कित् તદ્ધિત પ્રત્યય લાગેલા શબ્દનો અંત્ય સ્વરવર્ણ ઉદાત્ત હોય છે.

ઉદા. :- नाडायनः। चारायणः। द्वैपायनः। शाकटायनः। અહીં नड, चर्, द्वीप, शकट એ શબ્દોને फक् એ कित् तद्धित પ્રત્યય લાગીને ઉપરના શબ્દો બનેલા હોવાથી તે બધા અન્તોદાત્ત છે.

आक्षिकः। शालाकिकः। અહીં अक्ष અને शलाका એ શબ્દોને ठक् એ कित् तद्धित પ્રત્યય લાગીને બનેલા ઉપરના શબ્દો અન્તોદાત્ત છે.

(३६४) भवतष्ठकः ॥ ८ । ३ । ३४ ॥

સૂત્રાર્થ :- (स्वरविषये) भवच्छब्दात् परतः ठक्प्रत्ययस्यान्त उदात्तो भवति।

અર્થ :- भवत् શબ્દને લાગેલો ठक् પ્રત્યય અન્તોદાત્ત બને છે.

ઉદા. :- भाविकः। અહીં ठक् પ્રત્યય कित् હોવાથી આ શબ્દનો અંત્ય સ્વર ઉદાત્ત બન્યો છે.

(३६५) मात्रदध्नज्द्वयसचाम् ॥ ८ । ३ । ३५ ॥

સૂત્રાર્થ :- (स्वरविषये) मात्रच्, दध्नच्, द्वयसच् इत्येतेषां प्रत्ययान्तानां शब्दानामन्त उदात्तो भवति।

અર્થ :- मात्रच्, दध्नच् અને द्वयसच् પ્રત્યયો લાગેલા હોય તે શબ્દો અન્તોદાત્ત બને છે.

ઉદા. - जानुमात्रम्। जानुदध्नम्, जानुद्वयम्। ऊरुमात्रम्। ऊरुदध्नम्। ऊरुद्वयम्। આ પ્રત્યયો चित् હોવાથી તે પ્રત્યયો લાગેલા શબ્દો અન્તોદાત્ત બને છે.

(३६६) तयस्यायोऽनुभात् ॥ ८ । ३ । ३६ ॥

સૂત્રાર્થ :- (स्वरविषये) तयप् प्रत्ययस्य स्थाने यः अयच् प्रत्ययो भवति स अन्तोदात्तो भवति, उभशब्दात् परं वर्जयत्वा।

અર્થ :- (द्वि, त्रि વગેરે શબ્દોને લાગતા) तयप् પ્રત્યયને સ્થાને વિકલ્પે થતો अयच् આદેશ અન્તાદાત્ત બને છે. उभ શબ્દને લાગતા આદેશ સિવાય.

ઉદા. :- आ मे॑ द्वया प्रोष्ठ॑पदा सुशर्मं (अ. शौ. सं. १९. ७. ५)। त॒दे॑नं द्वयं भा॑ग॒धेय॑म् (मै. सं. १. ६. ५)। અહીં द्वि શબ્દને तयप् પ્રત્યય લાગી તેનો વિકલ્પે अयच् થઈ द्वय શબ્દ બન્યો છે, તે અન્તોદાત્ત છે.

त्र॒यो दे॒वा एका॑दश (यजु. सं. २०. ११)। અહીં त्रि શબ્દને तयप् પ્રત્યયને સ્થાને अयच् આદેશ લાગીને બનેલ त्रय શબ્દ અન્તોદાત્ત છે.

પરંતુ उभयं ते न क्षीयन्ते (ऋ सं. २. ९. ५)। यस्तद्वेदोभयंऽ सह (यजु. सं. ४०. ११)। અહીં उभ શબ્દને तयप् પ્રત્યયના સ્થાને अयच् આદેશ લાગીને બનેલો उभय શબ્દ અન્તોદાત્ત નથી, પણ મધ્યોદાત્ત (કે અન્તાનુદાત્ત) છે.

લૌકિક પ્રયોગમાં उभ શબ્દને तयप् પ્રત્યય લાગી વિકલ્પે આદેશ લાગે ત્યારે તે કાયમ ઉદાત્ત જ હોય છે એવું પાણિનિ (૫ ૨. ૪૪) અને ભોજદેવ (સ. કં. ૫ ૨. ૭૨) બંનેએ વિધાન કર્યું છે તેના સંદર્ભમાં આ સૂત્ર છે.

(३६७) त्रयसस्तिस्त्रतितिसृभ्यां जसः ॥ ८ । ३ । ३७ ॥

सूत्रार्थ :- (स्वरविषये) त्रयसः स्थाने विहितानां तिसृ अतितिसृ इत्येताभ्यां परतः जस्-प्रत्ययस्य अन्त उदात्तो भवति।

अर्थ :- त्रयस् શબ્દને સ્થાને આવતા तिसृ અને अतितिसृ આદેશોને લાગતા जस् (=દ્વિતીય.બ.વ.ના) પ્રત્યયનો સ્વર ઉદાત્ત બને છે.

ઉદા. :- तेषामसुराणां तिस्त्रः पुर आसन् (तै. सं. ६. २. ३. १) यत्तिस्त्रश्चित्तयः (तै. सं. ५. ६. १०. २)। અહીં तिस्त्रः શબ્દ અન્તોદાત્ત છે. अतितिस्त्रः। અહીં त्रयस् ને સ્થાને त्रिस् આદેશ થઈને પછી जस् વિભક્તિ લગવાથી શબ્દો અન્તોદાત્ત બન્યા છે.

(३६८) समासे वा ॥ ८ । ३ । ३८ ॥

सूत्रार्थ :- (स्वरविषये) समासे तिसृशव्दो जसन्तः विकल्पेन उदात्तो भवति।

अर्थ :- સમાસમાં तिसृ શબ્દને લાગતો जस् પ્રત્યય વિકલ્પે ઉદાત્ત બને છે.

ઉદા. :- अतितिस्त्रौ। अतितिस्त्रः। અહીં પૂર્વ ઉદાહરણમાં વિભક્તિ સ્વર અનુદાત્ત છે, અને अतितिस्त्र શબ્દ અન્તોદાત્ત છે, તેથી ઉદાત્ત + અનુદાત્ત મળીને સ્વરિત બન્યો છે. જ્યારે બીજા ઉદાહરણમાં તો વિભક્તિ પણ ઉદાત્ત છે જ.

(३६९) चतुरः शसि ॥ ८ । ३ । ३९ ॥

सूत्रार्थ :- (स्वरविषये) चतुर् शब्दस्य शसि प्रत्यये परतोऽन्त उदात्तो भवति।

अर्थ :- चतुर् શબ્દને शस् પ્રત્યય લાગે ત્યારે તે શબ્દનો અંત્ય સ્વરવર્ણ ઉદાત્ત બને છે.

ઉદા. :- चतुरों मासो दीं क्षितः स्यात् (तै. सं. ५. ६. ७. ३)। चतुरों वा एतम् (तै. सं. ५. ६. ७. ३)। चतुरं पदः प्रतिदधंत् (तै. सं. ५. ४. १२. १)। અહીં चतुर શબ્દને शस् (=પ્રથમા બ.વ.નો) પ્રત્યય લાગીને चतुरः શબ્દ બને છે. જેમાં तु અક્ષરમાંનો उ ઉદાત્ત છે. મૂળમાં चत् ધાતુને उरन् પ્રત્યય લાગતાં चतुंर् એ આદ્યુદાત્ત શબ્દ છે. પણ शस् પ્રત્યય લાગતાં તે चतुर् એમ અન્તોદાત્ત બને છે, પછી शस् વિભક્તિ અનુદાત્ત હોવાથી चतुरंः રૂપમાં र માંનો અંત્ય અનુદાત્ત સ્વરવર્ણ ઉદાત્ત **પછી** આવેલો હોવાથી સ્વરિત બન્યો છે.

(३७०) सुप्येकाचोऽनाट्टादयः ॥ ८ । ३ । ४० ॥

સૂત્રાર્થ :- (स्वरविषये) सुपि विभक्तौ परतः यः एकाच् शब्दरूपं तस्मात् परा टादयः (तृतीयैकवचनप्रभृतिप्रत्ययाः) उदात्ता भवन्ति अनात् (= नकारान्तान् वर्जयित्वा)।

અર્થ :- એક अच् વાળા શબ્દોનું सुप् (=સપ્તમી બ.વ.) નો પ્રત્યય લાગતાં જે રૂપ બને છે, તે एकाच् રૂપ પછી તૃતીયાથી શરૂ થતી વિભક્તિઓ ઉદાત્ત બને છે; આ નિયમ न કારાન્ત શબ્દોને લાગુ પડતો નથી.

ઉદા. :- वाचा। वाग्भ्याम्। वाग्भिः। वाग्भ्यः। याता, याद्भ्याय्, याद्भिः याद्भ्यः। અહીં वाच् શબ્દને सुप् પ્રત્યય લાગતાં તેનું एकाच् રૂપ वाक्+सु બને છે. આ एकाच् वाक् શબ્દ રૂપને તૃતીયા વગેરે વિભક્તિ પ્રત્યય લાગતાં તે પ્રત્યયો ઉદાત્ત બનવાથી वाचा વગેરે રૂપો અન્તોદાત્ત બન્યાં છે.

પણ हरिन्, राजन्, વગેરે अन् અંતવાળા શબ્દોને લાગનારી તૃતીયા વગેરે વિભક્તિઓ અનુદાત્ત હોય છે. તેથી राज्ञां राज्ञें વગેરે રૂપો **આદ્યુદાત્ત છે,** અને પદમાં અંત્ય અનુદાત્ત ઉદાત્ત પછી આવ્યો હોવાથી સ્વરિત બન્યો છે.

(३७१) अन्तोदात्तादुत्तरपदादनित्यसमासे वा ॥ ८ । ३ । ४१ ॥

સૂત્રાર્થ :- (स्वरविषये) नित्याधिकारे यः समासो विहितः तस्माद् अन्यत्र, अनित्यसमासे यदुत्तरपदम् अन्तोदात्तम् एकाच् ततः परा टादि (=तृतीयादि)विभक्तिर्विकल्पेनोदात्ता भवति।

અર્થ :- નિત્યાધિકારમાં જે સમાસનું વિધાન હોય તે સિવાયના, એટલે કે અનિત્યસમાસમાં જે ઉત્તરપદ અન્તોદાત્ત एकाच् હોય તેને લાગતી टा (=તૃતીયા એ.વ.) વગેરે વિભક્તિ ઉદાત્ત બને છે. નિત્યાધિકાર नित्यं क्रीडाजीविकयोः (स. कं. ३. २. १४३; पा. अ. २. २. १७) થી શરૂ થાય છે. જેનો સ્વપદ વિગ્રહ ન થાય તે પણ નિત્ય સમાસ કહેવાય છે. પરંતુ એવો નિત્ય સમાસ

અહીં અભિપ્રેત નથી. તેથી નિત્ય અધિકાર સિવાય જે પણ સમાસ હોય, તેમાં તેનો સ્વપદ વિગ્રહ થાય કે ન થાય તો પણ તે બધાની વિભક્તિને વિકલ્પે ઉદાત્ત થશે. જ્યારે વિભક્તિને ઉદાત્ત ન થાય ત્યારે સમાસ હોવાને લીધે અન્તોદાત્ત થશે.

ઉદા. :- स॒ह वा॒चा मंयोभु॒वा (तै. सं. १. ८. ३. १)। અહીં मयसा भूः એમ સમાસ છે, તેને તૃતીયા એ.વ.નો પ્રત્યય લાગીને मयोभू + टा = मयोभू + आ = मयोभुवा રૂપ બન્યું છે. એમાં તે વિભક્તિ ઉદાત્ત હોવાથી म॒यो॒भु॒वा એમ અન્તોદાત્ત છે.

स॒त्य॒वाचें भरे म॒ति॒म् (तै. सं. २. ५. ४. ६)। અહીં सत्या चासौ वाच् सत्यवाच् એ કર્મધારય સમાસ છે, તેમાં ચતુર્થી એ.વ.નો ङे પ્રત્યય લાગીને सत्यवाच् + ङे = सत्यवाच् + ए = सत्यवाचे એમ રૂપ બન્યું છે. स॒त्य॒वाचें માં વિભક્તિ વિકલ્પે (ઉદાત્ત ન હોવાથી) અનુદાત્ત છે. તેથી પ્રકૃતિ वाच् માં ઉદાત્ત સ્વર છે, અને વિભક્તિનો સ્વર ઉદાત્ત નથી.

(૩૭૨) अञ्चेश्छन्दस्याशिसुट् ॥ ८ । ३ । ४२ ॥

सूत्रार्थ :- (स्वरविषये) अञ्चेः परा शिसंज्ञकवर्जाः सुट् विभक्तय उदात्ता भवन्ति।

અર્થ :- વૈદિક સ્વર પ્રયોગમાં अञ्च् ધાતુમાંથી બનેલા શબ્દને લાગતી નપુંસકલિંગ સિવાયમાં सुट् (= सु, औ, जस्, अम् અને औट्) એ शि (= સર્વનામસ્થાન) સંજ્ઞક વિભક્તિ બાદ કરીને બીજી બધી વિભક્તિઓ ઉદાત્ત બને છે. जस् (પ્રથમા બ.વ.) અને शस् (= દ્વિતીયા બ.વ.) એ બે વિભક્તિઓ शि સંજ્ઞક છે. એમને આ નિયમમાંથી બાકાત રાખવામાં આવી છે.

ઉદા. :- इन्द्रो॑ दधी॒चो अ॒स्थभिः (ऋ. सं. १. ०४. १३)। અહીં दधि अञ्चति એ અર્થમાં दधि + अञ्च् ને क्विन् પ્રત્યય લાગીને તેને અનુનાસિક લોપ અને ङस् (= ષષ્ઠી એ.વ.નો) પ્રત્યય લાગતાં અકાર લોપ અને દીર્ઘાદેશ થઈને द॒धी॒चः રૂપ બન્યું છે. અહીં વિભક્તિ ઉદાત્ત હોવાથી શબ્દ અન્તોદાત્ત છે.

(૩૭૩) पद्दन्नोमास्हृन्निशप्पुंरैद्युभ्यः ॥ ८ । ३ । ४३ ॥

सूत्रार्थ :- (स्वरविषये) पद्, दत्, नस्, मास्, हृद्, निश्, अप्, पुम्, रै, दिव इत्येतेभ्यः शिसुट् (= असर्वनामस्थान) विभक्तिरुदात्ता भवति।

અર્થ :- पद्, दत्, नस्, मास्, हृद्, निश्, अप्, पुम्, रै અને दिव એ શબ્દોને લાગતી સર્વનામસ્થાન સિવાયની વિભક્તિઓ ઉદાત્ત બને છે.

ઉદા. :- चतुरः पदः प्रतिदधत् (तै. सं. ५. ४. १२. १)। पद्भ्यां द्वे सर्वने (तै. सं. ६. १. ६. ४)। पत्सु जुहोति(तै.सं.३.८.९.३)। અહીં पद् શબ્દને અનુક્રમે शस् (દ્વિતીયા બ.વ.), भ्याम् (તૃતીયા, ચતુર્થી અને પંચમી દ્વિ.વ.) અને सुप् (સપ્તમી બ.વ.) એ વિભક્તિઓ ઉદાત્ત થઈ લાગતાં पदः पद्भ्याम्, पत्सु એ રૂપો અન્તોદાત્ત બન્યાં છે.

या दुतो धावते (तै. सं. २. ५. १. ७)। दुद्भ्यः स्वाहा (तै. सं. ७. ३. १६. १)। नसोः प्राणः (तै. सं. ५. ५. ९. १)। चतुरो मासो दीक्षितः (तै. सं. ५. ६. ७. ३)। मासि पितृभ्यः (तै. सं. २. ५. ६. ६) अन्तर्हृदा मनसा (तै. सं. ४. २. ९. ६)। हृदे त्वा (तै. सं. २. ३. १३. १)। આ ઉદાહરણોમાં दत् શબ્દનાં दुतः, दुद्भ्यः, नस् શબ્દનું नसः, मास् શબ્દનાં मासः, मासि અને हृद् શબ્દનાં हृदा, हृदे એ બધાં રૂપો અન્તોદાત્ત છે.

अमावास्यायां निशि यजते। અહીં निशि અન્તોદાત્ત છે. अपोऽश्नाति (तै. सं. १. ६. ७. ४)। अद्भिर्हविंषि (तै. सं. २. ६. ५. १)। अपां पेरुरसि (तै. सं. १. ३. ८. १)। અહીં अप् શબ્દનાં अपः, अद्भिः અને अपाम् એ રૂપો અન્તોદાત્ત છે.

पुंसे पुत्राय (तै. ब्रा. ३. ७. १. ९)। पुंसि प्रिये प्रिया (तै. ब्रा. २. ४. ६. ६)। અહીં पुम् શબ્દનાં पुंसे અને पुसि એ રૂપો અન્તોદાત્ત છે.

सुपथा राये ,अस्मान् (यजु. सं. ४०. १६)। रायस्पोषेण (तै. सं. १. ५. ६. ३)। અહીં राये અને रायः એ અન્તોદાત્ત છે.

दिवे त्वा (तै. सं. १. ३. १. १)। दिवस्परि (तै. सं. १. ३. १४. ५)। दिवि सोमः (तै. सं. ३. ५. ७. १)। અહીં द्यु શબ્દનાં दिवे, दिवः दिवि એ રૂપો અન્તોદાત્ત છે.

(૩૭૪) ऊठ उपधायाः ॥ ८ । ३ । ४४ ॥

સૂત્રાર્થ :- (स्वरविषये) उपधाभूताद् ऊठ शब्दात् परतोऽशिसुट् (=सर्वनामस्थानसंज्ञावर्जिताः) विभक्तयः उदात्ता भवन्ति।

અર્થ :- उठ् શબ્દ ઉપધા તરીકે હોય ત્યારે તેવા શબ્દો પછી લાગનારી અસર્વનામસ્થાન વિભક્તિ ઉદાત્ત બને છે.

ઉદા. :- प्रष्ठौहः। प्रष्ठौहा। અહીં प्रष्ठं वहति प्रष्ठावाट् એમ સમાસ બન્યો છે. वह् ધાતુને ण्वि પ્રત્યય લાગીને वाह् બની તેને સ્થાને ऊठ् આદેશ થાય છે. અહીં ऊठ् આદેશ ઉપધાભૂત છે. प्रष्ठ + वाह् = प्रष्ठ + ऊठ् + अस् =

प्रष्ठ + ऊह् + अस्, વૃદ્ધિ એકાદેશ થઈને प्रष्ठौहः રૂપ બન્યું છે. આ રૂપ અન્તોદાત્ત છે. टा (=તૃતીયા એ.વ.) નું રૂપ છે प्रष्ठौहा. એ પણ અન્તોદાત્ત છે.

(૩૭૫) आतो अष्टनः ॥ ८ । ३ । ४५ ॥

सूत्रार्थ :- (छन्दसि स्वरविषये) आकारान्ताद् अष्टनशब्दात् परा असर्वनामस्थानविभक्तिः उदात्ता भवति ।

અર્થ :- આકારાન્ત अष्टन् શબ્દને લાગતી સર્વનામસ્થાન સિવાયની વિભક્તિ ઉદાત્ત બને છે.

ઉદા. :- अष्टाभिर्दशभिः (ऋ. सं. २. १८. ४) । अष्टाभ्यः । અહીં अष्टन् શબ્દને વિભક્તિ પ્રત્યય લાગતાં અંત્ય अल् એવા न् ને સ્થાને આત્વ થઈને अष्टा બને છે. તેના પછી લાગતી સર્વનામસ્થાન સિવાયની (= દ્વિતીયા બ.વ. થી શરૂ થતી) વિભક્તિઓ ઉદાત્ત બને છે. તેથી अष्टाभिः, अष्टाभ्यः એ રૂપો અન્તોદાત્ત બન્યાં છે.

(૩૭૬) शसादिश्चेदमः ॥ ८ । ३ । ४६ ॥

सूत्रार्थ :- (स्वरविषये) इदंशब्दात्परतश्च शसादि(= असर्वनामस्थान) विभक्तिः उदात्ता भवति ।

અર્થ :- इदम् શબ્દને લાગતી शस् (=દ્વિતીયા બ.વ.)થી શરૂ થતી (=અસર્વનામસ્થાન) વિભક્તિ ઉદાત્ત બને છે.

ઉદા. :-अस्मै वे लोकायं (तै. ब्रा. ३. ९. ३. १) । आभ्यामेव (तै. सं. ३. १. ७. २) । अस्माल्लोकात् (तै. सं. २. ६. ३. ५) । અહીં इदम् શબ્દને ङे, भ्याम् અને ङस् એ અનુક્રમે ચતુર્થી એ.વ. તૃતીયા ચતુર્થી પંચમી દ્વિ.વ. અને પંચમી એ.વ. એ અસર્વનામસ્થાન ઉદાત્ત વિભક્તિઓ લાગતાં अस्मै, आभ्याम् અને अस्मात् એ શબ્દો અન્તોદાત્ત બન્યાં છે.

(૩૭૭) शतुरनुमो नद्यजादी ॥ ८ । ३ । ४७ ॥

सूत्रार्थ :- (स्वरविषये) अनुम् (= नुमागमरहितः) यः शतृप्रत्ययः तदन्तात् परा नदी (= नदीसंज्ञकप्रत्ययः), अजाद्यसर्वनामस्थानविभक्तिश्च उदात्ता भवति ।

અર્થ :- नुम આગમ રહિત (અન્તોદાત્ત) शतृ પ્રત્યયાન્ત શબ્દને લાગતો नदी (=સ્ત્રીલિંગમાં દીર્ઘ ई કારાન્ત અને ऊ કારાન્ત) પ્રત્યય અને અજાદિ (= સ્વરવર્ણ જેના આદિમાં હોય તેવો) વિભક્તિ પ્રત્યય ઉદાત્ત બને છે.

ઉદા. :- इन्द्रों वो यतीः (तै. सं. ५. ६. १३) । उशतीरिव (तै. सं. ४. १. ५. १) । शृण्वतीर्न मिथुनी (तै. सं. ५. ३. ६. २) । पुनती (तै. ब्रा. १. ४. ८.

૨)। અહીં યુતીઃ, ઉશતીઃ, શૃણ્વતીઃ, મિથુની, પુનતી આ શબ્દો શતૃ પ્રત્યય લાગેલા यत्, उशत्, शृण्वत्, मिथुन, पिनत् એ શબ્દોને સ્ત્રીલિંગવાચક ङीप् (=ई) એ નદીસંજ્ઞક પ્રત્યય લાગીને બન્યા છે, તેથી એમને લાગેલી અસર્વનામસ્થાન વિભક્તિ ઉદાત્ત હોઈ, તે શબ્દો અન્તોદાત્ત બન્યા છે.

शृण्वते स्वाहा (तै. सं. ७. १. १९. २)। उद्गृह्णते स्वाहा (तै. सं. ७. ५. ११. २)। प्राणते स्वाहा (तै. सं. ७. ५. १२. १)। स्वप्स्यते स्वाहा (तै. सं. ७. १. ११. २)। जागरिष्यते (तै. सं. ७. १. १९. २)। અહીં શ્રુ, उद्+ग्रह, प्र+अन्, स्वप् અને जागृ એ ધાતુઓને નુમાગમરહિત शतृ પ્રત્યય લાગીને બનેલાં शृण्वत् उदगृह्णत्, प्राणत् स्वपस्यत् અને जागरिष्यत् એ (પ્રથમ ત્રણ વર્તમાન કૃદંત અને છેલ્લા બે ભવિષ્ય કૃદંત) રૂપોને સર્વનામસ્થાનવર્જીત ङे (= ચતુર્થી એ.વ.) વિભક્તિ લાગી છે. આ વિભક્તિ ઉદાત્ત હોવાથી એ શબ્દરૂપો અન્તોદાત્ત બન્યાં છે.

(૩૭૮) बृहन्महद्भ्यां च ॥ ८ । ३ । ४८ ॥

सूत्रार्थ :- (स्वरविषये) बृहत्, महत् इत्येताभ्यां परतो नद्यजादिविभक्तिरुदात्ता भवति।

અર્થ :- बृहत् અને महत् એ શબ્દોને લાગતી નદીસંજ્ઞક અને અજાદિ વિભક્તિ ઉદાત્ત બને છે.

ઉદા. :- विश्वरूपा बृहती (तै. ब्रा. ३. १. १. १)। बृहता साम्ना (तै. सं. ३. ५. ३. १)। महतीमेव तद्वताम् (तै. सं. ३. ८. १४. २)। महतां गर्गराणाम् (तै. सं. ३. ३. ९. २)। અહીં बृहत् અને महत् શબ્દને લાગેલ નદીસંજ્ઞક વિભક્તિવાળાં बृहती અને महतीम् એ રૂપોમાં વિભક્તિ ઉદાત્ત હોવાથી તે અન્તોદાત્ત બન્યાં છે. આ જ રીતે बृहता અને महताम् એ રૂપોમાં અજાદિ વિભક્તિ ઉદાત્ત હોવાથી તે રૂપો અન્તોદાત્ત બન્યાં છે.

(૩૭૯) उदात्तयणो हल्पूर्वात् ॥ ८ । ३ । ४९ ॥

सूत्रार्थ :- (स्वरविषये) उदात्तस्य स्थाने यो यण् हल्पूर्वः, तस्मात् परा नद्यजाद्यसर्वनामस्थानविभक्तिश्च उदात्ता भवति।

અર્થ :- हल् (=વ્યંજનવર્ણ) જેની પૂર્વે આવેલો હોય તેવો यण् (=य्, र, व, ल् વર્ણ) જો ઉદાત્તસ્વરવર્ણને સ્થાને આવ્યો હોય તો તેને લાગતી નદીસંજ્ઞક અને અજાદિ અસર્વનામ વિભક્તિ ઉદાત્ત બને છે.

ઉદા. :- चोदयित्री सूनृतानाम् (तै.सं.४. १. ११. २)। अह्नां नेत्री जनित्री प्रजानाम् (तै. सं. ४. ३. ११. ५)। धात्रे पुरोडाशम् (तै. सं. १. ८. ८.१)।

अनुमतमेवैनं मात्रा पिता (तै. सं. ६. ३. ११. ३)। અહીં चुद्, नी, जन, धा, मा, पा, એ ધાતુઓને तृच् प्रत्यय લાગીને चोदयितृ, नेतृ, जनितृ, धातु, मातृ पातृ એ શબ્દો બન્યાં છે. तृच् प्रत्यय चित् હોવાથી તે શબ્દો અન્તોદાત્ત છે. હવે તેમને નદીસંજ્ઞક ङीप् प्रत्यय લાગતાં ऋકારને સ્થાને यण् (=રેફ) થઈને चोदयित्री, नेत्री जनित्री, धात्री, मात्री અને पात्री એ રૂપો બન્યાં. એમાં ઉદાત્ત ऋકારને સ્થાને રેફ (=र) આવ્યો છે, જેની પૂર્વે तકાર એ हल् આવેલ છે. તેથી આ શબ્દોને લાગેલી અજાદિ અસર્વનામ સ્થાન વિભક્તિ ઉદાત્ત થતાં આ શબ્દો અન્તોદાત્ત બન્યા છે.

(३८०) नोङ्धात्वोः ॥ ८ । ३ । ५० ॥

सूत्रार्थ :- (स्वरविषये) ऊङो धातोश्च सम्बन्धी य उदात्तयण् हल्पूर्वः, तस्मात् परा अजाद्यसर्वनामस्थानविभक्तिः उदात्ता न भवति।

અર્થ :- ऊङ् प्रत्यय અને ધાતુને લગતા, પૂર્વે हल् આવેલા, ઉદાત્ત यण् પછી લાગતી અજાદિ અસર્વનામસ્થાન વિભક્તિ ઉદાત્ત બનતી નથી.

ઉદા. :- ब्रह्मबन्ध्वां । ब्रह्मबन्ध्वें। वीरबन्ध्वां। वीरबन्ध्वें। અહીં ब्रह्मा बन्धुअ स्य અને वीरः बन्धुः अस्यः એ અર્થમાં બહુવ્રીહિ સમાસ થઈને ब्रह्मबन्धुः અને वीरबन्धुः શબ્દો બન્યાં છે, જેમાં સ્ત્રીલિંગવાચક ऊङ् એ ઉદાત્ત પ્રત્યય લાગીને ब्रह्मबन्धू, वीरबन्धू એવાં સ્ત્રીલિંગી શબ્દો બન્યાં. અહીં પુંલ્લિંગ उકારાન્ત અન્તાનુદાત્ત પછી ઉદાત્ત ऊકાર આવતાં દીર્ઘ એકાદેશ થયો, જે ઉદાત્ત જ છે. હવે આ સ્ત્રીલિંગી શબ્દોને टा (=आ = તૃ.એ.વ.) અને ङे (=ए =ચ.એ.વ.). એ વિભક્તિઓ લાગતાં તે વિભક્તિઓ ઉદાત્ત ન હોવાથી - એટલે કે અનુદાત્ત હોવાથી - ઉદાત્ત + અનુદાત્ત = સ્વરિત એ નિયમાનુસાર, અંત્ય वां અને वें માં आ કાર અને ए કાર સ્વરિત બન્યા છે.

(३८१) ह्रस्वरेनुड्भ्यो मतुप् ॥ ८ । ३ । ५१ ॥

सूत्रार्थ :- (स्वरविषये) अन्तोदातात् ह्रस्वान्तात्, रेशब्दात्, नुटश्च परो मतुप् उदात्तो भवति।

અર્થ :- હ્રસ્વાન્ત અન્તોદાત્ત શબ્દ પછી, रे શબ્દ પછી, અને नुट् આગમ પછી લાગેલો मतुप् પ્રત્યય ઉદાત્ત બને છે.

ઉદા. :- अग्निवत्युपंदधाति (तै. ब्रा. ३. २. ७. १.)। अग्निवानंसानि (तै. सं. ५. ५. २. १-२.)। અહીં अग्नि શબ્દ निप्रत्यायान्त અન્તોદાત્ત છે. આ શબ્દ इ વર્ણાન્ત હોવાથી વૈદિક પ્રયોગમાં તેને લાગતા मतुप् (= मत्) માંના मકાર નો वકાર થઈને वत् પ્રત્યય બને છે. આ રીતે अग्निवत् શબ્દ બને છે. આ

मतुप् (=मत् = वत्) ઉદાત્ત હોવાથી अग्निवत् શબ્દ અન્તોદાત્ત બન્યો છે, જેમાં અંત્ય व કે वा માંનો અકાર તે આકાર ઉદાત્ત છે.

વૈદિક પ્રયોગમાં इवर्णान्त હોવા છતાં બહુલકથી ઘણીવાર मतुप् પ્રત્યયના મકાર નો વકાર નથી પણ થતો. દા.ત. अग्निमंद्वै दारुपात्रम् (मै. सं. ४. १. ३)। अग्निमंत्येव जुहोति (मै. सं. १. ६. ११)। અહીં પણ अग्निमत् અને अग्निमति માં म ઉદાત્ત છે. (મૈત્રાયણી સંહિતામાં ઉદાત્તને ઊભી રેખાથી દર્શાવવામાં આવે છે, નહીં કે સ્વરિત ને !) આ રીતે શબ્દો અન્તોદાત્ત જ બને છે.

रेवतीर्नः सधमादे (ऋ. सं. १. ३०. १३; तै. सं. १. ७. १३. ५)। यो रेवान् (१.१८.२)। रेवाँ इद्रेवतं स्तोता स्यात् (ऋ. सं. ८. २. १३). અહીં रयि શબ્દ ઉદાત્ત मतुप् પ્રત્યય લાગતાં સંપ્રસારણ થતાં यकार નો इ કાર (र+य्+इ = र+इ+इ=र+ई = रे) થઈને मतुप् નો वत् થઈને रेवत् શબ્દ બન્યો છે. એ અન્તોદાત્ત છે.

शीर्षण्वान्मेध्यो भवति (तै. सं. ७. ५. २५. १) । अक्षण्वते स्वाहा (तै. सं. ७. ५. १२. १) अस्थन्वते स्वाहा (तै. सं. ७. ५. १२. २) । અહીં शीर्षन् શબ્દ अन्‌અંતવાળો હોવાથી मतुप् પ્રત્યય લાગતાં તેને नुट् આગમ લાગે છે અને પૂર્વ न કારનો લોપ થાય છે. એ જ રીતે अक्षि અને अस्थि શબ્દને ઉદાત્ત अनङ् આદેશ થાય છે. આ રીતે शीषण्वत्, अक्षण्वत् अस्थन्वत् એ શબ્દ અન્તોદાત્ત બન્યા છે.

(३८२) न त्रिपूर्वात् ॥ ८ । ३ । ५२ ॥

सूत्रार्थ :- (स्वरविषये) त्रिशब्दः पूर्वो यस्य तस्मात् परतः मतुप् प्रत्ययो न उदात्तः ।

અર્થ :- त्रि શબ્દ જેનું પૂર્વપદ હોય તેવા શબ્દને લાગતો मतुप् પ્રત્યય ઉદાત્ત બનતો નથી.

ઉદા. :- त्रिवित्या परि दधाति (तै. सं. २. ४. ११. २) । અહીં त्रि શબ્દ इ કારાન્ત હોવાથી વૈદિક પ્રયોગમાં मतुप् ના म કારનો व વકાર થાય છે. અને त्रि+वत् એવો त्रि પૂર્વપદવાળો त्रिवत् શબ્દ બને છે. પણ આ मतुप् ઉદાત્ત ન હોવાથી त्रिवत् શબ્દ આદ્યુદાત્ત બન્યો છે. અહીં मतुप् પ્રત્યયના ઉદાત્તપણાનો નિષેધ છે.

(३८३) नाम्विधौ ह्रस्वाद् वा ॥ ८ । ३ । ५३ ॥

सूत्रार्थ :- (स्वरविषये) मतुप् प्रत्यये यो ह्रस्वः तदन्ताद् अन्तोदात्तात् परो नाम् प्रत्ययो विकल्पेन उदात्तो भवति ।

અર્થ :- मतुप् પ્રત્યયમાં જે હ્રસ્વ સ્વરવર્ણ છે, તે જેના અંતે આવે તેવા અન્તોદાત્ત શબ્દને લાગતો नाम् પ્રત્યય વિકલ્પે ઉદાત્ત બને છે; એટલે કે પક્ષે ઉદાત્ત નથી પણ બનતો.

ઉદા. :- सप्तानां गिरीणाम् (तै. सं. ६. २. ४. ३)। ऋतूनां प्रीणामि (तै. सं. १. ६. २ ३) । पितृणामिदमह (तै. सं. ६. ३. २. ६)। धाता धातृणाम् (तै. सं. ४. ७. १४. ३) । અહીં गिरीणाम्, ऋतूनाम, पितृणाम्, धातृणाम् માં नाम् પ્રત્યય ઉદાત્ત બન્યો છે. અહીં नाम् એટલે नुट् પ્રત્યય સહિતનો ષષ્ઠી બ.વ.નો आम् પ્રત્યય એમ સમજવાનું છે. सप्त, गिरि, ऋतु, पितृ, धातृ વગેરે શબ્દોને मतुप् પ્રત્યય લાગતાં આ શબ્દો હ્રસ્વાન્ત અન્તોદાત્ત બની જાય છે. मतुप् પ્રત્યય લાગ્યો હોય ત્યારે જે પરિસ્થિતિ હોય છે તેનો અહીં નિર્દેશ છે, નહીં કે मतुप् પ્રત્યય લાગ્યાનો.

આ વિધિ વૈકલ્પિક હોવાથી सप्तानाम्, गिरीणाम् અને ऋतूनाम् માં હ્રસ્વાન્તને બદલે गिरी, ऋतू એમ દીર્ઘાન્ત બનવા છતાં नाम् પ્રત્યય ઉદાત્ત બને છે જ. मतुप् પ્રત્યય લાગવાની પરિસ્થિતિમાં તો તે હ્રસ્વાન્ત જ હોય છે. પરંતુ એ દીર્ઘત્વ તો नाम् પ્રત્યય લાગવાથી અંગને પ્રાપ્ત થયેલું છે.

(३८४) ङ्याच्छन्दसि बहुलम् ॥ ८ । ३ । ५४ ॥

सूत्रार्थ :- (स्वरविषये) ङ्यन्ताद् बहुलं नाम् उदात्तो भवति छन्दसि ।

અર્થ :- વૈદિક પ્રયોગમાં ङीપ્રત્યયાન્ત શબ્દને લાગતો नाम् પ્રત્યય બહુલકથી - ઘણેભાગે - ઉદાત્ત બને છે. ङी = ङीप्, ङीष् અને ङीन्.

ઉદા. :- बह्वीनां पिता (तै. सं. ४. ६. ६. २)। अभिभञ्जतीनाम् (तै. सं. ४. ६. ४. ३)। અહીં बह શબ્દને અને अभिभञ्जत् ને ङीप् પ્રત્યય લાગીને बह्वी અને अभिभञ्जती શબ્દો બન્યા છે. તેને नाम् એ ઉદાત્ત પ્રત્યય લાગતાં એ ષષ્ઠ્યન્ત રૂપો અન્તોદાત્ત બન્યાં છે.

પણ जयन्तीनां मरुतः (तै. सं. ४. ६. ४. ३)। नदीनां॒ सर्वासाम् (तै. सं. ४. ६. २. ६) । અહીં जयन्ती અને नदी એ ङी પ્રત્યયાન્ત શબ્દો પછી नाम् પ્રત્યય લાગવા છતાં તે ઉદાત્ત ન હોવાથી जयन्तीम् એ શબ્દરૂપ આદ્યુદાત્ત છે, જ્યારે नदीनाम् એ શબ્દરૂપ મધ્યોદાત્ત છે.

વળી श्रीणामुंदारः (तै. सं. ४. २. २. २) માં श्री શબ્દ ङी પ્રત્યયાન્ત ન હોવા છતાં તેને લાગેલ नाम् પ્રત્યય ઉદાત્ત બન્યો છે. તેથી श्रीणाम् એ શબ્દ અન્તોદાત્ત છે આ કારણે ७४ આ વિધિને બહુલક એટલે કે ક્વચિત્ થાય, ક્વચિત ન પણ થાય એવો કહ્યો છે.

(३८५) त्रिचतुष्ष्णः संख्याया हलादिः ॥ ८ । ३ । ५५ ॥

सूत्रार्थ :-(छन्दसि स्वरविषये) त्रिचतुर्भ्यां, षट्संज्ञकेभ्यश्च परा हलाद्यसर्वनामस्थानविभक्तिः उदात्ता भवति।

અર્થ :- त्रि અને चतुर् ને અને षट्संज्ञक (=ष કારાન્ત તથા નકારાન્ત સંખ્યાવાચક શબ્દો)ને લાગતી હલાદિ અસર્વનામસ્થાન વિભક્તિ ઉદાત્ત બને છે.

ઉદા. :- आ नासत्या त्रिभिरेकादुशैरिह (ऋ. सं. १. ३४. ११)। त्रिभिः पवयति (तै. सं. ६. १. १. ६) । त्रिभ्यः स्वाहा (तै. सं. ७. २. ११. १) एषा त्रयाणामेवावरुद्धा (तै. सं. ३. ४. ३. ८)। मृक्षा शीर्षा चतुर्णाम् (ऋ. सं. ८. ७४. १३)। (= नुट् સહિત आम्) પ્રત્યય લાગતાં તે ઉદાત્ત હોવાથી અહીં त्रि શબ્દને भिस्, भ्यस् અને नाम् અહીં चतुर् શબ્દને नाम् પ્રત્યય લાગતાં તે ઉદાત્ત હોવાથી શબ્દરૂપ અન્તોદાત્ત બન્યું છે.

आ षुड्भिहयमानः (ऋ. सं. २. १८. ४)। અહીં षट् ને भिस् પ્રત્યય લાગતાં તે ઉદાત્ત હોવાથી षुड्भिः અન્તોદાત્ત છે.

(३८६) झल्युपोत्तमम् ॥ ८ । ३ । ५६ ॥

सूत्रार्थ :-(छन्दसि स्वरविषये) त्रिचतुःषड्भ्यो या उत्पन्ना झलादिविभक्तिः तदन्ते पदे उपोत्तममुदात्तं भवति।

અર્થ :- त्रि, चतुर અને षट् ને झलादि (=અંતઃસ્થ વર્ણો સિવાયના બધા વ્યંજનોથી શરૂ થતાં પ્રત્યયોવાળી) વિભક્તિ લાગે ત્યારે તે વિભક્તિ લાગેલા પદમાં ઉપોત્તમ(=છેલ્લાથી બીજો અક્ષર) ઉદાત્ત બને છે.

ઉદા. :- त्रिसृभिरस्तुवत (तै. सं. ४. ३. १०. १) । अयं पीयूषं तिसृषु (ऋ. सं. ६. ४७. ४) चतुर्भिः साकं (ऋ. सं. १. १५५. ६) । पाहि चतसृभिर्वसो (ऋ. सं. ८. ६०. ९)। पुञ्चभिः पवयति (तै. सं. ६. १. १. ६-७) । सप्तभ्यः स्वाहा (तै. सं. ७. २ .११. १.)। एकादुशभ्यः स्वाहाः (तै. सं. ७. २ ११. १) द्वादुशभ्यः स्वाहा (तै. सं. ७. २. ११. १)। અહીં तिसृभिः, तिसृषु चतुर्भिः, चतसृभिः, पुञ्चभिः, सप्तभ्यः, एकादुशभ्यः, द्वादुशभ्यः આ બધાં પદોમાં ઉપોત્તમ (=છેલ્લાથી તરત પહેલાંનો સ્વરવર્ણ) ઉદાત્ત છે.

त्रि અને षड् માં વિભક્તિ લાગતાં બે જ અક્ષરો હોવાથી ઉપોત્તમ એ વાસ્તવમાં આદિ જ થઈ જાય. દા.ત. घृतश्चुतस्त्रिभिं (ऋ. सं. ८. ५९. ५)। પરંતુ મોટેભાગે તો ઉત્તમ (=અંત્ય) સ્વર જ ઉદાત્ત હોય છે.

(૩૮૭) वा भाषायाम् ॥ ८ । ३ । ५७ ॥

સૂત્રાર્થ :- (स्वरविषये) झलि परतः उपोत्तमं भाषायां विकल्पेनोदात्तम्। तेन अन्त्योपोत्तमे विकल्पेनोदात्ते भवत इत्यर्थः।

અર્થ :- झल् પ્રત્યય લાગતાં લૌકિક પ્રયોગમાં પદનો ઉપાત્તમ સ્વરવર્ણ વિકલ્પે ઉદાત્ત બને છે. તાત્પર્ય કે ક્વચિત્ અન્ત્ય સ્વરવર્ણ અને ક્વચિત્ ઉપાન્ત્ય સ્વરવર્ણ ઉદાત્ત બનતા જોવામાં આવે છે. વૈદિક પ્રયોગમાં તો અન્તોદાત્ત રૂપ જ મળે છે.

ઉદા. :- पञ्चभिंः।, पञ्चभिः। सप्तभिंः, सप्तभिः, तिसृभिंः, तिसृभिः। चतसृभिं चतसृभिः। અહીં પ્રથમ પ્રયોગમાં ઉપોત્તમ ઉદાત્ત છે, જ્યારે બીજા પ્રયોગમાં અન્તોદાત્ત છે.

(૩૮૮) न गोश्वन्राडङ्क्रुङ्कृद्भ्यः ॥ ८ । ३ । ५८ ॥

સૂત્રાર્થ :- (स्वरविषये) गो, श्वन्, राड्, अङ्, क्रुङ्, क्रुद् इत्येतेभ्यो यदुक्तं तन्न भवति।

અર્થ :- गो, श्वन राट् अङ् क्रुङ् અને क्रुत् એ શબ્દોને ઉપર જે કંઈ સ્વરવિધાન કર્યાં છે તે લાગુ પડતાં નથી.

ઉદા. :- गवां। गवें। गोभ्यांम्। गवां शता (ऋ. सं. १. १२२. ७)। અહીં વિભક્તિ અનુદાત્ત હોવાથી શબ્દ આદ્યુદાત્ત બન્યા છે.

शुनां। शुनें। श्वभ्यांम्। शुनंश्चिच्छेपंम् (ऋ. सं. ५. २. ७)। અહીં જેનો નકાર લુપ્ત નથી થતો તેવી પરિસ્થિતિમાં श्वन् શબ્દને આ સૂત્ર લાગુ પડે છે. સમાસમાં પણ લાગુ પડે છે, જેમ કે, परमशुनां। परमशुनें।राजां। परमराजें। અહીં राज् ધાતુને क्विप् પ્રત્યય લાગીને राट् શબ્દ બન્યો છે. તેને તૃતીય એ.વ.નો टा કે ચતુર્થી એ.વ.નો ङे પ્રત્યય લાગ્યો છે, પણ પ્રત્યય અનુદાત્ત છે, તેથી શબ્દ આદ્યુદાત્ત બન્યો છે.

प्राञ्चां, प्राङ्भ्यांम्। અહીં પૂજાર્થક अञ्चु ધાતુને क्विप् પ્રત્યય લાગીને अङ् શબ્દ બન્યો છે. તેને ઉપર મુજબ તૃતીયા એ.વ.ની टा, કે તૃતીયા, ચતુર્થી અને પંચમી દ્વિ.વ.નો भ्याम् પ્રત્યય લાગે છે, પણ પ્રત્યય અનુદાત્ત છે, તેથી શબ્દરૂપો આદ્યુદાત્ત છે.

कुञ्चां, परमकुञ्चां । कृतां, परमकृतां । અહીં कुञ्च् ક્વિબન્ત રૂપ છે. कृत् એ પણ कृ ધાતુનું ક્વિબન્ત રૂપ છે. તેને તૃતીયા વિભક્તિનો टा પ્રત્યય લાગતાં, પ્રત્યય અનુદાત્ત હોવાથી, રૂપો આદ્યુદાત્ત બન્યાં છે.

(૩૮૯) सावर्णात् ॥ ૮ । ૩ । ૫૯ ॥

सूत्रार्थ :- (छन्दसि स्वरविषये) सौ (=प्रथमैकवचनप्रत्यये) परतो यद्-वर्णान्तं तस्मात् परा विभक्तिः उदात्ता न भवति ।

અર્થ :- પ્રથમ એકવચનનો सु પ્રત્યય લાગતાં જેનું અંગ અકારાન્ત બની જાય છે, તેવા (यद्, तद् વગેરે) શબ્દોને લાગતી વિભક્તિ ઉદાત્ત બનતી નથી.

ઉદા. :- येभ्यः, तेभ्यः । केभ्यः । तेभ्यो द्युम्नं बृहद् यशः (ऋ . सं. ૫. ૭૯. ૭) । यद्, तद् અને किम् શબ્દોને सु પ્રત્યય લાગતાં તેમનું અંગ य, स, क એમ अ વર્ણાન્ત બને છે (જેમ કે यः, सः, कः, માં). આ अ વર્ણાન્ત શબ્દોને લાગતી વિભક્તિ ઉદાત્ત નથી (અર્થાત્ અનુદાત્ત છે). તેથી શબ્દરૂપો આદ્યુદાત્ત બન્યાં છે.

(૩૯૦) दिवो झल् ॥ ૮ । ૩ । ૬૦ ॥

सूत्रार्थ :- (स्वरविषये) दिवः परा झलादिविभक्तिरुदात्ता न भवति ।

અર્થ :- दिव् ધાતુને લાગતી झलादि (= જેના આદિમાં झल् પ્રત્યાહારમાં સમાયેલો અંતઃસ્થ વર્ણ સિવાયનો કોઈ પણ વ્યંજન વર્ણ હોય તેવા પ્રત્યય વાળી) વિભક્તિ ઉદાત્ત બનતી નથી.

ઉદા. :- प्रत्यस्य वह द्युभिः (तै. सं. ૧. ૫. ૩. ૧) । त्वमग्ने द्युभिः (तै. सं. ૪. ૧. ૨. ૫) । અહીં दिव् શબ્દને झलादि પ્રત્યય भिस् લાગતાં તે ઉદાત્ત ન હોવાથી द्युभिः શબ્દ આદ્યુદાત્ત બન્યો છે.

(૩૯૧) नुर्वा ॥ ૮ । ૩ । ૬૧ ॥

सूत्रार्थ :- (स्वरविषये) नृशब्दात् परा झलादिविभक्तिः विकल्पेन उदात्ता न भवति ।

અર્થ :- नृ શબ્દને લાગતી झलादि (=અંતઃસ્થ અને અનુનાસિક વર્ણો સિવાયના આદિવ્યંજન ધરાવતા પ્રત્યયવાળી) વિભક્તિ વિકલ્પે ઉદાત્ત નથી થતી, અર્થાત પક્ષે ઉદાત્ત થાય છે.

ઉદા. :- त्वं नृभिर्नृपते (तै. ब्रा. ૨. ૫. ૮. ૧૦) । नृभ्यो यथा गवे (ऋ . सं. ૧. ૪૩. ૨. ; तै. सं. ૩. ૪. ૧૧. ૨) । અહીં नृभिः અને नृभ्यः માં

વિભક્તિ ઉદાત્ત ન હોવાથી શબ્દ રૂપ આદ્યુદાત્ત છે. પક્ષે વિભક્તિ ઉદાત્ત બને ત્યારે શબ્દ नृभिः नृभ्यः એમ અન્તોદાત્ત બનશે.

(३९२) तित्स्वरितम् ॥ ८ । ३ । ६२ ॥

सूत्रार्थ :- (स्वरविषये) तित् (=तकार इत् यस्य तत्) स्वरितं भवति ।

अर्थ :- જે પ્રત્યય વગેરેમાં त કાર ઈત્સંજ્ઞક હોય તે સ્વરિત બને છે.

ઉદા. :- कार्यं यजुः (तै. ब्रा. १. ३. १. ५) । અહીં कृ એ ऋ કારાન્ત ધાતુને यत् પ્રત્યય લાગ્યો છે, જે तित् હોવાથી कार्यम् એ શબ્દમાં य કારમાંનો अ કાર સ્વરિત છે. આ સ્વરિત ઉદાત્ત પછી આવતા અનુદાત્તનો બનેલો નથી, તેથી તે જાત્ય સ્વરિત છે.

क्वं स्थ । क्वं वः सद्भ्यः (तै. ब्रा. २. २. ३. ७) । અહીં किम् એ સર્વનામને अत् પ્રત્યય લાગીને किम् ને સ્થાને क्व આદેશ થઈને क्वं રૂપ બન્યું છે. તેમાં अत् પ્રત્યય तित् હોવાથી સ્વરિત સ્વરભાર આવ્યો છે.

चिकीर्ष्यम् । जिहीर्ष्यम् । અહીં कृ અને हृ એ ધાતુઓને यत् એ तित् પ્રત્યય લાગવાથી य સ્વરિત બન્યા છે.

कर्तव्यम् । અહીં कृ ધાતુને तव्यत् એ तित् પ્રત્યય લાગ્યો હોવાથી य સ્વરિત છે.

(३९३) तास्यात्मनेपद्यदुपदेशेभ्यो लसार्वधातुकमनुदात्तम् ॥ ८ । ३ । ६३ ॥

सूत्रार्थ :- (स्वरविषये) तासेः (तासि प्रत्ययात्) आत्मनेपदिभ्यः, अदुपदेशाच्च लकारस्थानीयं सार्वधातुकमनुदात्तं भवति ।

अर्थ :- तासि પ્રત્યય, આત્મનેપદી ધાતુઓ અને ઉપદેશમાં જેમને अ કારન્ત દર્શાવ્યા હોય તેવા ધાતુઓને લાગતા લકારને સ્થાને આવતો સાર્વધાતુક પ્રત્યય અનુદાત્ત બને છે.

ઉદા. :- श्वो यज्ञे प्रयोक्तासे (तै. सं. २. ६. २. ३) । અહીં प्र+युज् ધાતુને लुट् લકારમાં थास् પ્રત્યય લાગતાં તેને સ્થાને से આદેશ થઈ प्र+युज्+लुट्=प्र+युज्+थास्=प्रयुज्+से થતાં लुट् લકાર હોવાથી ધાતુને तासि પ્રત્યય લાગવાથી प्र+युज्+तासि+से થાય છે. પછી तासि પછી स કારનો લોપ થાય છે. इ કાર તો ઇત્સંજ્ઞક છે. તેથી प्रयुज्+ता+से થઈ, ગુણાદેશ વગેરે થઈને प्रयोक्तासे રૂપમાં से પ્રત્યય અનુદાત્ત બન્યો, જે તેની પૂર્વે આવેલા ઉદાત્તને લીધે સ્વરિત બની ગયો છે.

यद् वस्ते तद्दक्षिणा (तै. सं. ७. १. १९. २)। आस्तं इव हीयम् (तै. सं. ३. २. ९. ६)। शयानाय स्वाहा (तै. सं. ७. १. १९. २)। અહીં वस् અને आस् એ આત્મનેપદી ધાતુઓને લટ્ લકારમાં તે અનુદાત્ત પ્રત્યય લાગતાં તે ધાતુના ઉદાત્ત પછી આવવાથી સ્વરિત બન્યો છે. આત્મનેપદી शी ધાતુને લટ્ લકારમાં शानच् આદેશ થતાં शी + शानच् = शी + आन = ગુણ અને અયાદેશ થઈ शयान રૂપ બને છે. આ સાર્વધાતુક પ્રત્યય અનુદાત્ત હોઈ, ધાતુના ઉદાત્ત પછી તેનો સ્વરિત બની ગયો છે.

अथो यद्वेदश्च वेदिश्च भवंतः (तै. ब्रा. ३. ३. ९. १०)। बाधमाना रायः (तै. सं. ४. ३. ४. २)। અહીં भवंतः અને बाधमानाः માંના शप् પ્રત્યયમાં अत् (= ह्रस्व अ કારનો) ઉપદેશ છે. તેથી એ અનુદાત્ત છે, અને ધાતુના ઉદાત્ત પછી આવવાથી સ્વરિત બન્યો છે.

(૩૯૪) न विदीन्धिखिदिह्वङिङ्भ्यः ॥ ८ । ३ । ६४ ॥

સૂત્રાર્થ :-(स्वरविषये) विदि इन्धि खिदि ह्रुङ् इङ् इत्येतेभ्यो धातुभ्यः परतः लकारस्थानीयं सार्वधातुकमनुदात्तं न भवति।

અર્થ :- विदि વિચારણે એ विद् ધાતુ, ञिइन्धि दीप्तौ એ इन्ध् ધાતુ खिद दैन्यै એ खिद् ધાતુ, ह्रुङ् अपनयने એ ह्रु ધાતુ, અને इङ् अध्ययने એ इ ધાતુ, આ બધા ધાતુઓ પછી લાગનાર ल કારને સ્થાને આવતો સાર્વધાતુક પ્રત્યય અનુદાત્ત બનતો નથી.

ઉદા. :- विन्दीत। इन्धीत। खिन्दीत। ह्रुते। अधीयीत। અહીં આ ધાતુઓને લકાર સ્થાને આવેલો સાર્વધાતુક પ્રત્યય અનુદાત્ત નથી, બલ્કે ઉદાત્ત છે. તેથી આ શબ્દો અન્તોદાત્ત બન્યા છે.

(૩૯૫) न शतृशानन्शानचः ॥ ८ । ३ । ६५ ॥

સૂત્રાર્થ :- (स्वर विषये) शतृ, शानन्, शानच् इत्येते लसार्वधातुकप्रत्ययेभ्योऽनुदात्तनिषेधो न भवति।

અર્થ :- शतृ, शानन् અને शानच् એ લટ્ લકારમાં સ્થાનીય પ્રત્યયોને અનુદાત્ત નિષેધ લાગુ પડતો નથી, તેથી તેઓ અનુદાત્ત બને છે.

ઉદા. :- ऋतं देवाय कृण्वते सवित्र इन्द्राय (ऋ. सं. २. ३०. १)। मायाः कृण्वानास्तन्वम् (ऋ. सं. ३. ५३. ८)। पवमानमवस्यवो विप्रम् (ऋ. सं. १. १३. २)। અહીં कृ ધાતુને शतृ પ્રત્યય લાગીને कृण्वत्, એ જ ધાતુને શાનચ્ પ્રત્યય લાગીને कृण्वान, અને पू ધાતુને शानन् પ્રત્યય લાગીને पवमान શબ્દ બન્યા છે. આ શબ્દોમાં લાગેલ शतृ, शानच् અને शानन् પ્રત્યયોને

અનુદાત્ત નિષેધ લાગુ પડતો ન હોવાથી તે પ્રત્યયો અનુદાત્ત બન્યા છે, અને તે પછી આવતા વિભક્તિ પ્રત્યયો ઉદાત્ત હોવાથી એ શબ્દો कृण्वते, कृण्वानः એમ અન્તોદાત્ત બન્યા છે. पवमानम् માં पू ધાતુ ઉદાત્ત હોવાથી અને તેને લાગેલ शानन् (=आन=मान) પ્રત્યય અનુદાત્ત હોવાથી ઉદાત્ત प પછી આવેલ व સ્વરિત બન્યો છે અને બાકીના અનુદાત્ત પ્રચય રહ્યા છે, અર્થાત્ તેમને અનુદાત્તની નિશાનીથી દર્શાવ્યા નથી. પરિણામે તે શબ્દ આદ્યુદાત્ત બન્યો છે. સામાન્ય રીતે नित् સ્વર આદ્યુદાત્ત હોય, પણ शानन् પ્રત્યય તેમાં અપવાદરૂપ છે.

(૩૯૬) सिच आदिरुदात्तो वा ॥ ८ । ३ । ६६ ॥

सूत्रार्थ :- (स्वरविषये) सिजन्तस्य आदिर्विकल्पेनोदात्तो भवति । पक्षे न च भवति ।

અર્થ :- सिच् પ્રત્યયાન્ત શબ્દનો આદિ સ્વરવર્ણ ઉદાત્ત થાય છે. પક્ષે ઉદાત્ત નથી પણ થતો.

ઉદા. :- मा हि कार्ष्टाम् । मा हि कार्ष्टाम् । અહીં कृ ધાતુને लुङ् લકારમાં तस् પ્રત્યય લાગીને તેનો ताम् આદેશ થયો છે. लुङ् લકારમાં च्लि લાગતાં તેનો सिच् આદેશ થયો છે. माङ् નો પ્રયોગ હોવાથી अट् આગમનો લોપ થયો છે. सिच् ને લીધે પદસ્મૈપદમાં ધાતુને વૃદ્ધિ થઈ છે. આમ कार्ष्टाम् રૂપ બન્યું છે. પ્રથમ પ્રયોગમાં આ રૂપ આદ્યુદાત્ત છે. દ્વિતીય પ્રયોગમાં અન્તોદાત્ત છે.

(૩૯૮) पिदनिटः ॥ ८ । ३ । ६७ ॥

सूत्रार्थ :- (स्वरविषये) अनिटः सिचः परः पित् पक्षे उदात्तो भवति, पक्षे त्वनुदात्तः ।

અર્થ :- अनिट् सिच् પછી આવતો पित् પ્રત્યય વિકલ્પે ઉદાત્ત બને છે, અને વિકલ્પે અનુદાત્ત બને છે.

ઉદા. :- मा हि कार्षम् । मा हि कार्षम् । અહીં कृ ધાતુને लुङ् લકારમાં माङ् યોગે અડાગમ લોપ થઈને कार्षम् રૂપ થયું, તેમાં ઉત્તમ પુરુષ એ.વ.માં मिप् નો अम् આદેશ થયો છે. આ मिप् પ્રત્યય पित् છે, અને अनिट् છે. તેથી कृ+सिच्+ मिप्=कृ+स्+अम् થઈ વૃદ્ધિ, ષત્વ વગેરે થઈને कार्षम् રૂપ બન્યુ છે એ પક્ષે कार्षम् એ રૂપ પ્રત્યયસ્વર ઉદાત્ત ન હોય ત્યારે આદ્યુદાત્ત છે, તો પક્ષે कार्षम् એ પ્રત્યય સ્વર ઉદાત્ત હોવાથી રૂપ અન્તોદાત્ત બને છે.

(૩૯૮) स्वपश्वसहिंसामच्यनिटि ॥ ८ । ३ । ६८ ॥

सूत्रार्थ :- (स्वरविषये) स्वप, श्वस, हिंस इत्येतेषामादिर्वा उदात्तो भवति, अजादौ अनिटि लसार्वधातुके परतः ।

અર્થ :- स्वप्, श्वस् અને हिंस् એ ધાતુઓને અજાદિ (=જેના આરંભમાં अच् એટલે કે સ્વરવર્ણ હોય તેવા) લકાર સ્થાનીય अनिट् प्रत्यय લાગે ત્યારે તે શબ્દોનો આદિ સ્વર વિકલ્પે ઉદાત્ત બને છે; પક્ષે અનુદાત્ત બને છે.

ઉદા. :- स्वपन्ति । स्वपन्ति । श्वसन्ति । श्वसन्ति । हिंसन्ति । हिंसन्ति । અહીં स्वप्, श्वस् અને हिंस् ધાતુઓને झि (=अन्ति) એ અજાદિ लट् લકાર સ્થાનીય સાર્વધાતુક પ્રત્યય લાગીને स्वपन्ति, श्वसन्ति અને हिंसन्ति રૂપ બન્યાં છે. આ રૂપો વિકલ્પે આદ્યુદાત્ત છે, અને પ્રત્યય સ્વર અનુદાત્ત હોવાથી પક્ષે મધ્યોદાત્ત છે.

(૩૯૯) अभ्यस्तदीधीवेवीङामादिः ॥ ८ । ३ । ६९ ॥

सूत्रार्थ :- (स्वरविषये) अभ्यस्तसंज्ञकानां (=जक्ष, जागृ दरिद्रा, चकासृ, शासु) दीधीङ् वेवीङ् इत्येतेषां च धातूनामादिरुदात्तो भवति, अनिटि अजादौ लसार्वधातुके परतः ।

અર્થ :- जक्ष्, जागृ, दरिद्रा, चकास्, शास् એ अभ्यस्तसंज्ञक અને दीधी, वेवी ધાતુ પછી લકાર સ્થાનીય અનિટ્ અજાદિ સાર્વધાતુક પ્રત્યય લાગે ત્યારે ધાતુરૂપનો આદિ સ્વર પણ ઉદાત્ત બને છે. વળી જુહોત્યાદિ ગણના ધાતુને દ્વિત્વ લાગે ત્યારે બેવડાયેલા બંને અક્ષરો અભ્યસ્ત સંજ્ઞક બને છે. એ અભ્યસ્ત પણ અહીં અભિપ્રેત છે.

ઉદા. :- जाग्रते स्वाहा (तै. सं. ७. १. १९. २) मनसा दीध्यानः (तै. सं. ४. ६. ७. ५)। हस्ते दधानः (तै. सं. २. २. १२. १)। बिभ्रती जराम् (तै. सं. ४. ३. ११. ५)। भुवनानि जुह्वत् (तै. सं. ४. ६. २. १)। यदाहवनीये जुह्वति। आजुह्वानः (तै. ब्रा. ३. ६. ३. २)। અહીં जागृ અને दीधी એ અભ્યસ્ત સંજ્ઞક ધાતુઓને અનુક્રમે लट् લકારમાં સ્થાનીય अनिट् અજાદિ अते અને आन પ્રત્યય લાગ્યા હોવાથી ધાતુરૂપ આદ્યુદાત્ત બન્યાં છે.

धा, भृ, ह्वे એ જુહોત્યાદિ તૃતીયગણીય ધાતુઓને દ્વિત્વ થતાં दधा, बिभ्र, जुह्व એ અંગો અભ્યસ્ત સંજ્ઞક બનતાં તેને અનુક્રમે लट् લકારમાં સ્થાનીય अनिट् અજાદિ अत् (=સ્રીલીંગમાં अती), अति आन એ પ્રત્યયો લાગતાં ક્રિયાપદરૂપ આદ્યુદાત્ત છે. आजुह्वानः માં ઉપસર્ગ અનુદાત્ત છે, ધાતુ આદ્યુદાત્ત છે.

न वेंवीयते मुतिः (ऋ. सं. १०. ३३. २)। માં વેવીયતે રૂપમાં લસાર્વધાતુક અજાદિ ન હોવાથી ધાતુરૂપ અદ્યુદાત્ત ન બનતાં સર્વાનુદાત્ત બન્યું છે.

(૪૦૦) अनुदात्ते च ॥ ८ । ३ । ७० ॥

सूत्रार्थ :- (स्वरविषये) अनुदात्ते (=अविद्यमानोदात्ते) च लसार्वधातुके परतः अभ्यस्तानामादिरुदात्तो भवति।

અર્થ :- જેમાં ઉદાત્ત સ્વર ન હોય તેવો લકાર સ્થાનીય સાર્વધાતુક પ્રત્યય લાગતાં અભ્યસ્ત સંજ્ઞકનો આદિસ્વરવર્ણ ઉદાત્ત બને છે.

ઉદા. :- ददांतु वीरम् (तै. सं. ३. ३. ११. ५)। याभिर्ददांसि (तै. सं. ३. ३. ११. ५)। અહીં दा ધાતુના અભ્યસ્ત રૂપ ददा પછી લકાર સ્થાનીય સાર્વધાતુક तिप् અને सिप् પ્રત્યયો આવતાં એ પ્રત્યયો पित् હોવાથી અનુદાત્ત છે. આ કારણે ददांतु અને ददांसि એમ ધાતુરૂપો આદ્યુદાત્ત બન્યાં છે.

यद्यजुंषा मिमींते (तै. सं. ६. १. ९. ६)। અહીં माङ् ધાતુના અભ્યસ્ત રૂપ मिमी પછી લકાર સ્થાનીય સાર્વધાતુક तङ् આવતાં તે ङित् હોવાથી અનુદાત્ત હોઈ, ધાતુ રૂપ मिमींते એમ આદ્યુદાત્ત બન્યું છે.

(૪૦૧) भीह्रीभृहमदजनधनदरिद्राजागरां पिति प्रत्ययात् पूर्वम् ॥ ८ । ३ । ७१ ॥

सूत्रार्थ :- (स्वरविषये) भी, ह्री, भृ, हृ, मद, जन, धन, दरिद्रा, जागृ इत्येतेषामभ्यस्तानां पिति लसार्वधातुके परे प्रत्ययात् पूर्वम् उदात्तं भवति।

અર્થ :- भी, ह्री, भृ, हृ, मद्, जन्, धन्, दरिद्रा અને जागृ આ ધાતુઓને લકાર સ્થાનીય पित् સાર્વધાતુક પ્રત્યય લાગે ત્યારે પ્રત્યયની પૂર્વેનો સ્વરવર્ણ ઉદાત્ત બને છે.

ઉદા. :- बिभेतिं। जिह्रेतिं। य आंण्डकोशे भुवंनं बिभर्तिं (तै. आ. ३. ११. ४)। योऽग्निहोत्रं जुहोतिं (तै. ब्रा. २. ६. ८. ३)। मुमत्तुं न परिंज्मा (तै. सं. २. १. ११. १)। जुजनंदिन्द्रंम् (तै. सं. ३. २. १)। दुधनद्धनिंष्ठाः (तै. ब्रा. २. ८. ३. ५)। दुरिद्रातिं। जागर्तिं। અહીં बिभेतिं, जिह्रेतिं, बिभर्तिं, जुहोतिं, मुमत्तुं, जुजनंत, दुधनंत, दुरिद्रातिं અને जागर्तिं એ રૂપોમાં ઉપરોક્ત ધાતુઓના અભ્યસ્ત અંગ પછી લકાર સ્થાનીય पित् સાર્વધાતુક પ્રત્યય લાગ્યો હોવાથી તે પ્રત્યય પૂર્વેનો સ્વર ઉદાત્ત બનતાં શબ્દ રૂપ મધ્યોદાત્ત બન્યું છે.

(૪૦૨) लिति ॥ ८ । ३ । ७२ ॥

सूत्रार्थ :- (स्वरविषये) लिति (= लकार इत् यस्य तस्मिन् परतः) प्रत्ययात् पूर्वमुदात्तं भवति ।

अर्थ :- જેમાં ल કાર इत् સંજ્ઞક હોય તેવો પ્રત્યય લાગેલા શબ્દમાં પ્રત્યયની પૂર્વેનો સ્વરવર્ણ ઉદાત્ત બને છે.

ઉદા. :- तत्रं वृत्रहा (तै. सं. ४. ६. ४. ५)। અહીં तद् સર્વનામને સપ્તમીના અર્થમાં त्रल् એ लित् પ્રત્યય લાગ્યો હોવાથી तत्रं માં त માંનો अ કાર ઉદાત્ત છે.

यतो वा इमानिं (तै. आ. ९. १. १)। અહીં यद् સર્વનામને तसिल् એ लित् પ્રત્યય લાગ્યો હોવાથી यतः માં य માંનો अ કાર ઉદાત્ત છે.

वृत्रतूर्यें ततारं (तै. ब्रा. ३. १. २. १)। અહીં तॄ ધાતુને लिट् લકારમાં तिप् ના સ્થાને णल् એ लित् આદેશ થતાં ततारं માં ता માંનો आ કાર ઉદાત્ત બન્યો છે.

(૪૦૩) किंसर्वनामबहूनामद्व्यादीनां तसि ॥ ८ । ३ । ७३ ॥

सूत्रार्थ :- (स्वरविषये) किमः, सर्वनाम्नो बहुशब्दाच्च, द्व्यादीन् वर्जयित्वा, तासि प्रत्यये परतो पूर्वमुदात्तं भवति ।

अर्थ :- किम् સર્વનામ અને बहु શબ્દ द्व्यादि (= सर्वादि ગણમાં પઠિત द्वि, अस्मत्, युष्मत् વગેરે) સિવાયના શબ્દો પછી तस् પ્રત્યય લાગતાં તેની પૂર્વેનો સ્વરવર્ણ ઉદાત્ત બને છે. (तस् = तसिल् प्रत्यय) .

ઉદા. :- क्षत्रं न कुतंश्चनाधृषे (ऋ . सं. १. १३६. १)। અહીં किम् સર્વનામને तसिल् એ लित् પ્રત્યય લાગતાં किम् ને સ્થાને कु આદેશ થઈને कुतः રૂપ સિદ્ધ થયું છે. જેમાં પ્રત્યયની પૂર્વેનો उ કાર ઉદાત્ત બનવાથી શબ્દ આદ્યુદાત્ત છે.

बहुतंः માં बहु શબ્દને तसिल् પ્રત્યય લાગતાં તેની પૂર્વેના हु માં उ કાર ઉદાત્ત બનવથી શબ્દ મધ્યોદાત્ત બન્યો છે.

यद् અને तद् વગેરે સર્વનામોને तसिल् પ્રત્યય લાગતાં यतंः, ततंः વગેરે શબ્દો બને છે. જેમાં પૂર્વ અક્ષર ઉદાત્ત હોવાથી તે શબ્દો આદ્યુદાત્ત બને છે.

ततों द्वितः (मै. सं. ४. १. ९)। અહીં द्वि શબ્દને तसिल् પ્રત્યય લાગતાં તેની પૂર્વનો સ્વરવર્ણ ઉદાત્ત બન્યો નથી બલ્કે तसिल् પ્રત્યય પોતે જ ઉદાત્ત બન્યો છે, તેથી સૂત્રમાં अद्व्यानाम् એમ નિષેધ છે.

(૪૦૪) रथोर्वा ॥ ८ । ३ । ७४ ॥

सूत्रार्थ :- (स्वरविषये) रेफादौ थकारादौ च प्रत्यये परतः पूर्वमुदात्तं भवति।

अर्थ :- किम् અને સર્વનામ સંજ્ઞક શબ્દ પછી રેફાદિ કે થકારાદિ પ્રત્યય લાગે ત્યારે પ્રત્યયની પૂર્વેનો સ્વરવર્ણ ઉદાત્ત બને છે.

ઉદા. :- यद्ध कर्हिचित् (ऋ .सं. ५. ७४. १०)। एतर्ह्या शंसन्ते (तै. सं. २. ५. ८. ६)। અહીં किम् અને एतत् સર્વનામને રેફાદિ र्हिल् એ लित् પ્રત્યય લાગવાથી कर्हि અને एतर्हि એ શબ્દોમાં પ્રત્યયની પૂર્વેના क અને त માં अ કાર ઉદાત્ત છે.

આ વિધિ વૈકલ્પિક હોવાથી ક્વચિત પૂર્વવર્ણ ઉદાત્ત નથી પણ થતો. દા.ત. कुथ शेक कुथा यंय (ऋ . सं. ५. ६१. २)। અને यदित्थमेकमेकमित् (ऋ . सं. ८. ७०. १४)। માં किम् અને इदम् સર્વનામને थ કારદિ थमु પ્રત્યય લાગવા છતાં कुथम् કે कुथा અને इत्थम् માં પ્રત્યય પોતે જ ઉદાત્ત બન્યો છે, નહીં કે પૂર્વ સ્વરવર્ણ.

(૪૦૫) णमुल्यादिः ॥ ८ । ३ । ७५ ॥

सूत्रार्थ :- (छन्दसि स्वरविपये) णमुल् प्रत्यये परे विकल्पेनादिः उदात्तो भवति।

अर्थ :- णमुल् પ્રત્યય લાગે ત્યારે જેને તે લાગે તેની પૂર્વેનો (ધાતુનો) સ્વરવર્ણ વિકલ્પે ઉદાત્ત બને છે.

ઉદા. :- लोलूयंलोलूयम्। लोलूयंलोलूयम्। અહીં लू ધાતુને યઙન્તમાં **णमुल् પ્રત્યય** લાગીને બનેલા ઉપર દર્શાવેલા શબ્દોમાં પ્રથમ ઉદાહરણમાં लू **ધાતુ ઉદાત્ત બન્યો** છે. તેથી શબ્દરૂપ આદ્યુદાત્ત છે. જ્યારે બીજામાં लू ઉદાત્ત **ન હોવાથી શબ્દ મધ્યોદાત્ત** બન્યો છે. દ્વિર્વચન થવાથી બનેલો लोलूयम् એ **ઉત્તરાર્ધ સર્વાનુદાત્ત છે;** સંહિતા પાઠમાં એ પ્રચય હોવાથી નિશાનીઓ નથી **દર્શાવી.**

(૪૦૬) उपदेशेऽचः कर्तृयकि ॥ ८ । ३ । ७६ ॥

सूत्रार्थ :- (स्वरविषये) कर्तृवाचिनि सार्वधातुके यकि विहिते सति उपदेशेऽजन्तस्य धातोरादिर्वा उदात्तो भवति ।

अर्थ :- ઉપદેશમાં (=ધાતુપાઠમાં) જે ધાતુઓનો अजन्त (=સ્વરાન્ત) તરીકે નિર્દેશ થયો છે, તેને કર્તૃવાચક સાર્વધાતુક यक् પ્રત્યય લાગતાં, ધાતુનો આદિસ્વર વિકલ્પે ઉદાત્ત બને છે.

ઉદા. :- हीयंत एव (तै. सं. ६. २. ४. २)। यदैषां प्रमीयेंत यदा वा जीयेंरन् (तै. सं. ७. २. १. ४)। यदिं मध्यन्दिंने दीयेंत (तै. सं. ७. ५. ५. २)। અહીં हा, प्र+मा, जि એ अजन्त ધાતુઓ છે. તેમને કર્તૃવાચક સાર્વધાતુક यक् પ્રત્યય લાગતાં ધાતુનો આદિ સ્વર ઉદાત્ત બનતાં हीयंते प्रमीयेंत, जीयेंरन् दीयेंत એમ આદ્યુદાત્ત રૂપો બન્યાં છે. જ્યારે ઉદાત્ત ન બને ત્યારે પક્ષે हीयतें, मीयतें, जीयेरंन, दीयेंतं એમ ધાતુનો આદિ સ્વર ઉદાત્ત ન બનવાથી પ્રત્યય સ્વરને લીધે રૂપો મધ્યોદાત્ત બનશે.

(૪૦૭) जनसनखनतनां च ॥ ८ । ३ । ७७ ॥

सूत्रार्थ :- (स्वरविषये) जन, सन, खन, तन, इत्येतेषां धातुनामादिर्वा उदात्तो भवति कर्तृवाचिनि सार्वधातुके यकि विहिते सति ।

अर्थ :- जन, सन, खन, तन, એ ધાતુઓને કર્તૃવાચક यक् પ્રત્યય લાગે ત્યારે તે ધાતુઓનો પણ આદિ સ્વર ઉદાત્ત બને છે.

ઉદા. :- जायंते स्वयमेव। सायंते स्वयमेव। खायंत स्वयमेव। तायंते स्वयमेव। અહીં ઉપર નિર્દેશેલા ધાતુઓને કર્તૃવાચક સાર્વધાતુક પ્રત્યય यक् લાગતાં जायंते, सायंते, खायंते અને तायंते એ રૂપોમાં ધાતુનો આદિસ્વર ઉદાત્ત બનતાં ક્રિયારૂપો આદ્યુદાત્ત બન્યાં છે. એમ ન થાય ત્યારે जायतें, सायतें, खायतें અને तायतें એમ મધ્યોદાત્ત રૂપો બનશે.

(૪૦૮) थलि सेटीडन्तश्च वा ॥ ८ । ३ । ७८ ॥

सूत्रार्थ :- (स्वरविपये) सेटि (=इड्वति) थलन्ते पदे इट्, अन्तः, आदिश्च इति त्रयो विकल्पेनोदात्ता भवन्ति ।

अर्थ :- इट् આગમવાળા थल् પ્રત્યયાન્ત પદમાં इट् આગમ, અંત્ય અને આદિસ્વર એ ત્રણેય વિકલ્પે ઉદાત્ત બને છે. જે ઉદાત્ત બને તે સિવાયના બાકીના બે અનુદાત્ત બને છે.

ઉદા. :- अग्ने पुरो रुरोजिंथ (तै. सं. २. ६. ११. ४)। અહીં रुच् એ સેટ્ (= ઈડાગમવાળા) ધાતુને लिट् લકારમાં थल् પ્રત્યય લાગીને रुरोजिंथ રૂપ બન્યું છે. એમાં ધાતુનો આદિ સ્વર ઉદાત્ત બનતાં દ્વિર્વચન વાળા रु, ઈડાગમ इ અને પ્રત્યય थ એ બધા અનુદાત્ત છે. વિકલ્પે ઈડાગમ ઉદાત્ત બને ત્યારે रुरोजिथं એમ અને थल् પ્રત્યય ઉદાત્ત બને ત્યારે रुरोजिथ એમ સ્વરવ્યવસ્થા બનશે.

(४०९) ञ्नित्यादिर्नित्यमलुमति ॥ ८ । ३ । ७९ ॥

सूत्रार्थ :- (स्वरविषये) ञिदन्ते निदन्ते च नित्यमादिरुदात्तो भवति । ञितं, नितं च लुप्तं वर्जयित्वा ।

અર્થ :- જેમાં ञ કાર અને न કાર इत् સંજ્ઞક હોય તેવો પ્રત્યય લાગીને બનતા શબ્દમાં કાયમ આદિસ્વર ઉદાત્ત હોય છે. પરંતુ જેમાં આ પ્રત્યયા લોપ થયા હોય ત્યાં આ નિયમ લાગુ પડતો નથી.

ઉદા. :- औदुंम्बरो यूपः (तै. सं. २. ५. ४. ३)। અહીં उदुम्बर શબ્દને તેના વિકારના અર્થમાં अञ् એ ञित् પ્રત્યય લાગીને આદિવૃદ્ધિ થઈ औदुंम्बरः શબ્દ બન્યો છે, જે આદ્યુદાત્ત છે.

औद्दांलकिरकामयत (तै. सं. ७. २. २. १)। અહીં उद्दालक શબ્દને અપત્યાર્થક अञ् એ ञित् પ્રત્યય લાગીને આદિવૃદ્ધિ થઈ औद्दांलकिः શબ્દ બન્યો છે, જે આદ્યુદાત્ત છે.

द्विभाग इन्द्रस्तृतीये विष्णुः (तै. सं. ७. १. ५. ५)। અહીં त्रि શબ્દને પૂરક ભાગના અર્થમાં तीय પ્રત્યય લાગતાં તેને સ્વાર્થક अन् એ नित् પ્રત્યય લાગીને સંપ્રસારણાદિ થઈને तृतीयः એમ આદ્યુદાત્ત શબ્દ બન્યો છે.

होतांध्वर्युः (तै. सं. ४. ६. ८. २)। અહીં हु ધાતુને तृन् એ नित् પ્રત્યય લાગીને होतृ શબ્દ બની અને પ્રથમા એ.વ.નો પ્રત્યય લાગીને होता એમ આદ્યુદાત્ત શબ્દરૂપ સિદ્ધ થયું છે. એ જ રીતે वासुदेव અને अर्जुन એ શબ્દોને ભક્તિ સમાનાધિકરણવાચી અર્થમાં वुन् એ नित् પ્રત્યય લાગીને वासुंदेवकः અને अर्जुंनकः એમ આદ્યુદાત્ત શબ્દો બને છે.

પરંતુ गर्गाः बिदाः માં यञ् પ્રત્યય નો લોપ થયો છે, અને चञ्चा માં कन् પ્રત્યયનો લોપ થયો હોવાથી આદ્યુદાત્ત ન થતાં પ્રત્યય સ્વરને આધારે શબ્દ અન્તોદાત્ત બન્યા છે.

(૪૧૦) आमन्त्रितस्य ॥ ८ । ३ । ८० ॥

सूत्रार्थ :- (स्वरविषये) आमन्त्रितसंज्ञकस्य (=सम्बोधनप्रथमान्तस्य) आदिरुदात्तो भवति।

અર્થ :- આમંત્રિત સંજ્ઞક (= સંબોધનાર્થક પ્રથમા વિભક્તિના પ્રત્યય વાળા) શબ્દોનો આદિસ્વર ઉદાત્ત હોય છે.

ઉદા. :- अग्ने त्वं नो अन्तमः (तै. सं. १. ५. ५. २-३)। वायो वीहि स्तोकानाम् (तै. सं. १. ३. ९. २)। मित्रावरुणा शरदा (तै. सं. ४. ४. १२. ३)। इन्द्राग्नी रोचना दिवः (तै. सं. ४. २. ११. १)। અહીં અગ્નિ અને વાયુ એ શબ્દો મૂળે અન્તોદાત્ત છે. પરંતુ સંબોધન પ્રથમા એકવચનમાં તે આમંત્રિત સંજ્ઞક બનતાં अग्ने वायो એમ આદ્યુદાત્ત બની જાય છે. मित्रावरुणा એ દેવતાદ્વંદ્વ સમાસમાં મૂળે ઉભયપદ પ્રકૃતિ સ્વર હોય છે, પણ અહીં પ્રથમા દ્વિ.વ. માં તે આમાંત્રિત સંજ્ઞક બનતાં આદ્યુદાત્ત બની જાય છે, इन्द्राग्नी માં સામાન્યતઃ સમાસ હોવાથી અન્તોદાત્ત હોય છે, પણ અહીં સંબોધન પ્રથમા બ.વ.માં આમંત્રિત સંજ્ઞક હોવાથી આદ્યુદાત્ત છે. देवदत्ताः માં પણ એ જ રીતે સંબોધન પ્રથમા બ.વ. આમંત્રિત સંજ્ઞક હોવાથી શબ્દ રૂપ આદ્યુદાત્ત છે.

(૪૧૧) पथिमथोः सुटि ॥ ८ । ३ । ८१ ॥

सूत्रार्थ :- (स्वरविषये) पथिन् मथिन् इत्येतयोः शब्दयोः सुटि (= सर्वनामस्थाने) प्रत्यये परतः आदिः उदात्तो भवति।

અર્થ :- पथिन् અને मथिन् એ શબ્દોને सुट् (=સર્વનામસ્થાન સંજ્ઞક) પ્રત્યય લાગે તો શબ્દનો આદિસ્વરવર્ણ ઉદાત્ત બને છે.

ઉદા. :- ये ते पन्थानः (तै. सं. ७. ५. २४. १)। पन्थामनूवृग्भ्याम् (तै. सं. ५. ७. २३. १)। मन्थाः मन्थानौ। पथिन् અને मथिन् એ શબ્દો इनि પ્રત્યાયાન્ત છે તેથી અન્તોદાત્ત છે. પરંતુ તેમને સર્વનામસ્થાન વાચક (सुट् પ્રત્યાહારાન્તર્ગત) પ્રથમા એ.વ. દ્વિ.વ., બ.વ. અને દ્વિતીયા એ.વ. અને દ્વિ.વ.ના પ્રત્યયો લાગે ત્યારે શબ્દ આદ્યુદાત્ત બની જાય છે.

(૪૧૨) सर्वस्यानकच्कस्य सुपि ॥ ८ । ३ । ८२ ॥

सूत्रार्थ :- (स्वरविषये) सर्वशब्दस्य सुपि परत आदिरुदात्तो भवति, अनकच्कस्य तस्य ।

અર્થ :- सर्व શબ્દને सुप् પ્રત્યય લાગે ત્યારે, જો તે अकच् પ્રત્યય લાગેલો ન હોય તો, તેનો આદિ સ્વરવર્ણ ઉદાત્ત બને છે.

ઉદા. :- सर्व॒स्याप्त्यै (तै. सं. ५. ४. १३. ३)। सर्वस्मै (तै. सं. २. ५. १. १)। सर्वस्तोमः (तै. सं. ५. ४. १२. ३)। सर्वे नन्दन्ति यशसागतेन (ऋ सं. १०. ७१. १०)। सर्व શબ્દ सर्वादि ગણમાં અન્તોદાત્ત તરીકે નિર્દેશાયો છે. તેથી અહીં તેને માટે આદ્યુદાત્તનું વિધાન છે. सर्व શબ્દને अकच् પ્રત્યય લાગે તો આ વિધાન લાગુ પડતું નથી. તેથી सर्वस्य, सर्वस्मै, सर्वस्तौमः, सर्वे આ બધા શબ્દો આદ્યુદાત્ત છે. પરંતુ सर्व॒कः માં सर्व શબ્દને अकच् પ્રત્યય લાગેલ હોવાથી તે પ્રત્યયસ્વરને અનુસરીને અન્તોદાત્ત બને છે.

(४१३) अन्तश्च तवै युगपत् ॥ ८ । ३ । ८३ ॥

सूत्रार्थ :- (स्वरविषये) तवैप्रत्ययान्तस्य शब्दस्य अन्तश्च आदिश्च युगपद् उदात्तो भवति।

अर्थ :- જેને तवै પ્રત્યય લાગ્યો હોય તેવા શબ્દનો અંત્ય અને આદિ સ્વરવર્ણ એકી સાથે ઉદાત્ત બને છે. એવા શબ્દોમાં બે છેડે ઉદાત્ત સ્વર હોય છે.

ઉદા. :- कु॒र्तं वा॒ याव॒न्नानसे यात॒वै (तै. सं. २. ६. २. १) ति॒ग्मायुधा॒ रक्षसे हन्त॒वा उं (ऋ सं. ५. २. १०)। અહીં तवै પ્રત્યયાન્ત यात॒वै અને हन्त॒वै માં આદિ અને અન્ત બન્ને એકીસાથે ઉદાત્ત છે.

(४१४) क्षयो निवासे ॥ ८ । ३ । ८४ ॥

सूत्रार्थ :- (स्वरविषये) क्षयशब्द आद्युदात्तो भवति निवासेऽभिधेये।

अर्थ :- નિવાસના અર્થમાં પ્રયોજાય ત્યારે क्षय શબ્દ આદ્યુદાત્ત હોય છે.

ઉદા. :- पितुमाँ इव क्षयः (ऋ. सं. १. १४४. ७)। स्वे क्षये शुचिव्रत (तै. ब्रा. २. ४. १. ७)। यस्य॒ क्षयाय॒ जिन्वथ (तै. सं. ४. १. ५. १)। क्षये पा॒थ (तै. सं. ४. २. ११. २)। અહીં નિવાસવાચક હોવાથી क्षयः, क्षये, क्षयाय આ શબ્દો આદ્યુદાત્ત છે. નિવાસને બદલે નાશના અર્થમાં क्षयः શબ્દ અન્તોદાત્ત હોય છે.

(४१५) जयः करणे ॥ ८ । ३ । ८५ ॥

सूत्रार्थ :- (स्वरविषये) करणवाची जयशब्द आद्युदात्तो भवति।

अर्थ:- जय શબ્દ કરણવાચક હોય ત્યારે આદ્યુદાત્ત હોય છે.

ઉદા. :- तज्जयानां जय॒त्वम् (तै. सं. ३. ४. ४. १)। जया॒न् प्रायच्छत् (तै. सं. ३. ४. ६. १)। અહીં जि ધાતુને जयति अनेन એમ કરણ કારકના

અર્થમાં ઘ પ્રત્યય લાગીને जयः (= અશ્વ, વગેરે) શબ્દ બન્યો છે, તેથી તે આદ્યુદાત્ત છે. પરંતુ जयः (=જીત) ના અર્થમાં તે પ્રત્યય સ્વરને લીધે અન્તોદાત્ત બને છે.

(૪૧૬) वृषजनज्वरग्रहहयगयनयतयांशदववेदसूदानाम् ॥८।३।८६॥

सूत्रार्थ :- (स्वरविषये) वृष, जन, ज्वर, ग्रह, हय, गय, नय, तय, अंश, दव, वेद, सूद इत्येतेषामादिरुदात्तो भवति।

અર્થ :- वृष વગેરે બાર શબ્દોનો આદિસ્વરવર્ણ ઉદાત્ત હોય છે.

ઉદા. :- वृषो॑ अ॒ग्निः समि॑ध्यते (तै. ब्रा. ३. ५. २. २)। जना॒ यदु॒ग्निम् (तै. सं. ४. २. २. ३)। ज्व॑रः (पै. सं. ३. १७. १)। ग्रहान्त्सोम॑स्य मिमते॒ द्वाद॑श (ऋ. सं. १०. ११४ ५) हयो॑ऽसि॒ मम॒ भोगा॑य (तै. सं. १. २. ३. २)। स्वे गये॑ जागृहि (तै. सं. ४. १. ७. २)। अग्ने॒ नयं॑ सुपथा॑ (ऋ. सं. १. १८९. १)। तयः॑। त्वमं॑शो॑ वि॒दथे॑ (ऋ. सं. २. १. ४)। दवं॑म् (पै. सं. १७. २८. ५)। वेदा॒ वा ए॒ते। अ॒नन्ता वै वेदाः (तै. ब्रा. ३. १०. ११. ४)। सूदं॑ गृहेभ्यः (तै. ब्रा. १. २. १. ३)। અહીં वृषः॑, जनाः॑,ज्वरः॑ ,ग्रहा॑न, हयः॑, गयेः॑, नयं॑, तयः॑, अंशः॑, दवं॑म्, वेदाः॑, सूदं॑म् આ બધા શબ્દોમાં આદિસ્વરવર્ણ ઉદાત્ત છે.

(૪૧૭) गुहाराधाराकाराधातिमन्त्रकामयामकल्पपादवह-महाराजिकदाण्डजिनिकाण्डीरपात्रियादीनाम् ॥८।३।८७॥

सूत्रार्थ :- (छन्दसि स्वरविषये) गुहा, आरा, धारा, कारा, धाति, मन्त्र, काम, याम, कल्प, पाद, वह, महाराजिक, दाण्डजिनि, काण्डीर, पात्रिय इत्येतेषामादिरुदात्तो भवति।

અર્થ :- ઉપર દર્શાવેલા गुहा વગેરે પંદર શબ્દોમાં આદિ સ્વરવર્ણ ઉદાત્ત હોય છે.

ઉદા. :- गुहा त्रीणं (तै. ब्रा. २. ८. ८. ६)। आरां॒ बिभ॑र्ष्यांघृणे (ऋ. सं. ६. ५३. ८)। वसो॒र्धारां॑ जुहोति (तै. सं. ५. ४. ८. १)। कारां॑धुनिव चितयत् स॒हस्रैः॑ (ऋ. सं. १. १८०. ८)। वि हि धाति॒ रत्न॒म् (ऋ. सं. २. ३८. १)। वरिं॑वो धाति देवाः (ऋ. सं. ४. ५५. १)। मन्त्रो॑ विश्वचर्षणे (तै. सं. ३. ४. ११. ४-५)। कामो॑ दा॒ता (तै. आ. ३. १०. २)। यामो॑ हि सः (तै. सं. ६. ३. १. ६)। अवा॒ कल्पे॑षु॒ नः पुमः॒ (तै. सं. ९. ९. ७)। पादो॑ऽस्य विश्वा॑ भू॒तानि॑ (ऋ

. सं. १०. ९०. ३)। वहं वायो नियुतों (ऋ. सं. १. १३५. २)। महाराजिकः। दाण्डाजिनिः। काण्डीरः। एष वै पात्रियः प्रजापतिः (तै. सं. ३. २. ३. ३)। અહીં गुहा વગેરે શબ્દો આદ્યુદાત્ત છે.

(૪૧૮) संज्ञायामुपमानम् ॥ ८ । ३ । ८८ ॥

सूत्रार्थ :- (स्वरविषये) संज्ञायामुपमानवाची शब्द आद्युदात्तो भवति।

અર્થ :- સંજ્ઞા તરીકે પ્રયોજાતા શબ્દોમાં ઉપમાનવાચક શબ્દ આદ્યુદાત્ત હોય છે.

ઉદા. :- चञ्चा। અહીં चञ्चा इव चञ्चा એ અર્થમાં कन् પ્રત્યય લાગીને તેનો લોપ થઈ चञ्चा (=ચાંચ જેવો માણસ) શબ્દ બને છે, જે આદ્યુદાત્ત હોય છે.

रौद्रेणानीकेन (तै. सं. १. ३. ३. १)। અહીં रौद्रगुण इव क्रुरो रौद्रः એ અર્થમાં रौद्रः (=રૌદ્રના ગુણવાળો=ક્રૂર માણસ) એ શબ્દ આદ્યુદાત્ત બને છે.

अयंस्स्थूणावुदितौ (तै. सं. ९. ८. १२. ३)। અહીં अयस्स्थूण सदृशौ बाह એ અર્થમાં अयंस्थूणौ (=લોહસ્તંભ જેવી ભુજાઓ) એ શબ્દ આદ્યુદાત્ત બન્યો છે.

(૪૧૯) शमरणौ भावकर्मणोः ॥ ८ । ३ । ८९ ॥

सूत्रार्थ :- (स्वरविषये) शमशब्दः भावे, रणशब्दश्च कर्मणि, आद्युदात्तौ भवतः।

અર્થ :- शम શબ્દ ભાવાર્થક અને रण શબ્દ કર્માર્થક હોય ત્યારે આદ્યુદાત્ત બને છે.

ઉદા. :- आवः शमं वृषभं तुग्र्यासु (ऋ सं. १. ३३. १५)। અહીં शम् ધાતુને સંમતિના અર્થમાં अच् પ્રત્યય લાગીને બનેલો शमः (= શાન્તિ) આદ્યુદાત્ત છે.

भुवनेभ्यो रणं धाः (ऋ. सं. ८. ९६. २६) અહીં रण् ધાતુને સંમતિના અર્થમાં अच् પ્રત્યય લાગીને બનેલો रण શબ્દ (=અવાજ કરવો) આદ્યુદાત્ત છે.

(૪૨૦) क्तस्य द्व्यजनात् ॥ ८ । ३ । ९० ॥

सूत्रार्थ :- (स्वरविषये) द्वो अचौ यस्मिन् तत् द्व्यच्। तत् क्तान्तम् आद्युदात्तं भवति संज्ञायाम् आदि श्चेद् अकारो न भवति।

અર્થ :- જેમાં બે अच् હોય તેવા શબ્દને क्त પ્રત્યય લાગ્યો હોય અને શબ્દસંજ્ઞા તરીકે પ્રયોજાયો હોય તો તે આદ્યુદાત્ત બને છે, જો તેના આદિમાં આ કાર ન હોય તો.

ઉદા. :- दत्तः। गुप्तः। बुद्धः। આ શબ્દોમાં दा, गुप् અને बुध् ધાતુઓને क्त પ્રત્યય લાગીને दत्त, गुप्त, बुद्ध એ क्तान्त શબ્દો બન્યા છે. આ શબ્દો સંજ્ઞા તરીકે પ્રયોજાય ત્યારે તેના આદિમાં આ કાર ન હોવાથી આદ્યુદાત્ત બન્યા છે.

પરંતુ સંજ્ઞા તરીકે ન પ્રયોજાયા હોય ત્યારે આ જ શબ્દો પ્રત્યય સ્વર ના આધારે અન્તોદાત્ત બને છે, જેમકે, त्वयां दुत्तं काम्यं राध आ गांत् (ऋ. सं. २. ३८. ११)। दुक्षिणाग्निर्नैवान्नं गुप्तमात्मन् धंत्त (मै. सं. १. ५. १४)। અહીં दुत्तम् અને गुप्तम् એ શબ્દો અન્તોદાત્ત છે.

બે કરતાં વધુ अच् વાળા શબ્દોમાં આ નિયમ લાગુ પડતો નથી, જેમ કે, बार्हतैः सोम रक्षितः (ऋ. सं. १०. ८५. २)। અહીં रक्षितः શબ્દોમાં ત્રણ अच् હોવાથી તે અન્તોદાત્ત છે.

देवो देवेभिरागंमत् (ऋ. सं. १. १. ५)। અહીં दिव् ધાતુને अच् પ્રત્યય લાગીને બનેલો देवः શબ્દ અન્તોદાત્ત છે.

(૪૨૧)शुष्कधृष्टौ ॥ ८ । ३ । ९१ ॥

सूत्रार्थ :- (स्वरविषये) शुष्क, धृष्ट इत्येतौ आद्युदात्तौ भवतः।

અર્થ :- शुष्क અને धृष्ट એ શબ્દો આદ્યુદાત્ત હોય છે.

ઉદા. :- शुष्कंस्य चार्द्रस्यं च (तै. सं. ६. ४. १. ५)। धृष्टिंरस्य पांऽग्ने (यजु. सं. १. १७)। અહીં शुष्कंस्य અને धृष्टिः શબ્દો આદ્યુદાત્ત છે. धृष्ट શબ્દનો પ્રયોગ જોવામાં આવતો નથી.

(૪૨૨)आशितः कर्ता ॥ ८ । ३ । ९२ ॥

सूत्रार्थ :- (छन्दसि स्वरविषये) आशितशब्दः कर्तृवाची आद्युदात्तो भवति।

અર્થ :- आशित શબ્દ કર્તૃવાચક હોય ત્યારે આદ્યુદાત્ત હોય છે.

ઉદા. :- कृषन्नित्फालं आशिंतं कृणोति (ऋ. सं. १०. ११७. ७)। અહીં आशिंतम् શબ્દ આદ્યુદાત્ત છે. પરંતુ જ્યારે આ શબ્દ કર્મવાચક બને ત્યારે અન્તોદાત્ત બને છે, જેમકે तन्नेवांशित नेवानंशितम् (तै. सं. १. ६. ७. ४)। અહીં आशितम् શબ્દ અન્તોદાત્ત છે.

(४२३)रिक्ते वा ॥ ८ । ३ । ९३ ॥

सूत्रार्थ :- (स्वरविषये) रिक्ते शब्दे आदिरुदात्तो भवति, विकल्पेन।

અર્થ :- रिक्ते શબ્દમાં આદિસ્વરવર્ણ વિકલ્પે ઉદાત્ત હોય છે; પક્ષે નથી પણ હોતો, તેથી અન્તોદાત્ત હોય છે.

ઉદા. :- रिक्तः। અહીં આદ્યુદાત્ત છે, પરંતુ अतिरिक्तं पिबध्यै (ऋ. सं. ८. ५८. ३)। માં रिक्तम् શબ્દ સર્વાનુદાત્ત છે.

(४२४)जुष्टार्पितौ छन्दसि ॥ ८ । ३ । ९४ ॥

सूत्रार्थ :- (स्वरविषये) छन्दसि विषये जुष्टः अर्पितः इमे शब्दरूपे विकल्पेनाद्युदात्ते भवतः।

અર્થ :- વૈદિક પ્રયોગમાં जुष्टः અને अर्पितः એ શબ્દરૂપો વિકલ્પે આદ્યુદાત્ત હોય છે, અને પક્ષે નથી હોતાં.

ઉદા. :- जुष्टो हि दूतो असि हव्यवाहनोऽग्ने (ऋ. सं. १. ४४. २)। અહીં जुष्टः શબ્દ આદ્યુદાત્ત છે. પરંતુ मती जुष्टो धिया हितः (ऋ. सं. १. ४४. २) અહીં जुष्टः શબ્દ અન્તોદાત્ત છે; પણ આ એક જ અપવાદ છે.

धियंजिन्वो भुवने विश्वे अर्पितः (ऋ. सं. ६. ५८. २)। અહીં अर्पितः શબ્દ આદ્યુદાત્ત છે. પરંતુ त्रिशता न शङ्कवोऽर्पिताः (ऋ. सं. १. १६४. ४८)। માં अर्पिताः શબ્દ અન્તોદાત્ત છે; પણ આ એક જ અપવાદ છે.

(४२५)नित्यं मन्त्रे ॥ ८ । ३ । ९५ ॥

सूत्रार्थ :- (छन्दसि स्वरविषये) जुष्टार्पितयोः मन्त्रे नित्यमाद्युदात्तत्वं भवति।

અર્થ :- जुष्ट અને अर्पित એ શબ્દો મન્ત્રસંહિતામાં કાયમ આદ્યુદાત્ત હોય છે.

ઉદા. :- जुष्टो दमूना अतिथिः (ऋ. सं. ५. ४. ५)। जुष्टो वाचो भूयासं जुष्टो वाचस्पतये (तै. सं. ३. १. १०. १)। जुष्टो होता वरेण्यः (मै. सं. ४. १०. २)। अग्नये जुष्टं गृह्णामि (यजु. सं. १. १०)। અહીં બધે જ મંત્ર સંહિતાઓમાં जुष्टः શબ્દ આદ્યુદાત્ત હોય છે.

भुवनेष्वर्पितः (ऋ. सं. ९. ८६. १४)। अजस्य नाभा वध्येकमर्पितम् (यजु. सं. १७. ३०)। द्यावापृथिवी भुवनेष्वर्पिते (तै. सं. ४. ७. १३. २)। भुवने

विश्वे अर्पितः (मै. सं. ४. १४. १६)। અહીં બધે જ મંત્રસંહિતાઓમાં अर्पित શબ્દ આદ્યુદાત્ત છે.

માત્ર આ પૂર્વેના સૂત્રમાં દર્શાવેલા આ શબ્દોમાં એક એક જ ઉદાહરણ મંત્રસંહિતાઓમાં અપવાદરૂપ અન્તોદાત્ત છે. બ્રાહ્મણગ્રંથો અને લૌકિકપ્રયોગમાં આ શબ્દો અન્તોદાત્ત તરીકે પ્રયોજાતા હશે તેથી જ પૂર્વસૂત્રમાં વિકલ્પનો નિર્દેશ થયો જણાય છે.

(४२६) युष्मदस्मदोर्ङसि ॥ ८ । ३ । ९६ ॥

सूत्रार्थ :- (स्वरविषये) युष्मद्, अस्मद् इत्येतयोः ङसि प्रत्यये परत आदिः उदात्तो भवति ।

અર્થ :- युष्मद् અને अस्मद् એ શબ્દને ङस् (=ષષ્ઠી બ.વ.નો) પ્રત્યય લાગે ત્યારે આદિસ્વરવર્ણ ઉદાત્ત બને છે.

ઉદા. :- मम॒ नाम॒ तवं च जातवेदः (तै. सं. १. ५. १०. १)। ઉણાદિસૂત્ર અનુસાર युष्मद् અને अस्मद् શબ્દો मदिक् પ્રત્યયાન્ત છે, તેમને ङस् પ્રત્યય લાગતાં ङस् નો अश् આદેશ, અને युष्मद् અને अस्मद् ને સ્થાને અનુક્રમે तव અને मम આદેશ થાય છે. અને પછી પ્રત્યય લોપ થાય છે. આમ પ્રત્યયસ્વર મુજબ તો આ શબ્દો અન્તોદાત્ત થવા જોઈતા હતા. પણ વૈદિક પ્રયોગમાં તે આદ્યુદાત્ત હોય છે. તેથી ઉપરનાં ઉદાહરણોમાં मर्म અને तवं એ આદ્યુદાત્ત છે

(४२७) ङयि च ॥ ८ । ३ । ९७ ॥

सूत्रार्थ :- (स्वरविषये) ङयि (=ङे इति) प्रत्यये परतो युष्मदस्मदोः आदिः उदात्तो भवति ।

અર્થ :- युष्मद् અને अस्मद् એ શબ્દોને ङे (=ચતુર્થી એ.વ.નો) પ્રત્યય લાગે ત્યારે આદિ સ્વરવર્ણ ઉદાત્ત હોય છે.

ઉદા. :- तुभ्यं हिन्वा॒नः (ऋ. सं. २. ३६. १)। उ॒त्तो स मह्यमिन्दुभिः (ऋ. सं.१. २३. १५)। અહીં युष्मद् અને अस्मद् ને ङे પ્રત્યય લાગતાં એ મૂળ શબ્દોને સ્થાને અનુક્રમે तुभ्य અને मह्य આદેશ થઈ ङे પ્રત્યયને સ્થાને अम् આદેશ થતાં तुभ्यम् અને मह्यम् એમ આદ્યુદાત્ત શબ્દરૂપો બને છે. પ્રત્યયસ્વર મુજબ તે અન્તોદાત્ત થવા જોઈતા હતા. પણ પ્રયોગમાં તે આદ્યુદાત્ત હોય છે. તેથી આ સૂત્રનું વિધાન કરવામાં આવ્યું છે.

(૪૨૮) द्व्यचो यतोऽनावः ॥ ८ । ३ । १८ ॥

सूत्रार्थ :- (स्वरविषये) यत्प्रत्ययान्तस्य द्व्यच आदिरुदात्तो भवति, न चेन्नौशब्दात् परो यत्स्यात्।

અર્થ :- જો બે अच् વાળો यत् પ્રત્યયાન્ત શબ્દ હોય અને તે પ્રત્યય नौ શબ્દ પછી ન આવેલો હોય, તો તેવા यत्प्रत्ययान्त द्व्यच् શબ્દનો આદિ-સ્વરવર્ણ ઉદાત્ત બને છે; આ સૂત્રમાં तित् સ્વરનો અપવાદ દર્શાવ્યો છે.

ઉદા. :- तस्माद् गायंते न देयम् (तै. सं. ५. १. ८. २)। અહીં दा ધાતુને यत् પ્રત્યય લાગીને देयम् એવો બે अच् (=સ્વરવર્ણ) વાળો શબ્દ બન્યો છે; અને તે પ્રત્યય પૂર્વે नौ શબ્દ આવેલો નથી. તેથી देयम् શબ્દ આદ્યુદાત્ત બન્યો છે.

युञ्जन्त्यंस्य काम्या हरी विपंक्षसा रथें (ऋ. सं. १. ६. २)। અહીં कम् ધાતુને णिङ् પ્રત્યય લાગીને कामि ધાતુ બની ગયો. પછી यत् લાગતાં णिङ् (=इ) ના इ કારનો લોપ થઈને काम्य શબ્દ બને છે. તેનું દ્વિતીયા દ્વિ.વ.નું રૂપ काम्यौ થાય. પણ વેદમાં દ્વિ.વ.ના પ્રત્યયને સ્થાને डा આદેશ થઈ વૈદિક काम्यां રૂપ થયું છે. એ બે अच् વાળું હોવાથી અને તે પ્રત્યયની પૂર્વે नौ શબ્દ આવ્યો ન હોવાથી તે રૂપ આદ્યુદાત્ત બન્યું છે.

नवतिं नाव्या ३ं अनु (ऋ. सं. १. ८०. ८)। અહીં नाव्यां શબ્દ પ્રત્યય સ્વરને અનુલક્ષીને અન્તસ્વરિત બન્યો છે. नावा तरति એ અર્થમાં नौ શબ્દને यत् પ્રત્યય લાગીને नाव्य શબ્દ બન્યો છે. પણ यत् પ્રત્યયની પૂર્વે नौ શબ્દ આવ્યો હોવાથી તે આદ્યુદાત્ત ન બનતાં અન્તસ્વરિત બન્યો. नाव्यांः + अनुं માં या માંના સ્વરિત આ પછી अ ઉદાત્ત આવતાં તે સ્વરિતનો કંપ થાય છે, અને તેમાંનો પ્રથમ અર્ધી માત્રાનો ભાગ સ્વરિત સંભભાય છે. જ્યારે બાકીની ત્રણ અર્ધી માત્રા (=દોઢ માત્રા) નો ભાગ અનુદાત્ત સંભળાય છે તે દર્શાવવા સંહિતાપાઠમાં ३ ની નિશાની મૂકવાની પદ્ધતિ પ્રચલિત છે.

(૪૨૯) ईडवन्दवृशंसदुहकुण्डपां ण्यतः ॥ ८ । ३ । १९ ॥

सूत्रार्थ :- (स्वरविपये) ईड, वन्द, वृ, शंस, दुह, कुण्ड, अप इत्येतेषां यत्प्रत्ययान्तानामादिरुदात्तो भवति।

અર્થ :- ईड्, वन्द्, वृ, शंस्, दुह् कुण्ड् અને अप એ શબ્દોને यत् પ્રત્યય લાગીને બનેલા શબ્દો આદ્યુદાત્ત બને છે.

ઉદા. :- ईड्यो नूतनैरुत (ऋ. सं. १. १. २)। आजुह्वान ईड्यो वन्द्यश्च (ऋ. सं. १०. ११०. ३)। श्रेष्ठं नो धेहि वार्यम् (मै. सं. १०. २४. २)। उक्थमिन्द्राय शंस्यं वर्धनम् (ऋ. सं. १. १०. ५)। दोह्यां धेनुः।, स्वग्नयो हि वार्यं देवासो(ऋ. सं. १. २६. ८) कुण्ड्यां धेनुः।, स ईं मृगो अप्यो वनर्गुरुप (ऋ. सं. १. १४५. ५)। અહીં ईड्यः वन्द्यः, वार्यम्, शंस्यम्, दोह्यां, कुण्ड्या અને अप्यः આ શબ્દો ण्यत् પ્રત્યયાન્ત હોવાથી આદ્યુદાત્ત બન્યા છે. આ तित् સ્વરિતના અપવાદો છે.

(૪૩૦) वेण्विन्धानयोर्वा ॥ ८ । ३ । १०० ॥

સૂત્રાર્થ :- (स्वरविषये) वेणु, इन्धान इत्येतयोः शब्दयोरादिरुदात्तो वा भवति।

અર્થ :- वेणु અને इन्धान એ શબ્દોનો આદિસ્વરવર્ણ વિકલ્પે ઉદાત્ત બને છે; પક્ષે અનુદાત્ત પણ હોય છે.

ઉદા. :- वेणुर्वेणवी (तै. सं. ५. १. १. ४)। शतं वेणूञ्छतं शुनः (ऋ. सं. ८. ५५. ३)। इन्धानास्त्वा शतम् हिमाः (तै. सं. १. ५. ५. ५)। इन्धानो अक्रो विदथेषु दीद्यत् (ऋ. सं. १. १४३. ७)। અહીં वेणुः અને इन्धानः એ શબ્દો આદ્યુદાત્ત છે. પણ વિકલ્પે वेणुः અને इन्धानः એ શબ્દો અન્તોદાત્ત છે.

(૪૩૧) त्यागरागहासकुहश्वठक्रथानाम् ॥ ८ । ३ । १०१ ॥

સૂત્રાર્થ :- (स्वरविषये) त्याग, राग, हास, कुह, श्वठ, क्रथ इत्येतेषामादिरुदात्तो भवति विकल्पेन।

અર્થ :- त्याग, राग, हास, कुह, श्वठ અને क्रथ એ શબ્દોનો આદિસ્વરવર્ણ વિકલ્પે ઉદાત્ત બને છે; પક્ષે અનુદાત્ત બને છે.

ઉદા. :- मिथो यत् त्यागमुभयासो अग्मन् (ऋ. सं. ४. २४. ३)। અહીં त्यागम् શબ્દ અન્તોદાત્ત છે, જ્યારે त्यागः શબ્દ વિકલ્પે આદ્યુદાત્ત છે. એ જ રીતે रागः, रागः, हास, हासः, कुहः, कुहः श्वठः, श्वठः અને क्रथः, क्रथः માં પ્રથમ અન્તોદાત્ત અને બીજો વિકલ્પે આદ્યુદાત્ત છે.

(૪૩૨) उपोत्तमं रितः ॥ ८ । ३ । १०२ ॥

સૂત્રાર્થ :- (छन्दसि) रेफ इत् यस्य स रित्। रित् अन्ते यस्य स रिदन्तः। स्वरविषये रिदन्तस्य उपोत्तममुदात्तं भवति। રેફ જેમાં ઇત્ હોય તે रित्; જેને

અંતે रित् હોય તે रिदन्त. रिदन्त શબ્દોનો ઉપોત્તમ (=છેલ્લેથી બીજો) સ્વરવર્ણ ઉદાત્ત બને છે.

ઉદા. :- दिदृक्षेण्यों दर्शनीयों भवति (तै. ब्रा. २. ७. ९. ४)। आहवनीयः (तै. सं. ३. १. ३. २)। અહીં दर्शनीयः અને आहवनीयः એ શબ્દો दृश् અને आ+ह्वे ધાતુઓને अनीयर् એ रित् પ્રત્યય લાગીને બન્યા હોવાથી તેમાં नी માંનો છેલ્લેથી બીજો સ્વરવર્ણ ई ઉદાત્ત છે.

(४३३) चङो वा ॥८।३।१०३॥

સૂત્રાર્થ :- (स्वरविषये) चङन्तस्य उपोत्तमुदात्तं वा भवति।

અર્થ :- चङन्त (=જેને चङ् પ્રત્યય લાગ્યો હોય તેવા) શબ્દનો છેલ્લેથી બીજો સ્વરવર્ણ વિકલ્પે ઉદાત્ત બને છે. વિકલ્પે નથી પણ બનતો.

ઉદા. :- मा हि चीकरंत्। मा हि चीकुरतांम्। અહીં कृ ધાતુને પ્રેરક लुङ् લકારમાં तिप् વગેરે પ્રત્યયો લાગતાં चङ् પ્રત્યય લાગીને દ્વિર્વચન હ્રસ્વાદેશ, ઈત્વાદેશ, દીર્ઘાદેશ અને माङ् યોગ હોવાથી अट् આગમનો લોપ આ બધાં કાર્યો થઈ चीकरंत् અને चीकुरंताम् એ રૂપો સિદ્ધ થાય છે, જેમાં ઉપોત્તમ અક્ષર क તથા र માંનો સ્વરવર્ણ ઉદાત્ત છે. વિકલ્પે चीकरंत्, चीकरंताम् માં લકાર સ્થાનીય સાર્વધાતુક અનુદાત્ત થતાં, ઉદાત્ત પછી આવતાં र માંનો અનુદાત્ત સ્વરિત બની ગયો છે.

(४३४) ओत्समानोदराद् यति ॥८।३।१०४॥

સૂત્રાર્થ :- (स्वरविषये) समानोदरशब्दात् (सप्तमीसमर्थात् शयित इत्यर्थे) यति प्रत्यये परत ओकार उदात्तो भवति।

અર્થ :- સપ્તમી સાથે સંકળાયેલા समानोदरे शयितः એ અર્થમાં સમા- नोदर શબ્દને यत् પ્રત્યય લાગે ત્યારે તે શબ્દનો ओ કાર ઉદાત્ત બને છે.

ઉદા. :- समानोदर्यो भ्राता। અહીં समानोदर्यः શબ્દ समाने उदरे शयितः એ અર્થમાં समानोदर શબ્દને यत् પ્રત્યય લાગીને બનેલો છે. તેથી તેમાં नो માંનો ओ કાર ઉદાત્ત છે.

(४३५) सोदराद् यः ॥८।३।१०५॥

સૂત્રાર્થ :- (स्वरविषये) सोदरशब्दात् (सप्तमी समर्थात् शयित इत्यर्थे) यः प्रत्यय उदात्तो भवति।

અર્થ :- સપ્તમી સાથે સંકળાયેલા समाने उदरे शयितः એ અર્થમાં सोदर શબ્દને य પ્રત્યય લાગે છે, જે ઉદાત્ત હોય છે.

ઉદા. :- सोदुर्यो भ्रातां। અહીં समाने उदरे शयितः એ અર્થમાં सोदर શબ્દને य પ્રત્યય લાગીને सोदुर्यः એ અન્તોદાત્ત શબ્દ બન્યો છે, કારણ કે એમાં પ્રત્યય અન્તોદાત્ત છે.

(४३६) पूतक्रतो ङ्यामैत् ॥ ८ । ३ । १०६ ॥

सूत्रार्थ :- (स्वरविषये) पूतक्रतुशब्दस्य ङीप्रत्यये परतः स्त्रियां य ऐकार अन्तादेश स उदात्तो भवति।

અર્થ :- पूतक्रतु શબ્દને સ્ત્રીલિંગી ङीप् પ્રત્યય લાગે ત્યારે તેને સ્થાને જે ऐ કાર અન્તાદેશ થાય છે, તે ઉદાત્ત બને છે.

ઉદા. :- पूतक्रतायी, पूतक्रतायै। અહીં पूतक्रतु શબ્દને पूतक्रतोः स्त्री એ અર્થમાં ङीप् પ્રત્યય લાગતાં पूतक्रतायी શબ્દ બને છે, અને એ પ્રત્યયના સ્થાને ऐ કારાદેશ થતાં पूतक्रतायै શબ્દ બને છે. આ સૂત્ર મુજબ આ શબ્દમાં અન્ત્ય સ્વરવર્ણ ઉદાત્ત થતાં पूतक्रतायै એમ અન્તોદાત્ત બને. આ શબ્દ સમાસ હોવાથી તેમાં त અને यै એ બે અક્ષરોમાંના સ્વરવર્ણો ઉદાત્ત છે.

પરંતુ तत्रो अपि प्राणीयत पूतक्रतायै व्यक्ता (ऋ . सं. ८. ५८. ४)। માં पूतक्रतायै એ શબ્દમાં त માંનો अ કાર ઉદાત્ત છે. બાકી બધા અનુદાત્ત હોવાથી આ શબ્દ મધ્યોદાત્ત છે, આ સૂત્ર મુજબનો વૈદિક પ્રયોગ આજે મળતો નથી. વળી पूतक्रतायी કે पूतक्रतायै એ શબ્દ ષષ્ઠીતત્પુરુષ હોવાથી તેમાં ઉત્તર-પદપ્રધાન હોય અને તેથી તે શબ્દ અન્તોદાત્ત થવો જોઈએ. છતાં બાહુલકના આશ્રયે આ બધી વિસંગતિઓનું સમાધાન કરી લેવું પડે.

(४३७) अस्थ्यादीनामनङ् ॥ ८ । ३ । १०७ ॥

सूत्रार्थ :- (स्वरविषये) अस्थ्यादीनाम् (=अस्थि, दधि, सक्थि, अक्षि इत्येतेषां), तृतीयादौ अजादौ विभक्तौ परतः यः अनङ् (ङित्वाद् अन्तः) आदेशः स उदात्तो भवति।

અર્થ :- अस्थि दधि, सक्थि અને अक्षि આ શબ્દોને તૃતીયાથી શરૂ થતી અજાદિ (= જેના આરંભમાં સ્વરવર્ણ હોય તેવી) વિભક્તિ લાગતાં અંગના અત્યંવર્ણને સ્થાને अनङ् આદેશ થાય છે. આ આદેશ ઉદાત્ત હોય છે.

ઉદા. :- अस्थ्ना, अस्थ्ने, अस्थ्नः। दध्ना, दध्ने, दध्नः। सक्थ्ना सक्थ्ने, सक्थ्नः। अक्ष्णा। अक्ष्णे।, अक्ष्णः। અહીં अस्थि + श = अस्थ + अनङ् + टा = अस्थ् + अन् + आ થઈ अन् માંના अ નો લોપ થઈને अस्थ्ना વગેરે રૂપો સિદ્ધ થાય છે. આ રૂપોમાં अनङ् આદેશ ઉદાત્ત હોવાથી શબ્દ અન્તોદાત્ત બન્યો છે.

ફિટ્સૂત્ર ૨૬ અનુસાર अस्थि વગેરે શબ્દો આદ્યુદાત્ત છે, તેથી બાકીના અક્ષરોમાં સ્વરવર્ણો અનુદાત્ત હોવા જોઈએ. એ મુજબ अनङ् આદેશ પણ સ્થાનિવદ્ભાવથી અનુદાત્ત થવો જોઈતો હતો. પણ વૈદિક પ્રયોગમાં તે ઉદાત્ત હોય છે. તેથી આ સૂત્રથી ઉદાત્તનું વિધાન કર્યું છે.

(૪૩૮) लुङादिष्वडादौ ॥ ८ । ३ । १०८ ॥

सूत्रार्थ :- (छन्दसि स्वरविषये) लुङादिषु (=लुङ् लङ् लृङ् इत्येतेषु) परतोऽङ्गस्य य अट् आगमो भवति आदौ, स उदात्तः ।

અર્થ :- लुङ् વગેરે (=लुङ्, लङ् અને लृङ्) લકારો લાગતાં અંગને આદિમાં अट् આગમ લાગે છે, તે ઉદાત્ત હોય છે.

ઉદા. :- लुङ्-अकार्षीत् । अहार्षीत् । लङ्-अकरोत् । अहरत् । लृङ्-अकरिष्यत् । अहरिष्यत् । અહીં બધે જ આદિમાં લાગલો अट्(=अ) આગમ ઉદાત્ત છે.

પરંતુ ઉપલબ્ધ વૈદિક સંહિતાઓમાં આ રૂપોમાં જુદી જ સ્વરવ્યવસ્થા જોવા મળે છે. જેમકે તે नैवास्मिंन्निन्द्रियमंदधाच्छक्वरी याज्यानुवाक्ये अकरोद् वज्रो वै (तै. सं. २. २. ८. ५) । અહીં अदधात् અને अकरोत् એ શબ્દરૂપો સર્વાનુદાત્ત છે નહીં કે આદ્યુદાત્ત. એ જ રીતે दधिक्राव्णों अकारिषं जिष्णो-रश्वस्य वाजिनः (ऋ . सं. ४. ३९. ६) । માં अकारिषम् રૂપ પણ સર્વાનુદાત્ત છે. નહીં કે આદ્યુદાત્ત. તેથી આ નિયમને પણ બાહુલક લાગુ પડે છે.

(૪૩૯) मतोः पूर्वमात् स्त्रीसंज्ञायाम् ॥ ८ । ३ । १०९ ॥

सूत्रार्थ :- (स्वरविषये) मतोः (=मतुप्प्रत्ययस्य) पूर्वो य आकारः, स उदात्तो भवति, तच्चेत् मत्वन्तं शब्दरूपं स्त्रीलिङ्गे संज्ञा स्यात् ।

અર્થ :- मतुप (=मत्) પ્રત્યયની પૂર્વે આ કાર આવ્યો હોય અને જો એ मत् પ્રત્યયાન્ત શબ્દરૂપ સ્ત્રીલિંગી નામ બનતું હોય તો એ આકાર ઉદાત્ત બને છે.

ઉદા. :- उत्तरावंतीं वै देवा आहंतिमजुंहवुः (तै. ब्रा. २. १. ४. १) । उदुम्बरावंती । पुष्करावंती । वीरणावंती । शरावंती । અહીં उत्तर, उदम्बर, पुष्कर, वीरण, शर એ શબ્દોને मतुप् પ્રત્યય લાગીને म કાર સ્થાને व કારાદેશ થઈ, પ્રત્યયની પૂર્વેના સ્વરને દીર્ઘાદેશ થઈને સ્ત્રીલિંગ उत्तरावती વગેરે સંજ્ઞા(=નામ) શબ્દો બન્યા છે. આ શબ્દોમાં वत् પ્રત્યયની પૂર્વેના रा, णा વગેરેમાંનો આ કાર ઉદાત્ત બન્યો છે. સ્ત્રીલિંગવાચક ङीप् પ્રત્યય पित् હોવાથી અનુદાત્ત સ્વર થાત, તેથી આ સૂત્રમાં ઉદાત્તનું વિધાન છે.

(૪૪૦) अन्त्य ईवत्यवत्योः ॥ ८ । ३ । ११० ॥

સૂત્રાર્થ :- (स्वरविषये) ईवतीशब्दान्तस्य, अवतीशब्दान्तस्य च संज्ञायां विषये अन्त्यः उदात्तो भवति।

અર્થ :- ईवती અને अवती એ શબ્દો અંતે લાગીને બનેલાં સ્ત્રીલિંગી નામોનો અંત્ય સ્વરવર્ણ ઉદાત્ત હોય છે.

ઉદા. :- अहीवती। कृषीवती। मुनीवती। અહીં अहि, कृषि, मुनि એ શબ્દોને मतुप् પ્રત્યય લાગી, म કારનો व કારાદેશ તથા પ્રત્યય પૂર્વેના સ્વરને દીર્ઘાદેશ થઈને ઉપરના શબ્દો બન્યા છે, જેમાં અંતે ईवति આવેલ છે, અને સ્ત્રીલિંગી નામ બનેલ છે. તેથી તેનો અંત્ય સ્વર ઉદાત્ત છે.

अजिरवती। खदिरवती। हंसवती। कारण्डवती। अश्वावतीं सोमवतीम् (तै. सं. ४. २. ६. ४)। અહીં अजिर, खदिर, हंस, कारण्ड, अश्व અને सोम એ શબ્દોને मतुप् પ્રત્યય, व કારાદેશ, વગેરે થઈને अजिरवती વગેરે સ્ત્રીલિંગી શબ્દો બન્યા છે, જેમાં અંતે अवती આવે છે. તેથી તેનો અંત્ય સ્વરવર્ણ ઉદાત્ત બન્યો છે. સ્ત્રીલિંગવાચક ङीप् પ્રત્યય पित् હોવાથી અનુદાત્ત સ્વર આવત, તેથી આ સૂત્રમાં ઉદાત્તનું વિધાન કર્યું છે.

(૪૪૧) चावतद्धिते ॥ ८ । ३ । १११ ॥

સૂત્રાર્થ :- (स्वरविषये) चौ (= लुप्त नकाराकारेऽञ्चतौ) परे पूर्वस्य अन्त उदात्तो भवति।

અર્થ :- अञ्चु ધાતુના अ કાર અને न कार(= ञ्)નો લોપ થતાં જે च કાર બાકી રહે છે તે લાગે ત્યારે તેની પૂર્વેના શબ્દનો અંત્ય સ્વરવર્ણ ઉદાત્ત બને છે.

ઉદા. :- प्रतीचः प्रतिं यौति (तै. सं. ३. ४. ८. ५)। प्रतीचीं च (तै. सं. ४. ४. ११. २)। अधराचंश्च (तै. ब्रा. ३. २. १०. १)। प्रतीची दिक् (तै. ब्रा. ४. ४. २. १)। समीची नामांसि (तै. सं. ५. ५. १०. १)। प्र यः सत्राचा मनसा (तै. ब्रा. २. ४. ३. ५)। विश्वाचीं च धृताचीं च (तै. सं. ४. ४. ३. २)। અહીં प्रति + अञ्च्, सम् + अञ्च्, सत्र + अञ्च्, विश्व + अञ्च्, घृत + अञ्च् એમ अञ्चु ધાતુ લાગીને प्रत्यञ्च्, सम्यञ्च् सत्रञ्च्, विश्वञ्च्, घृतञ्च् વગેરે પ્રાતિપદિકો બન્યાં છે. તેમાં ધાતુને क्विन् પ્રત્યય લાગીને તેનો લોપ થઈને બનેલા प्रतीची, समीची, विश्वाची घृताची વગેરે શબ્દોમાં પ્રત્યયના न કાર અને अ કારનો લોપ થયો છે. તેથી આ શબ્દોમાં ધાતુનો च કાર જ બાકી રહેલો છે. આ च કારની પૂર્વેનો સ્વર આ શબ્દોમાં ઉદાત્ત છે.

(૪૪૨) प्रातिपदिकस्यान्तः ॥ ८ । ३ । ११२ ॥

सूत्रार्थ :- (स्वरविषये) प्रातिपदिकस्य अन्तः (= अन्त्यः स्वरवर्ण) उदात्तः भवति ।

અર્થ :- પ્રાતિપદિકનો અંત્ય સ્વરર્વણ ઉદાત્ત હોય છે.

આ સૂત્રથી ભોજદેવે આ ગ્રંથમાં **શાન્તનવાચાર્યનાં ફિટ્‌સૂત્રોનો સમાવેશ આરંભ્યો છે. શાન્તનવાચાર્યે** ચાર પાદમાં ૨૪ + ૨૬ + ૧૯ + ૧૯ = કુલ ૮૮ સૂત્રો રચેલાં છે. સૂત્ર ક્રમાંક ૫૨૯ (૮. ૩. ૧૯૧) સુધી ફિટ્‌સૂત્રો છે. એમને સંળગ અને પાદવાર ક્રમાંકમાંથી પણ અહીં નિર્દેશ્યાં છે. જી.વી દેવસ્થળીની આવૃતિનું એમાં અનુસરણ કર્યું છે.

ઉદા. :- त्रिरुच्चैः (तै. सं. ६. १. ४. ३) । नीचैर्देवा निवृंक्षत (तै. ब्रा. ३. ७. ६. १६) । अस्मा इदु त्यदनु (ऋ सं. १. ६१. १५) । અહીં ઉચ્ચેः, નીચૈः, त्यद् અવ્યયોમાં પ્રાતિપદિકને પ્રત્યય લાગીને લુપ્ત થયો હોવાથી તે કેવળ પ્રાતિપદિકો છે. અને એમાં અંત્ય સ્વરવર્ણ ઉદાત્ત છે.

(૪૪૩) पाटलापालङ्काम्बासागरार्थानाम् ॥ ८ । ३ । ११३ ॥

सूत्रार्थ :- (स्वरविषये) पाटलार्थानाम् आपालङ्कार्थानाम् अम्वार्थानां सागरार्थानां चान्त उदात्तो भवति । पाटला = सुरूपा । आपालङ्क = आरग्वधः । पाटला आपालङ्कश्च वृक्षविशेषावपि । अम्वा = अक्का = अल्ला = माता । सागरः = समुद्रः ।

અર્થ :- पाटला ના અર્થના, आपालङ्क ના અર્થના, अम्बा ના અર્થના, અને सागर ના અર્થના, શબ્દોનો અંત્ય સ્વરવર્ણ ઉદાત્ત બને છે. पाटला = રૂપાળી. आपालङ्कः = આરગ્વધ નામનું વૃક્ષ. पाटला અને आपालङ्क એ વૃક્ષોની જાતે દર્શાવતા શબ્દો છે. अम्वा = માતા, सागरः = સમુદ્ર. આ ફિટ્‌સૂત્ર ૨(= ૧/૨) છે

ઉદા. :- पाटला । पाकला । या सुरूपा (मै. सं. ४. २. ४) । आपालङ्कः । आरग्वधः । माता यद्वीरं दुधनद्धनिष्ठा (तै. ब्रा. २. ८. ३. ५) । उपलप्रक्षिणी नना (ऋ . सं. ९. ११२. ३) । अम्बा । अल्ला । अक्का । सागरः । समुद्रः इव हि कामः (तै. ब्रा. २. २. ५. ६) । मदता वस्वो अर्णवम् (ऋ . सं. १. ५१. १) । गम्भीराँ उदधीँरिव (ऋ . सं. ३. ४५. ३) । અહીં पाटला, पाकला, सुरूपा,

आपालङ्क आरग्वधः, माता, नना, अम्बा, अल्ला अक्का, सागरः समुद्रः, उदधिः આ શબ્દો અન્તોદાત્ત છે.

પણ सिन्धु અને अकूपार એ सागर ના અર્થના શબ્દો આદ્યુદાત્ત જોવા મળે છે. જેમ કે यः सुप्तं सिन्धुंन् (तै. ब्रा. २. ८. ३. ८)। सिन्धांविवि प्रेरंयं नावंमुर्कैः (ऋ. सं. १०. ११६. ९)। अकूपारः सलिलो मांतुरिश्वों (ऋ. सं. १०. १०९. १)। मातृ શબ્દ ऋ કારાન્ત હોવાથી ફિટ્સૂત્ર ૩૩(=૪૭૪) મુજબ આદ્યુદાત્ત બનત, તેથી એ સૂત્રનો બાધ કરીને અહીં ઉદાત્તનું વિધાન છે.

(૪૪૪) गेहार्थानामस्त्रियाम् ॥ ८ । ३ । ११४ ॥

सूत्रार्थ :- (स्वरविषये) गेहार्थानां शब्दानां स्त्रीलिङ्गान् वर्जयित्वा, अन्त उदात्तो भवति।

અર્થ :- સ્ત્રીલિંગી ન હોય તેવા गेह (=ઘર) અર્થવાળા શબ્દોનો અંત્ય સ્વરવર્ણ ઉદાત્ત બને છે.

ઉદા. :- यस्यु वे द्वौ पुण्यौं गृहे वसंतः (तै. ब्रा. २. १. २. ९)। અહીં गृहे શબ્દ અન્તોદાત્ત છે. ઋગ્વેદમાં ઘરના અર્થમાં क्षयं, वेश्मंन् અને वसति એ શબ્દો પણ પ્રયોજાયા છે, જેમકે क्षयं दधे (ऋ. सं. १. ४०. ७)।, पुष्करिणींव वेश्मु परिंष्कृतम् (ऋ. सं. १०. १०७. १०) પણ એ આદ્યુદાત્ત છે. એથી ઉલટું वसति શબ્દ સ્ત્રીલિંગી હોવા છતાં અન્તોદાત્ત છે. જેમકે यो वंसतौ स्योनुकृज् (ऋ. सं. १. ३१. १५)। ફિટ્સૂત્ર ૨૭ (=૪૬૮) મુજબ गृह શબ્દ આદ્યુદાત્ત ઠરત તેથી આ સૂત્રથી તેનો બાધ કરી અન્તોદાત્તનું વિધાન કર્યું છે. આ ફિટ્સૂત્ર ૩ (=૧/૩) છે.

ઘરવાચક શબ્દ સ્ત્રીલિંગી હોય તો તે અન્તોદાત્ત નથી હોતો. જેમકે यथा शालांयै पक्षंसी (तै. ब्रा. १. २. ३. १)। અહીં शालांयै શબ્દ આદ્યુદાત્ત છે.

(૪૪૫) गुदस्य च ॥ ८ । ३ । ११५ ॥

सूत्रार्थ :- (स्वरविषये) गुदशब्दस्य अस्त्रियाम् अन्त उदात्तो भवति।

અર્થ :- गुद શબ્દનો અંત્ય સ્વરવર્ણ ઉદાત્ત બને છે, સ્ત્રીલિંગી ન હોય ત્યારે. આ ફિટ્સૂત્ર ૪ (૧/૪) છે.

ઉદા. :- गुदस्यु मनों मे (तै. सं. ६. ४. १. ४)। અહીં गुद શબ્દમાં द કારમાંનો अ કાર ઉદાત્ત છે. પરંતુ સ્ત્રીલિંગી गुदा શબ્દ આદ્યુદાત્ત હોય છે. જેમ કે, गुदांभिस्त्रुतून् (तै. सं. ५. ७. १७. १)। गुद् (=મળવિસર્જન કરવું)

એ ધાતુને क પ્રત્યય લાગીને गुद એમ પુંલિંગી શબ્દ બન્યો છે. તેને જ આ સૂત્ર લાગુ પડે છે.

(૪૪૬) ध्यपूर्वस्त्रीविषयस्य ॥ ८ । ३ । ११६ ॥

सूत्रार्थ :- (स्वरविषये) नित्यस्त्रीलिङ्गस्य शब्दस्य धकारयकारपूर्वो योऽच् अन्त्यः स उदात्तो भवति।

अर्थ :- કાયમ સ્ત્રીલિંગ હોય તેવા શબ્દમાં ध કાર કે य કાર એની પૂર્વે આવેલો હોય તેવો (=ध કાર અને य કારને લાગેલો) અંત્ય अच् (=સ્વરવર્ણ) ઉદાત્ત બને છે. स्त्रीविषयः= નિત્યસ્ત્રીલિંગી. આ ફિટ્સૂત્ર ૫ (૧/૫) છે.

ઉદા. :- मेधा म इन्दः (तै. आ. १०. ४२. १)। गोधा कालका (तै. सं. ५. ५. १५. १)। यस्य छायामृतम् (तै. सं. ४. १. ११. ७)। जायामानीयं (तै. सं. ५. ३. ७. २)। माया मायिनाम् (तै. सं. ३. १. ११. ७)। અહીં मेधा, गोधा, छाया, जाया, माया, આ નિત્યસ્ત્રીલિંગી શબ્દોમાં પૂર્વે ध કાર કે य કાર હોય તેવો અત્યં સ્વરવર્ણ आ રહેલો છે. તેથી આ શબ્દો અન્તોદાત્ત છે.

પરંતુ ते ये बाह्याः (तै. सं. ७. ३. १. २) માં बाह्य શબ્દ નિત્યસ્ત્રીલિંગી ન હોવાથી તેના बाह्याः રૂપમાં અંત્ય आ કાર તેની પૂર્વે य કાર વાળો હોવા છતાં અન્તોદાત્ત નથી. બલ્કે આદ્યુદાત્ત છે.

(૪૪૭) खान्तस्याश्मादेः ॥ ८ । ३ । ११७ ॥

सूत्रार्थ :- (स्वरविषये) अश्मादेः (=शकारमकारादिभिन्नस्य) खान्तस्य शब्दस्यान्त उदात्तो भवति।

अर्थ :- श કાર કે म કાર જેના આદિમાં આવેલો ન હોય તેવા ख કારાન્ત શબ્દનો અંત્ય સ્વરવર્ણ ઉદાત્ત બને છે. આ ફિટ્સૂત્ર ૬(=૧/૬) છે

ઉદા. :- शमितुर्यन्नखेषु (तै. सं. ४. ६. ८. ४)। यदुखा यदुखामुपदधाति (तै. सं. ५. २. ७. १)। અહીં नख અને उख (= એક પ્રકારનું વાસણ) આ શબ્દોમાં ख કાર અંતે છે. અને તેમના આદિમાં श કાર કે म કાર નથી તેથી તેમનો અત્યં સ્વરવર્ણ अ અને આ ઉદાત્ત છે. પરંતુ मुखाय स्वाहा (तै. सं. ७. ३. १६. १)। માં मुखं શબ્દમાં અંતે ख કાર હોવા છતાં આદિમાં म કાર છે. તેથી તે અન્તોદાત્ત નથી પણ આદ્યુદાત્ત છે. એ જ રીતે शिखामनु (तै. सं. ७. ४. ९. १)। માં शिखां શબ્દ પણ આદ્યુદાત્ત છે. કેમ કે તેના આદિ માં श કાર આવેલો છે.

(૪૪૮) हिष्ठवत्सरतिशत्थान्तानाम् ॥ ८ । ३ । ११८ ॥

सूत्रार्थ :- (स्वरविषये) ह्यन्तानां ष्ठन्तानां वत्सरान्तानां त्यन्तानां शदन्तानां थान्तानाम् अन्त उदात्तो भवति।

अर्थ :- જેને અંતે हि, ष्ठ, वत्सर, ति, शत् અને थ આવેલ હોય તેવા શબ્દોનો અંત્ય સ્વરવર્ણ ઉદાત્ત બને છે. આ ફિટ્સૂત્ર ૭ (=૧/૭) છે.

ઉદા. :- नहि त्वा रोदसी उभे (ऋ. सं. १. १०. ८)। અહીં नहि શબ્દ हि કારાન્ત છે. અને અન્તોદાત્ત છે. પરંતુ વેદમાં अहि, महि વગેરે શબ્દો हि કારન્ત હોવા છતાં આદ્યુદાત્ત મળે છે. જેમ કે अहन्नहिं पर्वते (ऋ. सं. १. ३२. २), महि श्रवः (ऋ. सं. १. ७९. ४)। વૃત્તિકારો આ સૂત્રના પ્રથમ શબ્દ તરીકે हिष्ठ લે છે. પણ આનું એક પણ ઉદાહરણ વેદમાં મળતું નથી, તેથી यद् बंर्हिष्ठ (तै. ब्रा. २. ८. ६. ७) માંના बंर्हिष्ठम् એ આદ્યુદાત્ત શબ્દને રજૂ કરી, તેને આ નિયમના વ્યત્યય તરીકે ગણાવે છે! ડૉ. જી. વી. દેવસ્થળીએ हि અને ष्ठ એ બે અલગ ગણાવીને સાચું અર્થઘટન કર્યું છે.

नि गावो गोष्ठे (ऋ. सं. १. १९१. ४)। युवा कविः पुरुनिःष्ठ ऋतावा (ऋ. सं. ५. १. ६)। त्रिष्ठं वांां सूरे (ऋ. सं. १. ३४. ५)। અહીં गोष्ठे पुरुनिःष्ठः, त्रिष्ठम् આ બધા ष्ठान्त શબ્દો અન્તોદાત્ત છે.

संवत्सरोऽसि परिवत्सरोऽसि (तै. ब्रा. ३. १०. ४. १)। वत्सरेण नमस्करोमि (तै. सं. ५. ५. ७. ४)। અહીં वत्सर શબ્દ પોતે અને वत्सर શબ્દ જેના અંતે આવેલો હોય તેવા શબ્દો અન્તોદાત્ત છે. પરંતુ वत्सरोऽसि (तै. ब्रा. ३. १०. ४. १) માં તેનો વ્યત્યય જોવા મળે છે.

सप्तत्यै स्वाहा (तै. सं. ७. २. ११. १०)। अशीत्यै स्वाहा (तै. सं. ७. २. ११. १)। અહીં सप्तति, अशीति એ શબ્દોના અંતે ति આવેલો હોવાથી તે त्यन्त છે, અને તેથી અન્તોદાત્ત છે.

चत्वारिंशते (तै. सं. ७. २. ११. १)। पञ्चाशते (ऋ. सं. ७. २. १७. १)। અહીં चत्वारिंशत् અને पञ्चाशत् એ શબ્દોને અંતે शत् આવેલો હોવાથી शदन्त છે, તેથી અન્તોદાત્ત છે.

अवभृथः (तै. सं. १. ७. ५. ३)। प्रभृथस्यायोः (ऋ. सं. ५. ४१. १९)। અહીં अवभृथ અને प्रभृथ એ શબ્દોના અંતે थ કાર આવેલો હોઈ તે थान्त છે, અને તેથી અન્તોદાત્ત છે.

ડૉ. દેવસ્થળી નોંધ છે કે આ સૂત્રમાંના वत्सर શબ્દને वत्, स અને र એમ છૂટો પાડીને वदन्त, सान्त અને रान्त એ અર્થમાં સમજીએ તો प्रत्नवत्,

मनुष्वत्, वत्स, द्रप्स, वीर, शुभ्र, दुस्र વગેરેને પણ લાગુ પડે છે. પણ આમાં ભગવત્, उत्सं शूरं એ શબ્દો અપવાદરૂપ બનશે કેમ કે તે આદ્યુદાત્ત છે. त्यन्त શબ્દોમાં ऊति, धीति, राति वीति साति, हेति એ બધા અન્તોદાત્ત છે, પણ એથી ઉલટુ सहंति, तन्तिं सप्तिं, उदिंति, सर्मिति વગેરે શબ્દો આદ્યુદાત્ત છે. थान्त શબ્દોમાં उक्थ, गोपीथ, नीथ, पक्थ भृथ, यूथ रिक्थ વગેરે અન્તોદાત્ત છે, પણ એથી ઉલટું जरूंथ, वरूंथ વગેરે આદ્યુદાત્ત છે, જ્યારે चुरथं, शयथं, स्तुवथं વગેરે મધ્યોદાત્ત છે. આ ઉપરથી જણાય છે કે આ સૂત્ર એક સામાન્ય નિયમ દર્શાવે છે. જેમાં બાહુલકથી અનેક પ્રકારના વ્યત્યયો જોવા મળે છે.

(४४९) दक्षिणस्य साधौ ॥ ८ । ३ । ११९ ॥

सूत्रार्थ :- (स्वरविषये) साधु (=प्रवीणः) इत्यर्थे वर्तमानस्य दक्षिणशब्दस्य अन्त उदात्तो भवति।

અર્થ :- પ્રવીણ એ અર્થમાં પ્રયોજાયેલા दक्षिण શબ્દનો અંત્ય સ્વરવર્ણ ઉદાત્ત હોય છે. આ ફિટ્સૂત્ર ૮ (=૧/૮) છે.

ઉદા. :- स दंक्षिणे संगृंभीता कृतानिं (ऋ. सं. १. १००. ९)। અહીં दुक्षिण શબ્દ 'પ્રવીણ' એ અર્થમાં પ્રયોજાયો હોવાથી અન્તોદાત્ત છે.

(४५०) स्वाङ्गाख्यायामादिर्वा ॥ ८ । ३ । १२० ॥

सूत्रार्थ :- (स्वरविषये) स्वाङ्गाख्यायां दक्षिणशब्दस्य आदिर्विकल्पेनोदात्तो भवति।

અર્થ :- પોતાના અંગના વાચક તરીકે दक्षिण શબ્દનો આદિ સ્વરવર્ણ વિકલ્પે ઉદાત્ત બને છે. આ ફિટ્સૂત્ર ૯ (=૧/૯) છે.

ઉદા. :- युक्तस्तें अस्तु दक्षिंण उत सव्यः शंतक्रतो (ऋ. सं. १. ८२. ५)। અહીં दक्षिंणः શબ્દ જમણા હાથનો વાચક હોવાથી આદ્યુદાત્ત છે.

(४५१) छन्दसि च ॥ ८ । ३ । १२१ ॥

सूत्रार्थ :- (स्वरविधौ) दक्षिणशब्दस्य लोके छन्दसि विषये च आद्यन्तौ उदात्तौ भवतो वा।

અર્થ :- લૌકિક અને વૈદિક પ્રયોગમાં दक्षिण શબ્દના આદિ કે અન્ત્ય સ્વરવર્ણ વિકલ્પે ઉદાત્ત હોય છે. આ ફિટ્સૂત્ર ૧૦ (૧/૧૦) છે.

ઉદા. :- दक्षिंणो युक्तः (तै. सं. ३. ४. १०. ४)। दुक्षिणा दक् (तै. सं. ४. ४. २. १)। અહીં પ્રથમ ઉદાહરણમાં दक्षिंणः શબ્દ આદ્યુદાત્ત છે, જ્યારે બીજામાં दुक्षिणा શબ્દ અન્તોદાત્ત છે.

(૪૫૨) कृष्णस्यामृगाख्या चेत् ॥ ८ । ३ । १२२ ॥

सूत्रार्थ :- (स्वरविषये) कृष्ण शब्दस्यान्त उदात्तो भवति, यदि स मृग-वाचको न स्यात्।

અર્થ :- કૃષ્ણ શબ્દ જ્યારે હરણના અર્થમાં પ્રયોજાયો ન હોય ત્યારે, તેનો અંત્ય સ્વરવર્ણ ઉદાત્ત બને છે. આ ફિટ્સૂત્ર ૧૧ (=૧/૧૧) છે.

ઉદા. :- कृष्णानां व्रीहीणाम् (तै. सं. १. ८. ९. १)। कृष्णो नोनाव वृषभः (ऋ. सं. १. ७९. १ ; तै. सं. ३. १. ११. ५)। અહીં कृष्ण શબ્દ મૃગવાચક ન હોવાથી અન્તોદાત્ત છે.

પરંતુ कृष्णोऽस्यारवरेष्ठः (तै. सं. १. १. ११. १), कृष्णो रात्रियै (तै. सं. ५. ५. १५. १)। વગેરેમાં તે कृष्णं શબ્દ મૃગવાચક હોવાથી આદ્યુદાત્ત છે.

(૪૫૩) वा नामधेयस्य ॥ ८ । ३ । १२३ ॥

सूत्रार्थ :- (स्वरविषये) कृष्णशब्दस्य नामधेयवाचकस्यान्त उदात्तो वा स्यात् ।

અર્થ :- કૃષ્ણ શબ્દ વિશેષનામવાચક તરીકે પ્રયોજાય ત્યારે તેનો અંત્ય સ્વરવર્ણ વિકલ્પે ઉદાત્ત થાય છે. પક્ષે આદ્યસ્વરવર્ણ ઉદાત્ત થાય છે. આ ફિટ્સૂત્ર ૧૨ (=૧/૧૨) છે.

ઉદા. :- अयं वां कृष्णो अश्विना हवते वाजिनीवसू (ऋ. सं. ८. ८५. ३)। शृणुतं जरितुर्हवं कृष्णस्य स्तुवतो नरा (ऋ. सं. ८. ५४. ४)। અહીં कृष्णं શબ્દ કૃષ્ણ આંગિરસ ઋષિના નામનો વાચક હોવાથી આદ્યુદાત્ત છે; ઋગ્વેદમાં તો આ અર્થમાં આ શબ્દ આદ્યુદાત્ત જ હોય છે. લૌકિક પ્રયોગમાં કદાચ વૈકલ્પિક અન્તોદાત્ત રૂપ મળે, પણ લૌકિક પ્રયોગમાં સ્વરભારનું અંકન થતું નથી

(૪૫૪) शुक्लगौरयोरादिः ॥ ८ । ३ । १२४ ॥

सूत्रार्थ :- (स्वरविषये) शुक्ल, गौर इत्येतयोः नामधेयवाचकयोः शब्द-योरादिरुदात्तो वा भवति।

અર્થ :- शुक्ल અને गौर એ બે શબ્દોનો વિકલ્પે આદિ સ્વરવર્ણ ઉદાત્ત હોય છે; પક્ષે અંત્ય સ્વરવર્ણ ઉદાત્ત હોય છે. આ ફિટ્સૂત્ર ૧૩ (=૧/૧૩) છે.

ઉદા. :- सरों गौरो यथां पिब (ऋ. सं. ८. ४५. २४)। અહીં गौरः શબ્દ અન્તોદાત્ત છે. વેદમાં તો તે અન્તોદાત્ત જ છે. તેથી લૌકિકમાં આદ્યુદાત્ત હશે તે માટે આ સૂત્રમાં વિકલ્પે દર્શાવ્યો છે. शुक्ल શબ્દ તો ઋગ્વેદમાં ક્યાંય પ્રયોજાયો નથી, शुक्र શબ્દ ખૂબ પ્રચલિત છે. દા.ત. वसिष्ठ शुक्र दीदिवः पावक (ऋ. सं. ७. १. ८)। અને તે આદ્યુદાત્ત જ હોય છે. र् અને ल् નો અભેદ માનીને शुक्र/शुक्ल ને એક ગણી શકીએ! અન્ય વેદસંહિતાઓમાં शुक्ल શબ્દ અન્તોદાત્ત જ હોય છે, જેમ કે अह्नें शुक्लं पिङ्गाक्षम् (यजु. सं. ३०. २१)।

(૪૫૫) अङ्गुष्ठोदकबकवशानां छन्दसि ॥ ८ । ३ । १२५ ॥

સૂત્રાર્થ :- (स्वरविधौ) अङ्गुष्ठ, उदक, बक, वशा इत्येतेषां शब्दानां छन्दसि विषये अन्त उदात्तो भवति।

અર્થ :- अङ्गुष्ठ, उदक, बक અને वशा એ શબ્દોનો અંત્ય સ્વરવર્ણ વૈદિક પ્રયોગમાં ઉદાત્ત હોય છે. આ ફિટ્સૂત્ર ૧૪ (=૧/૧૪) છે.

ઉદા. :- सर्वास्वङ्गुष्ठमुपनिगृह्णाति (तै. सं. ६. १. ९. ५)। इदमुदकं पिबतेत्यंब्रवीतन (ऋ. सं. १. १६१. ८)। वको वै दाल्भ्यः (ता. म. ब्रा. २३. १०. ८)। वशा मेषा अपसृष्टासः (तै. ब्रा. १. ४. २. २)। અહીં अङ्गुष्ठम्, उदकम्, बकः અને वशा આ શબ્દો અન્તોદાત્ત છે. આ નિયમ વૈદિક પ્રયોગમાં જ લાગુ પડે છે.

(૪૫૬) पृष्ठस्य च ॥ ८ । ३ । १२६ ॥

સૂત્રાર્થ :- (स्वरविषये) पृष्ठ शव्दस्य छन्दसि विषये अन्त उदात्तो भवति।

અર્થ :-पृष्ठ શબ્દનો પણ અંત્ય સ્વરવર્ણ વૈદિક પ્રયોગમાં ઉદાત્ત હોય છે. આ ફિટ્સૂત્ર ૧૫ (=૧/૧૫) છે.

ઉદા. :- अत्यो न पृष्ठं पृषितस्यं रोचते (ऋ. सं. १. ५८. २)। पृष्ठे निनंद्धः (तै. सं. ४. ६. ६. २)। અહીં पृष्ठम् અને पृष्ठे એ બંને શબ્દો અન્તોદાત્ત છે.

વૃત્તિકાર અને ભટ્ટોજી દીક્ષિત पृष्ठ ને બદલે मृष्ठ પાઠભેદ પણ માને છે. ઋગ્વેદમાં તેનો બે વાર પ્રયોગ થયો છે. જેમ કે एते मृष्टा अमंर्त्याः (ऋ. सं. ९. २२. ४)। मत्यो न मृष्टो अभि वाजंमर्षसि (ऋ. सं. ९. ८२. २)। અહીં मृष्ट શબ્દ અન્તોદાત્ત છે. ડૉ. દેવસ્થળીના મતે पृष्ठ એ જ મૂળપાઠ હોવો જોઈએ.

(૪૫૭) वा भाषायाम् ॥ ८ । ३ । १२७ ॥

सूत्रार्थ :- (स्वरविषये) पृष्ठ शब्दस्य (मृष्ट शब्दस्य वा) भाषायां विकल्पेनोदात्तो भवति ।

અર્થ :- લૌકિક પ્રયોગમાં પૃષ્ઠ શબ્દના (અથવા મૃષ્ટ શબ્દના) અંત્યસ્વરવર્ણ ઉદાત્ત બને છે. આ ફિટ્સૂત્ર ૧૬ (=૧/૧૬) છે.

ઉદા. :- पृष्ठम् । ઉણાદિસૂત્ર (૨. ૧૨) માં तिथ, पृष्ठ, गूथ, यूथ, प्रोथ એ બધાનું थक् પ્રત્યાયાન્ત તરીકે નિપાતન થયું છે. લૌકિક પ્રયોગમાં સ્વરાંકન કરવાનો રિવાજ નથી, પણ સ્પષ્ટતા ખાતર ઉદાહરણમાં તે દર્શાવ્યું છે.

(૪૫૮) अर्जुनस्य तृणाख्या चेत् ॥ ८ । ३ । १२८ ॥

सूत्रार्थ :- (स्वरविषये) अर्जुनशब्दस्यान्त उदात्तो भवति, यदि स तृणवाचकः स्यात् ।

અર્થ :- અર્જુન શબ્દ ઘાસવાચક હોય તો તેનો અંત્ય સ્વરવર્ણ ઉદાત્ત બને છે. આ ફિટ્સૂત્ર ૧૭ (=૧/૧૭) છે.

ઉદા. :- यादें न पूतीकांनर्जुनानिं (ता. म. ब्रा. ९. ५. ३)। बभ्रोरर्जुनंकाण्डस्य (अ. शौ. सं. २. ८. ३)। અહીં પ્રથમ ઉદાહરણમાં ઘાસવાચક હોવાથી અર્જુન શબ્દ અન્તોદાત્ત છે. પણ બીજા ઉદાહરણામાં અર્જુન શબ્દ વૃક્ષવિશેષવાચક હોવાથી આદ્યુદાત્ત છે. अर्ज् ધાતુને ઘાસ વાચક અર્થમાં ઉણાદિ उनच् પ્રત્યય લાગીને અન્તોદાત્ત અર્જુન શબ્દ બને છે. જ્યારે વૃક્ષવિશેષના અર્થમાં એ ધાતુને उनन् પ્રત્યય લાગીને અર્જુન એમ આદ્યુદાત્ત બને છે.

(૪૫૯) अर्यस्य स्वाम्याख्या चेत् ॥ ८ । ३ । १२९ ॥

सूत्रार्थ :- (स्वरविषये) अर्यशब्दस्य अन्त उदात्तो भवति, यदि स स्वामिवाचकः स्यात् ।

અર્થ :- अर्य શબ્દ જો માલિકના અર્થમાં પ્રયોજાયો હોય તો તે અન્તોદાત્ત બને છે. આ ફિટ્સૂત્ર ૧૮ (=૧/૧૮) છે.

ઉદા. :- अग्ने विश्वान्युर्य आ (ऋ. सं. १०. १९१. १)। समुर्यो गा अंजति (ऋ.सं. १. ३३. ३)। समुर्य आ विदथे वर्धमानः (तै. ब्रा. ३. ६. १. ३)। અહીં બધે अर्य શબ્દ સ્વામીવાચક હોવાથી અન્તોદાત્ત છે. પાણિનિએ આ પ્રયોગ નોંધ્યો ન હતો તેથી કાત્યાયને अर्यः स्वामिवेश्ययोः (पा. अ. ३. १. १०३) ઉપર स्वामिन्यन्तोदात्तत्वं च એ વાર્તિકની રચના કરી છે. अर्य શબ્દવાચક હોય

ત્યારે તે આદ્યુદાત્ત બને છે. જેમકે यच्छूद्रे यदर्य (तै. सं. १. ८. ३. १)। જેમાં अर्य शબ્દ આદ્યુદાત્ત છે.

(४६०) आशाया अदिगाख्या चेत् ॥ ८ । ३ । १३० ॥

सूत्रार्थ :- (स्वरविषये) आशा शब्दस्यान्त उदात्तो भवति, यदि स दिग्वाचको न स्यात्।

અર્થ :- आशा શબ્દ દિશાવાચક તરીકે પ્રયોજાયો ન હોય તો તેનો અંત્ય સ્વરવર્ણ ઉદાત્ત બને છે. આ ફિટ્સૂત્ર ૧૯(=૧/૧૯) છે.

ઉદા. :- आशायै जामिम् (तै. ब्रा. ३. ४. १९. १)। અહીં आशा શબ્દ તૃષ્ણાવાચક હોવાથી - દિશાવાતક ન હોવાથી- અન્તોદાત્ત છે, પણ देवानामाशा उपं वीतपृष्ठः (ऋ. सं. १. १६२. ७)। અને आशानां त्वाशापालेभ्यः (तै. ब्रा. २. ५. ३. ३) વગેરેમાં आशा શબ્દ દિશાવાચક હોવાથી આદ્યુદાત્ત છે.

(४६१) नक्षत्राणामब्विषयाणाम् ॥ ८ । ३ । १३१ ॥

सूत्रार्थ :- (स्वरविषये) आप् स्त्रीप्रत्ययो विषयो येषां तेषां नक्षत्रणामन्त उदात्तो भवति।

અર્થ :- आप् એ સ્રી પ્રત્યય જેમને લાગેલો હોય તેવાં નક્ષત્ર વાચક શબ્દોનો અંત્ય સ્વરવર્ણ ઉદાત્ત હોય છે. આ ફિટ્સૂત્ર ૨૦ (=૧/૨૦) છે.

ઉદા. :- आश्लेषा नक्षत्रम् (तै. सं. ४. ४. १०. १)। अनुराधाः (तै. सं. ४. ४. १०. २)। स एतमिन्द्राय ज्येष्ठायै (तै. ब्रा. ३. १. ५. २)। અહીં आश्लेषा, અને ज्येष्ठा માં સ્રીલિંગી आप् પ્રત્યય લાગેલો હોવાથી આ શબ્દો અન્તોદાત્ત છે. अनुराधा શબ્દ પુંલિંગ હોવા છતાં અન્તોદાત્ત છે. તેથી કાયમ સ્રીપ્રત્યય હોવાનું અનિવાર્ય નથી. અથવા તેનો બહુલકથી વ્યત્યય સમજવો. જેમ કે विशाखे (तै. सं. ४. ४. १०. २)। માં विशाखा શબ્દ आबन्त અને સ્રીલિંગી હોવા છતાં આદ્યુદાત્ત છે.

(४६२) न कुपूर्वस्य कृत्तिकाख्या चेत् ॥ ८ । ३ । १३२ ॥

सूत्रार्थ :- (स्वरविषये) कवर्गः पूर्व आदिमो वर्णो यस्य आबन्तस्य तस्य न अन्त उदात्तः यदि कृत्तिका नक्षत्रवाचकः स्यात्।

અર્થ :- જે સ્રીલિંગી નક્ષત્રવાચક શબ્દોના આદિમાં क વર્ગનો વર્ણ આવેલો હોય તેનો અન્ત્ય સ્વરવર્ણ ઉદાત્ત બનતો નથી, જો તે કૃત્તિકાનક્ષત્રનો વાચક હોય તો. આ ફિટ્સૂત્ર ૨૧ (=૧/૨૧) છે.

ઉદા. :- कृत्तिका नक्षत्रम् (तै. सं. ४. ४. १०. १)। અહીં कृत्तिका શબ્દ સ્ત્રીલિંગી નક્ષત્રવાચક અને આદિમાં क વર્ગીય વર્ણવાળો છે, તેથી તેનો અન્ત્ય સ્વરવર્ણ ઉદાત્ત બન્યો નથી, બલ્કે આદિ સ્વરવર્ણ ઉદાત્ત હોવાથી તે આદ્યુદાત્ત છે. પણ કૃત્તિકા નક્ષત્રમાં જન્મેલી પુત્રીનું નામ कृत्तिका હોય તો તે નક્ષત્રવાચક ન હોવાથી આ નિષેધ લાગુ પડશે નહીં. તૈત્તિરીય સંહિતામાં કૃત્તિકા નક્ષત્રનાં નીચેનાં સાત નામો નિર્દેશાયાં છે. अम्बा दुला नितत्नि रभ्रयन्ती मेघयन्ती, वर्षयन्ती चुपुणीका नामासि (तै. सं. ४. ४. ५. १)। આમાંથી अम्बा, दुला અને नितत्नि એ અન્તોદાત્ત છે, જ્યારે रभ्रयन्ती मेधयन्ती, वर्षयन्ती અને चुपुणीका એ મધ્યોદાત્ત છે. વૃત્તિકારે નોંધેલા आर्यका અને बहुलिका એ પર્યાયો વૈદિક સંહિતાઓમાં કે અમરકોશમાં મળતા નથી.

(૪૬૩) घृतादीनां च ॥ ८ । ३ । १३३ ॥

सूत्रार्थ .- (स्वरविषये) घृतादीनां च शब्दानामन्त उदात्तो भवति ।

अर्थ :- धृत, रजत, श्वेत, सप्त, अष्ट એ શબ્દોનો અંત્ય સ્વરવર્ણ ઉદાત્ત હોય છે. આ फिट्सूत्र ૨૨(=૧/૨૨) છે.

ઉદા. :-तद्घृतमंभवत् (तै. सं. २. ३. १०. १)। रजतꣳहिरण्यम् (तै. सं. १. ५. १. २)। श्वेतमालंभेत (तै. सं. २. १. १. १)। पृथिव्या सप्त धार्माभिः (ऋ सं. १. २२. १६)। अष्टा पुरः सहस्रा (ऋ . सं. ८. २. ४१)। અહીં घृतम, रजतम्, श्वेतम् सप्त अष्टा એ શબ્દો અન્તોદાત્ત છે. આ घृतादि ગણ પાણિનીય ગણપાઠમાં મળતો નથી. તેથી શાન્તવાચાર્યના મતે કોઈ બીજો ગણપાઠ અભિમત હશે. વૃત્તિકારના મતે આ આકૃતિગણ છે.

(૪૬૪) ज्येष्ठकनिष्ठयोर्वयसि ॥ ८ । ३ । १३४ ॥

सूत्रार्थ :- (स्वरविषये) ज्येष्ठ, कनिष्ठ इत्येतयोर्वयोवाचकयोः शब्दयोरन्त उदात्तो भवति ।

अर्थ :- ज्येष्ठ અને कनिष्ठ એ ઉંમરવાચક શબ્દોનો અંત્યસ્વરવર્ણ ઉદાત્ત બને છે. આ फिट्सूत्र ૨૩ (= ૧/૨૩) છે.

ઉદા. :- ज्येष्ठं पुत्रं धनेन (तै. सं. २. ५. २. ७)। कनिष्ठस्यं कानिष्ठिनेयस्यं (तै. ब्रा. २. १. ८. १)। અહીં ज्येष्ठ અને कनिष्ठ એ શબ્દો ઉંમરવાચક હોવાથી તેમના અંત્ય સ્વરવર્ણ ઉદાત્ત છે. પરંતુ જ્યારે તે ઉંમર વાચક ન હોય ત્યારે આ નિયમ લાગુ પડતો નથી. જેમકે ज्येष्ठंश्च मन्त्रः (तै. सं. ३. ४. ११. ४)। कनिष्ठं धनानाम् (तै. ब्रा. ३. ११. ८. ७)। અહીં ज्येष्ठं અને कनिष्ठ શબ્દો અનુક્રમે मन्त्र અને धन નાં વિશેષણો હોવાથી આદ્યુદાત્ત છે.

(૪૬૫) बिल्वतिष्ययोः स्वरितो वा ॥ ८ । ३ । १३५ ॥

सूत्रार्थ :- (स्वरविषये) बिल्व, तिष्य इत्येतयोः शब्दयोरन्तः स्वरितो वा भवति पक्षे उदात्तः ।

અર્થ :- બિલ્વ અને તિષ્ય એ બે શબ્દોનો અંત્ય સ્વરવર્ણ વિકલ્પે સ્વરિત બને છે, પક્ષે ઉદાત્ત બને છે. આ ફિટ્સૂત્ર ૨૪ (=૧/૨૪) છે.

ઉદા. :- तातों बिल्वं उदतिष्ठत् (तै. सं. २. १. ८. १)। तिष्यों नक्षत्रम् (तै. सं. ४. ४. १०. १)। અહીં બિલ્વં અને તિષ્યં શબ્દો અંત્યસ્વરિત છે. વિકલ્પે बिल्वो महान् (अ. शौ. सं. २०. १३६. १५)। માં બિલ્વ શબ્દ અન્તોદાત્ત છે. પરંતુ તિષ્ય અન્તોદાત્ત વેદમાં ક્યાંય મળી આવતો નથી તેથી વિકલ્પ માત્ર બિલ્વ ને જ લાગુ પડતો જોવા મળે છે. છતાં અન્તસ્વરિત બંનેમાં મળે છે. તે ખાસ નોંધવું જોઈએ. અહીં ફિટ્સૂત્રોનો પ્રથમપાદ પૂરો થાય છે.

(૪૬૬) अथादिः प्राक् शकटेः ॥ ८ । ३ । १३६ ॥

सूत्रार्थ :- (स्वरविषये) अथ इत आरभ्य 'शकटिशकटयोः' (फि. सं. ४. १)। इति सूत्रात् पूर्वपर्यन्तं वक्ष्यमाणानामादिरुदात्तो भवति ।

અર્થ :- અહીંથી આરંભીને શકટિશકટયોઃ (ફિટસૂત્ર ૪. ૧=) સુધીના વિધાનોમાં શબ્દોનો આદિ સ્વરવર્ણ ઉદાત્ત બને છે. આ ફિટ્સૂત્ર ૨૫ (=૨/૧) અધિકાર સૂત્ર છે. તેનો અધિકાર ફિટ્સૂત્રના ત્રીજા પાદના અંત સુધી જાય છે.

(૪૬૭) ह्रस्वान्तस्य स्त्रीविषयस्य ॥ ८ । ३ । १३७ ॥

सूत्रार्थ :- (स्वरविपये) नित्यस्त्रीलिङ्गस्य ह्रस्वान्तस्य शब्दस्यादिरुदात्तो भवति ।

અર્થ :- જે શબ્દ કાયમી સ્ત્રીલિંગી અને હ્રસ્વસ્વરરાન્ત હોય તેનો આદિ સ્વરવર્ણ ઉદાત્ત હોય છે. આ ફિટ્સૂત્ર ૨૬ (=૨/૨) છે.

ઉદા. :- दितिं च रास्वदितिमुरुष्य (तै. सं. ५. ५. ४. ४)। भूमिंभूम्ना (तै. सं. १. ५. ३. १)। वेदिश्च भवतः (तै. ब्रा. ३. ३. ९. ११)। हनू अधिषवंणे (तै. सं. ६. २. ११. ४)। અહીં નિત્યસ્ત્રીલિંગી હ્રસ્વાન્ત दितिं, भूमिं, वेदिं, हनुं આ શબ્દો આદ્યુદાત્ત છે.

પરંતુ इद् भूतिमूंदिम (तै. सं. १. १६१. १)। અને अग्निनां रयिमंश्नवत् (ऋ. सं. १. १. ३) એ ઉદાહરણોમાં ભૂતિ શબ્દ નિત્યસ્ત્રીલિંગી હોવા છતાં,

અને रयि શબ્દ પુલિંગી હોવાથી, અન્તોદાત્ત છે. તેથી આ નિત્ય સ્ત્રીલિંગના નિયમમાં પણ બાહુલક અને વ્યત્યય હશે, પણ સામાન્ય રીતે આ નિયમ લાગુ પડે છે.

(४६८) नब्विषयस्यानिसन्तस्य ॥ ८ । ३ । १३८ ॥

सूत्रार्थ :- नप् नपुंसकम् । (स्वरविषये) नित्यनपुंसकलिङ्गस्य अनिसन्तस्य शब्दस्य आदिरुदात्तो भवति ।

अर्थ :- नप् = નપુંસકલિંગ. કાયમી નપુંસકલિંગી હોય અને इसन्त ન હોય તેવા શબ્દોનો આદિ સ્વરવર્ણ ઉદાત્ત બને છે; इस् જેના અન્તે હોય તે इसन्त. આ ફિટ્સૂત્ર ૨૭ (=૨/૩) છે.

ઉદા. :- धनानि शक्रः (तै. ब्रा. २. ५. ३. १)। हिरण्यमुपास्यं (तै. सं. ६. १. ८. ३)। ईडयुऽ आज्येन (ऋ. सं. १०. ५३. २)। धनुः शत्रोरपकामं कृणोति (ऋ. सं. ६. ७५. २)। धन्वना तीव्राः (ऋ. सं. ६. ७५. २)। सोम्यं मध्वग्न इन्द्रेण (ऋ. सं. १. १४. १०)। केन वा ते मनसा (ऋ. सं. १. ७६. १)। અહીં धन, हिरण्य, आज्यं, धनुः, धन्वन, मधु, मनः આ બધા શબ્દો નિત્યનપુંકલિંગી છે, અને આદ્યુદાત્ત છે.

પરંતુ अक्ष શબ્દ નપુંકલિંગી હોવા છતાં या एकमक्षिं वावृधुः (ऋ. सं. ९. ९. ६)। માં આદ્યુદાત્ત છે, જ્યારે दिवो यदक्षी अमृता अकृण्वन् (ऋ. सं. १. ७२. १०)। માં અન્તોદાત્ત છે.

स्तृणीत बर्हिरानुषग् (ऋ. सं. १. १३. ५)। आजुह्वानस्य सर्पिषः (ऋ. सं. १. १२७. १)। उप यज्ञं हविश्च नः (ऋ. सं. १. १२. १०) માં बर्हिस्, सर्पिस्, हविस् આ શબ્દો નિત્ય નિપુંસકલિંગી હોવા છતાં इसन्त હોવાથી આ નિયમ તેમને લાગુ પડતો નથી, તેથી તે અન્તોદાત્ત છે.

છતાં એમાં અપવાદ રૂપે मनुर्दधे ज्योतिर्जगाय शश्वते (ऋ. सं. १. ३६. १९)। માં ज्यौतिस् શબ્દ નિત્યસ્ત્રીલિંગી અને इसन्त હોવા છતાં આદ્યુદાત્ત છે.

(४६९) तृणधान्यानां च द्व्यषाम् ॥ ८ । ३ । १३९ ॥

सूत्रार्थ :- (स्वरविषये) अष् = अच् । द्व्यषां द्व्यचाम् । तृणवाचिनां धान्यवाचिनां च द्व्यचां शब्दानामादिरुदात्तो भवति ।

अर्थ :- = अष् = अच् = સ્વરવર્ણ; द्व्यष् = द्व्यच् = બે સ્વરવર્ણોવાળો શબ્દ; બે સ્વરવર્ણવાળા તૃણ વાચક અને ધાન્ય વાચક શબ્દોનો આદિ સ્વરવર્ણ ઉદાત્ત હોય છે. આ ફિટ્સૂત્ર ૨૮ (=૨/૪) છે.

ઉદા. :- तृणं सर्वा ता ते (ऋ. सं. १. १६२. ८)। दर्भाणां महत् (तै. आ. २. ११. १)। અહીં ઘાસવાચક અને બે સ્વરવર્ણવાળા तृणं અને दर्भं શબ્દો આદ્યુદાત્ત છે.

પરંતુ शरासः कुशरासो दुर्भासः सैर्या (ऋ. सं. १. १९१. ३)। માં शर અને दुर्भ શબ્દો ઘાસવાચક અને બે સ્વરવર્ણ વાળા હોવા છતાં અન્તોદાત્ત છે.

यवांश्च मे माषांश्च मे तिलांश्च मे (तै. सं. ४. ७. ४. २)। અહીં यवं माषं અને तिलं શબ્દો બે સ્વરવર્ણવાળા, ધાન્ય વાચક છે અને આદ્યુદાત્ત છે.

પરંતુ व्रीहयश्च मे मुद्गाश्च मे गोधूमाश्च मे मसुराश्च मे (तै. सं. ४. ७. ४. २. ३)। માં व्रीहि અને मुद्ग ધાન્યવાચક બે સ્વરવર્ણવાળા હોવા છતાં અન્તોદાત્ત છે, જ્યારે गोधूम અને मसुर એ ધાન્યવાચક છતાં ત્રણ સ્વરવાળા હોવાથી આદ્યુદાત્ત નથી, પણ મધ્યોદાત્ત છે.

[(૪૭૦) न्रः संख्यायाः ॥ ८ । ३ । १४० ॥]

सूत्रार्थ :- (स्वरविषये) नान्तायाः रेफान्तायाः संख्याया आदिरुदात्तो भवति।

अर्थ :- ન કારન્ત અને રેફાન્ત સંખ્યાવાચક શબ્દોનો આદિ સ્વરવર્ણ ઉદાત્ત હોય છે. આ ફિટ્સૂત્ર ૨૯ (=૨/૫) છે.

ઉદા. :- इन्द्रः पञ्च क्षितीनाम् (ऋ. सं. १. ७. ८)। पञ्च वा एते (तै. सं. ५. ५. ९. १)। नवं च यन्नवतिं च स्रवन्तीः (ऋ. सं. १. ३२. १४) यत्कारवे दशं वृत्राणि (ऋ. सं. १. ५३. ६)। અહીં पञ्चन्, नवम् અને दशन् એ ન કારન્ત સંખ્યાવાચક શબ્દો હોવાથી पञ्चं, नवं, दशं એ શબ્દો આદ્યુદાત્ત છે.

પરંતુ सप्तन् અને अष्टन् એ સંખ્યાવાચક શબ્દો ન કારન્ત હોવા છતાં ઘૃતાદિ ગણના હોવાથી અન્તોદાત્ત છે, જેમકે सप्त ग्राम्या (तै. सं. २. ४. ६. २)। अष्टौ हवींषि (तै. सं. १. ६. ३. ३)।

नद्यं१ श्चतंस्रः (ऋ. सं. १. ६२. ६)। श्वानौ चतुरक्षौ (ऋ. सं. १०. १४. १०)। चतुंष्कपर्दा युवतिः (ऋ. सं. १०. ११४. ३)। चतुंस्त्रिंशचत् (ऋ. सं. १. १६२. १८)। અહીં चतुर् એ રેફાન્ત સંખ્યાવાચક શબ્દ આદ્યુદાત્ત છે. चतुर् નો આ મૂળ સ્વર સમાસમાં જ કાયમ રહે છે. વિભક્તિ પ્રત્યયો લાગતાં એમાં ફેરફાર થાય છે. જેમ કે पाहि चतसृभिर्वसो (ऋ. सं. ८. ६०. ९)। शीर्षा चतुर्णाम् (ऋ. सं. ८. ७४. १३)। અહીં चतसृभिः માં ઉપોત્તમ ઉદાત્ત છે, જ્યારે चतुर्णाम् અન્તોદાત્ત છે.

(૪૭૧) स्वाङ्गशिटामदन्तानाम् ॥ ८ । ३ । १४१ ॥

सूत्रार्थ :- (स्वरविषये) स्वाङ्गवाचिनां शिटां (=सर्वनाम्नां) च अदन्तानामादिरुदात्तो भवति ।

અર્થ :- પોતાનાં (=માણસનાં) અંગવાચક હ્રસ્વ अ કારન્ત શબ્દો અને સર્વનામ શબ્દોનો આદિ સ્વરવર્ણ ઉદાત્ત હોય છે. शिट् એ સર્વનામ માટેની પ્રાચીન સંજ્ઞા છે. આ ફિટ્સૂત્ર ૩૦(=૨/૬) છે.

ઉદા. :- ओष्ठाभ्यां स्वाहा मुखाय स्वाहा नासिकाभ्यां स्वाहाऽक्षीभ्यां स्वाहा कर्णाभ्यां स्वाहा. . . . केशेभ्यः स्वाहा वहाय स्वाहा . . . . अंसाभ्यां स्वाहा . . . . जङ्घाभ्यां स्वाहा श्रोणीभ्यां स्वाहोरुभ्यां स्वाहा . . . . शेपाय स्वाहा . . . . लोमभ्यः स्वाहा . . . . अङ्गेभ्यः स्वाहा (तै. सं. ७. ३. १६. १. २)। અહીં ओष्ठ मुख कर्ण केश, अंस, शेप, लोम, अङ्ग આ બધા अ કારન્ત અંગવાચક શબ્દો આદ્યુદાત્ત છે. પરંતુ, नासिका, जङ्घा, श्रोणी આ શબ્દો अ કારાન્ત ન હોવા છતાં પણ આદ્યુદાત્ત છે. दुद्भ्य स्वाहा . . . . शीर्ष्णे स्वाहा . . . . भ्रूभ्यां स्वाहा ललाटाय स्वाहा . . . . मूर्ध्ने स्वाहा मस्तिष्काय स्वाहा . . . . ग्रीवाभ्यः स्वाहा स्कन्धेभ्यः स्वाहा . . . . पृष्टीभ्यः स्वाहा . . . . पार्श्वाभ्यां स्वाहा (तै. सं. ७. ३. १६. १)। માં दत्, शीर्षन्, भ्रू ललाट, मूर्धन्, मस्तिष्क, ग्रीवा, स्कन्ध, पृष्टी, पार्श्व વગેરે શબ્દો હોવા ઉપરાંત अ કારાન્ત હોવા છતાં અંગવાચક હોવા ઉપરાંત તેમાંના કેટલાક अ કારાન્ત હોવા છતાં અન્તોદાત્ત કે મધ્યોદાત્ત છે. એમાં વિભક્તિસ્વર અથવા સતિશિષ્ટ સ્વર કારણભૂત હશે એમ લાગે છે...

सर्वस्याप्त्यै (तै. सं. ५. ४. १२. ३)। विश्वस्य परिभूः (तै. सं. ४. ७. १५. ३)। અહીં सर्व અને विश्व એ સર્વનામ શબ્દો છે અને अदन्त છે. તેથી આદ્યુદાત્ત છે. પરંતૂ उभ શબ્દ घृतादि હોવાથી અન્તોદાત્ત છે. उभय મધ્યોદાત્ત છે. कतर, कतम અને डतरच् અને डतमत् એમ चित् પ્રત્યયાન્ત હોવાથી અન્તોદાત્ત છે. अन्य શબ્દ અન્તોદાત્ત છે. त्वत्, सम, सिम એ અનુદાત્ત કે સર્વાનુદાત્ત છે. पूर्व આદ્યુદાત્ત છે. પણ अपरः પુલિંગી આદ્યુદાત્ત છે, જ્યારે अपरम् નપુંસકલિંગી અન્તોદાત્ત છે.

(૪૭૨) प्राणिनां कुपूर्वः ॥ ८ । ३ । १४२ ॥

सूत्रार्थ :-(स्वरविषये) प्राणिवाचिनां शब्दानां कवर्गात् पूर्व आदिरुदात्तो भवति ।

અર્થ :- પ્રાણીવાચક શબ્દોમાંનાં क વર્ગીય અક્ષરની પૂર્વેનો આદિ સ્વર ઉદાત્ત બને છે. આ ફિટ્સૂત્ર ૩૧ (=૨/૭) છે.

ઉદા. :- शुकेंषु मे हरिमाणंम् (ऋ. सं. १. ५०. १२)। यो नंः पूषन्नघो वृकंः (ऋ. सं. १. ४२. २)। અહીં शुकं અને वृकं એ પ્રાણીવાચક શબ્દોમાં क ની પૂર્વેનો આદિસ્વર ઉદાત્ત હોવાથી શબ્દ આદ્યુદાત્ત બન્યો છે. પરંતુ मर्कटः नकुलः, व्याघ्रः પ્રાણીવાચક શબ્દો અને क વર્ગીય વ્યંજનોવાળા હોવા છતાં તેમાં આદિસ્વરવર્ણ ઉદાત્ત નથી. આ ઉપરથી જણાય છે કે આ સૂત્રમાં क વર્ગીય વ્યંજનવાળો અક્ષર ઉપાન્ત્ય હોવો જોઈએ. અને તેથી શબ્દ બે અક્ષરનો જ હોય તો જ આ લાગુ પડે.

(४७३) खय्युवर्णः कृत्रिमाख्या चेत् ॥ ८ । ३ । १४३ ॥

सूत्रार्थः- (स्वरविषये) खयि परे पूर्व उवर्ण उदात्तो भवति, यदि कृत्रिमनाम तत्स्यात्।

અર્થ :- કૃત્રિમ નામવાચક શબ્દમાં उ વર્ણ પછી खय् પ્રત્યાહારમાંના (=ख, फ्, छ्, ठ्, थ्, च्, ट्, त्, क्, प्= એટલે વર્ગોના પ્રથમ બે વર્ણો) આવ્યા હોય તો એ उ વર્ણ ઉદાત્ત બને છે. આ ફિટ્સૂત્ર ૩૨ (=૨/૮) છે.

ઉદા. :- कुन्दुकः। અહીં उ પછી खय् એવાં क વર્ણ આવેલો હોવાથી न्दु માંનો उ વર્ણ ઉદાત્ત થવાથી શબ્દ મધ્યોદાત્ત બને છે. આ નિયમનું કોઈ વૈદિક ઉદાહરણ ફિટ્સૂત્રના કોઈ જ વ્યાખ્યાકારે નોધ્યું નથી.

(४७४) उनर्वन्तानाम् ॥ ८ । ३ । १४४ ॥

सूत्रार्थ :- (स्वरविषये) उनशब्दान्तानाम् ऋवर्णान्तानां वन्नन्तानां चादिरुदात्तो भवति।

અર્થ :- જે શબ્દોના અંતે उन, ऋ વર્ણ કે वन् આવ્યો હોય તેમનો આદિ સ્વરવર્ણ ઉદાત્ત બને છે. આ ફિટ્સૂત્ર ૩૩ (=૨/૯) છે.

ઉદા. :- मित्र यत्र वरुंण गातुमर्चथः (ऋ. सं. १. १५१. ६)। वरुंणो वै (तै. सं. २. ३. १२. १) अग्निस्तरुंणश्चिदस्तु (ऋ. सं. ७. ४. १)। असुंन्वतो विषुंणः सुन्वतो वृधः (ऋ सं. ५. ३४. ६)। अर्जुंनाय स्वाहां (तै. ब्रा. ३. १०. ७. १)। અહીં वरुंण, तरुंण, विषुंण, अर्जुंन આ બધા શબ્દોનાં અંતે उन આવેલ છે તેથી તે શબ્દો આદ્યુદાત્ત બન્યા છે.

પરંતુ स विश्वस्य कुरुणस्येश एकः (ऋ. सं. १. १००. ७)। અને भवा विश्वायुर्धरुणो रयीणाम् (ऋ. स. १. ७३. ४) માં कुरुण અને धुरुण એ શબ્દો અંતે उण હોવા છતાં મધ્યોદાત્ત છે.

છતાં આ બધા શબ્દોના અંતે उण છે, નહીં કે उ, એ માનીએ તો પણ पिशुन (७. १०४. २०) માં આદ્યુદાત્ત છે. પરંતુ मिथुन, शकुन એ उनन्त શબ્દો વેદમાં અન્તોદાત્ત છે. જ્યારે यतुन, वयुन વગેરે શબ્દો उनन्त હોવા છતાં વેદમાં મધ્યોદાત્ત છે.

त्वष्टर्जामातरं वयमीशानं राय ईमहे (ऋ. सं. ८. २६. २२)। ननान्दरि सम्राज्ञी भव सम्राज्ञी अधि देवृषु (ऋ. सं. १०. ८५. ४६)। वर्धतं नप्तुरपाम् (ऋ. सं. २. ३५. ११) अग्ने भ्रातर्द्रुण इद् (ऋ. सं. १. १६१. १)। भगस्य स्वसा वरुणस्य जामिरुषः (ऋ. सं. १. १२३. ५)। અહીં जामातृ ननान्दृ, नप्तृ, भ्रातृ, स्वसृ આ ऋ કારાન્ત શબ્દો આદ્યુદાત્ત છે. પરંતુ दुहितृ, देवृ, पितृ, मातृ એ બધા ऋ કારન્ત શબ્દો અન્તોદાત્ત છે. વળી होतृ, नेष्टृ વગેરે આદ્યુદાત્ત છે, જ્યારે उद्गातृ અન્તોદાત્ત છે.

पीवानः पुत्राः (तै. सं. ३. २. ८. ५)। तक्वा न भूर्णिर्वना सिषक्ति (ऋ. सं. १. ६६. १)। सुवास्त्वा अधि तुग्वनि (ऋ. सं. ८. १९. ३७)। ऋक्वभिः सुखादयः (ऋ. सं. १. ८७. ६)। ह्वारो न वक्वा (ऋ. सं. १. १४१. ७)। रथो न यातः शिक्वभिः (ऋ.सं. १. १४१. ८)। અહીં पीवन् तक्वन्, तुग्वन्, ऋक्वन्, वक्वन् અને शिक्वन् એ वन्नन्त શબ્દો આદ્યુદાત્ત છે.

(૪૭૫) वर्णानां तणतिनितान्तानाम् ॥ ८ । ३ । १४५ ॥

सूत्रार्थ :- (स्वरविषये) वर्णवाचकानां तशब्दान्तानां णशब्दान्तानां तिशब्दन्तानां निशब्दान्तानां तकारान्तानां वर्णानां (= शब्दनाम्) आदिरुदात्तो भवति। तान्त इत्यत्र तकारान्त इत्यर्थत्वाद् अकारो व्यर्थः।

અર્થ :- રંગવાચક त શબ્દાન્ત, ण શબ્દાન્ત, ति શબ્દાન્ત, नि શબ્દાન્ત, અને त કારાન્ત શબ્દોનો આદિ સ્વરવર્ણ ઉદાત્ત બને છે. तान्त માં त માંનો अ કાર વ્યર્થ છે. આ ફિટ્સૂત્ર ૩૪ (= ૨/૧૦)

ઉદા. :- अंसेष्वेताः (ऋ. सं. १. १६६. १०)। रोहिताय स्वाहा (तै. सं. ७. ३. १८. १)। हरितेन वाचम् (ऋ. सं. ७. १०३. ५)। અહીં एत, रोहित हरित એ त શબ્દાન્ત વર્ણવાચક શબ્દો આદ્યુદાત્ત છે.

પરંતુ श्वेतो न विक्षु (ऋ. सं. १. ६६. ६)। માં श्वेत શબ્દ અન્તોદાત્ત છે.

वृषा शाणो अभिकनिंक्रदद्गा (ऋ . सं. ९. ९७. १३)। शोणां धृष्णू नृवाहंसा (ऋ . सं. १. ६. २)। અહીં શોણં, શોણા એ ण શબ્દાન્ત વર્ણવાચક શબ્દો આદ્યુદાત્ત છે. પણ અરુણો માં સકૃદ્ વૃકંઃ (ऋ . सं. १. १०५. १८)। માં અરુણ એ ण શબ્દાન્ત વર્ણવાચક શબ્દ હોવા છતાં અન્તોદાત્ત છે.

शितिंककुत् . . . . शितिंभसत् (तै. सं. ५. ६. १४. १)। અહીં બહુવ્રીહિ સમાસમાં પૂર્વપદ પ્રકૃતિસ્વર હોવાથી शितिं એ ति શબ્દાન્ત વર્ણવાચક શબ્દ આદ્યુદાત્ત છે.

પરંતુ श्यावाः शितिपादो अख्यन् (ऋ . सं. १. ३५. ५)। અને आरुः शितिपृष्ठस्य घासेः (ऋ . सं. ३. ७. १)। માંના शितिपादं અને शितिपृष्ठ માં शिति સર્વાનુદાત્ત છે.

धेनुं च पृश्निंम् (ऋ . सं. १. १६०. ३)। અહીં પૃશ્નિં એ नि શબ્દાન્ત વર્ણવાચક શબ્દ આદ્યુદાત્ત છે.

पृषंन्तं सृपमदंब्धमूर्वम् (ऋ . सं. ४. ५०. २)। आ तिंष्ठ हरिंतं रथंम् (ऋ . सं. ३. ४४. १)। અહીં પૃષંત્ અને હરિંત્ એ त કારન્ત વર્ણવાચક શબ્દો આદ્યુદાત્ત છે.

(૪૭૬) ह्रस्वान्तस्य ह्रस्वमनृत्ताच्छील्ये ॥ ८ । ३ । १४६ ॥

સૂત્રાર્થ :- (स्वरविषये) ताच्छील्येऽर्थे वर्तमानस्य ह्रस्वान्तस्य शब्दस्य, ऋकारं वर्जयित्वा, आदिभूतं ह्रस्वमुदात्तं भवति।

અર્થ :- નિત્યસ્વભાવવાચક અર્થમાં પ્રયોજાયેલ હ્રસ્વ સ્વરાન્ત શબ્દનો ऋ કાર સિવાયનો આદિ હ્રસ્વ સ્વરવર્ણ ઉદાત્ત બને છે. આ ફિટ્સૂત્ર ૩૫ (=૨/૧૧) છે.

ઉદા. :- मुनिर्देवस्यंदेवस्य (ऋ . सं. १०. १३६. ४)। हरिर्निकांमो हरिरा गर्भस्त्योः (ऋ . सं. १०. ९६. ३)। અહીં મુનિં અને હરિં એ હ્રસ્વાન્ત શબ્દોનો આદિ હ્રસ્વ સ્વર ઉદાત્ત છે, કેમકે मन्तुं शीलमस्य मुनिः અને हर्तुं शीलमस्य हरिः એ અર્થમાં આ શબ્દો તાચ્છીલ્ય કે નિત્યસ્વભાવ દર્શાવે છે.

પરંતુ शुष्णं कृपणे . . . . (ऋ . सं. १०. ९९. ९)। માં कृपणं મધ્યોદાત્ત છે. જ્યારે भगो नृशंसंः (ऋ . सं. ९. ८१. ५)। માં नृशंसं માં नृभिः शंसनीयः એ અર્થમાં તૃતીયા તત્પુરુષ સમાસ હોવાથી આદિ બે સ્વરવર્ણો ઉદાત્ત છે.

(૪૭૭) अक्षस्यादेवनस्य ॥ ८ । ३ । १४७ ॥

सूत्रार्थ :- (स्वरविषये) देवनार्थरहितस्य अक्षशब्दस्यादिरुदात्तो भवति ।

અર્થ :- अक्ष શબ્દ 'જુગાર' ના અર્થમાં ન પ્રયોજાયો હોય ત્યારે તેનો આદિસ્વરવર્ણ ઉદાત્ત બને છે. આ ફિટ્‌સૂત્ર ૩૬ (=૨/૧૨) છે.

ઉદા. :- तस्यु नाक्षस्तप्यते भूरिभारः (ऋ. सं. १. १६४. १३) । અહીં अक्ष शબ્દ 'ધરી' ના અર્થમાં હોવાથી આદ્યુદાત્ત છે. अक्ष वीळो वीळित वीळयस्व (ऋ. सं. ३. ५३. १९) માં अक्ष શબ્દ 'આંખ' ના અર્થમાં હોવાથી આદ્યુદાત્ત છે. પણ अक्षैर्मा दीव्यः (ऋ. सं. १०. ३४. १३) માં अक्ष શબ્દ 'જુગારના પાસા' એ અર્થમાં પ્રયોજાયો હોવાથી તે આદ્યુદાત્ત નથી, બલકે અન્તોદાત્ત છે.

(૪૭૮) अर्धस्यासमद्योतने ॥ ८ । ३ । १४८ ॥

सूत्रार्थ :- (स्वरविषये) असमानार्थसूचकस्य अर्धशब्दस्यादिरुदात्तो भवति ।

અર્થ :- 'સરખા નહીં' એવાં અર્થમાં પ્રયોજાય ત્યારે अर्ध શબ્દનો આદિસ્વરવર્ણ ઉદાત્ત બને છે. આ ફિટ્‌સૂત્ર ૩૭ (=૨/૧૩) છે.

ઉદા. :- कुतमः सो अर्धः कस्माल्लोकात् (अ. शौ. सं. ८. ९. १) । तस्माद्दक्षिणोऽर्धः (तै. सं. ५. २. १. ३) । અહીં अर्ध શબ્દ 'સરખેસરખો અર્ધો ભાગ' એ અર્થમાં નહીં પણ 'એક ભાગ' એ અર્થમાં જ પ્રયોજાયો હોવાથી આદ્યુદાત્ત છે.

પણ अर्धं नार्धं बर्हिषंस्तृणीयात् (तै. सं. २. २. १०. ५) । માં अर्ध શબ્દ 'સરખા અડધા ભાગ' ના અર્થમાં હોવાથી અન્તોદાત્ત છે.

(૪૭૯) पीतद्र्वर्थानाम् ॥ ८ । ३ । १४९ ॥

सूत्रार्थ :- (स्वरविषये) पीतद्रु इत्यर्थे वर्तमानानां शब्दनामादिरुदात्तो भवति ।

અર્થ :- पीतद्रु (=ખદિર કે દેવદાર) એ અર્થમાં પ્રયોજાયેલ શબ્દોનો આદિ સ્વરવર્ણ ઉદાત્ત બને છે. આ ફિટ્‌સૂત્ર ૩૮ (=૧/૧૪) છે.

ઉદા. :- पीतद्रुः । देवदारुः । सरलः । भद्रदारुः । આ શબ્દો આદ્યુદાત્ત છે. આ શબ્દોનો પ્રયોગ કોઈ જ વૈદિક સંહિતાઓમાં મળતો નથી.

તૈત્તિરીય સંહિતામાં પૂતંદ્રૂ એ આદ્યુદાત્ત શબ્દ મળે છે. જેમકે, स निलांयत स यां वनस्पतिष्ववसत्तां पूतद्रौ यामोषंधीषु (तै. सं. ६. २. ८. ४)। ઉપરાંત એ શબ્દ ઉપરથી બનેલા પૌતુંદ્રવ એ શબ્દ પણ આદ્યુદાત્ત છે. જેમકે यत् पौतुंद्रवाः परिधयु इतिं (तै. सं. ६. २. ८. ६)।

(૪૮૦) ग्रामादीनां च ॥ ८ । ३ । १५० ॥

सूत्रार्थ :- (स्वरविषये) ग्रामादीनां (= ग्राम, साम, याम, पुरुष, शूर इत्येतेषां) शब्दानामादिरुदात्तो भवति।

अर्थ :- ग्राम, साम, याम, पुरुष, शूर એ (ग्रामादि ગણના) શબ્દોનો આદિ સ્વરવર્ણ ઉદાત્ત બને છે. આ ફિટ્સૂત્ર ૩૯ (= ૨/૧૫) છે.

ઉદા. :- असि ग्रामेष्व विता (ऋ. सं. १. ४४. १०)। शवसानाय सामं (ऋ. सं. १. ६२. २)। चित्रो वो यामः प्रयंतासु (ऋ. सं. १. १६६. ४)। सहस्रंशीर्षा पुरुंषः (ऋ. सं. १०. ९०. १)। अस्तेवं शूरो यातेवं (ऋ. सं. १. ७०. ११)। અહીં ग्रामं, सामं, यामं, पुरुंष, शूरं આ બધા ग्रामादि શબ્દો આદ્યુદાત્ત છે. પાણિનીય ગણપાઠમાં કોઈ ग्रामादि ગણ નથી.

(૪૮૧) लुबन्तस्योपमेयनामधेयस्य ॥ ८ । ३ । १५१ ॥

सूत्रार्थ :- (स्वरविषये) उपमेयवाचकस्य लुबन्तस्यादिरुदात्तो भवति।

अर्थ :- लुप् સંજ્ઞક વર્ણ જેના અંતે હોય તેવા ઉપમેયવાચક શબ્દનો આદિ સ્વરવર્ણ ઉદાત્ત બને છે. આ ફિટ્સૂત્ર ૪૦ (= ૨/૧૬) છે, જેમાં लुप् ને બદલે स्फिक् એવું પાઠાંતર મળે છે.

ઉદા. :- रौद्रेणानींकेन (तै. सं. १. ३. ३. १)। અહીં रौद्रगण इव क्रूरः એ અર્થમાં रौद्र શબ્દને कन् પ્રત્યય લાગીને लुप् (= લોપ) થઈ रौद्र શબ્દ બન્યો છે. તેથી અહીં रौद्र શબ્દ लुबन्त છે. અને ઉપમેયવાચક પણ છે. તેથી તે આદ્યુદાત્ત છે.

(૪૮૨) न वृक्षपर्वतविशेषव्याघ्रसिंहमहिषाणाम् ॥ ८ । ३ । १५२ ॥

सूत्रार्थ :- (स्वरविषये) वृक्षविशेपवाचिनां पर्वतविशेषवाचिनां व्याघ्र, सिंह, महिष इत्येतेषां चोपमेयनामधेयानां लुबन्तानामादिरुदात्तो न भवति।

अर्थ :- વિશિષ્ટ વૃક્ષવાચક, વિશિષ્ટપર્વત વાચક, व्याघ्र, सिंह, महिष આ શબ્દો ઉપવાચક તરીકે પ્રયોજાય ત્યારે તેમના આદિ સ્વરવર્ણ ઉદાત્ત બનતો નથી. આ ફિટ્સૂત્ર ૪૧ (= ૨/૫૭) છે.

ઉદા. :- तालः । અહીં ताल इव तालः (= તાડ જેવો ઊંચો માણસ) એમ ઉપમેય વાચક તરીકે तालः એ વિશિષ્ટ વૃક્ષવાચક लुबन्त શબ્દ પ્રયોજાયો હોવાથી તે અન્તોદાત્ત છે, નહીં કે આદ્યુદાત્ત. અહીં कन् પ્રત્યયનો લોપ થયો છે.

मेरुः । અહીં मेरुरिव मेरुः (મેરુપર્વત જેવો ઉન્નત માણસ) એમ ઉપમેવાચક તરીકે मेरुः એ વિશિષ્ટ પર્વતવાચક लुबन्त શબ્દ પ્રયોજાયો હોવાથી તે અન્તોદાત્ત છે, નહીં કે આદ્યુદાત્ત. અહીં પણ कन् પ્રત્યયનો લોપ થયો છે.

व्याघ्र इव व्याघ्रः (=વાઘ જેવો ક્રૂર માણસ) सिह इव सिंहः (= સિંહ જેવો પરાક્રમી માણસ), महिष इव महिषः (= પાડા જેવો જાડો માણસ) એ અર્થમાં પ્રયોજાયેલા ઉપમેયવાચક व्याघ्र, सिंह અને महिष એ लुबन्त શબ્દો અન્તોદાત્ત બને છે, નહીં કે આદ્યુદાત્ત. આ શબ્દોમાં પણ कन् પ્રત્યયનો લોપ થયેલો હોય છે.

(૪૮૩) राजविशेषस्य यमन्वाख्या चेत्
॥ ८ । ३ । १५३ ॥

सूत्रार्थ :- कृतवृद्धिर्यमन्वा । (स्वरविषये) कृतवृद्धेः राजविशेषनामधेय-स्योपमेयवाचकस्य लुबन्तस्य शब्दस्यादिरुदात्तो भवति ।

અર્થ :- જેમાં વૃદ્ધિઆદેશ થયો હોય તે 'યમન્વા' કહેવાય છે. જેમાં વૃદ્ધિ આદેશ થયો હોય તેવા વિશિષ્ટ રાજાના નામ અને ઉપમેયવાચક લુબન્ત શબ્દનો આદિ સ્વરવર્ણ ઉદાત્ત બને છે. આ ફિટ્સૂત્ર ૪૨ (=૨/૧૮) છે.

ઉદા. :- आङ्गः । અહીં आङ्ग इव अयम् (= અંગદેશના રાજા જેવો બહાદુર) એ અર્થમાં વિશિષ્ટ રાજા માટે પ્રયોજાયેલો લુબન્ત ઉપમેયવાચક आङ्गः શબ્દ આદ્યુદાત્ત બને છે. એ જ રીતે सौह्मः (= સુહ્મ દેશના રાજા જેવો બહાદુર).

(૪૮૪) लघावन्ते द्वयोश्च बह्वषो गुरुः
॥ ८ । ३ । १५४ ॥

सूत्रार्थ :- (स्वरविषये) लघ्वन्तस्य, द्विलघ्वन्तस्य च बह्वच्कस्य शब्दस्य (लघुपूर्वो) गुरुः स्वरवर्ण उदात्तो भवति ।

અર્થ :- જેના અંતે લઘુ સ્વરવર્ણ હોય અને જેના અંતે બે લઘુવર્ણ હોય તેવા અનેક (=ત્રણ કે તેથી વધુ) સ્વરવર્ણોવાળા શબ્દોમાંનો (લઘુ પહેલાંનો) ગુરુ સ્વરવર્ણ ઉદાત્ત બને છે. આ ફિટ્સૂત્ર ૪૩ (=૨/૧૯) છે.

ઉદા. :- ऋबीसे अत्रिमश्विनावंनीतम् (ऋ. सं. १. ११६. ८) માં ऋबीसें ; त्वं कल्याण वसु विश्वमोपिषे (ऋ. सं. १. ३१. ९) માં कल्याणं ; पज्रेव चर्चरं जारं मरायु (ऋ. सं. १०. १०६. ७) માં मरायुं ; सहावें हि जरायुंणा (ऋ. सं. ५. ७८. ८) માં जरायुंणा ; होतारमक्तोरतिथिं विभावसुम् (ऋ. सं. १०. ९२. १) માં विभावंसुम्. આ બધાં ઉદાહરણોમાં લઘ્વન્ત કે દ્વિલઘ્વન્ત શબ્દો પહેલાંના ગુરુ સ્વરવર્ણ ઉદાત્ત છે. દેખીતી રીતે લઘુ હોવા છતાં સંયુક્ત વર્ણની પૂર્વે હોવાથી પણ એ લઘુ સ્વરવર્ણ ગુરુ ગણાય છે તે પણ અહીં પ્રસ્તુત છે. દા.ત., प्रदोषं तस्करा इव (ऋ. सं. १. १९१. ५)। માં तस्कंराः શબ્દમાં त કાર દેખીતી રીતે લઘુ હોવા છતાં તેની પછી સંયુક્તાક્ષર स्क આવ્યો હોવાથી ગુરુ હોઈ ઉદાત્ત છે. એ જ રીતે अघशंसाय तर्हणम् (ऋ. सं. ७. १०४. ४) માં तर्हणम्-માંનો त ઉદાત્ત છે. પરંતુ गभीरं (ऋ. सं. १. ९१. ३)। गभस्ति (ऋ. सं. १. ५४. ४) અને रोमुश (ऋ. सं. १. १२६. ७) જેવા અપવાદો પણ વેદમાં મળી આવે છે.

(૪૮૫) स्त्रीविषयवर्णाक्षुपूर्वाणाम् ॥ ८ । ३ । १५५ ॥

सूत्रार्थ :- (स्वरविषये) नित्यस्त्रीलिङ्गानां, वर्णवाचकानाम्, अक्षुशब्दात् पूर्वो येषां तेषां च बह्वच्कानां शब्दानां लघुपूर्वो गुरुः स्वरवर्ण उदात्तो भवति।

અર્થ :- નિત્ય સ્ત્રીલિંગી, વર્ણવાચક અને અક્ષુ શબ્દ અંતે લાગેલો હોય તેવા શબ્દોમાં લઘુની પૂર્વેનો સ્વરવર્ણ ઉદાત્ત હોય છે. આ ફિટ્સૂત્ર ૪૪ (=૨/૨૦) છે.

ઉદા. :- मल्लिका। अराराका। अटाटाका। कृकाटिका। पिपीलिका। આ બધા શબ્દો નિત્યસ્ત્રીલિંગી છે. श्येनी, हरिणी એ શબ્દો વર્ણવાચક છે. तरक्षु વગેરે અક્ષુપૂર્વ મનાય છે. પરંતુ અક્ષુ જેવો પૂર્વ ભાગ હોય તેવા अक्षुजाल, अक्षुमाला શબ્દો અન્તોદાત્ત મળે છે. આ સૂત્ર ખૂબ જ સંદિગ્ધ હોવાથી તેનો અર્થ સ્પષ્ટ નથી. વળી આ સૂત્રનાં કોઈ ઉદાહરણો વૈદિક ગ્રંથોમાંથી વ્યાખ્યા-કારોએ ટાંક્યાં નથી. નિત્યસ્ત્રીલિંગી मल्लिका એ શબ્દનો પ્રયોગ વૈદિકસંહિતા-ગ્રંથોમાં થયેલો જોવા મળતો નથી.

पिपीलिंकाः (तै. सं. ५. ७. २३. १) માં આ નિયમનો વ્યત્યય છે. વર્ણવાચક पिशङ्ग શબ્દમાં પણ તેનો વ્યત્યય મળે છે. અને અક્ષુપૂર્વ तरक्षुं શબ્દમાં પણ તેનો વ્યત્યય જ મળે છે.

(૪૮૬) शकुनीनां च लघु पूर्वम् ॥ ८ । ३ । १५६ ॥

सूत्रार्थ :- (स्वरविषये) पक्षिवाचकशब्दानां बह्वच्कानां पूर्वं लघु उदात्तं भवति ।

અર્થ :- અનેક સ્વરવર્ણોવાળા પક્ષિવાચક શબ્દોમાં પૂર્વ લઘુવર્ણ ઉદાત્ત હોય છે. આ ફિટ્સૂત્ર ૪૫ (=૨/૨૧) છે. ડૉ.દેવસ્થળીના મતે આ સૂત્રનો ભાવાર્થ એમ થવો જોઈએ કે ત્રણ કે વધુ સ્વરવર્ણવાળા પક્ષિવાચક શબ્દોમાં અંત્ય અક્ષરની પૂર્વેનો (= ઉપાન્ત્ય) લઘુ અક્ષર ઉદાત્ત બને છે.

ઉદા. :- આ સૂત્રનાં પણ વૈદિક ઉદાહરણ મળતાં નથી. શુકનિ (= પક્ષિ) વાચક શબ્દોનાં વ્યાખ્યાકારોએ ટાંકેલાં कुक्कुटः અને तित्तिरिः એ ઉદાહરણોમાં તો અંત્ય સ્વરવર્ણ ઉદાત્ત મળે છે, નહીં કે ઉપન્ત્ય લઘુવર્ણ .

(૪૮૭) नर्तुप्राण्याख्यायाम् ॥ ८ । ३ । १५७ ॥

सूत्रार्थ :- (स्वरविषये) षष्ठ्यर्थे सप्तमी । ऋतुवाचिनां प्राणिवाचिनां च शब्दानाम् आदिः उदात्तो न भवति ।

અર્થ :- આ સૂત્રમાંની સપ્તમી વિભક્તિ ષષ્ઠીના અર્થમાં સમજવાની છે. ઋતુવાચક અને પ્રાણીવાચક શબ્દોમાં આદિ સ્વરવર્ણ ઉદાત્ત હોતો નથી. આ ફિટ્સૂત્ર ૪૬ (=૨/૨૨) છે.

ઉદા. :- वसन्तेनर्तुना (तै. ब्रा. २. ६. १९. २) । कृकलासः शकुनिः (तै. सं. ५. ५. १०. १) । અહીં वसन्तेन એ ઋતુવાચક શબ્દોમાં તથા कृकलासः એ પક્ષિવાચક શબ્દમાં આદિઅક્ષર ઉદાત્ત નથી;

(૪૮૮) धान्यानां च वृद्धक्षान्तानाम् ॥ ८ । ३ । १५८ ॥

सूत्रार्थ :- (स्वरविषये) धान्यवाचकानां ककारान्तानां षकारान्तानां च वृद्धसंज्ञकानां शब्दनामादिः उदात्तो भवति ।

અર્થ :- क કારાન્ત અને ष કારન્ત વૃદ્ધ સંજ્ઞક (=આદિ અક્ષર आ, ए કે औ સ્વરવર્ણ વાળો હોય તેવા ધાન્યવાચક શબ્દોનો આદિ સ્વરવર્ણ ઉદાત્ત હોય છે. આ ફિટ્સૂત્ર ૪૭ (=૨/૨૩) છે.

ઉદા. :- श्यामाकाः । माषाः । અહીં આ બે શબ્દો અનુક્રમે क કારાન્ત અને ष કારાન્ત તથા વૃદ્ધસંજ્ઞક છે. તેથી તેમનો આદિ સ્વરવર્ણ ઉદાત્ત છે. આ શબ્દો વૈદિક સંહિતામાં ભાગ્યે જ મળે છે. 'સ્વરસિદ્ધાંન્તચંદ્રિકા'કારે કોઈ વૈદિક ઉદાહરણ આપ્યું નથી.

(૪૮૯) जनपदशब्दानामषन्तानाम् ॥ ८ । ३ । १५९ ॥

सूत्रार्थ :- (स्वरविषये) अजन्तानां जनपदवाचिनां शब्दानामादिरुदात्तो भवति।

અર્થ :- જનપદવાચક સ્વરવર્ણાન્ત શબ્દોનો આદિ સ્વરવર્ણ ઉદાત્ત હોય છે. આ ફિટ્સૂત્ર ૪૮ (=૨/૨૪) છે.

ઉદા. :- किं ते कृण्वन्ति कीकंटेषु गावो (ऋ. सं. ३. ५३. १४)। અહીં कीकंटेषु માં कीकंट શબ્દ જનપદવાચક અને સ્વરવર્ણાન્ત હોવાથી તેનો આદિ સ્વરવર્ણ ઉદાત્ત છે.

(૪૯૦) हयादीनामसंयुक्तलान्तनामन्तः पूर्वं वा ॥ ८ । ३ । १६० ॥

सूत्रार्थ :- 'हय्' इति हलः संज्ञा। (स्वरविषये) हलादीनाम् असंयुक्तलान्तानां शब्दानामादिः अन्तः, तत्पूर्वो वा उदात्तो भवति।

અર્થ :- જેમના આદિમાં વ્યંજનવર્ણ હોય અને અંતે જોડાક્ષર વગરનો ल કાર હોય તેવા શબ્દોનો આદિ, અંત્ય કે ઉપાન્ત્ય સ્વરવર્ણ ઉદાત્ત હોય છે. આ ફિટ્સૂત્ર ૪૯ (=૨/૨૫) છે.

ઉદા. :- दुशानामेकं कपिलं संमानम् (ऋ. सं. १०. २७. १६)। हरिष्ठा मधुं त्वा मधुला चंकार (ऋ. सं. १. १९१. १०)। रयिर्बहुलो विश्वतंस्पृथुः (ऋ. सं. २. १. १२)। अकूपारः सलिलो मांतरिश्वा (ऋ. सं. १०. १०९. १)। આ બધાં ઉદાહરણોમાં कपिल, मधुल, बहुल, सलिल શબ્દો હલાદિ અસંયક્ત લાન્ત છે; એમાં અંત્ય સ્વરવર્ણ ઉદાત્ત છે.

शिशूला न क्रीळयः सुमातरो (ऋ. सं. १०. ७८. ६)। सुमङ्गलश्च शकुने भवासि (ऋ. सं. २. ४२. १)। આ ઉદાહરણોમાં शिशूल અને सुमङ्गल એ શબ્દો હલાદિ અસંયુક્ત લાન્ત છે. એમાં ઉપાન્ત્ય સ્વરવર્ણ ઉદાત્ત છે.

આદ્યુદાત્તનું કોઈ વૈદિક ઉદાહરણ મળી આવતું નથી. આ સૂત્રમાં પૂર્વસૂત્રમાંથી जनपदशब्दानाम् ની અનુવૃત્તિ પણ અપેક્ષિત હોવાનું કેટલાક વ્યાખ્યાકારો માને છે અને તેના ઉદાહરણ તરીકે पाञ्चालाः, कोशलाः એ ઉદાહરણો આપે છે. પરંતુ આ શબ્દો વૈદિક સંહિતાઓમાં મળતા નથી.

(૪૯૧) इगन्तानां च द्व्यषाम् ॥ ८ । ३ । १६१ ॥

सूत्रार्थ :- (स्वरविषये) इकारान्ताम् उकारान्तानां द्व्यचां शब्दानां तादृशां जनपदवाचिना च, आदिरुदात्तो भवति।

અર્થ :- इ કારાન્ત અને उ કારાન્ત હોય તેવા બે સ્વરવર્ણ વાળા, અને તેવા જ જનપદવાચક શબ્દોમાં, આદિ સ્વરવર્ણ ઉદાત્ત હોય છે. આ ફિટ્સૂત્ર ૫૦ (=૨/૨૬) છે. **અહીં ફિટ્સૂત્રનો બીજો પાદ પૂરો થાય છે.**

ઉદા. :- शुचंयो यन्ति वीतये (ऋ. सं. १. ५. ५)। तर ते राष्टि शूरः (ऋ. सं. १. १०४. ४)। અહીં शुचिं અને राष्टिं એ બે દ્વ્યચ્ શબ્દોમાં આદિ સ્વરવર્ણ ઉદાત્ત છે.

પણ संगृभ्णा मंघवन् काशिरित् तें (ऋ. सं. ३. ३०. ५)। અને येनेमे यन्तिं चेदयः (ऋ. सं. ८. ५. ३९) એ ઉદાહરણોમાં काशि અને चेदि એ જનપદવાચક દ્વ્યચ્ શબ્દોમાં આદિને બદલે અંત્ય સ્વરવર્ણ ઉદાત્ત છે.

(४९२) अथ द्वितीयं प्रागीषात् ॥ ८ । ३ । १६२ ॥

सूत्रार्थ :- (स्वरविषये) अथात आरभ्य 'ईषान्तस्य हयादेः' (५०१ = ८. ३. १७८ = फि. सू. ३ ।१७) इत्यतः प्राग् द्वितीयोदात्ताधिकारो वेदितव्यः।

અર્થ :- હવે આ સૂત્રથી આરંભી સૂત્ર ૫૦૮ (= ८ ।३ ।१७९ = फि. सू. ३ ।१८) મા સુધી બીજા સ્વરવર્ણનું ઉદાત્ત તરીકે વિધાન કરતો આ અધિકાર જાણવો. આ અધિકાર સૂત્ર છે. ફિટ્સૂત્રનો ત્રીજો પાદ આ સૂત્રથી આરંભાયો છે. હય્ = હલ્. આ ફિટસૂત્ર ૫૧ (=૩/૧) છે.

(४९३) त्र्यषां प्राङ्मकरात् ॥ ८ । ३ । १६३ ॥

सूत्रार्थ :- (स्वरविषये) इत परं 'मकरवरूथ...' (४९९ = ८ ।३ ।१६९ = फि.सू.३ ।८) इत्यतः प्राक् 'त्र्यषाम्' (= त्र्यचां) शब्दानामधिकारो वेदितव्यः।

અર્થ :- આ સૂત્રથી શરૂ કરીને 'मकरवरुथ'. . . (४९९ =८ ।३ ।१६९) સૂત્ર સુધી ત્રણ સ્વરવર્ણ વાળા શબ્દો અંગેના વિધાનોનો અધિકાર જાણવો. આ પણ પેટા અધિકાર સૂત્ર છે. ફિટ્સૂત્રનું આ ૫૨ (=૩/૨)મું સૂત્ર છે.

(४९४) स्वाङ्गानामकुर्वादीनाम् ॥ ८ । ३ । १६४ ॥

सूत्रार्थ :- (स्वरविषये) अकुर्वादीनाम् इति कवगरिफवकारादीनि वर्जयित्वा त्र्यचां स्वाङ्गवाचिनां द्वितीयमुदात्तं भवति।

અર્થ :- क કાર, ख કાર, ग કાર, घ કાર, ङ કાર, રેફ અને व કાર જેના આદિમાં હોય તેવા શબ્દો છોડી દઈને બાકીનાં ત્રણ સ્વરવર્ણોવાળા પોતાના અંગના વાચક શબ્દોમાં બીજો સ્વરવર્ણ ઉદાત્ત હોય છે. અર્થાત્ આવા

શબ્દો મધ્યોદાત્ત હોય છે. પૂર્વે ફિ.સૂ.૨.૬ માં સ્વાંગવાચક શબ્દો આદ્યુદાત્ત હોવાનું કહ્યું છે. હવે અહીં તેમના ઉપર અમુક સંજોગોમાં મર્યાદા મૂકીને મધ્યોદાત્ત હોવાનું કહ્યું છે. આ ઉપરથી ફલિત થાય છે કે क વર્ગ, રેફ અને व કારથી શરૂ થતાં બધા ત્ર્યક્ષરાત્મક શબ્દો આદ્યુદાત્ત હોય છે. પણ क વર્ગ રેફ અને व કારથી આરંભાતા ત્ર્યક્ષર સ્વાંગવાચક શબ્દો મધ્યોદાત્ત હોય છે. આ સામાન્ય નિયમ છે. પણ તેમાં ઘણા અપવાદ પણ જોવા મળે છે. આ ફિટ્સૂત્ર ૫૩ (= ૩/૩) છે.

ઉદા. :- कीकंसाभ्यः स्वाहां (तै. सं. ७. ३. १६. १)। અહીં कीकंस એ શબ્દ क કારાદિ હોવાથી આદ્યુદાત્ત છે.

પણ तस्मांद्रुराटें (तै. ब्रा. २. ९. २. २)। માં रुराटं શબ્દ રેફાદિ હોવા છતાં આદ્યુદાત્ત નથી. પણ મધ્યોદાત્ત છે.

पास्युदरंम् (ऋ . सं. १. ४२. ९)। ह्यस्थांदुपस्थंम् (ऋ . सं. २. ३५. ९)। जुठरमपिंप्रता (ऋ . सं. ५. ३४. २)। मुस्तिष्कांज्जिह्वाया . . . (ऋ . सं. १०. १६२. १)। मेहनां केतुसापंः (ऋ . सं. ५. ३८. ३)। આ બધાં ઉદાહરણોમાં उदरं, जठरं, मस्तिष्कं, मेहनं આ બધા ત્ર્યક્ષર શબ્દો क વર્ગાદિ, રેફાદિ કે વકારદિ ન હોવાથી મધ્યોદાત્ત છે. પણ પઠર્વા जठंरस्य (ऋ . सं. १. ११२. १७)। मेहंनाद्वनंकरंणात् (ऋ . सं. १०. १६३. ५) વગેરેમાંના जठंर અને मेहंन એ સ્વાંગવાચક શબ્દો આદ્યુદાત્ત છે.

ओष्ठांविव (ऋ . सं. १. ३९. ६)। कर्णा बुधानः (ऋ . सं. ४. २३. ८)। केशंवन्ता (ऋ . सं. १०. १०५. ५)। जङ्घामायंसीम् (ऋ . सं. १. ११६. १५)। अस्या दन्तो . . . (ऋ . सं. ६. ७५. ११)। अक्षीभ्यां ते नासिंकाभ्यां कर्णाभ्यां छुबुंकादधिं। यक्ष्मं शीर्षण्यं मुस्तिष्कांज्जिह्वाया वि वृंहामि ते ॥ (ऋ . सं. १०. १६३. १)। આ ઉદાહરણોમાં ओष्ठं, कर्णं, केशं, जङ्घां, दन्तं, नासिंका, छुबुंक એ શબ્દો આદ્યુદાત્ત છે. જેમાં પહેલાં પાંચ દ્વયક્ષર શબ્દો છે, જ્યારે છેલ્લા બે ત્ર્યક્ષર છે.

(४९५) मादीनां च ॥ ८ । ३ । १६५ ॥

सूत्रार्थ :- (स्वरविषये) त्र्यचां मकारादीनां द्वितीयमुदात्तं भवति।

અર્થ :- ત્ર્યક્ષર म કારાદિ શબ્દોમાં બીજો સ્વરવર્ણ ઉદાત્ત હોય છે. આ ફિટ્સૂત્ર ૫૪ (= ૩/૪) છે.

ઉદા. :- पुरु शंस्त मुघत्तंये (ऋ . सं. ३. ३७. ८)। अप, द्वेषों मुघोनीं (ऋ . सं. १. ४८. ८)। मुण्डूको यदु भिवृष्टः (ऋ . सं. ७. १०३. ४)। मुतुथा

अजींजनन् (ऋ. सं. ९. ७१. ५)। दाधर्थ पृथिवीमभितो मयूखैः (ऋ. सं. ७. ९९. ३)। આ ઉદાહરણોમાંના मघत्तिं, मघोनीं, मण्डूकं, मतुथं, मयूखं અને ઉપરનાં સૂત્રના ઉદાહરણમાં ટાંકેલા मस्तिष्कं અને मेहनं એ મકારાદિ શબ્દોમાં દ્વિતીય સ્વરવર્ણ ઉદાત્ત હોવાથી તે શબ્દો મધ્યોદાત્ત છે.

(४९६) शादीनां शाकानाम् ॥ ८ । ३ । १६६ ॥

सूत्रार्थ :- (स्वरविषये) शकारादीनां (सकारादीनां च) त्र्यचां शब्दानां द्वितीयमुदात्तं भवति।

અર્થ :- श કારાદિ (અને स કારાદિ) ત્ર્યક્ષર શબ્દોમાં બીજો સ્વરવર્ણ ઉદાત્ત હોય છે. આ ફિટ્સૂત્ર ૫૫ (= ૩/૪) છે.

ઉદા. :- આ સૂત્રનાં કોઈ વૈદિક ઉદાહરણ મળતાં નથી. તેથી લૌકિક પ્રયોગમાંના સ્વરભારને લગતું આ સૂત્ર જણાય છે. સ્વરભાર વાસ્તવમાં વૈદિક પ્રયોગ અને લૌકિક પ્રયોગમાં પ્રચલિત હતો તેવું આ ઉપરથી ફલિત થાય છે. લૌકિક ઉદાહરણો આ પ્રમાણે છેઃ सुवर्चला। शीतला। शतपुष्पा।

(४९७) पान्तानां गुर्वादीनाम् ॥ ८ । ३ । १६७ ॥

सूत्रार्थ :- (स्वरविषये) पकारान्तानां त्र्यचां गुर्वादिशब्दानां द्वितीयमुदात्तं भवति।

અર્થ :- આદિમાં ગુરુ અક્ષર હોય તેવા प કારન્ત ત્ર્યક્ષર શબ્દોમાં બીજો સ્વરવર્ણ ઉદાત્ત હોય છે. આ ફિટ્સૂત્ર ૫૬ (= ૩/૬) છે.

ઉદા. :- कश्यपोद्वर्धयन् गिरः (ऋ. सं. ९. ११४. २)। અને कश्यपो रोहित्कुंदृणाची (य. सं. २४. ३७)। અહીં પ્રથમ ઉદાહરણમાં कश्यप આદ્યુદાત છે. અને બીજા ઉદાહરણમાં कश्यप શબ્દ મધ્યોદાત્ત છે. અહીં श्य એ જોડાક્ષરને લીધે क એ આદિ અક્ષર છંદની દૃષ્ટિએ ગુરુ છે.

गृध्रः सुपर्णः कुणपं निषेवति (मै. सं. ४. ९. १९)। कुणपमत्ति यः सत्रे (तै. सं. ७. २. १०. २)। અહીં પ્રથમ ઉદાહરણમાં कुणप શબ્દ આદ્યુદાત્ત છે, જ્યારે બીજા ઉદાહરણમાં कुणप શબ્દ મધ્યોદાત્ત છે. પણ આ શબ્દ प કારાન્ત અને ત્ર્યક્ષર હોવા છતાં ગુર્વાદિ નથી. એથી ઉલ્ટું चर्षणिभ्यं आतपः शिशीते (ऋ. सं. १. ५५. १)। માં आतप શબ્દ ગુર્વાદિ ત્ર્યક્ષર અને प કારાન્ત હોવા છતાં આદ્યુદાત્ત છે.

(४९८) युतान्यण्यन्तानाम् ॥ ८ । ३ । १६८ ॥

सूत्रार्थ :- (स्वरविषये) युतान्तानाम् अन्यन्तानाम् अण्यन्तानां च त्र्यचां शब्दानां द्वितीयमुदात्तं भवति ।

અર્થ :- જે ત્ર્યક્ષર શબ્દોના અંતે युत, अनि અને अणि આવેલો હોય, તેમનો દ્વિતીય સ્વરવર્ણ ઉદાત્ત હોય છે. આ ફિટ્‌સૂત્ર ૫૭ (=૩/૭) છે.

ઉદા. :- अयुतंञ्च नियुतंञ्च (तै. सं. ४. ४. १३. ३-४)। साशनिंरभवत् (तै. ब्रा. ९. १. ३. १२)। यदरण्योः समारूंढः (तै. सं. ३. ४. १०. ४)। અહીં अयुतं અને नियुतं એ ત્ર્યક્ષર યુતાન્ત શબ્દો, साशनिंએ ત્ર્યક્ષર અન્યન્ત શબ્દ અને अरणिं એ ત્ર્યક્ષર અણ્યન્ત શબ્દ મધ્યોદાત્ત છે.

પરંતુ वेदु वांतस्य वर्तुनिम् (ऋ. सं. १. २५. ९)। અને આ द्योंतुनिं वंहति (ऋ.सं. ३. ५८. १)। આ ઉદાહરણોમાં वर्तुनि અને द्योतुनि એ ત્ર્યક્ષર શબ્દો અન્યન્ત હોવા છતાં અન્તોદાત્ત છે. એ જ રીતે क्षिपुणि (ऋ. सं. ४. ४०. ४)। અને चर्षुणि (ऋ. सं. १. १८४. ४) એ ત્ર્યક્ષર શબ્દો અણ્યન્ત હોવા છતાં અન્તોદાત્ત છે.

(४९९) मकरवरूथपारेवतवितस्तेक्ष्वार्जिद्राक्षाकालोमाकाष्ठापेष्टाकाशीनामादिर्वा ॥ ८ । ३ । १६९ ॥

सूत्रार्थ :- (स्वरविषये) मकर, वरूथ, पारेवत, इक्षू, आर्जि, द्राक्षा, काल, उमा, काष्ठा, पेष्टा, काशी इत्येतेषां शब्दानां द्वितीयमादिर्वा उदात्तं भवति ।

અર્થ :- मकर વગેરે અગિયાર શબ્દોનો દ્વિતીય અથવા વિકલ્પે આદિ સ્વરવર્ણ ઉદાત્ત હોય છે.

આ સૂચિમાંના પ્રથમ બે જ શબ્દો ત્ર્યક્ષર છે. બાકીના બધા જ દ્વયક્ષર છે. ત્ર્યક્ષરાધિકાર અહીં સમાપ્ત થાય છે. ફિટ્‌સૂત્રનું આ ૫૮ (=૩/૮)મું સૂત્ર છે.

ઉદા. :- नाक्रो मकंरः (तै. सं. ५. ५. १३. १)। नाक्रो मुकरंः (मै. सं. ३. १४. १६)। वरुंथं तुन्वे३ मर्म (ऋ. सं. १. २३. २१)। पारेवत, इक्षू आर्जि અને द्राक्षा આ શબ્દો વેદમાં મળતા નથી.. विचिनोतिं कुाले (ऋ. सं. १०. ४२. ९)। उमा નું ઉદાહરણ વૈદિકસંહિતાઓમાં મળતું નથી. काष्ठां हितं धनंम् (ऋ. सं. ८. ८०. ८)। पेष्ट्रम् (खि. ४. ५. १८)। मघवन् काशिरित् ते (ऋ. सं. ३. ३०. ५)। આ ઉદાહરણોમાં मकंर માં આદ્યુદાત્ત અને मुकरं માં મધ્યોદાત્ત મળે છે. પણ वरुंथ અને काष्ठांએ બે આદ્યુદાત્ત છે, જ્યારે काल, पेष्ट्र અને

કાશિ આ શબ્દોમાં આદિ કે મધ્યમને બદલે અંત્ય સ્વર ઉદાત્ત મળે છે. તેથી આ નિયમ સાર્વત્રિક નથી જણાતો.

(૫૦૦) छन्दसि च ॥ ८ । ३ । १७० ॥

सूत्रार्थ :- (स्वरविषये) छन्दसि च विशेषतः लक्ष्यानुसारेण आदिर्द्वितीयो वा उदात्तो भवति।

અર્થ :- વૈદિક પ્રયોગમાં તો ઉદાહરણને અનુસરીને આદિ કે મધ્ય સ્વર ઉદાત્ત જોવા મળે છે. આ ફિટ્સૂત્ર ૫૯ (=૩/૯) છે.

ઉદા. :- नासिंकाभ्यांं स्वाहां (तै. सं. ७. ३. १६. १)। મકર વગેરે ત્રયક્ષર શબ્દોનાં વૈદિક ઉદાહરણ ઉપર આપ્યાં છે જ. આ નિયમ ત્ર્યક્ષર શબ્દોને લગતો છે.

(૫૦૧) कर्दमादीनां च ॥ ८ । ३ । १७१ ॥

सूत्रार्थ :- (छन्दसि स्वरविपये) कर्दमादिशब्दानामादिर्द्वितीयो वा उदात्तो भवति।

અર્થ :- कर्दम, कुलटा, गान्धारी, सहस्र, जघन, गोधूम, कल्याण એ શબ્દોનો આદિ કે દ્વિતીય સ્વરવર્ણ ઉદાત્ત હોય છે. આ ફિટ્સૂત્ર ૬૦ (=૩/૧૦) છે.

ઉદા. :- कर्दमः (काठ. सं. २५. ७)। सहस्रं यस्यं रातयः (ऋ. सं. १. ११. ८)। यत्र द्वाविंव जघनांधिषवण्यां कृता (ऋ. सं. १. २८. २)। कुल्याणं वदति (मै. सं. २. ३. ९)। આ ઉદાહરણોમાં कर्दम શબ્દ આદ્યુદાત્ત છે, અને सहस्रं, जघनं, कुल्याणं એ શબ્દો મધ્યોદાત્ત છે. બાકીના कुलटा, गान्धारी અને गोधूम શબ્દો વૈદિક સંહિતાઓમાં મળતા નથી.

(૫૦૨) सुगन्धितेजनस्य ते वा ॥ ८ । ३ । १७२ ॥

सूत्रार्थ :- (छन्दसि स्वरविषये) 'सुगन्धितेजन' इत्यस्य शब्दस्य आदि-र्द्वितीयः 'ते' इत्यक्षरश्च इति त्रयः पर्यायेण उदात्ता भवन्ति।

અર્થ :- सुगन्धितेजन એ શબ્દના આદિ, દ્વિતીય, અથવા ते એ અક્ષરમાંનો સ્વરવર્ણ ઉદાત્ત હોય છે. આ ફિટ્સૂત્ર ૬૧ (=૩/૧૧) છે.

ઉદા. :- तान्त्सुगन्धितेजने (तै. सं. ६. २. ८. ४)। અહીં ते ઉદાત્ત છે. ઐતરેય બ્રાહ્મણ (૨. ૫. ૨)માં પણ गुग्गुलूर्णास्तुकाः सुगन्धितेजनानीति એવો પ્રયોગ છે. પણ તેમાં આ શબ્દનો સ્વરભાર દર્શાવ્યો નથી.

(૫૦૩) नपः फलान्तानाम् ॥ ८ । ३ । १७३ ॥

સૂત્રાર્થ :- (स्वरविषये) नपुंसकानां फलशब्दान्तानाम् आदिर्द्वितीयो वा उदात्तो भवति।

અર્થ :- फल શબ્દ જેના અંતે આવેલો હોય તેવા નપુંસકલિંગી શબ્દોનો આદિ કે દ્વિતીય સ્વરવર્ણ ઉદાત્ત હોય છે. આ ફિટ્સૂત્ર ૬૨ (=૩/૧૨) છે.

ઉદા. :- वाचं शुश्रुवाँ अफलामपुष्पाम् (ऋ. सं. १०. ७१. ५)। यथा नः सुफलासंसि (ऋ. सं. ४. ५७. ६)। અહીં अफल શબ્દ અન્તોદાત્ત છે., જયારે सुफल શબ્દ મધ્યોદાત્ત છે. વ્યાખ્યાકારો राजादनफल ઉદાહરણ આપે છે.

કેટલાક વ્યાખ્યાકારો "लो फो नपः" અવો આ સૂત્રનો પાઠ સ્વીકારીને નપુંસકલિંગી શબ્દોમાં फ કાર પછી આવતો ल કારયુક્ત સ્વરવર્ણ ઉદાત્ત બને છે એમ અર્થ કરે છે. એ અર્થ મુજબ ઉદાહરણો છેઃ फलमुङ्कीवं (ऋ. सं. ३. ४५. ४)। स्वादोः फलस्य जग्ध्वाय। પણ અહીં તો ल ને બદલે फ એમ फ કાર ઉદાત્ત છે. વ્યાખ્યાકારોએ આપેલુ फलण्डुफलम् ઉદાહરણ વૈદિક પ્રયો-ગમાં મળતું નથી. તેથી આ નિયમ મહદંશે લૌકિક પ્રયોગને લાગુ પડે છે.

(૫૦૪) यान्तस्यान्तात् पूर्वम् ॥ ८ । ३ । १७४ ॥

સૂત્રાર્થ :- (स्वरविषये) यकारान्तस्य शब्दस्य अन्त्यात् पूर्वमुदात्तं भवति।

અર્થ :- य કારન્ત શબ્દમાં અંત્ય અક્ષરની પૂર્વેનો (=ઉપાન્ત્ય અક્ષર) ઉદાત્ત હોય છે. ત્ર્યક્ષરાધિકારમાં હોવાથી આ સૂત્ર માત્ર ત્ર્યક્ષર જ નહીં બલકે તેથી વધુ અક્ષરવાળા શબ્દોને પણ લાગુ પડે છે. આ ફિટ્સૂત્ર ૬૩ (=૩/૧૩) છે.

ઉદા. :- स विद्वाँ उभयं चष्टे (ऋ. सं. १. १९०. ७)। कुलायेऽधि कुलायं कोशे (अ. शौ. सं. ९. ३. २०)। અહીં उभयं અને कुलायं એ य કારાન્ત શબ્દોમાં य કારની પૂર્વનો શબ્દ ઉદાત્ત છે.

(૫૮૫) आन्तस्य च नालघुनी ॥ ८ । ३ । १७५ ॥

सूत्रार्थ :- (स्वरविषये) आकारान्तस्य शब्दस्य अन्त्यात् पूर्वौ ना लघु च उदात्ते भवतः।

અર્થ :- आ કારાન્ત શબ્દમાંના અંત્ય અક્ષરની પૂર્વેના ના અને લઘુ અક્ષર ઉદાત્ત હોય છે. આ ફિટ્સૂત્ર ૬૪ (=૩/૧૪) છે.

ઉદા. :- सुनाथां । सुधां । स्वाहां । स्वुधा । मुधां । विनां । नानां । इमं च युज्ञं सुधया ददन्ते । (मै. सं. १. ७. १) । जुषाणा व्यन्तु स्वाहां (मै. सं. १. ७. १) । नाना हि त्वा हवमाना जना इमे (ऋ. सं. १. १०२. ५) । આ ઉદાહરણોમાં स्वाहां અને नानां એ आ કારાન્ત શબ્દોમાં ઉપાન્ત્ય અક્ષર ઉદાત્ત છે. स्वुधा શબ્દ વેદમાં મળે છે. જેમકે साकं जंज्ञिरे स्वुधयां दिवो नरः (ऋ. सं. १. ६४. ४) । પણ स्वुधा, सुधा, એ બે અન્તોદાત્ત શબ્દો છે. બાકીના શબ્દો વૈદિક સંહિતાઓમાં મળતા નથી, તેથી લૌકિક પ્રયોગો છે.

(૫૮૬) शिंशुमारोदुम्बरबलीवर्दोष्टारपुरूरवसां च ॥ ८ । ३ ।१७६ ॥

सूत्रार्थ :- (स्वरविषये) शिंशुमार, उदुम्बर, बलीवर्द, उष्टार, पुरूरवस् इत्येतेषां शब्दानाम् अन्त्यात् पूर्वं द्वितीयं वा उदात्तं भवति।

અર્થ :- शिंशुमार વગેરે પાંચ શબ્દોમાં ઉપાન્ત્ય અથવા દ્વિતીય સ્વરવર્ણ ઉદાત્ત હોય છે. આ ફિટ્સૂત્ર ૬૫ (=૩/૧૫) છે.

ઉદા. :- सिन्धोः शिंशुमारः (तै. सं. ५. ५. ११. १) । યજુર્વેદની અન્ય સંહિતાઓમાં शिशुमार શબ્દ મળે છે, જેમાં પણ ઉપાન્ત્ય ઉદાત્ત હોય છે. જેમકે समुदायं शिशुमारः (ग. सं. २४. ३०. ; मै सं. ३. १४. ११)। ऊर्ग्वा उदुम्बरः (तै. सं. २. १. १. ६)। અહીં उदुम्बरं માં ઉપાન્ત્ય અક્ષર ઉદાત્ત છે. પરંતુ ઋગ્વેદમાંના उदुम्बुलौ यमस्यं दूतौ (ऋ. सं. १०. १४. १२) એ મંત્રોમાંનો उदुम्बुल શબ્દ અન્ત્યોદાત્ત છે. बलीवर्द શબ્દ વૈદિક સંહિતાઓમાં મળતો નથી. उष्टारेव फर्वरेषु श्रयेथे (ऋ. सं. १०. १०६. २)। पुरूरव पुनरस्तं परेहि (ऋ. सं. १०. ९५. २)।

(૫૦૭) साङ्काश्यकाम्पिल्यनासिक्यदार्वाघाटानामन्तश्च ॥ ८ । ३ । १७७ ॥

सूत्रार्थ :- (स्वरविषये) साङ्काश्य काम्पिल्य नासिक्य दार्वाघाट इत्येषां शब्दनामन्त्यमन्त्यात् पूर्वं वा उदात्तं भवति ।

અર્થ :- साङ्काश्य વગેરે ચાર શબ્દોમાં અંત્ય કે ઉપાન્ત્ય ઉદાત્ત હોય છે. આ ફિટ્સૂત્ર ૬૬ (=3/૧૬) છે.

ઉદા. :- साांकाश्यम् साांकाश्यंम् । नासिक्यम् । नासिक्यंम् । काम्पि-ल्यम् । काम्पिल्यंम् । दार्वाघाटस्ते वनस्पतींनाम् (य. सं. २४. ३५) । दार्वाघाट स्ते (मै. सं. ३. १४. ११) । અહીં યજુર્વેદની અન્ય સંહિતાઓથી મૈત્રાયણી સંહિતા સ્વરમાં જુદી પડે છે, તેની ફિટ્સૂત્રકારે નોંધ લીધી જણાય છે.

(૫૦૮) ईषान्तस्य हयादेरादिर्वा ॥ ८ । ३ । १७८ ॥

सूत्रार्थ :- हयादिरिति हलादिः । (स्वरविषये) ईषान्तस्य हलादेः शब्दस्यादिः अन्त्यात् पूर्वो वा उदात्तो भवति ।

અર્થ :- જેના આદિમાં વ્યંજન હોય અને અંતે ईष હોય તેવા શબ્દોનો આદિ સ્વરવર્ણ અથવા અંત્યસ્વરવર્ણ ઉદાત્ત હોય છે. 'સ્વરસિદ્ધાન્તચંદ્રિકા'કાર અંત્ય અથવા આદિ એમ વિકલ્પે સમજે છે. આ ફિટ્સૂત્ર ૬૭ (=3/૧૭) છે.

ઉદા. :- यया वणिग्वङ्कुरापा पुरींषम् (ऋ. सं. ५. ४५. ६) । અહીં पुरींष શબ્દ આદ્યુદાત્ત છે. પરંતુ सं मं हेमा मनीषयां । અહીં मनीषा શબ્દ હલાદિ અને ઈષાન્ત હોવા છતાં અન્તોદાત્ત છે, નહીં કે ઉપાન્ત્યોદાત્ત. हलींषा, हलीषा અને लाङ्गंलीषा, लाङ्गलीषा એ લૌકિક પ્રયોગો છે, જે 'સ્વરસિદ્ધાન્ત ચંદ્રિકા'કારે ઉદાહરણ તરીકે આપ્યા છે.

(૫૦૯) उशीरदासेरकपलालशेवालश्यामाकशरीरशराव-हृदयहिरण्यारण्यापत्यदेवराणाम् ॥ ८ । ३ । १७९ ॥

सूत्रार्थ :- (स्वरविषये) उशीर, दासेरक, पलाल, शेवाल, श्यामाक, शरीर, शराव, हृदय, हिरण्य, अरण्य, अपत्य, देवर इत्येतेषां शब्दनामादिरुदात्तो भवति ।

અર્થ :- उशीर વગેરે બાર શબ્દોનો આદિ સ્વરવર્ણ ઉદાત્ત હોય છે. આ ફિટ્સૂત્ર ૬૮ (=3/૧૮) છે.

ઉદા. :- उशीरं અને दाशेरक, पलाल અને शेवाल શબ્દો વૈદિક સંહિતાઓમાં મળતાં નથી. श्यामाकं चरुं निरवपत् (तै. सं. २. ३. २. ६)। અહીં श्यामक શબ્દ અન્તોદાત્ત છે. નહીં કે આદ્યુદાત્ત शरीरं वा एतदग्नेः (तै. सं. ५. ६. ६. ३)। हृदयस्याग्रेऽवद्यति (तै. सं. ६. ३. ११. ४)। हिरण्यमुपास्य (तै. सं. ६. १. ८. ३)। यामरण्ये (तै. सं. २. ५. १. ६)। वहमाना अपत्यम् (ऋ सं. १. १७४. ६)। આ ઉદાહરણોમાં शरीर, हृदय, हिरण्य, अरण्य અને अपत्य એ શબ્દો તો આદ્યુદાત્ત છે. પરંતુ देवर શબ્દ તો મધ્યોદાત્ત જ મળે છે. જેમ કે प्रतीक्षन्ते श्वसुरो देवरश्च (अ. शौ. सं. १४. १. ३९)। साम्राज्ञी अधि देवृषु (ऋ सं. १०. ८५. ४६)। કદાચ લૌકિક પ્રયોગમાં देवृ શબ્દ આદ્યુદાત્ત હશે.

(૫૧૦) महिष्यषाढयोर्ज्यायेष्टकाख्या चेत्
॥ ८ । ३ । १८० ॥

સૂત્રાર્થ :- (स्वरविषये) महिषी, अषाढा इत्येतौ शब्दौ पर्यायेण ज्याया इष्टका इत्येतेयोर्वाचकौ चेत् तदा आद्युदात्तौ भवतः।

અર્થ :- महिषी અને अषाढा એ શબ્દો અનુક્રમે પત્ની અને ઈંટના વાચક હોય ત્યારે આદ્યુદાત્ત હોય છે. આ ફિટ્સૂત્ર ૬૯ (=3/૧૯) છે. **અહીં ફિટ્સૂત્રનો ત્રીજો પાદ સમાપ્ત થાય છે.**

ઉદા. :- महिषी जजान (ऋ . सं. ५. २. २)। અહીં महिषी શબ્દ પત્નીના અર્થમાં હોવાથી આદ્યુદાત્ત છે. પરંતુ सिंहीरसि महिषीरसि (तै. सं. १. २. १२. २)। માં महिषी શબ્દ ભેંસવાચક હોવાથી અન્તોદાત્ત છે. એ જ રીતે अषाढासि सहमाना (तै. सं. ४. २. ९. २)। માં अषाढा શબ્દ ઈંટવાચક હોવાથી આદ્યુદાત્ત છે. પરંતુ अषाढा नक्षत्रम् (तै. सं. ४. ४. १०. २)। માં તે નક્ષત્રવાચક હોવાથી અન્તોદાત્ત છે.

(૫૧૧) शकटिशकट्योरक्षरमक्षरं पर्यायेण
॥ ८ । ३ । १८१ ॥

સૂત્રાર્થ :- (स्वरविषये) शकटि, शकटी इत्येतयोः शब्दयोः त्रयोऽप्यचः पर्यायेणोदात्ता भवन्ति।

અર્થ :- शकटि અને शकटी એ બે શબ્દોમાં બધા જ સ્વરો વારાફરતી ઉદાત્ત હોય છે. અહીંથી ફિટ્સૂત્રનો ચોથો પાદ આરંભાય છે. આ પાદમાં સ્વરપ્રક્રિયાના પરચુરણ નિયમો આપ્યા છે, જેમકે સૂત્ર ૧ થી ૫ સુધીમાં દર્શાવેલા શબ્દોમાં બધા જ સ્વરવર્ણો વારાફરતી ઉદાત્ત જોવા મળે છે. સૂત્ર

૬-૯ માં નિત્ય સ્વરિત શબ્દો દર્શાવ્યા છે. સૂત્ર ૧૨ થી ૧૭ માં નિપાતોના સ્વરનો વિષય છે. આ ફિટ્સૂત્ર ૭૦ (=૪/૧) છે.

ઉદા. :- शर्कटिः । शकर्टिः । शकुटिः । આ શબ્દ વેદમાં મળતો નથી. शकंटी । शकटीं । शकुटी । આ શબ્દ शकुटी रिव सर्जति (ऋ. सं. १०. १४६. ३ ; तै. ब्रा. २. ५. ४. ७)। માં અન્તોદાત્ત તરીકે મળે છે. બાકીનાં ઉદાહરણ લૌકિક પ્રયોગમાં મળતાં હશે.

(૫૧૨) गोष्ठजस्य ब्राह्मणनामधेयस्य ॥ ८ । ३ । १८२ ॥

सूत्रार्थ :- (छन्दसि स्वरविषये) गोष्ठजार्थस्य ब्राह्मणनामधेयवाचकस्य शब्दस्य प्रत्येकमक्षरं पर्याणोदात्तं भवति ।

अर्थ :- ગોષ્ઠજ શબ્દ બ્રાહ્મણનામવાચક હોય ત્યારે તેનો દરેક અક્ષર વારાફરતી ઉદાત્ત હોય છે. આ ફિટ્સૂત્ર ૭૧ (=૪/૨) છે.

ઉદા. :- नमो गोष्ठ्यांय च (तै. सं. ४. ५. ९. १)। ગોષ્ઠજ એવો બ્રાહ્મણનામવાચક શબ્દ વેદમાં મળતો નથી. વ્યાખ્યાકારોએ गोष्ठजः शूद्रः એમ અન્તોદાત્ત પ્રત્યુદાહરણ જ આપ્યું છે.

(૫૧૩) पारावतस्योपोत्तमवर्जम् ॥ ८ । ३ । १८३ ॥

सूत्रार्थ :- (छन्दसि स्वरविषये) पारावतशब्दस्य उपोत्तम(=उपान्त्य)वर्जमचः क्रमेण उदात्ता भवन्ति ।

अर्थ :- पारावत એ શબ્દના ઉપાન્ત્ય સિવાયના બાકીના બધા સ્વરવર્ણો વારાફરતી ઉદાત્ત હોય છે. આ ફિટ્સૂત્ર ૭૨ (=૪/૩) છે.

ઉદા. :- अधा पारांवता इतिं (ऋ. सं. ५. ५४. ११)। અહીં पारांवत શબ્દ આદ્યુદાત્ત છે. अह्ने पारावंतानालंभते (य. सं. २४. २५)। અહીં पारावंत શબ્દ મધ્યોદાત્ત છે. આ સિવાય બીજાં ઉદાહરણ વેદમાં મળતાં નથી; લૌકિકમાં હશે.

(૫૧૪) धूम्रजानुमुञ्जकेशकालवालस्थालीपाकानामधूजलस्थानाम् ॥ ८ । ३ । १८४ ॥

सूत्रार्थ :- (स्वरविषये) धूम्रजानु, मुञ्जकेश कालवाल स्थालीपाक इत्येतेषां चतुर्णां शब्दानां धूजलस्थेत्याक्षरवर्जम् इतरे अच उदात्ता भवन्ति ।

અર્થ :- ધૂમ્રજાનુ વગેરે ચાર શબ્દોના ધૂ ज, ल, स्था એ અક્ષરો સિવાયના બાકી બધા સ્વરવર્ણો વારાફરતી ઉદાત્ત હોય છે. કેટલાક વ્યાખ્યાકારો આ શબ્દોના ધૂ मु, का અને स्था એ આદ્યાક્ષરો વર્જિત સમજે છે. આ ફિટ્સૂત્ર ૭૩ (=૪/૪) છે.

ઉદા. :- धूम्रजानु અને मुञ्जकेश એ શબ્દો વૈદિક સંહિતાઓમાં મળતા નથી. कालवाल ને બદલે काल्वाल એમ અન્તોદાત્ત શબ્દ શતપથબ્રાહ્મણ (૨. ૩. ૨. ૩) માં મળે છે, જે આ નિયમમાં બેસતો નથી. स्थालीपाक એવો અન્તોદાત્ત શબ્દ આપસ્તમ્બગૃહ્યસૂત્ર (૭)માં મળે છે. લૌકિક પ્રયોગમાં આ નિયમ લાગુ પડતો હશે.

(५१५) कपिकेशहरिकेशयोश्छन्दसि ॥ ८ । ३ । १८५ ॥

सूत्रार्थ :- (स्वरविषये) छन्दसि विशेषतः कपिकेश, हरिकेश इत्येतयोः शब्दयोः प्रत्येकमक्षरं पर्यायेणोदात्तं भवति ।

અર્થ :- कपिकेश અને हरिकेश એ બે શબ્દોના દરેક અક્ષર વૈદિક પ્રયોગમાં વારાફરતી ઉદાત્ત હોય છે. આ ફિટ્સૂત્ર ૭૪ (=૪/૫) છે.

ઉદા. :- कपिकेश શબ્દ ઉપલબ્ધ વૈદિક સંહિતાઓમાં મળતો નથી. हरिंश्मशारुर्हरिकेश आयसः (ऋ . सं. १०. ९६. ८)। અહીં हरिकेश શબ્દ આદ્યુદાત્ત છે. अयं पुरो हरिकेशः . . . (य. सं. १५. १५)। એ જ રીતે તૈત્તિરીય, મૈત્રાયણી, કાઠક વગેરે સંહિતાઓમાં તથા અથર્વવેદમાં પણ આ શબ્દ આદ્યુદાત્ત જ મળે છે. તેથી મધ્યોદાત્ત કે દ્વિતીયોદાત્ત, ઉપાન્ત્યોદાત્ત અને અન્ત્યોદાત્ત ઉદાહરણો મળતાં નથી.

(५१६) न्यङ्स्वरौ स्वरितौ ॥ ८ । ३ । १८६ ॥

सूत्रार्थ :- (स्वरविषये) न्यङ् स्वर इत्येतौ शब्दौ स्वरितौ भवतः ।

અર્થ :- न्यङ् અને स्वर એ બે અવ્યય કે નિપાત શબ્દો સ્વરિત હોય છે. આ ફિટ્સૂત્ર ૭૫ (=૪/૬) છે.

ઉદા. :- न्यंङ्ङुग्निः (तै. सं. ५. ५. ३. २)। स्वंरीति (तै. ब्रा. ३. ११. ५. ३)। અહીં न्यंङ् અને स्वंर એ શબ્દોમાંનો સ્વરવર્ણ સ્વરિત છે.

(५१७) न्यर्बुदव्यल्कशयोरादिः ॥ ८ । ३ । १८७ ॥

सूत्रार्थ :- (स्वरविषये) न्यर्बुद, व्यल्कश इत्येतयोः शब्दयोरादिः अक्षरः स्वरितो भवति ।

અર્થ :- न्यर्बुद અને व्यल्कश એ શબ્દોનો આદિ અક્ષર સ્વરિત હોય છે. આ ફિટ્સૂત્ર ૭૬ (=૪/૭) છે.

ઉદા. :- न्यर्बुदं च (तै .सं. ४. ४. ११. ४)। पाकुदुर्वा व्यल्कशा (तै. आ. ६. ४. १)। અહીં न्यर्बुद અને व्यल्कश શબ્દમાં આદિ અક્ષર સ્વરિત છે.

(૫૧૮) तिल्यशिक्यमत्यकाष्मर्यधान्यकन्याराजन्यमनुष्याणामन्तः ॥ ८ । ३ । १८८ ॥

सूत्रार्थ :- (स्वरविषये) तिल्य, शिक्य, 'मत्य, काष्मर्य (कार्ष्मर्य), धान्य, कन्या, राजन्य, मनुष्य इत्येतेषां शब्दनामन्तः स्वरितो भवति।

અર્થ :- तिल्य વગેરે નવ શબ્દોમાં અંત્ય સ્વરવર્ણ સ્વરિત હોય છે. આ ફિટ્સૂત્ર ૭૭ (=૪/૮) છે.

ઉદા. :- तिलानां भवनं क्षेत्रम् 'तिल्यंम्'। આ લૌકિક પ્રયોગ છે; વેદમાં મળતો નથી. शिक्यंमभ्युपंदधाति (तै. सं. ५. २. ४. ३)। मुत्यंमन्वांस्यति (तै. सं. ६. ६. ७. ४)। काष्मुर्यंमपश्यन् (तै. सं. ६. २. १. ५)। कार्ष्मुर्यं શબ્દ પણ અંત્યસ્વરિત તરીકે મળી આવે છે. જેમકે वज्रः कार्ष्मुर्यो वज्रेणैव (तै. सं. ५. २. ७. ४)। धान्यंमसि (तै. सं. १. १. ६. १)। कुन्येव तुन्ना (तै. सं. ३. १. ११८)। राजुन्यों वज्रंस्य (तै. सं. ६. २. ५. ३)। मनुष्याणामन्नम् (तै. सं. ३. ३. ६. ३)। અહીં तिल्यं, शिक्यं, मुत्यं, कार्ष्मुर्यं धान्यं, कुन्यां, राजुन्यं અને मनुष्य એ શબ્દોમાં અંત્ય સ્વરવર્ણ સ્વરિત છે.

(૫૧૯) बिल्वबर्स्ववीर्याणि छन्दसि ॥ ८ । ३ । १८९ ॥

सूत्रार्थ :- (स्वरविषये) छन्दसि विशेषतः बिल्व, बर्स्व, वीर्य इत्येतानि अन्तस्वरितानि भवन्ति।

અર્થ :- વૈદિક પ્રયોગમાં बिल्व, बर्स्व અને वीर्य એ શબ્દોનો અંતિમ સ્વરવર્ણ સ્વરિત હોય છે. આ ફિટ્સૂત્ર ૭૮ (=૪/૯) છે.

ઉદા. :- ततो बिल्वः उदतिष्ठत् (तै. सं. २. १. ८. २)। मृदम्बर्स्वेभिः (तै. सं. ५. ७. ११. १)। इन्द्रस्य नु वीर्याणि प्रवोचम् (ऋ . सं. १. ३२. १)। અહીં बिल्वं, बर्स्वं અને वीर्यं એ શબ્દોનો અંત્ય અક્ષર સ્વરિત છે.

(૫૨૦) त्वत्त्वसमसीमीमित्यनुच्चानि ॥ ८ । ३ । १९० ॥

सूत्रार्थ :- (स्वरविषये) त्वत्, त्व, सम, सीम्, ईम्, इत्येतानि अनुच्चानि भवन्ति। एते शब्दा अनुदात्ता भवन्तीत्यर्थः।

અર્થ :- त्वत्, त्व, सम, અને सीम् અને ईम् એ સર્વનામ શબ્દો અનુદાત્ત હોય છે. આ ફિટ્સૂત્ર ૭૯ (=૪/૧૦) છે.

ઉદા. :- स्तुरीरुं त्वद् भवंति (ऋ. सं. ७. १०१. ३)। पीयंति त्वो अनुं त्वो गृणाति (ऋ. सं. १. १४७. २)। न भंन्तामन्युके संमे (तै. सं. ३. २. ११. ३)। यत्सुर्वतः सुमं प्रत्येव तिंष्ठति। मुहिना विश्वतः सीम् (ऋ. सं. १. ३३. ९)। परीं घृणा चंरति (ऋ. सं. १. ४२. ६)। આ ઉદાહરણોમાં त्वत्, त्व, सम्, सीम અને ईम् એ શબ્દો અનુદાત્ત છે.

(૫૨૧) सिमस्याथर्वणेऽन्त उदात्तः ॥ ८ । ३ । १९१ ॥

सूत्रार्थ :- (स्वरविषये) सिम इत्येतस्य आथर्वणे अन्तः उदात्तः भवति।

અર્થ :- सिम શબ્દ અથર્વ વેદમાં અન્તોદાત્ત હોય છે. આ ફિટ્સૂત્ર ૮૦ (=૪/૧૧) છે.

ઉદા. :- वासंस्तनुते सिमस्मैं (ऋ. सं. १. ११५. ४ ; अ. शौ. सं. २०. १२३. १)। આ ઉપરથી જણાય છે કે માત્ર અથર્વવેદમાં જ નહીં, પણ ઋગ્વેદમાં પણ सिम શબ્દ અન્તોદાત્ત છે. તેથી આ સૂત્રને વ્યખ્યાકારોએ प्रायिकम् (=સામાન્ય કે ખાસ મહત્વ ન ધરાવતું) ગણ્યું છે.

(૫૨૨) निपाता आद्युदात्ताः ॥ ८ । ३ । १९२ ॥

सूत्रार्थ :- (स्वरविषये) निपातशब्दाः आद्युदात्ताः भवन्ति।

અર્થ :- નિપાત તરીકે ઓળખાતા શબ્દો આદ્યુદાત્ત હોય છે. આ ફિટ્સૂત્ર ૮૧ (=૪/૧૨) છે.

ઉદા. :- अस्तु श्रौषडितिं (तै. सं. १. ६. ११. १)। स्वाहां यज्ञम् (तै. सं. १. २. २. ३)। અહીં अस्तुं, श्रौषंट् અને स्वाहां એ નિપાતો છે. અને તેથી આદ્યુદાત્ત છે.

(૫૨૩) उपसर्गाश्चाभिवर्जम् ॥ ८ । ३ । १९३ ॥

सूत्रार्थ :- (स्वरविषये) अभि इत्येतं वर्जयित्वा उपसर्गाश्च आद्युदात्ता भवन्ति।

અર્થ :- अभि ને બાદ કરીને બાકીના બધા ઉપસર્ગો આદ્યુદાત્ત હોય છે. આ ફિટ્સૂત્ર ૮૨ (=૪/૧૩) છે.

ઉદા. :- ઋગ્વેદ પ્રાતિશાખ્ય (૧૨. ૨૦)માં નીચે મુજબના વીસ ઉપસર્ગો નોંધ્યા છે: प्र, अभि, आ, परा, निर्, दुर्, अनु, वि, उप, अप, सम्, परि,

प्रति, नि, अति, अधि, सु, उद्, अव, अपि. પછી નીચેના શ્લોકમાં તેમના સ્વરભારની નોંધ લીધી છે: विंशतेरुपसर्गाणामुच्चा एकाक्षरा नव। आद्युदात्ता दशैतेषामन्तोदात्तस्त्वभीत्ययम्॥ (૧૨. ૨૨. કે ૨૪) શાન્તનવાચાર્ય પાણિનીય સંપ્રદાયથી જુદા સંપ્રદાયના હોવાથી તેમના મતે ઉપસર્ગોનો સમાવેશ નિપાતોમાં થઈ જતો નથી. બંનેનાં લક્ષણ તેમના મતે જુદાં છે.

अधिं तुर्वशें (ऋ. सं. १. ४७. ७)। अ॒कैंश्च॒ नि ह्वंयामहे (ऋ. सं. १. ४७. १)। उदु॒ त्यं जा॒तवेंदसम् (ऋ. सं. १. ५०. १)। आ त्वा॒ वातंस्य (ऋ. सं. १. ५१. १०). અહીં अधि नि, उत् આ એ ઉપસર્ગો આદ્યુદાત્ત છે.

પણ अ॒भि स्ववृंष्टिं मदें (ऋ. सं. १. ५२. ५)। માં अभि અન્તોદાત્ત છે. તેથી તેનો સમાવેશ આ પછીના સૂત્રમાં નિર્દેશલા एवादि ગણમાં કરવામાં આવ્યો છે.

(५२४) एवादीनामन्तः ॥ ८ । ३ । १९४ ॥

सूत्रार्थ :- (स्वरविषये) एवादीनां निपातानामन्त उदात्तो भवति।

અર્થ :- एव, एवम्, नूनम्, कुवित् વગેરે एवादि ગણમાંના નિપાતોનો અંત્ય અક્ષર ઉદાત્ત હોય છે. આ ફિટ્સૂત્ર ૮૩ (=૪/૧૪) છે.

ઉદા. :- स ए॒व (तै. सं. २. १. १. १)। य ए॒वम् (तै. सं. १. ५. १. ३)। नूनं तदंस्य का॒व्यो हिंनोति (अ. शौ. सं. ४. १. ६)। कु॒वित्सु नंः (तै. सं. २. ६. ११. ३)। सह પણ ઋગ્વેદમાં અન્તોદાત્ત છે. જેમકે स॒ह वा॒मेनं न उषः (ऋ. सं. १. ४८. १). પરંતુ सह॒ वै दे॒वानांम् (तै. आ. २. १. १)। માં આદ્યુદાત્ત પણ છે.

(५२५) वावादीनामुभावुदात्तौ ॥ ८ । ३ । १९५ ॥

सूत्रार्थ :- (स्वरविषये) वाव इत्यादिशब्दानामुभावक्षरावुदात्तौ भवतः।

અર્થ :- वाव વગેરે શબ્દોમાં બંને સ્વરવર્ણ ઉદાત્ત હોય છે. આ ફિટ્સૂત્ર ૮૪ (=૪/૧૫) છે.

ઉદા. :- वावैतदांह (तै. सं. २. ६. ९. ५)। અહીં वाव માં બંને સ્વરવર્ણો ઉદાત્ત છે. વ્યાખ્યાકારોએ આ સિવાય બીજા કોઈ શબ્દનું ઉદાહરણ આપ્યું નથી, તેથી સૂત્રકારને आदि શબ્દથી બીજા કયા શબ્દો અભિપ્રેત હશે તે સમજાતું નથી.

(५२६) चादयोऽनुदात्ताः ॥ ८ । ३ । १९६ ॥

सूत्रार्थ :- (स्वरविषये) च इत्यादयः शब्दा अनुदात्ता भवन्ति ।

અર્થ :- ચ વગેરે શબ્દો અનુદાત્ત હોય છે. આ ફિટ્‌સૂત્ર ૮૫ (=૪/૧૬) છે.

ઉદા. :- वार्जश्च मे प्रसुवश्च मे (तै. सं. ४. ७. १. १)। न हं स्मु वै (तै. सं. ५. १. १०. १)। અહીં च ह, स्म વગેરે અનુદાત્ત છે.

(૫૨૭) यथेति पादान्ते ॥ ८ । ३ । १९७ ॥

सूत्रार्थ :- (स्वरविषये) यथा इति शब्दः पादान्तेऽनुदात्तो भवति।

અર્થ :- યથા શબ્દ પાદના અંતે અનુદાત્ત હોય છે. આ ફિટ્‌સૂત્ર ૮ (=૪/૧૭) છે.

ઉદા. :- तन्नेमिमृभवो यथा (तै. सं. २. ६. ११. १)। पुरा जीवगृभो यथा (तै. सं. ४. २. ६. २)। અહીં પાદન્તે આવેલ યથા શબ્દ સર્વાનુદાત્ત છે.

પરંતુ આ નિયમમાં ક્વચિત વ્યત્યય પણ જોવા મળે છે, જેમકે इन्द्र क्रतुं न आभर पिता पुत्रेभ्यो यथा (तै. सं. ७. ५. ७. ४). અહીં यथा શબ્દ આદ્યુદાત્ત છે.

(૫૨૮) प्रकारादिद्विरुक्तौ परस्यान्त उदात्तः ॥ ८ । ३ । १९८ ॥

सूत्रार्थ :- (स्वरविषये) प्रकारे (=सादृश्ये) गुणवचनस्य, आनुपूर्व्ये, स्वार्थेऽनेकस्मिन्, चापले (=संभ्रमेण प्रवृत्तौ), क्रियासमभिहारे, आभीक्ष्ये, पूर्वप्रथमयोरर्थातिशयविवक्षायां, कर्मव्यतिहारे सर्वनाम्नोः, अकृच्छ्रे प्रियसुखयोः, यथास्वे यथायथं, रहस्यमर्यादावचनव्युत्क्रमणयज्ञपात्रप्रयोगाभिव्यक्तिषु द्वन्द्वे इत्येतेषु द्विरुक्तौ परस्यान्त उदात्तो भवति।

અર્થ :- ગુણવાચક સાદૃશ્યાર્થક પ્રયોગમાં, અનુક્રમ દર્શાવવા, પોતાના અભિપ્રેત અર્થમાં અનેકપણું દર્શાવવા, ગભરાટ કે ગંભળતાળાળી પ્રવૃત્તિ દર્શાવવા, ક્રિયાનો સમાવેશ વ્યક્ત કરવા, વારંવારપણું બતાવવા, પૂર્વ અને પ્રથમ એ બેની ખાસિયત દર્શાવવા, ક્રિયાવિનિમયના અર્થમાં બે સર્વનામોની, દુઃખનો અભાવ દર્શાવવા પ્રિય અને સુખ શબ્દોની, પોતપોતાનું એ અર્થમાં યથાયથમ્ એ રીતે રહસ્ય, મર્યાદાવચન, ક્રમની ઉલટાસુલટી, યજ્ઞપાત્ર પ્રયોગ અને અભિવ્યક્તિ એ અર્થો દર્શાવનાર દ્વન્દ્વ સમાસમાં શબ્દની જે દ્વિરુક્તિ થાય છે તેમાં બીજીવાર આવેલા શબ્દનો અંત્ય સ્વર ઉદાત્ત હોય છે.

પાણિનિએ આ બધા પ્રયોગોનો સમાવેશ प्रकारान्ते गुणवचनस्य (पा. अ. ८. १. १२) વગેરે ત્રણેક સૂત્રોમાં કર્યો છે. ત્યાં જ ભોજદેવે પણ प्रकारान्ते

गुणवचनस्य (सं. क. ७. ३. १५) વગેરે સાતેક સૂત્રોમાં આ પ્રકારાદિ પ્રયોગોનો સમાવેશ કર્યો છે. આ પ્રયોગો ઘણુંખરું લૌકિકભાષાના છે. વૈદિક પ્રયોગોમાં આમાંના થોડાકનો સમાવેશ થાય છે. આ ફિટ્સૂત્ર ८६ (=४/१८) છે.

ઉદા. :- द्वंद्वमन्यासु चितींषु (तै. सं. ५. ४. २. १)। वयं यथायुथं विपरिंदधावहै (तै. सं. १. ५. १०. १)। ता वंदन्ति यथायुथम् (अ. शौ. सं. १०. ८. ३३)। सर्वे यन्तिं यथायुथम् (अ. शौ. सं. १०. ९. ४)। આ ઉદાહરણોમાં द्वंद्वम् અને यथायुथम् માં દ્વિરુક્ત થયેલ द्वम् અને यथा શબ્દોમાંના પછીના એ જ શબ્દોનો અંત્યસ્વર ઉદાત્ત છે.

(५२९) शेषं सर्वमनुदात्तम् ॥ ८ । ३ । १९९ ॥

सूत्रार्थ :- (स्वरविषये) पूर्वोक्तनियमवर्जितं शेषं सर्वमनुदात्तं भवति।

અર્થ :- ફિટ્સૂત્રોમાં ઉપર દર્શાવેલ નિયમો સિવાયના બધા જ શબ્દોમાંના અક્ષરો અનુદાત્ત હોય છે. આ ફિટ્સૂત્ર ८८ (=४/१९) છે. **અહીં ફિટ્સૂત્ર સમાપ્ત થાય છે.**

ઉદા. :- प्रपायम् (तै. सं. २. ५. १२. ४) । दिते दिंवे (तै. सं. १. ६. ५. २)। આ સૂત્ર એમ છે કે જે શબ્દોને લાગતા નિયમો દર્શાવ્યા છે, તેમાં દર્શાવ્યા મુજબના સ્વરવિધાન સિવાયના બીજા અક્ષરો અનુદાત્ત હોય છે. ઉપરાંત પ્રકારાદિ અર્થો સિવાયના દ્વિરુક્તોમાં પણ બધા અક્ષરો અનુદાત્ત હોય છે એમ પણ અર્થઘટન કરવામાં આવ્યું છે.

(५३०) वस्नसादयः ॥ ८ । ३ ।२०० ॥

सूत्रार्थ :- (स्वरविषये) युष्मदस्मदोः षष्ठीचतुर्थीद्वितीयास्थयोः वस्, नस्, ते, मे, त्वा, मा, इत्येते आदेशाः अनुदात्ता भवन्ति।

અર્થ :- युष्मद् અને अस्मद् સર્વનામોનાં ષષ્ઠી, ચતુર્થી અને દ્વિતીયા વિભક્તિનાં રૂપોમાં વિકલ્પે જે वस्, नस्, त्वा, मा વગેરે આદેશો થાય છે, તે અનુદાત્ત હોય છે.

ઉદા. :- इन्द्रं वो विश्वतस्परि (ऋ. सं. १. ७. १०)। शं ते सन्तु (ऋ. सं. १. ५. ७)। इच्छन्तिं त्वा सोम्यासः (ऋ. सं. ३. ३०. १)। स नः पितेवं (ऋ. सं. १. १. ९)। क्व१ त्यानिं नौ सख्या बंभूवुः (ऋ. सं. ७. ८८. ५)। नू चिंद्दधिष्व मे गिरः (ऋ. सं. १. १०. ९)। उदीरय प्रतिं मा सूनृतां (ऋ. सं. १. ४८. २)। આ બધાં ઉદાહરણોમાં वः, ते, त्वा, नः, नौ, मे, मा એ બધાં વૈકલ્પિક રૂપો અનુદાત્ત છે.

(૫૩૧) तद्वदामन्त्रितम् ॥ ८ । ३ । २०१ ॥

सूत्रार्थ :- (स्वरविषये) वस्नसादिवदामन्त्रितं पदमनुदात्तं भवति ।

અર્થ :- ઉપર નિર્દેશેલ वस्, नस् વગેરેની જેમ જ સંબોધન વિભક્તિમાં રહેલું પદ પણ અનુદાત્ત હોય છે.

ઉદા. :- त्वमंग्ने द्युभिः (तै. सं. ४. १. २. ५) । आ वांयो भूष (तै. सं. १. ४. ४. १) । आ नों मित्रवरुणा (तै. सं. १. ८. २२. ३) । उभा वांमिन्द्राग्नी (तै. सं. १. २. १४. १) । इमं में गङ्गे यमुने सरस्वति (तै. आ. १०. १. २३) । આ ઉદાહરણોમાં अग्ने, वायो मित्रावरुणा, इन्द्राग्नी, गङ्गे, यमुने, सरस्वति આ બધાં સંબોધનવાચક (=આમન્ત્રિત સંજ્ઞક) પદો સર્વાનુદાત્ત છે.

(૫૩૨) तिङोगोत्रब्रुवप्रवचनप्रकथनप्रहसनप्रायप्रत्ययन-प्रचक्षणविचक्षणावचक्षणस्वाध्यायभूयिष्ठानि कुत्सनाभीक्ष्ण्ययोः ॥ ८ । ३ । २०२ ॥

सूत्रार्थ :- (स्वरविपये) तिङन्तात् पराणि कुत्सनाभीक्ष्ण्यविषयाणि गोत्रादीनि गोत्र, ब्रुव, प्रवचन, प्रकथन, प्रहसन, प्राय, प्रत्ययन, प्रचक्षण, विचक्षण, अवचक्षण, स्वाध्याय, भूयिष्ठ इत्येतानि अनुदात्तानि भवन्ति ।

અર્થ :- तिङ् પછી આવેલા गोत्र વગેરે શબ્દો અનુદાત્ત હોય છે.

ઉદા. :- जल्पतिगोत्रम् । जल्पतिब्रुवम् । અહીં ભોજન માટે ગોત્રનું ઉચ્ચારણ કરે છે જે નિંદ્ય મનાય છે. पचति प्रवचनम् । जल्पति प्रहसनम् । पचति प्रकथनम् । प्रचति प्रायम् । जल्पति प्रत्ययनम् । जल्पति प्रचक्षणम् । पचति विचक्षणम् । प्रचत्यवचक्षणम् । पचति स्वाध्यायः । जल्पति भूयिष्ठम् । આ પ્રયોગો વૈદિકસંહિતાઓમાં મળતા નથી; આ લૌકિક પ્રયોગો છે.

(૫૩૩) नाम वा ॥ ८ । ३ । २०३ ॥

सूत्रार्थ :- (स्वरविपये) तिङन्तात् परं नाम इत्येतदनुदात्तं भवति विकल्पेन ।

અર્થ :- તિઙન્ત પછી नाम શબ્દ વિકલ્પે અનુદાત્ત બને છે.

ઉદા. :- जल्पति नाम । વિકલ્પે આદ્યુદાત્ત પણ બને છે.

(૫૩૪) तिङ्ङतिङः ॥ ८ । ३ । २०४ ॥

सूत्रार्थ :- (स्वरविषये) अतिङन्तात् पदात् परस्य अपादादिस्थस्य तिङन्तस्य सर्वोऽच् अनुदात्तो भवति ।

અર્થ :- તિઙન્ત (=ક્રિયાપદ) ન હોય એવા પદ પછી આવેલા તિઙન્ત (=ક્રિયાપદ) ના બધા જ સ્વરવર્ણો અનુદાત્ત હોય છે, જો તે પાદના આરંભમાં ન હોય તો.

ઉદા. :- सा नों देवी सुहवा शर्म यच्छतु (तै. सं. ३. ३. ११. ४)। यूयं पांतः स्वस्तिभिः सदां नः (तै. सं. ३. ४. १०. १)। આ ઉદાહરણોમાં शर्म એ અતિઙન્ત પદ પછી આવેલુ यच्छतु એ તિઙન્ત પદ સર્વાનુદાત્ત છે. એ જ રીતે यूयम् પછી આવેલું पात એ પદ પણ સર્વાનુદાત્ત છે.

(५३५) न लुट् ॥ ८ । ३ । २०५ ॥

सूत्रार्थ :- (स्वरविषये) लुट्प्रत्ययान्तं पदं नानुदात्तं भवति।

અર્થ :- लुट् પ્રત્યય લાગેલું (=સામાન્ય ભવિષ્યકાળનું) પદ અનુદાત્ત હોતું નથી.

ઉદા. :- श्वो यज्ञे प्रयोक्तासे (ते. सं. २. ६. २. ३)। અહીં प्रयोक्तासे એ લુટ્ પ્રત્યયાન્ત પદ ઉપાન્ત્યોદાત્ત છે. प्रातर्यष्टांस्महे इति (तै. ब्रा. ३. ९. २२. १)। અહીં यष्टांस्महे એ આદ્યુદાત્ત છે.

(५३६) निपातैर्यद्यदिहन्तकुविन्नेच्चेच्चण्कच्चिद्यत्रयुक्तम् ॥ ८ । ३ । २०६ ॥

सूत्रार्थ :- (स्वरविषये) यत्, यदि, हन्त, कुवित्, नेत्, चेत्, चण् कच्चित्, यत्र इत्येतैः निपातैः युक्तं तिङन्तमनुदात्तं न भवति।

અર્થ :- यत् વગેરે નવ નિપાતો સાથે જોડાયેલું ક્રિયાપદ અનુદાત્ત હોતું નથી.

આ નિપાતોના અર્થ અંગે નીચેના બે શ્લોકો 'સ્વરસિદ્ધાન્તચંદ્રિકા'કારે નોંધ્યા છેઃ

यद्यदार्थे च हेतौ च विचारे यदि चेच्चणः।
हन्त हर्षेऽनुकम्पायां वाक्यारम्भविषादयोः॥
कच्चित्प्रश्ने नेन्निषेधे प्रशंसायां कुवित्स्मृतः।
यत्राधारे निपातत्वं यदादीनां विशेषणम्।

અર્થાત્ यदि અને यत् હેતુના અર્થમાં, यदि, चेत् અને चण् વિચાર દર્શાવવા, हन्त હર્ષ, અનુકમ્પા, વાક્યનો આરંભ અને વિષાદ વ્યક્ત કરવા,

कच्चित् પ્રશ્ન કરવા, नेत् નિષેધ બતાવવા, कुवित् પ્રશંસા કરવા અને यत् આધાર દર્શાવવા પ્રયોજવામાં આવે છે.

ઉદા. :- यत्प्राचीनंवंशं करोतिं (तै. सं. ६. १. १. १)। અહીં यत् સાથે જોડાયેલું ક્રિયાપદ करोतिं મધ્યોદાત્ત છે. અહીં કે અનુદાત્ત.

यदिं कामयेत वर्धुकः (तै. सं. ६. ३. ४. ६) માં यदि સાથે સંકાળાયેલ कामयेंत ક્રિયાપદ પણ મધ્યોદાત્ત છે.

हन्ताहं पृथिवीमिमां नि दंधानीह वेह वां (ऋ. सं. १०. ११९. ९)। અહીં हन्त સાથે જોડાયેલા निदंधानि ક્રિયાપદમાં नि ઉપસર્ગ ઉદાત્ત છે, પણ दधानि ક્રિયાપદ વ્યત્યયથી સર્વાનુદાત્ત છે.

कुवित्सु नो गविंष्टयेऽग्नें संवेषिंपो रयिम् (तै. सं. २. ६. ११. ३)। અહીં कुवित् સાથે સંકળાયેલ संवेषिंषः એ ક્રિયાપદ મધ્યોદાત્ત છે.

नेदेष त्वदंपचेतयांतै (तै. सं. १. १. १३. २)। અહીં नेत् સાથે જોડાયેલ अपचेतयांतै એ ક્રિયાપદ મધ્યોદાત્ત છે.

एताश्चेद् वा अंस्य देवता अन्नंमदन्तिं (तै. सं. २. ३. ७. ४)। અહીં चेत् સાથે જોડાયેલ ક્રિયાપદ अदन्तिं મધ્યોદાત્ત છે. चण् માં चेत નો જ અર્થ દર્શાવવા ण કારાનુબંધ મૂક્યો છે.

त्वं चं सोम नो वशों जीवातु न मरामहे (तै. सं. ३. ४. ११. १)। અહીં चेत् ના અર્થમાં પ્રયોજાયેલા च (= चण्) નિપાત સાથે સંકળાયેલ वशः એ ક્રિયાપદ આદ્યુદાત્ત છે.

कच्चित् ને પ્રયોગ વેદમાં જોવા મળતો નથી.

यत्रं यत्र कामयंते (तै. सं. ४. ६. ६. २)। અહીં यत्र સાથે જોડાયેલ कामयंते ક્રિયાપદ મધ્યોદાત્ત છે.

(५३७) नह प्रत्यारम्भे ॥ ८ । ३ । २०७ ॥

सूत्रार्थ :- प्रत्यारम्भः पुनरारम्भः। (स्वरविषये) पुनरारम्भवाचके सति नह इति निपातसमुदायेन युक्तं तिङन्तमनुदात्तं न भवति।

અર્થ :- કોઈને 'ખા', 'ભણ' એમ આજ્ઞા કરીને કર્તવ્ય સૂચવ્યું હોય છતાં એનો અનાદર કરીને એમ ન કરે ત્યારે એને ઠપકો આપવાની ઈચ્છાથી એને એ ક્રિયા કરવાનો નિષેધ કરવામાં આવે તેને प्रत्यारम्भ (અર્થાત્ મૂળ આજ્ઞાને ફરીથી પ્રતિષેધ રૂપે પુનરારમ્ભ કરીને કહેવી) તરીકે ઓળખવામાં આવે

છે. જ્યારે नह એ નિપાતસમૂહ પ્રત્યારંભના અર્થમાં પ્રયોજાયો હોય ત્યારે તેની સાથે સંકળાયેલ ક્રિયાપદ અનુદાત્ત હોતું નથી.

ઉદા. :- नह भोक्ष्यसे । नह अध्येष्यसे । આ લૌકિક પ્રયોગો છે. વેદમાં આવા પ્રયોગો ઉપલબ્ધ નથી.

પણ સાદા નિષેધાર્થક તરીકે नह નિપાતનો ઉપયોગ વેદમાં મળે છે. જેમ કે नहं स्म वै पुराग्निरपरंशुवृक्णं दहति (तै. सं. ५. १. १०. १)। અહીં नह ની સાથે સંકળાયેલ दहति ક્રિયાપદ સર્વાનુદાત્ત છે, કારણ કે એ પ્રત્યારંભના અર્થમાં નથી.

(૫૩૮) सत्यं प्रश्ने ॥ ८ । ३ । २०८ ॥

सूत्रार्थ :- (स्वरविषये) सत्यम् इत्यनेन युक्तं तिङन्तं प्रश्ने गम्ये सति अनुदात्तं न भवति ।

અર્થ :- सत्यम् એ શબ્દો સાથે સંકળાયેલું ક્રિયાપદ જો પ્રશ્ન દર્શાવતું હોય તો અનુદાત્ત હોતું નથી.

ઉદા. :- सत्यं भोक्ष्यसे ? (=સાચેસાચ ? ખાઈશ ?)। આ લૌકિકપ્રયોગ છે. વેદમાંના સાદા શબ્દ પ્રયોગમાં આવો પ્રશ્ન સૂચવતો ન હોય ત્યારે ક્રિયાપદ સર્વાનુદાત્ત હોય છે. જેમકે सत्यं ब्रवीमि वध इत्स तस्यं (ऋ . सं. १०. ११७. ६)। અહીં सत्यम् સાથે સંકળાયેલ ब्रवीमि ક્રિયાપદ સર્વાનુદાત્ત છે.

(૫૩૯) अङ्गादप्रातिलोम्ये ॥ ८ । ३ । २०९ ॥

सूत्रार्थ :- (स्वरविषये) अङ्ग इत्यनेन युक्तं तिङन्तं नानुदात्तम्, अप्रातिलोम्ये । प्रातिलोम्यं प्रतिकूलकारित्वम् । अतोऽन्यदप्रातिलोम्यम् अनुमतकारित्वमित्यर्थः

અર્થ :- પ્રતિકૂળ આચરણ કરવાનો અર્થ અભિપ્રેત ન હોય ત્યારે अङ्ग એ શબ્દ સાથે સંકળાયેલ ક્રિયાપદ અનુદાત્ત હોતુ નથી. પ્રાતિલોમ્ય = વિરુદ્ધ વર્તન કરવું. અપ્રાતિલોમ્ય = અનુકૂળ વર્તન કરવું તે.

ઉદા. :- अङ्ग कुरु । अङ्ग वद । અહીં સંમતિનો - કહ્યું કરવાનો - અર્થ છે તેથી कुरु અને वद ક્રિયાપદો અન્તોદાત્ત છે. પણ अङ्ग कूज वृषल । અહીં કહ્યું ન કરવાને લીધે ગુસ્સાનો અર્થ હોવાથી कूज ક્રિયાપદ સર્વાનુદાત્ત છે. આ લૌકિક પ્રયોગો છે.

(૫૪૦) हि च ॥ ८ । ३ । २१० ॥

सूत्रार्थ :- (स्वरविषये) अप्रातिलोम्ये सति हिशब्देन युक्तं तिङन्तमनुदात्तं न भवति।

અર્થ :- પ્રાતિલોમ્યનો અર્થ ન હોય ત્યારે हि શબ્દ સાથે યોજાયેલું ક્રિયાપદ અનુદાત્ત હોતું નથી.

ઉદા. :- त्वं हि होता प्रथमो बभूथ (तै. सं. ३. १. ४. ४)। અહીં हि સાથે સંકળાયેલું बभूथ ક્રિયાપદ મધ્યોદાત્ત છે, નહીં કે સર્વાનુદાત્ત. પ્રાતિલોમ્યનો અર્થ હોય તો स हि कूज वृषलेदानीं जाल्म। એવા લૌકિક પ્રયોગમાં कूज સર્વાનુદાત્ત હોય છે.

(૫૪૧) छन्दस्यनेकमपि साकाङ्क्षम् ॥ ८ । ३ । २११ ॥

सूत्रार्थ :- (स्वरविषये) हिशब्देन युक्तं (क्वचिदेकं तथा) अनेकमपि साकाङ्क्षं तिङन्तं छन्दसि नानुदात्तं भवति।

અર્થ :- વૈદિક પ્રયોગમાં हि સાથે સંકળાયેલુ સાકાંક્ષ એક, અથવા એકથી વધુ ક્રિયાપદ પણ, અનુદાત્ત હોતું નથી. हि શબ્દ હેતુહેતુમદ્ભાવ દર્શાવે ત્યારે આમ બને છે.

ઉદા. :- अजा ह्यग्नेरजनिष्ट गर्भात् सा वा अपश्यत् (तै. सं. ४. २. १०. ४)। અહીં પ્રસિદ્ધિ સૂચક हि સાથે સાકાંક્ષપણે જોડાયેલુ अजनिष्ट એ ક્રિયાપદ આદ્યુદાત્ત છે, જ્યારે સાકાંક્ષ ન હોવાથી अपश्यत् એ ક્રિયાપદ સર્વાનુદાત્ત છે.

यद्धि मनसा चेतयते तद्वाचा वदतु . . . यद्धि मनसाऽभिगच्छति तत् करोति . . . . यद्धि मनसा ध्यायति तद्वाचा वदति (तै. सं. ६. १. ७. ४)। અહીં પ્રસિદ્ધિદ્યોતક हि શબ્દ સાથે સાકાંક્ષપણે સંકળાયેલાં चेतयते, वदति અને करोति એ ક્રિયાપદો મધ્યોદાત્ત કે આદ્યુદાત્ત છે, પણ સર્વાનુદાત્ત નથી.

(૫૪૨) पुरा च परीप्सायां वा ॥८।३।२१२॥

सूत्रार्थ :- परीप्सा त्वरा। (छन्दसि स्वरविषये) त्वरायां गम्यमानायां पुरा इत्यनेन युक्तं तिङन्तं विभाषयाऽनुदात्तं भवति।

અર્થ :- પરીપ્સા (=ત્વરા)નો અર્થ દર્શાવતા पुरा શબ્દ સાથે સંકળાયેલું ક્રિયાપદ વિકલ્પે અનુદાત્ત બને છે.

ઉદા. :- अधीष्व माणवक, पुरा विद्योतते विद्युत्। આ લૌકિક પ્રયોગમાં पुरा શબ્દ હમણાં તરત જ થોડા જ વખતમાં એવો ત્વરાનો ભાવ દર્શાવે છે તેથી विद्योतते ક્રિયાપદ વિકલ્પે સર્વાનુદાત્ત હોય છે.

(૫૪૩) अहो च ॥ ८ । ३ । २१३ ॥

सूत्रार्थ :-(स्वरविषये) अहो इत्यनेन युक्तं च तिङन्तं विभाषाऽनुदात्तं न भवति।

અર્થ :- अहो શબ્દ સાથે સંકળાયેલુ ક્રિયાપદ વિકલ્પે અનુદાત્ત બનતું નથી.

ઉદા. :- अहो देवदत्तः पचति। આ લૌકિક પ્રયોગમાં આશ્ચર્યવાચક अहो સાથે સંકળાયેલ पचति ક્રિયાપદ વિકલ્પે અનુદાત્ત નથી હોતું.

(૫૪૪) पूजायां नित्यम् ॥ ८ । ३ । २१४ ॥

सूत्रार्थ :- (स्वरविषये) पूजायां गम्यनामायां अहो इत्यनेन युक्तं तिङन्तं नानुदात्तं भवति।

અર્થ :- આદરવાચક હોય તેવા अहो શબ્દ સાથે સંકળાયેલ ક્રિયાપદ વિકલ્પે અનુદાત્ત હોતું નથી.

ઉદા. :- अहो देवदत्तः पचति शोभनम्। અહીં લૌકિકપ્રયોગમાં આદરવાચક, પ્રશંસાસૂચક अहो શબ્દ સાથે સંકળાયેલ पचति ક્રિયાપદ વિકલ્પે સર્વાનુદાત્ત હોતું નથી.

(૫૪૫) तुपश्यपश्यताहैः पूजायाम् ॥ ८ । ३ । २१५ ॥

सूत्रार्थ :-(स्वरविषये) तु, पश्य, पश्यत, अह इत्येतैर्युक्तं तिङन्तं नानुदात्तं भवति पूजायाम्।

અર્થ :- આદર કે પ્રશંસાના અર્થમાં तु, पश्य, पश्यत કે अह પ્રયોજાય ત્યારે તેની સાથે સંકળાયેલું ક્રિયાપદ અનુદાત્ત બનતું નથી.

ઉદા. :- माणवकस्तु भुङ्क्ते शोभनम्। पश्य माणवको भुङ्क्ते पश्यत माणवको भुङ्क्ते। આ લૌકિક પ્રયોગોમાં भुङ्क्ते ક્રિયાપદ અન્તોદાત્ત હોય છે. स रसमहं वसन्ताय प्रायच्छत् (तै. सं. ७. २. १०. १)। અહીં अह શબ્દ કેવલાર્થ હોવાથી પૂજાપ્રતીતિ થાય છે, તેથી તેની સાથે સંકળાયેલું प्रायच्छत् ક્રિયાપદ આદ્યુદાત્ત છે, નહીં કે સર્વાનુદાત્ત.

(૫૪૬) यावद्यथाभ्याम् ॥ ८ । ३ । २१६ ॥

सूत्रार्थ :-(स्वरविषये) यावत् यथा इत्येताभ्यां युक्तं तिङन्तमनुदात्तं न भवति ।

अर्थ :- यावत् અને यथा શબ્દ સાથે સંકળાયેલ ક્રિયાપદ અનુદાત્ત બનતું નથી.

ઉદા. :- यावंच्च स॒प्त सिन्धिंवो वित॒स्थुः (तै. सं. ३. २. ६. १)। यथा॒ त्वं दे॒वाना॒मसिं (तै. सं. ३. १. ६. २०)। અહીં वित॒स्थुः ક્રિયાપદ અન્તોદાત્ત છે, જ્યારે असिं આદ્યુદાત્ત છે, પણ બેમાંથી એક પણ સર્વાનુદાત્ત નથી.

(૫૪૭) उपसर्गव्यपेतम् ॥ ८ । ३ । २१७ ॥

सूत्रार्थ :-(स्वरविषये) यावद्यथाभ्यामनन्तरमुपसर्गव्यवहितं तिङन्तं नानुदात्तं भवति ।

अर्थ :- यावत् અને यथा સાથે સંકળાયેલું ક્રિયાપદ ઉપસર્ગ દૂર હોય ત્યારે અનુદાત્ત હોતુ નથી.

ઉદા. :- यच्चि॒द्धि ते॒ विशो यथा॒ प्र दे॑व वरुण व्र॒तम। मि॒नी॒मसि॒ द्यविंद्यवि ॥ (ऋ. सं. १. २५. १)। અહીં यथा શબ્દ સાથે સંકળાયેલું અને प्र ઉપસર્ગ વ્યવહિત मि॒नी॒मसि ક્રિયાપદ મધ્યોદાત્ત છે, નહીં કે સર્વાનુદાત્ત.

(૫૪૮) शेषे वा ॥ ८ । ३ । २१८ ॥

सूत्रार्थ :-(स्वरविषये) पूजाव्यतिरिक्ते शेषेऽर्थे पूर्वोक्तशब्दैर्युक्तं तिङन्तं विकल्पेन नानुदात्तं भवति ।

अर्थ :- આદર સિવાયના બાકીના અર્થોમાં પ્રયોજાયેલા ઉપરોક્ત अहो, तु, पश्य વગેરે શબ્દો સાથે સંકળાયેલા ક્રિયાપદો વિકલ્પે અનુદાત્ત હોતાં નથી.

ઉદા. :- ग्राममहो गमिष्यसि। આ લૌકિક વાક્ય અસૂયાવચક છે, નહીં કે આશ્ચર્યવાચક. તેથી ग॒मिष्यासिं એ મધ્યોદાત્ત છે, નહીં કે સર્વાનુદાત્ત.

(૫૪૯) नन्वित्यनुज्ञैषणायाम् ॥ ८ । ३ । २१९ ॥

सूत्रार्थ :- अनुज्ञाया एषणा प्रार्थना। (स्वरविषये) अनुज्ञाप्रार्थनायां गम्यमानायां ननु इत्यनेनं युक्तं तिङन्तं विकल्पेनानुदात्तं न भवति ।

अर्थ :- સંમતિ માટે વિનંતીનો અર્થ સૂચવાતો હોય ત્યારે ननु શબ્દ સાથે સંકળાયેલ ક્રિયાપદ વિકલ્પે અનુદાત્ત નથી હોતું.

ઉદા. :- ननु करोमि भोः। આ લૌકિક પ્રયોગમાં મને કરવાની રજા આપો એવી વિનંતીનો ભાવ છે. તેથી ननु સાથે સંકળાયેલ करोमि ક્રિયાપદ અનુદાત્ત હોય છે.

(૫૫૦) जात्वपूर्वम् ॥ ८ । ३ । २२० ॥

सूत्रार्थ :-(स्वरविषये) अविद्यमानपूर्वेण जातु इति शब्दने युक्तं तिङन्तं नानुदात्तं भवति।

અર્થ :- જેની પૂર્વે બીજો કોઈ શબ્દ પ્રયોજાયો ન હોય તેવા जातु શબ્દ સાથે સંકળાયેલ ક્રિયાપદ અનુદાત્ત હોતુ નથી.

ઉદા. :- जातु भोक्ष्यसे। આ લૌકિક પ્રયોગમાં जातु શબ્દની પૂર્વે બીજો કોઈ શબ્દ પ્રયોજાયો નથી. તેથી भोक्ष्यसे ક્રિયાપદ અનુદાત્ત નહીં બને. પરંતુ कटं जातु करिष्यसि। એ પ્રયોગમાં ક્રિયાપદ અનુદાત્ત બનશે.

પણ देवदत्त ! जातु पवसि માં देवदत्त એ સંબોધનપદ હોવાથી ન હોવા જેવુ જ છે તેથી અહીં ક્રિયાપદ અનુદાત્ત નહીં બને.

(૫૫૧) आहो उताहो चानन्तरम् ॥ ८ । ३ । २२१ ॥

सूत्रार्थ :-(स्वरविषये) आहो उताहो इत्येताभ्याम् अपूर्वाभ्याम् अनन्तरं तिङन्तं नानुदात्तं भवति।

અર્થ :- आहो અને उताहो એ શબ્દોની પૂર્વે બીજો કોઈ શબ્દ આવેલો ન હોય તો તેમની પછી આવતું ક્રિયાપદ અનુદાત્ત બનતું નથી.

ઉદા. :- आहो भुङ्क्ते। उताहो भुङ्क्ते। અહીં અપૂર્વ હોવાથી आहो અને उताहो પછી આવતું भुङ्क्ते ક્રિયાપદ અનુદાત્ત બનતું નથી.

પણ स आहो भुङ्क्ते માં ક્રિયાપદ અનુદાત્ત બનશે, કારણ કે आहो ની પૂર્વે स શબ્દ આવેલો છે. પણ પાછું आहो देवदत्त पचसि માં સંબોધનપદ ન હોવા બરાબર છે તેથી ક્રિયાપદ અનુદાત્ત બનશે નહીં.

(૫૫૨) किं वृत्तं च चिदुत्तरम् ॥ ८ । ३ । २२२ ॥

सूत्रार्थ :-वर्ततेऽस्मिन् इति वृत्तम्। किमो वृत्तं किंवृत्तं, किंशब्दनिष्पन्नं रूपम् इत्यर्थः। तत्र हि किं शब्दो वर्तते। (स्वरविषये) चिदुत्तरेण अपूर्वेण किंवृत्तेन युक्तं तिङन्तं नानुदात्तं भवति।

અર્થ :- અમુકમાં હોવું તે 'વૃત્ત.' किम् નું હોવું તે किंवृत्तम्। એટલે કે किम् શબ્દથી બનેલું રૂપ; કેમ કે તેમાં किम् શબ્દ હોય છે. चित् જેના પછી આવેલો હોય તેવા किम् શબ્દ સાથે સંકળાયેલું ક્રિયાપદ અનુદાત્ત હોતુ નથી.

ઉદા. :- कतरश्चित् करोति। कतमश्चित्। આ લૌકિક પ્રયોગ છે. પરંતુ चित् ને બદલે બીજો શબ્દ આવ્યો હોય તો ક્રિયાપદ અનુદાત્ત બને છે. જેમ કે किंस्विंदासीत् पूर्वचिंतिः । (तै. सं. ७. ४. १८. १)। અહીં आसीत् ક્રિયાપદ किंस्वित् સાથે સંકળાયેલું હોવા છતાં સર્વાનુદાત્ત છે.

(૫૫૩) क्रियाप्रश्नेऽनुपसर्गमप्रतिषिद्धम् ॥ ८ । ३ । २२३ ॥

सूत्रार्थ :-(स्वरविषये) क्रियाप्रश्ने विद्यमानेन किंशब्देन युक्तम् अनुपसर्गम् अप्रितिषिद्धार्थकं तिडन्तं नानुदात्तं भवति।

અર્થ :- ક્રિયાને લાગતા પ્રશ્નવાળું किम् શબ્દ સાથે સંકળાયેલું ઉપસર્ગરહિત અને પ્રતિષેધના અર્થ સિવાયનું ક્રિયાપદ અનુદાત્ત હોતુ નથી.

ઉદા. :- किं देवदत्तो यजति आहोस्विदधीते? આ લૌકિક પ્રયોગ છે. અહીં બંને ક્રિયા અંગેના સંશયને લગતા પ્રશ્નવાચક किम् શબ્દ સાથે સંકળાયેલા यजति અને अधीते એ અનુપસર્ગ અને અપ્રતિષેધાર્થક બંને ક્રિયાપદો સર્વાનુદાત્ત બનતાં નથી. किम् નો સંબંધ પ્રથમ ક્રિયાપદ સાથે છે, જ્યારે બીજા ક્રિયાપદનો સંબંધ आहोस्वित् સાથે છે. તેથી પ્રથમ ક્રિયાપદ જ સર્વાનુદાત્ત બને છે.

પણ किं द्वादशाहस्यं प्रथमेनाह्नर्त्विजां यजंमानो वृङ्क्त इतिं (तै. सं. ७. ३. २. १)। માં वृङ्क्ते એ ક્રિયાપદ સર્વાનુદાત્ત છે. કેમકે અહીં ક્રિયાપ્રશ્ન નથી, પણ સાધનપ્રશ્ન છે.

પરંતુ, स किं प्रपचति, उत प्रकरोति સોપસર્ગ હોવાથી અને किं न पचतिक उत न यजति? માં પ્રતિષેધાર્થક હોવાથી ક્રિયાપદ સર્વાનુદાત્ત બને છે.

(૫૫૪) लोपे वा ॥ ८ । ३ । २२४ ॥

सूत्रार्थ :-आक्षेपादिना किमर्थलाभे यत्तस्याप्रयोगाददर्शनं तदेवेह लोप शब्देन गृह्यते। (स्वरविषये) तादृशे किमो लोपे सति क्रियाप्रश्नेऽनुपसर्गमप्रतिषिद्धार्थकं तिडन्तं नानुदात्तं भवति।

અર્થ :- અધ્યાહાર્ય રાખીને किम् નો અર્થ પ્રાપ્ત થતો હોય ત્યાં તેનો પ્રયોગ ન થવાથી દેખાતો નથી તેને જ અહીં किम् નો લોપ ગણ્યો

છે. આ રીતે किम् નો લોપ થયો હોય, અને તે ક્રિયાપ્રશ્નવાચક હોય તો તેની સાથે સંકળાયેલું ઉપસર્ગરહિત અપ્રતિષેધાર્થક ક્રિયાપદ વિકલ્પે અનુદાત્ત બને છે.

ઉદા. :- किं देवदत्तो यजति आहोस्विद् अधीते । આ લૌકિક પ્રયોગમાં आहोस्वित् શબ્દ વડે બીજા પક્ષના પ્રશ્નમાં किम् નો અર્થ પ્રાપ્ત થવાથી ફરીથી તેનો પ્રયોગ થતો નથી. પૂર્વસૂત્ર મુજબ જ અહીં ઉદાહરણ સમજવાનાં છે.

(५५५) यद्वृत्ताद्व्यवायेऽपि ॥ ८ । ३ । २२५ ॥

सूत्रार्थ :-यदो वृत्तं यद्वृत्तम् । यत्र यच्छब्दो वर्तते तदित्यर्थः । (स्वरविषये) तस्मात् परं तिङन्तं, व्यवधाने सत्यपि, नानुदात्तं भवति ।

અર્થ :- यद् નું વિદ્યમાન હોવું તે યદ્વૃત્ત એટલે કે જેમાં यद् શબ્દ હોય તે. यद् શબ્દ જેમાં હોય તેના પછી, વચ્ચે બીજા કોઈ શબ્દનું વ્યવધાન હોય છતાં પણ, આવતું ક્રિયાપદ અનુદાત્ત બનતું નથી.

ઉદા. :- य एतेनं हविषा यजंते (तै. सं. ३. १. ४. १) । यस्मिन्नश्वं आलभ्यतें (तै. सं. ५. ४. १२. ३) । यर्हि हविर्धाने प्राचीं प्रवर्तयेयुः (तै. सं. ३. १. ३. १) । यत्कामास्ते जुहुमः (तै. सं. ३. २. ५. ९) । આ ઉદાહરણોમાં य, यस्मिन्, यः, વગેરેમાં यद् શબ્દ વિદ્યમાન છે તેના પછી આવનારાં यजंते आलभ्यतें प्रवर्तयेयुः એ ક્રિયાપદો આદ્યુદાત્ત કે મધ્યોદાત્ત છે. यत्कामाः માં સમાસ હોવાથી काम શબ્દનું વ્યવધાન આવવા છતાં जुहुमः એ ક્રિયાપદ અન્તોદાત્ત છે. પણ આ ક્રિયાપદો સવાનુદાત્ત નથી બન્યાં.

(५५६) कामचारे वा ॥ ८ । ३ । २२६ ॥

सूत्रार्थ :- कामचार इति याथाकाम्यं यथेच्छाप्रवृत्तिः देशकालानपेक्षा । (स्वरविषये) तत्र गम्ये तदुत्तरवर्ति तिङन्तं नानुदात्तं भवति ।

અર્થ :- કામચાર એટલે ઈચ્છા મુજબની, જેમ ઈચ્છા થાય તેવી પ્રવૃત્તિ, દેશકાળની પરવા વગરની. આવો અર્થ દર્શાવવો હોય ત્યારે તેની પછી આવતું ક્રિયાપદ અનુદાત્ત બનતું નથી.

ઉદા. :- यत्र क्वचन यजते । આ લૌકિક પ્રયોગ છે. ત્યાં यजते ક્રિયાપદ અનુદાત્ત બનતું નથી.

પણ यत्र क्वं च ते मनो दक्षं दधस उत्तरम् (तै. सं. ४. ५. २४. २) માં यत्र નો સીધો સંબંધ उत्तरम् સાથે હોવાથી ઈચ્છા મુજબ પ્રવૃત્તિનો અર્થ ન હોવાથી दधसे ક્રિયાપદ સર્વાનુદાત્ત છે.

(૫૫૭) एहिमन्ये प्रहासे लृट् ॥ ८ । ३ । २२ ॥

सूत्रार्थ :- (स्वरविषये) परिहासे गम्यमाने एहिमन्ये इत्यनेन युक्तं लृडन्तं नानुदात्तं भवति ।

અર્થ :- મશ્કરીનો અર્થ વ્યક્ત થતો હોય ત્યારે एहिमन्ये ની સાથે સંકળાયેલ लृट् લકાર (=અનદ્યતન કે શ્વસ્તન ભવિષ્યકાળનું) ક્રિયાપદ અનુદાત્ત બનતું નથી.

ઉદા. :- एहि मन्ये रथेन यास्यसि, नहि यास्यसि, यातस्तेन पिता । આ લૌકિક પ્રયોગ છે. પિતા રથમાં બેસીને ગયા ત્યારે 'હું રથમાં બેસીને જઈશ' એમ કહીને પુત્ર આવે ત્યારે તે પિતાના સાળા (=પુત્રના મામા) વગેરે આમ કહે છે: "આવો, કહે છે કે રથમાં બેસીને જઈશ !" આ મશ્કરીના ભાવવાળી ઉક્તિ છે. અહીં यास्यसि એ लृट् લકારના ક્રિયાપદમાં यास्यामि ને બદલે यास्यसि એમ પુરુષવ્યત્યય છે. અહીં यास्यसि ક્રિયાપદ અનુદાત્ત બનતું નથી. પરંતુ एहि मन्यसे रथेन यास्यामि इति । એ પ્રયોગોમાં મશ્કરીને બદલે હકીકતનો ભાવ હોવાથી ત્યાં ક્રિયાપદ સર્વાનુદાત્ત બને છે.

(૫૫૮) गत्यर्थलोटा लृण्न चेत् कारकं सर्वान्यत् ॥ ८ । ३ । २२८ ॥

सूत्रार्थ :- (स्वरविषये) गत्यर्थस्य धातोर्यल्लोडन्तम्, तेन युक्तं लृडन्तं तिङन्तं नानुदात्तं भवति, लृडन्तवाच्यं यत्कारकं त् सर्वं चेल्लोडन्तवाच्यकारकादन्यन्न भवेत् ।

અર્થ :- ગતિવાચક ધાતુના लोट् લકાર (=આજ્ઞાર્થક) ના રૂપ સાથે સંકળાયેલું लृट् લકારનું (=શ્વસ્તન ભવિષ્યકાળનું) ક્રિયાપદ અનુદાત્ત બનતું નથી ; પણ આ लृट् લકાર ક્રિયાપદનું વાચ્ય કારક તે लोट् લકારના વાચ્ય કારકથી અલગ ન હોવું જોઈએ.

ઉદા. :- आगच्छ देवदत्त ग्रामम्, एनं द्रक्ष्यसि । उह्यन्तां देवदत्तेन शाल्यः, तेनैव ते भोक्ष्यन्ते । આ લૌકિક પ્રયોગમાં आगच्छ અને उह्यन्ताम् એ लोट् લકારનાં ક્રિયાપદો છે. આ બંનેનાં વાચ્ય કારક देवदत्त એક જ છે. તેથી लृट् લકારનું ક્રિયાપદ અનુદાત્ત બનતું નથી.

પરંતુ, કારકો ભિન્ન હોય તો ક્રિયાપદ સર્વાનુદાત્ત બને છે. જેમ કે आगच्छ देवदत्त ग्रामम्, पिता एनं द्रक्ष्यति । વળી एहिं वसो पुरोवसो प्रियो में हृदोऽसि (तै. सं. ३. २. ५. १)માં કારક એક હોવા છતાં અને તે लोट् લકારના

ક્રિયાપદ સાથે સંકળાયેલું હોવા છતાં બીજું ક્રિયાપદ લૃટ્ ને બદલે લટ્ લકારનું છે, તેથી અસિ ક્રિયાપદ સર્વાનુદાત્ત થયું છે.

(૫૫૯) लोटा च ॥ ८ । ३ । २२९ ॥

सूत्रार्थ :- (स्वरविषये) गत्यर्थलोटा च युक्त लोडन्तं नानुदात्तं भवति ।

અર્થ :- ગતિવાચક લોટ્ લકારમાંના ક્રિયાપદ સાથે સંકળાયેલું બીજું લોટ્ લકારનું ક્રિયાપદ, તેમનું કારક અલગ ન હોય તો, અનુદાત્ત બનતું નથી.

ઉદા. :- जाय एहि सुवो रोहाव रोहांव (तै. सं. १. ७. ९. १) । અહીં एहि એ ગતિવાચક લોટ્ લકારના ક્રિયાપદ સાથે સંકળાયેલું હોવાથી रोहांव એ બીજુ લોટ્ લકારનું ક્રિયાપદ અનુદાત્ત બન્યું નથી ; આદ્યુદાત્ત છે.

(૫૬૦) सोपसर्गमनुत्तमं वा ॥ ८ । ३ । २३० ॥

सूत्रार्थ :- (स्वरविषये) उपसर्गसहितम् उत्तमवर्जितं लोडन्तं गत्यर्थलोटा युक्तं विकल्पेनानुदात्तं भवति ।

અર્થ :- ઉપસર્ગવાળું અને ઉત્તમપુરુષ સિવાયનું લોટ્ લકારનું ક્રિયાપદ લોટ્ લકારમાંના ગતિવાચક ક્રિયાપદ સાથે સંકળાયેલું હોય ત્યારે વિકલ્પે અનુદાત્ત બને છે.

ઉદા. :- सोमं राजन्नेह्यवरोह (तै. सं. १. ३. १३. १) । भक्षेहि माविंश (तै. सं. ३. २. ५. १) । અહીં एहि એ લોટ્ લકારમાંના ગત્યર્થક ક્રિયાપદ સાથે સંકળાયેલ સોપસર્ગ અને ઉત્તમપુરુષ વર્જીત अवरोह અને आविंश એ લોટ્ લકારમાંનાં ક્રિયાપદોમાં ઉપસર્ગભાગ આદ્યુદાત્ત છે, જ્યારે મૂળ ક્રિયાપદભાગ અનુદાત્ત છે.

પણ आगच्छ देवदत्त ग्रामं प्रविशानि એ વાક્યમાં લોટ્ લકારનું પૂર્વ ક્રિયાપદ ઉત્તમ પુરુષમાં છે. તેથી સર્વાનુદાત્ત નહીં જ થાય.

વળી तावेहि सम्भंवाव (तै. ब्रा. ३. ७. १. ९) । માં ઉત્તમ પુરુષ હોવા છતાં ક્રિયાપદ વ્યત્યયથી અનુદાત્ત થયું છે.

(૫૬૧) हन्त च ॥ ८ । ३ । २३१ ॥

सूत्रार्थ :- (स्वरविषये) हन्त इत्यनेन युक्तं सोपसर्गमुत्तमवर्जितं लोडन्तं वा नानुदात्तं भवति ।

અર્થ :- हन्त શબ્દ સાથે સંકળાયેલું ઉપસર્ગ સહિત ઉત્તમપુરુષ સિવાયનું લોટ્ લકારનું ક્રિયાપદ વિકલ્પે અનુદાત્ત નથી. બનતું

ઉદા. :- हन्तं प्रविंश । हन्तं प्र<u>वि</u>श । हन्त प्रशांधि । हन्त प्र<u>शा</u>धि । આ લૌકિક પ્રયોગો છે. ઉપસર્ગરહિત પ્રયોગમાં કાયમ સર્વાનુદાત્ત જ હોય છે. જેમ કે हन्तं कुरु । हन्तं करवाणि ।

(૫૬૨) आम एकान्तरमामन्त्रितमनन्तिके ॥ ८ । ३ । २३२ ॥

सूत्रार्थ :- अन्तरयति इति अन्तरं व्यवधायकम् । एकमन्तरं यस्य तद् एकान्तरम् । (स्वरविषये) तादृशम् आम उत्तरं यदामन्त्रितान्तम्, तन्न अनुदात्तं भवति, अनन्तिके दूरे गम्ये ।

अर्थ :- દૂર કરે તે अन्तर એટલે વ્યવધાન કરનારૂં. એકનું અંતર જેમાં હોય તે एकान्तर આવા एकान्तर (=વચમાં એક જ શબ્દના વ્યવધાનવાળા) आम् (= હા, હોવે) શબ્દ પછીનું આમન્ત્રિત સંજ્ઞક (=સંબોધનવાચક) પદ અનુદાત્ત બનતું નથી.

ઉદા. :- आम् पचसि देवदत्तर३ । આ લૌકિક પ્રયોગ છે. એમાં સંબોધનવાચક देवंदत्त३ પદ આદ્યુદાત્ત બને છે, નહીં કે સર્વાનુદાત્ત. એમાં त्त પ્લુત હોવાથી त्त३ એમ ત્રૈમાત્રિક દર્શાવ્યો છે.

(૫૬૩) यद्धितुपरं छन्दसि ॥ ८ । ३ । २३३ ॥

सूत्रार्थ :-(स्वरविषये) यद्, हि, तु इत्येते परे यस्य तत् तिङन्तं छन्दसि विषये नानुदात्तं भवति ।

अर्थ :- यद्, हि અને तु જેની પછી આવેલા હોય તેવું ક્રિયાપદ વૈદિક પ્રયોગમાં અનુદાત્ત હોતું નથી.

ઉદા. :- गवां <u>गो</u>त्रमु<u>द</u>सृं<u>जो</u> यदंङ्गिरः (ऋ . सं. २. २३. १८) । इन्दंवो वा<u>मु</u>शन्<u>ति</u> हि (तै. सं. १. ४. ४. १) । અહીં उदसृंजः પછી यद् છે. उशन्तिं પછી हि આવે છે. તેથી આ ક્રિયાપદો મધ્યોદાત્ત છે, સર્વાનુદાત્ત નથી.

ક્રિયાપદ પછી तु આવે તેવું વૈદિક ઉદાહરણ મળતું નથી. પણ रजां<u>स्या</u> तु प्र यांहि (ऋ. सं. ३. ३०. २), आ तू भरं माकिंरेतत् (ऋ. सं. ३. ३६. ९) । જેવાં ઉદાહરણોમાં મૂળ ક્રિયાપદ અને તેની પૂર્વે આવેલા છૂટા ઉપસર્ગની વચમાં तु કે तू નો પ્રયોગ મળે છે. અને એમાં ઉપસર્ગભાગ ઉદાત્ત હોય છે, જ્યારે ક્રિયાપદ ભાગ અનુદાત્ત હોય છે. વ્યાખ્યાકારોએ આપેલું आख्यास्यामि तु તે એ લૌકિક ઉદાહરણ વૈદિકપ્રયોગ તરીકે ન ચાલે.

(૫૬૪) चनचिदिवगोत्रादितद्धिताम्रेडितेष्वनुपसर्गात् ॥ ८ । ३ । २३४ ॥

सूत्रार्थ :- (स्वरविषये) चन, चित्, इव, गोत्रादिशब्द, तद्धित, आम्रेडित इत्येतेषु परं तिङन्तं नानुदात्तं भवति।

અર્થ :- चन, चित् इव, गोत्र વગેરે શબ્દ, તદ્ધિતપ્રત્યયાન્ત શબ્દ, દ્વિરુક્ત શબ્દ આ બધા જેની પછી આવેલા હોય તેવું ઉપસર્ગરહિત ક્રિયાપદ અનુદાત્ત હોતુ નથી.

ઉદા. :- देवदत्तः पचति चन। स पचति चित्। स पचतीव। स पचतिगोत्रम्। पचतिब्रुवम्। स पचतिकल्पम्। देवदत्तः पचति पचति। આ બધા લૌકિક પ્રયોગોમાં નિન્દા અને વારંવારપણાનો ભાવ વ્યક્ત થાય છે. અહીં ક્રિયાપદ અનુદાત્ત હોતુ નથી.

પણ स प्रपचति चन જેવા પ્રયોગોમાં ઉપસર્ગવાળું ક્રિયાપદ હોવાથી તે અનુદાત્ત બને છે.

(૫૬૫) चवाहाहैवेषु च ॥ ८ । ३ । २३५ ॥

सूत्रार्थ :- (स्वरविषये) च, वा, ह, अह, एव इत्येतेषु परतः अनुपसर्गं तिङन्तं नानुदात्तं भवति।

અર્થ :- च, वा, ह, अह, एव એ બધા પછી આવેલું ઉપસર્ગરહિત ક્રિયાપદ અનુદાત્ત બનતું નથી.

ઉદા. :- अवं चु हन्तिं दृषदौं च सुमाहन्त्यधिं चु वपंते कुपालांनि चोपंदधाति (तै. सं. १. ६. ९. ३)। અહીં च પછી हन्तिं આદ્યુદાત્ત છે, वपंते પણ આદ્યુદાત્ત છે, પણ उपंदधाति માં ઉપસર્ગ ભાગ આદ્યુદાત્ત છે પણ दधाति એ ક્રિયાપદભાગ અનુદાત્ત છે.

વળી वेदिंच परिगृह्णाति માં परि એ ઉપસર્ગભાગ અનુદાત્ત છે, જ્યારે गृह्णाति એ ક્રિયાપદભાગ મધ્યોદાત્ત છે. તેથી આ નિયમ લૌકિકપ્રયોગને લગતો જણાય છે. अञ्जलिनां वा पिबेदखर्वेण वा पात्रेंण (तै. सं. २. ५. १. ७)। અહીં वा પછી આવતુ पिबेत् ક્રિયાપદ આદ્યુદાત્ત છે. देवदत्तः पचति ह खादति ह। देवदत्तः पचत्यह खादत्यह। આ લૌકિક પ્રયોગો છે.

(૫૬૬) चवाभ्यां प्रथमा ॥ ८ । ३ । २३६ ॥

सूत्रार्थ :- (स्वरविषये) चवाभ्यां युक्ते प्रथमा तिङ्विभक्तिर्नानुदात्ता भवति।

અર્થ :- च, અને वा સાથે સંકળાયેલ પ્રથમ ક્રિયાપદ ઉદાત્ત બનતું નથી.

ઉદા. :- वृत्सं चोपावसृजत्युखां चाधिश्रयति (तै. सं. १. ६. ९. ३)। जर्तिलयवाग्वा जुहयाद्गवीधुकयवाग्वा वा (तै. सं. ५. ४. ३. २)। અહીં च સાથે સંકળાયેલ उपावसृजति અને अधिश्रयति માં પ્રથમ ક્રિયાપદ મધ્યોદાત્ત કે આદ્યુદાત્ત છે, નહીં કે સર્વાનુદાત્ત. એ જ રીતે वा સાથે સંકળાયેલ जुहयात् એ ક્રિયાપદ પણ અંતોદાત્ત છે, નહીં કે સર્વાનુદાત્ત.

(५६७) हेति क्षियायाम् ॥ ८ । ३ । २३७ ॥

सूत्रार्थ :-(स्वरविषये) क्षिया शिष्टोचारोल्लङ्घनम्। तस्मिन् गम्ये ह इत्यनेन युक्ता प्रथमा तिङ्विभक्तिर्न अनुदात्ता भवति।

અર્થ :- क्षिया એટલે શિષ્ટાચારનું ઉલ્લંઘન. એ **અર્થમાં** ह સાથે સંકળાયેલુ પ્રથમ ક્રિયાપદ અનુદાત્ત બનતું નથી.

ઉદા. :- स्वयं ह रथेन यातिऽ उपाध्यायं पदेन गमयतिऽ। અહીં ઉપાધ્યાય પગે ચાલતા હોય ત્યારે શિષ્ય રથમાં બેસે તે શિષ્ટાચારનું ઉલ્લંઘન છે. અહીં આવો અર્થ સૂચવે છે, તેથી તેની સાથે સંકળાયેલા याति અને गमयति એ બેમાંથી પ્રથમ याति ક્રિયાપદ અનુદાત્ત બનતું નથી. અહીં क्षिया નો અર્થ હોવાથી અંત્ય સ્વરવર્ણ પ્લુત થયો છે. એવું यातिऽ વગેરેમાં ત્રિમાત્રાદર્શક ૩ મૂકીને દર્શાવ્યું છે.

(५६८) अहेति विनियोगे च ॥ ८ । ३ । २३८ ॥

सूत्रार्थ :- विनियोगोऽनेकप्रयोजनो नियोगः प्रेषणम्। (स्वरविषये) तस्मिन्, क्षियायां च, अह इत्यनेन युक्ता प्रथमा तिङ्विभक्तिर्नानुदात्ता भवति।

અર્થ :- અનેક પ્રયોજનથી કામ સોંપવું, મોકલવું તે વિનિયોગ. એ અર્થમાં, અને શિષ્ટાચારના અર્થમાં अह પ્રયોજાય ત્યારે તેની સાથે સંકળાયેલું પ્રથમ ક્રિયાપદ અનુદાત્ત બનતું નથી.

ઉદા. :- त्वमह ग्रामं गच्छऽ। त्वमहारण्यं गच्छऽ। અહીં गच्छ એ પ્રથમ ક્રિયાપદ અનુદાત્ત બનતું નથી. क्षिया નું ઉદાહરણ પૂર્વસૂત્રમાં આવી ગયું છે.

(५६९) चाहलोप एवेत्यवधारणे ॥ ८ । ३ । २३९ ॥

सूत्रार्थ :- (स्वरविषये) चाहयोर्लोपे सति प्रथमा तिङ्विभक्तिर्नानुदात्ता, एव इत्येतच्चेदवधारणार्थं प्रयुज्यते।

અર્થ :- च અને अह નો લોપ થયો હોય અને एव એ શબ્દ અવધારણ (=ચોક્કસપણું) દર્શાવવા પ્રયોજાયો હોય ત્યારે પ્રથમ ક્રિયાપદ અનુદાત્ત બનતું નથી.

ઉદા. :- यो वै दे॒वान् दे॒वय॑शसे॒नार्पय॑ति मनु॒ष्या॑न् मनुष्ययशसेनं देवयश॒स्ये॑व दे॒वेषु॒ भव॑ति मनुष्ययशसी म॑नु॒ष्ये॑षु। (तै. सं. ३. १. ९. १)। અહીં देवयशसी मनुष्ययशसी च भवति એવા અર્થમાં च નો લોપ થયો છે. આ ઉદાહરણમાં अ॒र्पय॑ति ક્રિયાપદ મધ્યોદાત્ત છે.

देवदत्त एव ग्रामं गच्छतु, यज्ञदत्त एव अरण्यं गच्छतु। અહીં કેવલાર્થક एव **શબ્દ પ્રયોજાયો** હોવાથી अह શબ્દનો અર્થ સૂચવાઈ જાય છે, એ કારણે अह શબ્દનો પ્રયોગ ન થવાથી લોપ થયો એમ કહેવાય.

(૫૭૦) चादिलोपे वा ॥ ८ । ३ । २४० ॥

सूत्रार्थ :- (स्वरविषये) च, वा, ह, अह, एव इत्येतेषां लोपे प्रथमा तिङ्विभक्तिर्नानुदात्ता भवति।

અર્થ :- च, वा, ह, अह, एव, એ શબ્દોનો લોપ થયો હોય ત્યારે પ્રથમ ક્રિયાપદ વિકલ્પે અનુદાત્ત બને છે.

ઉદા. :- अवं स॒भार॑ रु॒न्धे प्र स॒ह॒स्रं॑ प॒शूनां॑प्नोति (तै. सं. १. ७. ६. ७)। ब्र॒ह्म॒वा॒दिनो॑ वद॑न्ति॒ न प्रा॒श्नन्ति॒ न जु॒ह्वति (तै. सं. ५. ५. ३. २)। અહીં च નો લોપ થયો છે, તેથી रु॒न्धे એ પ્રથમ ક્રિયાપદ અન્તોદાત્ત છે. પણ બીજા વાક્યમાં वदन्ति એ પ્રથમ ક્રિયાપદ સર્વાનુદાત્ત છે. वा વગેરેનાં ઉદાહરણ ઉપરનાં સૂત્રોમાં આવી ગયાં છે.

(૫૭૧) वैवावाभ्यां छन्दसि ॥ ८ । ३ । २४१ ॥

सूत्रार्थ :- वै स्फुटार्थे क्षमायां च। वाव प्रसिद्धौ स्फुटार्थे च। (छन्दसि स्वरविषये) आभ्यां युक्ता प्रथमा तिङ्विभक्तिः विकल्पेन अनुदात्ता भवति।

અર્થ :- વૈદિક પ્રયોગમાં वै એ 'સ્પષ્ટ' અને 'ક્ષમા' ના અર્થમાં અને वाव એ 'પ્રસિદ્ધિ' અને 'સ્પષ્ટ' અર્થમાં પ્રયોજાય છે. આ અર્થોમાં આ બે શબ્દો પ્રયોજાયા હોય ત્યારે પ્રથમ ક્રિયાપદ વિકલ્પે અનુદાત્ત બને છે.

ઉદા. :- य॒ज्ञं वै दे॒वा अदु॑ह्रन् य॒ज्ञोऽसु॑रा॑ अदुहत् (तै. सं. १. ७. १. १)। यन्मे॑ प्र॒जायै॑ पशू॒नामू॒नं तन्म॒ आ पू॑रयेति॒ वावैतदा॑ह (तै. सं. १. ५. ७. ५)। અહીં अदु॑ह्रन् અને आपू॑रय એ ક્રિયાપદો આદ્યુદાત્ત છે. અને वै તથા वाव નો પ્રયોગ થયો છે.

(૫૭૨) एकान्याभ्यां तुल्यार्थाभ्याम् ॥ ८ । ३ । २४२ ॥

सूत्रार्थ :- (स्वरविषये) परस्परतुल्यार्थाभ्याम् एक अन्य इत्येताभ्यां शब्दाभ्यां युक्ता प्रथमा तिङ्विभक्तिर्वा अनुदात्ता ।

अर्थ :- 'એકબીજા સાથે સરખુ' એ અર્થમાં વૈદિક પ્રયોગમાં ધ્ક્ષઉ અને ધીંસ્ર એ શબ્દો પ્રયોજાય ત્યારે તેમની સાથે સંકળાયેલું પ્રથમ ક્રિયાપદ વિકલ્પે અનુદાત્ત બને છે.

ઉદા. :- प्रजामेका रक्षात्यूर्जमेकां (तै. सं. ४. ३. ११. १) । स्थालीभिंरन्ये ग्रहां गृह्यन्तें वायव्यैरन्ये (तै. सं. ६. ५. ११. ३) । અહીં रक्षंति ક્રિયાપદ આદ્યુદાત્ત છે, જ્યારે गृह्यन्तें ક્રિયાપદ મધ્યોદાત્ત છે, નહીં કે સર્વાનુદાત્ત ; અહીં વિકલ્પ કામ કરે છે.

(૫૭૩) पूजनेभ्यः काष्ठादारुणामातापुत्रवेशानुज्ञातायुताद्भुतभृशघोरपरमस्वतिभ्यः पूजितमनुदात्तं समासे ॥ ८ । ३ । २४३ ॥

सूत्रार्थ :- (स्वरविषये) पूजनेभ्यः काष्ठा, दारुण, अमातापुत्र, वेश, अनुज्ञात, अयुत, अद्भुत, भृश, घोर, परम, सु, अति इत्येतेभ्यः उत्तरपदं पूजितमनुदात्तं भवति ।

अर्थ :- આદરવાચક काष्ठा વગેરે શબ્દ પછી સમાસમાં આદરવાચક ઉત્તરપદ આવે તો તે ઉત્તરપદ અનુદાત્ત બને છે.

ઉદા. :- काष्ठाध्यायकः । काष्ठाभिरूपकः । दारुणाध्यापकः । दारुणाभिरूपकः । अमातापुत्राध्यापकः । वेशाध्यापकः । अनुज्ञाताध्यापकः । अयुताध्यापकः । अयुताभिरूपकः । अद्भुताध्यापकः । भृशाध्यापकः । घोराध्यापकः । परमाध्यापकः । स्वध्यापकः । अत्यध्यापकः । આ બધા લૌકિક પ્રયોગો છે, જેમાં काष्ठा વગેરે શબ્દો 'અદ્ભૂત' શબ્દના પર્યાયો છે. અને 'અધ્યાપક' એ આદરણીય વ્યક્તિ લેખવામાં આવતો, તેથી તેનો વાચક શબ્દ આદરાર્થક છે.

(૫૭૪) सोपसर्गमपि तिङ् ॥ ८ । ३ । २४४ ॥

सूत्रार्थ :- (स्वरविषये) पूजनवचनेभ्यः काष्ठादिभ्यः परं सोपसर्गमपि (अनुपसर्गं च) तिङ् अनुदात्तं भवति ।

अर्थ :- આદરવાચક काष्ठा વગેરે શબ્દ પછી આવતું ઉપસર્ગસહિત, અને ઉપસર્ગ વિનાનું, ક્રિયાપદ અનુદાત્ત બને છે.

ઉદા. :- यत्काष्ठं पचति। यत्काष्ठं प्रपचति। આ લૌકિક પ્રયોગો છે. અહીં पचति અને प्रपचति એ ક્રિયાપદો અનુદાત્ત છે.

(૫૭૫) क्रियायाः कुत्सने सुप्यगोत्रादौ ॥ ८ । ३ । २४५ ॥

सूत्रार्थ :- (स्वरविषये) कुत्सनवाचके सुबन्ते गोत्रादिभिन्ने परतः सोपसर्ग निरुपसर्गं च तिङ् अनुदात्तं भवति।

अर्थ : ક્રિયાનિંદાવાચક ગોત્ર વગેરે સિવાયના નામ પછી આવતું ઉપસર્ગયુક્ત ક્રિયાપદ અનુદાત્ત બને છે.

ઉદા. :- पचति पूति। प्रपचति पूति। અહીં पचति અને प्रपचति ક્રિયાપદો અનુદાત્ત બનશે. આ લૌકિક પ્રયોગો છે.

(૫૭૬) बह्वर्थं वा ॥ ८ । ३ । २४६ ॥

सूत्रार्थ :- (स्वरविषये) बह्वर्थं यत् तिङन्तं तद् विकल्पेनानुदात्तं भवति।

अर्थ :- બહુ અર્થનું-બહુવચનમાંનું-ક્રિયાપદ વિકલ્પે અનુદાત્ત બને છે.

ઉદા. :- पचन्ति पूति। प्रपचन्ति पूति। અહીં पचन्ति અને प्रपचन्ति એ ક્રિયાપદો વિકલ્પે સર્વાનુદાત્ત બનશે. પક્ષે સર્વાનુદાત્ત નહીં પણ બને.

(૫૭૭) गतिर्गतौ ॥ ८ । ३ । २४७ ॥

सूत्रार्थ :- (स्वरविषये) गतिसंज्ञकात् परतो गतिसंज्ञकं पदमनुदात्तं भवति।

अर्थ :- ગતિસંજ્ઞક પદ પછી આવતાં, પહેલાંનું ગતિસંજ્ઞક પદ અનુદાત્ત બને છે.

ઉદા. :- पर्यावर्तते दक्षिणा (तै. सं. ५. २. १. ३)। पत्नीमुदानयति (तै. सं. १. ६. ५. ३)। અહીં परि+आ+वर्तते માં परि પછી आ એમ એક ગતિસંજ્ઞક પદ પછી બીજું ગતિસંજ્ઞક પદ આવતાં પૂર્વેનું परि અનુદાત્ત બને છે. એ જ રીતે उत् પછી आ આવતાં उत् અનુદાત્ત બને છે.

(૫૭૮) तिङ्युदात्तवति ॥ ८ । ३ । २४८ ॥

सूत्रार्थ :-(स्वरविषये) उदात्तवति तिङन्ते परतः गतिसंज्ञकमनुदात्तं भवति।

अर्थ :- ઉદાત્તયુક્ત ક્રિયાપદ જેની પછી આવેલું હોય તેવું ગતિસંજ્ઞક પદ અનુદાત્ત બને છે.

ઉદા. :- यात्र नि॒वर्प॑ति यद॑नुदि॒शति (तै. सं. ६. ३. १. ६)। અહીં નિ॒ + वर्पति માં वर्पति આદ્યુદાત્ત ક્રિયાપદ આવ્યું હોવાથી नि એ ગતિસંજ્ઞક પદ બન્યું છે.

પણ જેમાં પ્રત્યયના ઉદાત્ત સ્વરને લીધે ક્રિયાપદ ઉદાત્તયુક્ત બન્યું હોય ત્યાં ગતિસંજ્ઞક પદ અનુદાત્ત બનતું નથી. જેમકે अ॒नु + दि॒शतिं માં अ॒नु અન્તોદાત્ત છે. ઉપસર્ગો જે ક્રિયા સાથે જોડાઈને ગતિનો ભાવ દર્શાવે તેના સંદર્ભમાં તે ગતિસંજ્ઞક બને છે.

(૫૭૯) प्रत्ययान्ते च ॥ ८ । ३ । २४९ ॥

सूत्रार्थ :-(स्वरविषये) उदात्तवति तिङ्प्रत्ययान्ते परतश्च गतिसंज्ञकमनुदात्तं भवति।

અર્થ :- જેની પછી ઉદાત્ત સ્વરયુક્ત તિઙ્પ્રત્યયવાળું ક્રિયાપદ આવ્યું હોય તે ગતિસંજ્ઞક પદ પણ અનુદાત્ત બને છે.

ઉદા. :- यद्वत्सानंपाकु॒रोतिं (तै. सं. २. ५. ५. ५)। અહીં अप + आ + करोति માં कु॒रोतिं ક્રિયાપદ પ્રત્યયને લીધે મધ્યોદાત્ત છે. તેથી अप ની સાથે आ એ ગતિસંજ્ઞક પદ પણ અનુદાત્ત બન્યું છે.

(૫૮૦) सुबामन्त्रिते पराङ्गवत् तन्निमित्तम् ॥ ८ । ३ । २५० ॥

सूत्रार्थ :- (स्वरविषये) सुबन्तम् आमन्त्रितान्ते परतः परस्य तस्यैव आमन्त्रितस्य अङ्गवत् अवयववत् भवति तन्निमित्तं स्वरलक्षणे कर्तव्ये । तादत्म्यातिदेशोऽयम्।

અર્થ :- નામપદ પછી સંબોધનવાચક પદ આવે તો સ્વરની દૃષ્ટિએ તે એ સબોધનવાચક પદના અવયવ જેવું બની જાય છે. અર્થાત્ સ્વરભારના તાદાત્મ્યને લગતું આ અતિદેશસૂત્ર છે. નામ અને સંબોધનનો સમુદાય હોય ત્યાં એક સંબોધનપદને જે સ્વરભાર હોય તે જ રીતે સ્વરભારની વ્યવસ્થા થાય છે.

ઉદા. :- मरु॑तां पितु॒स्तदु॒हं गृ॑णामि (तै. सं. ३. ३. ९. १)। અહીં मरु॑तां पितः એમાં मरुताम् એ નામપદ પછી पितः એ સંબોધનવાચક પદ આવીને પૂર્વપદ તેના અંગરૂપ બનીને સમુદાય બન્યો છે. તેથી તેને એક જ સમુદાય ગણીને આદ્યુદાત્ત કર્યો છે. आ तें पितर्मरुताम् (तै. ब्रा. २. ८. ६. ९) માં પર સુબન્ત પૂર્વ આમંત્રિતના અંગરૂપ બનીને તે મુજબ સર્વાનુદાત્ત બન્યું છે.

(५८१) समानाधिकरणे वा ॥ ८ । ३ । २५१ ॥

सूत्रार्थ :- (स्वरविषये) सुबन्तस्य आमन्त्रिते परतः पराङ्गवद्भावः समानाधिकरणे सति विकल्पेन भवति, स्वरनिमित्तः।

અર્થ :- સ્વરભારના નિમિત્તે નામપદનો તેની પછી આવેલા સંબોધનવાચક પદ સાથેનો એકીભાવ સમાનાધિકરણ હોય ત્યારે વિકલ્પે થાય છે.

ઉદા. :- तीक्ष्णेन परशुना वृश्चन्। અહીં तीक्ष्णेन એ પદ परशुना એ પદનું વિશેષણ છે. અને परशुना એ પદ સંબોધનવાચક वृश्चन् પદનું અંગ છે. તેથી તેનું સમાનાધિકરણવાળું तीक्ष्णेन પદ વિકલ્પે પરાંગ રૂપ બનશે. પક્ષે નહીં પણ બને. આ લૌકિક પ્રયોગની ચર્ચા છે.

(५८२) परमपि छन्दसि ॥ ८ । ३ । २५२ ॥

सूत्रार्थ :- छन्दसि विषये आमन्त्रिते सति परमपि सुबन्तं पराङ्गवद्भवति स्वरलक्षणे कर्तव्ये।

અર્થ :- વૈદિક પ્રયોગમાં સંબોધન પદના સંદર્ભમાં નામપદ તેની પછી આવ્યું હોય છતાં સ્વરલક્ષણ કાર્યની બાબતમાં પરાંગવદ્‌ભાવ પામે છે.

ઉદા. :- प्रतिं त्वा दुहितदिवः उषो जीरा अभुत्स्महि (ऋ. सं. ७. ८१. ३)। અહીં दुहितर्दिवः એ સંબોધનપદ उषः નું વિશેષણ છે, અને તેની પૂર્વે આવેલું છે, છતાં તે પરાંગવદ્‌ભાવ પામે છે. અર્થાત્ તેને उषः પદના અંગ તરીકે ગણીને સ્વરવિધાન થયું છે.

(५८३) नाव्ययमनव्ययीभावे ॥ ८ । ३ । २५३ ॥

सूत्रार्थ :- (स्वरविषये) अव्ययीभावसमासेऽसति अव्ययं पराङ्गवन्न भवति स्वरलक्षणे कर्तव्ये।

અર્થ :- જો અવ્યયીભાવ સમાસ ન બનતો હોય તો અવ્યય પરાંગવત્ બનતું નથી, સ્વરભારની દૃષ્ટિએ.

ઉદા. :- उच्चैरंधीयानं। नीचैरंधीयान। આ લૌકિક પ્રયોગો છે. એમાં પ્રયોજાયેલા उच्चैः અને नीचैः એ અવ્યયો અન્તોદાત્ત છે. અહીં उच्चैरधीयान માં अधीयान એ સંબોધનપદ છે. પણ તે उच्चैः એ અવ્યયપદ સાથે અવ્યયીભાવ સમાસ બનાવતું નથી. તેથી અહીં પરાંગવદ્‌ભાવ થતો નથી.

પણ જ્યાં એવો સમાસ હોય ત્યાં પરાંગવદ્‌ભાવ થાય છે. જેમકે उपाग्न्यधीयानः। અહીં उपाग्नि એ અવ્યયીભાવ સમાસ છે.

(૫૮૪) एकश्रुति दूरात् सम्बुद्धौ ॥ ८ । ३ । २५४ ॥

सूत्रार्थ :- सम्बुद्धिः अनुष्ठेयतया सम्बोधनम्। यावति देशे प्राकृतप्रयत्नोच्चारितं सम्बोध्यमानेन न श्रूयते, किं तु अधिकं प्रयत्नमपेक्षते, तदिह दूरत्वं विविक्षितम्। उक्तं सम्बोधनकरणत्वं वाक्यस्यैव सम्भवतीति तस्यैवेदं विधानम्। एका श्रुतिर्यस्य तदिदमेकश्रुति वाक्यम्। (स्वरविषये) दूराद् अनुष्ठेयतया बोधनायां करणीभूतं वाक्यम् एकश्रुति स्यात्। त्रैस्वर्यापवादः। क्षीरोदकवद् उदात्तानुदात्तयोर्भेदतिरोधानमेकश्रुतिः प्रचयश्च।

અર્થ :- 'संबुद्धि' એટલે અનુષ્ઠાનરૂપે કરવામાં આવતું સંબોધન. જેટલા અંતરે સામાન્ય પ્રયત્નથી ઉચ્ચારવામાં આવેલું વાક્ય, જેને સંબોધીને બોલાયેલું હોય તેને સંભળાય નહીં, પણ વધુ પ્રયત્નની જરૂર પડે, તેટલા અંતરથી અહીં 'દૂર' ગણ્યું છે. આવું સંબોધન કરવાનું કાર્ય વાક્ય દ્વારા જ સંભવ છે, તેથી આ સૂત્રવિધાન વાક્યને જ લાગુ પડે છે. જેની એક શ્રુતિ હોય તે 'એકશ્રુતિ'. દૂરથી અનુષ્ઠાન રૂપે જાણ કરવામાં સાધનરૂપ બનતું વાક્ય 'એકશ્રુતિ' હોય છે. આ વિધાન ત્રણે સ્વરોનો અપવાદ છે. દૂધ અને પાણીના મિશ્રણની જેમ જયારે ઉદાત્ત અને અનુદાત્ત વચ્ચેનો ભેદ દબાઈ જાય ત્યારે તેને 'એકશ્રુતિ', અર્થાત્ સ્વરભાર એકસરખો હોવાનું કહેવાય છે; એમાં અવાજની ચઢઉતર થતી નથી. એકશ્રુતિને 'પ્રચય' પણ કહેવામાં આવે છે.

ઉદા. :- आगच्छ भो माणवक देवदत्त३ । અહીં देवदत्त શબ્દમાં છેલ્લો સ્વર પ્લુત (=ત્રૈમાત્રિક) છે. એકશ્રુતિ અને પ્લુત દ્વારા આ વાક્ય સંબોધન છે એમ સમજાય છે.

(૫૮૫) यज्ञकर्मण्यजपन्युङ्खसामसु ॥ ८ । ३ । २५५ ॥

सूत्रार्थ :- (स्वरविषये) यज्ञक्रियायां मन्त्रे एकश्रुतिः स्यात्, जपन्युङ्खसामानि वर्जयित्वा।

અર્થ :- જપ, ન્યુંખ અને સામને બાદ કરતાં, યજ્ઞક્રિયામાં મન્ત્રની એકશ્રુતિ હોય છે.

ઉદા. :- अग्निमूर्धा दिवः ककुत्पतिः पृथिव्या अयम्। अपां रेतांसि जिन्वतोम्। (ऋ. सं. ८. ४४. १६)। આ મંત્ર યજ્ઞકર્મ વખતે એકશ્રુતિ તરીકે ઉદાત્ત-અનુદાત્ત-સ્વરિતના ઉચ્ચારણભેદ વગર બોલાય છે. પણ સ્વાધ્યાય વખતે તો अ॒ग्निर्मू॒र्धा दि॒वः क॒कुत्पतिः॑ पृथि॒व्या अ॒यम्। अ॒पां रेतां॑सि जिन्वति ॥ એમાં વ્યવસ્થિત ઉદાત્તાદિ સ્વરોચ્ચારપૂર્વક જ બોલાય છે. પણ જપાદિ વખતે તો યજ્ઞકર્મમાં પણ એકશ્રુતિ ઉચ્ચારણ કરી શકાય નહીં. જપ એટલે ઉપાંશુપ્રયોગ.

'ન્યુંખ' એટલે સોળ ૐ કાર. એમાંના પ્રથમ, સાતમો અને તેરમો એ ત્રણ ઉદાત્ત અને ત્રિમાત્રિક હોય છે.; બાકીનાં તેર અનુદાત્ત અને અર્ધા ૐ કારવાળા હોય છે. સામ એટલે વેદમન્ત્રોનું ગાન. આ ત્રણની બાબતમાં એકશ્રુતિનો નિષેધ છે.

(૫૮૬) उच्चैस्तरां वौषड् वा ॥८।३।२५६॥

सूत्रार्थ :- (स्वरविषये) उच्चैः शब्दोऽधिकरणशक्तिप्रधानोऽपि अत्र तद्विशिष्टभवनक्रियायां वर्तते। तेन क्रियाप्रकर्षात् आम्प्रत्ययः। उदात्ततर इति फलितोऽर्थः। वषट्शब्देन च अत्र तत्समानार्थो वौषट् शब्दो लक्ष्यते। द्वावपि हि देवतासम्प्रदानस्य द्योतकौ। यज्ञकर्मणि वौषट्शब्द उदात्ततरो वा भवति। पक्षे ऐकश्रुत्यम्

અર્થ :- उच्च શબ્દ મુખ્યત્વે અધિકરણ શક્તિ દર્શાવતો હોય છે. છતાં આ સૂત્રમાં તો વિશિષ્ટ રીતના હોવાનું દર્શાવે છે. તેથી ક્રિયાનું વધુ ઊંચાપણું દર્શાવવા (तराम् માં) आम् પ્રત્યય લગાડયો છે. 'વધુ ઉદાત્ત' એવો અર્થ ફ્લિત થાય છે. वषट् શબ્દ દ્વારા અહીં તેનો સમાનાર્થી वौषट् શબ્દ અભિપ્રેત છે. वषट् અને वौषट् એ બંને શબ્દો દેવતાને અપર્ણ કરવાનું દર્શાવે છે. યજ્ઞકર્મમાં वौषट् શબ્દ વધુ ઉદાત્ત બને છે. વિકલ્પે હોવાથી પક્ષે એકશ્રુતિ બને છે.

ઉદા. :- सोमस्याग्ने वीहि३ वौ३षट्। અહીં वौषट् શબ્દના બંને સ્વરવર્ણ વધુ ઉદાત્ત ઉચ્ચારાય છે. કેટલાકના મતે અંત્ય સ્વરવર્ણ જ વધુ ઉદાત્ત બને છે. કેટલાકના મતે મૂળ શબ્દ वौषट् જ છે, નહીં કે वषट्. કેટલાકના મતે આ શબ્દ वाषट् કે वाक्षट् એમ પણ ઉચ્ચારાય છે. वषट् શબ્દ ગમે તે રીતે ઉચ્ચારતો હશે, પણ એટલું ચોક્કસ છે કે તેનો આદ્યસ્વર પ્લુત હોય છે.

(૫૮૭) छन्दसि वा ॥ ८ । ३ । २५७ ॥

सूत्रार्थ :- छन्दसि (स्वरविषये) विकल्पेन एकश्रुतिः भवति।

અર્થ :- વૈદિક પ્રયોગમાં વિકલ્પે એકશ્રુતિ ઉચ્ચારણ થાય છે.

ઉદા. :- अग्निमीळे पुरोहितम् (ऋ . सं. १. १. १)। अग्निमीळे पुरोहितम्। इषे त्वोर्जे त्वा (य. सं. १. १) इषे त्वोर्जे त्वा। અહીં સ્વરસહિત કે એકશ્રુતિ ઉચ્ચારણ કરી શકાય છે. આ બાબતમાં પોતપોતાની શાખા સંપ્રદાય મુજબ વ્યવસ્થા સમજવાની છે. જેમ કે, बृहद्वृचब्राह्मण માં એકશ્રુતિ ઉચ્ચારણ થાય છે. પણ તેની સંહિતામાં ચાર સ્વરો સહિત ઉચ્ચારણ થાય છે. યજુર્વેદમાં પણ સંહિતાપાઠમાં ત્રણે સ્વરો સહિત ઉચ્ચારણ કરવાનું હોય છે. જ્યારે આરણ્યક વાક્યનું એકશ્રુતિ ઉચ્ચારણ થાય છે. વેદમાં સ્વરભેદથી અર્થભેદ

થાય છે, તેથી સ્વરભાર અર્થનિશ્ચાયક છે, જ્યારે લૌકિક પ્રયોગમાં આવું અનિવાર્ય નથી.

(૫૮૮) स्वरितात् संहितायामनुदात्तानाम् ॥ ८ । ३ । २५८ ॥

सूत्रार्थ :- (स्वरविषये) स्वरितात् परोषामनुदात्तानां संहितायमेकश्रुतिः स्यात् ।

અર્થ :- સ્વરિત પછી આવતાં અનુદાત્તોની સંહિતામાં એકશ્રુતિ થાય છે.

ઉદા. :- अग्नांविष्णू सुजोषंसा (तै. सं. ४. ७. १. १) । અહીં अ માંના ઉદાત્ત પછી આવવાથી ग्नां માંના અનુદાત્તનો સ્વરિત બની ગયો. તે પછી આવતા वि અને ष्णू માંના અનુદાત્તનું એકશ્રુતિ ઉચ્ચારણ થાય છે. સ્વરિત પછીના આવા અનુદાત્તને 'પ્રચય' પણ કહેવામાં આવે છે.

(૫૮૯) उदात्तस्वरितपरस्य सन्नतरः ॥ ८ । ३ । २५९ ॥

सूत्रार्थ :-(स्वरविषये) उदात्तः स्वरितो वा यस्मात् परस्तस्यानुदात्तस्य सन्नत्तरः अनुदात्ततरः आदेशो भवति ।

અર્થ :- જે અનુદાત્ત પછી ઉદાત્ત કે સ્વરિત આવેલો હોય તે અનુદાત્તને સ્થાને વધુ નીચો અનુદાત્ત આદેશ થાય છે.

ઉદા. :- तस्माद्वा एतस्मांत् (तै. आ. ८. १. १) । અહીં तस्माद्वा માં त અને वा એ બે ઉદાત્તની વચ્ચે स्मा અનુદાત્ત આવેલો છે. એ જ રીતે द्वा અને त એમ બે ઉદાત્તની વચ્ચે ए અનુદાત્ત આવેલો છે. આમ स्मा એ ઉદાત્તપર છે. અને ए પણ ઉદાત્તપર છે. તેથી એ બંનેના સ્થાને સન્નતર (=અનુદાત્તતર=વધુ નીચો અનુદાત્ત) સ્વર આદેશથી ઉચ્ચારાશે આ પ્રાતિશાખ્યનો નિયમ છે.

પણ બધી જ વેદશાખાઓમાં એ જ પ્રમાણે ઉચ્ચારણ કરવાનો - સન્નતરનો - પ્રચાર નથી એવું 'સ્વરસિદ્ધાન્તચંદ્રિકા'કાર જણાવે છે.

પ્રાતિશાખ્યના મત અનુસાર ઉદાત્ત સ્વરિત અને પ્રચય એમાંથી કોઈ પણ અનુદાત્તની પૂર્વે આવી શકે છે, તેથી ઉદાત્તપર સન્નતર ત્રણ પ્રકારનો હોઈ શકે અને સ્વરિતપર સન્નતર પણ ત્રણ પ્રકારનો હોઈ શકે. આમ કુલ છ પ્રકાર પડે છે. જેમકે,

जुहवानी३ (तै. सं. ६. ५. ९. १) । અહીં जु પછી ह અને वा પછી नी ઉદાત્ત આવેલો છે., તેથી આ બે અનુદાત્તો સન્નતર બનશે.

भवंत्यात्मनां (तै. सं. ३. २. २. ३) । અહીં त्या પછી त्म ઉદાત્ત આવવાથી त्या સન્નતર બનશે.

इमं मे गङ्गे यमुने सरस्वति शुतुद्रि (तै. आ. १०. १. १३) । અહીં इ પછી मं અને ति પછી शु એમ ઉદાત્ત આવે છે. તેથી આ અનુદાત્તો સન્નતર બનશે.

तेन कोऽर्हति स्पर्धितुम् (तै. ब्रा. २. ८. ८. १०) । અહીં न પછી को સ્વરિત અને ति પછી स्प ઉદાત્ત આવેલો છે. તેથી એ બે અનુદાત્ત સન્નતર બનશે.

योऽस्य स्वोऽग्निः (तै. सं. ५. ७. ९. १) । માં स्य પછી स्वो સ્વરિત છે તેથી અનુદાત્તનો સન્નતર થશે.

ब्रह्मवादिनो वदन्ति न्यंङ्ङ्ग्निः (तै .सं. ५. ५. ३. २) । અહીં न्ति પછી न्यं સ્વરિત છે તેથી અનુદાત્તનો સન્નતર બનશે.

(५९०) न सुब्रह्मण्यायाम् ॥ ८ । ३ । २६० ॥

सूत्रार्थ :- (स्वरविषये) सुब्रह्मण्याख्ये निगदे 'यज्ञकर्मणि' (५८५), 'छन्दसि वा.' (५८७) इति च प्राप्ता एकश्रुतिर्न भवति ।

અર્થ :- સામવેદના 'સુબ્રહ્મણ્યા' તરીકે ઓળખાતા ખિલ નિગદમંત્રમાં એકશ્રુતિ નથી થતી; ત્યાં તો સ્વરિતનો ઉદાત્ત થઈ જાય છે.

ઉદા. :- सुब्रह्मण्योऽम् । इन्द्रागच्छ हरिव आगच्छ । मेधातिथेर्मेषवृषणश्वस्य मेने । गौरावस्कन्दिन्नहल्यायै जार । कौशिकब्राह्मण गौतमं ब्रुवाण । श्वः सुत्यामागच्छ मघवन् । આ નિગદમંત્ર સામવેદના ખિલપાઠમાં છે; તેનો આરંભ सुब्रह्मण्या શબ્દથી થાય છે. તે કારણે તેને 'સુબ્રહ્મણ્ય' નિગદ કહે છે. અહીં इन्द्र માં इ ઉદાત્ત છે, તે પછી द्र અનુદાત્ત આવતાં द्रं સ્વરિત થવો જોઈએ, પણ આ નિગદમાં તે द्र ઉદાત્ત બની જાય છે. નહીં કે સ્વરિત તેથી તે પછીના અક્ષરો પણ એકશ્રુતિ બનતા નથી.

(५९१) देवब्रह्मणोः स्वरितस्त्वनुदातः ॥ ८ । ३ । २६१ ॥

सूत्रार्थ :- सुब्रह्मण्यायां देवब्रह्मणोः स्वरितस्य तु अनुदात्तो भवति ।

અર્થ :- સુબ્રહ્મણ્યા નિગદમાં देव અને ब्रह्मन् એ બે શબ્દોમાં તો સ્વરિતને સ્થાને અનુદાત્ત બને છે.

ઉદા. :- देवा ब्रह्माण आगच्छत। સુબ્રહ્મણ્યા નિગદમાં મઘવન્ પછી આ પ્રમાણે પાઠ છે., देवां માં दे ઉદાત્ત છે. ते પછી वा અનુદાત્ત છે તેથી સ્વરિત બની જાય છે. હવે પૂર્વ સૂત્રથી આ સ્વરિતનો ઉદાત્ત કરવો પડે, તેથી આ સૂત્રમાં કહ્યું છે કે અહીં સ્વરિતનો અનુદાત્ત થાય છે. देवा એમ એ જ રીતે ब्रह्मांणः એ આદ્યુદાત્ત છે. તેમાં પણ ह्मा ને સ્વરિત ગણીને તેનો ઉદાત્ત કરવો પડે છે. તેથી આ સૂત્ર મુજબ ब्रह्माणः એમ ह्मा અનુદાત્ત રહેશે.

(૫૯૨) शेष उदात्तः ॥ ८ । ३ । २६२ ॥

सूत्रार्थ :- (स्वरविषये) सुबह्मण्यानिगदे शेषः स्वरित उदात्तो भवति।

અર્થ :- સુબ્રહ્મણ્યાનિગદમાં બાકીના સ્વરિતનો ઉદાત્ત બને છે.

ઉદા. :- इन्द्रागच्छ। એ સુબ્રહ્મણ્યા નિગદમાં इ ઉદાત્ત છે. न्द्र અનુદાત્ત છે. ઉદાત્ત પછી અનુદાત્તનો સ્વરિત થાય તે ન્યાયે એ न्द्रं સ્વરિત થતાં ઉપરના સૂત્ર મુજબ તે न्द्र એમ અનુદાત્ત થઈ જાય. તેથી આ સૂત્ર મુજબ તે न्द्र એમ ઉદાત્ત થતાં इन्द्र એમ બંને અક્ષરો ઉદાત્ત બન્યા છે. મૂળ પાઠમાં આ રીતે સ્વરોચ્ચારણ થતું હશે તેથી આ નિયમ બનાવ્યો છે.

(૫૯૩) असावमुष्येत्यन्तः स्यान्तस्योपोत्तमश्च ॥ ८ । ३ । २६३ ॥

सूत्रार्थ :- (स्वरविषये) 'असौ' इति प्रथमान्तस्य, 'अमुष्य' इति षष्ठ्यन्तस्य च उपलक्षणम्। अत्र निगदे प्रथमान्तस्य षष्ठ्यन्तस्य च अन्त उदात्तो भवति। स्यान्तस्य च षष्ठ्यन्तस्योपोत्तम उदात्तो भवति।

અર્થ :- આ સૂત્રમાં असौ એ પ્રથમાન્ત શબ્દનું અને अमुष्य એ ષષ્ઠયન્ત શબ્દનું સૂચન કરે છે. આ નિગદમાં પ્રથમાન્ત અને ષષ્ઠયન્ત શબ્દોનો અંત્ય સ્વરવર્ણ ઉદાત્ત બને છે. પણ ષષ્ઠયન્ત શબ્દને અંતે स्य હોય તો તેની પૂર્વેનો અક્ષર ઉદાત્ત બને છે.

ઉદા. :- गार्ग्यो यंजते। दाक्षेः पिंता यजते। અહીં गार्ग्यः એ પ્રથમાન્તનો र्ग्यः એ ઉદાત્ત છે, અને दाक्षेः એ ષષ્ઠયન્તનો क्षेः એ ઉદાત્ત છે, ઉપરાંત गार्ग्यस्य पिता यजते માં स्यની પૂર્વેનો र्ग्य એ ઉદાત્ત છે.

(५९४) वा नाम्नः ॥ ८ । ३ । २६४ ॥

सूत्रार्थ :- (स्वरविषये) स्यान्तस्य नामपदस्य उपोत्तमो विकल्पेन उदात्तो भवति ।

અર્થ :- અકારાન્ત નામના ષષ્ઠી એ.વ ના રૂપમાં અંતે સ્ય આવે છે. આવા શબ્દોનો ઉપાન્ત્ય સ્વરવર્ણ વિકલ્પે ઉદાત્ત બને છે.

ઉદા. :- देवदत्तस्यं पिता यजते । देवदत्तस्य पिता यजते । અહીં સ્યનું ઉપોત્તમ त्त ઉદાત્ત બનશે. વિકલ્પે સ્ય ઉદાત્ત બનશે.

॥इति श्रीभोजदेवविरचित-सरस्वतीकण्ठाभरणाष्टमाध्याय-
वैदिकव्याकरणे तृतीयः पादः ॥

॥ अथ चतुर्थः पादः ॥

(५९५) समासस्यान्तः ॥ ८ । ४ । १ ॥

सूत्रार्थ :- (स्वरविषये) समासस्य अन्त उदात्तो भवति । समासस्यान्तोऽनुदात्तो भवति इति द्वितीयोऽर्थः ।

અર્થ :- સમાસનો અન્તભાગ ઉદાત્ત બને છે. વળી સમાસનો અત્યંસ્વર ઉદાત્ત બને છે એમ આ સૂત્રનો બીજો અર્થ છે. આ અધિકારસૂત્ર છે. અહીંથી સમાસાન્ત સ્વરવિધાન આરંભાય છે. સમાસનો અત્યંવર્ણ વ્યંજન હોય તો તેની પૂર્વેના અંત્ય સ્વરને આ લાગુ પડે છે. ગયા પાદના અંતિમ સૂત્રમાંથી ઉદાત્ત પદની અનુવૃત્તિ આ સૂત્રમાં આવી જાય છે.

ઉદા. :- वैश्वदेवाग्निमारुते (तै. सं. ४. ४. २. २) । यद्यंजमानभागम् (तै. सं. १. ७. ५. २) । સમાસમાં અનુક્રમે આવેલાં અનેક પદોમાંથી છેલ્લા ભાગમાં ઉદાત્ત આવે છે એમ આ સામાન્ય નિયમ થયો. ઉપરનાં ઉદાહરણોમાં वैश्वदेवाग्नि અને मारुत એ બે શબ્દ अण् પ્રત્યયાન્ત હોઈ અન્તોદાત્ત છે. પણ એમનો સમાસ બનતાં આખો સામાસિક શબ્દ અન્તોદાત્ત બને છે. એ જ રીતે यजमानभाग એ સમાસમાં यजमान શબ્દ शानन् પ્રત્યયાન્ત હોવાથી આદ્યુદાત્ત છે. જ્યારે भाग શબ્દ અન્તોદાત્ત છે. પણ એ બંનેનો સમાસ બનતાં તે સમાસનો અંત્ય સ્વર ઉદાત્ત બને છે.

(५९६) बहुव्रीहौ प्रकृत्या पूर्वपदम् ॥ ८ । ४ । २ ॥

सूत्रार्थ :- 'प्रकृत्या' इत्यनेन बहुव्रीहिस्थपूर्वपदस्य व्यासदशायां यः स्वाभाविकः स्वरः स लक्षणयोच्यते । स चोदात्तः स्वरितो वा भवेत् । (स्वरविषये) बहुव्रीहौ समासे पूर्वपदं स्वस्य प्रकृत्या य उदात्तः स्वरितो वा स्वरः तद्वत् भवति । बहुव्रीहौ पूर्वपदं विकारं नापद्यते इत्यर्थः । समासान्तोदात्तत्वे हि सति 'अनुदात्तं पदमेकवर्जम्' इति सोऽनुदात्तः स्यादिति समासान्तोदात्तत्वापवादोयऽमारभ्यते ।

અર્થ :- સૂત્રમાં प्रकृत्या એ શબ્દ દ્વારા બહુવ્રીહિમાંના પૂર્વપદમાં સમાસ ન થયો હોય ત્યારે જે સ્વાભાવિક સ્વરભાર હોય છે તેનું સૂચન થયું છે. એ સ્વર ઉદાત્ત પણ હોય અને સ્વરિત પણ હોઈ શકે. બહુવ્રીહિ સમાસમાં પૂર્વપદ પોતાના મૂળસ્વરૂપમાં જે ઉદાત્ત કે સ્વરિત સ્વરભાર હોય તે જાળવી રાખે છે. એટલે કે, બહુવ્રીહિના પૂર્વપદમાં કોઈ ફેરફાર થતો નથી. સમાસનો અંત ઉદાત્ત હોવો જોઈએ એમ કહીએ તો પદમાં એક સિવાયના બીજા બધા સ્વરવર્ણો અનુદાત્ત હોય છે. એ નિયમમુજબ બીજા બધા સ્વરવર્ણો અનુદાત્ત થઈ જાય. તેથી સમાસાન્ત નિયમમાં આ સૂત્રથી અપવાદ દર્શાવ્યો છે.

ઉદા. :- शतवल्शं वि रोह सहस्रवल्श वि वयं रुहेम (तै. सं. १. १. २. १) । અહીં शतं वल्शाः यस्य तत् એમ બહુવ્રીહિ સમાસ છે, જેમાં शतम् એ પૂર્વપદ અન્તોદાત્ત છે, તેથી સમાસમાં એ શબ્દનો સ્વર મૂળ સ્વરૂપમાં જ રહેલો છે. તેમાં કોઈ ફેરફાર થયો નથી. એ જ રીતે सहस्रं वल्शा यस्य सः એ બહુવ્રીહિ સમાસમાં सहस्रं શબ્દ મૂળે મધ્યોદાત્ત છે. તેથી સમાસમાં પણ એમનું એમ જ રહ્યું છે.

सगृहः सपशुः (तै. सं. ३. ५. ४. ३) માં समानं गृहं यस्य सः અને समानः पशुः यस्य सः એમ બહુવ્રીહિ સમાસ છે. જેમાં સમાન કે તુલ્યના અર્થમાં स એ ઉદાત્ત સ્વરવાળો નિપાત પૂર્વપદ છે, જે મૂળ સ્વરૂપમાં સચવાઈ રહેલો છે.

(૫૯૭) तत्पुरुषे द्वितीयातृतीयातुल्यार्थोपमानकृत्याः ॥ ८ । ४ । ३ ॥

सूत्रार्थ :- (स्वरविषये) तत्पुरुषे समासे द्वितीयान्तं, तृतीयान्तं, तुल्यार्थं, उपमानवाचि, सप्तम्यन्तं कृत्यान्तं च यत्पूर्वपदं तत् प्रकृत्या प्रकृतिस्वरं भवति ।

અર્થ :- તત્પુરુષસમાસમાં દ્વિતીયામાંનું, તૃતીયામાંનું, તુલ્યાર્થક, ઉપમાનવાચક સપ્તમીવાળું અને કૃત્ય પ્રત્યયવાળું પૂર્વપદ મૂળ સ્વરવાળું રહે છે.

ઉદા. :- मुहूर्तं सुखं मुहूर्तसुखम् । આ દ્વિતીયા તત્પુરુષ સમાસમાં પૂર્વપદનો સ્વર મૂળ હતો તે જ રહે છે.

शङ्कुलया खण्डः शङ्कुलाखण्डः । આ તૃતીયા તત્પપુરુષ સમાસમાં शङ्कुला શબ્દ અન્તોદાત્ત પૂર્વપદ હોવાથી તેનો સ્વર જેમનો તેમ જ જળવાઈ રહ્યો છે. तुल्यश्वेतः માં तुल्यश्च असौ श्वेतः એમ કર્મધારય સમાસમાં પૂર્વપદ આદ્યુદાત્ત હતું તે એમનું એમ જ રહે છે.

कर्कन्धुवत् रोहितः कुर्कन्धुरोहितः । આ તુલ્યાર્થ તત્પુરુષ સમાસમાં कुर्कन्धुं શબ્દ મધ્યોદાત્ત છે, જેમાં એમનો એમ સ્વર સચવાઈ રહ્યો છે.

सारागवस्त्रैर्जरदक्षः (तै. आ. १. ३. २) । અહીં जले दक्षः समर्थो जलदक्षः जरदक्षः वसन्तः એમ સપ્તમી તત્પુરુષ સમાસમાં जर એ પૂર્વપદ અન્તોદાત્ત જ રહ્યું છે.

भोज्योष्णम् એ કૃત્યસમાસમાં भोज्यं શબ્દ અન્તસ્વરિત છે, જે સમાસમાં એમનો એમ જ રહ્યો છે.

(૫૯૮) अव्यये नञ्कुचादयः ॥ ८ । ४ । ४ ॥

सूत्रार्थ :- (स्वरविषये) अव्यये पूर्वपदे प्रकृतिभावे कर्तव्ये नञ्, कु, चादयः इत्येतेषामेव भवति ।

અર્થ :- અવ્યય પૂર્વપદ હોય ત્યારે તે અવ્યય नञ्, कु, કે चादि ગણમાંનું હોય તો જ તેનો પ્રકૃતિભાવ થાય છે.

ઉદા. :- न ब्राह्मणः अब्राह्मणः । कुत्सितः ब्राह्मणः कुब्राह्मणः । निर्गतो कौशाम्ब्याः निष्कौशाम्बिः । આ બધાં ઉદાહરણોમાં अ, कु, निस्, એ અવ્યયો આદ્યુદાત્ત છે. અને પૂર્વપદ તરીકે સમાસમાં આવે ત્યારે પણ તેમનો મૂળસ્વર એમને એમ જ જળવાઈ રહે છે.

(૫૯૯) शीलिकामिभिक्ष्याचरिभ्यो णः ॥ ८ । ४ । ५ ॥

सूत्रार्थ :- (स्वरविषये) शीलिन्, कामिन्, भिक्षिन्, आचरिन् इत्येतेषु वाचकेषु उत्तरपदेषु णप्रत्यायन्तस्य समासस्य पूर्वपदं प्रकृत्या भवति ।

અર્થ :- शीलिन्, कामिन्, भिक्षिन् અને आचरिन् એવા અર્થના શબ્દો ઉત્તરપદે આવીને ण પ્રત્યયાન્ત તત્પુરુષ સમાસ બને છે, તેમાં પૂર્વપદનો મૂળ સ્વર કાયમ રહે છે.

ઉદા. :- मांसशीला । पुत्रकामा । इन्द्रियकामो वीर्यकामः (तै. सं. २. ३. ७. १-२) । मांसभिक्षा । कल्याणाचारा । सुखप्रतीक्षा । बहुक्षमा । અહીં પૂર્વપદનો મૂળ સ્વરભાર યથાવત્ સચવાઈ રહ્યો છે.

(૬૦૦) वर्णो वर्णेष्वनेते ॥ ८ । ४ । ६ ॥

सूत्रार्थ :- (स्वरविषये) एतभिन्नवर्णवाचिनि उत्तरपदे वर्णवाची पूर्वपदं प्रकृत्या भवति ।

અર્થ :- एत શબ્દ સિવાયનો બીજો વર્ણવાચક શબ્દ ઉત્તરપદ તરીકે આવે તો તેનું વર્ણવાચક પૂર્વપદ મૂળ સ્વરવાળું રહે છે.

ઉદા. :- धूम्ररोहितः कर्कन्धुरोहितः . . . अरुणबभ्रुः शुकबभ्रुः (तै. सं. ५ ६ ११ १) । અહીં વર્ણવાચક रोहित અને बभ्रु એ શબ્દો ઉત્તર પદ તરીકે આવતાં વર્ણવાચક धूम्र, कर्कन्धु, अरुण, शुक એ પૂર્વ પદોના મૂળ સ્વરો એમના એમ જ રહ્યા છે.

પરંતુ कृष्णैताय स्वाहा (तै. सं. ७. ३. १७. १) । માં कृष्णैत શબ્દ છે, જેમાં एत (=શબલ=કાબરચીતરો) ઉત્તરપદે હોવાથી कृष्ण એ પૂર્વપદનો અંતોદાત્ત કે આદ્યુદાત્ત મૂળસ્વર બદલાઈ ગયો છે.

(૬૦૧) गाधलवणयोः प्रमाणे ॥ ८ । ४ । ७ ॥

सूत्रार्थ :- (स्वरविषये) इयत्तापरिच्छेदरूपप्रमाणवाचिनि तत्पुरुषे गाध, लवण इत्येतयोः उत्तरपदयोः पूर्वपदं प्रकृतिस्वरं भवति ।

અર્થ :- આટલા માપનું એવા પ્રમાણવાચક તત્પુરુષ સમાસમાં ગાધ અને લવણ શબ્દો ઉત્તરપદ તરીકે આવે ત્યારે તેમાંના પૂર્વપદનો મૂળસ્વર કાયમ રહે છે.

ઉદા. :- शम्बंगाधं जलम्। અહીં ગાધ ઉત્તરપદ હોવાથી શમ્બંનો આદ્યુદાત્ત સ્વર સમાસમાં પણ જળવાઈ રહ્યો છે. गोलंवणम् (=यावद् गवे दीयते तावत्)। આ તત્પુરુષ સમાસમાં લવણ ઉત્તરપદે છે, તેથી ગો શબ્દનો ઉદાત્ત એમનો એમ જ રહ્યો. ગો શબ્દમાં એક જ સ્વરવર્ણ હોવાથી તેને અંતોદાત્ત કે આદ્યુદાત્ત કહીએ તો એક જ ગણાય.

(૬૦૨) द्विगौ ॥ ૮ । ૪ । ૮ ॥

सूत्रार्थ :- (स्वरविषये) द्विगौ उत्तरपदे प्रमाणवाचिनि तत्पुरुषे पूर्वपदं प्रकृतिस्वरं भवति।

અર્થ :- પ્રમાણવાચક તત્પુરુષ સમાસમાં દ્વિગુસમાસ ઉત્તરપદ તરીકે આવે તો પૂર્વપદનો મૂળ સ્વરભાર સચવાઈ રહે છે.

ઉદા. :- प्राच्यंसप्तशमः। गन्धांरिसप्तशमः। અહીં सप्त शमाः प्रमाणम् अस्य એ અર્થમાં मात्र શબ્દનો લોપ થઈને सप्तशम એ સંખ્યાપૂર્વ દ્વિગુ સમાસ બન્યો છે. એ ઉત્તરપદે આવીને प्राच्यः च असौ सप्तशमः च प्राच्यसप्तशमः એમ કર્મધારય સમાસ બન્યો છે. અહીં ઉત્તરપદ તરીકે દ્વિગુ સમાસ હોવાથી प्राच्यं અને गान्धांरि એ પૂર્વપદોનો મૂળ આદ્યુદાત્ત સ્વર કાયમ રહ્યો છે.

(૬૦૩) दायो दायादे ॥ ૮ । ૪ । ૯ ॥

सूत्रार्थ :- दातव्यं दायः। तमादत्ते दायादः। तस्य भावो दायाद्यम्। इह लक्षणया दायाद्यं दाय एवोच्यते। (स्वरविषये) ततपुरुषसमासे दायादशब्द उत्तरपदे दायाद्यवाचि पूर्वपदं प्रकृत्तिस्वरं भवति।

અર્થ :- આપવા યોગ્ય તે દાય. તેને લે તે દાયદ. તેનું ભાવવાચક નામ દાયાદ્ય. આને જ લક્ષણાથી સૂત્રમાં દાય કહ્યું છે. તત્પુરુષ સમાસમાં દાયાદ શબ્દ ઉત્તરપદ હોય ત્યારે દાય (=આપવાના ભાવ) વાચક શબ્દ પૂર્વપદે આવે તો તેનો મૂળ સ્વર કાયમ રહે છે.

ઉદા. :- धनंदायादः। विद्यादांयादः। અહીં દાયાદ શબ્દ ઉત્તરપદ હોવાથી તેના ભાવવાચક પૂર્વપદ ધનં નો મૂળ આદ્યુદાત્ત અને વિદ્યા નો અન્તોદાત્ત સ્વર સમાસમાં પણ સચવાઈ રહ્યો છે.

(૬૦૪) प्रतिबन्धि चिरकृच्छ्रयोः ॥ ८ । ४ । १० ॥

सूत्रार्थ :- कार्यसिद्धिमवश्यं प्रतिबध्नातीति प्रतिबन्धी । (स्वरविषये) तत्पुरुषसमासे चिरकृच्छ्र शब्दयोरुत्तरपदयोः प्रतिबन्धिवाचि पूर्वपदं प्रकृतिस्वरं भवति ।

અર્થ :- કાર્યની સફળતામાં ચોક્કસ રૂકાવટ આણે તેને પ્રતિવન્ધી કહેવાય. તત્પુરુષ સમાસમાં ચિર અને કૃચ્છ્ર એ શબ્દો ઉત્તરપદે હોય ત્યારે પ્રતિબંધિવાચક પૂર્વપદનો મૂળ સ્વરભાર કાયમ રહે છે.

ઉદા. :- गमंनचिरम् । गमंनकृच्छ्रम् । અહીં ચિર શબ્દ કાળવિશેષ વાચક અને કૃચ્છ્ર શબ્દ દુઃખવાચક છે. અમુક સ્થાને જવાનું હોય ત્યાં સમયસર પહોંચવામાં મોડું થાય, અથવા મુશ્કેલીથી પહોંચાય અને કરવાનું કામ ન થાય એવો ભાવ વ્યક્ત કરવા આવો સમાસ પ્રયોજાય છે. આવા સમાસમાં પૂર્વપદ ગમંન શબ્દનો આદ્યુદાત્ત સ્વરભાર કાયમ રહે છે.

(૬૦૫) पदेऽपदेशे ॥ ८ । ४ । ११ ॥

सूत्रार्थ :- अपदेशो व्याजः । (स्वरविषये) तद्वाचिनि पदशब्दे परे पूर्वपदं प्रकृतिस्वरं भवति ।

અર્થ :- अपदेश એટલે બહાનું. એ અર્થમાં પદ શબ્દ ઉત્તરપદ તરીકે આવ્યો હોય ત્યારે સમાસમાના પૂર્વપદનો મૂળસ્વરભાર કાયમ રહે છે.

ઉદા. :- मूत्रंपदेन प्रस्थितः । उच्चारंपदेन प्रस्थितः । અહીં 'મૂત્રવિસર્જનનું કે મલવિસર્જનનું બહાનું કાઢીને ચાલ્યો ગયો' એવો વાક્યાર્થ છે. અહીં मूत्रंपद અને उच्चारपंद એ સમાસોમાં બહાનાના અર્થમાં પદ શબ્દ ઉત્તરપદ તરીકે હોવાથી પૂર્વપદ मूत्रं માંનો આદ્યુદાત્ત અને उच्चार માંનો અન્તોદાત્ત કાયમ રહ્યો છે.

(૬૦૬) निवाते वातत्राणे ॥ ८ । ४ । १२ ॥

सूत्रार्थ :- (स्वरविषये) निवातशब्दे उत्तरपदे वातत्राणवाचिनि तत्पुरुषे समासे पूर्वपदं प्रकृतिस्वरं भवति ।

અર્થ :- निवात શબ્દ ઉત્તરપદ તરીકે હોય તેવા પવનથી બચવાના અર્થના તત્પુરુષ સમાસમાં પૂર્વપદનો મૂળ સ્વર કાયમ રહે છે.

ઉદા. :- कुटीनिंवातम् । शमीनिंवातम् । અહીં कुटी एव निवातम् (=ઝુંપડી એ જ પવનથી બચવાનું સ્થાન) અને शमी एव निवातम् (=શીમળો એ જ પવનનો અભાવ) એ અર્થમાં અહીં તત્પુરુષ સમાસ બન્યા છે. જેમાં निवात શબ્દ ઉત્તરપદ છે. તેથી कुटी અને शमी એ શબ્દોનો મૂળમાંનો અન્તોદાત્ત સ્વર સમાસમાં પણ કાયમ રહ્યો છે.

(૬૦૭) शारदेऽनार्तवे ॥ ૮ । ૪ । ૧૩ ॥

सूत्रार्थ :- ऋतौ भवम् आर्तवम्। (स्वरविषये) तदन्यवाचिनि शारदशब्दे उत्तरपदे तत्पुरुषे समासे पूर्वपदं प्रकृतिस्वरं भवति।

અર્થ :- ઋતુમાં ઉદ્‌ભવેલું તે 'આર્તવ.' આ સિવાયના અર્થમાં શારદ શબ્દ તત્પુરુષ સમાસમાં ઉત્તરપદ તરીકે આવે તો પૂર્વપદનો મૂળ સ્વરભાર કાયમ રહે છે.

ઉદા. :- रज्जुशारदमुदकम्। दृषत्शारदाः सक्तवः। અહીં શારદ શબ્દ તાજાપણાનો વાચક છે. रज्जुशारद=દોરડાથી તાજુ કાઢેલું. दृषत्शारद=પથ્થરથી તાજા પીસેલા. અહીં શારદ શબ્દ 'શરદઋતુમાં ઉદ્‌ભવેલું' એ અર્થથી ભિન્ન અર્થમાં સમાસમાં પ્રયોજાયો હોવાથી તેના પૂર્વપદ તરીકે આવેલા रज्जु અને दृषत् એ શબ્દોમાંનો મૂળ આદ્યુદાત્ત અને અંતોદાત્ત સ્વરભાર સમાસમાં પણ કાયમ રહે છે.

(૬૦૮) अध्वर्युकषाययोर्जातौ ॥ ૮ । ૪ । ૧૪ ॥

सूत्रार्थ :- (स्वरविषये) अध्वर्यु कषाय इत्यनयोः परतः पूर्वपदं प्रकृतिस्वरं भवति, जातिवाचिनि तत्पुरुषे।

અર્થ :- अध्वर्यु અને कषाय એ બે શબ્દો ઉત્તરપદ તરીકે આવે ત્યારે જાતિવાચક તત્પુરુષ સમાસમાં પૂર્વપદનો મૂળ સ્વરભાર જળવાઈ રહે છે.

ઉદા. :- प्राच्यांध्वर्युः। कठांध्वर्युः। कुलापाध्वर्युः। અહીં अध्वर्यु એ ઉત્તરપદ વૈદિકચરણવાચક હોઈ જાતિવાચક છે. તેથી તેના પૂર્વપદ તરીકે આવેલા प्राच्यं, कठं અને कुलाप શબ્દના મૂળ સ્વરભાર સમાસમાં કાયમ રહેલા છે.

એ જ રીતે सर्पिर्मण्डकंषायम्। उमापुष्पकंषायम्। दौवारिककंषायम्। આ રૂઢિશબ્દોમાં कषाय શબ્દ ઉત્તરપદ તરીકે આવેલો છે. તેથી તેમાં પૂર્વપદ તરીકે આવેલ सर्पिर्मण्ड, उमापुष्प અને दौवारिक એ અન્તોદાત્ત શબ્દોનો સ્વરભાર સમાસમાં જળવાઈ રહ્યો છે.

(૬૦૯) सदृशप्रतिरूपयोः सादृश्ये ॥ ૮ । ૪ । ૧૫ ॥

सूत्रार्थ :- (स्वरविषये) सदृश, प्रतिरूप इत्येतयोरुत्तरपदयोः पूर्वपदं प्रकृतिस्वरं भवति, सादृश्यार्थकतत्पुरुषे समासे।

અર્થ :- सदृश અને प्रतिरूप એ શબ્દો ઉત્તરપદ તરીકે હોય ત્યારે સાદૃશ્ય વાચક તત્પુરુષ સમાસમાં પૂર્વપદનો મૂળ સ્વર કાયમ રહે છે.

ઉદા. :- वृषल्याःसंदृशः। पितृसंदृशः। मातृसंदृशः। પ્રથમ ઉદાહરણમાં અલુકષષ્ઠીવાળો તત્પુરુષ સમાસ છે. અહીં સદૃશ શબ્દ સરખામણીના અર્થમાં ઉત્તરપદ તરીકે આવ્યો હોવાથી પૂર્વપદનો મૂળ સ્વર સચવાઈ રહ્યો છે. એ જ રીતે पितृप्रतिरूपः। मातृप्रतिरूपः।

પણ સદૃશ શબ્દ પૂજ્યતાના અર્થમાં સમાસ બનાવે તો પૂર્વપદનો મૂળ સ્વર બદલાઈ જાય છે, જેમ કે परमसदृशः। उत्तमसदृशः। આ લૌકિક પ્રયોગો છે.

(૬૧૦) गन्तव्यपण्यं वाणिजे ॥ ८ । ४ । १६ ॥

सूत्रार्थ :- वणिगेव वाणिजः। (स्वरविषये) वाणिजशब्द उत्तरपदे तत्पुरुषे समासे गन्तव्यवाचि पण्यवाचि च पूर्वपदं प्रकृतिस्वरं भवति।

અર્થ :- વેપારી એટલે જ वाणिज = વાણીયો. वाणिज શબ્દ તત્પુરુષ સમાસમાં ઉત્તરપદમાં આવે ત્યારે જ્યાં જવાનું હોય તે સ્થાન અને વેપારનો માલ એ બેના વાચક પૂર્વપદ શબ્દનો મૂળસ્વર સચવાઈ રહે છે.

ઉદા. :- मद्रवाणिजः। मद्रान् गत्वा व्यवहरति इत्यर्थ। અહીં 'મદ્રપ્રદેશમાં જઈને વેપાર કરનાર' એ અર્થમાં બનેલ તત્પુરુષ સમાસમાં ગન્તવ્ય સ્થાનવાચક मद्र એ અન્તોદાત્ત પૂર્વપદ છે. અને वाणिज શબ્દ ઉત્તરપદ છે, તેથી પૂર્વપદનો મૂળ અંતોદાત્ત સ્વર સચવાઈ રહ્યો છે.

એ જ રીતે गोवाणिजः। अश्ववाणिजः। અહીં 'ગાયનો વેપારી', 'ઘોડાનો વેપારી' એ અર્થના તત્પુરુષ સમાસમાં વેચનારના માલવાચક गो અને अश्व એ શબ્દો પૂર્વપદ છે અને वाणिज શબ્દ ઉત્તરપદ છે. તેથી પૂર્વપદના મૂળ આદ્યુદાત્ત સ્વરભાર સમાસમાં કાયમ રહ્યા છે.

(૬૧૧) मात्रोपज्ञोपक्रमच्छाये नपुंसके ॥ ८ । ४ । १७ ॥

सूत्रार्थ :- (स्वरविषये) मात्रा, उपज्ञा, उपक्रम, छाया एतेषु उत्तरपदेषु नपुंसके तत्पुरुषे पूर्वपदं प्रकृतिस्वरं भवति।

અર્થ :- मात्रा, उपज्ञा, उपक्रम અને छाया આ શબ્દો ઉત્તરપદ તરીકે જે નપુંસકલિંગી તત્પુરુષ સમાસમાં આવેલા હોય તેમાં પૂર્વપદનો મૂળસ્વર સચવાઈ રહે છે.

ઉદા. :- समुद्रमात्रं न सरोऽस्ति किञ्चन्। भिक्षामात्रं न ददाति याचितः। છે. અહીં માત્ર શબ્દ ઉત્તરપદ હોવાથી समुद्र અને भिक्षा એ પૂર્વપદોનો અન્તોદાત્ત સ્વર સમાસમાં યથાવત્ રહ્યો છે.

એ જ રીતે पाणिनोपंज्ञम् अकालकं व्याकरणम्। व्याड्युपज्ञं दुष्करणम्। आपिशल्युपज्ञं गुरुलाघवम्। અહીં उपज्ञ શબ્દ ઉત્તરપદ હોવાથી પૂર્વપદ તરીકે આવેલા पाणिन, व्याडि અને आपिशलि શબ્દોના અન્તોદાત્ત અને આદ્યુદાત્ત સ્વરભાર સમાસમાં મૂળની જેમ જ રહેલા છે.

आद्योपंक्रमः प्रसादः। दर्शनीयोपक्रमम्। सुकुमारोपंक्रमम्। અહીં ઉપક્રમ શબ્દ ઉત્તરપદ હોવાથી आद्य, दर्शनीय, सुकुमार એ પૂર્વ પદોનો મૂળ સ્વરભાર સમાસમાં સચવાઈ રહ્યો છે.

इषुंच्छायम्। धनुंश्छायम्। અહીં छाया શબ્દ ઉત્તરપદ છે. તેથી इषुं અને धनुंस् એ પૂર્વોપદોનો આદ્યુદાત્ત સ્વર સમાસમાં પૂર્વવત્ રહ્યો છે.

(૬૧૨) सुखप्रिययोर्हिते ॥ ८ । ४ । १८ ॥

સૂત્રાર્થ :- (स्वरविषये) सुख, प्रिय इत्येतयोरुत्तरपदयोः पूर्वपदं प्रकृतिस्वरं भवति, हितार्थे तत्पुरुषे।

અર્થ :- सुख, प्रिय એ શબ્દો ઉત્તરપદ હોય તેવા હિતાર્થક તત્પુરુષ સમાસમાં પૂર્વપદનો મૂળ સ્વરભાર સચવાઈ રહે છે.

ઉદા. :- गमंनसुखम्। वचंनसुखम्। व्याहंरणसुखम्। અહીં सुख શબ્દ ઉત્તરપદે આવીને 'તેના હેતુરૂપ જન્માન્તરમાં પ્રીતિકર બને છે' એમ હિતાર્થક તત્પુરુષ સમાસ બન્યો છે. તેથી પૂર્વપદે આવેલા गमंन, वचंन, व्याहंरण એ શબ્દોનો મૂળ સ્વર સમાસમાં કાયમ રહે છે.

એ જ રીતે गमंनप्रियम्। वचंनप्रियम। व्याहंरणप्रियम्। અહીં પણ પૂર્વપદનો મૂળ સ્વર સમાસમાં કાયમ રહે છે.

(૬૧૩) प्रीतौ च ॥ ८ । ४ । १९ ॥

સૂત્રાર્થ :- (स्वरविषये) प्रीतौ च गम्यमानायां सुख, प्रिय इत्येतंयोरुत्तरपदयोः तत्पुरुषे समासे पूर्वपदं प्रकृतिस्वरं भवति।

અર્થ :- सुख અને प्रिय એ શબ્દો ઉત્તરપદ હોય અને અતિશય પ્રીતિનો અર્થ દર્શાવતો તત્પુરુષ સમાસ બને તો પૂર્વપદનો મૂળભૂત સ્વરભાર સમાસમાં સચવાઈ રહે છે.

ઉદા. :- ब्राह्मणसुंखं पायसम्। छात्रप्रियोऽनध्यायः। અહીં सुख અને प्रिय એ શબ્દો 'તેના હેતુને પરિણામે અમુકને અતિશય સુખકારક કે પ્રીતિકારક છે' એ અર્થમાં ઉત્તરપદ તરીકે આવીને અતિશય પ્રીતિવાચક સમાસ બનેલો છે. તેથી તેમાં

પૂર્વપદ તરીકે આવેલા બ્રાહ્મણ અને છાત્ર શબ્દો અન્તોદાત્ત છે અને સમાસમાં પણ એ જ રીતે સ્વરભાર સચવાઈ રહ્યો છે.

(૬૧૪) स्वं स्वामिनि ॥ ८ । ४ । २० ॥

सूत्रार्थ :- (स्वरविषये) स्वामिन्शब्द उत्तरपदे तत्पुरुषे समासे स्ववाचि पूर्वपदं प्रकृतिस्वरं भवति ।

અર્થ :- स्वामिन् શબ્દ ઉત્તરપદ હોય અને તત્પુરુષ સમાસ બન્યો હોય તો તેમાંના સ્વ (=ધન) વાચક પૂર્વપદનો મૂળ સ્વરભાર કાયમ રહે છે.

ઉદા. :- गोस्वांमी । अश्वंस्वामी । धनंस्वामी । અહીં स्वामिन् શબ્દ ઉત્તરપદ છે અને તત્પુરુષ સમાસમાં સ્વવાચક (= ધનવાચક) પૂર્વપદ गो, अश्व, धन એ શબ્દોનો આદ્યુદાત્ત મૂળ સ્વર સમાસમાં કાયમ રહે છે.

(૬૧૫) पत्यावैश्वर्ये ॥ ८ । ४ । २१ ॥

सूत्रार्थ :- (स्वरविषये) पतिशब्द उत्तरपदे ऐश्वर्यवाचिनि तत्पुरुषे समासे पूर्वपदं प्रकृतिस्वरं भवति ।

અર્થ :- ઐશ્વર્યવાચક पति શબ્દ ઉત્તરપદ તરીકે હોય તેવા તત્પુરુષ સમાસમાં પૂર્વપદનો મૂળ સ્વરભાર સચવાઈ રહે છે.

ઉદા. :- अहं त्वयां गृहपंतिना भूयासम् (तै. सं. १. ५. ६. ४) । प्रजापंतिः (तै. सं. १. ४. ४४. १) । અહીં पति શબ્દ ઐશ્વર્યના અર્થમાં ઉત્તરપદે હોવાથી પૂર્વપદ गृह અને प्रजा નો મૂળ અન્તોદાત્ત સ્વરભાર સમાસમાં સચવાઈ રહ્યો છે.

પણ ब्राह्मणो वृषलीपतिः માં पति શબ્દ વૃષલીના પતિ (=વર) ના અર્થમાં હોવાથી તેના પૂર્વપદનો મૂળ સ્વરભાર સમાસમાં બદલાઈ જશે.

(૬૧૬) न भूवाक्चिद्दिधिषु ॥ ८ । ४ । २२ ॥

सूत्रार्थ :- (स्वरविषये) पतिशब्द उत्तरपदे ऐश्वर्यवाचिनि तत्पुरुषे समासे भू, वाक्, चित्, दिधिषु इत्येतानि पूर्वपदानि प्रकृतिस्वराणि न भवन्ति ।

અર્થ :- पतिશબ્દ ઉત્તરપદે ઐશ્વર્યવાચક હોય ત્યારે પણ તત્પુરુષ સમાસમાં भू, वाक्, चित् અને दिधिषु એ શબ્દો પૂર્વપદે હોય તો તેમનો મૂળ સ્વર સમાસમાં કાયમ રહેતો નથી.

ઉદા. :- भूपतिः । वाक्पतिः । चित्पतिः । दिधिषूपतिः । આ બધા ષષ્ઠીસમાસો હોવાથી તેમાં पति શબ્દ ઉત્તરપદ તરીકે હોવાં છતાં પૂર્વપદે રહેલો भू વગેરે શબ્દોનો મૂળ સ્વર બદલાઈને સમાસસ્વર મુજબ શબ્દ અન્તોદાત્ત બને છે.

भूपंतये स्वाहा (तै. सं. २. ६. ६. ३) માં પૂર્વપદ આદ્યુદાત્ત છે. चित्पतिंस्त्वा पुनातु वाक्पतिंस्त्वा पुनातु (तै. सं. १. २. १. २) અને आरांध्यै दिधिषूपतिंम् માં આ નિયમનો વ્યત્યય મળે છે અને ઉત્તરપદ આદ્યુદાત્ત બન્યું છે.

(६१७) वा भुवनम् ॥ ८ । ४ । २३ ॥

सूत्रार्थ :- (स्वरविषये) पतिशब्दे उत्तरपदे ऐश्वर्यवाचिनि तत्पुरुषसमासे भुवनशब्दः पूर्वपदं विकल्पेन प्रकृतिस्वरं भवति ।

अर्थ :- पति શબ્દ ઉત્તરપદે ઐશ્વર્યવાચક હોય એવા તત્પુરુષ સમાસમાં પૂર્વપદે રહેલ भुवन શબ્દનો મૂળસ્વર સચવાઈ રહે છે.

ઉદા. :- अहं भुवंनपतिः (तै. ब्रा. ३. ७. ६. १) । અહીં ઐશ્વર્યવાચક पति શબ્દ ઉત્તરપદે અને પૂર્વપદે भुवन શબ્દ આવીને તત્પુરુષ સમાસ બન્યો છે. એમાં भुवंन શબ્દ આદ્યુદાત્ત છે.

પણ લૌકિક પ્રયોગમાં भुवनपतिरादित्यः એ પ્રયોગોમાં આમ બનતું નથી.

(६१८) आशङ्काबाधनेदीयःसु संभावने ॥ ८ । ४ । २४ ॥

सूत्रार्थ :- (स्वरविपये) आशङ्का, आवाध, नेदीयस् इत्येतेपु उत्तरपदेषु सम्भावनवाचिनि तत्पुरुषे समासे पूर्वपदं प्रकृतिस्वरं भवति । अस्तित्वनिश्चयः संभावनम् ।

अर्थ :- आशङ्क, आबाध, नेदीयस् એ પદો ઉત્તરપદ તરીકે આવીને આસ્તિત્વનિશ્ચયવાચક તત્પુરુષ સમાસ બને તો તેમાંના પૂર્વપદનો મૂળ સ્વર કાયમ રહે છે.

ઉદા. :- गमनाशङ्कम् । वचनाशङ्कम् । व्यहरणाशङ्कम् । गमनाबाधम् । वचनाबाधम् । गमननेदीयः । व्याहरणनेदीयः । અહીં આશંકા, વિઘ્ન, નજીકનું એ અર્થમાં અનુક્રમે आशङ्क, आबाध અને नेदीयस् શબ્દ ઉત્તરપદમાં આવીને સંભાવનાવાચક તત્યપુરુષ સમાસ બન્યો છે. આ લૌકિકપ્રયોગો છે. તેમાં પૂર્વપદનો મૂળસ્વર કાયમ રહે છે.

(६१९) पूर्वे भूतपूर्वे ॥ ८ । ४ । २५ ॥

सूत्रार्थ :- (स्वरविपये) पूर्वशब्दे परे पूर्वपदं प्रकृतिस्वरं भवति, भूतपूर्ववाचिनि तत्पुरुषे ।

अर्थ :- पूर्व શબ્દ ઉત્તરપદમાં આવે તો ભૂતપૂર્વવાચક તત્પુરુષમાં પૂર્વપદનો મૂળસ્વર સચવાઈ રહે છે.

ઉદા. :- आढ्यो भूतपूर्वः आढ्यपूर्वः । અહીં आढ्य શબ્દ અન્તોદાત્ત છે તેથી સમાસમાં તેનો સ્વરભાર કાયમ રહ્યો છે.

(६२०) सविधसनीडसमर्यादसवेशसदेशेषु सामीप्ये ॥८।४।२६॥

सूत्रार्थ :- (स्वरविषये) समीपार्थेषु सविध, सनीड, समर्याद, सवेश सदेश इत्येतेषु परतः पूर्वपदं प्रकृतिस्वरं भवति।

અર્થ :- સમીપવાચક સવિધ વગેરે પાંચ શબ્દો આવે તો તત્પુરુષ-સમાસમાં પૂર્વપદનો મૂળસ્વર કાયમ રહે છે.

ઉદા. :- मद्रसविधम्। मद्रसनीडम्। मद्रसमर्यादम्। मद्रसवेशम्। मद्र-सदेशम्। અહીં સવિધ વગેરે શબ્દો સમીપવાચક અર્થમાં રૂઢ છે. આ લૌકિક-પ્રયોગો છે, તેથી સ્વરભાર ચિહ્નો દ્વારા દર્શાવ્યાં નથી.

(६२१) विस्पष्टविचित्रविचित्तव्यक्तसम्पन्नपटुपण्डित-कुशलचपलनिपुणा गुणवचनेषु॥८।४।२७॥

सूत्रार्थ :- (स्वरविषये) विस्पष्ट, विचित्र, विचित्त, व्यक्त, सम्पन्न, पटु, पण्डित, कुशल, चपल, निपुण इत्येतानि पूर्वपदानि गुणवचनेषु उत्तरपदेषु परतः प्रकृतिस्वराणि भवन्ति।

અર્થ :- વિસ્પષ્ટ વગેરે દસ શબ્દો તત્પુરુષ (સુપસુપ્) સમાસમાં પૂર્વપદ તરીકે આવે અને ઉત્તરપદ તરીકે ગુણવાચક શબ્દો હોય તો પૂર્વપદનો મૂળભૂત સ્વર કાયમ રહે છે.

ઉદા. :- विस्पंष्टकटुकम्। विचिंत्रकटुकम्। विचिंत्तकटुकम्। व्यंक्तकटु-कम्। सम्पन्नकंटुकम्। पटुकंटुकम्। पण्डितकंटुकम्। कुशलकंटुकम्। चपलकं-टुकम्। निपुणकंटुकम्। આ સમાસોમાં પૂર્વપદ તરીકે વિસ્પષ્ટ વગેરે શબ્દો છે અને ઉત્તરપદ તરીકે कटुकम् એ ગુણવાચક પદ છે. તેથી પૂર્વપદોનો મૂળભૂત આદ્યુદાત્ત, આદિસ્વરિત કે અન્તોદાત્ત સ્વરભાર કાયમ રહે છે.

પણ પૂર્વપદે આ સિવાયનો શબ્દ હોય. દા.ત. परमलवणम्, उत्तमलवणम् તો ઉત્તરપદ ગુણવાચક હોવા છતાં પૂર્વપદનો મૂળભૂત સ્વરભાર બદલાઈ જશે. એ જ રીતે પૂર્વપદમાં વિસ્પષ્ટ વગેરે શબ્દો હોવાં છતાં ઉત્તરપદમાં ગુણવાચક શબ્દ ન હોય, દા.ત. विस्पष्टब्राह्मणः, તો પણ પૂર્વપદનો મૂળભૂત સ્વરભાર બદલાઈ જશે.

(૬૨૨) इगन्तकालकपालभगालशरावेषु द्विगौ ॥ ८ । ४ । २८ ॥

सूत्रार्थ :- (स्वरविषये) इगन्त उत्तरपदे, कालवाचिनि, च, कपाल, भगाल, शराव, इत्येतेषु च, द्विगौ समासे पूर्वपदं प्रकृतिस्वरं भवति ।

અર્થ :- દ્વિગુસમાસમાં इक् (= इ કારાન્ત, उ કારાન્ત કે ऋ કારાન્ત) અન્તવાળું, કાલવાચકશબ્દ, કે कपाल, भगाल, शराव એ શબ્દો ઉત્તરપદમાં હોય, તો પૂર્વપદનો મૂળભૂત સ્વરભાર કાયમ રહે છે.

ઉદા. :- पञ्चा॑रत्नि तस्मै॑ वृश्चेत् (तै. सं. ६. ३. ३. ५)। અહીં पञ्च अरत्नयः प्रमाणमस्य એ અર્થમાં मात्रच् એ તદ્ધિતપ્રત્યયનો लुक् (=લોપ) થઈને તદ્ધિતાર્થ पञ्चारत्नि એમ સંખ્યાપૂર્વ इक् અન્તવાળો દ્વગુ સમાસ બન્યો છે. અહીં प॑ञ्च શબ્દનો મૂળ આદ્યુદાત્ત સ્વર કાયમ રહે છે.

प॑ञ्चमास्यः । द॑शमास्यः । અહીં पञ्च (दश वा) मासान् भूतो (भावी वा) એ અર્થમાં તદ્ધિત यप् પ્રત્યય લાગીને તદ્ધિતાર્થક पञ्चमास्य એમ સંખ્યાપૂર્વ કાલવાચક દ્વિગુ સમાસ બન્યો છે. તેમાં પૂર્વપદ प॑ञ्च, द॑श વગેરેનો મૂળભૂત સ્વર કાયમ રહ્યો છે.

प॑ञ्चकपालम् । द॑शभगालः । प॑ञ्चशरावमोदनम् (तै. ब्रा. ३. ७. १. ८)। આ પ્રયોગો માં ઉત્તરપદમાં कपाल, भगाल અને शराव શબ્દો છે. અને પૂર્વપદનો મૂળ આદ્યુદાત્ત સ્વર જળવાઈ રહ્યો છે.

(૬૨૩) बहु वा ॥ ८ । ४ । २९ ॥

सूत्रार्थ :- (स्वरविषये) इगन्तादिषु उत्तरपदेषु द्विगौ समासे बहुशब्दः पूर्वपदं विकल्पेन प्रकृतिस्वरं भवति ।

અર્થ :- ईगन्त, कालवाचक, कपाल, भगाल કે शराव શબ્દ ઉત્તરપદમાં હોય અને પૂર્વપદ તરીકે बहु શબ્દ હોય તો એ પૂર્વપદનો મૂળભૂત સ્વર વિકલ્પે સચવાઈ રહે છે.

ઉદા. :- ब॒ह्वर॑त्निः । ब॒हुमा॑स्यः । ब॒हुक॑पालः । ब॒हुभ॑गालः । ब॒हुश॑रावः । અહીં ब॒हु શબ્દ મૂળમાં અન્તોદાત્ત છે તેથી વિકલ્પે તે જળવાઈ રહેશે પણ પક્ષે સમાસસ્વર થતાં તે સમાસ અન્તોદાત્ત થતાં ब॒हुमा॑स्य અને ब॒हु॒मा॒स्य એમ બે પ્રકારે સ્વરભાર રહેશે.

(૬૨૪) दिष्टिवितस्त्योश्च ॥ ८ । ४ । ३० ॥

સૂત્રાર્થ :- (स्वरविषये) दिष्टि, वितस्ति इत्येत्योरुत्तरपदयोः द्विगौ समासे पूर्वपदं विकल्पेन प्रकृतिस्वरं भवति ।

અર્થ :- દિષ્ટિ અને વિતસ્તિ એ શબ્દો દ્વિગુ સમાસમાં ઉત્તરપદે આવે તો પૂર્વપદનો મૂળસ્વર વિકલ્પે સચવાઈ રહે છે.

ઉદા. :- पञ्चदिष्टिः । पञ्चवितस्तिः । અહીં दिष्टि અને वितस्ति એ માપવાચક શબ્દો ઉત્તરપદે આવીને मात्रच् એ तद्धित પ્રત્યયનો લોપ થતાં પૂર્વપદે સંખ્યાવાચક શબ્દ હોવાથી દ્વિગુ સમાસ બન્યા છે. પૂર્વપદનો મૂળ સ્વર સચવાઈ રહેતાં વિકલ્પે पञ्चंदिष्टिः, पञ्चंवितस्तिः એમ આદ્યુદાત્ત સમાસમાં સ્વરભાર રહેશે, અને પક્ષે સમાસાન્તોદાત્ત पञ्चदिष्टिः અને पञ्चवितस्तिः એમ સ્વરભાર વ્યવસ્થા રહેશે.

(૬૨૫) श्रज्यावमकन्यापवत्सु भावे कर्मधारये ॥ ८ । ४ । ३१ ॥

સૂત્રાર્થ :- (स्वरविषये) श्र, ज्य, अवम, कन् इत्येतेषु पापशब्दवति च उत्तरपदे कर्मधारये समासे भाववाचि पूर्वपदं प्रकृतिस्वरं भवति ।

અર્થ :- श्र, ज्य, अवम, कन् એ આદેશવાળા શબ્દો અને पाप શબ્દોમાંથી બનેલા શબ્દો ઉત્તરપદે હોય અને કર્મધારય સમાસ બને તો તેમાં પૂર્વપદ તરીકે આવતા ભાવવાચક શબ્દોનો મૂળભૂત સ્વરભાર કાયમ રહે છે.

ઉદા. :- गमंनश्रेष्ठम् । गमंनश्रेयः । અહીં प्रशस्य (= વખાણવાળા લાયક) ના અર્થમાં श्र આદેશ થઈને इष्ठन् તથા ईयसुन् પ્રત્યય લાગીને श्रेष्ठ અને श्रेयस् શબ્દો બનેલા છે અને તે ઉત્તરપદે છે.

वचंनज्येष्ठम् । वचंनज्यायः । અહીં પણ પ્રશસ્યના અર્થમાં ज्य આદેશ થઈને તેને ઉપરોક્ત પ્રત્યય લાગતાં ज्येष्ठ અને ज्यायस् શબ્દો બનેલા છે. અને તે ઉત્તરપદે છે.

वचंनावमम् । गमंनावमम् । અહીં अवम ઉત્તરપદે છે.

गमंनकनिष्ठम् । गमंनकनीयः ।युवा અને अल्प એ અર્થમાં कन् આદેશ થઈને તેને ઉપરોક્ત પ્રત્યયો લાગીને कनीयान्, कनिष्ठ એ શબ્દો બને છે. અહીં આ શબ્દો ઉત્તરપદે છે.

गमंनपापिष्ठम् । गमंनपापीयः માં पाप શબ્દને मतुप् પ્રત્યયનો लुक्(=લોપ) થઈને ઉપરોક્ત इष्ठन् અને ईयसुन् પ્રત્યયો લાગીને पापिष्ठ અને पापीयस् શબ્દો બન્યા છે જે અહીં ઉત્તરપદમાં છે.

આ બધા શબ્દોમાં ગમંન અને વચંન એ શબ્દોનો મૂળ આદ્યુદાત્ત સ્વર કર્મધારય સમાસમાં સચવાઈ રહ્યો છે. આ લૌકિકપ્રયોગ છે.

(૬૨૬) कुमारः ॥ ८ । ४ । ३२ ॥

सूत्रार्थ :- (स्वरविषये) कुमारशब्दः पूर्वपदं कर्मधारये समासे प्रकृतिस्वरं भवति ।

અર્થ :- કુમાર શબ્દ પૂર્વપદ તરીકે કર્મધારય સમાસમાં આવે તો તેનો મૂળભૂત સ્વરભાર સચવાઈ રહે છે.

ઉદા. :- कुमारश्रंमणा । कुमामकुंलटा । कुमारतांपसी । અહીં કુમાર શબ્દનો મૂળભૂત અન્તોદાત્ત સ્વરભાર સમાસમાં કાયમ રહેલો છે. આ લૌકિક-પ્રયોગો છે.

(૬૨૭) आदिः प्रत्येनसि ॥ ८ । ४ । ३३ ॥

सूत्रार्थ :- प्रतिगत एनसा, प्रतिगतम् एनो वा यस्य, स प्रत्येनाः । (स्वरविषये) तस्मिन्नुत्तरपदे कर्मधारये कुमारशब्दस्य प्रकृतिभावेन यः स्वरः प्राप्तः स आदेर्भवति प्रत्येनसि उत्तरपदे कर्मधारये । कुमारशब्दस्यादिरुदात्तो भवतीत्यर्थः ।

અર્થ :- પાપની વિરુદ્ધ બનેલો અથવા પાપ જેનું વિરોધી છે તે प्रत्येनाः । આ શબ્દ ઉત્તરપદે આવીને કર્મધારય સમાસ બને અને તેમાં કુમાર શબ્દ પૂર્વપદે હોય તો તેનો પ્રકૃતિભાવથી જે ઉદાત્ત સ્વર અન્તે હોય છે, તે તેના આદિનો બને છે. એટલે કે કુમાર શબ્દ આદ્યુદાત્ત બને છે.

ઉદા. :- कुमांरप्रत्येनाः । અહીં કુમાર શબ્દ પૂર્વપદ છે, અને તેનો મૂળભૂત સ્વર અન્તોદાત્ત છે. પણ प्रत्येनाः શબ્દ ઉત્તરપદે આવવાથી આ સૂત્ર મુજબ તે સમાસ આદ્યુદાત્ત બની જાય છે.

(૬૨૮) पूगेषु वा ॥ ८ । ४ । ३४ ॥

सूत्रार्थ :- (स्वरविषये) नानाजातीया अनियतवृत्तः अर्थकामप्रधानाः सङ्घः पूगाः । (स्वरविषये) तद्वाचिनि उत्तरपदे कर्मधारये समासे कुमारशब्दस्य विकल्पेनादिरुदात्तो भवति ।

અર્થ :- જુદીજુદી જાતિના ચોક્કસ ધંધો ન ધરાવતા, અર્થ અને કામને મુખ્ય લક્ષ્ય રાખીને જીવનારા સમૂહ - ગણ - એ પૂગ કહેવાય છે. આવા ગણવાચક શબ્દ ઉત્તરપદમાં હોય ત્યારે કર્મધારય સમાસમાં પૂર્વપદમાં કુમાર શબ્દનો આદિ સ્વરવર્ણ વિકલ્પે ઉદાત્ત બને છે.

ઉદા. :- कुमा॑रचातकाः। कुमा॑रलोहध्वजाः। कुमा॑रबलाहकाः। कुमा॑र-जीमूताः। અહીં चातक, लोहध्वज, बलाहक, जीमूत એ બધા ગણવાચક શબ્દો છે. એ ઉત્તરપદે અને कुमार શબ્દ પૂર્વોપદે આવીને કર્મધારય સમાસ બન્યા છે તેથી અહીં कुमा॒र શબ્દ પ્રકૃતિભાવથી અન્તોદાત્ત થવાને બદલે આ સૂત્ર મુજબ વિકલ્પે कुमा॑र એમ આદ્યુદાત્ત બને છે. વિકલ્પે कु॒मा॒रचा॑तकाः। कु॒मा॒रलो॑हध्वजाः। कु॒मा॒रब॑लाहकाः। कु॒मा॒रजी॑मूताः એમ સમાસમાં कु॒मा॒र શબ્દ પ્રકૃતિભાવથી અન્તોદાત્ત પણ બનશે.

(૬૨૯) महान्व्रीह्यपराह्णगृष्टीष्वासजाबालभारभारतहैलिहिलरौरवप्रवृद्धेषु ॥ ८ । ४ ।३५ ॥

सूत्रार्थ :- (स्वरविषये) महान् इत्येतत् पूर्वपदं व्रीहि, अपराह्ण, गृष्टि इष्वास, जाबाल, भार, भारत, हैलिहिल, रौरव, प्रवृद्ध इत्येतेपु उत्तरपदेषु प्रकृतिस्वरं भवति।

अर्थ :- महान् એ પૂર્વપદ પછી व्रीहि વગેરે દસ શબ્દો ઉત્તરપદ તરીકે આવીને સમાસ બને તો તે પૂર્વપદનો મૂળભૂત સ્વર કાયમ રહે છે.

ઉદા. :- निर॑पवपन्म॒हाव्री॑हीणाम् (तै. ब्रा. ३. १. ५. २)। म॒हाप॑राह्णः। म॒हागृ॑ष्टिः। म॒हेश्वा॑सः। म॒हाजा॑बालः। म॒हाभा॑रः। म॒हाभा॑रतः। म॒हाहै॑लिहिलम्। म॒हारौ॑रवः। म॒हाप्र॑वृद्धः। આ બધા સમાસોમાં म॒हान् શબ્દનો મૂળભૂત અન્તોદાત્ત સ્વરભાર કાયમ રહેલો છે.

(૬૩૦) क्षुल्लकश्च वैश्वदेवे ॥ ८ । ४ । ३६ ॥

सूत्रार्थ :- (स्वरविषये) वैश्वदेवशब्द उत्तरपदे क्षुल्लक इत्येतत्, महांश्च पूर्वपदं प्रकृतिस्वरं भवति।

अर्थ :-वैश्वदेव શબ્દ ઉત્તરપદ હોય અને પૂર્વપદ તરીકે क्षुल्लक અને महान् શબ્દ આવે તો પૂર્વપદનો મૂળભૂત સ્વર કાયમ રહે છે.

ઉદા. :- क्षुधं लाति इति क्षुल्लः स एव क्षु॒ल्ल॒कः। क्षु॒ल्ल॒कवै॑श्वदेवः। म॒हावै॑श्वदेवः। અહીં क्षु॒ल्ल॒क અને म॒हान् પૂર્વપદ છે, અને वैश्वदेव ઉત્તરપદ છે. તેથી પૂર્વપદનો મૂળ અન્તોદાત્ત સ્વરભાર સચવાઈ રહ્યો છે.

(૬૩૧) कतरकतमौ वा ॥ ८ । ४ । ३७ ॥

सूत्रार्थ :- (स्वरविषये) कतरशब्दः कतमशब्दश्च पूर्वपदं कर्मधारये समासे विकल्पेन प्रकृतिस्वरं भवति।

अर्थ :- कतर અને कतम શબ્દ કર્મધારય સમાસમાં પૂર્વપદ હોય તો તેનો મૂળભૂત સ્વરભાર સચવાઈ રહે છે.

ઉદા. :- कुतरकंठः । कुतमकंठः । અહીં कुतर અને कुतम એ પૂર્વપદોના મૂળભૂત અન્તોદાત્ત સ્વરભાર સમાસમાં કાયમ રહ્યા છે.

(૬૩૨) आर्यो ब्राह्मणकुमारयोः ॥ ८ । ४ । ३८ ॥

सूत्रार्थ :- (स्वरविषये) आर्यशब्दः पूर्वपदं ब्राह्मणकुमारशब्दयोःरुत्तर-पदयोः कर्मधारये समासे विकल्पेन प्रकृतिस्वरं भवति ।

અર્થ :- आर्य શબ્દ પૂર્વપદ અને ब्राह्मण કે कुमार શબ્દ ઉત્તરપદ હોય તેવા કર્મધારય સમાસમાં પૂર્વપદનો મૂળભૂત સ્વર સચવાઈ રહે છે.

ઉદા. :- आर्यंब्राह्मणः । आर्यंकुमारः । અહીં आर्य એ પૂર્વપદનો મૂળનો અન્તસ્વરિત સ્વરભાર સમાસમાં સચવાઈ રહ્યો છે.

(૬૩૩) राजा च ॥ ८ । ४ । ३९ ॥

सूत्रार्थ :- (स्वरविषये) राजाशब्दश्च पूर्वपदं ब्राह्मणकुमारशब्दयोरुत्तरपदयोः कर्मधारये समासे विकल्पेन प्रकृतिस्वरं भवति ।

અર્થ :- राजन् શબ્દ પૂર્વપદ અને ब्राह्मण કે कुमार શબ્દ ઉત્તરપદ હોય તેવા કર્મધારય સમાસમાં પૂર્વપદનો મૂળભૂત સ્વર જળવાઈ રહે છે.

ઉદા. :- राजंब्राह्मणः । राजंकुमारः । અહીં राजंन् પૂર્વપદનો મૂળભૂત આદ્યુદાત્ત સ્વર સમાસમાં સચવાઈ રહ્યો છે.

(૬૩૪) षष्ठी प्रत्येनसि ॥ ८ । ४ । ४० ॥

सूत्रार्थ :- (स्वरविषये) षष्ट्यन्तो राजशब्दः पूर्वपदं प्रत्येनसि उत्तरपदे विकल्पेन प्रकृतिस्वरं भवति ।

અર્થ :- ષષ્ઠી વિભક્તિવાળો राजन् શબ્દ પૂર્વપદ હોય અને ઉત્તરપદે प्रत्येनस् શબ્દ આવે તો પૂર્વપદનો મૂળભૂત સ્વરભાર સચવાઈ રહે છે.

ઉદા. :- राज्ञःप्रत्येनाः । અહીં ઠપકાના અર્થમાં બનેલા ષષ્ઠી તત્પુરુષ સમાસમાં વિભક્તિનો લોપ થયો નથી. તેથી પૂર્વપદનો મૂળભૂત આદ્યુદાત્ત સ્વરભાર સચવાઈ રહ્યો છે.

(૬૩૫) ग्रामश्च शिल्पिनि ॥ ८ । ४ । ४१ ॥

सूत्रार्थ :- (स्वरविषये) ग्रामशब्दश्च पूर्वपदं शिल्पिवाचिनि उत्तरपदे विक-ल्पेन प्रकृतिस्वरं भवति ।

અર્થ :- ग्राम શબ્દ પૂર્વપદે હોય અને ઉત્તરપદ શિલ્પી (=કારીગર) વાચક હોય તો પૂર્વપદનો મૂળભૂત સ્વરભાર સમાસમાં સચવાઈ રહે છે.

ઉદા. :- ग्रामंनापितः। ग्रामंकुलालः। અહીં ग्रामं શબ્દનો મૂળભૂત આદ્યુદાત્ત સ્વર સમાસમાં સચવાઈ રહ્યો છે. કારણ કે ઉત્તરપદમાં नापित અને कुलाल એ કારીગરવાચક શબ્દો આવેલા છે. પણ परमनापितः કે ग्रामरथ्या માં સમાસાન્તોદાત્ત જ થશે.

(૬૩૬) राजा च प्रशंसायाम् ॥ ८ । ४ । ४२ ॥

सूत्रार्थ :- (स्वरविषये) राजशब्दः पूर्वपदं शिल्पिवाचिन्युत्तरपदे प्रशंसायां गम्यमानायां विकल्पेन प्रकृतिस्वरं भवति।

અર્થ :- राजन् શબ્દ પૂર્વપદ હોય અને ઉત્તરપદ તરીકે કારીગરવાચક શબ્દ આવે અને સમાસપશંસાના અર્થમાં બને તો પૂર્વપદનો મૂળભૂત સ્વરભાર કાયમ રહે છે.

ઉદા. :- राजंनापितः। राजंकुलाल। અહીં કર્મધારય સમાસમાં ઉત્તર-પદમાં नापित કે कुलाल પદવાચક વ્યક્તિની કર્મની પ્રવીણતાને લીધે રાજા તરફથી પ્રશંસા પામવાની લાયકાત દર્શાવાઈ છે. તેથી राजंन् પૂર્વપદનો મૂળભૂત આદ્યુદાત્ત સ્વરભાર સમાસમાં સચવાઈ રહ્યો છે.

(૬૩૭) क्ते नित्यार्थे ॥ ८ । ४ । ४३ ॥

सूत्रार्थ :- (स्वरविपये) क्तान्त उत्तरपदे नित्यार्थे समासे पूर्वपदं विकल्पेन प्रकृतिस्वरं भवति।

અર્થ :- क्त પ્રત્યયાન્ત (=કર્મણિ ભૂતકૃદન્ત) શબ્દ ઉત્તરપદ હોય અને નિત્યાર્થક શબ્દ પૂર્વપદ હોય તો તેનો મૂળભૂત સ્વરભાર સમાસમાં કાયમ રહે છે.

ઉદા. :- नित्यंप्रहसितः। सततंप्रहसितः। અહીં नित्यं કે सततं प्रहसितः એ અર્થમાં સમાસ બન્યો છે. તેમાં ઉત્તરપદ प्रहसित એ क्त પ્રત્યયાન્ત શબ્દ આવેલો છે. તેથી પૂર્વપદ नित्यं નો આદ્યુદાત્ત અને सतत નો અન્તોદાત્ત સ્વરભાર સમાસમાં એમનો એમ જ રહેલો છે.

(૬૩૮) अनिष्ठा ॥ ८ । ४ । ४४ ॥

सूत्रार्थ :- (स्वरविपये) क्तान्त उत्तरपदे कर्मधारये समासेऽनिष्ठान्तं पूर्वपदं प्रकृतिस्वरं भवति।

અર્થ :- क्त પ્રત્યયાન્ત શબ્દ ઉત્તરપદ હોય તો કર્મધારય સમાસમાં નિષ્ઠા પ્રત્યય (=क्त અને क्तवत् પ્રત્યય=કર્મણિ અને કર્તરિ ભૂતકૃદન્ત) સિવાયનું પૂર્વપદ પોતાનો મૂળભૂત સ્વરભાર સાચવી રાખે છે.

ઉદા. :- श्रेणिंकृताः । ऊकुकृंताः । पूगकृंताः । नि॒धनंकृताः । અહીં કર્મધારય સમાસમાં कृत એ क्त પ્રત્યયાન્ત ઉત્તરપદ છે. અને निष्ठा પ્રત્યયરહિત श्रेणिं, ऊक, पूग, नि॒घनं એ શબ્દો પૂર્વપદ છે. તેથી તેમનો મૂળનો આદ્યુદાત્ત, અન્તોદાત્ત કે મધ્યોદાત્ત સ્વરભાર સમાસમાં સચવાઈ રહ્યો છે.

(६३९) द्वितीयानुपसर्गे ॥ ८ । ४ । ४५ ॥

सूत्रार्थ :- (स्वरविषये) अनुपसर्गे क्तान्त उत्तरपदे द्वितीयान्तं पूर्वपदं प्रकृतिस्वरं भवति ।

અર્થ :- ઉપસર્ગરહિત क्त પ્રત્યયાન્ત ઉત્તરપદ હોય ત્યારે સમાસમાં દ્વિતીયા વિભક્તિવાળું પૂર્વપદ પોતાનો મૂળભૂત સ્વરભાર સાચવી રાખે છે.

ઉદા. :- अ॒ग्निरथौषंधीरन्तंगता दहति (तै. सं. १. ५. ९. १) । कु॒ष्टश्रिंतः । त्रिशंकलपतितः । ग्रामंगतः । અહીં સમાસોમાં गत, श्रित, पतित વગેરે क्त પ્રત્યયાન્ત શબ્દો ઉત્તરપદ છે. અને પૂર્વપદમાં દ્વિતીયાન્ત अन्तम्, कष्टम्, त्रिशकलम्, ग्रामम् એ શબ્દો છે. એમને ઉપસર્ગ લાગેલા નથી. તેથી એ શબ્દોનો મૂળભૂત આદ્યુદાત્ત કે અન્તોદાત્ત સ્વરભાર સમાસમાં કાયમ રહ્યો છે.

(६४०) तृतीया कर्मणि ॥ ८ । ४ । ४६ ॥

सूत्रार्थ :- (स्वरविषये) कर्मवाचिनि क्तान्त उत्तरपदे तृतीयान्तं पूर्वपदं प्रकृतिस्वरं भवति ।

અર્થ :- કર્મવાચક क्त પ્રત્યયાન્ત ઉત્તરપદ હોય ત્યારે તૃતીયા વિભક્તિમાંનું પૂર્વપદ સમાસમાં પોતાનો મૂળભૂત સ્વર સાચવી રાખે છે.

ઉદા. :- वरुंणगृहीतं वा ए॒तत् (तै. ब्रा. १. ६. ५. ५) । न॒खनिंर्भिन्नम् (तै. सं. १. ८. ९. १) । अ॒हिहंतः । वज्रंहतः । म॒हा॒रा॒जहंतः । दात्रंलूना । અહીં કર્મવાચક गृहीत, हत, लून, એ क्त પ્રત્યયાન્ત શબ્દો ઉત્તરપદ છે, અને वरुणेन, नखैः, अहिना, वज्रेण, महाराजेन, दात्रेण એ તૃતીયાન્ત શબ્દો પૂર્વપદમાં આવીને તૃતીયા તત્પુરુષ સમાસ બન્યા છે. તેથી પૂર્વપદ वरुंण, न॒ख, अ॒हि, वज्रं, म॒हा॒रा॒ज અને दात्रं માંના મૂળભૂત આદ્યુદાત્ત કે અન્તોદાત્ત સ્વરભાર સમાસમાં કાયમ રહેલા છે.

(६४१) गतिरनन्तरः ॥ ८ । ४ । ४७ ॥

सूत्रार्थ :- (स्वरविषये) कर्मवाचिनि क्तान्त उत्तरपदे अनन्तरः गतिसंज्ञकः शब्दः पूर्वपदं प्रकृतिस्वरं भवति ।

અર્થ :- કર્મવાચક क्त પ્રત્યયાન્ત શબ્દ ઉત્તરપદ હોય અને તેની તરત પૂર્વે પૂર્વપદ તરીકે गति સંજ્ઞક (=प्रादि ગણમાંનો) શબ્દ આવે તો પૂર્વપદનો મૂળભૂત સ્વર કાયમ રહે છે.

ઉદા. :- क्रीतः सोमु उपंनद्धो मित्रः (तै. सं. ६. १. ११. १)। प्रकृंतः। प्रहृंतः। અહીં उपनद्ध प्रकृत, प्रहृत એ સમાસમાં ગતિસંજ્ઞક उपं અને प्र એ આદ્યુદાત્ત શબ્દો પૂર્વપદ છે. અને नद्ध, कृत, हृत એ क्त પ્રત્યયાન્ત કર્મવાચક શબ્દો, વચ્ચે વ્યવધાન વિના, ઉત્તરપદે આવેલા છે. તેથી પૂર્વપદનો આદ્યુદાત્ત સ્વર સમાસમાં કાયમ રહેલો છે.

(६४२) तादौ च निति कृत्यतौ ॥ ८ । ४ । ४८ ॥

सूत्रार्थ :- (स्वरविषये) तकारादिः नित् तुशब्दभिन्नो यः कृत् तदन्ते उत्तरपदे अनन्तरं गतिसंज्ञकं पूर्वपदं प्रकृत्या भवति।

અર્થ :- त કારાદિ, तु શબ્દ સિવાયના इत् સંજ્ઞક न કારાવાળો कृत् પ્રત્યયાન્ત શબ્દ ઉત્તરપદ હોય અને તેની તરત પૂર્વે ગતિસંજ્ઞક શબ્દ પૂર્વપદ હોય તો પૂર્વપદનો મૂળભૂત સ્વર જળવાઈ રહે છે.

ઉદા :- अभिजित्यै (तै. सं. २. ६. १. ४)। अनुंख्यात्यै (तै. सं. २. ५. ११. ३)। प्रकृंर्तुम्। प्रकृंतिः। અહીં પૂર્વપદે अभि, अनुं, प्र એ અન્તોદાત્ત કે આદ્યુદાત્ત ગતિસંજ્ઞક શબ્દ આવેલો છે. તેની તરત પછી અવ્યવહિત રીતે इत् સંજ્ઞક न કારાવાળા क्तिन्, तुमन् એ कृत પ્રત્યયો લાગેલા जित्यै, ख्यात्यै, कर्तुम्, कृतिः શબ્દો ઉત્તરપદે છે. તેથી પૂર્વપદનો મૂળનો અન્તોદાત્ત કે આદ્યુદાત્ત સ્વર જળવાઈ રહ્યો છે.

(६४३) तवै चान्तो युगपत् ॥ ८ । ४ । ४९ ॥

सूत्रार्थ :- (स्वरविषये) तवैप्रत्यान्तस्य अन्त उदात्तो भवति तस्मिश्च परत अनन्तरः गतिसंज्ञकः शब्दः प्रकृतिस्वरो भवति। उभयमेतद् युगपद् भवति।

અર્થ :- तवै પ્રત્યય જેના અંતે લાગ્યો હોય તે શબ્દ અન્તોદાત્ત બને છે, અને તેની તરત પૂર્વે આવેલો ગતિસંજ્ઞક શબ્દનો મૂળભૂત સ્વરભાર સચવાઈ રહે છે; આ બંને પ્રક્રિયા એકીસાથે જ બને છે.

ઉદા. :- तस्मांदग्निचिन्नाभिचंरितवै (तै. सं. ५. ६. ३. १)। अन्वेंतुवा उं (तै. सं. १. ४. ४५. १)। અહીં अभिचंरितवै અને एन्वेंतु वै એ ઉદાહરણોમાં चरितवैः અને एतवै એ तवै પ્રત્યયાન્ત શબ્દોની તરત જ પૂર્વે ગતિસંજ્ઞક अभि એ અન્તોદાત્ત અને अनुं એ આદ્યુદાત્ત શબ્દો ઉપસર્ગરૂપે આવેલા છે. તેથી તેમનો મૂળભૂત સ્વરભાર સચવાઈ રહ્યો છે. અને तवै પ્રત્યયાન્ત મૂળ ક્રિયાપદ અન્તોદાત્ત બન્યું છે. બંને

પ્રક્રિયા એકીસાથે બની છે. વેદમાં ઉપસર્ગો ક્રિયાપદની પૂર્વે આવે છતાં મળીને એક પદ બને જ એવો નિયમ નથી.

(૬૪૪) अनिगन्तोऽञ्चतौ वप्रत्यये ॥ ८ । ४ । ५० ॥

સૂત્રાર્થ :- वकारः प्रत्ययो यस्य सो वप्रत्ययः। (स्वरविषये) तस्मिन् परतः अनिगन्तो गतिः प्रकृतिस्वरो भवति।

અર્થ :- व કાર જેનો પ્રત્યય હોય તે व પ્રત્યયવાળો. व પ્રત્યયવાળો શબ્દ પછી આવ્યો હોય ત્યારે इगन्त ન હોય તેવો તરત પૂર્વે આવેલો ગતિસંજ્ઞક શબ્દ પોતાનો મૂળભૂત સ્વર સાચવી રાખે છે.

ઉદા. :- परांञ्चो हि यन्ति (तै. सं. ३. १. १०. १)। द्वाववांञ्चौ प्राणानाम् (तै. सं. ५. ३. २. ५)। અહીં परांञ्चः અને अवांञ्चौ એ શબ્દોમાં इगन्त ન હોય તેવા ગતિસંજ્ઞક परां અને अवं એ આદ્યુદાત્ત શબ્દો પછી अञ्च् ધાતુનું क्विन् એ व પ્રત્યયવાળું શબ્દરૂપ આવ્યું છે. તેથી તેની પૂર્વે આવેલા ગતિસંજ્ઞક શબ્દોનો મૂળ આદ્યુદાત્ત સ્વર કાયમ રહ્યો છે.

પરંતુ प्रतीचीं च (तै. सं. ४. ४. ११. २)। सुमीचुी नामांसि (तै. सं. ५. ५. १०. १) એ પ્રયોગોમાં प्रति અને समि એ इगन्त ગતિસંજ્ઞક શબ્દો હોવાથી એમના પ્રકૃતિસ્વર રહેતા નથી. એ જ રીતે ગતિસંજ્ઞક શબ્દને બદલે બીજો કોઈ પૂર્વે આવેલો હોય, દા.ત. विश्वाचीं च घृताचीं च (तै. सं. ४. ४. ३. २)। તો પણ પ્રકૃતિભાવ રહેતો નથી.

(૬૪૫) न्यधी च ॥ ८ । ४ । ५१ ॥

સૂત્રાર્થ :- (स्वरविपये) नि, अधि इत्येतौ च अञ्चतौ वप्रत्यये परतः प्रकृतिस्वरौ भवतः।

અર્થ :- नि અને अधि પછી अञ्च् ધાતુનું व પ્રત્યયવાળું રૂપ આવે તો તે બંનેના પ્રકૃતિ સ્વર સચવાઈ રહે છે.

ઉદા. :- यन्यंञ्चं चिनुयात् (तै. सं. ५. ५. ३. २)। न्यंङ्। न्यंञ्चौ। न्यंञ्चः। अध्यंङ्। अध्यंञ्चौ। अध्यंञ्चः। अधीचः। अधीचा। અહીં नि અને अधि પછી अञ्चा નાં क्विन् એ व પ્રત્યય લાગેલાં રૂપો આવતાં नि અને अधि માંના ઉદાત્તની સાથે व પ્રત્યયાન્ત अञ्च નો સ્વરિત अं કાર ભળી જઈને न्यं કે ध्यं સ્વરિત બને છે. અને नि તથા अधिનો મૂળભૂત આદ્યુદાત્ત અને અન્તોદાત્ત સ્વરભાર સચવાઈ રહે છે.

(૬૪૬) ईषद्वा ॥ ८ । ४ । ५२ ॥

સૂત્રાર્થ : (स्वरविषये) ईषत् इत्येतत्पूर्वपदं विकल्पेन प्रकृतिस्वरं भवति।

અર્થ :- ઈષત્ એ પૂર્વપદ સમાસમાં પોતાનો મૂળભૂત સ્વર જાળવી રાખે છે.

ઉદા. :- ईषत्कडारः । ईषत्पिङ्गलः । અહીં ઈષત્ નો અન્તોદાત્ત સ્વર સમાસમાં પણ સચવાઈ રહ્યો છે. પક્ષે સમાસન્તોદાત્ત પણ થાય છે, જેમકે ईषत्कारः ईषत्पिङ्गः । જેમાં પૂર્વપદ સર્વાનુદાત્ત બની જશે.

(६४७) हिरण्यपरिमाणं धने ॥ ८ । ४ । ५३ ॥

सूत्रार्थ :- (स्वरविषये) हिरण्यपरिमाणवाचि पूर्वपदं धनशब्द उत्तरपदे विकल्पेन प्रकृतिस्वरं भवति ।

અર્થ :-સોનાના અમુક માપનો વાચક શબ્દ પૂર્વપદ હોય અને ઉત્તરપદ ધન શબ્દ હોય તો પૂર્વપદનો મૂળભૂત સ્વરભાર કાયમ રહે છે.

ઉદા. :- द्विसुवर्णधनम् । અહીં द्विसुवर्ण એ સોનાના બે सुवर्ण નામના માપના વાચક શબ્દોમાંનો મૂળ અન્તોદાત્ત સ્વરભાર સચવાઈ રહ્યો છે. પક્ષે द्विसुवर्णधनम् એમ આખો સમાસ અન્તોદાત્ત થતાં પૂર્વપદનો મૂળ સ્વર બદલાઈને સર્વાનુદાત્ત થઈ જશે.

(६४८) प्रथमोऽचिरोपसंपत्तौ ॥ ८ । ४ । ५४ ॥

सूत्रार्थ :- अचिरोपसंपत्तिः = अचिरोपश्लेषः = अभिनवत्वम् । (स्वरविषये) प्रथमशब्दः पूर्वपदम् अभिनवत्वे गम्यमाने विकल्पेन प्रकृतिस्वरं भवति ।

અર્થ :- अचिरोपसंपत्ति = વિનાવિલંબે બનવું તે = નવાપણું. प्रथम શબ્દ પૂર્વપદ હોય અને નવાપણાનો અર્થ સૂચિત થતો હોય તો તેનો મૂળભૂત સ્વર જળવાઈ રહે છે.

ઉદા. :- प्रथमवैयाकरणः । અહીં प्रथम શબ્દ 'નવો' (= તાજેતરમાં જ વ્યાકરણ ભણાવાનું શરૂ કરનાર) એવા અર્થમાં પૂર્વપદ છે, તેથી તેનો મૂળભૂત અન્તોદાત્ત સ્વરભાર સમાસમાં સચવાઈ રહ્યો છે. એને બદલે प्रथम-वैयाकरणः એમ સમાસ થાય અને તેમાં प्रथम શબ્દ "વૈયાકરણોમાં મુખ્ય" કે "આદ્ય" એવો અર્થ દર્શાવે તો તેનો મૂળભૂત અન્તોદાત્ત સ્વર બદલાઈ જઈને, સમાસનો અન્તોદાત્ત થતાં પૂર્વપદ સર્વાનુદાત્ત બનશે.

(६४९) उष्ट्रः सादिवाम्योः ॥ ८ । ४ । ५५ ॥

सूत्रार्थ :- (स्वरविपये) उष्ट्रशब्दः पूर्वपदं सादिवाम्योः उत्तरपदयोः प्रकृतिस्वरं भवति ।

અર્થ :- उष्ट्र શબ્દ પૂર્વપદ હોય અને सादि કે वामि શબ્દ ઉત્તરપદ હોય તો પૂર્વપદનો મૂળભૂત સ્વરભાર સમાસમાં કાયમ રહે છે.

ઉદા. :- उष्ट्रसादि। उष्ट्रवामि। અહીં उष्ट्र શબ્દનો મૂળભૂત આદ્યુદાત્ત સ્વરભાર સમાસમાં પણ સચવાઈ રહ્યો છે. આ સમાસ કર્મધારય કે ષષ્ઠીતત્પુરુષ પણ હોઈ શકે છે.

(६५०) गौः सादसादिसारथिषु ॥ ८ । ४ । ५६ ॥

સૂત્રાર્થ :- (स्वरविषये) गोशब्दः पूर्वपदं साद सादि, सारथि इत्येतेषु उत्तरपदेषु प्रकृतिस्वरं भवति ।

અર્થ :- गो શબ્દ પૂર્વપદ હોય અને साद, सादि કે सारथि શબ્દ ઉત્તરપદ હોય તો સમાસમાં પૂર્વપદનો મૂળભૂત સ્વર કાયમ રહે છે.

ઉદા. :- गोः सादः गोसादः । गां सादयति इति वा गोसादः । गौरिव सीदति इति गोसादी । गोसारथिः । અહીં गो શબ્દનો મૂળભૂત ઉદાત્ત સ્વર સમાસમાં પણ કાયમ રહ્યો છે. આ બધા લૌકિક પ્રયોગો છે.

(६५१) कुरुवृजी गार्हपते ॥ ८ । ४ । ५७ ॥

સૂત્રાર્થ :- (स्वरविषये) गार्हपतशब्द उत्तरपदे कुरु, वृजि इत्येतयोः पूर्वपदयोः प्रकृतिस्वरत्वं भवति ।

અર્થ :-गार्हपत શબ્દ ઉત્તરપદ હોય તો कुरु કે वृजि એ પૂર્વપદનો સમાસમાં પ્રકૃતિસ્વર કાયમ રહે છે.

ઉદા. :- कुरुगार्हपतम् । वृजिगार्हपतम् । અહીં પૂર્વપદમાં कुरु નો અન્તોદાત્ત અને वृजि નો આદ્યુદાત્ત સ્વરભાર સમાસમાં કાયમ રહ્યો છે.

(६५२) देवः सूतिहूतिजूतिषु ॥ ८ । ४ । ५८ ॥

સૂત્રાર્થ :- (स्वरविषये) देवशब्दः पूर्वपदं सूति, हूति, जूति इत्येतेषु उत्तरपदेषु प्रकृतिस्वरं भवति ।

અર્થ :- देव શબ્દ પૂર્વપદ હોય અને ઉત્તરપદમાં सूति, हूति કે जूति શબ્દ આવે તો પૂર્વપદનો પ્રકૃતિસ્વર સચવાઈ રહે છે.

ઉદા. :- देवसूतिः । देवहूतिः । देवजूतिः । અહીં देव એ અન્તોદાત્ત પૂર્વપદનો મૂળભૂત સ્વર સમાસમાં કાયમ રહ્યો છે.

(६५३) नीतौ वसुश्च ॥ ८ । ४ । ५९ ॥

સૂત્રાર્થ :- (स्वरविषये) नीतिशब्द उत्तरपदे वसुशब्दः पूर्वपदं प्रकृतिस्वरं भवति ।

અર્થ :- नीति શબ્દ ઉત્તરપદ હોય અને वसु શબ્દ પૂર્વપદ હોય ત્યારે પૂર્વપદનો મૂળભૂત સ્વરભાર સમાસમાં સચવાઈ રહે છે.

ઉદા. :- वसुंनीतिः। અહીં वसु એ આદ્યુદાત્ત શબ્દનો મૂળભૂત સ્વરભાર સમાસમાં સચવાઈ રહ્યો છે.

(૬૫૪) रिक्तगुर्वसूतजरत्यश्लीलदृढरूपापारेवडवातैतिल-कद्रूदासीभारादीनां च ॥ ८ । ४ । ६० ॥

सूत्रार्थ :- (स्वरविषये) रिक्तगिरु, असूतजरती, अश्लीलदृढरूपा, पारेवडवा, तेतिलकद्रू इत्येते समासानां, दासीभारादीनां च, पूर्वपदं प्रकृतिस्वरं भवति।

અર્થ :- रिक्तगुरु વગેરે પાંચ સામાસિક શબ્દો અને दासीभार ગણમાંના શબ્દોના પૂર્વપદનો મૂળભૂત સ્વરભાર સમાસમાં સચવાઈ રહે છે.

ઉદા. :- रिक्तो गुरुः रिक्तंगुरुः અથવા रिक्तगुंरुः। असूता जरती असूंतजरती। अश्लीला दृढरूपा अश्लींलदृढरूपा। श्लील=श्रीयुक्त. अ-श्लील=श्रीरहित. अश्लील दृढरूपा= દેખાવ પુરતી જ સારી, બાકી કસ વગરની, લાવણ્યરહિત, पारे वडवा इव पारेवंडवा। तैतिलानां कद्रूः तैतिंलकद्रूः। આ સામાસિક શબ્દોમાં પૂર્વપદનો મૂળનો આદ્યુદાત્ત કે અન્તોદાત્ત સ્વરભાર એમને એમ જ સચવાઈ રહ્યો છે.

दासीभारादि ગણમાં दासीभारः, देवहतिः, देवजूतिः, देवनीतिः, वसुनीतिः, ओषधिः, चन्द्रमाः એ શબ્દોનો સમાવેશ થયો છે. એમાંથી કેટલાક ઉપરના સૂત્રમાં સમાવી લીધા હોવાથી, બાકીના જ અહીં પ્રસ્તુત છે. જેમકે, दास्याः भारो दासीभांरः, देवनींतिः, ओषो धीयते अस्यामिति ओषंधिः। चन्द्रमाः। અહીં પણ પૂર્વપદનો મૂળભૂત સ્વર સમસ્તપદમાં સચવાઈ રહ્યો છે.

(૬૫૫) पण्यकम्बलः संज्ञायाम् ॥ ८ । ४ । ६१ ॥

सूत्रार्थ :- (स्वरविषये) पण्यकम्बल इति शब्दे संज्ञावाचके पूर्वपदं प्रकृतिस्वरं भवति।

અર્થ :- पण्यकम्बल શબ્દ સંજ્ઞાવાચક હોય ત્યારે તેના પૂર્વપદનો મૂળભૂત સ્વરભાર સામાસિક શબ્દમાં એમનો એમ જ રહે છે.

ઉદા. :- पण्यंकम्बलः। અહીં સંજ્ઞાનો અર્થ હોવાથી पण्यं એ પૂર્વપદનો મૂળ આદ્યુદાત્ત સ્વરભાર સચવાઈ રહ્યો છે.

પણ पणितव्यो हस्ती पुण्यहस्ती એમ સમાસ હોય ત્યારે પૂર્વપદનો મૂળનો આદ્યુદાત્ત સ્વર પલટાઈ જઈ સર્વાનુદાત્ત થાય છે, અને સમાસ અન્તોદાત્ત બને છે.

(६५६) चतुर्थी प्रकृतौ ॥ ८ । ४ । ६२ ॥

सूत्रार्थ :- (स्वरविषये) चतुर्थ्यन्तं पूर्वपदं तत्प्रकृतिवाच्ये (= तदर्थवाच्ये) उत्तरपदे प्रकृतिस्वरं भवति ।

અર્થ :- ચતુર્થી વિભક્તિમાં પૂર્વપદ હોય અને તેની પ્રકૃતિનું (= તેના મૂળ પદાર્થના અર્થનું) ઉત્તરપદ હોય તો પૂર્વપદનો પ્રકૃતિસ્વર સચવાઈ રહે છે.

ઉદા. :- यूपंदारु । कुण्डुलहिंरण्यम् । અહીં यूपाय दारु અને कुण्डलाय हिरण्यम् એ અર્થમાં સમાસ હોવાથી પૂર્વપદ ચતુર્થ્યન્ત છે, જ્યારે ઉત્તરપદમાં यूपं ની પ્રકૃતિ (= ઉત્પત્તિસ્થાનરૂપ પદાર્થ) दारु (= લાકડું) અને कुण्डुल ની પ્રકૃતિ हिरण्य (= સોનું) ના વાચક શબ્દો છે. તેથી પૂર્વપદનો મૂળભૂત આદ્યુદાત્ત કે અન્તોદાત્ત સ્વરભાર સમાસમાં કાયમ રહ્યો છે.

(६५७) अर्थे ॥ ८ । ४ । ६३ ॥

सूत्रार्थ :- (स्वरविषये) अर्थशब्द उत्तरपदे चतुर्थ्यन्तं पूर्वपदं प्रकृतिस्वरं भवति ।

અર્થ :- अर्थ શબ્દ ઉત્તરપદ હોય અને પૂર્વપદ ચતુર્થી વિભક્તિમાં હોય તો સમાસમાં પૂર્વપદનો મૂળભૂત સ્વર સચવાઈ રહે છે.

ઉદા. :- देवतायै इदम् देुवतांर्थम् । पित्रर्थंम् । अतिंथ्यर्थम् । અહીં देुवतां, पितृ, अतिंथि એ ચતુર્થ્યન્ત પૂર્વપદ, અને ઉત્તરપદ अर्थ શબ્દ હોવાથી પૂર્વપદનો મૂળભૂત મધ્યોદાત્ત, અન્તોદાત્ત કે આદ્યુદાત્ત સ્વરભાર સમાસમાં સચવાઈ રહ્યો છે.

(६५८) क्ते च ॥ ८ । ४ । ६४ ॥

सूत्रार्थ :- (स्वरविषये) क्तान्ते च उत्तरपदे चतुर्थ्यन्तं पूर्वपदं प्रकृतिस्वरं भवति ।

અર્થ :- क्त પ્રત્યયાન્ત (= કર્મણિભૂત કૃદન્ત) શબ્દ ઉત્તરપદ હોય અને પૂર્વપદ ચતુર્થી વિભક્તિવાળું હોય તો તેનો મૂળ સ્વરભાર સચવાઈ રહે છે.

ઉદા. :- गोहिंतम् । अश्वंहितम् । मनुष्यंहितम् । गोरंक्षितम् । अश्वंरक्षितम् । वनं तापुसरंक्षितम् । અહીં ઉત્તરપદ हित કે रक्षित એમ क्त પ્રત્યયાન્ત શબ્દ છે અને પૂર્વપદ गो, अश्व, मनुष्य કે तापस છે અને गवे हितम्, अश्वाय हितम्, मनुष्याय हितम्,

गवे रक्षितम् એમ ચતુર્થી તત્પુરુષ સમાસમાં પૂર્વપદ ચતુર્થ્યન્ત છે. તેથી તેનો મૂળ આદ્યુદાત્ત, અન્તસ્વરિત કે અન્તોદાત્ત સ્વરભાર સમાસમાં સચવાઈ રહ્યો છે.

(६५९) परिप्रत्युपापा वर्ज्यमानाहोरात्रावयवेषु ॥ ८ । ४ । ६५ ॥

सूत्रार्थ :- (स्वरविषये) परि, प्रति, उप, अप इत्येते पूर्वपदभूता वर्ज्य-मानवाचिनि अहरवयववाचिनि रात्र्यवयववाचिनि चोत्तरपदे प्रकृतिस्वरा भवन्ति ।

અર્થ :- परि, प्रति, उप અને अप એ શબ્દો પૂર્વપદ હોય અને ઉત્તરપદ જેનો પરિહાર (=ત્યાગ) કરવાનો છે એનું, દિવસના ભાગનું, કે રાત્રિના ભાગનું વાચક હોય, તો પૂર્વપદનો સ્વરભાર સામાસિક પદમાં સચવાઈ રહે છે.

ઉદા. :- परिंत्रिगर्तं वृष्टो देवः । अपंत्रिगर्तं वृष्टो देवः । અહીં परि અને अप એ 'સિવાય' ,'બાદ કરીને', 'બાકાત રાખીને' એ અર્થમાં પ્રયોજાયો છે અને 'ત્રિગર્ત દેશને બાકાત રાખીને વરસાદ પડયો' એવો અર્થ વ્યક્ત થયો છે. તેથી परि અને अप નો મૂળભૂત આદ્યુદાત્ત સ્વર સામાસિક પદમાં સચવાઈ રહ્યો છે.

उपंपूर्वाह्णम् । उपांपराह्णम् । उपंपूर्वरात्रम् । उपांपररात्रम् । અહીં पूर्वाह्ण, अपराह्ण એ દિવસના ભાગવાચક શબ્દો છે, જ્યારે पूर्वरात्र અને अपररात्र એ રાત્રીના ભાગવાચક શબ્દો છે. તેથી તેના પૂર્વપદે આવેલા उपंનો આદ્યુદાત્ત સ્વર સચવાઈ રહ્યો છે.

अपंत्रिगर्तं वृष्टो देवः । अपंसौविरम् अपंसार्वसेनि । અહીં त्रिगर्त, सौविर, सार्वसेन 'એ પ્રદેશોને છોડી દઈને' એ અર્થમાં अपं પૂર્વપદ હોવાથી તેનો મૂળભૂત આદ્યુદાત્ત સ્વરભાર સચવાઈ રહ્યો છે.

(६६०) राजन्यबहुवचनद्वन्द्वेऽन्धकवृष्णिषु ॥ ८ । ४ । ६६ ॥

सूत्रार्थ :- (स्वरविषये) राजन्यवाचिनां बहुवचनान्तानां यो द्वन्द्वोऽन्धकवृ-ष्णिषु वर्तते, तत्र पूर्वपदं प्रकृतिस्वरं भवति ।

અર્થ :- ક્ષત્રિયવાચક બહુવચનાન્ત દ્વન્દ્વ અંધક કે વૃષ્ણિવંશનો વાચક હોયતો પૂર્વપદનો મૂળભૂત સ્વરભાર કાયમ રહે છે.

ઉદા. :- श्वाफल्कचैत्रकाः । चैत्रकरोंधकाः । शिनिंवासुदेवाः । અહીં ક્ષત્રિયવાચક બહુવચનાન્ત દ્વન્દ્વ સમાસમાં श्वाफल्क અને चैत्रक શબ્દ અન્ધક-

વંશના વાચક છે. જ્યારે શિનિ એ વૃષ્ણિવંશનો વાચક છે. તેથી પૂર્વપદના મૂળ અન્તોદાત્ત કે આદ્યુદાત્ત સ્વરભાર સામાસિક પદમાં કાયમ રહ્યા છે.

(६६१) संख्या ॥ ८ । ४ । ६७ ॥

सूत्रार्थ :- (स्वरविषये) द्वन्द्वसमासे संख्यावाचि पूर्वपदं प्रकृतिस्वरं भवति ।

અર્થ :- દ્વંદ્વ સમાસમાં સંખ્યાવાચક પૂર્વપદનો મૂળભૂત સ્વરભાર સચવાઈ રહે છે.

ઉદા. :- एकादश । द्वादश । त्रयोदश । અહીં દ્વંદ્વ સમાસમાં સંખ્યાવાચક પૂર્વપદ एक, द्वि અને त्रयस् નો મૂળભૂત આદ્યુદાત્ત કે અન્તોદાત્ત સ્વરભાર સચવાઈ રહે છે.

(६६२) कार्तकौजपसावर्णिमाण्डूकेयकटुकवार्चलेयशैतिकाक्षपाञ्चालेयावन्त्यश्मकाविमत्तकामविद्धतण्डवतण्डशाकलशुनकशणकबाभ्रवयाज्यानुवाक्यवत्सजरज्जरामृत्युस्त्रीकुमाकपिपैलश्यापर्णेयेषु ॥ ८ । ४ । ६८ ॥

सूत्रार्थ :- (छन्दसि स्वरविषये) कार्तकौजप, सावर्णिमाण्डूकेय, कटुकवार्चलेय, शैतिकाक्ष, पाञ्चालेय, अवन्त्यश्मक, अविमत्तकामविद्ध, तण्डवतण्ड शाकलशुनक शणकबाभ्रव, याज्यानुवाक्य वत्सजरत्, जरामृत्यु, स्त्रीकुमार, कपिश्यापर्णेय, पैलश्यापर्णेय इत्येतेषु द्वन्द्वेषु पूर्वपदं प्रकृतिस्वरं भवति ।

ઉદા. :- कृतस्यापत्यं कार्तः, कुजस्यापत्यं कौजपः, तौ कार्तकौजपौ । અહીં પૂર્વપદનો અંતોદાત્ત સ્વરભાર જળવાઈ રહ્યો છે. એ જ રીતે सावर्णिमाण्डूकेयौ માં પૂર્વપદનો આદ્યુદાત્ત, कटुकस्यापत्यं कटुकः, वर्चलाया अपत्यं वार्चलेयः, तौ कटुकवार्चलेयो માં પૂર્વપદનો આદ્યુદાત્ત, शितिकाक्षस्य (ऋषेः) अपत्यं शैतिकाक्षः, पाञ्चाल्या अपत्यं युवा पाञ्चालेयः ते शैतिकाक्षपाञ्चालेयाः માં મધ્યોદાત્ત, अवन्तेः अपत्यानि तथा अश्मकाः ते अवन्त्यश्मकाः માં પૂર્વપદનો અન્તોદાત્ત, अविमत्तकामविद्धाः માં પૂર્વપદનો આદ્યુદાત્ત तण्डवतण्डाः માં પૂર્વપદનો અન્તોદાત્ત, शकलस्य अपत्यं शाकल्यः, तस्य छात्राः शाकलाः, शुनकस्यापत्यं शुनकः, ते शाकलशुनकाः માં પૂર્વપદનો આદ્યુદાત્ત, शणकबाभ्रवाः માં પૂર્વપદનો અન્તોદાત્ત, याज्यानुवाक्ये માં પૂર્વપદનો અંતસ્વરિત, वत्सजरत्,

जुरामृत्यु स्त्रीकुंमारम् અને कुपिश्यांपर्णेयाः માં પૂર્વપદનો અંન્તોદાત્ત, पैलंश्यापर्णेयाः માં પૂર્વપદનો આદ્યુદાત્ત આ રીતે પ્રકૃતિસ્વરો સમાસમાં સચવાઈ રહ્યા છે.

(૬૬૩) कुन्तिचिन्ती सुराष्ट्रे ॥ ८ । ४ । ६९ ॥

सूत्रार्थ :- (स्वरविषये) सुराष्ट्रशब्द उत्तरपदे कुन्ति, चिन्ति इत्येतौ पूर्वपदौ प्रकृतिस्वरौ भवतः।

અર્થ :- सुराष्ट्र શબ્દ ઉત્તરપદ અને कुन्ति કે चिन्ति શબ્દ પૂર્વપદ હોય તો સમાસમાં પૂર્વપદનો મૂળભૂત સ્વરભાર સચવાઈ રહે છે.

ઉદા. :- कुन्तेः सुराष्ट्रस्य चापत्येषु बहुषु, तन्निवासे वा जनपदे, कुंन्तिसुराष्ट्राः। એ જ રીતે चिन्तिसुंराष्ट्राः। અહીં પૂર્વપદનો મૂળભૂત અન્ત્યોદાત્ત સ્વર સમાસમાં કાયમ રહ્યો છે.

(૬૬૪) बाभ्रवः शालङ्कायनदानच्युतयोः ॥ ८ । ४ । ७० ॥

सूत्रार्थ :- (स्वरविषये) बाभ्रव इत्येतत्पूर्वपदं शालङ्कायन, दानच्युत इत्येतयोः उत्तरपदयोः प्रकृतिस्वरं भवति।

અર્થ :- बाभ्रव શબ્દ પૂર્વપદ હોય અને ઉત્તરપદે शालङ्कायन કે दानच्युत શબ્દ આવે તો સમાસમાં પૂર્વપદનો મૂળભૂત સ્વરભાર કાયમ રહે છે.

ઉદા. :- बाभ्रंवशालङ्कायनाः। बाभ्रंवदानच्युताः। અહીં પૂર્વપદનો આદ્યુદાત્ત સચવાઈ રહ્યો છે.

(૬૬૫) आचार्योपसर्जनान्तेवासिनां च ॥ ८ । ४ । ७१ ॥

सूत्रार्थ :- (स्वरविषये) आचार्योपसर्जनान्तेवासिनां च यो द्वन्द्वः, तत्र पूर्वपदं प्रकृतिस्वरं भवति।

અર્થ :-આચાર્યવાચક શબ્દ જે શિષ્યવાચક શબ્દોમાં ગૌણ રહીને દ્વન્દ્વ સમાસ બને તેમાં પણ પૂર્વપદનો મૂળભૂત સ્વર કાયમ રહે છે.

ઉદા. :- आपिशलपांणिनीयाः। पाणिनींयरौढीयाः। रौढीयंकाशकृत्स्नाः। अपिशलस्य अपत्यम् आपिशलिः। આ આચાર્ય છે. तेन प्रोक्तं व्याकरणम् आपिशलम्। तद् अधीयते ये अन्तेवासिनः ते आपिशलाः અથવા आपिशलेः छात्राः आपिशलाः। આ બંને પ્રયોગોમાં आपिशलि એ આચાર્ય ગૌણ છે, કેમકે આપિશલ એ અંતેવાસી કે શિષ્યવાચક અર્થ જ મુખ્ય છે. આચાર્યવાચક શબ્દ

તો તેના વિશેષણ તરીકે હોઈ ઉપસર્જનીભૂત (=ગૌણ) છે. અહીં પૂર્વપદનો મૂળભૂત અન્તોદાત્ત કે મધ્યોદાત્ત સ્વરભાર દ્વન્દ્વ સમાસમાં કાયમ રહ્યો છે.

(६६६) मौदः पैप्पलादे वा ॥ ८ । ४ । ७२ ॥

सूत्रार्थ :- (स्वरविषये) मौदशब्दः पूर्वपदं पैप्पलादशब्दे उत्तरपदे द्वन्द्वे विकल्पेन प्रकृतिस्वरं भवति ।

અર્થ :- मौद શબ્દ પૂર્વપદ હોય અને पैप्पलाद શબ્દ ઉત્તરપદ હોય તો દ્વન્દ્વ સમાસમાં પૂર્વપદનો મૂળભૂત સ્વરભાર વિકલ્પે સચવાઈ રહે છે.

ઉદા. :- मुदस्यापत्यं मौदिः तस्य छात्रा मौदाः । तथा पैप्पलादाः । तयोर्द्वन्द्वः मौदंपैप्पलादाः । અહીં પૂર્વપદનો મૂળભૂત આદ્યુદાત્ત સ્વરભાર વિકલ્પે કાયમ રહે છે. પક્ષે मौदपैप्पलादाः એમ સમાસનો અન્તોદાત્ત પણ થાય છે.

(६६७) सप्तमी सिद्धशुष्कपक्वबन्धेष्वकालात् ॥ ८ । ४ । ७३ ॥

सूत्रार्थ :- (स्वरविषये) सप्तम्यन्तं पूर्वपदं सिद्ध, शुष्क, पक्व, बन्ध इत्येतेषु उत्तरपदेषु प्रकृतिस्वरं भवति, सा चेत् सप्तमी कालात् (=कालवाचिनः) न भवति ।

અર્થ :- કાળવાચક ન હોય એવી સપ્તમી વિભક્તિમાંનું પૂર્વપદ આવે અને ઉત્તરપદ તરીકે सिद्ध, शुष्क, पक्व, बन्ध, એ શબ્દો આવે તો પૂર્વપદના મૂળભૂત સ્વરભાર સચવાઈ રહે છે.

ઉદા. :- सांकाश्ये सिद्धः साकाश्यसिद्धः । काम्पिल्यसिंद्धः । ऊकशुंष्कः । निधनंशुष्कः । कुम्भीपंक्वः । कलशीपंक्वः । चक्रबंन्धः । चारंकबन्धः । અહીં પૂર્વપદમાં સપ્તમ્યન્ત શબ્દ હોઈ ઉત્તરપદ તરીકે सिद्ध વગેરે ચારમાંનો કોઈ શબ્દ આવતાં સમાસમાં પૂર્વપદનો અન્તોદાત્ત, મધ્યોદાત્ત કે આદ્યુદાત્ત સ્વરભાર સચવાઈ રહ્યો છે.

સૂત્રમાં अकालात् એવો નિષેધ પણ છે. તેથી પૂર્વપદમાં કાલવાચક સપ્તમી હોય તો આ નિયમ લાગુ પડતો નથી. જેમકે पूर्वाह्णसिद्धः । अपराह्णसिद्धः । અહીં સમાસાન્તોદાત્ત થશે.

(૬૬૮) आद्युदात्तम् ॥ ८ । ४ । ७४ ॥

सूत्रार्थ :- (स्वरविषये) अधिकारोऽयम्। इतः परं यद् विधीयते तद् आद्यस्वरवर्णस्य उदात्तत्वेन बोध्यम्।

અર્થ :- આ અધિકારસૂત્ર છે. અહીંથી શરૂ કરીને જે વિધાન કરવામાં આવે છે તે તે શબ્દના આદ્યસ્વરવર્ણના ઉદાત્તપણાને લગતું છે એમ જાણવું.

(૬૬૯) धर्म्येऽहरणे ॥ ८ । ४ । ७५ ॥

सूत्रार्थ :- (स्वरविषये) सप्तम्यन्तं पूर्वपदं धर्म्यवाचिनि हरणशब्दादन्यद-न्यस्मिन् उत्तरपदे आद्युदात्तं भवति।

અર્થ :- સપ્તમી વિભક્તિમાં રહેલું પૂર્વપદ હોય અને ઉત્તરપદ તરીકે ધર્મ્ય (= આચારથી નક્કી થયેલું દેય) વાચક, પણ હરણ શબ્દ સિવાયનું, હોય તો, પૂર્વપદનો મૂળભૂત સ્વરભાર કાયમ રહે છે.

ઉદા. :- स्तूपेंशाणः। मुकुंटेकार्षापणम्। हलेंद्विपदिका। हलेंत्रिप-दिका। दृषंदिमापकः। યજ્ઞમાં શાસ્ત્ર મુજબ આચાર નિયત થયેલો છે કે स्तूप વગેરેને शाण વગેરે અર્પવાં, याज्ञिकोને અશ્વ વગેરે. તેથી शाण વગેરે ધર્મના આચરણ તરીકે આપવા યોગ્ય ઠરે છે. તેથી આવા स्तूपेशाण વગેરે સમાસોમાં પૂર્વપદનો આદિસ્વર ઉદાત્ત બને છે.

(૬૭૦) हारियुक्ते च ॥ ८ । ४ । ७६ ॥

सूत्रार्थ :- (स्वरविषये) हारिवाचि युक्तवाचि च पूर्वपदं धर्म्यवाचिनि हरणशब्दादन्यस्मिन्नुत्तरपदे आद्युदात्तं भवति।

અર્થ :- સપ્તમી વિભક્તિમાંનું हारि અને युक्त વાચક પૂર્વપદ હોય અને ઉત્તરપદ ધર્મ અનુસાર ધ્યેવાચક, પણ હરણ શબ્દ સિવાયનું, હોય તો પૂર્વપદનો આદ્ય સ્વરવર્ણ ઉદાત્ત બને છે.

ઉદા. :- याज्ञिंकाश्वः। वैयांकरणहस्ती। मातुंलाश्वः। पितृंव्यगवः। અહીં याज्ञिकनां धर्मानुसारं हर्तुं योग्यः अश्वः याज्ञिकाश्वः। આ પ્રકારે લઈ જવા યોગ્ય વસ્તુવાચક ઉત્તરપદ અને हारि (=લઈ જનાર) વાચક પૂર્વપદ હોય તો પૂર્વપદ આદ્યુદાત્ત બને છે.

गोबंल्लवः। अश्वंबल्लवः। गोमंणिन्दः। अश्वंमणिन्दः। गोसंख्यः। अश्व-संख्यः। અહીં युक्त (=કર્તવ્યમાં તત્પર) અર્થમાં સમાસ બને ત્યારે પૂર્વપદનો

આદિ સ્વરવર્ણ ઉદાત્ત બને છે. गोबल्लवः = ગાયને પાળવામાં તત્પર, गोमणिन्द = ગાયને (ગળે) મણિ બાંધવામાં તત્પર. गोसंख्य =ગાયને ઓળખવામાં તત્પર.

પરંતુ, बाडवहरणम् (=ઘોડીને વિયાયા પછી શરીર પુષ્ટિ માટે આપવામાં આવતો ખોરાક) એ શબ્દોમાં હરણ શબ્દ હોવાથી પૂર્વપદનો પ્રકૃતિસ્વર રહેશે નહીં, પણ સમાસાન્તોદાત્ત થશે.

(६७१) वाध्यक्षे ॥ ८ । ४ । ७७ ॥

सूत्रार्थ :- (स्वरविषये) अध्यक्षशब्द उत्तरपदे पूर्वपदं विकल्पेनाद्युदात्तं भवति ।

અર્થ :- अध्यक्ष શબ્દ ઉત્તરપદ હોય ત્યારે પૂર્વપદ વિકલ્પે આદ્યુદાત્ત બને છે.

ઉદા. :- गवांध्यक्षः । गवाध्यक्षः । अश्वांध्यक्षः । अश्वाध्यक्षः । અહીં વિકલ્પે પૂર્વપદ गवं અને अश्वं નો આદ્યુદાત્ત સચવાઈ રહ્યો છે. પણ પક્ષે તે બદલાઈને સમાસાન્તોદાત્ત પણ થયો છે.

(६७२) पापं शिल्पिनि ॥ ८ । ४ । ७८ ॥

सूत्रार्थ :- (स्वरविषये) पापशब्दः शिल्पिवाचिन्युत्तरपदे विकल्पेन आद्युदात्तो भवति ।

અર્થ :- पाप શબ્દ પૂર્વપદ હોય અને કારીગરવાચક શબ્દ ઉત્તરપદ તરીકે હોય તો પૂર્વપદ આદ્યુદાત્ત બને છે.

ઉદા. :- पापंनापितः । पापनापितः । पापंकुलालः । पापकुलालः । અહીં નિંદાવાચક અર્થમાં પ્રતિપદોક્ત સમાસમાં पाप શબ્દ પૂર્વપદ છે. અને ઉત્તરપદ તરીકે કારીગરવાચક नापित કે कुलाल શબ્દ આવેલો છે. તેથી સમાસમાં પૂર્વપદ વિકલ્પે આદ્યુદાત્ત બને છે. અને પક્ષે સમાસાન્તોદાત્ત બને છે.

પરંતુ पापस्य नापितः पापनापितः એમ ષઠી તત્પુરુષ સમાસ હોય તો સમાસાન્તોદાત્ત જ થશે.

(૬૭૩) गोत्रान्तेवासिमाणवब्राह्मणेषु क्षेपे ॥ ८ । ४ । ७९ ॥

सूत्रार्थ :- (स्वरविषये) गोत्रवाचिनि अन्तेवासिवाचिनि च उत्तरपदे, माणवब्राह्मणयोश्च क्षेपवाचिनि समासे पूर्वपदमाद्युदात्त भवति ।

અર્થ :- ગોત્રવાચક કે અન્તેવાસિ (=શિષ્ય) વાચક ઉત્તરપદ હોય, અને माणव (=છોકરો) કે ब्राह्मण ની નિન્દા દર્શાવતો સમાસ બને તો પૂર્વપદ આદ્યુદાત્ત બને છે.

ઉદા. :- जङ्घावात्स्यः । भार्यासौश्रुतः । वशाब्राह्मकृतेयः । અહીં જંઘાદાન આપીને જે બ્રાહ્મણ પોતાને 'वात्स्य' ગોત્રનો કહેવડાવે તે નિન્દાના અર્થમાં जङ्घावास्य કહેવાય છે. અહીં પૂર્વપદ આદ્યુદાત્ત બન્યું છે. એ જ રીતે સુશ્રુતનો પુત્ર હોવા છતાં તેના ઘરમાં તેની પત્નીનું જ ચલણ હોય તો તે भार्यासौश्रुतः એમ નિન્દામાં બોલાય છે. અહીં પણ પૂર્વપદ આદ્યુદાત્ત બન્યું છે.

कुमारीदाक्षाः । ओदनपाणिनीयाः । कम्बलचारायणीयाः । घृतरौढीयाः । અહીં દક્ષ આચાર્ય પાસે તેની પુત્રી સાથે પરણવાની ઈચ્છાથી ભણવા ગયેલા એમ નિન્દાવાચક અર્થમાં कुमारीदाक्षाः અને પાણિનીયના વ્યાકરણમાં રસ ન હોવા છતાં ગુરુને ઘેર ભાત ખાવા મળશે એવી આશાએ ભણતા એમ નિન્દાત્મક અર્થમાં ओदनपाणिनीयाः આવા સમાસો બને છે. અહીં પૂર્વપદ આદ્યુદાત્ત બને છે.

भिक्षामाणवः । એટલે ભિક્ષા મળશે એ આશાએ છોકરો કે હલકો માણસ બને તે भिक्षामाणवः । અહીં પૂર્વપદ આદ્યુદાત્ત છે. આ જ રીતે दासीब्राह्मणः । वृषलीब्राह्मणः । भयब्राह्मणः । અર્થાત્ દાસીની કામના કરનારો, વૃષલીની કામના કરનારો, કે ભય ને લીધે બનેલો, બ્રાહ્મણ હોય તે આ શબ્દોથી ઓળખાય છે. અહીં નિન્દાવાચક સમાસ હોવાથી પૂર્વપદ આદ્યુદાત્ત છે.

(૬૭૪) अङ्गानि मैरेये ॥ ८ । ४ । ८० ॥

सूत्रार्थ :- (स्वरविषये) मैरेयशब्द उत्तरपदे तदर्थाङ्गवाचिनां पूर्वपदानामादिरुदात्तो भवति ।

અર્થ :- मैरय શબ્દ ઉત્તરપદ હોય ત્યારે તેના અંગ (=ઉત્પાદક દ્રવ્ય) વાચક પૂર્વપદનો આદિ સ્વરવર્ણ ઉદાત્ત બને છે.

ઉદા. :- गुडंमैरेयः। मधुंमैरेयः। ખાસ પ્રકારનું માદક દ્રવ્ય તે मैरेय કહેવાય છે; તે સુરા, આસવ કે દારૂ કરતાં જુદુ હોય છે. ગોળમાંથી બનેલ મૈરય તે गुडमैरय. મધમાંથી બનેલ મૈરેય તે मधुमैरेय. અહીં પૂર્વપદ અંગ (=આરંભક=ઉત્પાદક દ્રવ્ય)નું વાચક છે. અને ઉત્તરપદ मैरेय શબ્દ છે. તેથી પૂર્વપદ આદ્યુદાત્ત બન્યું છે.

પણ परममैरेयः, पुष्पासवः, फलासवः વગેરે સમાસ અન્તોદાત્ત જ બનશે.

(૬૭૫) भक्ताख्यास्तदर्थेषु ॥ ८ । ४ । ८१ ॥

सूत्रार्थ :- भक्तम् = अन्नम्। (स्वरवषये) अन्नवाचिशब्दाः तदर्थेषु उत्तरपदेषु आद्युदात्ता भवन्ति।

અર્થ :- भक्तम्=અન્ન. અન્નવાચક શબ્દ પૂર્વપદ હોય અને 'તેને માટે' એ અર્થવાચક શબ્દ ઉત્તરપદ હોય તો પૂર્વપદ આદ્યુદાત્ત બને છે.

ઉદા. :- भिक्षांकंसः। श्राणांकंश। भाजींकंसः। અહીં भिक्षार्थं કે भिक्षायै कंसः એમ તદર્થ (='તેને માટે' એ અર્થ) વાચક ચતુર્થીસમાસ બનેલો છે. આવા સમાસમાં પૂર્વપદ આદ્યુદાત્ત હોય છે.

પણ समाशशालयः કે भिक्षाप्रियः જેવા સમાસમાં અન્નવાચી પૂર્વપદ નથી કે તદર્થવાચક ઉત્તરપદ નથી તેથી સમાસાન્તોદાત્ત જ થશે.

(૬૭૬) गोबिडालसिंहसैन्धवेषूपमाने ॥ ८ । ४ । ८२ ॥

सूत्रार्थ :- (स्वरविषये) गो, बिडाल, सिंह, सैन्धव इत्येतेषु उपमानवाचिषु उत्तरपदेषु पूर्वपदमाद्युदात्तं भवति।

અર્થ :- गो, बिडाल, सिंह કે सैन्धव એ શબ્દો ઉપમાનવાચક તરીકે ઉત્તરપદ હોય તો પૂર્વપદ આદ્યુદાત્ત બને છે.

ઉદા. :- धान्यंगवः। हिरंण्यगवः। भिक्षांबिडालः। तृणंसिंहः। काष्ठंसिंहः सत्तुंसैन्धवः। पानंसैन्धवः। અહીં धान्यं गौः इव। गोरचनाविशेषावयवाकृतिः हिरण्यम्। बिडाल इव अल्पप्रमाणा भिक्षा। सिंहाकृत्या संनिविष्टं तृणम्। सैन्धवमिव शुक्लः सत्तु। આવા યથાયોગ્ય ઉપમાનવાચક અર્થમાં સમાસ, બનીને તેમાં ઉત્તરપદે गो વગેરે શબ્દો આવેલા છે. તેથી તેમાંનું પૂર્વપદ આદ્યુદાત્ત બને છે.

(૬૭૭) अके जीविकायाम् ॥ ८ । ४ । ८३ ॥

सूत्रार्थ :- (छन्दसि स्वरविषये) अकप्रत्ययान्त उत्तरपदे जीविकार्थवाचिनि समासे पूर्वपदमाद्युदात्तं भवति ।

અર્થ :- अक પ્રત્યયાન્ત ઉત્તરપદ હોય અને કમાણી માટેની પ્રવૃત્તિ-વાચક સમાસ બન્યો હોય તો તેનું પૂર્વપદ આદ્યુદાત્ત બને છે.

ઉદા. :- दन्तंलेखकः । नखंलेखकः । अवंस्कारशोधकः ।रमंणीय- कारकः । અહીં लेखक, शोधक, कारक એ अक પ્રત્યયાન્ત ઉત્તરપદો છે. જ્યારે દાંત કે નખ દ્વારા લખીને કમાણી કરનાર, કચરો શોધીને (સોનું વગેરે મેળવવાનો) ધંધો કરનાર, સુંદર વસ્તુઓ બનાવનાર એ અર્થમાં સમાસો છે. તેથી दन्त, नख, अवस्कर, रमणीय એ પૂર્વપદો સમાસમાં આદ્યુદાત્ત બન્યાં છે.

(૬૭૮) प्राचां क्रीडायाम् ॥ ८ । ४ । ८४ ॥

सूत्रार्थ :- (स्वरविषये) प्राग्देशवर्तिनां या क्रीडा, तद्वाचिनि समासे अक-प्रत्ययान्ते उत्तरपदे पूर्वपदमाद्युदात्तं भवति ।

અર્થ :- પૂર્વના દેશોમાં રહેનારાઓની રમતોના વાચક સમાસમાં अक પ્રત્યયાન્ત ઉત્તરપદ હોય તો પૂર્વપદ આદ્યુદાત્ત બને છે.

ઉદા. :- उद्दांलकपुष्पभञ्जिका । वीरंणपुष्पप्रचायिका । शालंभञ्जिका । तालंभञ्जिका । અહીં પૂર્વભારતના પ્રદેશમાંની રમતગમતનો વાચક સમાસ છે, અને भञ्जिका, प्रचायिका એ अक પ્રત્યયાન્ત ઉત્તરપદો છે. તેથી પૂર્વપદો આદ્યુદાત્ત બન્યાં છે.

એને બદલે जीवपुष्पप्रचायिका એ સમાસ ઉત્તરભારતના પ્રદેશની રમતગમતનો વાચક હોવાથી अक પ્રત્યયાન્ત હોવા થતાં તેનો સમાસાન્તોદાત્ત સ્વર જ રહેશે.

(૬૭૯) अणि नियुक्ते ॥ ८ । ४ । ८५ ॥

सूत्रार्थ :- (स्वरविषये) अणन्त उत्तरपदे नियुक्तवाचिनि समासे पूर्वपद-माद्युदात्तं भवति ।

અર્થ :- अण् પ્રત્યયાન્ત ઉત્તરપદ હોય અને 'નિમેલો' એવા અર્થનો સમાસ બનતો હોય તો પૂર્વપદ આદ્યુદાત્ત બને છે.

ઉદા. :- छत्रंधारः । तूणींरधारः । कमंण्डलुग्राहः । भृङ्गांरधारः । અહીં ઉત્તરપદ अण् પ્રત્યયાન્ત धार (= ધારણ કરવા નિમાયેલો) કે ग्राह (= પકડી

રાખવા નિમાયેલો) એ શબ્દ છે. અને छत्रधार વગેરે સમાસો 'છત્ર ધરી રાખવા નિમાયેલો નોકર' વગેરે અર્થમાં બનેલા છે. તેથી પૂર્વપદ छत्रं, तूणीर, कमण्डलु, भृङ्गार વગેરે આદ્યુદાત્ત બન્યાં છે.

પણ काण्डलावः, शरलावः માં लाव એ अण् પ્રત્યયાન્ત ઉત્તરપદ હોવા છતાં નિમાયેલા નોકરનો અર્થ નથી તેથી પૂર્વપદ આદ્યુદાત્ત નથી, પણ સમાસાન્તોદાત્ત છે.

(૬૮૦) शिल्पिनि चाकृञः ॥ ८ । ४ । ८६ ॥

सूत्रार्थ :- (स्वरविषये) शिल्पिवाचिनि समासे अणन्त उत्तरपदे पूर्वपदमाद्युदात्तं भवति, स चेदण् कृञो न भवति।

અર્થ :- કારીગરવાચક સમાસમાં ઉત્તરપદ अण् પ્રત્યયાન્ત હોય, પણ તે अण् પ્રત્યય कृ ધાતુને લાગેલો ન હોય, તો પૂર્વપદ આદ્યુદાત્ત બને છે.

ઉદા. :- तन्तुवायः। तुन्नवायः। वालवायः। અહીં तन्तुन् वयति इति એ અર્થમાં वे ધાતુને अण् પ્રત્યય લાગીને वाय શબ્દ બન્યો છે. એ શબ્દ ઉત્તરપદે હોય તો પૂર્વપદ આદ્યુદાત્ત બને છે, કેમ કે સમાસ કારીગરવાચક છે.

પણ कुम्भकारः अयस्कारः વગેરેમાં अण् પ્રત્યય कृ ધાતુને લાગીને બનેલો कार શબ્દ ઉત્તરપદ હોવાથી કારીગરના અર્થનો સમાસ હોવા છતાં સમાસાન્તોદાત્ત જ થાય છે.

એથી ઉલટું काण्डलावः માં, कृ ધાતુ સિવાયના लू ધાતુને अण् પ્રત્યય લાગીને બનેલું लाव ઉત્તરપદ છે. છતાં સમાસ કારીગરવાચક ન હોવાથી પૂર્વપદનો સ્વર આદ્યુદાત્ત થયો નથી.

(૬૮૧) संज्ञायां च ॥ ८ । ४ । ८७ ॥

सूत्रार्थ :- (स्वरविषये) संज्ञायां विषये अणन्त उत्तरपदेऽकृञः पूर्वमाद्युदात्तं भवति।

અર્થ :- સંજ્ઞા (= કોઈનું નામ) હોય અને कृ ધાતુ સિવાયનો अण् પ્રત્યયાન્ત શબ્દ ઉત્તરપદ હોય તો પૂર્વપદ આદ્યુદાત્ત બને છે.

ઉદા. :- वालवायो नाम गिरि। तन्तुवायो नाम गिरि। અહીં वालंवाय અને तन्तुंवाय એ સંજ્ઞા (=નામ) હોવાથી અને ઉત્તરપદમાં वे ધાતુને अण् પ્રત્યય લાગીને બનેલો वाय શબ્દ આવ્યો હોવાથી પૂર્વપદ આદ્યુદાત્ત છે.

પણ નામ હોવા છતાં रथकारो नाम ब्राह्मणः માં रथकार એ બ્રાહ્મણનું નામ હોવા છતાં ઉત્તરપદમાં कृ ધાતુને अण् પ્રત્યય લાગીને બનેલો कार શબ્દ આવેલો હોવાથી સમાસાન્તોદાત્ત જ થશે.

(६८२) गोतन्तियवं पाले ॥ ८ । ४ । ८८ ॥

सूत्रार्थ :- (स्वरविषये) गो, तन्ति, यव, इत्येतानि पूर्वपदानि पालशब्द उत्तरपदे आद्युदात्तानि भवन्ति ।

अर्थ :- गो, तन्ति કે यव **શબ્દ પૂર્વપદ હોય અને ઉત્તરપદમાં** पाल શબ્દ હોય તો પૂર્વપદ આદ્યુદાત્ત બને છે.

ઉદા. :- गोपालः । तन्तिपालः । यवपालः । અહીં પૂર્વપદનો આદિ સ્વરવર્ણ ઉદાત્ત બનેલો છે. અહીં 'નીમેલા' એવો અર્થ અભિપ્રેત નથી.

ઉપરના ત્રણ સિવાયનો શબ્દ પૂર્વપદ હોય અને ઉત્તરપદે पाल શબ્દ આવે તો આ નિયમ લાગુ પડતો નથી જેમકે, वत्सपालः । અહીં સમાસાન્તોદાત્ત છે.

એ જ રીતે गो વગેરે પછી पाल અર્થનો બીજો કોઈ શબ્દ ઉત્તરપદે આવે તો પણ પૂર્વપદનો આદ્યુદાત્ત બનતો નથી. જેમકે गोरक्षः । અહીં પણ સમાસાન્તોદાત્ત છે.

(६८३) णिनि ॥ ८ । ४ । ८९ ॥

सूत्रार्थ :- (स्वरविषये) णिन्यन्त उत्तरपदे पूर्वपदमाद्युदात्तं भवति ।

अर्थ :- णिनि પ્રત્યયાન્ત ઉત્તરપદ હોય તો સમાસમાં પૂર્વપદ આદ્યુદાત્ત બને છે.

ઉદા. :- पुण्यंहारी । फलंहारी । पर्णंहारी । અહીં हृ ધાતુને णिनि પ્રત્યય લાગીને બનેલો हारिन् શબ્દ ઉત્તરપદ છે તેથી પૂર્વપદ આદ્યુદાત્ત છે.

પણ, વેદમાં ब्रह्मवादिनों वदन्ति (तै. सं. २. ५. ४. १) માં ઉત્તરપદ ब्रह्मवादिन्નો અંત્ય સ્વરવર્ણ इ વ્યત્યયથી ઉદાત્ત છે.

(६८४) शब्दार्थप्रकृतावेवोपमानम् ॥ ८ । ४ । ९० ॥

सूत्रार्थ :- (स्वरविषये) उपमानवाचि पूर्वपदं शब्दार्थप्रकृतावेव णिन्यन्त उत्तरपद आद्युदात्तं भवति ।

અર્થ :- ઉપમાનવાચક પૂર્વપદ હોય અને 'અવાજ કરવો' એ અર્થવાળા મૂળ ધાતુનું જ णिनि પ્રત્યયાન્ત રૂપ ઉત્તરપદ હોય તો સમાસમાં પૂર્વપદ આદ્યુદાત્ત બને છે.

ઉદા. :- उष्ट्र इव क्रोशति इति उष्ट्रंक्रोशी। ध्वाङ्क्षंरावी। खरंनादी। અહીં પૂર્વપદ ઉપમાનવાચક છે અને क्रुश् ધાતુનો णिनि પ્રત્યયાન્ત क्रोशिन् શબ્દ ઉત્તરપદ છે. તેથી પૂર્વપદ આદ્યુદાત્ત બન્યું છે.

પણ गर्दभोच्चारः એ શબ્દમાં કેવળ મૂળ ધાતુને બદલે ઉપસર્ગયુક્ત चर् ધાતુ હોવાથી આ નિયમ લાગુ પડતો નથી.

(६८५) युक्तारोही ॥ ८ । ४ । ९१ ॥

सूत्रार्थ :- (स्वरविषये) युक्तारोही इत्येष समास आद्युदात्तो भवति।

અર્થ :- युक्तारोही એ સમાસ આદ્યુદાત્ત બને છે.

ઉદા. :- युक्तांरोही। અહીં रोहिन् શબ્દ णिनि પ્રત્યયાન્ત છે.

(६८६) रोहियोधिप्रहारिषु चागतः ॥ ८ । ४ । ९२ ॥

सूत्रार्थ :- (स्वरविषये) रोहिन्, योधिन्, प्रहारिन् इत्येतेषु उत्तरपदेषु आगतः पूर्वपदमाद्युदात्तं भवति।

અર્થ :- रोहिन्, योधिन्, प्रहारिन् એ णिनि પ્રત્યયાન્ત શબ્દો ઉત્તરપદ હોય અને आगत શબ્દ પૂર્વપદ હોય તો પૂર્વપદ આદ્યુદાત્ત બને છે.

ઉદા. :- आगंतरोही। आगंतयोधी। आगंतप्रहारी। અહીં પૂર્વપદ આદ્યુદાત્ત બન્યું છે.

આ પ્રકારનાં પૂર્વપદ અને ઉત્તરપદ હોય તો જ આ નિયમ લાગુ પડે છે. તેથી वृंक्षारोही કે युक्ताध्यायी માં આ નિયમ લાગુ ન પડી શકતાં સમાસાન્તોદાત્ત જ થશે.

(६८७) मत्स्ये वा ॥ ८ । ४ । ९३ ॥

सूत्रार्थ :- (स्वरविषये) मत्स्यशब्द उत्तरपदे आगतशब्दः पूर्वपदं विकल्पेनाद्युदात्तं भवति।

અર્થ :-मत्स्य શબ્દ ઉત્તરપદ હોય અને आगत શબ્દ પૂર્વપદ હોય તો પૂર્વપદ આદ્યુદાત્ત બને છે.

ઉદા. :- आगंतमत्स्यः। અહીં પૂર્વપદ વિકલ્પે આદ્યુદાત્ત છે. પણ પક્ષે आगतमत्स्यः એમ સમાસાન્તોદાત્ત પણ થશે.

(૬૮૮) क्षीरभगिनिग्रामा होतृभर्तृगोधुक्षु ॥ ८ । ४ । ९४ ॥

सूत्रार्थ :- (स्वरवषये) क्षीर, भगिनि, ग्राम इत्येते शब्दाः पूर्वपदानि यथासंख्यं होतृ, भर्तृ, गोधुक् इत्येतेषु उत्तरपदेषु आद्युदात्तानि भवन्ति ।

અર્થ :- क्षीर, भगिनि અને ग्राम એ પૂર્વપદ પછી ઉત્તરપદ તરીકે અનુક્રમે होतृ, भर्तृ, અને गोधुक् શબ્દ આવે તો પૂર્વપદ આદ્યુદાત્ત બને છે.

ઉદા. :- क्षीरंहोता । भगिंनिभर्ता । ग्रामंगोधुक् । અહીં પૂર્વપદ આદ્યુદાત્ત છે. આ બધા ષષ્ઠી તત્પુરુષ સમાસો બને છે.

(૬૮૯) अश्वगर्गव्युष्टास्त्रिरात्रे ॥ ८ । ४ । ९५ ॥

सूत्रार्थ :- (स्वरविषये) अश्व, गर्ग, व्युष्ट इत्येते शब्दाः पूर्वपदानि त्रिरात्र-शब्द उत्तरपदे आद्युदात्तानि भवन्ति ।

અર્થ :- अश्व, गर्ग અને व्युष्ट શબ્દ પૂર્વપદ હોય અને ઉત્તરપદ તરીકે त्रिरात्र શબ્દ હોય તો સમાસમાં પૂર્વપદ આદ્યુદાત્ત બને છે.

ઉદા. :- अश्वंत्रिरात्रः । गर्गंत्रिरात्रः । व्युष्टंत्रिरात्रः । અહીં પૂર્વપદ આદ્યુદાત્ત છે. આ ષષ્ઠી સમાસો છે.

(૬૯૦) गणैकशिती पादपातोः ॥ ८ । ४ । ९६ ॥

सूत्रार्थ :- (स्वरविषये) गण एकशिति इत्येतौ पूर्वपदे पाद, पात् इत्येतयोः उत्तरपदयोः आद्युदात्ते भवतः ।

અર્થ :- गण અને एकशिति શબ્દ પૂર્વપદ હોય અને ઉત્તરપદ તરીકે અનુક્રમે पाद અને पात् શબ્દ હોય તો પૂર્વપદ આદ્યુદાત્ત બને છે.

ઉદા. :- गणंपादः । एकंशितिपात् । અહીં પૂર્વપદ આદ્યુદાત્ત છે.

(૬૯૧) पात्रेसमितादीनां च ॥ ८ । ४ । ९७ ॥

सूत्रार्थ :- (स्वरविषये) पात्रेसमितादिगणपरिगणितानां च शब्दनामाद्युदात्तो भवति ।

અર્થ :- पात्रेसमितादि ગણમાંના શબ્દોનો આદિ સ્વરવર્ણ ઉદાત્ત હોય છે.

ઉદા. :- पात्रेंसमिताः । पात्रेंबहलाः । उदंम्बर क्रिमिः । कूपकंच्छपः । अवं-टकच्छपः । कूपंमण्डूकः । વગેરે શબ્દો આ ગણમાં છે. તેમનો આદિ સ્વરવર્ણ ઉદાત્ત હોય છે.

(૬૯૨) दीर्घकाशतुषभ्राष्ट्रवटं जे ॥ ८ । ४ । ९८ ॥

सूत्रार्थ :- (स्वरविषये) दीर्घान्तं पूर्वपदं, काश, तुष, भ्राष्ट्र वट, इत्येतानि च जे उत्तरपदे आद्युदात्तानि भवन्ति ।

અર્થ :- અંતે દીર્ઘસ્વરવર્ણવાળા તથા काश, तुष, भ्राष्ट्र અને वट એ શબ્દો પૂર્વપદ હોય અને ઉદાત્તપદ ज હોય તો પૂર્વપદ આદ્યુદાત્ત બને છે.

ઉદા. :- कुटींजः । शमींजः । काशंजः । तुषंजः । भ्राष्ट्रंजः । वटंजः । અહીં जन् ધાતુને સપ્તમી તત્પુરુષ સમાસના અર્થમાં ड પ્રત્યય લાગીને कुट्यां जायते इति कुटीजः । એમ સમાસ બન્યો છે. આવા સમાસમાં પૂર્વપદ આદ્યુદાત્ત બને છે.

પરંતુ अप्सुजो वेंतसः (तै. सं. ५. ३. १२. २) । માં अप्सुजः, अब्जाः गोजाः માં પૂર્વપદ દીર્ઘાન્ત, काश, कुश, भ्राष्ट्र के वट ન હોવાથી આદ્યુદાત્તને બદલે અન્તોદાત્ત છે.

(૬૯૩) अन्त्यात् पूर्वं बह्वचः ॥ ८ । ४ । ९९ ॥

सूत्रार्थ :- (स्वरविषये) बह्वचः पूर्वपदस्य अन्त्यात् पूर्वम् उदात्तं भवति, जशब्दे उत्तरपदे ।

આર્થ :-ત્રણ કે વધુ સ્વરવર્ણવાળું પૂર્વપદ હોય અને તેના ઉત્તરપદ તરીકે ज શબ્દ આવ્યો હોય તો સમાસમાં પૂર્વપદનો ઉપાન્ત્ય સ્વરવર્ણ ઉદાત્ત બને છે.

ઉદા. :- उपसरंजः । मन्दुंरजः । आमुलकींजः । वुडवांजः । અહીં પૂર્વપદ ત્રણ કે વધુ સ્વરવર્ણવાળું છે. અને ઉત્તરપદમાં ज શબ્દ છે તેથી પૂર્વપદ उपसरं, मन्दुरं आमुलकीं અને वुडवां માં ઉપાન્ત્ય સ્વરવર્ણ ઉદાત્ત બન્યો છે.

(૬૯૪) अनिवासि ग्रामे ॥ ८ । ४ । १०० ॥

सूत्रार्थ :- (स्वरविषये) ग्रामशब्द उत्तरपदे पूर्वपदमाद्युदात्तं भवति, न चेन्निवासिवाचि भवति ।

અર્થ :- ग्राम શબ્દ ઉત્તરપદ તરીકે નિવાસી સિવાયના અર્થમાં હોય તો સમાસમાં પૂર્વપદ આદ્યુદાત્ત બને છે.

ઉદા. :- मल्लंग्रामः । वणिंग्ग्रामः । અહીં ग्राम શબ્દ સમૂહવાચક છે. देवंग्रामः । અહીં ग्राम શબ્દ માલિકી નો અર્થ દર્શાવે છે.

પણ દાક્ષિગ્રામઃ, માહકિગ્રામઃ માં દાક્ષિ કે માહકિ જેમાં વસે છે તે ગામ એ અર્થમાં ગ્રામ શબ્દ હોવાથી ત્યાં આ નિયમ લાગુ પડતો નથી, અને સમાસાન્તોદાત્ત થાય છે.

(६९५) घोषकटपल्वलह्रदबदराश्वत्थशाल्मलिशिल्पिपिङ्गलमुनितृणकूटकुन्दरदश्रेयस्सु ॥ ८ । ४ । १०१ ॥

सूत्रार्थ :- (स्वरविषये) घोष, कट, पल्वल, ह्रद, बदर, अश्वत्थ, शाल्मली, शिल्पी, पिङ्‌गल, मुनि, तृण, कूट, कुन्द, रद, श्रेयस् इत्येतेषु उत्तरपदेषु पूर्वमाद्युदात्तं भवति।

અર્થ :- ઘોષ વગેરે પંદર શબ્દો સમાસમાં ઉત્તરપદ તરીકે હોય તો પૂર્વપદ આદ્યુદાત્ત બને છે.

ઉદા. :- दाक्षिंघोषः। दाक्षिंकटः। दाक्षिंपल्वलः। दाक्षिंह्रदः। दाक्षिंबदरीः। दाक्ष्यंश्वत्थः। दाक्षिंशाल्मली। दाक्षिंशिल्पी। दाक्षिपिङ्गलः। दाक्षिमुनिः। कुन्दंतृणम्। दाक्षिंकूटः। दाक्षिंकुन्दः। दाक्षिंरदः। दाक्षिंश्रेयः। અહીં ઉપરોક્ત શબ્દો ઉત્તરપદ હોવાથી પૂર્વપદ આદ્યુદાત્ત બન્યું છે. અહીં નિવાસીવાચક સમાસ હોય તો પણ પૂર્વપદ આદ્યુદાત્ત બને છે.

(६९६) छात्रिपेलिभाण्ड्याखण्डिव्याड्यापिशलिगोम्यापार्यः शालायाम् ॥ ८ । ४ । १०२ ॥

सूत्रार्थ :- (स्वरविषये) शालाशब्द उत्तरपदे छात्रि, पेलि, भाण्डि, आखण्डि, व्याडि, आपिशलि, गोमि, आपारि, इत्येतानि पूर्वपदानि आद्युदात्तानि भवन्ति।

અર્થ :- शाला શબ્દ ઉત્તરપદ હોય ત્યારે छात्रि વગેરે આઠ શબ્દો પૂર્વપદ તરીકે આદ્યુદાત્ત બને છે.

ઉદા. :- छात्रिंशाला। पेलिंशाला। भाण्डिंशाला। आखंण्डिशाला। व्याडिंशाला। आपिंशलिशाला। गोमिंशाला। आपांरिशाला। અહીં પૂર્વપદ તરીકે छात्रि વગેરે શબ્દો છે અને ઉત્તરપદમાં शाला શબ્દ હોવાથી પૂર્વપદ આદ્યુદાત્ત બન્યું છે.

(६९७) अवृद्धमकर्कीकर्कन्धूमघीमकरीशमीकरीरकटुककुरलबदरं प्रस्थे ॥ ८ । ४ । १०३ ॥

सूत्रार्थ :- (स्वरविषये) प्रस्थशब्द उत्तरपदे कर्की इत्यादिवर्जितम् अवृद्धं पूर्वपदमाद्युदात्तं भवति ।

અર્થ :- प्रस्थ શબ્દ ઉત્તરપદ હોય અને कर्की, कर्कन्धू, मघी, मकरी, शमी, करीर, कटुक, कुरल અને बदर એ સિવાયનું, વૃદ્ધિસંજ્ઞક આદ્યાક્ષર વિનાનું, પૂર્વપદ આવે તો પૂર્વપદ આદ્યુદાત્ત બને છે.

ઉદા. :- इन्द्रप्रस्थः । कुण्डप्रस्थ । हृदप्रस्थः । सुवर्णप्रस्थः । અહીં प्रस्थ શબ્દ ઉત્તરપદ છે. અને कर्की વગેરે, અથવા વૃદ્ધસંજ્ઞક અક્ષર વિનાનું, પૂર્વપદ છે. તેથી પૂર્વપદ આદ્યુદાત્ત બન્યું છે.

दाक्षिप्रस्थः અને माहिकप्रस्थः માં પૂર્વપદમાં વૃદ્ધસંજ્ઞક આદિ અક્ષર दा અને मा છે. कुर्कीप्रस्थः, मघीप्रस्थः માં ઉપરોક્ત कर्की અને मघी એ નિષિદ્ધ શબ્દો પૂર્વપદ છે તેથી અહીં સમાસોન્તોદાત્ત જ થશે.

(६९८) मालाशालाशोणाद्राक्षाध्राक्षीक्षौमाक्षामाकाञ्च्येककामाश्च ॥ ८ । ४ । १०४ ॥

सूत्रार्थ :- (छन्दसि स्वरविषये) प्रस्थशब्द उत्तरपदे माला, शाला, शोणा, द्राक्षा, धाक्षी, क्षौमा, क्षामा, काञ्ची, एक, काम इत्येतानि पूर्वपदानि आद्युदात्तानि भवन्ति ।

અર્થ :- प्रस्थ શબ્દ ઉત્તરપદ હોય અને माला વગેરે દસ શબ્દો પૂર્વપદ હોય તો સમાસમાં પૂર્વપદ આદ્યુદાત્ત બને છે.

ઉદા. :- मालाप्रस्थः । शालाप्रस्थः । शोणाप्रस्थः । द्राक्षाप्रस्थः । धाक्षीप्रस्थः । क्षौमाप्रस्थः । काञ्चीप्रस्थः । एकप्रस्थः । कामप्रस्थः । અહીં પૂર્વપદ माला વગેરે અને ઉત્તરપદ प्रस्थ હોવાથી પૂર્વપદ આદ્યુદાત્ત બન્યું છે.

(६९९) अमहन्नवन्नगरेऽनुदीचाम् ॥ ८ । ४ । १०५ ॥

सूत्रार्थ :- (स्वरविषये) नगरशब्द उत्तरपदे महन्नवशब्दवर्जितं पूर्वपदमाद्युदात्तं भवति तच्चेदुदीचां न भवति ।

અર્થ :- नगर શબ્દ ઉત્તરપદ હોય અને તે નગર ઉત્તર દિશાનું ન હોય અને महत् કે नव સિવાયનો શબ્દ પૂર્વપદ હોય તો પૂર્વપદ આદ્યુદાત્ત બને છે.

ઉદા. :- सुह्मनगरम् । पुण्ड्रनगरम । विराटनगरम् । આ નામો પ્રાચી દિશાનાં નગરોનાં છે. અને તેમાં नगर શબ્દ ઉત્તરપદ છે. તેથી પૂર્વપદ महा કે नव નથી. તેથી પૂર્વપદ આદ્યુદાત્ત બન્યું છે. પણ महानगरम् કે नवनगरम् માં

સમાસાન્તોદાત્ત થશે. નન્દનગરમ્ માં પણ સમાસાન્તોદાત્ત થશે. કેમકે એ ઉત્તરભારતમાંના નગરનું નામ છે.

(૭૦૦) द्व्यच्त्र्यच्चावर्णमर्मे ॥ ८ । ४ । १०६ ॥

સૂત્રાર્થ :- (स्वरविषये) अर्मशब्द उत्तरपदे अवर्णान्तस्य द्व्यचः त्र्यचश्च पूर्वपदस्य आदिरुदात्तो भवति ।

અર્થ :- अर्म શબ્દ ઉત્તરપદ હોય અને બે સ્વરવર્ણવાળો કે ત્રણ સ્વરવર્ણવાળો अ વર્ણાન્ત શબ્દ પૂર્વપદ હોય તો તેને આદિ સ્વરવર્ણ ઉદાત્ત બને છે.

ઉદા. :- दत्तार्मम् । गुप्तार्मम् । कुक्कुटार्मम् । वायसार्मम् । अर्म = કચરો, ખંડેર. અહીં अर्म શબ્દ ઉત્તરપદ છે, અને પૂર્વપદ दत्त, गुप्त એ द्व्यच् (બે સ્વરવર્ણવાળું) અને कुक्कुट, वायस એ त्र्यच् (= ત્રણ સ્વરવર્ણવાળું) છે. વળી એમના અંતે अ વર્ણ આવ્યો હોવાથી તે अ વર્ણાન્ત છે. તેથી પૂર્વપદ આદ્યુદાત્ત બન્યું છે.

પણ બૃહદુર્મમ્ માં बृहत् એ પૂર્વપદ अ વર્ણાન્ત નથી. એ જ રીતે कपिञ्जलार्मम् માં कपिञ्जल એ પૂર્વપદ द्वयच् કે त्र्यच् ને બદલે चतुरच् છે તેથી તેમાં પૂર્વપદ આદ્યુદાત્ત નહીં બને. વળી महार्मम् અને नवार्मम् માં महत् અને नव એ પૂર્વપદ હોવાથી પૂર્વસૂત્રનો નિષેધ અહીં લાગુ પડવાથી એમાં પણ પૂર્વપદ આદ્યુદાત્ત નહીં બને, પણ સમાસાન્તોદાત્ત જ થશે.

(૭૦૧) न भूताधिकसञ्जीवमद्राश्मकज्जलाः ॥ ८ । ४ । १०७ ॥

સૂત્રાર્થ :- (स्वरविषये) भूत, अधिक, सञ्जीव, मद्राश्म, कज्जल इत्येतानि पूर्वपदानि अर्मशब्द उत्तरपदे नाद्युदात्तानि भवन्ति ।

અર્થ :- भूत વગેરે પાંચ શબ્દોમાંનો કોઈક પૂર્વપદ હોય અને ઉત્તરપદ अर्म શબ્દ હોય તો પૂર્વપદ આદ્યુદાત્ત બનતું નથી.

ઉદા. :- भूतार्मम् । अधिकार्मम् । सञ्जीवार्मम् । मद्राश्मार्मम् । कज्जलार्मम् । અહીં સમાસાન્તોદાત્ત થયો છે, નહીં કે પૂર્વપદનો આદ્યુદાત્ત. मद्र અને अश्मन् એમ બે શબ્દો માનીએ તો मद्रार्मम् થાય, પણ अश्मन् શબ્દ न કારાન્ત હોવાથી આદ્યુદાત્ત ન થઈ શકે, જ્યારે मद्राश्म શબ્દ अ વર્ણાન્ત છે.

(૭૦૨) दिवोदासादीनां छन्दसि ॥ ८ । ४ । १०८ ॥

सूत्रार्थ :- (स्वरविषये) छन्दसि विशेषेण दिवोदास इत्यादीनामाद्युदात्तो भवति ।

અર્થ :- વૈદિક પ્રયોગમાં दिवोदास વગેરે શબ્દો આદ્યુદાત્ત હોય છે.

ઉદા. :- दिवोदासं शम्बरहत्य आवंतम् (ऋ. सं. १. ११२. १४)। અહીં दिवोदास શબ્દ આદ્યુદાત્ત છે.

પણ व्रध्यश्व શબ્દનો પણ પા.સૂ. ૬. ૨. ૯૧ ઉપરના કાશિકાવ્યાખ્યાનમાંના ઉદાહરણમાંથી અહીં મૂળગ્રંથમાં दिवोदासवध्यश्वादीनां એમ પાઠ લઈને સૂત્રકારે સમાવેશ કર્યો છે, તે બરાબર નથી કારણ કે दिवोदासं वध्र्यश्वाय दाशुषे (ऋ. सं. ६. ६१.) માં वध्र्यश्व શબ્દ અન્તોદાત્ત છે, નહીં કે આદ્યુદાત્ત. તેથી અહીં માત્ર વાર્તિકકારના પાઠને જ આ સૂત્રમાં સ્વીકાર્યો છે. आदि શબ્દથી બીજા કયા શબ્દો અભિપ્રેત છે તે જાણવા મળતું નથી.

(૭૦૩) अन्तः ॥ ८ । ४ । १०९ ॥

सूत्रार्थ :- (स्वरविषये) अधिकारोऽयम् । इत आरभ्य यद्वक्ष्यामस्तत्र पूर्वपदस्य अन्त उदात्तो भवति इत्येवं वेदितव्यम् ।

અર્થ :- અહીંથી શરૂ કરીને હવે પછીનાં સૂત્રોમાં પૂર્વપદનો અંત્ય સ્વરવર્ણ ઉદાત્ત બને છે એમ અધિકાર સમજવાનો છે. આ અધિકાર उत्तरपदादिः (૮ । ૪ । ૧૨૮) સૂત્ર સુધી રહે છે.

(૭૦૪) गुर्णकात्स्न्ये सर्वस्य ॥ ८ । ४ । ११० ॥

सूत्रार्थ :- (स्वरविषये) गुणकात्स्न्ये वर्तमानस्य पूर्वपदभूतस्य सर्वशब्दस्य अन्त उदात्तो भवति ।

અર્થ :- ગુણની પરિપૂર્ણતા (=બીજા ગુણનો સદંતર અભાવ) એ અર્થમાં सर्व શબ્દ પૂર્વપદ હોય ત્યારે તે અન્તોદાત્ત બને છે.

ઉદા. :- सर्वश्वेतः। सर्वकृष्णः। सर्वमहान् । सर्वशुद्धवालः (तै. सं. ५. ६. १३. १)। અહીં સમાસમાં सर्व શબ્દ પૂર્વપદ છે અને ગુણની પરિપૂર્ણતાના અર્થમાં છે, તેથી सर्व એ પૂર્વપદનો અંત્ય સ્વરવર્ણ ઉદાત્ત બન્યો છે. આ સમાસમાં ઉત્તરપદ ગુણવાચક હોય છે.

પણ सर्वेषां श्वेततरः सर्वश्वेतः એ સમાસમાં तरप् પ્રત્યયનો લોપ થયો છે. તેથી ગુણકાર્ત્સ્ન્યનો અર્થ નથી. તેથી ત્યાં પૂર્વપદ અન્તોદાત્ત નહીં બને.

(૭૦૫) संज्ञायां गिरिनिकाययो ॥ ८ । ४ । १११ ॥

સૂત્રાર્થ :- (स्वरविधौ) संज्ञायां विषये गिरि निकाय इत्येतयोरुत्तरपदयोः पूर्वपदमन्तोदात्तं भवति ।

અર્થ :- સંજ્ઞા (=નામ)ની બાબતમાં गिरि અને निकाय શબ્દ ઉત્તરપદ હોય ત્યારે પૂર્વપદ અન્તોદાત્ત બને છે.

ઉદા. :- अञ्जनागिरिः । भञ्जनागिरिः । शापिण्डिनिकायः । मौण्डिनिकाय । चिखिल्लिनिकायः । અહીં ઉત્તરપદ गिरि કે निकाय છે અને સમાસ નામવાચક બને છે. તેથી પૂર્વપદ અન્તોદાત્ત છે.

પણ परमगिरिः અને ब्राह्मणनिकायः માં સમાસ નામવાચક બનતો નથી તેથી સમાસાન્તોદાત્ત જ થશે.

(૭૦૬) कुमार्यां वयसि ॥ ८ । ४ । ११२ ॥

સૂત્રાર્થ :- (स्वरविषये) कुमारीशब्द उत्तरपदे वयसि गम्यमाने पूर्वपदमन्तोदात्तं भवति ।

અર્થ :- कुमारी શબ્દ ઉત્તરપદ હોય અને સમાસ ઉંમરવાચક બનતો હોય તો પૂર્વપદ અન્તોદાત્ત બને છે.

ઉદા. :- वृद्धकुमारी । जरत्कुमारी । અહીં कुमारी શબ્દ પુરુષસંયોગનો અભાવ દર્શાવે છે. અહીં 'કુંવારી વૃદ્ધા,' 'કુંવારી ડોશી' એ અર્થમાં ઉંમરવાચક સમાસ છે. તેથી પૂર્વપદ અન્તોદાત્ત છે.

(૭૦૭) उदके मिश्रे ॥ ८ । ४ । ११३ ॥

સૂત્રાર્થ :- (स्वरविषये) मिश्रवाचिनि समासे उदकशब्द उत्तरपदे पूर्वपदमन्तोदात्तं भवति ।

અર્થ :- મિશ્રણના અર્થનો સમાસ બને તેમાં उदक શબ્દ ઉત્તરપદ હોય તો પૂર્વપદ અન્તોદાત્ત બને છે.

ઉદા. :- गुडमिश्रमुदकं गुडोदकम् । तिलोदकम् । અહીં तिल + उदकम् = तिलोदकम् એમ પૂર્વપદના અન્તોદત્ત પછી ઉત્તરપદનો આદ્યુદાત્ત આવતાં બંનેનો મળીને સ્વરિત થયો છે. આમ પૂર્વપદ गुड, तिल વગેરે અન્તોદાત્ત છે. કારણ કે ઉત્તરપદ उदक છે અને સમાસ મિશ્રણવાચક છે.

(૭૦૮) द्विगौ क्रतौ ॥ ८ । ४ । ११४ ॥

सूत्रार्थ :- (स्वरविषये) द्विगौ उत्तरपदे क्रतुवाचिनि समासे पूर्वपदमन्तोदात्तं भवति ।

અર્થ :- દ્વિગુ સમાસ ઉત્તરપદ હોય અને સમાસ ક્રતુ (=યજ્ઞ) વાચક હોય તો પૂર્વપદ અન્તોદાત્ત બને છે.

ઉદા. :- गर्गत्रिरात्रः । चरकत्रिरात्रः । कुसुरविन्दसप्तरात्रः । અહીં गर्गाणां त्रिरात्रः એ અર્થમાં યજ્ઞવાચક સમાસ છે. તેમાં तिसृणां रात्रीणां समाहार त्रिरात्रः એમ દ્વિગુસમાસ ઉત્તરપદ છે. તેથી गर्ग, चरक, कुसुरविन्द એ પૂર્વપદો અન્તોદાત્ત બન્યાં છે.

(૭૦૯) षष्ठी सभे ॥ ८ । ४ । ११५ ॥

सूत्रार्थ :- (स्वरविषये) सभस्वरूपात्रे सभाशब्द उत्तरपदे षष्ठीतत्पुरुषे समासे पूर्वपदमन्तोदात्तं भवति ।

અર્થ :- સભ સ્વરૂપ પામેલો સભા શબ્દ ઉત્તરપદ હોય ત્યારે ષષ્ઠી તત્પુરુષ સમાસમાં પૂર્વપદ આન્તોદાત્ત બને છે.

ઉદા. :- गोपालसभम् । पशुपालसभम् । स्त्रीसभम् । दासीसभम् । અહીં गोपालानां सभा गोपालसभम् એમ ષષ્ઠી સમાસ છે. તેમાં ઉત્તરપદમાં सभा શબ્દ सभ બનીને નપુંસકલિંગી સમાસ બને છે. તેથી અહીં गोपाल, पशुपाल, स्त्री, दासी એ પૂર્વપદો અન્તોદાત્ત છે.

પરંતુ राजसभा, ब्राह्मणसभा એ સમાસ નપુંસકલિંગ ન હોવાથી પૂર્વપદ અન્તોદાત્ત નથી.

(૭૧૦) पुरे प्राचाम् ॥ ८ । ४ । ११६ ॥

सूत्रार्थ :- (स्वरविषये) पुरशब्द उत्तरपदे प्राचां देशवाचके पूर्वपदमन्तोदात्तं भवति ।

અર્થ :- પુર શબ્દ ઉત્તરપદ હોય અને સમાસ પૂર્વદિશના નગરનો વાચક હોય તો પૂર્વપદ અન્તોદાત્ત બને છે.

ઉદા. :- ललाटपुरम् । काञ्चीपुरम् । शिवदत्तपुरम् । कार्णिपुरम् । नार्मपुरम् । दुत्तपुरम् । અહીં ललाटपुरम् વગેરે સમાસમાં ઉત્તરપદ પુર શબ્દ અને સમાસ પૂર્વભારતમાંના નગરોના વાચક છે તેથી પૂર્વપદો અન્તોદાત્ત બન્યાં છે.

(૭૧૧) गौडारिष्टतत्पूर्वाणि ॥ ८ । ४ । ११७ ॥

सूत्रार्थ :- (स्वरविषये) गौड, अरिष्ट तत्पूर्वे च समासे पुरशब्द उत्तरपदे पूर्वपदमन्तोदात्तं भवति ।

અર્થ :- गौड, अरिष्ट અને એ બેમાંનો શબ્દ, પૂર્વપદ હોય તો તે પૂર્વપદ અન્તોદાત્ત બને છે.

ઉદા. :- गौडपुरम् । अरिष्टपुरम् । गौडभृत्यपुरम् । अरिष्टश्रितपुरम् । અહીં ઉત્તરપદ पुर છે અને પૂર્વપદ गौड, अरिष्ट અને એ શબ્દો જેમાં આવતા હોય તેવા શબ્દો છે. તેથી સમાસમાં પૂર્વપદ અન્તોદાત્ત છે.

(૭૧૨) न हास्तिनफलकमार्देयाः ॥ ८ । ४ । ११८ ॥

सूत्रार्थ :- (स्वरविषये) हास्तिन, फलक, मार्देय इत्येतानि पूर्वपदानि पुरशब्द उत्तरपदे नान्तोदात्तानि भवन्ति ।

અર્થ :- हास्तिन, फलक અને मार्देय પૂર્વપદ હોય અને पुर શબ્દ ઉત્તરપદ હોય તો પૂર્વપદ અન્તોદાત્ત બનતું નથી.

ઉદા. :- हास्तिनपुरम् । फलकपुरम् । मार्देयपुरम् । અહીં પૂર્વપદ અન્તોદાત્ત ન થતાં સમાસાન્તોદાત્ત થાય છે. અને તેથી પૂર્વપદ સર્વાનુદાત્ત બને છે. मृदोरपत्यं मार्देयः મૃદુનો પુત્ર. આ બધા ષષ્ઠીતત્પુરુષ સમાસો છે.

(૭૧૩) कुसूलकूपकुम्भशालं बिले ॥ ८ । ४ । ११९ ॥

सूत्रार्थ :- (स्वरविषये) कुसूल, कूप, कुम्भ, शाला इत्येतानि पूर्वपदानि बिलशब्दे उत्तरपदे अन्तोदात्तानि भवन्ति ।

અર્થ :- कुसूल વગેરે ચાર શબ્દો પૂર્વપદ હોય અને बिल શબ્દ ઉત્તરપદ હોય તો સમાસમાં પૂર્વપદ અન્તોદાત્ત બને છે.

ઉદા. :- कुसूलबिलम् । कूपबिलम् । कुम्भबिलम् । शालाबिलम् । અહીં પૂર્વપદ અન્તોદાત્ત છે.

પણ सर्पबिलम् માં એમ નથી, પણ સમાસોન્તોદાત્ત છે.

(૭૧૪) दिक्शब्दा ग्रामजनपदाख्यानचानराटेषु ॥ ८ । ४ । १२० ॥

सूत्रार्थ :- (स्वरविषये) दिक्कालवाचि शब्दाः पूर्वपदानि अन्तोदात्तानि भवन्ति ग्रामवाचिषु, जनपदवाचिषु, आख्यानवाचिषु उत्तरपदेषु, चानराटशब्दे च ।

અર્થ :- દિશાવાચી કે કાળવાચક શબ્દો પૂર્વપદ હોય અને ગ્રામવાચક, જનપદવાચક, આખ્યાનવાચક શબ્દો કે चानराट શબ્દ ઉત્તરપદ આવે તો સમાસમાં પૂર્વપદ અન્તોદાત્ત બને છે.

ઉદા. :- पूर्वेषुकामशमी । अपरेषुकामशमी । पूर्वकृष्णमृत्तिका । अपरकृष्णमृत्तिका । અહીં पूर्व અને अपर એ દિશા અને કાળવાચક શબ્દ પૂર્વપદ છે, અને इषुकामशमी અને कृष्णमृत्तिका એ ગ્રામવાચક શબ્દો છે. તેથી પૂર્વપદ અન્તોદાત્ત બને છે. पूर्वेषु. માં ઉદાત્ત र्व પછી અનુદાત્ત इ આવતાં र्वे એમ ઉદાત્ત એકાદેશ થાય છે.

पूर्वपाञ्चालाः । अपरपाञ्चालाः । અહીં पूर्व અને अपर એ દિશા કે કાળવાચક શબ્દ પૂર્વપદ છે અને ઉત્તરપદ पाञ्चाल શબ્દ જનપદવાચક છે. તેથી પૂર્વપદ અન્તોદાત્ત બન્યું છે.

पूर्वाधिरामम् । पूर्वयायातम् । अपरयायातम् । અહીં पूर्व અને अपर એ કાળ કે દિશાવાચક પૂર્વપદ છે અને रामम् अधिकृत्य कृतो गन्थः અથવા ययातिमधिकृत्य कृतो ग्रन्थः એ અર્થમાં अधिरामम् કે यायातम् એ આખ્યાન-વાચક ઉત્તરપદ છે તેથી પૂર્વપદ અન્તોદાત્ત બન્યું છે.

पूर्वचांनराटम् । अपरचांनराटम् । અહીં पूर्व કે अपर શબ્દ દિશાવાચક અર્થમાં પૂર્વપદ છે અને चानराट (=એક પ્રદેશનું નામ) એ ઉત્તરપદ છે. તેથી પૂર્વપદ અન્તોદાત્ત છે.

(૭૧૫) आचार्योपसर्जनान्तेवासिनि ॥ ८ । ४ । १२१ ॥

सूत्रार्थ :- (स्वरविषये) आचार्योपसर्जनकान्तेवासिवाचिनि उत्तरपदे दिक्शब्दाः पूर्वपदानि अन्तोदातानि भवन्ति ।

અર્થ :- જે શિષ્યવાચક શબ્દમાં આચાર્યવાચક શબ્દ ગૌણ હોય તેવો શબ્દ ઉત્તરપદ તરીકે આવે અને પૂર્વપદ તરીકે દિશા કે કાળવાચક શબ્દ હોય તો સમાસમાં પૂર્વપદ અન્તોદાત્ત બને છે.

ઉદા. :- पूर्वपाणिनीयाः । अपरपाणिनीयाः । पूर्वकाशकृत्स्नाः । अपरका-शकृत्सनाः । અહીં पाणिनीय શબ્દમાં पाणिनि એ આચાર્યવાચક શબ્દ ગૌણ છે અને पाणिनेश्छात्राः पाणिनीयाः એ અર્થનો શબ્દ પાણિનિના શિષ્યોનો વાચક છે. આ શબ્દના પૂર્વપદ તરીકે દિશા કે કાળવાચક पूर्व કે अपर શબ્દ આવે તો તે અન્તોદાત્ત બને છે.

પણ पूर्वशिष्या માં આચાર્યનામવાચક શબ્દ ઉત્તરપદ નથી અને पूर्वपाणिनीयम् (शास्त्रम्) માં આચાર્યવાચક શબ્દ ગૌણ નથી, કેમ કે 'તેમનું

પોતાનું રચેલું' એવો અર્થ છે. તેથી આ બે ઠેકાણે પૂર્વપદનો અન્તોદાત્ત ન થતાં સમાસાન્તોદાત્ત થાય છે.

(૭૧૬) उत्तरपदवृद्धौ सर्वं च ॥ ८ । ४ । १२२ ॥

સૂત્રાર્થ :- (स्वरविषये) 'उत्तरपदस्य' इत्येवमधिकृत्य या वृद्धिर्विहिता तद्वति उत्तरपदे सर्वशब्दस्य दिक्शब्दानां च अन्त उदात्तो भवति ।

અર્થ :- ઉત્તરપદના અધિકાર દ્વારા જે વૃદ્ધિનું વિધાન થયું હોય તેવી વૃદ્ધિવાળો શબ્દ ઉત્તરપદ હોય ત્યારે પૂર્વપદ તરીકે આવેલા સર્વ શબ્દ અને દિક્શબ્દોનો અંત્ય સ્વરવર્ણ ઉદાત્ત બને

ઉદા. :- सर्वपाञ्चालकः । पूर्वपाञ्चालकः । उत्तरपाञ्चालकः । અહીં સર્વ શબ્દ અને પૂર્વ તથા उत्तर એ દિક્શબ્દો પૂર્વપદ છે. ઉત્તરપદમાં पाञ्चालक શબ્દ છે. આ શબ્દ જનપદવાચક હોવાથી તેમાંની पा એ વૃદ્ધિ વ્યાકરણના વિધાન અનુસાર ઉત્ત-રપદને લાગુ પડતા વિધાન મુજબ થઈ છે. તેથી પૂર્વપદ અન્તોદાત્ત બન્યું છે.

પણ सर्वमासः માં ઉત્તરપદ मास માં मा ની વૃદ્ધિ આવી રીતે થયેલી નથી. તેથી ત્યાં આ સૂત્ર લાગુ પડી શકે.

(૭૧૭) बहुव्रीहौ विश्वं संज्ञायाम् ॥ ८ । ४ । १२३ ॥

સૂત્રાર્થ :- (स्वरविषये) बहुव्रीहौ समासे विश्वशब्दः पूर्वपदं संज्ञायां विषये अन्तोदात्तं भवति ।

અર્થ :- બહુવ્રીહિ સમાસમાં વિશ્વ શબ્દ પૂર્વપદ હોય અને સમાસ સંજ્ઞાવાચક હોય તો પૂર્વપદ અન્તોદાત્ત બને છે.

ઉદા. :- विश्वकर्मा दिशाम् (तै. सं. ५. ५. ५. १) . विश्वरूपो वै (तै. सं. २. ५. १. १.) । गन्धर्वो विश्वावसुः (तै. सं. ६. १. ६. ५.) । અહીં विश्वकर्मा, विश्वरूप અને विश्वावसु એ શબ્દોમાં વિશ્વ શબ્દ પૂર્વપદ છે અને સમાસ નામવાચક છે. તેથી પૂર્વપદ અન્તોદાત્ત છે.

(૭૧૮) इषूदराश्वेषु क्षेपे ॥ ८ । ४ । १२४ ॥

સૂત્રાર્થ :- (स्वरविषये) इषु, उदर, अश्व इत्येतेषु उत्तरपदेषु बहुव्रीहौ समासे संज्ञायां विषये क्षेपे गम्यमाने पूर्वपदमन्तोदात्तं भवति ।

અર્થ :- इषु, उदर કે अश्व શબ્દ ઉત્તરપદ હોય, સંજ્ઞાવાચક બહુવ્રીહિ બનતો હોય અને નિંદાનો અર્થ અભિપ્રેત હોય તો પૂર્વપદ અન્તોદાત્ત બને છે.

ઉદા. :- अनिघातेषुः । चलाचलेषुः । कुण्डोदरः । घटोदरः । कटुकाश्व स्पन्दिताश्वः । અહીં इषु, उदर અને अश्व એ શબ્દો ઉત્તરપદ છે અને अनिघातम् (= अहननम्) इषु यस्य વગેરે બહુવ્રીહિ સમાસો બને છે, જે નિન્દાવાચક છે. તેથી અહીં પૂર્વપદ अनिघात, चलाचल, कुण्ड, घट, कटुक, स्पन्दित વગેરે અન્તોદાત્ત છે અને ઉત્તરપદ સાથે સન્ધિ થઈ છે.

પરંતુ નિન્દાવાચક અર્થ ન હોય ત્યારે પૂર્વપદનો પ્રકૃતિસ્વર રહે છે. દા.ત. हर्यश्वाय भरता सजोषाः (तै. ब्रा. २. ५. ८. ३)। અહીં हर्यश्व માં हरिं શબ્દ પૂર્વપદ હોઈ તેનો મૂળમાંનો આદ્યુદાત્ત સ્વરભાર કાયમ રહ્યો છે.

(૭૧૯) नदी बन्धुनि ॥ ८ । ४ । १२५ ॥

सूत्रार्थ :- (स्वरविषये) बहुव्रीहौ समासे बन्धुशब्द उत्तरपदे नद्यन्तं पूर्वपदमन्तोदात्तं भवति ।

અર્થ :-બહુવ્રીહિ સમાસમાં બન્ધુ (નપું) શબ્દ ઉત્તરપદ હોય અને નદીસંજ્ઞક (= દીર્ઘ ई કારાન્ત અને ऊ કારાન્ત સ્ત્રીલિંગી) શબ્દ પૂર્વપદ હોય તો પૂર્વપદ અન્તોદાત્ત બને છે.

ઉદા. :- गार्गीबन्धुः । वात्सीबन्धुः । અહીં बन्धु શબ્દ ઉત્તરપદ છે અને गार्गी અને वात्सी એ નદીસંજ્ઞક શબ્દો પૂર્વપદ છે. તેથી પૂર્વપદ અન્તોદાત્ત બને છે. સામાન્ય રીતે આ શબ્દો આદ્યુદાત્ત છે, પણ આ પ્રકારના સંજોગોમાં અન્તોદાત્ત બને છે.

(૭૨૦) निष्ठोपसर्गपूर्वं वा ॥ ८ । ४ । १२६ ॥

सूत्रार्थ :- (स्वरविषये) बहुव्रीहौ समासे निष्ठान्तमुपसर्गपूर्वं पूर्वपदं विकल्पेन अन्तोदात्तं भवति ।

અર્થ :- બહુવ્રીહિ સમાસમાં નિષ્ઠાસંજ્ઞક પ્રત્યય લાગેલું અને ઉપસર્ગવાળું પૂર્વપદ વિકલ્પે અન્તોદાત્ત બને છે. क्त (=કર્મણીભૂતકૃદન્ત) અને क्तवत् (=કર્તરિભૂતકૃદન્ત) એ નિષ્ઠા-સંજ્ઞક પ્રત્યયો છે.

ઉદા. :- प्रक्षालितपादः । प्रधौतमुखः । અહીં प्र ઉપસર્ગ લાગેલાં क्षालित અને धौत એ क्त પ્રત્યયવાળાં પૂર્વપદ છે અને प्रक्षालितौ पादौ यस्य એમ બહુવ્રીહિ સમાસ બન્યો છે. તેથી પૂર્વપદ વિકલ્પે અન્તોદાત્ત છે. પક્ષે સમાસાન્તોદાત્ત બનશે.

(૭૨૧) मरुद्वृद्धसूतशयादीनां छन्दसि ॥ ८ । ४ । १२७ ॥

सूत्रार्थ :- (स्वरविषये) छन्दसि विशेषण मरुत्, वृद्ध, सूत, शय इत्यादि-शब्दानां पूर्वपदभूतानामन्तोदात्तत्वं भवति ।

અર્થ :- વૈદિક પ્રયોગોમાં मरुत्, वृद्ध, सूत, शय વગેરે શબ્દો પૂર્વપદ તરીકે આવે તો સમાસમાં તે અન્તોદાત્ત બને છે.

ઉદા. :- मरुत्सखा (ऋ. सं. ७. ९६. २) । वृद्धशोचिषः (ऋ. सं. ५. १६. २) । सूतमुखा (मै. सं. ४. ३. ८). शयाण्डकः (य. सं. २४. ३३) । પાણિનીય પરંપરામાં આ પ્રયોગોને લગતું કોઈ સૂત્ર મળતું નથી. તેથી ભોજદેવે વૈદિક પ્રયોગો અને લૌકિક પ્રયોગોને લક્ષમાં રાખીને આ વિકલ્પ-વિધાન કર્યું હશે.

(૭૨૨) उत्तरपदादिः ॥ ८ । ४ । १२८ ॥

सूत्रार्थ :- आधकारोऽयम् । (स्वरविषये) अतः परं यदुनुक्रमिष्यामः, उत्तरपदस्य आदिरुदात्तो भवति इत्येवं तद् वेदितव्यम् ।

અર્થ :- અહીંથી આરંભીને જે વિધાન કરવામાં આવે છે તે ઉત્તરપદના આદિ સ્વરવર્ણને ઉદાત્ત દર્શાવે છે એમ જાણવું. આ અધિકાર प्रकृत्या भगालम् (८ ।४ ।१५४) એ સૂત્ર સુધી ચાલુ રહે છે.

(૭૨૩) कर्णो वर्णलक्षणात् ॥ ८ । ४ । १२९ ॥

सूत्रार्थ :- (स्वरविषये) बहुव्रीहौ समासे वर्णवाचिनो लक्षणवाचिनश्च कर्णशब्द उत्तरपदमाद्युदात्तं भवति ।

અર્થ :- બહુવ્રીહિ સમાસમાં વર્ણવાચક અને લક્ષણ (=ચિહ્ન) વાચક कर्ण શબ્દ ઉત્તરપદમાં આદ્યુદાત્ત બને છે.

ઉદા. :- शुक्लकर्णः । कृष्णकर्णः । અહીં कर्ण શબ્દ વર્ણ (= રંગ) વાચક હોવાથી ઉત્તરપદ તરીકે તે આદ્યુદાત્ત છે.

दात्रकर्णः । शङ्कुकर्णः । અહીં दात्रं कर्णे यस्य એવા બહુવ્રીહિ સમાસમાં कर्ण શબ્દ લક્ષણ (= નિશાની, ચિહ્ન) ના અર્થમાં છે. પશુઓના કાને દાતરડું, ખીલો વગેરેની નિશાની ડામ દઈને ઓળખ માટે પાડવામાં આવે છે, તેનો આ સમાસમાં નિર્દેશ છે. તેથી कर्ण શબ્દ ઉત્તરપદમાં આદ્યુદાત્ત બન્યો છે.

(૭૨૪) संज्ञौपम्ययोः ॥ ८ । ४ । १३० ॥

सूत्रार्थ :- (स्वरविषये) संज्ञायाम् औपम्ये च यो बहुव्रीहिर्वर्तते तत्र कर्णशब्द उत्तरपदमाद्युदात्तं भवति ।

અર્થ :- સંજ્ઞાવાચક અને ઉપમાનવાચક બહુવ્રીહિ માં कर्ण શબ્દ ઉત્તરપદમાં આદ્યુદાત્ત બને છે.

ઉદા. :- कुञ्चिकर्णः । मणिकर्णः । અહીં આ શબ્દો નામવાચક હોઈ બહુવ્રીહિ સમાસમાં कर्ण શબ્દ ઉત્તરપદ તરીકે આદ્યુદાત્ત બને છે.

गोकर्णः । खरकर्णः । અહીં गोः कर्णौ इव कर्णौ यस्य અને खरस्य कर्णौ इव कर्णौ यस्य એમ ઉપમાનવાચક બહુવ્રીહિ સમાસમાં कर्ण શબ્દ ઉત્તરપદ હોવાથી આદ્યુદાત્ત છે.

(૭૨૫) कण्ठपृष्ठग्रीवाजङ्घाश्च ॥ ८ । ४ । १३१ ॥

सूत्रार्थ :- (स्वरविषये) कण्ठ, पृण्ठ, ग्रीवा, जङ्घा इत्येतानि उत्तरपदानि बहुव्रीहौ समासे संज्ञौपम्ययोः आद्युदात्तानि भवन्ति ।

અર્થ :- कण्ठ, पृष्ठ, ग्रीवा અને जङ्घा એ શબ્દો બહુવ્રીહિ સમાસમાં ઉત્તરપદ તરીકે આવે તો આદ્યુદાત્ત બને છે.

ઉદા. :- शितिकण्ठः । नीलकण्ठः । અહીં આ શબ્દો શંકરનાં નામવાચક છે તેથી તેમાં ઉત્તરપદ આવેલ कण्ठ શબ્દ આદ્યુદાત્ત છે.

એ જ રીતે काण्डपृष्ठः । नाकपृष्ठः । सुग्रीवः । नीलग्रीवः । दशग्रीवः । नारीजङ्घः । तालजङ्घः । આ શબ્દો પણ સંજ્ઞાવાચક હોવાથી ઉત્તરપદમાં पृष्ठ, ग्रीवा અને जङ्घा શબ્દ આદ્યુદાત્ત છે.

खरकण्ठः । उष्ट्रकण्ठः । गोपृष्ठः । अजपृष्ठः । गोग्रीवः । अश्वग्रीवः । गोजङ्घः । अश्वजङ्घः । અહીં खरस्य कण्ठ इव कण्ठः यस्य એ અર્થમાં બહુવ્રીહિ સમાસમાં कण्ठ શબ્દ ઉપમાવાચક તરીકે ઉત્તરપદ છે. તેથી તે આદ્યુદાત્ત છે. એ જ રીતે એવા જ સમાસમાં पृष्ठ, ग्रीवा અને जङ्घा શબ્દ પણ ઉપમાવાચક તરીકે ઉત્તરપદ હોવાથી આદ્યુદાત્ત છે. પણ नीलंग्रीवो विलोहितः (तै. सं. ४. १. ५. ३) અને नमो अस्तु नीलंग्रीवाय (तै. सं. ४. ५. १. ३.) માંના नीलंग्रीवः શબ્દમાં પૂર્વપદનો પ્રકૃતિસ્વર વ્યત્યયથી છે.

(૭૨૬) शृङ्गमवस्थायां च ॥ ८ । ४ । १३२ ॥

सूत्रार्थ :- (स्वरविये) शृङ्गशब्द उत्तरपदमवस्थायां संज्ञौपम्ययोश्च बहुव्रीहौ समास आद्युदात्तं भवति ।

અર્થ :- શૃઙ્ગ શબ્દ ઉત્તરપદ તરીકે આવ્યો હોય અને બહુવ્રીહિ સમાસ સંજ્ઞાવાચક કે ઉપમાવાચક બન્યો હોય તો પૂર્વપદ આદ્યુદાત્ત બને છે.

ઉદા. :- उद्गतशृङ्गः। द्व्यङ्गुलशृङ्गः। त्र्यङ्गुलशृङ्गः। અહીં સમાસમાં उद्गत, द्व्यङ्गुल, त्र्यङ्गुल એ એવા શિંગડાવાળી ગાય વગેરેની અવસ્થા દર્શાવતું પદ છે. તેથી ઉત્તરપદમાં શૃઙ્ગ શબ્દ આદ્યુદાત્ત છે.

ऋष्यशृङ्गः। અહીં શૃઙ્ગ શબ્દ ઉત્તરપદ છે અને સમાસ સંજ્ઞાવાચક છે તેથી ઉત્તરપદ આદ્યુદાત્ત છે.

गोशृङ्ग। मेषशृङ्ग। અહીં गोः शृङ्ग इव शृङ्गे यस्य એમ ઉપમાવાચક બહુવ્રીહિ સમાસ છે. તેથી શૃઙ્ગ શબ્દ ઉત્તરપદમાં આદ્યુદાત્ત છે.

(૭૨૭) नञो जरमरमित्रमृताः ॥ ८ । ४ । १३३ ॥

सूत्रार्थ :- (स्वरविषये) नञ उत्तरे जर, मर, मित्र, मृत इत्येते बहुव्रीहौ समासे आद्युदात्ता भवन्ति ।

અર્થ :- नञ् (=નકારવાચક) પછી બહુવ્રીહિ સમાસમાં ઉત્તરપદ આવતાં जर, मर, मित्र અને मृत એ શબ્દો આદ્યુદાત્ત બને છે.

ઉદા. :- अश्यामं द्युम्नमंजराजरंन्ते (तै. सं. १. ३. १४. ३)। अमरः। अमित्रंमर्दय (तै. सं. २. ६. ११. ३) । अमृतं हिरंण्यममृतं एव (तै. सं. ५. २. ७. २) । અહીં नञ् બહુવ્રીહિ સમાસમાં નકારવાચક नञ् (=अ/अन्) શબ્દ પછી ઉત્તરપદે जर વગેરે શબ્દો આવવાથી ઉત્તરપદમાં जरं, मरं, मित्रं અને मृतं એ આદ્યુદાત્ત બન્યા છે.

(૭૨૮) सोर्मनसी अलोमोषसी ॥ ८ । ४ । १३४ ॥

सूत्रार्थ :- (स्वरविषये) 'सु' इत्यस्योत्तरम्, मनन्तम्, असन्तं च बहुव्रीहौ समासे आद्युदात्तं भवति, लोमशब्दम् उपस्शब्दं च वर्जयित्वा ।

અર્થ :- सु પછી આવતા શબ્દો બહુવ્રીહિ સમાસમાં આદ્યુદાત્ત બને છે, પણ એમાંથી लोमन् અને उषस् શબ્દ છોડી દેવાના છે.

ઉદા. :- उरुक्षितिं सुजनिंमा चकार (तै. ब्रा. २. ४. ३. ५.) । અહીં सु પછી जनिंमन् ઉત્તરપદ હોવાથી તે ઉત્તરપદ આદ્યુદાત્ત છે.

स्तीर्णं बर्हिः सुष्टरींमा जुषाणा (तै. सं. ५. १. ११. २)। અહીં सु પછી स्तरींमन् એ मन् અંતવાળો શબ્દ ઉત્તરપદ હોવાથી આદ્યુદાત્ત છે.

सुपयाः। सुयशाः। सुस्रोताः। અહીં सु પછી पयस्, यशस्, स्रोतस् એ अस् અંતવાળા શબ્દો ઉત્તરપદ હોવાથી તે સમાસમાં આદ્યુદાત્ત છે.

(૭૨૯) क्रतुदृशीकप्रतीकप्रतूर्तिहव्यभगाश्च ॥८।४।१३५॥

सूत्रार्थ :- (स्वरविषये) 'सु' इत्यस्य उत्तरे बहव्रीहौ समासे क्रतु, दृशीक, प्रतीक, प्रतूर्ति, हव्य, भग इत्येते शब्दा आद्युदात्ता भवन्ति ।

अर्थ :- सु પછી બહુવ્રીહિ સમાસમાં ઉત્તરપદમાં આવતાં क्रतु, दृशीक, प्रतीक, प्रतूर्ति, हव्य અને भग એ શબ્દો આદ્યુદાત્ત બને છે.

ઉદા. :- साम्राँज्याय सुक्रतुं (ऋ. सं. १. ५. २५. १०)। विभुर्विभावां सुदृशींको अस्मे (ऋ. सं. ५. ४. २)। यो विश्वतः सुप्रतींकः (ऋ. सं. १. ९४. ७)। सुप्रतूंर्तिमनेहसम् (ऋ. सं. ३. ९. १)।ह्रदि श्रेषाम उद्वेंति सुभगों विश्वचंक्षा (ऋ. सं ७. ६३. १)। અહીં सु પછી क्रतु વગેરે આવતાં ઉત્તરપદ આદ્યુદાત્ત બન્યું છે.

પરંતુ, सु પછી हव्य આવતાં ઉત્તરપદ આ સૂત્ર મુજબ આદ્યુદાત્ત બનવું જોઈએ, છતાં વેદમાં તેમ જોવા મળતું નથી. જેમ કે, सुष्टतिं सुंहव्याम् (ऋ. सं ४. ४३. १)। तमित् सुंहव्यमंङ्गिरः (ऋ. सं. १. ७४. ५) અહીં ઉત્તરપદ हव्य અન્તોદાત્ત છે, તે વેદમાં વ્યત્યયથી હશે; લૌકિક પ્રયોગોમાં सुहव्यंम् એમ આદ્યુદાત્ત ઉત્તરપદ જોવા મળતું હશે.

(૭૩૦) आद्युदात्तं द्व्यच् छन्दसि ॥८।४।१३६॥

सूत्रार्थ :- (स्वरविधौ) यदाद्युदात्तं सोरुत्तरं द्व्यच् उत्तरपदं बहुव्रीहौ समासे तदाद्युदात्तमेव भवति छन्दसि विषये ।

अर्थ :- બહુવ્રીહિ સમાસમાં सु પછી બે સ્વરવર્ણવાળું જે ઉત્તરપદ આદ્યુદાત્ત હોય તે વૈદિક પ્રયોગોમાં આદ્યુદાત્ત જ રહે છે.

ઉદા. :- स्वश्वांस्त्वा सुरथां मर्जयेम (तै. सं. १. २. १४. १)। सूनव आ सुशेवंः (तै. ब्रा. ३. ७. ७. ९.)। અહીં सु+अश्वाः, सुरथां, सुशेवंः એ શબ્દોમાં सु પછી આવેલા अश्वाः, रथाः, शेवंः એ આદ્યુદાત્ત ઉત્તરપદ સમાસમાં પણ આદ્યુદાત્ત જ રહેલાં છે.

પણ જો ઉત્તરપદ અન્તોદાત્ત હોય તો સમાસમાં પણ તે અન્તોદાત્ત રહેલું જોવા મળે છે. જેમ કે, या सुंपाणिः स्वंङ्गुरिः અહીં ઉત્તરપદ અન્તોદાત્ત છે.

(૭૩૧) वीरवीर्यौ च ॥ ८ । ४ । १३७ ॥

सूत्रार्थ :- (स्वरविषये) वीर, वीर्य इत्येतौ शब्दौ सोरुत्तरौ बहुव्रीहौ समासे छन्दसि विषये आद्युदात्तौ भवतः।

અર્થ :- वीर અને वीर्य એ શબ્દો બહુવ્રીહિ સમાસમાં सु પછી ઉત્તરપદ તરીકે આવે તો વૈદિક પ્રયોગમાં આદ્યુદાત્ત બને છે.

ઉદા. :- सुवीरांसो अदोंभ्यम् (तै. सं. १. ५. ५. ४)। बर्हिषदः सुवीरम् (तै. सं. २. ६. ३. १) सुवीर्यस्य पतंयः स्याम (तै. सं. १. ७. १३. ४)। अस्मे वर्चः सुवीर्यम् (तै. सं. १. ३. १४. ८)। અહીં सु પછી ઉત્તરપદમાં આવેલા वीर અને वीर्य શબ્દો ઉત્તરપદમાં આદ્યુદાત્ત છે.

(૭૩૨) कूलतीरतूलमूलशालाक्षसमाव्ययीभावे ॥ ८ । ४ । १३८ ॥

सूत्रार्थ :- (स्वरविषये) कूल, तीर, तूल, मूल, शाला, अक्ष, सम, इत्येतानि उत्तरपदानि अव्ययीभावे समासे आद्युदात्तानि भवन्ति।

અર્થ :- कूल વગેરે સાત શબ્દો ઉત્તરપદ તરીકે અવ્યયીભાવ સમાસમાં આવે તો તે ઉત્તરપદો આદ્યુદાત્ત બને છે.

ઉદા. :- अनुकूलम् । अनुतीरम् । उपतूलम् । परिमूलम् । परिशालम्। प्रत्यक्षम् । सुषमम्। विषमम् । અહીં कूल વગેરે શબ્દો અવ્યયીભાવ સમાસમાં ઉત્તરપદ હોવાથી તે ઉત્તરપદ આદ્યુદાત્ત બન્યું છે.

પણ उपकुम्भम् કે उत्तमकुलम् માં એ પરિસ્થિતિ નથી, તેથી સમાસાન્તોદાત્ત છે.

(૭૩૩) कंसमन्थशूर्पपाय्यकाण्डानि द्विगौ ॥ ८ । ४ । १३९ ॥

सूत्रार्थ :- (स्वरविषये) कंस, मन्थ, शूर्प, पाय्य, काण्ड इत्येतान्युत्तरपदानि द्विगौ समास आद्युदात्तानि भवन्ति ।

અર્થ :- कंस વગેરે ઉપરના પાંચ શબ્દો द्विगु સમાસમાં ઉત્તરપદ તરીકે આવે તો તે આદ્યુદાત્ત બને છે.

ઉદા. :- द्विकंसः। द्विमन्थः। त्रिशूर्पः। द्विपाय्यः। त्रिकाण्डः। અહીં कंस વગેરે શબ્દો द्विगु (= સંખ્યાવાચક પૂર્વપદવાળા) સમાસમાં ઉત્તરપદ તરીકે આવ્યા છે તેથી આદ્યુદાત્ત છે.

પણ परमकंसः કે उत्तमकंसः માં એમ ન હોવાથી સમાસાન્તોદાત્ત જ થાય છે.

(૭૩૪) तत्पुरुषे शालम् ॥ ८ । ४ । १४० ॥

सूत्रार्थ :- (स्वरविषये) शालाशब्दान्ते तत्पुरुषे समासे (नपुंसकलिङ्गे) उत्तरपदमाद्युदात्तं भवति ।

અર્થ :-(शाला શબ્દ અંતે આવીને બનેલો નપુંસકલિંગી શબ્દ) शालम् ઉત્તરપદ હોય તેવા તત્પુરુષ સમાસમાં ઉત્તરપદ આદ્યુદાત્ત બને છે.

ઉદા. :- द्विजशालम् । क्षत्रियशालम् । અહીં शाला શબ્દ તત્પુરુષ સમાસમાં ઉત્તરપદમાં આવવાથી નપુંસકલિંગી शालम् બન્યો છે. તેથી તે આદ્યુદાત્ત છે.

પણ दृढशालं ब्राह्मणकुलम् માં તત્પુરુષને બદલે બહુવ્રીહિ સમાસ છે. જ્યારે ब्राह्मणसेनम् માં कुल શબ્દ ઉત્તરપદ નથી તેથી ત્યાં આદ્યુદાત્તને બદલે સમાસાન્તોદાત્ત જ થશે.

(૭૩૫) कन्थं च ॥ ८ । ४ । १४१ ॥

सूत्रार्थ :- (स्वरविषये) तत्पुरुष समासे नपुंसकलिङ्गे कन्थ शब्द उत्तरपदमाद्युदात्तं भवति ।

અર્થ :- નપુંસકલિંગી તત્પુરુષ સમાસમાં (कन्था શબ્દનો) कन्थ (બનીને) ઉત્તરપદ હોય તો તે આદ્યુદાત્ત બને છે.

ઉદા. :- सौशमिकन्थम् । आह्वकन्थम् । અહીં સંજ્ઞાવાચક હોવાથી સમાસમાં कन्था શબ્દ कन्थ બનીને ઉત્તરપદ આવતાં સમાસ નપુંસકલિંગી બન્યો છે. તેથી ઉત્તરપદ આદ્યુદાત્ત છે.

(૭૩૬) चिहणचिक्कणमड्डुरमडरवैतुलवैतालिकर्ण-कुक्कुटपटत्कानामादिः ॥ ८ । ४ । १४२ ॥

सूत्रार्थ :- (स्वरविषये) चिहण, चिक्कण, मड्डुर, मडर, वैतुल, वैतालिकर्ण, कुक्कुट, पटत्क इत्येतेषां शब्दानां पूर्वपदभूतानां कन्थान्ते तत्पुरुषे समासे नपुंसकलिङ्गे आदिरुदात्तो भवति ।

અર્થ :-चिहण વગેરે આઠ શબ્દો પૂર્વપદ તરીકે, कन्थ શબ્દ અંતે હોય તેવા નપુંસકલિંગી તત્પુરુષ સમાસમાં આવે તો તે પૂર્વપદ આદ્યુદાત્ત બને છે.

ઉદા. :- चिहंणकन्थम् । चिक्कंणकन्थम् । मडुंरकन्थम् । मडंरकन्थम् । वैतुंलकन्थम् । वैतांलिकर्णकन्थम् । कुक्कंटकन्थम् । पटंत्ककन्थम् । અહીં પૂર્વપદ चिहण વગેરે શબ્દ સાથે कन्था શબ્દ જોડાઈને નપુંસકલિંગી તત્પુરુષ સમાસ બન્યો છે. તેથી પૂર્વપદ આદ્યુદાત્ત બન્યું છે.

(૭૩૭) चेलखेटकटुककाण्डानि गर्हायाम् ॥ ८ । ४ । १४३ ॥

सूत्रार्थ :- (स्वरविषये) चेल खेट, कटुक, काण्ड इत्येतानि उत्तरपदानि तत्पुरुषे समासे गर्हायां गम्यमानायामाद्युदात्तानि भवन्ति ।

अर्थ :- चेल વગેરે ચાર શબ્દો નિન્દાવાચક તરીકે તત્પુરુષ સમાસમાં ઉત્તરપદ હોય તો આદ્યુદાત્ત બને છે.

ઉદા. :- पुत्रचेलंम् । भार्याचेलंम् । અહીં चेलवत् तृच्छम् એમ નિંદાવાચક અર્થમાં चेल શબ્દ ઉત્તરપદ છે.

उपानत्खेटंम् । नगरखेटंम् । અહીં खेट શબ્દ ઘાસના અર્થમાં નિંદાવાચક તરીકે ઉત્તરપદ છે.

दधिकटुंकम् । उदश्वित्कटुंकम् । અહીં कटुक શબ્દ બેસ્વાદ એવા નિંદાવાચક અર્થમાં છે.

અને भूतकाण्डंम्, प्रजाकाण्डंम् માં काण्ड શબ્દ બાણ (જેવું પીડાકારક) એવા નિંદાવાચક અર્થમાં ઉત્તરપદ બનીને તત્પુરુષ સમાસમાં આવેલો છે. તેથી આ શબ્દો આદ્યુદાત્ત છે.

(૭૩૮) चीरमुपमानम् ॥ ८ । ४ । १४४ ॥

सूत्रार्थ :- (स्वरविषये) चीरशब्द उत्तरपदमुपमानवाचि तत्पुरुषे समासे आद्युदात्तं भवति ।

अर्थ :- चीर શબ્દ ઉત્તરપદ હોય ત્યારે ઉપમાનવાચક તત્પુરુષ સમાસમાં આદ્યુદાત્ત બને છે.

ઉદા. :- वस्त्रचीरंम् । पटचीरंम् । कम्बलचीरम् । અહીં वस्त्रं चीरमिव એ અર્થમાં ઉપમાનવાચક તત્પુરુષ સમાસ છે અને તેમાં चीर શબ્દ ઉત્તરપદ હોવાથી આદ્યુદાત્ત બન્યો છે.

(૭૩૯) पललसूपशाकानि मिश्रे ॥ ८ । ४ । १४५ ॥

सूत्रार्थ :- (स्वरविषये) पलल, सूप, शाक इत्येतानि उत्तरपदानि मिश्रवाचिनि तत्पुरुषे समासे आद्युदात्तानि भवन्ति ।

અર્થ :- पलल, सूप અને शाक એ શબ્દો ઉત્તરપદ હોય અને મિશ્રવાચક તત્પુરુષ સમાસ બન્યો હોય તો ઉત્તરપદ આદ્યુદાત્ત બને છે.

ઉદા. :- गुडपललम् । घृतपललम् । घृतसूपः । मूलकसूपः । घृतशाकम् । मुद्गशाकम् । અહીં गुडेन मिश्रं पललं गुडपललम् એમ મિશ્રવાચક તત્પુરુષ સમાસ બન્યો છે. તેથી पलल વગેરે ઉત્તરપદ આદ્યુદાત્ત છે.

પણ જ્યાં મિશ્રવાચક અર્થ ન હોય ત્યાં આ નિયમ લાગુ પડતો નથી. જેમકે, परमपललम् માં સમાસાન્તોદાત્ત જ થશે.

(૭૪૦) कूलसूदस्थलकर्षाः संज्ञायाम् ॥ ८ । ४ । १४६ ॥

सूत्रार्थ :- (स्वरविधौ) कूल, सूद, स्थल, कर्ष इत्येतान्युत्तरपदानि तत्पुरुषे समासे संज्ञायां विषये आद्युदात्तानि भवन्ति ।

અર્થ :- कूल, વગેરે ચાર શબ્દો સંજ્ઞાવાચક તત્પુરુષ સમાસમાં ઉત્તરપદ તરીકે હોય તો આદ્યુદાત્ત બને છે.

ઉદા. :- दाक्षिकूलम् । माहकिकूलम् । असंमृष्टोऽसि हव्यसूदः (तै.सं.१. ३. ३. १.)। देवसूदम् । भाजीसूदम् । दाण्डायनस्थली । माहकिस्थली । दाक्षिकर्षः। અહીં हव्यानि हृदयानि सूदयति पाचयतीति એ અર્થમાં हव्यसूदः એમ અગ્નિની સંજ્ઞાનો વાચક તત્પુરુષ સમાસ બન્યો છે. આ સિવાયના શબ્દો વાનગી કે સ્થળનાં વિશિષ્ટ નામો હોવાથી સંજ્ઞાવાચક છે. તેથી તેમાં कूलम् વગેરે ઉત્તરપદો આદ્યુદાત્ત બન્યાં છે.

આ શબ્દો હોવા છતાં નામવાચક સમાસ ન હોય તો સમાસાન્તોદાત્ત જ થાય છે. જેમકે परमकूलम्।

(૭૪૧) अकर्मधारये राज्यम् ॥ ८ । ४ । १४७ ॥

सूत्रार्थ :- (स्वरविषये) कर्मधारयवर्जिते तत्पुरुषसमासे 'राज्यम्' इत्येतदुत्तरपदमाद्युदात्तं भवति ।

અર્થ :- કર્મધારય સિવાયના તત્પુરુષ સમાસમાં राज्य શબ્દ ઉત્તરપદે આદ્યુદાત્ત બને છે.

ઉદા. :- पितरो यमराज्ये (तै. ब्रा. २. ६. ३. ४) । ब्राह्मणराज्यम् । क्षत्रियराज्यम् । અહીં यमस्य राज्यम् એમ ષષ્ઠી તત્પુરુષ સમાસ છે અને તેમાં राज्य શબ્દ ઉત્તરપદ હોવાથી આદ્યુદાત્ત બન્યો છે

પણ પરમરાજ્યમ્ માં परमं च तद्राज्यम् એમ કર્મધારય સમાસ હોવાથી સમાસાન્તોદાત્ત જ થશે.

પરંતુ कुचेलम्, कुराज्यम् માં અવ્યયસ્વર સ્વર લાગુ પડે છે. તેથી ઉત્તરપદ પ્રકૃતિસ્વર થશે.

(૭૪૨) वर्ग्यादयश्च ॥ ८ । ४ । १४८ ॥

सूत्रार्थ :- (स्वरविषये) वर्ग्य इत्येवमादीन्युत्तरपदनि कर्मधारयवर्जिते तत्पुरुषे समासे आद्युदात्तानि भवन्ति ।

અર્થ :- वर्ग्य વગેરે શબ્દો કર્મધારય સિવાયના તત્પુરુષ સમાસમાં ઉત્તરપદ હોય તો આદ્યુદાત્ત બને છે. वर्ग्य, पूग्य, गण्य, पक्ष्य વગેરેનો અહીં નિર્દેશ અભિપ્રેત છે.

ઉદા. :- वासुदेववर्ग्यः । अर्जुनवर्ग्यः । वासुदेवपक्ष्यः । अर्जुनपक्ष्यः । અહીં वासुदेवस्य वर्ग्यः એમ ષષ્ઠી તત્પુરુષ સમાસ છે તેથી ઉત્તરપદ તરીકે वर्ग्य વગેરે શબ્દો આદ્યુદાત્ત બન્યા છે. કર્મધારય સમાસમાં સમાસાન્તોદાત્ત બને છે.

(૭૪૩) पुत्रः पुम्भ्यः ॥ ८ । ४ । १४९ ॥

सूत्रार्थ :- (स्वरविषये) पुत्रशब्दः पुशंब्देभ्य उत्तरस्तत्पुरुष समास आद्युदात्तो भवति ।

અર્થ :- पुत्र શબ્દ પુલ્લિંગ શબ્દ પછી ઉત્તરપદ તરીકે તત્પુરુષ સમાસમાં આવે તો આદ્યુદાત્ત બને છે.

ઉદા. :- कौनटिपुत्रः । दामकपुत्रः । माहिषकपुत्रः । અહીં પૂર્વપદ कौनटि, दामक, माहिपक વગેરે પુલ્લિંગી શબ્દ છે. અને ઉત્તરપદ पुत्र શબ્દ છે. તેથી તત્પુરુષ સમાસમાં ઉત્તરપદ આદ્યુદાત્ત છે.

પણ પૂર્વપદ સ્ત્રીલિંગી હોય તો આ નિયમ લાગુ પડતો નથી. જેમકે, प्रमुदे कुमारीपुत्रम् (तै. ब्रा. ३. ४. २. १) માં कुमारीपुत्र શબ્દ અન્તોદાત્ત છે. એ જ રીતે गार्गीपुत्रः वात्सीपुत्रः માં પણ સમાસાન્તોદાત્ત છે.

(૭૪૪) नाचार्यराजर्त्विक्संयुक्तज्ञात्याख्येभ्यः ॥ ८ । ४ । १५० ॥

सूत्रार्थ :- (स्वरविषये) आचार्य(= उपाध्यायः) राजाः (= ईश्वरः ऋत्विजः (= याजकाः) संयुक्ताः (= स्त्रीसम्बन्धिनः श्यालादयः) ज्ञातयः (= मातृपितृसम्बन्धिनो बान्धवाः) इत्याख्येभ्यः परः पुत्रशब्दो नाद्युदात्तो भवति ।

અર્થ :- આચાર્ય, રાજા, ઋત્વિક્ , સંબંધી અને સગાંના નામવાચક શબ્દ પછી पुत्र શબ્દ ઉત્તરપદ હોય તો તે આદ્યુદાત્ત બનતો નથી.

ઉદા. :- आचार्यपुत्रः । उपाध्यायपुत्रः । शाकटायनपुत्रः । અહીં પૂર્વપદ આચાર્યવાચક કે આચાર્યનામવાચક છે તેથી સમાસમાં ઉત્તરપદ તરીકે આવેલો पुत्र શબ્દ આદ્યુદાત્ત નથી બન્યો. તેથી સમાસ અન્તોદાત્ત છે.

राजपुत्रः । ईश्वरपुत्रः । नन्दपुत्रः । અહીં રાજા કે માલિક વાચક કે રાજા કે માલિકનો નામવાચક શબ્દ પૂર્વપદ છે, અને ઉત્તરપદ पुत्र શબ્દ છે. તેથી ઉત્તરપદ આદ્યુદાત્ત બન્યું નથી. તેથી સમાસ અન્તોદાત્ત છે.

ऋत्विक्पुत्रः । याजकपुत्रः । होतुःपुत्रः । અહીં ઋત્વિજ વાચક પૂર્વપદ પછી पुत्र શબ્દ ઉત્તરપદ છે તેથી તે આદ્યુદાત્ત બન્યો નથી. તેથી પૂર્વપદનો અન્તોદાત્ત કે આદ્યુદાત્ત સ્વર હોવા છતાં પણ સમાસ તો અન્તોદાત્ત જ બને છે.

भ्रातुष्पुत्रः । संयुक्तपुत्रः । सम्बन्धिपुत्रः । श्यालपुत्रः । અહીં સગાવાચક શબ્દ પૂર્વપદ છે અને पुत्र શબ્દ ઉત્તરપદ છે. તેથી પૂર્વપદનો પ્રકૃતિસ્વર કાયમ રહ્યો છે.

ज्ञातिपुत्रः । અહીં પણ पुत्र શબ્દ આદ્યુદાત્ત ન હોવાથી સમાસ અન્તોદાત્ત બને છે.

(૭૪૫) चूर्णचौलचमसीचक्कनकरिवकरिपकुन्दमदलपद्राक्षातूस्तशाकिनशाकटान्यप्राणिषष्ठ्या ॥८।४।१५१॥

सूत्रार्थ :- (स्वरविषये) चूर्ण, चौल, चमसी, चक्कन, करिव, करिप, कुन्दम, दलप, द्राक्षा, तूस्त, शाकिन, शाकट इत्येतान्युत्तरपदानि अप्राणिवाचिनः षष्ठयन्तात् पराणि तत्पुरुषसमासे आद्युदात्तानि भवन्ति ।

અર્થ :- चूर्ण વગેરે શબ્દો પ્રાણીવાચક ન હોય તેવા ષષ્ઠી તત્પુરુષ સમાસમાં ઉત્તરપદ હોય તો તે ઉત્તરપદ આદ્યુદાત્ત બને છે.

ઉદા. :- मुद्गचूर्णम् । मसूरचूर्णम् ।

પણ मत्स्यचूर्णम् સમાસમાં પ્રાણીવાચક મતસ્ય શબ્દ હોવાથી સમાસાન્તોદાત્ત થશે. रक्तचौलम् । श्वेतचौलम् । બાકીના શબ્દોનાં ઉદાહરણો વ્યાખ્યાકારોએ ટાંક્યાં નથી. આ ઉદાહરણો ઉત્તરપદોનાં હોવાથી શોધવાં મુશ્કેલ છે. (कुन्दम = બિલાડી, दलप = હથિયાર).

(૭૪૬) काण्डचीरपललसूपशाककुलानि ॥ ८ । ४ । १५२ ॥

सूत्रार्थ :- (स्वरविषये) (षट् पूर्वोक्तानि) काण्डादीनि उत्तरपदानि तत्पुरुषसमासे अप्राणिषष्ठ्या आद्युदात्तानि भवन्ति ।

અર્થ :- ઉપરનાં ૭૩૭-૭૩૯ એ ત્રણ સૂત્રોમાં નિર્દેશલા काण्ड, चीर, पलल, सूप, शाक, कूल એ છ શબ્દો પ્રાણીવાચક સિવાયના ષષ્ઠી તત્પુરુષ સમાસમાં ઉત્તરપદ હોય તો આદ્યુદાત્ત બને છે.

ઉદા. :- शरकाण्डंम् । कुशचीरंम् । लवणपलंलम् । मुद्गसूपंः । मूलकशाकंम् । नदीकूलंम् । અહીં સમાસમાં કોઈ પ્રાણીવાચક શબ્દ નથી તેથી ઉત્તરપદ તરીકે આવેલા काण्ड વગેરે શબ્દો આદ્યુદાત્ત બન્યા છે.

(૭૪૭) कुण्डं वनम् ॥ ८ । ४ । १५३ ॥

सूत्रार्थ :- (स्वरविषये) कुण्ड इत्येतदुत्तरपदं वनवाचि तत्पुरुषसमासे आद्युदात्तं भवति ।

અર્થ :- कुण्ड શબ્દ વનવાચક તત્પુરુષ સમાસમાં ઉત્તરપદ બનતાં આદ્યુદાત્ત હોય છે.

ઉદા. :- दुर्भकुण्डंम् । शरकुण्डंम् । અહીં કુંડ જેમ જળ વગેરેનો આશ્રય હોય છે, એમ વન પણ દર્ભ, શર વગેરે ઘાસનો આશ્રય છે એવા સાદૃશ્યના અર્થમાં कुण्ड શબ્દ અહીં વનવાચક છે. તેથી તે આદ્યુદાત્ત છે.

(૭૪૮) प्रकृत्या भगालम् ॥ ८ । ४ । १५४ ॥

सूत्रार्थ :- (स्वरविषये) भगालवाचि उत्तरपदं तत्पुरुषे समासे प्रकृतिस्वरं भवति ।

અર્થ :- भगाल શબ્દના અર્થવાળા શબ્દો ઉત્તરપદ હોય તો તે તત્પુરુષ સમાસમાં પોતાનો મૂળભૂત સ્વરભાર જાળવી રાખે છે. અહીંથી प्रकृत्या એ અધિકાર આરંભાય છે.

ઉદા. :- कुम्भीभगालंम् । कुम्भीनदालंम् । कुम्भीकपालंम् । અહીં તત્પુરુષ સમાસમાં ઉત્તરપદ તરીકે આવેલા भगालं, नदालं, कपालं વગેરે શબ્દો પોતાનો પ્રાકૃતિક મધ્યોદાત્ત સ્વરભાર જાળવી રાખે છે.

(૭૪૯) शितेर्नित्याबह्वज् बहुव्रीहावभसत् ॥ ८ । ४ । १५५ ॥

सूत्रार्थ :- (स्वरविषये) शिते परं नित्यम् अवह्वज् भसच्छब्दवर्जितं यदुत्तरपदं तद् बहुव्रीहौ समासे प्रकृतिस्वरं भवति

अर्थ :- शिति શબ્દ પછી આવેલું કાયમ અનેક (=બેથી વધુ) સ્વરવર્ણ વગરનું, भसत् શબ્દ સિવાયનું જે ઉત્તરપદ હોય તેનો મૂળભૂત સ્વરભાર બહુવ્રીહિ સમાસમાં જળવાઈ રહે છે.

ઉદા. :- शितिपाच्छित्योष्ठः शिंतिभ्रुः (तै. सं. ५. ६. १४. १)। અહીં शिति શબ્દ પછી બેથી વધુ સ્વરવર્ણ ન ધરાવતા (अ + बह + अच्) એવા पाद्, ओष्ठ અને भ्रू એ શબ્દો બહુવ્રીહિ સમાસમાં ઉત્તરપદ તરીકે આવીને शितिंपात्, शित्योष्ठः અને शितिभ्रुः સમાસો બન્યા છે. તેથી તેમાંના ઉત્તરપદનો મૂળ આદ્યુદાત્ત સ્વર સમાસમાં પણ જળવાઈ રહ્યો છે.

પરંતુ शिति શબ્દ પછી બેથી વધુ સ્વરવર્ણ વાળો ककुद् શબ્દ આવીને બહુવ્રીહિ સમાસ शितिककुत् બને છે, માટે ત્યાં આ નિયમ લાગુ પડતો નથી. તેથી સમાસ આદ્યુદાત્ત બને છે. એ જ રીતે शिति ને બદલે બીજો કોઈ શબ્દ હોય અને તેની પછી અનેક સ્વરવર્ણ વગરના पाद् વગેરે શબ્દો આવે તો પણ આ નિયમ લાગુ પડતો નથી. આમાં તો સમાસાન્તોદાત્ત જ થાય છે. વળી शितिंभसत् (तै. सं. ५. ६. १४. १) માં પણ આ નિયમ લાગતો નથી અને शिति શબ્દ આદ્યુદાત્ત બને છે.

(૭૫૦) वनस्पतिबृहस्पतिशचीपतितनूनपान्नराशंसशुनःशेपशण्डामर्कतृष्टावरूत्रीबम्बाविश्ववयामर्मृत्युनामुभे युगपत् ॥ ८ । ४ । १५६ ॥

सूत्रार्थ :- (स्वरविषये) वनस्पतिः, बृहस्पतिः, शचीपतिः, तनूनपात्, नराशंसः, शुनःशेपः, शण्डामर्कः, तृष्टावरूत्री बम्बाविश्ववयसौ, मर्मृत्युः इत्येतेषु समासेषु उभे पूर्वोत्तरपदे युगपत् प्रकृतिस्वरे भवतः ।

अर्थ :- वनस्पति વગેરે દસ સામાસિક શબ્દોમાં પૂર્વપદ અને ઉત્તરપદ બંનેનો મૂળનો સ્વરભાર એમનો એમ જ રહે છે.

ઉદા. :- देवो वनस्पतिः (तै. ब्रा. २. ६. २०. ५)। बृहस्पतिर्नः परिपातु पश्चात् (तै. सं. ३. ४. ११. १) क्रत्वा शचीपतिः (तै. सं. ४. ४. ८. १)। तनूनपात् (तै. सं. ४. १. ८. १.)। नराशंसः (तै. सं. ४. १. ८. १)। शुनःशेपम् (तै. सं. ५. २. १. ३.)। शण्डमर्कौ (तै. सं. ६. ६. ८. ४) । तृष्टावरूत्री (मै. सं. ४. ८. १)। बम्बाविश्ववयसौ (तै. सं. ६. ६. ८. ४) । ममृत्युः । અહીં સમાસોમાં वनंस् અને पतिं માં બન્ને પદોનો આદ્યુદાત્ત, એ જ રીતે बृहंस् અને पतिं માં, शचीं

અને પતિં માં, तनुं અને नपांत् માં, नरां અને शंसंમાં તથા शुनः અને शेपं માં બંને પદોના આદ્યુદાત્ત સ્વર મૂળમાં હતા તેમ જ સમાસમાં રહ્યા છે. तृष्टा અને वरूत्री માં પૂર્વપદ નો અન્તોદાત્ત અને ઉત્તરનો આદ્યુદાત્ત મૂળમાં હતો તેમ જ રહ્યો છે. बुम्बा નો અન્તોદાત્ત અને विश्वर्वयस् નો મધ્યોદાત્ત પણ સમાસમાં મૂળમાંનો જ સચવાઈ રહ્યો છે. मर् અને मृत्यु માં પૂર્વપદનો ઉદાત્ત અને ઉત્તરપદનો અન્તોદાત્ત સમાસમાં પણ એમનો એમ જ રહ્યો છે. આ રીતે આ સૂત્રમાં ગણાવેલા શબ્દોમાં ઉભયપદ પ્રકૃતિસ્વર એક સાથે છે.

(૭૫૧) देवताद्वन्द्वे च ॥ ८ । ४ । १५७ ॥

सूत्रार्थ :- (स्वरविषये) देवतावाचिनां यो द्वन्द्वस्तत्र युगपदुभे पूर्वोत्तरपदे प्रकृतिस्वरे भवत ।

અર્થ :- દેવતાવાચક શબ્દોના દ્વંદ્વ સમાસમાં પૂર્વ અને ઉત્તર એ બંને પદોનો મૂળનો સ્વર એકસાથે જળવાઈ રહે છે.

ઉદા. :- इन्द्रावरुणयोरहम् (तै. सं. २. ५. १२. २)। અહીં इन्द्रं અને वरुण માંનો આદ્યુદાત્ત જળવાઈ રહ્યો છે.

तावंब्रूतामग्नीषोमौं (तै. सं. २. ५. २. २)। અહીં अग्नि નો અન્તોદાત્ત અને सोमं નો આદ્યુદાત્ત મૂળમાંનો જ છે.

इन्द्राबृहस्पती (तै. सं. ५. ७. १५. १) માં इन्द्रंનો આદ્યુદાત્ત અને बृहस्पतिं નો મધ્યોદાત્ત મૂળમાંનો જ જળવાઈ રહ્યો છે. આ બધા દેવતાવાચક શબ્દોના દ્વંદ્વ સમાસો છે.

(૭૫૨) पृथ्वीरुद्रपूषमन्थिष्वेवानुदात्तादिषु ॥ ८ । ४ । १५८ ॥

सूत्रार्थ :- (स्वरविषये) देवताद्वन्द्वसमासे पृथ्वी, रुद्र, पूषन्, मन्थिन् इत्येतेषु अनुदात्तादिषु उत्तरपदेषु एव सत्सु पूर्वोत्तरपदयोः युगपत् प्रकृतिस्वरो भवति ।

અર્થ :- દેવતા દ્વંદ્વ સમાસમાં पृथ्वी, रुद्र, पूषन् અને मन्थिन् એ અનુદાત્તાદિ શબ્દ ઉત્તરપદ હોય તો જ પૂર્વ અને ઉત્તરપદ બંનેનો મૂળભૂત સ્વર સમાસમાં જળવાઈ રહે છે.

ઉદા. :- द्यावांपृथिवी स्ताम् (तै. सं. २. ६. ९. ५) । અહીં पृथिवी શબ્દ અન્તોદાત્ત છે.

सोमारुद्रा (तै. सं. १. ८. २२. ५)। અહીં रुद्र શબ્દ અન્તોદાત્ત છે.

सोमापूषभ्यां जनत् (तै. सं. १. ८. २२. ५)। અહીં पूषन् શબ્દ અન્તોદાત્ત છે.

शुक्रामन्थिनांवगृह्णन् (तै. सं. ६. ४. १०. १) । અહીં मन्थिन् શબ્દ અન્તોદાત્ત છે.

બીજી રીતે જોઈએ તો આ ચારે શબ્દો અનુદાત્તાદિ (= આદિ સ્વર અનુદાત્ત હોય તેવા) ઉત્તરપદ છે. આ પરિસ્થિતિમાં દેવતાદ્વંદ્વ સમાસમાં પૂર્વ અને ઉત્તરપદ બંનેનો મૂળભૂત સ્વરભાર સચવાઈ રહે છે.

પણ इन्द्राग्नी, इन्द्रवायू આ શબ્દોમાં અનુદાત્તાદિ ઉત્તરપદ अग्नि અને वायु હોવા છતાં બંને પદોનો પ્રકૃતિસ્વર સચવાયો નથી. કેમકે આ સૂત્રમાંના ચાર શબ્દોને જ તે લાગુ પડે છે.

(७५३) प्रकृत्यैव त्रयः ॥ ८ । ४ । १५९ ॥

सूत्रार्थ :- (स्वरविषये) देवताद्वन्द्वसमासे त्रयः शब्दाः प्रकृतिस्वरा एव भवन्ति ।

અર્થ :- દેવતા દ્વન્દ્વ સમાસમાં ત્રણ શબ્દો હોય ત્યારે તેમના મૂળ સ્વર કાયમ જ રહે છે.

ઉદા. :- गृह्णामीन्द्राबृहस्पतिंभ्यां त्वा (यजु. सं. ७. २३)। અહીં इन्द्राबृहस्पतिं એ શબ્દમાં इ, बृ અને स्प એ ત્રણ અક્ષરો ઉદાત્ત છે. કારણ કે આ સમાસ પ્રથમ દ્રષ્ટિએ इन्द्र અને बृहस्पति એ બે પદોનો બનેલો જણાય છે, પણ બીજા પદમાં बृहस् અને पति એ બે પદોનો સમાસ હોવાથી સમાસમાં ખરેખર તો ત્રણ પદો છે, અને તેમાંના એક એક અક્ષર ઉદાત્ત છે.

(७५४) गत्युपपदकारकेभ्यः कृत् ॥ ८ । ४ । १६० ॥

सूत्रार्थ :- (स्वरविषये) गतेः कारकाद् उपपदाच्च परं कृदन्तमुपपदं तत्पुरुषे समासे प्रकृतिस्वरं भवति ।

અર્થ :- ગતિસંજ્ઞક શબ્દ કારકસંજ્ઞક શબ્દ અને ઉપપદ પછી આવતું કૃદન્ત ઉત્તરપદ તત્પુરુષ સમાસમાં પોતાનો મૂળભૂત સ્વરભાર જાળવી રાખે છે.

ઉદા. :- यत्पुनराधेयंः (तै. ब्रा. १. ३. १. ५)। અહીં आ એ ગતિસંજ્ઞક પછી धेय એ કૃદન્ત આવતાં તેનો આદ્યુદાત્ત સ્વરભાર સચવાઈ રહીને आधेयं એ પદ મધ્યોદાત્ત બન્યું છે.

यमाशिरा दम्पती (तै. सं. ३. २. ८. ४)। અહીં આ એ ગતિસંજ્ઞક પછી श्री ધાતુને क्विप् એ કૃત્ પ્રત્યય લાગીને બનેલો शिर શબ્દ આવતાં તે ઉત્તરપદનો આદ્યુદાત્ત સચવાઈ રહીને आशिरा એ મધ્યોદાત્ત શબ્દ બન્યો છે.

એ જ રીતે प्रकारकः। प्रहारकः। प्रकरणम् । प्रहरणम् । પ્રથમ બે શબ્દોમાં प्र પછી कृ ધાતુને અને हृ ધાતુને ण्वुल् એ कृत् प्रत्यय લાગીને બનેલા कारक અને हारक એ શબ્દો ઉત્તરપદ છે, તેથી તેમનો આદ્યુદાત્ત સ્વર કાયમ રહેલો છે.

स्रुक्सम्मार्जनान्यग्नौ प्रहरति (तै. ब्रा. ३. ३. २. ५)। देवयजनमध्यवसायं (तै. सं. ६. १. ५. १) इध्मप्रव्रश्चनः। पलाशशातनः। श्मश्रुकल्पनः। અહીં स्रुक्सम्मार्जनानि માં કરણાર્થે ल्युट् પ્રત્યય લાગીને કર્મણિ ષષ્ઠી તત્પુરુષ સમાસ છે. તેમાં ઉત્તરપદનો મધ્યોદાત્ત સ્વર સચવાઈ રહ્યો છે. देवयजन માં અધિકરણાર્થે ल्युट् પ્રત્યય લાગીને સપ્તમી તત્પુરુષ સમાસ છે. તેમાં ઉત્તરપદનો આદ્યુદાત્ત સ્વર સચવાઈ રહ્યો છે. આ શબ્દોમાં કારક વિભક્તિવાળું પદ પૂર્વપદ છે.

इषत्करः। दुष्करः। सुकरः। उच्चैःकृत्य। उच्चैःकारम्। अहीं इषत्, दुस्, सु, उच्चैः એ ઉપપદો છે તેમની પછી कृत् प्रत्ययान्त कर, कृत्य, कारम् વગેરે શબ્દો આવતાં તેનો મૂળભૂત સ્વરભાર સચવાઈ રહ્યો છે.

(૭૫૫) अन्तः ॥ ८ । ४ । १६१ ॥

सूत्रार्थ :- अधिकारोऽयम् । (स्वरविषये) यदित ऊर्ध्वमनुक्रमिष्यामस्तत्र समासस्योत्तरपदस्यान्त उदात्तो भवति इत्येवमधिकृतं तद्वेदितव्यम् ।

अर्थ :- આ અધિકાર સૂત્ર છે; અહીંથી આરંભીને જે વિધાનો કરવામાં આવશે તેમાં સમાસના ઉત્તરપદનો અંતિમ સ્વરવર્ણ ઉદાત્ત બને છે એવો અધિકાર છે એમ જાણવું.

(૭૫૬) थाथघञ्क्ताजबित्रकाणाम् ॥ ८ । ४ । १६२ ॥

सूत्रार्थ :- (स्वरविषये) थ, अथ, घञ्, क्त, अच्, अप्, इत्र, क इत्येवमन्तानामुत्तरपदानां गतिकारकोपपदात् परेषामन्त उदात्तो भवति ।

અર્થ :- થ વગેરે આઠમાંનો કોઈ પ્રત્યય જેને લાગેલો હોય તેવા શબ્દો ગતિ, કારક કે ઉપપદ પછી ઉત્તરપદ તરીકે આવે તો તેનો અંત્ય સ્વરવર્ણ ઉદાત્ત બને છે.

ઉદા. :- एष वै दर्शपूर्णमासयोरवभृथः। (तै. सं. १. ७. ५. ३.) અહીં अवभृथः શબ્દમાં અવ પછી भृ ધાતુને क्थन् પ્રત્યય લાગીને સામાસિક શબ્દ બનતાં ઉત્તરપદ અન્તોદાત્ત બન્યું છે. એ જ રીતે ऊद्गीथा उद्गीथ एव (तै. सं. ३. २. ९. ५) માં उद्गीथ શબ્દ અન્તોદાત્ત છે; એમાં उद् પછી गै ધાતુને थक् પ્રત્યય લાગ્યો છે. क्थन्, थक् વગેરે પ્રત્યયોમાં थ હોવાથી સૂત્રમાં તેમનો थ દ્વારા ઉલ્લેખ કર્યો છે.

यदावसथेऽन्नंहरन्ति (तै. ब्रा. १. १. १०. ६) । प्रवसथमेष्यन् (तै. ब्रा. १. १. १०. ६)। અહીં आवसथ અને प्रवसथ શબ્દો અન્તોદાત્ત છે. તેમાં आ + वस् અને प्र + वस् એ ગતિપૂર્વક ધાતુઓને अथ પ્રત્યય લાગ્યો છે.

प्रमोद आनन्दः (तै. ब्रा. २. ४. ६. ५)। यज्ञियस्य कर्मणः स विदोहः (तै. ब्रा. ३. ३. २. २.)। અહીં प्रमोद आनन्द, विदोह એ શબ્દોમાં प्र, आ, वि વગેરે ગતિશબ્દો પછી मुद नन्द અને दुह् ધાતુઓને घञ् પ્રત્યય લાગીને બનેલા मोद, नन्द, दोह એ શબ્દો ઉત્તરપદ તરીકે છે, તેનો અંત્ય સ્વરવર્ણ ઉદાત્ત થતાં સમાસ અન્તોદાત્ત બન્યો છે.

दूरादागतः। विशुष्कः। आतपशुष्कः। અહીં आ, वि એ ગતિશબ્દો અને आतप એ ઉપપદ પછી गम् કે शुष् ધાતુને क्त પ્રત્યય લાગીને બનેલા गत, शुष्क શબ્દો આવેલા છે. તેથી તે અન્તોદાત્ત થતાં સમાસ પણ અન્તોદાત્ત બન્યો છે.

प्रक्षयः। प्रजयः। विजयः। અહીં प्र કે वि એ ગતિશબ્દ પછી क्षि કે जि ધાતુને अच् પ્રત્યય લાગીને બનેલા क्षय, जय એ શબ્દો ઉત્તરપદ બનતાં સમાસ અન્તોદાત્ત બને છે.

सवितुः प्रसवे (तै. सं. १. .१. ४. २) । प्रलवः। અહીં प्र એ ગતિસંજ્ઞક શબ્દ પછી सू અને लू ધાતુઓને अप् પ્રત્યય લાગીને બનેલા सव અને लव એ શબ્દો ઉત્તરપદ હોવાથી સમાસ અન્તોદાત્ત બન્યો છે.

तिरःपवित्रमतिनीता (तै.बा ३. ७. ४. १.४)। प्रलवित्रम् । प्रसवित्रम्। અહીં तिरस् એ ઉપપદ કે प्र એ ગતિસંજ્ઞક શબ્દ પછી पू, लू કે सू ધાતુને इत्र પ્રત્યય લાગીને બનેલા पवित्र, लवित्र, सवित्र શબ્દો ઉત્તરપદ છે. તેથી સમાસ અન્તોદાત્ત છે.

गोवृषः । खरीवृषः । અહીં गां वर्षति કે खरीं वर्षति એ અર્થમાં गो કે खरी ઉપપદ પછી वृष् ધાતુને क પ્રત્યય લાગીને બનેલા वृष શબ્દ ઉત્તરપદ હોવાથી સમાસ અન્તોદાત્ત બન્યો છે.

(૭૫૭) क्तः सूपमानाभ्याम् ॥ ८ । ४ । १६३ ॥

सूत्रार्थ :- (स्वरविषये) 'सु' इत्येतस्माद् गतिकारकोपपदाद् उपमानाच्च परं क्तान्तमुत्तरपदमन्तोदात्तं भवति ।

અર્થ :- ગતિ કારક કે ઉપપદ તરીકે પ્રયોજાયેલા 'सु' પછી, અને ઉપમાનવાચક શબ્દ પછી, આવતું ઉત્તરપદ અન્તોદાત્ત બને છે.

ઉદા. :- सूक्तं चं मे सुकृतं चं मे (तै. सं. ४. ७. २. २) અહીં ગતિસંજ્ઞક सु પછી ઉત્તરપદ તરીકે उक्त, कृत એ क्त પ્રત્યયાન્ત શબ્દો આવ્યા છે. તેથી તે ઉત્તરપદો અન્તોદાત્ત છે.

પરંતુ પ્રશંસાવાચક सु પછી આવાં ઉત્તરપદ આવે તો તે અન્તોદાત્ત બનતાં નથી. જેમ કે सुप्रींतु२ सुभृंतमकर्म (तै. सं. १. ४. ४५. ३) અહીં सुप्रींत અને सुभृंत એ આદ્યુદાત્ત છે કે નહીં કે અન્તોદાત્ત, કેમકે सु ગતિસંજ્ઞક નથી.

वृकावलुप्तम् । शशप्लुतम् । सिंहविनर्दितम् । અહીં वृकैरिव अवप्लुतम् એ અર્થમાં તૃતીયા તત્પુરુષ સમાસમાં ઉત્તરપદ તરીકે क्त પ્રત્યાન્ત શબ્દ આવેલો છે. તેથી તે ઉત્તરપદ અન્તોદાત્ત થતાં સમાસ પણ અન્તોદાત્ત બને છે.

(૭૫૮) संज्ञायामनाचितपर्याचितास्थापितपरिगृहीतनिरुक्तप्रतिपन्नप्रश्लिष्टोपश्लिष्टोपहतोपस्थापितानाम् ॥ ८ । ४ । १६४ ॥

सूत्रार्थ :- (स्वरविधौ) संज्ञायां विषये गतिकारकोपपदात् क्तान्तमुत्तरपदम् अन्तोदात्तं भवति, आचित, पर्याचित, आस्थापित, परिगृहीत, निरुक्त, प्रतिपन्न, प्रश्लिष्ट, उपश्लिष्ट, उपहत, उपस्थापित इत्येतान् वर्जयित्वा ।

અર્થ :- आचित વગેરે દસ શબ્દો સિવાયનું સંજ્ઞાવાચક ગતિસંજ્ઞક કારકસંજ્ઞક કે ઉપપદસંજ્ઞક क्त પ્રત્યયાન્ત ઉત્તરપદ અન્તોદાત્ત બને છે.

ઉદા. :- तद्विष्णुंः शिपिविष्ट (तै. सं. ३. ४. १. ४) । सम्भूतो रामायणः । उपहत शाकल्यः । परिजग्धः कौण्डिन्यः । અહીં सम + भू, उप + ह्वे, परि + भक्ष એ ગતિપૂર્વક ધાતુઓને क्त પ્રત્યય લાગીને सम्भूत, उपहत અને परिजग्ध શબ્દો બન્યા છે. અને તે शिपिविष्टः ની જેમ સંજ્ઞાવાચક છે. તેથી અન્તોદાત્ત છે.

પરંતુ आचित વગેરે શબ્દો क्त પ્રત્યયાન્ત હોવા છતાં અન્તોદાત્ત બનતા નથી. છતાં વ્યત્યયથી युवाचितमंच्छावाकायं (તૈ. સં. ૨. ૮. ૧૮. ૧)માં ગાડાનો વાચક युवाचितम् શબ્દ અન્તોદાત્ત છે.

(૭૫૯) गोः संहितायाः ॥ ८ । ४ । १६५ ॥

સૂત્રાર્થ :- (स्वरविषये) संहितशब्दो यदा गोः संज्ञा तदा अन्तोदात्तो भवति ।

અર્થ :- સંહિતા શબ્દ જ્યારે ગો શબ્દવાચક હોય ત્યારે અન્તોદાત્ત બને છે.

ઉદા. :- सुंहितासिं विश्वरूपी (य. सं. ३. २२)। અહીં संहिता શબ્દ ગાયવાચક હોવાથી અન્તોદાત્ત છે.

(૭૬૦) कारकाद्दत्तश्रुतयोरेवाशिषि ॥ ८ । ४ । १६६ ॥

સૂત્રાર્થ :- (स्वरविधौ) संज्ञायां विषये आशिषि गम्यमानायां कारकादुत्तरयोः दत्तश्रुतयोरेव क्तान्तयोरन्त उदात्तो भवति ।

અર્થ :- આશિષનો અર્થ અભિપ્રેત હોય ત્યારે સંજ્ઞાવાચક કારક પછી જ આવેલા क्त પ્રત્યયાન્ત दत्त અને श्रुत એ શબ્દો અન્તોદાત્ત બને છે.

ઉદા. :- देवदुत्तः। विष्णुश्रुतः। અહીં देवा एनं देयासुः અને विष्णुरेनं श्रूयात् એ અર્થમાં આશીર્વાદનો અર્થ અભિપ્રેત છે, અને क्त પ્રત્યયાન્ત दत्त અને श्रुत શબ્દો કારક देव અને विष्णु પછી આવેલા છે અને સમાસ સંજ્ઞાવાચક બને છે. તેથી दत्त ને श्रुत શબ્દો અન્તોદાત્ત છે.

પણ देवपालित માં આ નિયમ લાગતો નથી.

સૂત્રમાં एव શબ્દ કારક ઉપર ભાર મૂકે છે, નહીં કે दत्त અને श्रुत શબ્દ ઉપર, કેમકે પૂર્વે કારક ન હોય તો પણ એ શબ્દો અન્તોદાત્ત બને છે જ. જેમકે संश्रुतः, विश्रुतः। પરંતુ तेनाहतो नदति देवदत्तः એ પ્રયોગમાં देवदत्त શબ્દ શંખવાચક હોય ત્યારે સંજ્ઞાવાચક અને दत्त વાળો હોવા છતાં આશીર્વાદ દર્શાવતો નથી, તેથી તેમાં પૂર્વપદનો પ્રકૃતિસ્વર જ થશે.

(७६१) प्रवृद्धस्य यानवृषलयोः ॥ ८ । ४ । १६७ ॥

सूत्रार्थ :- (स्वरविषये) 'प्रवृद्ध' इत्येतत्सम्बन्धिनः क्तान्तमुत्तरपदमन्तोदात्तं भवति यानवृषलशब्दयोः परयोः।

અર્થ :- પ્રવૃદ્ધ પછી યાન અને વૃષલ શબ્દો આવે ત્યારે क्त પ્રત્યયાન્ત ઉત્તરપદ અન્તોદાત્ત બને છે.

ઉદા. :- प्रवृद्धं यानम् । प्रवृद्धो वृषलः। અહીં પ્રવૃદ્ધ શબ્દ પછી યાન કે વૃષલ શબ્દ આવેલા છે; प्र+वृद्ध માં ઉત્તરપદ क्त પ્રત્યાન્ત છે. તેથી તે અન્તોદાત્ત બને છે.

(७६२) प्रयुक्तस्य सक्तुषु ॥ ८ । ४ । १६८ ॥

सूत्रार्थ :- (स्वरविषये) 'प्रयुक्त' इत्येतस्य क्तान्तमुत्तरपदं सक्तुशब्दे बहुवचनान्ते परे, अन्तोदात्तं भवति।

અર્થ :- પ્રયુક્ત શબ્દ પછી બહુવચનાન્ત સક્તુ શબ્દ આવે તો क्त પ્રત્યાયાન્ત ઉત્તરપદ અન્તોદાત્ત બને છે.

ઉદા. :- प्रयुक्ताः सक्तवः। અહીં પ્રયુક્ત શબ્દ પછી સક્તવઃ એમ બહુવચનાન્ત આદ્યુદાત્ત સક્તુ શબ્દ આવતાં प्र+युक्त માંનું क्त પ્રત્યયાન્ત ઉત્તરપદ અન્તોદાત્ત બન્યું છે.

(७६३) अवहितस्य भोगाकर्षयोः ॥ ८ । ४ । १६९ ॥

सूत्रार्थ :- (स्वरविषये) 'अवहित' इत्येतस्य क्तान्तमुत्तरपदमन्तोदात्तं भवति, भोग, आकर्ष इत्येतयोः परयोः।

અર્થ :- અવહિત શબ્દના સંબંધમાં ભોગ કે આકર્ષ શબ્દ આવે તો તેમાનું क्त પ્રત્યાયન્ત ઉત્તરપદ અન્તોદાત્ત બને છે.

ઉદા. :- आकर्षेऽवहितः। अवहितो भोगेषु । અહીં અવહિત માનું क्त-પ્રત્યયાન્ત ઉત્તરપદ हित અન્તોદાત્ત બન્યું છે.

(७६४) खट्वारूढकविशस्तपुनरुत्स्यूतपुनर्निष्कृतानां च ॥ ८ । ४ । १७० ॥

सूत्रार्थ :- (स्वरविषये) खट्वारूढ, कविशस्त, पुनरुत्स्यूत, पुनर्निष्कृत इत्येतेषां क्तान्तन्तमुत्तरपदमन्तो दात्तं भवति।

અર્થ :- ખટવારૂઢ વગેરે ચાર શબ્દોમાંનું क्त પ્રત્યયાન્ત ઉત્તરપદ અન્તોદાત્ત બને છે.

ઉદા. :- खट्वारूढः । कविशस्तः । पुनरुत्स्यूतं वासो देयम् । पुनर्निष्कृतो रथः (तै. सं. १. ५. २. ४) । અહીં આ શબ્દોમાંનાં क्त પ્રત્યાયાન્ત आरूढ, शस्त, उत्स्यूत, निष्कृत એ ઉત્તરપદો અન્તોદાત્ત છે. તેથી સમાસ પણ અન્તોદાત્ત બન્યો છે.

(૭૬૫) इत्थंभूतेन कृते ॥ ८ । ४ । १७१ ॥

सूत्रार्थ :- (स्वरविषये) कञ्चित् प्रकारं प्राप्त इत्थम्भूतः । तेन कृतमित्यर्थे यः समासो वर्तते तत्र क्तान्तमुत्तरपदमन्तोदात्तं भवति ।

અર્થ :- અમુક પ્રકારને પ્રાપ્ત થયલું તે 'આ પ્રકારનું.' 'તેણે કરેલું' એ અર્થનો સમાસ બને છે તેમાં क्त પ્રત્યયાન્ત ઉત્તરપદ અન્તોદાત્ત બને છે.

ઉદા. :- सुप्तप्रलपितम् । उन्मत्तप्रलपितम् । प्रमत्तगीतम् । विपन्नश्रुतम् । અહીં सुप्त, उन्मत, प्रमत्त અને विपन्न એ અનુક્રમે સૂવાની, ઉન્માદની, પ્રમાદની અને વિપત્તિની દશાને પ્રાપ્ત થયેલો એમ અર્થ દર્શાવે છે. એની સાથે प्रलपित, गीत, श्रुत વગેરે क्त પ્રત્યયાન્ત શબ્દો ઉત્તરપદ તરીકે આવીને સમાસ બનાવે છે. તેથી આ ઉત્તરપદો અન્તોદાત્ત બન્યાં છે.

(૭૬૬) अनो भावकर्मणोः ॥ ८ । ४ । १७२ ॥

सूत्रार्थ :- (स्वरविषये) अनप्रत्ययान्तमुत्तरपदं भाववचनं कर्मवचनं च कारकात् परमन्तोदात्तं भवति ।

અર્થ :- ભાવવાચક કે કર્મવાચક હોય તેવું अन પ્રત્યયાન્ત ઉત્તરપદ કારક પછી આવે તો તે અન્તોદાત્ત બને છે.

ઉદા. :- ओदनभोजनम् । पयःपानम् । चन्दनप्रियङ्गुकालेपनम् । અહીં ओदनेन भोजनम्, पयसो पानम्, चन्दनपियङ्गुकाभ्याम् आलेपनम् એમ સમાસ થયો છે. તેમાં भोजन, पान, लोपन એ अन પ્રૅતયયાન્ત ભાવવાચક ઉત્તરપદો છે. અને કારકપદો પૂર્વપદ છે. તેથી ઉત્તરપદ અન્તોદાત્ત બન્યું છે.

राजभोजनाः शालयः । प्रातःसवनस्यं गायत्रछंन्दसः । અહીં भोजन, सवन એ अन પ્રત્યયાન્ત કર્મવાચક ઉત્તરપદો છે, તેથી અન્તોદાત્ત છે.

પણ अग्नेस्तूषाधानं वायोर्वातपानंम् (तै. सं. ६. १. १. ३) માં आधानं અને पानं શબ્દ अन પ્રત્યયાન્ત ભાવ કે કર્મવાચક ઉત્તરપદ છે, અને પૂર્વપદ કારક છે. છતાં તે ઉત્તરપદ મધ્યોદાત્ત કે આદ્યુદાત્ત છે. વેદમાં આવા વ્યત્યયો હોય છે.

(૭૬૭) मन्क्तिन्व्याख्यानशयनासनस्थानयाजकादिक्रीताः ॥ ८ । ४ । १७३ ॥

सूत्रार्थ :- (स्वरविषये) मन्नन्तं, क्तिन्नन्तं, व्याख्यान, शयन, आसन, स्थान इत्येतानि, याजकादयः, क्रीतशब्दश्च उत्तरपदमन्तोदात्तं भवति ।

अर्थ :- मन् પ્રત્યાયાન્ત, क्तिन् પ્રત્યાયાન્ત, व्याख्यान, शयन, आसन, स्थान એ શબ્દો, याजकादि ગણમાંના (याजक, पूजक, परिचारक, परिवेषक, स्नापक, अध्यायक વગેરે) શબ્દો અને क्रीत એ શબ્દ કારક પછી ઉત્તરપદ હોય તો અન્તોદાત્ત બને છે.

ઉદા. :- रथवर्त्म । शकटवर्त्म । અહીં मन् પ્રત્યાયાન્ત वर्त्मन् શબ્દ ઉત્તરપદ હોવાથી અન્તોદાત્ત છે.

पाणिनिकृतिः । आपिशलिकृतिः । અહીં कृतिन् એ क्तिन् પ્રત્યયાન્ત ઉત્તરપદ છે તેથી અન્તોદાત્ત છે.

ऋगयनव्याख्यानम् । छन्दोव्याख्यानम् । राजशयनम् । ब्राह्मणशयनम् । राजासनम् । ब्राह्मणासनम् । गोस्थानम् । अश्वस्थानम् । અહીં व्याख्यान વગેરે શબ્દો ઉત્તરપદ હોવાથી અન્તોદાત્ત છે.

ब्राह्मणयाजकः । क्षत्रियपूजकः । वैश्यपरिचारकः । शूद्रपरिवेषक । અહીં याजक વગેરે શબ્દો ઉત્તરપદ હોવાથી અન્તોદાત્ત છે.

गोक्रीतः । अश्वक्रीतः । અહીં क्रीत શબ્દ ઉત્તરપદ હોવાથી અન્તો-દાત્ત છે.

આ શબ્દો ઉત્તરપદ હોય પણ પૂર્વપદ કારક ન હોય તો આ નિયમ લાગુ પડતો નથી. જેમકે प्रकृतिः, प्रहृतिः । અહીં પૂર્વપદનો પ્રકૃતિસ્વર રહ્યો છે.

(૭૬૮) सप्तम्याः पुण्यम् ॥ ८ । ४ । १७४ ॥

सूत्रार्थ :- (स्वरविषये) सप्तम्यन्तात् परं पुण्यम् इत्येतदुत्तरपदमन्तोदात्तं भवति ।

अर्थ :- સપ્તમ્યન્ત પૂર્વપદ પછી पुण्यम् શબ્દ ઉત્તરપદ આવે તો અન્તોદાત્ત બને છે.

ઉદા. :- अध्ययने पुण्यम् अध्ययनपुण्यम् । वेदे पुण्यं वेदपुण्यम् । અહીં ઉત્તરપદ અન્તોદાત્ત બન્યું છે.

(૭૬૯) ऊनार्थकलहाः तृतीयायाः ॥ ८ । ४ । १७५ ॥

सूत्रार्थ :- (स्वरविषये) ऊनार्थानि उत्तरपदानि, कलहशब्दश्च तृतीयान्तात् पराणि अन्तोदात्तानि भवन्ति ।

અર્થ :- ऊन (=ઓછું) એ અર્થના શબ્દો અને कलह શબ્દ તૃતીયાન્ત પૂર્વપદ પછી ઉત્તરપદ હોય તો અન્તોદાત્ત બને છે.

ઉદા. :- माषोनः । माषविकलः । असिकलहः । અહીં माषेन ऊनः । माषेन विकलः । असिना कलहः । એમ સમાસ છે. તેથી આ ઉત્તરપદો અન્તોદાત્ત બન્યાં છે.

(૭૭૦) मिश्रमनुपसर्गमसन्धौ ॥ ८ । ४ । १७६ ॥

सूत्रार्थ :- (स्वरविषये) मिश्र इत्येतदुत्तरपदम् उपसर्गरहितं तृतीयान्तात् परमन्तोदात्तं भवति, असन्धौ गम्यमाने ।

અર્થ :- मिश्र એ શબ્દ ઉપસર્ગ વગર ઉત્તરપદ બને અને તેની પૂર્વે તૃતીયાન્ત પદ હોય તો ઉત્તરપદ અન્તોદાત્ત બને છે.

ઉદા. :- नीतमिश्रेणं तृतीयसवने (तै. ब्रा. १. ४. ७. ७) । दुध्ना मधुमिश्रेणं (तै. सं. ५. २. ९. ३) । गुडमिश्राः । तिलमिश्रा । सर्पिमिश्राः । અહીં मिश्र શબ્દ ઉત્તરપદ ઉપસર્ગ વિનાનું છે, અને गुडेन मिश्राः એમ તૃતીયાન્ત પૂર્વપદ પછી આવેલું છે. તેથી અન્તોદાત્ત બન્યું છે.

પણ ઉપસર્ગ સહિત હોય તો આ નિયમ લાગુ પડશે નહીં. વળી ब्राह्मणमिश्रो राजा એ પ્રયોગમાં ब्राह्मणैः सह संहितः (=બ્રાહ્મણો સાથે એકતા પ્રાપ્ત કરેલો) એમ સન્ધિ થયેલ છે. અહીં 'સન્ધિ' નો અર્થ 'વચનબદ્ધ થઈને એકતા પ્રાપ્ત કરવી તે' એવો થાય છે. રાજાએ બ્રાહ્મણને વચન આપ્યું હોય કે 'તમે આમ કરો તો હું પણ આમ કરીશ' તો એવો રાજા ब्राह्मणमिश्र કહેવાય છે. અહીં मिश्र શબ્દ અન્તોદાત્ત બનશે નહીં. આ ઉદાહરણના સ્વર અંગે વ્યખ્યાકારોએ કોઈ સ્પષ્ટતા કરી નથી.

(૭૭૧) नञो निषेधे स्वार्थेशोभ्यर्हार्थाश्च ॥ ८ । ४ । १७७ ॥

सूत्रार्थ :- (स्वरविषये) स्वार्थ (= सम्पादि, हित), ईश (= अलम्), अर्ह इत्येवमर्था ये तद्धितास्तदन्तान्युत्तरपदानि नञो निषेधे वर्तमानात् पराण्यन्तोदात्तानि भवन्ति ।

અર્થ :- સ્વ-અર્થ એટલે કે પોતાને પ્રાપ્ત કરવાનું કે પોતાનું હિત, ઈશ એટલે કે પૂરતું હોવું કે કાબુ હોવો, અને અર્હ એટલે યોગ્ય હોવું, એ અર્થવાળા તદ્ધિતો ઉત્તરપદ તરીકે આવ્યાં હોય, અને તેમની પૂર્વે નિષેધાર્થક નञ् આવ્યો હોય તો આવા શબ્દો અન્તોદાત્ત બને છે.

ઉદા. :- कर्णवेष्टकाभ्यां सम्पादि मुखं कार्णवेष्टकिकम् । न कार्णवेष्टकिकम् = अकार्णवेष्टकिकम् । वत्सेभ्यो हितो वत्सीयः । न वत्सीयः = अवत्सीयः । અહીં स्वार्थ = सम्पादि = શોભા પ્રાપ્ત કરાવનાર ના અર્થમાં તદ્ધિતપ્રત્યય ठञ् લાગીને कर्णवेष्टक ઉપરથી कार्णवेष्टकिक શબ્દ બન્યો છે. નિષેધાર્થક નञ् પછી આ શબ્દ આવતાં તે ઉત્તરપદ હોવાથી શબ્દ અન્તોદાત્ત બન્યો છે.

એ જ રીતે स्वार्थ (= हित =હિતકારક) એ અર્થમાં वत्स શબ્દને તદ્ધિતપ્રત્યય छ લાગીને वत्सीय શબ્દ બન્યો છે. નિષેધાર્થક નञ् પછી આ શબ્દ સમાસમાં ઉત્તરપદ બનતાં અન્તોદાત્ત બન્યો છે.

सन्तापाय प्रभवति सान्तापिकः ।, न सान्तापिकः = असान्तापिकः । અહીં ઈશ (= अलम् પૂરતું) ના અર્થમાં सन्ताप શબ્દને તદ્ધિત પ્રત્યય ठञ् લાગતાં सान्तापिक શબ્દ બન્યો છે. નિષેધાર્થક નञ् પછી તે ઉત્તરપદ થતાં શબ્દ અન્તોદાત્ત બન્યો છે.

छेदमर्हति छैदिकः, न छैदिकः = अछैदिकः । અહીં अभ्यर्ह (= યોગ્ય, લાયક) ના અર્થમાં छेद શબ્દને ठक् એ તદ્ધિત પ્રત્યય લાગતાં छैदिक શબ્દ બન્યો છે. નિષેધાર્થક નञ् પછી ઉત્તરપદે આવતાં તે અન્તોદાત્ત બન્યો છે.

પણ નિષેધાર્થક નञ् ને બદલે એ જ અર્થના બીજા કોઈ શબ્દ પછી આવો તદ્ધિતાન્ત શબ્દ આવે તો આ નિયમ લાગુ પડતો નથી. જેમકે, गदर्भरथमर्हति गार्दभरथिकः तद्विरुद्धः = विगार्दभरथिकः । અહીં અવ્યય પૂર્વ-પદનો પ્રકૃતિસ્વર થાય છે.

વળી નञ् નિષેધ સિવાયના અર્થમાં હોય તો પણ આ નિયમ લાગુ પડતો નથી. જેમકે, गार्दभरथिकादन्य = अगार्दभरथिकः ।

(૭૭૨) कृत्योकेष्णुच् ॥ ८ । ४ । १७८ ॥

सूत्रार्थ :- (स्वरविषये) कृत्य, उक, इष्णुच् इत्येवमन्ता नञ उत्तरेऽन्तोदात्ता भवन्ति ।

અર્થ :- તદ્ધિત कृत्य પ્રત્યયાન્ત उक પ્રત્યયાન્ત અને इष्णुच् પ્રત્યયાન્ત શબ્દો નञ् પછી સમાસમાં ઉત્તરપદ તરીકે આવે તો અન્તોદાત્ત બને છે.

ઉદા. :- पशूनामनुपजीवनीः (तै.सं. ५. ४. ४. ३)। अध्वर्तव्या वै (तै.स. ३. २. २. ३) । अकर्तव्यम् । अकरणीयम् । અહીં उपजीवनीय, ध्वर्तव्य, कर्तव्य, करणीय એ શબ્દો કૃત્ય પ્રત્યયાન્ત છે. એમની પૂર્વે નઞ્ આવતાં તે अनुपजीवनीय, अध्वर्तव्य, अकर्तव्य અને अकरणीय બને છે. તેથી ઉત્તરપદ તરીકે આવેલા उपजीवनीय વગેરે શબ્દો અન્તોદાત્ત બન્યા છે.

पलयंनालम्भुका भवंति (तै. ब्रा. ३. ७. १ ९) । अनागामुकम् । अनपलाषुकम् । અહીં आलम्भुक, आगामुक અને अपलाषुक એ શબ્દો उक (=उकञ्) પ્રત્યયાન્ત છે. તે નઞ્ પછી ઉત્તરપદ તરીકે આવતાં અન્તોદાત્ત બને છે, અને अनालम्भुक, अनागामुक અને अनपलाषुक એવા સામાસિક શબ્દો ઉદ્‌ભવે છે.

अनलङ्करिष्णुः। अनिराकरिष्णुः। असुभगम्भविष्णुः। अनाढ्यम्भविष्णुः। અહીં अलङ्करिष्णु અને निराकरिष्णु એ શબ્દો इष्णुच् પ્રત્યયાન્ત છે, જ્યારે असुभगंभविष्णु અને आढ्यंभविष्णु એ શબ્દો खिष्णुच् પ્રત્યાયાન્ત છે. એમની પૂર્વે નઞ્ આવતાં તે શબ્દો ઉત્તરપદ થતાં અન્તોદાત્ત બને છે.

(૭૭૩) चारुसाधुयौधिकानङ्गमेजयवदान्याकस्मात् ॥ ८ । ४ । १७९ ॥

सूत्रार्थ :- (स्वरविषये) चारु, साधु, यौधिक, अनङ्गमेजय, वदान्य, अकस्मात् इत्येते शब्दा नञ उत्तरेऽन्तोदात्ता भवन्ति।

અર્થ :- चारु વગેરે છ શબ્દો નઞ્ પછી સમાસમાં ઉત્તરપદ તરીકે આવે તો અન્તોદાત્ત બને છે.

ઉદા. :- अचारुः। असाधुः। अयौधिकः। अननङ्गमेजयः। अवदान्यः। अनकस्मात् । અહીં નઞ્ સમાસમાં આ શબ્દો આવવાથી સમાસ અન્તોદાત્ત બન્યો છે.

(૭૭૪) गृहपतिगृहपतिकौ ॥ ८ । ४ । १८० ॥

सूत्रार्थ :- (स्वरविषये) गृहपति, गृहपतिक इत्येतौ शब्दौ नञः परौ अन्तोदात्तौ भवतः।

અર્થ :- गृहपति અને गृहपतिक એ શબ્દો નઞ્ પછી ઉત્તરપદ તરીકે આવતાં અન્તોદાત્ત બને છે.

ઉદા. :- अगृहपतिः । अगृहपतिकः । અહીં गृहपतिक શબ્દ कन् પ્રત્યયાન્ત હોવાથી આદ્યુદાત્ત હોત, પણ नञ् પછી ઉત્તરપદે આવવાથી नञ् સમાસમાં અન્તોદાત્ત બન્યો છે.

(૭૭૫) वर्तमानवर्धमानत्वरमाणध्रियमाणक्रियमाणरोचमानशोभमानाः संज्ञायाम् ॥ ८ । ४ । १८१ ॥

सूत्रार्थ :- (स्वरविषये) वर्तमान, वर्धमान, त्वरमाण, ध्रियमाण, क्रियमाण, रोचमान, शोभमान इत्येते शब्दा नञ उत्तरेऽन्तोदात्ता भवन्ति ।

अर्थ :- वर्तमान વગેરે સાત શબ્દો नञ् પછી ઉત્તરપદ બને તો नञ् સમાસમાં અન્તોદાત્ત બને છે.

ઉદા. :- अवर्तमानः । अवर्धमाणः । अत्वरमाणः । अध्रियमाणः । अक्रियमाणः । अरोचमानः । अशोभमानः । આ શબ્દો शानच् પ્રત્યયાન્ત હોવાથી અન્તોદાત્ત જ છે. તેમનો नञ् સમાસ પણ અન્તોદાત્ત બને છે.

(૭૭૬) राजाह्नोश्छन्दसि ॥ ८ । ४ । १८२ ॥

सूत्रार्थ :- छन्दसि (स्वरविषये) राजा, अहन् इत्येतौ नञ उत्तरौ अन्तोदात्तौ भवतः ।

अर्थ :- વૈદિક પ્રયોગમાં राजा અને अहन् એ શબ્દો नञ् પછી સમાસમાં અન્તોદાત્ત બને છે.

ઉદા. :- अराजा । अनहः । આ વૈદિક પ્રયોગોને લગતો નિયમ હોવાથી લૌકિક પ્રયોગમાં આ સમાસમાં नञ् સ્વર જ થશે. જેમ કે, अरांजा, अनंहः । આ સમાસો આદ્યુદાત્ત બન્યા છે.

(૭૭૭) विकारसदृशे व्यस्तसमस्ते ॥ ८ । ४ । १८३ ॥

सूत्रार्थ :- (स्वरविषये) विकार, सदृश इत्येतौ व्यस्तौ समस्तौ च, नञ उत्तरौ अन्तोदातौ भवतः ।

अर्थ :- विकार અને सदृश એ શબ્દો છૂટા છૂટા કે બંનેના સમાસરૂપે नञ् પછી ઉત્તરપદ તરીકે આવે તો સમાસમાં અન્તોદાત્ત બને છે.

ઉદા. :- अविकारः । असदृशः । अविकारसदृशः । અહીં સમાસ અન્તોદાત્ત બન્યો છે. विकार અને सदृशं શબ્દો અનુક્રમે મૂળમાં અન્તોદાત્ત અને મધ્યોદાત્ત હોય છે. પણ સમાસમાં અન્તોદાત્ત બન્યા છે. બંનેનો સમાસ થઈને ઉત્તરપદ બને ત્યારે પણ સમાસ અન્તોદાત્ત બને છે.

(૭૭૮) तृन्नन्नतीक्ष्णशुचिनि वा ॥ ८ । ४ । १८४ ॥

सूत्रार्थ :- (स्वरविषये) तृन्नन्त, अन्न, तीक्ष्ण, शुचि इत्येते नञ उत्तरे विकल्पेनान्तोदात्ता भवन्ति ।

अर्थ :- तृन् પ્રત્યયાન્ત શબ્દ અને अन्न, तीक्ष्ण, शुचि એ શબ્દો नञ् પછી ઉત્તરપદ બનતાં नञ् સમાસમાં અન્તોદાત્ત બને છે.

ઉદા. :- अकर्ता । अनन्नम् । अतीक्ष्णम् । अशुचिः । અહીં સમાસ અન્તોદાત્ત બન્યા છે.

પણ વિકલ્પે અવ્યયસ્વર થતાં अकर्ता, अनन्नम् अतीक्ष्णम्, अशुचि એમ આદ્યુદાત્ત થશે

(૭૭૯) बहुव्रीहाविदमेतत्तद्भ्यः प्रथमपूरणयोः क्रियागणने ॥ ८ । ४ । १८५ ॥

सूत्रार्थ :- (स्वरविषये) बहुव्रीहौ समासे इदम्, एतद्, तत् इत्येतेभ्य उत्तरस्य प्रथमशब्दस्य, पूरणप्रत्ययान्तस्य च क्रियागणनवर्तमानस्य अन्त उदात्तो भवति ।

अर्थ :- બહુવ્રીહિ સમાસમાં इदम् , एतत् અને तत् શબ્દ પછી प्रथम શબ્દ અને पूरण प्रत्ययान्त શબ્દ ક્રિયાની ગણતરીના અર્થમાં આવે તો અન્તોદાત્ત બને છે.

ઉદા. :- इदं प्रथमं गमनं भोजनं वा यस्य स इदुम्प्रथमः । इदुन्द्वितीयः । इदुन्तृतीयः । एतत्प्रथमः । तत्प्रथमः । तद्द्वितीयः । तत्तृतीयः અહીં इदम् પછી ક્રિયાગણનાના અર્થમાં प्रथम શબ્દ આવતાં ઉત્તરપદ અન્તોદાત્ત બન્યું છે, અને તેથી સમાસ પણ અન્તોદાત્ત છે. पूरण ના અર્થમાં तीय प्रत्यय લાગીને द्वितीय, तृतीय શબ્દો બનેલા છે. તે પણ સમાસમાં ઉત્તરપદ બનતાં અન્તોદાત્ત બન્યા છે.

(૭૮૦) संख्यायाः स्तनः ॥ ८ । ४ । १८६ ॥

सूत्रार्थ :- (स्वरविषये) संख्यावाचिनः परः स्तनशब्दो बहुव्रीहौ समासेऽन्तोदात्तो भवति ।

अर्थ :- સંખ્યાવાચક શબ્દ પછી स्तन શબ્દ બહુવ્રીહિ સમાસમાં ઉત્તરપદ હોય તો અન્તોદાત્ત બને છે.

ઉદા. :- द्विस्तना । त्रिस्तना । चतुःस्तना । મૂળમાં स्तन શબ્દ આદ્યુદાત્ત છે, પણ આ સંજોગોમાં અન્તોદાત્ત બને છે.

(૭૮૧) छन्दसि वा ॥ ८ । ४ । १८७ ॥

सूत्रार्थ :- छन्दसि (स्वरविषये) बहुव्रीहौ समासे संख्यावाचिनः पुरः स्तनशब्दो विकल्पेनान्तोदात्तो भवति ।

અર્થ :- વૈદિક પ્રયોગમાં બહુવ્રીહિ સમાસમાં સંખ્યાવાચક શબ્દ પછી स्तन શબ્દ આવે તો તે વિકલ્પે અન્તોદાત્ત બને છે.

ઉદા. :- द्विस्तनां करोति द्यावापृथिव्योर्दोहाय चतुंस्तनां करोति पशूनां दोहायाष्टास्तनां करोति छन्दसां दोहाय (तै. सं. ५. १. ६. ४) । અહીં द्विस्तनाम् માં અન્તોદાત્ત છે. પણ चतुंस्तनाम् માં આદ્યુદાત્ત છે. જ્યારે अष्टास्तनाम માં મધ્યોદાત્ત છે.

(૭૮૨) संज्ञायामजिनम् ॥ ८ । ४ । १८८ ॥

सूत्रार्थ :- (स्वरविषये) संज्ञायां विषये बहुव्रीहौ समासे अजिन इत्येतदुत्तरपदमन्तोदात्तं भवति ।

અર્થ :- સંજ્ઞાવિષયક બહુવ્રીહિ સમાસમાં ઉત્તરપદ તરીકે આવેલો अजिन શબ્દ અન્તોદાત્ત બને છે.

ઉદા. :- वृकाजिनः । कूलाजिनः । कृष्णाजिनः । અહીં ઉત્તરપદ તરીકે अजिन શબ્દ છે અને સંજ્ઞાવાચક બહુવ્રીહિ સમાસ બન્યો છે. તેથી તે અન્તોદાત્ત છે.

(૭૮૩) मित्रोऽनृषौ ॥ ८ । ४ । १८९ ॥

सूत्रार्थ :- (स्वरविषये) ऋषिभिन्ने समासाभिधेये संज्ञाविषयके बहुव्रीहौ मित्र इत्येतदुत्तरपदमन्तोदात्तं भवति ।

અર્થ :- ऋषि સિવાયનો અર્થ થતો હોય તેવા સંજ્ઞાવાચક બહુવ્રીહિ સમાસમાં मित्र શબ્દ ઉત્તરપદ તરીકે આવે તો અન્તોદાત્ત બને છે.

ઉદા. :- देवमित्रः । ब्रह्ममित्रः । અહીં સમાસ અન્તોદાત્ત છે.

પણ विश्वामित्रः માં मित्र શબ્દ ઉત્તરપદ હોવાં છતાં બહુવ્રીહિ સમાસ ઋષિનામવાચક હોવાથી પૂર્વપદ અન્તોદાત્ત છે.

(૭૮૪) व्यवायिनोऽन्तरम् ॥ ८ । ४ । १९० ॥

सूत्रार्थ :- व्यवायी व्यधाताः । (स्वरविषये) तद्वाचिनः परमन्तरं बहुव्रीहौ समासेऽन्तोदात्तं भवति ।

અર્થ :- વ્યવાયી એટલે કે વચ્ચે આડશ કરનાર; આ અર્થમાં अन्तर શબ્દ ઉત્તરપદ તરીકે બહુવ્રીહિ સમાસમાં આવે તો તે અન્તોદાત્ત બને છે.

ઉદા. :- वस्त्रान्तरः। पटान्तरः। कम्बलान्तरः । અહીં वस्त्रम् अन्तरं व्यवधायकं यस्य स वस्त्रान्तरः = वस्त्रव्यवधायकः (=વસ્ત્રની આડશવાળો) એ અર્થમાં બહુવ્રીહિ સમાસ બન્યો છે; જેમાં अन्तर શબ્દ આડશના અર્થમાં છે. તેથી તે અન્તોદાત્ત છે.

પણ अन्तर શબ્દ અન્યના અર્થમાં આવે તો આ નિયમ લાગુ પડતો નથી. જેમ કે, आत्मान्तरः। અહીં आत्मास्वभावः अन्तरः अन्यः यस्य असौ એ અર્થમાં બહુવ્રીહિ સમાસ બન્યો છે. તેથી આદ્યુદાત્ત છે.

(૭૮૫) मुखं स्वाङ्गम् ॥ ८ । ४ । १९१ ॥

सूत्रार्थ :- (स्वरविषये) 'मुखम्' उत्तरपदं स्वाङ्गवाचि बहुव्रीहौ समासेऽन्तोदात्तं भवति।

અર્થ :- 'मुख' શબ્દ ઉત્તરપદ તરીકે 'પોતાનું અંગ ધરાવતા' એવા અર્થમાં બહુવ્રીહિ સમાસમાં આવે તો અન્તોદાત્ત બને છે.

ઉદા. :- गौरमुखः। भद्रमुखः। અહીં मुख શબ્દ 'પોતાના મોઢા'ના અર્થવાચક બહુવ્રીહિ સમાસમાં ઉત્તરપદ છે તેથી અન્તોદાત્ત છે. અહીં स्वाङ्ग નો અર્થ अद्रवं मूर्तिमत् (=દ્રવરૂપ નહીં પણ સાક્ષાત્) છે.

પણ विष्णुंमुखा वै देवाः (तै. सं. १. ७. ५. ४) । ब्रह्ममुखा एव (तै. सं. ५. २. ७. १)। दीर्घमुखा शाला। આ પ્રયોગોમાં मुख શબ્દ મુખ્ય અથવા દ્વારના અર્થમાં હોવાથી અન્તોદાત્ત નથી.

છતાં रथमुख ओजंस्कामस्य (तै. सं. ३. ४. ८. २) માં સમાસાન્તોદાત્ત છે, અને यज्ञमुखेर्यज्ञमुखे (तै. सं. ५. १. ३. ४) માં मुख શબ્દ અન્તોદાત્ત અને આદ્યુદાત્ત પણ મળે છે. આ બધા વ્યત્યયો ગણી શકાય.

(૭૮૬) निष्ठोपमानाद् वा ॥ ८ । ४ । १९२ ॥

सूत्रार्थ :- (स्वरविषये) निष्ठान्ताद् उपमानवाचिनश्च परस्य मुखशब्दस्य वा अन्त उदात्तो भवति।

અર્થ :- અંતે क्त કે क्तवतु પ્રત્યય લાગેલા શબ્દ કે ઉપમાનવાચક શબ્દ પછી मुख શબ્દ આવે તો બહુવ્રીહિ સમાસમાં તે અન્તોદાત્ત બને છે.

ઉદા. :- प्रक्षालितमुखः। અહીં प्रक्षालित એ નિષ્ઠાન્ત શબ્દ છે, તેની પછી બહુવ્રીહિ સમાસમાં मुख શબ્દ આવતાં અન્તોદાત્ત બન્યો છે.

सिंहमुखः। गोमुखः। અહીં ઉપમાનવાચક सिंह અને गो શબ્દ પછી मुख શબ્દ આવવાથી તે અન્તોદાત્ત બન્યો છે.

વિકલ્પે प्रक्षालितमुखः એમ આદ્યુદાત્ત અને सिंहमुंखः તથા गोमुंखः માં પૂર્વપદનો અંત્ય સ્વરવર્ણ ઉદાત્ત થાય છે.

(૭૮૭) नाव्ययदिक्शब्दगोमहत्स्थूलमुष्टिपृथुवत्सेभ्यः ॥ ८ । ४ । १९३ ॥

सूत्रार्थ :- (स्वरविषये) अव्यय, दिक्शब्द, गो, महत्, स्थूल, मुष्टि, पृथु, वत्स इत्येतेभ्यः परस्य मुखशब्दस्य बहुव्रीहिसमासे अन्त उदात्तो न भवति ।

અર્થ :- અવ્યય, દિશાવાચક શબ્દ गो, महत्, स्थूल, मुष्टि, पृथु, वत्स એ શબ્દો પછી સ્વ-અંગવાચક શબ્દ અન્તોદાત્ત બનતો નથી.

ઉદા. :- विश्वतंश्चक्षुरुत विंश्वतोंमुखः (तै. आ. १०. १. ३) । અહીં विश्वतः એ અવ્યય પછી मुख શબ્દ આવતાં અન્તોદાત્ત ન થયો, પણ પૂર્વપદ પ્રકૃતિસ્વર થયો.

प्राङ्मुंखः। उच्चैर्मुंखः। नीचैर्मुंखः। અહીં પણ પૂર્વપદ પ્રકૃતિસ્વર થયો છે.

गोमुंखः। महामुंखः। स्थूलमुंखः। मुष्टिमुंखः। पृथुमुंखः। वत्समुंखः। અહીં પૂર્વપદ પ્રકૃતિસ્વર થયો છે.

(૭૮૮) जातिकालसुखादिभ्योऽनाच्छादनात् क्तोऽकृतमितप्रतिपन्नाः ॥८ । ४ । १९४ ॥

सूत्रार्थ :- (स्वरविषये) आच्छदनवाचकभिन्नात् जातिवाचिनः कालवाचिनः सुखादिभ्यश्च परं क्तान्तं कृतमितप्रतिपन्नान् वर्जयित्वा बहुव्रीहौ समासेऽन्तोदात्तं भवति ।

અર્થ :- આચ્છાદનવાચક સિવાયના જાતિવાચક, કાલવાચક અને सुख, दुःख વગેરે શબ્દ પછી આવતું क्त પ્રત્યાન્ત कृत, मित અને प्रतिपन्न સિવાયનું ઉત્તરપદ અન્તોદાત્ત બને છે.

ઉદા. :- शाङ्गरजग्धः। पलाण्डुभक्षितः। सुरापीतः। અહીં આચ્છાદન વાચક ન હોય તેવા જાતિવાચક शाङ्गर, पलाण्डु અને सुरा શબ્દ પછી कृत, मित અને प्रतिपन्न સિવાયના जग्ध, भक्षित અને पीत એ क्त પ્રત્યયાન્ત શબ્દો ઉત્તરપદ હોવાથી તે અન્તોદાત્ત છે.

मासजातः । संवत्सरजातः । द्व्यहजातः । त्र्यहजातः । અહીં પણ કાલ-વાચક શબ્દો પછી क्त પ્રત્યયાન્ત जात શબ્દ આવ્યો હોવાથી તે અન્તોદાત્ત છે.

सुखजातः । दुःखजातः । तृप्रजातः । અહીં પણ सुख વગેરે શબ્દો પછી जात શબ્દ આવતાં તે અન્તોદાત્ત બન્યો છે.

પરંતુ वस्त्रछन्नः । वसनच्छन्नः । कृण्डकृतः । कुण्डमितः । कुण्डप्रतिपन्नः । આ પ્રયોગોમાં આચ્છાદનવાચક તથા क्त પ્રત્યાયાન્ત कृत, मित, અને प्रतिपन्न શબ્દો હોવાથી આ સૂત્રમાંનો નિયમ લાગુ પડશે નહીં.

(૭૮૯)वा जाते ॥ ८ । ४ । १९५ ॥

सूत्रार्थ :- (स्वरविषये) जातिकालसुखादिभ्य परो जातशब्दो वा अन्तोदात्तो भवति बहुव्रीहौ समासे ।

અર્થ :- બહુવ્રીહિ સમાસમાં જાતિવાચક, કાલવાચક કે सुख વગેરે શબ્દો પછી ઉત્તરપદ તરીકે આવેલો जात શબ્દ વિકલ્પે અન્તોદાત્ત બને છે.

ઉદા. :- दन्तजातः । मासजातः । सुखजातः । અહીં જાતિવાચક दन्त શબ્દ, કાલવાચક मास શબ્દ અને सुख શબ્દ પછી जात શબ્દ ઉત્તરપદ બનતાં બહુવ્રીહિ સમાસમાં તે અન્તોદાત્ત બન્યો છે.

પણ વિકલ્પે ये देवा मनोजाताः (तै. सं. १. २. ३. १) માં मनस् એ જાતિવાચક શબ્દ પછી जात શબ્દ ઉત્તરપદ તરીકે આવીને जातं मनो येषां ते એમ બહુવ્રીહિ સમાસ બન્યો છે. તેમાં પૂર્વપદ પ્રકૃતિસ્વર થયો છે. એ જ રીતે देवजाताय केतवे (तै. सं. १. २. ९. १) માં પણ પૂર્વપદ પ્રકૃતિસ્વર છે.

(૭૯૦)द्वित्रिभ्यां पाद्दन्मूर्धानः ॥ ८ । ४ । १९६ ॥

सूत्रार्थ :- (स्वरविषये) द्वि, त्रि इत्येताभ्यां परेषु पाद, दत, मूर्धन् इत्येतानि उत्तरपदानि बहुव्रीहौ समासे विकल्पेनान्तोदात्तानि भवन्ति ।

અર્થ :- द्वि, त्रि એ શબ્દો પછી पाद, दत् અને मूर्धन् એ શબ્દો બહુવ્રીહિ સમાસમાં ઉત્તરપદ તરીકે આવે તો વિકલ્પે અન્તોદાત્ત બને છે.

ઉદા. :- द्विपाद्यजमानः प्रतिष्ठित्यै (तै. सं. २. ६. ८. ३) । द्विपदी त्रिपदी (तै. सं. ३. ३. १०. २)। અહીં द्वि કે त्रि પછી पाद् શબ્દ ઉત્તરપદ બનીને द्वौ पादौ यस्य એ અર્થમાં द्विपाद् એમ બહુવ્રીહિ સમાસ બન્યો છે. તેથી તે અન્તોદાત્ત છે. એ જ રીતે त्रिपदी પણ અન્તોદાત્ત છે.

द्विदन् । त्रिदन् । द्विमूर्धा । त्रिमूर्धा । અહીં द्वि કે त्रि પછી दत् કે मूर्धन् શબ્દ બહુવ્રીહિ સમાસમાં ઉત્તરપદ છે તેથી અન્તોદાત્ત છે. આ વિધિ વૈકલ્પિક છે.

(૭૯૧) सक्थमक्रान्तात् ॥ ८ । ४ । १९७ ॥

सूत्रार्थ :- (स्वरविषये) क्रशब्दान्तभिन्नात् परः कृतसमासान्तः सक्थशब्दो विकल्पेनान्तोदात्तो भवति ।

અર્થ :- क्र શબ્દ જેને અંતે આવેલો હોય તે સિવાયના શબ્દ પછી આવતો કૃતસમાસાન્ત सक्थ શબ્દ ઉત્તરપદે અન્તોદાત્ત છે.

ઉદા. :- पृश्निसक्थमालंभेत (तै. सं. २. १. ३. २)। लोमशसक्थौ (तै. सं. ५. ५. २३. १)। અહીં सक्थ શબ્દ સમાસમાં અન્તોદાત્ત છે.

પણ क्र શબ્દાન્ત चक्र શબ્દ પછી सक्थ ઉત્તરપદ આવે તો આ નિયમ લાગુ પડતો નથી. જેમકે चक्रंसक्थः અહીં પૂર્વપદ પ્રકૃતિસ્વર હોવાથી सक्थ શબ્દ સર્વાનુદાત્ત છે.

(૭૯૨) छन्दस्यादिश्च ॥ ८ । ४ । १९८ ॥

सूत्रार्थ :- छन्दसि (स्वरविषये) सक्थशब्दस्य आदिश्च उदात्तो भवति बहुलम् ।

અર્થ :- વૈદિક પ્રયોગો માં ઘણીવાર सक्थ શબ્દનો આદિ પણ ઉદાત્ત હોય છે.

ઉદા. :- त्वाष्ट्रौ लोमशसंक्थौ (य. सं. २४. १)। અહીં सक्थ શબ્દ સમાસમાં અન્તોદાત્ત છે. તૈત્તિરીય સંહિતામાં પણ लोमशसक्थौ અન્તોદાત્ત છે. મૈત્રાયણી સંહિતામાં પણ આ શબ્દ અન્તોદાત્ત જ મળે છે. જેમ કે लोमसक्थौ (मै. सं. ३. १३. २)। કદાચ કાઠક સંહિતામાં लोमशसक्थौं (का. सं. ४८. २) માં सक्थ શબ્દ આદ્યુદાત્ત હશે; પણ મુદ્રિતપાઠમાં સ્વર દર્શાવ્યા નથી.

(૭૯૩) त्रिचक्रत्रिबन्धुरत्रिवृतादीनाम् ॥ ८ । ४ । १९९ ॥

सूत्रार्थ :- (स्वरविषये) त्रिचक्र, त्रिबन्धुर, त्रिवृत इत्येतेषामन्त उदात्तो भवति ।

અર્થ :- त्रिचक्र, त्रिबन्धुर અને त्रिवृत વગેરે શબ્દો અન્તોદાત્ત બને છે.

ઉદા. :- त्रिचक्रो मंधुवांहनो रथः (ऋ. सं. १. १५७. ३) । त्रिबंन्धुरो मघवां (ऋ. सं. १. १५७. ३)। उपं त्रिबन्धुर्जरदंष्टिमेत्य (ऋ. सं. ७. ३७. ७)।

त्रिवृतो रथस्य (ऋ. सं. १. ३४. ९)। त्रिवृदन्नंमृज्यते (ऋ. सं. १. १४०. २)। અહીં त्रिचक्र, त्रिबन्धु, त्रिबन्धुर અને त्रिवृत् શબ્દો અન્તોદાત્ત છે. પણ त्रिवृत શબ્દ મધ્યોદાત્ત છે તે વ્યત્યય કે બાહુલકથી છે.

(૭૯૪) नञ्सुभ्याम् ॥ ८ । ४ । २०० ॥

सूत्रार्थ :- (स्वरविषये) नञ्सुभ्यां परमुत्तरपदं बहुव्रीहौ समासेऽन्तोदात्तं भवति।

અર્થ :- नञ् અને सु પછી આવતું ઉત્તરપદ બહુવ્રીહિ સમાસમાં અન્તોદાત્ત બને છે.

ઉદા. :- अदुन्तकाय स्वाहा। अप्राणाय स्वाहा। अनासिकाय स्वाहा। अनक्षिकाय स्वाहा। अकर्णकाय स्वाहा (तै. सं. ७. ५. १२. १)। અહીં नञ् પછી दन्त, प्राण, नासिका, अक्षि, कर्ण એ શબ્દો આવીને अदन्तक, अप्राण, अनासिक, अनक्षिक अकर्णक એમ બહુવ્રીહિ સમાસો બન્યા છે, તેમાં दन्त વગેરે ઉત્તરપદ અન્તોદાત્ત છે.

सुपिप्पला ओषधयः स्वधिचरणेयः सूपसदुनोऽग्नि स्वध्यक्षमन्तरिक्षं सुपावः पवमानः सूपस्थाना द्यौः (तै.सं. ७. ५. २०. १ । અહીં सु પછી ઉત્તરપદ पिप्पल, अधिचरणेय, उपसदन, अध्यक्ष, पाव, उपस्थान એ શબ્દો ઉત્તરપદ તરીકે આવતાં અન્તોદાત્ત બન્યા છે.

(૭૯૫) कपि पूर्वम् ॥ ८ । ४ । २०१ ॥

सूत्रार्थ :- (स्वरविषये) नञ्सुभ्यां परस्य कपि परतः पूर्वमन्तोदात्तं भवति।

અર્થ :- नञ् અને सु પછી कप् પ્રત્યયાન્ત ઉત્તરપદ આવે તો બહુવ્રીહિ સમાસમાં અન્તની પૂર્વેનો (= ઉપાન્ત્ય) સ્વરવર્ણ ઉદાત્ત બને છે.

ઉદા. :- अकुमारीकः। सुकुमारीकः। અહીં नञ् કે सु પછી कुमारी શબ્દ આવતાં कप् પ્રત્યય લાગીને બહુવ્રીહિ સમાસ બન્યો છે. તેમાં ઉપાન્ત્ય સ્વરવર્ણ ઉદાત્ત બન્યો છે.

(૭૯૬) ह्रस्वान्तेऽन्त्यात् पूर्वम् ॥ ८ । ४ । २०२ ॥

सूत्रार्थ :- (स्वरविषये) कपि परतो नञ्सुभ्यां परस्य ह्रस्वान्तस्य उत्तरपदस्य अन्त्यात् पूर्वमुदात्तं भवति।

અર્થ :- नञ् કે सु પછી कप् પ્રત્યયાન્ત હ્રસ્વાન્ત ઉત્તરપદ આવે તો તેમાં ઉપાન્ત્ય સ્વરવર્ણ ઉદાત્ત બને છે.

ઉદા. :- अयवकों देशः। अव्रींहिकः। अमाषकः। सुव्रीहिकः। सुमाषकः। અહીં नञ् કે सु પછી यव, व्रीहि माष એ ઉત્તરપદો હ્રસ્વાન્ત હોવાથી તેમાંનો ઉપાન્ત્ય સ્વરવર્ણ ઉદાત્ત બન્યો છે.

(૭૯૭) कप्येकाचि बहोर्नञ्समानाधिकरणे ॥ ८ । ४ । २०३ ॥

सूत्रार्थ :- (स्वरविषये) नञ्समानाधिकरणे सति बहुशब्दस्य कपि एकाचि उत्तरपदे परतः अन्त्यात् पूर्वमुदात्तं भवति।

अर्थ :- नञ् સાથે સમાનાધિકરણમાં રહેલા बहु શબ્દ પછી એકસ્વરવર્ણવાળા कप् પ્રત્યયવાળું ઉત્તરપદ આવે તો તેનો ઉપાન્ત્ય સ્વરવર્ણ ઉદાત્ત બને છે.

ઉદા. :- बहुग्वै बंह्वश्वायै बह्वजाविकायै (तै. ब्रा. ३. ८. ५. ३)। बहुयवः। बहुव्रीहिः। बहुतिलः। बहुकुमारिकः। बहुयवकः। અહીં बहु શબ્દ ઉત્તરપદનું પુષ્કળપણું દર્શાવે છે. અહીં एकाच् એવા कप् પ્રત્યયવાળું ઉત્તરપદ बहु સાથે नञ् ની જેમ જ સમાનાધિકરણમાં છે. તેથી ઉત્તરપદમાં ઉપાન્ત્ય સ્વરવર્ણ ઉદાત્ત છે.

(૭૯૮) न गुणाक्षरच्छन्दोमानसूक्ताध्यायादयोऽवयवाः ॥ ८ । ४ । २०४ ॥

सूत्रार्थ :- (स्वरविषये) गुण, अक्षर, छन्दोमान, सूक्त, अध्याय इत्येते शब्दा अवयववाचिनो बहुशब्दस्य उत्तरे बहुव्रीहौ नान्तोदात्ता भवन्ति।

अर्थ :- गुण વગેરે શબ્દો અવયવવાચક बहु શબ્દ પછી આવે તો અન્તોદાત્ત બનતા નથી.

ઉદા. :- बहुगुणा रज्जुः। बह्वक्षरं पदम्। बहुच्छन्दोमानम्। बहुसूक्तः। बह्वध्यायः। અહીં बहु શબ્દ અવયવવાચક છે. તેની પછી गुण વગેરે શબ્દો આવતાં તે અન્તોદાત્ત બને જ એવું નથી, કેમ કે गुण અને मान શબ્દો આદ્યુદાત્ત છે, જ્યારે अक्षर, सूक्त અને अध्याय શબ્દો અન્તોદાત્ત છે. તેથી આ નિયમ સર્વાંશે લાગુ પડતો નથી.

(૭૯૯) उपसर्गात् स्वाङ्गं ध्रुवमपर्शु ॥ ८ । ४ । २०५ ॥

सूत्रार्थ :- (स्वरविषये) प्राद्युपलक्षणादुपसर्गात् परस्य ध्रुव (= नित्यमेकरूप) स्वाङ्गवाचिशब्दः पर्शुभिन्न अन्तोदात्तो भवतिः।

અર્થ :- प्र વગેરે ઉપસર્ગ પછી આવતો સ્થિર રહેનાર પોતાના અંગનો વાચક શબ્દ, पर्शु શબ્દ સિવાય, અન્તોદાત્ત બને છે.

ઉદા. :- प्रपृष्ठः। प्रोदुरः। प्रललाटः। અહીં प्र પછી સ્થિર રહેનારાં પોતાની પીઠ, પેટ અને કપાળ એ અંગોના વાચક શબ્દો આવેલા હોવાથી તે અન્તોદાત્ત છે.

પણ उत्पंर्शुः શબ્દમાં पर्शु શબ્દ હોવાથી તે આદ્યુદાત્ત છે. पर्शु = પાંસળીનું હાડકું.

(८००) वनं समासे ॥ ८ । ४ । २०६ ॥

सूत्रार्थ :- (स्वरविषये) समासे वनम् इत्येतदुत्तरपदमुपसर्गात् परमन्तोदात्तं भवति।

અર્થ :- સમાસમાં वन શબ્દ ઉપસર્ગ પછી ઉત્તરપદ તરીકે આવે તો અન્તોદાત્ત બને છે.

ઉદા. :- यदि वा तावंत् प्रवणम् (तै. सं. २. ४. १२. १)। અહીં प्र પછી वनम् શબ્દ ઉત્તરપદ આવીને प्रवणम् સમાસ બન્યો છે. તેથી તેમાં ઉત્તરપદ અન્તોદાત્ત છે.

(८०१) अन्तरश्च ॥ ८ । ४ । २०७ ॥

सूत्रार्थ :- (स्वरविषये) अन्तर् इत्येतस्मात् परं वनमन्तोदात्तं भवति।

અર્થ :- अन्तर् શબ્દ પછી वनम् શબ્દ ઉત્તરપદ તરીકે આવે તો અન્તોદાત્ત બને છે.

ઉદા. :- अन्तर्वणो देशः। અહીં अन्तर् શબ્દ પછી वन શબ્દ સમાસમાં આવતાં તે અન્તોદાત્ત બન્યો છે.

(८०२) न निविभ्यामन्तः ॥ ८ । ४ । २०८ ॥

सूत्रार्थ :- (स्वरविषये) नि, वि इत्येताभ्यामुत्तरोऽन्तशब्दो नान्तोदात्तो भवति।

અર્થ :- नि કે वि પછી ઉત્તરપદ તરીકે આવેલો अन्त શબ્દ સમાસમાં અન્તોદાત્ત બનતો નથી.

ઉદા. :-न्यंन्तः। व्यंन्तान् करोति (तै. ब्रा. २. १. ३. १)। અહીં પૂર્વપદ પ્રકૃતિસ્વર થયો છે. જેમાં नि અને वि ઉદાત્ત છે, તેની પછી अन्त શબ્દનો અનુદાત્ત આવતાં સંધિ થઈને य સ્વરિત બન્યો છે.

(८०३) परेरभितोभावि मण्डलम् ॥ ८ । ४ । २०९ ॥

सूत्रार्थ :- (स्वरविषये) परेरुत्तरस्य अभितोभावि उभयतोभवनस्वभावकूलादिवाचिनो शब्दस्य मण्डलशब्दस्य च अन्त उदात्तो भवति ।

અર્થ :- परि શબ્દ પછી બંને બાજુ હોવાનો સ્વભાવ ધરાવવાનો વાચક શબ્દ અને मण्डल શબ્દ ઉત્તરપદ હોય તો તે અન્તોદાત્ત બને છે.

ઉદા. :- परिकूलम् । परितीरम् । परिमण्डलम् । આ સમાસ બહુવ્રીહિ કે અવ્યયીભાવ હોય છે. અને આ સંજોગોમાં તે અન્તોદાત્ત બને છે. અહીં अभितोभावि અર્થમાં कूल અને तीर શબ્દ છે.

ઉપરાંત ऋषभौ परिमरौ (तै. सं. ५. ६. २१. १) । देवानां परिषूतमासि (तै. सं. १. २. १. १) । એ વૈદિક ઉદાહરણમાં परिमरौ અને परिषूतम् અન્તોદાત્ત છે, કેમકે તેમાં परि પછી मर અને सूत શબ્દ ઉત્તરપદ તરીકે આવેલા છે.

(८०४) प्रादस्वाङ्गं संज्ञायाम् ॥ ८ । ४ । २१० ॥

सूत्रार्थ :- (स्वरविधौ) प्रात् परस्य अस्वाङ्गवाचिन उत्तरपदस्य संज्ञायां विषये अन्त उदात्तो भवति ।

અર્થ :- प्र પછી પોતાના અંગનો વાચક ન હોય તેવો શબ્દ સંજ્ઞાના અર્થમાં ઉત્તરપદ હોય તો તે અન્તોદાત્ત બને છે.

ઉદા. :- प्रकोष्ठम् । प्रगृहम् । प्रद्वारम् । અહીં प्र પછી પોતાના અંગવાચક ન હોય તેવા कोष्ठ, गृह અને द्वार શબ્દો ઉત્તરપદ છે અને સંજ્ઞાવાચક છે, તેથી અન્તોદાત્ત બન્યા છે.

પણ प्रहस्तम् કે प्रपदम् માં ઉત્તરપદ અંગવાચક હોવાથી આ નિયમ લાગુ પડશે નહીં.

(८०५) उदकोपलोलपमशकमक्षिकाकालककालिकतरीकतरीपपेषा निरः ॥ ८ । ४ । २११ ॥

सूत्रार्थ :- (स्वरविषये) निर उत्तरे उदक, उपल, उलप, मशक, मक्षिका, कालक, कालिक, तरीक, तरीप, पेष इत्येते शब्दाः समासे अन्तोदात्ता भवन्ति ।

અર્થ :- निस् ઉપસર્ગ પછી સમાસમાં ઉત્તરપદ તરીકે આવેલા उदक વગેરે દસ શબ્દો અન્તોદાત્ત બને છે.

ઉદા. :- निरुदकम् । निरुपलम् । निरुलपम् । निर्मशकम् । निर्मक्षिकम् । निष्कालकः । निष्कालिकः । निस्तरीकः । निस्तरीपः । निष्पेषः । આ બધા

શબ્દો પ્રાદિસમાસ, બહુવ્રીહિ કે અવ્યયીભાવ હોય તો પણ આ નિયમ મુજબ અન્તોદાત્ત બને છે.

(૮૦૬) उदुपाभ्यां चाजिनम् ॥ ८ । ४ । २१२ ॥

सूत्रार्थ :- (स्वरविषये) निरः पर उत्, उप इत्येताभ्यां च परोऽजिनशब्द उत्तरपदमन्तोदात्तं भवति ।

અર્થ :- निस् પછી અને उत्, उप પછી अजिन શબ્દ સમાસમાં ઉત્તરપદ હોય તો તે અન્તોદાત્ત બને છે.

ઉદા. :- निरजिनम् । उदजिनम् । उपाजिनम् । સૂત્રમાંના च કારથી પૂર્વસૂત્રમાંના निस् ની પણ આ સૂત્રમાં અનુવૃત્તિ આવી છે. ઉદાહરણમાંના ત્રણ શબ્દો આ નિયમથી અન્તોદાત્ત બન્યા છે.

(૮૦૭) परेर्हस्तपादकेशकर्षाः ॥ ८ । ४ । २१३ ॥

सूत्रार्थ :- (स्वरविषये) परेरुत्तरे हस्त, पाद, केश, कर्ष इत्येते शब्दा अन्तोदात्ता भवन्ति ।

અર્થ :- परि પછી સમાસમાં ઉત્તરપદ તરીકે આવેલા हस्त વગેરે ચાર શબ્દો અન્તોદાત્ત બને છે.

ઉદા. :- परिहस्तः । परिपादः । परिकेशः । परिकर्षः । परि પછી આવી સમાસ બન્યો હોવાથી આ શબ્દો અન્તોદાત્ત બન્યા છે.

(૮૦૮) दुस्तरीपादयश्च ॥ ८ । ४ । २१४ ॥

सूत्रार्थ :- (स्वरविषये) दुस्तरीपादयः समस्तशब्दाश्चान्तोदात्ता भवन्ति ।

અર્થ :- दुस्तरीप, निस्तरीपः, निस्तरीक વગેરે શબ્દો અન્તોદાત્ત બને છે.

ઉદા. :- दुस्तरीपः । निस्तरीपः । निस्तरीकः । આમાંના છેલ્લા બે શબ્દોનો સમાવેશ પૂર્વસૂત્ર (૮૦૫)માં થયો છે જ. ભોજદેવે दुस्तरीपથી આરંભાતો કોઈ ગણ નિર્દેશ્યો નથી.

(૮૦૯) अभेर्मुखम् ॥ ८ । ४ । २१५ ॥

सूत्रार्थ :- (स्वरविषये) अभेरुत्तरस्य मुखशब्दस्यान्त उदात्तो भवति ।

અર્થ :- अभि પછી સમાસમાં ઉત્તરપદ તરીકે આવેલો मुख શબ્દ અન્તોદાત્ત બને છે.

ઉદા. :- अभिमुखः । આ શબ્દ બહુવ્રીહિ કે પ્રાદિસમાસ હોય તો પણ અન્તોદાત્ત બને છે. અવ્યયીભાવ સમાસ હોય તો સમાસાન્તોદાત્તના નિયમથી આપોઆપ જ અન્તોદાત્ત બનશે.

(૮૧૦) अपाच्च ॥ ૮ । ૪ । ૨૧૬ ॥

सूत्रार्थ :- (स्वरविषये) अपाच्चोत्तरं मुखशब्दोत्तरपदमन्तोदात्तं भवति ।

अर्थ :- अप પછી સમાસમાં ઉત્તરપદ તરીકે આવેલો मुख શબ્દ અન્તોદાત્ત બને છે.

ઉદા. :- अपमुखः । अपमुखम् । અહીં अपगतं मुख यस्य એમ બહુવ્રીહિ અથવા अपगतं मुखम् એમ પ્રાદિસમાસ બન્યો છે. તેથી ઉત્તરપદ અન્તોદાત્ત છે. ઉપરાંત मुखं वर्जयित्वा એ અર્થમાં અવ્યયીભાવ સમાસ બને તો આપોઆપ જ સમાસાન્તોદાત્ત થશે.

(૮૧૧) स्फिगपूतवीणाञ्जोऽध्वकुक्षिसीरनामनामानि च ॥ ૮ । ૪ । ૨૧૭ ॥

सूत्रार्थ :- (स्वरविषये) स्फिग, पूत, वीणा, अञ्जस्, अध्वन्, कुक्षि इत्येतानि उत्तरपदानि, सीरनामानि, नामशब्दश्च अपादुत्तराण्यन्तोदात्तानि भवन्ति ।

अर्थ :- स्फिग, पूत, वीणा, अञ्जस्, अध्वन्, कुक्षि એ શબ્દો સમાસમાં ઉત્તરપદ બને ત્યારે, અને હળના નામવાચક શબ્દો તથા नाम શબ્દ, अप પછી આવે તો અન્તોદાત્ત બને છે.

ઉદા. :- अपस्फिगम् । अपपूतम् । अपवीणम् । अपाञ्जः । अपाध्वा । अपकुक्षिः । अपसीरः । अपहलम् । अपलाङ्गलम् । अपनाम । અહીં हल, लाङ्गल એ સીરનામ છે. આ બધા શબ્દો આ નિયમ મુજબ અન્તોદાત્ત છે.

(૮૧૨) अधेरुपरिस्थम् ॥ ૮ । ૪ । ૨૧૮ ॥

सूत्रार्थ :- (स्वरविषये) अधेरुत्तरम् उपरिस्थवाचि उत्तरपदमन्तोदात्तं भवति ।

अर्थ :- अधि પછી 'ઉપર રહેલું' એ અર્થનું ઉત્તરપદ આવે તો અન્તોદાત્ત બને છે.

ઉદા. :- अधिदन्तः । अधिकेशः । અહીં अध्यारुढो दन्तः, એટલે કે 'એક દાંતની ઉપર ઉગેલો બીજો દાંત' એ અર્થમાં પ્રાદિ સમાસ બન્યો છે. તેથી અન્તોદાત્ત બન્યો છે.

(८१३) अनोरप्रधानकनीयसी ॥ ८ । ४ । २१९ ॥

सूत्रार्थ :- (स्वरविषये) अनोरुत्तरमप्रधानवाचि, कनीयश्चान्तोदात्तं भवति।

अर्थ :- अनु પછી આવતો મુખ્યવાચક ન હોય તેવો શબ્દ અને कनीयस् શબ્દ અન્તોદાત્ત બને છે.

ઉદા. :- अनुगतो ज्येष्ठम् = अनुज्येष्ठः। पिबा सोमंमनुष्वधं मदाय (तै. सं. १. ४. १९. १)। અહીં अनुष्वधम् અન્તોદાત્ત છે. એ જ રીતે अनुगतो मध्यमः अनुमध्यमः। अनुगतः कनीयान् = अनुकनीयान् । અહીં कनीयान् શબ્દ મુખ્યાર્થક લેવાનો છે, નહીં કે અપ્રધાનાર્થક.

(८१४) पुरुषश्चान्वादिष्टः ॥ ८ । ४ । २२० ॥

सूत्रार्थ :- (स्वरविषये) अनोः पर अन्वादिष्टवाची पुरुषशब्द अन्तोदात्तो भवति।

अर्थ :- अनु પછી, ગૌણ કામ કરવાનું જેને કહેવામાં આવ્યું હોય તેવા માણસનો વાચક पुरुष શબ્દ ઉત્તરપદ તરીકે આવે તો અન્તોદાત્ત બને છે.

ઉદા. :- अनुपुरुषः। અહીં अन्वादिष्टः पुरुषः એ અર્થમાં अनुपुरुषः એમ સમાસ થયો છે. તેથી અન્તોદાત્ત છે. એક જણાને એક કામ કરવાનું પહેલાં કહ્યા પછી જે બીજા જણને કરવાનું કહેવામાં આવે તે માણસને अन्वादिष्ट કહે છે.

(८१५) अतेरकृत्पदम् ॥ ८ । ४ । २२१ ॥

सूत्रार्थ :- (स्वरविषये) अतेः परमकृदन्तं पदशब्दश्चान्तोदात्तौ भवतः।

अर्थ :- अति પછી ઉત્તરપદ તરીકે આવતો कृत् પ્રત્યયાન્ત શબ્દ અને पद શબ્દ અન્તોદાત્ત બને છે.

ઉદા. :- अत्यङ्कुशो नागः । अतिकशोऽश्वः। अतिपदा शक्वरी । પ્રથમ બે ઉદાહરણોમાં अति પછી अङ्कुश અને कशा એ બે કૃત્પ્રત્યયાન્ત શબ્દો છે અને છેલ્લામાં अति પછી पद શબ્દ છે. તેથી અહીં अत्यङ्कुश વગેરે શબ્દો અન્તોદાત્ત છે.

(८१६) नेरनिधाने ॥ ८ । ४ । २२२ ॥

सूत्रार्थ :- निधानम् अप्रकाशता। तद्भिन्नमनिधानम् = प्रकाशनम्। (स्वरविषये) नेः परमुत्तरपदमन्तोदात्तं भवति प्रकाशनार्थे सति।

અર્થ :- नि પછી છુપું ન રાખવું (= પ્રગટ કરવું) એ અર્થનું ઉત્તરપદ આવે તો તે અન્તોદાત્ત બને છે.

ઉદા. :- निर्मूलं तृणम् । निवात एषामभये स्याम (तै. सं. ५. ७. २. ४) । અહીં निर्मूल અને निवात શબ્દો અન્તોદાત્ત છે. निर्मूलम् = જેનું મૂળ પ્રકાશમાં આવી ગયું છે તે રીતનું. निवातम् = જેમાંથી પવન નીકળી ગયો છે, અથવા જ્યાં વાયુ પણ સ્પંદન કરી શક્તો નથી તેવું ભયરહિત સ્થાન.

(૮૧૭) प्रतेरंशुजनराजन्नुष्ट्रखेटकाजिरार्द्राश्रवणकृत्तिकार्धपुराणि तत्पुरुषे ॥ ८ । ४ । २२३ ॥

सूत्रार्थ :- (स्वरविषये) प्रतेः परा अंशु, जन, राजन्, उष्ट्र, खेटक, अजिर, आर्द्र, श्रवण, कृत्तिका, अर्ध, पुर इत्येते शब्दा तत्पुरुषे समासेऽन्तोदात्ता भवन्ति ।

અર્થ :- प्रति પછી ઉત્તરપદ તરીકે તત્પુરુષ સમાસમાં આવેલા अंशु વગેરે અગિયાર શબ્દો અન્તોદાત્ત બને છે.

ઉદા. :- प्रतिगतोंऽशुः = प्रत्यंशुः प्रतिजनः । प्रतिराजा प्रत्युष्ट्रः । प्रतिखेटक । प्रत्यजिरम् प्रत्यार्द्रा । प्रतिश्रवणम् । प्रतिकृत्तिका । प्रत्यर्धम् । प्रतिपुरम् । આ બધા તત્પુરુષ સમાસો છે તેથી તેમાં ઉત્તરપદ અન્તોદાત્ત બન્યું છે. પણ प्रतिगता अंशवो यस्य = प्रत्यंशुः એવો બહુવ્રીહિ સમાસ બને તો પૂર્વપદનો પ્રકૃતિસ્વર થાય.

(૮૧૮) उपाद् द्व्यजजिनमगौरलटलोटजिह्वाकृष्णाकन्यागुडकल्पपादादय ॥ ८ । ४ । २२४ ॥

सूत्रार्थ :- (स्वरविषये) उपादुत्तरं द्व्यच्, अजिनं चान्तोदात्तं भवति तत्पुरुषे समासे, गौर, लट, लोट, जिह्वा, कृष्णा, कन्या, गुड, कल्प, पाद, तैष, तैट इत्येतान् वर्जयित्वा ।

અર્થ :- उप પછી ઉત્તરપદ તરીકે તત્પુરુષ સમાસમાં द्व्यच् (= બે સ્વરવર્ણોવાળો) શબ્દ કે अजिन શબ્દ આવે તો તે ઉત્તરપદ અન્તોદાત્ત બને છે. પણ गौर વગેરે અગિયાર શબ્દો द्व्यच् હોવા છતાં આ નિયમમાં અપવાદ રૂપ છે.

ઉદા. :- उपगतो देवम् = उपदेवः । उपसोमः । उपेन्द्रः । उपहोडः । उपांशुं हत्वा (तै. सं. ३. २. २. १) यदुपांशुः । (तै. ब्रा. १. ४. १. २) । उपाजिनम् । અહીં ઉત્તરપદ અન્તોદાત્ત બન્યું છે.

પણ उपगौरः । અહીં ઉત્તરપદ તરીકે गौर શબ્દ હોવાથી અન્તોદાત્ત નથી થતો; અને ઉત્તરપદ આદ્યુદાત્ત તથા સમાસ મધ્યોદાત્ત છે.

(૮૧૯) सोरवक्षेपणे ॥ ૮ । ૪ । ૨૨૫ ॥

सूत्रार्थ :- (स्वरविषये) सुशब्दात् परमुत्तरपदं तत्पुरुषसमासेऽन्तोदात्तं भवति, अवक्षेपणे (= निन्दार्थे) गम्यमाने ।

અર્થ :- सु શબ્દ પછી તત્પુરુષ સમાસમાં નિંદાવાચક ઉત્તરપદ આવે તો તે અન્તોદાત્ત બને છે.

ઉદા. :-इह खलु इदानीं सुस्थण्डिले सुंस्फिगाभ्यां सुंप्रत्यवस्थितः । અહીં सु એ કર્મપ્રવચનીય સાથે प्रत्यवस्थित શબ્દ ઉત્તરપદ તરીકે આવીને સમાસ બને છે. આ વાક્યમાં सु આદરાર્થે જ છે. પણ આ વાક્ય અસૂયાને લીધે બોલાયું હોવાથી નિન્દાવાચક અર્થ નિષ્પન્ન થાય છે. કારણ કે અહીં કોઈ આવ્યું હોઈ તેને સાદા પથ્થર પર બેસવાનું કહીને અપમાન કરવાનો ઈરાદો અસૂયાને લીધે વ્યંજીત થયો છે.

(૮૨૦) उत्पुच्छे वा ॥ ૮ । ૪ । ૨૨૬ ॥

सूत्रार्थ :- (स्वरविषये) उत्पुच्छशब्दे तत्पुरुषे विकल्पेनान्तोदात्तो भवति ।

અર્થ :- उत्पुच्छ શબ્દ તત્પુરુષ સમાસ હોય ત્યારે વિકલ્પે અન્તોદાત્ત બને છે.

ઉદા. :- उत्क्रान्तः पुच्छात् = उत्पुच्छः । અહીં તત્પુરુષ સમાસ હોવાથી અન્તોદાત્ત છે.

પણ पुच्छम् उदस्यति = उत्पुच्छयति । પછી તેને अच् પ્રત્યય લાગીને उत्पुच्छम् શબ્દ બને ત્યારે પૂર્વપદ પ્રકૃતિસ્વર થાય છે. એ જ રીતે उदस्तं पुच्छमस्य = उत्पुंच्छः માં પણ પૂર્વપદ પ્રકૃતિસ્વર થાય છે.

(૮૨૧) नलोपः पूर्वत्रासिद्धः ॥ ૮ । ૪ । ૨૨૭ ॥

सूत्रार्थ :- (स्वरविषये) नलोपः पूर्वत्रासिद्धो भवति ।

અર્થ :- (સ્વર વિધાનની બાબતમાં) न નો લોપ પૂર્વત્રાસિદ્ધ ઠરે છે.

ઉદા. :- राजंवती । અહીં राजन् શબ્દને मतुप् પ્રત્યય લાગી मत् નો वत् થઈ ङीप् પ્રત્યય લાગી राजवती શબ્દ બને છે. અહીં न લોપ થયો છે. તે અસિદ્ધ હોવાથી અન્તોદાત્ત થતો નથી, પણ મૂળમાં राज ધાતુને कनिन् પ્રત્યય લાગીને નિષ્પન્ન થયો હોવાથી राज શબ્દ नित् સ્વર મુજબ આદ્યુદાત્ત રહે છે.

पञ्चार्मम्। दुशार्मम् । અહીં पञ्चन् અને दशन् શબ્દ સાથે સમાસ થતાં ન લોપ થયો છે, પણ તે અસિદ્ધ હોવાથી આદ્યુદાત્ત ન થતાં, સમાસાન્તોદાત્ત જ થાય છે.

पञ्चदण्डी । અહીં पञ्चन् શબ્દ સાથે સમાસ બનતાં ન લોપ થયો છે. પણ તે અસિદ્ધ હોવાથી પૂર્વપદ પ્રકૃતિસ્વર ન થતાં, સમાસાન્તોદાત્ત જ થયો છે.

(૮૨૨) वाक्यस्य टेः प्लुत उदात्तः ॥ ८ । ४ । २२८ ॥

सूत्रार्थ :- (स्वरविषये) यत्र प्लुतस्य विधानं भवति तत्र तद् वाक्यस्य टेः (=अन्त्यस्य पदस्य) सम्बन्धे वेदितव्यम् । तच्च प्लुत उदात्तो भवति।

અર્થ :- જ્યાં પ્લુતનું વિધાન હોય ત્યાં તે વાક્યના ટિ ભાગને (= અંતિમ પદને) લગતું સમજવું. આ પ્લુત ઉદાત્ત બને છે.

ઉદા. :- आगच्छ भो माणवक यज्ञदत्त३ । અહીં દૂરથી બોલાવવા માટે આ વાક્યના છેલ્લા પદનો અંતિમ સ્વરવર્ણ પ્લુત અને ઉદાત્ત બને છે. પ્લુત દર્શાવવા તેની ત્રણ માત્રાનો સૂચક ३ (=ત્રણ) નો અંક તે અક્ષર પછી મૂકવામાં આવે છે. જેમ કે ओ३म् । અહીં ओ એ ત્રિમાત્રિક પ્લુત હોવાથી તેની પછી ३ નો અંક એ ત્રણ માત્રાઓ દર્શાવવા મૂક્યો છે.

ओं३म् अग्निमीळें पुरोहिंतम् (ऋ. सं. १. १. १)। અહીં વેદપાઠનો આરંભ સૂચવવા ओम् શબ્દ પ્રયોજાયો છે. તેથી તે પ્લુત અને ઉદાત્ત છે.

ये३ यजांमहे । અહીં યજ્ઞકર્મ વખતે આરંભમાં ये यजामहे બોલવામાં આવે છે. તેમાં ये३ પ્લુત ઉદાત્ત બને છે.

अपाᳪ रेतांᳪसि जिन्वतो३म् (तै. सं. १. ५. ५. २) । देवाञ्जिगाति सुम्नयो३म् (तै. ब्रा. ३. ५. २. १) । અહીં યજ્ઞકર્મ વખતે પાદ કે અર્ધર્ચના અંત્ય અક્ષરની સાથે જોડી દઈને ત્રિમાત્રિક ॐ કાર પ્રયોજાય છે. તે પણ પ્લુત ઉદાત્ત બને છે.

भुवों यज्ञस्य रजंसश्च नेता यत्रां नियुद्भिः सचसे शिवाभिंः। दिवि मूर्धानं दधिषे सुवर्षां जिह्वामंग्ने चकृषे हव्यवाह३म् । અહીં યાજ્યાકાંડના અંતે જે મંત્રોનો પાઠ થાય છે. તે મંત્રોના અંતિમ પદનો યજ્ઞકર્મમાં પ્લુત અને ઉદાત્ત બન્યો છે.

अग्नयेऽनुब्रू३हि । अग्नये प्रे३ष्य । अस्तु श्रौ३षट् । सोमस्याग्ने वीहि वौ३षट् । अग्निमा३वह। આ બધા પ્રયોગોમાં ब्रूहि, प्रेष्य, श्रौषट्, वौषट् અને आवह એ શબ્દોમાં યજ્ઞકર્મ વખતે આદિસ્વર પ્લુત ઉદાત્ત બને છે.

(૮૨૩) प्रश्नान्ताभिपूजितोपरिस्विदासीत्स्वनुदात्तः ॥ ८ । ४ । २२९ ॥

सूत्रार्थ :- (स्वरविषये) प्रश्नान्ते, अभिपूजिते, उपरिस्विदासीत् इत्येतेषु प्लुतोऽनुदात्तो भवति ।

અર્થ :- પ્રશ્નાર્થક વાક્યના અંતિમ પદમાં આદરવાચક પદમાં તથા વૈદિક उपरिस्विदासीत् એ પ્રયોગમાં જે પ્લુત બને છે તે અનુદાત્ત હોય છે.

ઉદા. :- अगमं३ पूर्वां३न् ग्रामां३न् अग्निभूतां३इ पंटा३उ ? અહીં પ્રશ્નવાક્યનાં પાંચ પદોમાંથી પહેલાં ચાર પદોમાંના પ્લુત સ્વરિત છે, પણ અંતિમ પદનો પ્લુત અનુદાત્ત છે.

शोभनः खल्वसि माणवकु३ । અહીં વાક્યમાં આદરવાચક અર્થ હોવાથી અંતિમપદનો પ્લુત અનુદાત્ત બન્યો છે.

अधस्विंदासी३दुपरिंस्विदासी३त् (ऋ . सं. १०. १२९. ५) । અહીં अधःस्विंदासी३त् માં પ્લુત ઉદાત્ત છે. જ્યારે उपरिंस्विदासी३त માં પ્લુત અનુદાત્ત છે.

(૮૨૪) असूयासम्मतिकोपकुत्सनक्षियाशीःप्रैषप्रश्नाख्यानेषु स्वरितः ॥ ८ । ४ । २३० ॥

सूत्रार्थ :- (स्वरविषये) असूया, सम्मतिः , कोपः, कुत्सनम् , क्षिया, आशीः, प्रैषः इत्येतेषु गम्यमानेषु यः प्लुतो विहितः स स्वरितो भवति ।

અર્થ :- असूया (= બીજાના ગુણો સહન ન થવા તે) , संमति (= આદર) कोप (= ક્રોધ), कुत्सन (= નિન્દા), क्षिया (= શિષ્ટાચારનું ઉલ્લંઘન), आशीः (= આશીર્વાદ) અને प्रैष (= આજ્ઞા કે આવાહન) આ અર્થોમાં જે પ્લુતનું વિધાન છે, તેમાં સ્વરિત સ્વરભાર થાય છે.

ઉદા. :- अभिरूंपकं३ अभिरुपक रिक्तं त आभिरूप्यम् । અહીં અસૂયાનો ભાવ વ્યક્ત થતો હોવાથી પ્રથમ શબ્દનો અંત્ય સ્વરવર્ણ પ્લુત સ્વરિત બન્યો છે.

अभिरुपकं३ अभिरूपक शोभनः खल्वसि । અહીં આદરનો ભાવ વ્યક્ત થતો હોવાથી પ્રથમ શબ્દનો અંત્ય સ્વરવર્ણ પ્લુત સ્વરિત બન્યો છે.

अविनीतकं३ आविनीतक इदानीं ज्ञास्यसि जाल्म । અહીં ગુસ્સાનો ભાવ હોવાથી પ્રથમ શબ્દનો અંત્ય અક્ષર પ્લુત સ્વરિત છે.

शाक्तिकं३ शाक्तिक रिक्ता ते शक्तिः । અહીં નિન્દાનો ભાવ હોવાથી પ્રથમ શબ્દનો અંત્ય અક્ષર પ્લુત સ્વરિત બન્યો છે.

स्वयं रथेन यातिं३ उपाध्यायं पदातिं गमयति । અહીં याति પદમાં શિષ્ટાચારના ઉલ્લંઘનનો ભાવ વ્યક્ત કરવાનો હોવાથી તેનો અંત્ય અક્ષર પ્લુત સ્વરિત છે.

सुतांश्च लप्सीष्टं३ धनं च तात । અહીં આશીર્વાદનો ભાવ હોવાથી लप्सीष्ट ક્રિયાપદનો અંત્ય અક્ષર પ્લુત સ્વરિત છે.

यवांश्च लुनीहि३, सक्तूंश्च पिब३ । અહીં આજ્ઞાનો ભાવ હોવાથી ક્રિયાપદનો અંત્ય અક્ષર પ્લુત સ્વરિત બન્યો છે.

(८२५) उदात्तादनुदात्तः ॥ ८ । ४ । २३१ ॥

सूत्रार्थ :- (स्वरविषये) उदात्तात् पर अनुदात्तः स्वरितो भवति ।

અર્થ :- ઉદાત્ત પછી આવેલો અનુદાત્ત સ્વરિત બની જાય છે.

ઉદા. :- युज्ञस्यं घोषर्दसि । (तै. सं. १. १. २. १) । कर्मणे वाम् (तै. सं. १. १. ४. १) । અહીં यज्ञस्यं માં ઉદાત્ત ज्ञ પછી અનુદાત્ત स्य, घोषर्दसि માં ઉદાત્ત ष પછી અનુદાત્ત द અને कर्मणे માં ઉદાત્ત क પછી અનુદાત્ત र्म આવતાં તે સ્વરિત બન્યા છે.

(८२६) उदात्तस्वरितपरयोश्च यणः ॥ ८ । ४ । २३२ ॥

सूत्रार्थ :- (स्वरविषये) उदात्तस्य स्थाने यो यण् तस्य (= उदात्तयणः) स्वरितस्य च स्थाने यो यण् तस्य (= स्वरितयणः) परस्यानुदात्तस्य स्वरित आदेशो भवति ।

અર્થ :- ઉદાત્ત કે સ્વરિત સ્વરવર્ણને સ્થાને આવેલા यण् ની પછી આવેલા અનુદાત્તને સ્થાને સ્વરિત આદેશ થાય છે.

ઉદા. :- अजा ह्यग्नेरजंनिष्ट गर्भात्सा वा अंपश्यत् (तै. सं. ४. २. १०. ४) । वैश्वदेव्यों वै प्रजाः (तै. सं. ६. ५. २. ३) । અહીં हि + अग्ने માં हि ઉદાત્ત પછી अ અનુદાત્ત આવતાં इ + अ = य એમ यण् સંધિ થઈ છે. તેથી ह्य् + अ। અહીં ઉદાત્ત સ્વર इ ને સ્થાને આવેલા य् પછી अ આવતાં આ अ કારના અનુદાત્તને સ્થાને સ્વરિત આદેશ થઈને ह्यं સ્વરિત બન્યો છે.

બીજા ઉદાહરણમાં वैश्वदेवी શબ્દ મૂળમાં અન્તોદાત્ત છે. તેને जस् વિભક્તિનો અનુદાત્ત अ લાગતાં वी (=व् + ई) + अ માં यण् સંધિ થઈને व्य् + अ થતાં ઉદાત્ત ई ના સ્થાને આવેલો य કાર ઉદાત્ત यण् છે. તેથી તેની પછી આવેલા અનુદાત્ત अ ને સ્થાને સ્વરિત આદેશ થઈને यंः (= यो) સ્વરિત બન્યો છે.

खुलप्व्यांशा । અહીં खुलपू શબ્દ કૃત્યસ્વર મુજબ અન્તોદાત્ત છે. તેને સપ્તમી એકવચન ङि (= इ) પ્રત્યય લાગતાં खलपू + इ થાય છે. પછી ऊ + इ માં यण् સંધિ થઈને ऊ નો व् થતાં खलप्व्इ = खलप्वि રૂપ બને છે. અહીં ઉદાત્ત ऊ ને સ્થાને व કાર એ यण् આવેલો હોવાથી व કાર ઉદાત્ત यण् છે. અને તેના પછી અનુદાત્ત इ કાર આવવાથી તે બંનેને સ્થાને સ્વરિત આદેશ થતાં इ કાર સ્વરિત બનવાથી खुलप्विं એમ સ્વરભાર વ્યવસ્થા થઈ. હવે खुलप्विं પછી आशा શબ્દ આવતાં प्विं + आ એમ સ્વરિત પછી અનુદાત્ત આવતાં इ + आ વચ્ચે यण् સન્ધિ થઈને य् + आ થશે. અહીં સ્વરિત इ ના સ્થાને આવેલા य કાર સ્વરિત यण् છે. તે પછી અનુદાત્ત आ આવવાથી आ ને સ્થાને સ્વરિત આદેશ થતાં प्व्यां એ અક્ષર સ્વરિત બની જઈને खुलप्व्यांशा એમ સ્વરભાર વ્યવસ્થા થશે.

આવા સ્વરિત यण् પછી અનુદાત્ત આવતાં તેનો સ્વરિત આદેશ થયાનું બીજું ઉદાહરણ છે. सुकृल्लू + ई = सुकृल्ल्विं + आशा = सुकृल्ल्व्यांशा । અની પ્રક્રિયા પણ ઉપર મુજબ જ છે.

અહીં શંકા થાય કે इ કાર એ સ્વર હોવાથી તે ઉદાત્ત, અનુદાત્ત કે સ્વરિત હોઈ શકે, પણ य કાર કે व કાર એ यण् તો અન્તઃસ્થવર્ણ હોવાથી તેમ ન હોઈ શકે. તેનું સમાધાન આશ્રયભાવને આધારે કરવામાં આવે છે. અર્થાત્ સ્થાનીના ગુણનો આદેશમાં અતિદેશ કરવામાં આવ્યો છે.

(८२७) एकादेश उदात्तेनोदात्तः ॥ ८ । ४ । २३३ ॥

सूत्रार्थ :- (स्वरविषये) उदात्तेन सहानुदात्तस्य य एकादेशः स उदात्तो भवति ।

અર્થ :- ઉદાત્ત સ્વરવર્ણની સાથે અનુદાત્ત સ્વરવર્ણ મળીને બંનેને સ્થાને જે એકાદેશ થાય છે તે ઉદાત્ત બને છે.

ઉદા. :- जातौ विश्वस्य भुवनस्य गोपौ (तै. सं. १. ७. २२. ५) । અહીં जात શબ્દ क्त પ્રત્યાન્ત હોવાથી પ્રત્યયસ્વર મુજબ અન્તોદાત્ત છે. તેને પ્રથમા દ્વિવચનનો औट् (= औ) એ અનુદાત્ત વિભક્તિ પ્રત્યય લાગતાં त + औ માં ઉદાત્ત अ + અનુદાત્ત औ એ બેની સન્ધિ થઈને ઉદાત્ત એકાદેશ औ બનતાં जातौ એ રૂપ બન્યું છે.

પણ मा त्वान्वक् (तै. सं. १. १. २. १) માં त्वा + अन्वक् એમ બે અનુદાત્તોનો મળીને आ + अ = आ એકાદેશ અનુદાત્ત જ બને છે, નહીં કે ઉદાત્ત.

अथ क्वांस्याहवनीयंः (तै. सं. ५. ७. ४. २) । અહીં क्वं + अस्य માં સ્વરિત अं + અનુદાત્ત अ નો એકાદેશ आं સ્વરિત થયો છે. આમ સ્વરિત + અનુદાત્ત = સ્વરિત એકાદેશ થાય છે, નહીં કે ઉદાત્ત.

પણ, मैत्रवरुणीत्यांह (तै. सं. २. ६. ७. ४) માં वरुणी + इतिं માં ઉદાત્ત णी + ઉદાત્ત इ આવતાં બન્નેના સ્થાને ઈ કાર એકાદેશ પણ ઉદાત્ત જ થાય છે.

આ રીતે આ સૂત્ર મુજબ ઉદાત્ત + અનુદાત્ત = એકાદેશ ઉદાત્ત સિદ્ધ થયો છે.

(८२८) स्वरितो वानुदात्ते पदादौ ॥ ८ । ४ । २३४ ॥

सूत्रार्थ :- (स्वरविषये) पदादौ अनुदात्ते सति उदात्तेन तस्य य एकादेश स स्वरितो वा भवति । पक्षे पूर्वेणोदात्तः । भाषायामैच्छिको विकल्पः । वेदे योगस्य व्यवस्थितत्वाद् व्यवस्थितो विकल्पः ।

અર્થ :- પદના અંતે ઉદાત્ત હોય અને તેના પછીના પદના આરંભે અનુદાત્ત હોય, અને બંનેનો એકાદેશ થતો હોય તો તે એકાદેશ વિકલ્પે સ્વરિત બને છે; પક્ષે ઉદાત્ત બને છે. આ વિકલ્પ લૌકિક પ્રયોગમાં સ્વૈચ્છિક છે. જ્યારે વૈદિક પ્રયોગોમાં અમુક સંજોગો મુજબ થાય છે.

ઉદા. :- सूंन्नीयमिव (तै. ब्रा. ६. २. ४. १) । सूंद्गाता (तै. सं. ७. १. ८. १) । तेंऽब्रुवन् (तै. सं. २. ६. ८. ३) । आदित्योंऽस्मिन् (तै.सं. २. ५. ८. १) । અહીં सु + उन्नीयम् માં ઉદાત્ત सु પછી પદાદિ અનુદાત્ત उ આવતાં બન્નેનો ऊं એમ સ્વરિત એકાદેશ થઈને सूं બન્યો છે. એ જ રીતે सु + उद्गाता માં सु ઉદાત્ત + પદાદિ उ અનુદાત્ત = सूं સ્વરિત એકાદેશ, ते + अब्रुवन् માં ते ઉદાત્ત પછી अ અનુદાત્ત = तें સ્વરિત એકાદેશ અને आदित्यः + अस्मिन् માં त्य ઉદાત્ત પછી પદાદિ अ અનુદાત્ત = यों સ્વરિત એકાદેશ થયા છે.

લૌકિક પ્રયોગોમાં એકાદેશ સ્વરિત કરવો કે ઉદાત્ત કરવો એ વિકલ્પે સ્વૈચ્છિક છે. પણ વૈદિક પ્રયોગોમાં શાખા અનુસાર આ વિકલ્પ ચોક્કસ સંજોગોમાં જ યોજવામાં આવ્યો છે. દા. ત. તૈત્તિરીય શાખામાં નિયમ એવો છે કે બે उ કારનો દીર્ઘ એકાદેશ ऊ કાર થાય ત્યાં સ્વરિત થાય છે. પણ બીજા એકાદેશોમાં ઉદાત્ત બને છે. જેમ કે सविता प्रार्पयतु (तै. सं. १. १. १. १)। दिवीव चक्षुंः (तै. सं. १. ३. ६. २) । અહીં प्रार्पयतु માં प्र ઉદાત્ત પછી अर्पयतु

નો પદાદિ અ અનુદાત્ત આવતાં प्र + आ = प्रा એકાદેશ ઉદાત્ત બન્યો છે, નહીં કે સ્વરિત. આ તૈત્તિરીય શાખામાંનો વ્યવસ્થિત વિકલ્પ છે.

(૮૨૧) वाक्ये स्वरितस्यैकश्रुतौ सिद्धिः ॥ ८ । ४ । २३५ ॥

सूत्रार्थ :- (स्वरविषये) वाक्ये पदे च एकश्रुतौ परतः स्वरितस्य सिद्धिः। एकश्रुतिः प्रचय इति पर्यायः। स्वरितात् परेषामनुदात्तानां वाक्ये एकश्रुतिर्भवतीति सुविदितमेव । सिद्धिशब्दो ग्रन्थान्ते मङ्गलार्थकः।

અર્થ :- વાક્યમાં કે પદમાં સ્વરિત પછી આવનાર અનુદાત્તો 'એકશ્રુતિ' કે 'પ્રચય' તરીકે ઓળખાય છે. આ એકશ્રુતિ ઉપરથી તેની તરત પૂર્વેનો સ્વરવર્ણ સ્વરિત છે એમ ઓળખાણ પડે છે. 'સિદ્ધિ' શબ્દ ગ્રંથના અંતે મંગલવાચક છે.

ઉદા. :- इमं मे गङ्गे यमुने सरस्वति (ऋ. सं. १०. ७५. ५ ; तै. आ. १०. १. १३) । અહીં इमम् એ અન્તોદાત્ત છે. તે પછી આવેલા मे અનુદાત્ત છે. પરંતુ તે ઉદાત્ત પછી તરત આવેલો હોવાથી વાક્યમાં मे સ્વરિત બને છે. તે પછી આવેલા गङ्गे, यमुने અને सरस्वति એ બધાં સર્વાનુદાત્ત પદો વાક્યમાં 'એકશ્રુતિ' કે 'પ્રચય' તરીકે ઓળખાય છે.

અનુદાત્તોને 'એકશ્રુતિ' કે 'પ્રચય' બનાવવામાં સ્વરિત નિમિત્તભૂત હોવાથી સ્વરિતનું આમાં સાર્થક્ય છે, સિદ્ધિ છે. આ નિયમ વાક્ય અને પદની અંતર્ગત થયેલી સંહિતામાં પણ લાગુ પડે છે.

પદપાઠમાં જ્યાં દરેક પદ પછી વિરામ આવે છે તે સંજોગોમાં આ નિયમ લાગુ પડતો નથી. જેમ કે इमम् । मे । गङ्गे । यमुने । सरस्वति । અહીં દરેક પદ અલગ અલગ હોવાથી પૂર્વપદની તે પછીના પદ ઉપર અસર પડતી નથી. પણ પદની અંતર્ગત આ નિયમ લાગુ પડી શકે છે. જેમ કે होतारं रत्नधातमम् (ऋ. सं. १. १. १) માં સ્વરિત तां પછીનો र અને સ્વરિત तं પછીનો म એકશ્રુતિ છે.

इति श्रीभोजदेवविरचित-सरस्वतीकण्ठाभरणाष्टमाध्याय-
वैदिकव्याकरणे चतुर्थः पादः ॥

॥ हरि ॐ ॥

પરિશિષ્ટ - ૧

ભોજદેવના વૈદિકવ્યાકરણનો સૂત્રપાઠ

। हरिः ॐ ।

। अथ श्रीभोजदेवविरचित-सरस्वतीकण्ठाभरणाष्टमाध्याय-वैदिकव्याकरणम् ।

। अथ प्रथमः पादः ।

(१) बहुलं छन्दसि ॥ ८ । १ । १ ॥
(२) शे प्रगृह्यम् ॥ ८ । १ । २ ॥
(३) ईदूतौ सप्तम्यर्थे ॥ ८ । १ । ३ ॥
(४) उपसर्गाः ॥ ८ । १ । ४ ॥
(५) परेऽपि ॥ ८ । १ । ५ ॥
(६) व्यवहिताश्च ॥ ८ । १ । ६ ॥
(७) पुनश्चनसौ गती ॥ ८ । १ । ७ ॥
(८) सार्वधातुकार्धधातुके वा ॥ ८ । १ । ८ ॥
(९) क्यच् परेच्छायाम् ॥ ८ । १ । ९ ॥
(१०) सिब्लेटि ॥ ८ । १ । १० ॥
(११) नाम् लिटो मन्त्रे ॥ ८ । १ । ११ ॥
(१२) अभ्युत्सादयांप्रजनयांचिकयांरमयामकः ॥ ८ । १ । १२ ॥
(१३) पावयांक्रियाद्विदामक्रन् ॥ ८ । १ । १३ ॥
(१४) घसह्वरणशवृदहाद्वृच्कृगमिजनिभ्यः सिजोर्देर्लुक् ॥ ८ । १ । १४ ॥
(१५) गुपेर्लुङि चङ् वा ॥ ८ । १ । १५ ॥
(१६) नोनयतिध्वनयत्येलयत्यर्दयतिभ्यः ॥ ८ । १ । १६ ॥
(१७) कृमृदृरुहिभ्योऽङ् ॥ ८ । १ । १७ ॥
(१८) लिङ्याशिषि ॥ ८ । १ । १८ ॥
(१९) स्थागागमिवचिविदिशकिरुहिभ्यः ॥ ८ । १ । १९ ॥
(२०) दृशेरक् ॥ ८ । १ । २० ॥
(२१) शपो लुकच्छ्लू ॥ ८ । १ । २१ ॥
(२२) हलः श्नाशानचोः शायज् वा ॥ ८ । १ । २२ ॥
(२३) प्रत्यपिभ्यां ग्रहेः क्यप् ॥ ८ । १ । २३ ॥
(२४) निष्टर्क्यदेवहयप्रणीयोन्नीयोच्छिष्यमर्यस्तर्याध्वर्यखन्यखान्यदेवयज्यापृच्छय-प्रतिषीव्यब्रह्मवाद्यभाव्यस्ताव्योपचाय्यपृडानि ॥ ८ । १ । २४ ॥
(२५) कर्मणि सुरायां पिबतेष्टग्वा ॥ ८ । १ । २५ ॥
(२६) वनसनरक्षिमथाम् इन् ॥ ८ । १ । २६ ॥
(२७) सुप्युपपदे सहो ण्विः ॥ ८ । १ । २७ ॥
(२८) वहश्च ॥ ८ । १ । २८ ॥
(२९) कव्यपुरीषपुरीष्येषु ञ्युट् ॥ ८ । १ । २९ ॥
(३०) हव्येऽनन्तःपादम् ॥ ८ । १ । ३० ॥

(३१) सुप्युपसर्गयोर्जनसनखनक्रमगमो विट् ॥ ८ । १ । ३१ ॥
(३२) मन्त्रे श्वेतवहोक्थशस्पुरोडाशवयजिभ्यो ण्विन् ॥ ८ । १ । ३२ ॥
(३३) सुपि वलि डस् ॥ ८ । १ । ३३ ॥
(३४) उपयजो विच् ॥ ८ । १ । ३४ ॥
(३५) भूते हनः कर्मणि ब्रह्मभ्रूणवृत्रेषु क्विप् ॥ ८ । १ । ३५ ॥
(३६) लिटः कानज् वा ॥ ८ । १ । ३६ ॥
(३७) क्वसुश्च ॥ ८ । १ । ३७ ॥
(३८) तच्छीलतद्धर्मतत्साधुकारिषु णेरिष्णुच् ॥ ८ । १ । ३८ ॥
(३९) दंशेः क्स्नुः ॥ ८ । १ । ३९ ॥
(४०) क्ययशोभ्यामुः ॥ ८ । १ । ४० ॥
(४१) आदृगमहनजनसदिभ्यः किकिनौ लिड्वत् ॥ ८ । १ । ४१ ॥
(४२) उद्यमननिपातनयोरुन्निभ्यां ग्रहे घञ् ॥ ८ । १ । ४२ ॥
(४३) सुजुवोरच् ॥ ८ । १ । ४३ ॥
(४४) ईषद्दुःसुषु कृच्छ्राकृच्छ्रार्थेषु गत्यर्थेभ्यः युच् ॥ ८ । १ । ४४ ॥
(४५) धातुसम्बन्धे लुङ्लङ्लिटो वा ॥ ८ । १ । ४५ ॥
(४६) लिङर्थे लेट् ॥ ८ । १ । ४६ ॥
(४७) उपसंवादाशङ्कयोश्च ॥ ८ । १ । ४७ ॥
(४८) कृत्यार्थे तवैकेन्केन्यत्वनः ॥ ८ । १ । ४८ ॥
(४९) अवचक्षे ॥ ८ । १ । ४९ ॥
(५०) तुमर्थे च ॥ ८ । १ । ५० ॥
(५१) सेसेनसेअसेन्क्सेकसेनध्यैअध्यैन्कध्यैकध्यैन्शध्यैशध्यैावैतवैङ्तवेनः ॥ ८ । १ । ५१ ॥
(५२) दृशे विख्ये च ॥ ८ । १ । ५२ ॥
(५३) प्रये रोहिष्यै अव्यथिष्यै ॥ ८ । १ । ५३ ॥
(५४) शकि णमुल्कमुलौ ॥ ८ । १ । ५४ ॥
(५५) ईश्वरे तोसुन्कसुनौ ॥ ८ । १ । ५५ ॥
(५६) भावलक्षणे स्थेण्कृञ्वदिचरिहतमिजनिभ्यस्तोसुन् ॥ ८ । १ । ५६ ॥
(५७) सृपितृदोः कसुन् ॥ ८ । १ । ५७ ॥
(५८) लेटोऽडाटौ ॥ ८ । १ । ५८ ॥
(५९) आत ऐ ॥ ८ । १ । ५९ ॥
(६०) वैतोऽन्यत्र ॥ ८ । १ । ६० ॥
(६१) इतो लोपः परस्मैपदेषु ॥ ८ । १ । ६१ ॥
(६२) स उत्तमस्य ॥ ८ । १ । ६२ ॥
(६३) अमो मश् ॥ ८ । १ । ६३ ॥
(६४) लोपस्त आत्मनेपदेषु ॥ ८ । १ । ६४ ॥
(६५) झस्य रुट् ॥ ८ । १ । ६५ ॥
(६६) लोटो ध्वमो ध्वात् ॥ ८ । १ । ६६ ॥
(६७) यजध्वैनम् ॥ ८ । १ । ६७ ॥
(६८) तस्य तात्तप्तनप्तनथनाः ॥ ८ । १ । ६८ ॥
(६९) पेरङिद्वा ॥ ८ । १ । ६९ ॥
(७०) मस इक् ॥ ८ । १ । ७० ॥

(७१) सुपां सुलुगापूर्वसवर्णाच्छेयाडाड्यायाजालः ॥ ८ । १ । ७१ ॥
(७२) इयाडियाजीकाराडयाजयारश्च ॥ ८ । १ । ७२ ॥
(७३) भिस ऐस् ॥ ८ । १ । ७३ ॥
(७४) श्रीग्रामण्योश्छन्दसि ॥ ...

(७४) श्रीग्रामणीभ्यामामो नुट् ॥ ८ । १ । ७४ ॥
(७५) गोः पादान्ते ॥ ८ । १ । ७५ ॥
(७६) आज्जसेरसुक् ॥ ८ । १ । ७६ ॥
(७७) नेतरात् तः ॥ ८ । १ । ७७ ॥
(७८) होः कर्मणि तृतीया वा ॥ ८ । १ । ७८ ॥
(७९) दिवः पण्यर्थस्य द्वितीया ब्राह्मणे ॥ ८ । १ । ७९ ॥
(८०) ब्रूहिप्रेष्ययोरप्रस्थिते हविषि षष्ठी देवतासम्प्रदाने ॥ ८ । १ । ८० ॥
(८१) यजेः करणे ॥ ८ । १ । ८१ ॥
(८२) तोसुन्कसुनोः ॥ ८ । १ । ८२ ॥
(८३) कर्तृकर्मणोः ॥ ८ । १ । ८३ ॥
(८४) षष्ठी चतुर्थ्यावन्योन्यार्थे वा ॥ ८ । १ । ८४ ॥
(८५) पूर्ववल्लिङ्गं हेमन्तशिशिरावहोरात्रे ॥ ८ । १ । ८५ ॥
(८६) पुनर्वस्वोरेकवचनं वा ॥ ८ । १ । ८६ ॥
(८७) विशाखयोश्च ॥ ८ । १ । ८७ ॥
(८८) अनो बहुव्रीहेरुपधालोपिनो स्त्रियां ङीप् ॥ ८ । १ । ८८ ॥
(८९) केवलादिभ्यश्च ॥ ८ । १ । ८९ ॥
(९०) रात्रेरजसादिषु ॥ ८ । १ । ९० ॥
(९१) अन्तर्वत्पतिवतोर्नुग्वा ॥ ८ । १ । ९१ ॥
(९२) बह्वंहतिपद्धत्यश्चत्यङ्कतिवंहतिशकटिशक्तिशस्त्रिशारिवारिगत्यहिकपिमुनि-
यष्ट्यादिभ्यो ङीष् ॥ ८ । १ । ९२ ॥
(९३) चण्डादिभ्यश्च ॥ ८ । १ । ९३ ॥
(९४) शंप्रविभ्यो भुवः ॥ ८ । १ । ९४ ॥
(९५) मुद्गलस्यानुग्लिच्च ॥ ८ । १ । ९५ ॥
(९६) दीर्घजिह्वी ॥ ८ । १ । ९६ ॥
(९७) वाहः ॥ ८ । १ । ९७ ॥
(९८) न सख्यशिश्व्योः ॥ ८ । १ । ९८ ॥
(९९) कद्रुकमण्डलुगुल्गुलुमधुजतुपतयालुभ्य ऊङ् ॥ ८ । १ । ९९ ॥
(१००) वाङ्मतिपितृमतां प्राग्जितात् ण्यः ॥ ८ । १ । १०० ॥
(१०१) बहिषः ईकञ् ॥ ८ । १ । १०१ ॥
(१०२) तिलान्निष्फलात् पिञ्जो डित् ॥ ८ । १ । १०२ ॥
(१०३) आविषस्त्यप् ॥ ८ । १ । १०३ ॥
(१०४) वर्षावसन्ताभ्यां ठञ् ॥ ८ । १ । १०४ ॥
(१०५) प्रगस्य त्नो गलोपश्च ॥ ८ । १ । १०५ ॥
(१०६) तस्य विकारावयवे द्व्यचो मयट् ॥ ८ । १ । १०६ ॥
(१०७) नोत्वद्वर्ध्रबिल्वात् ॥ ८ । १ । १०७ ॥
(१०८) तत्र साधौ यत् ॥ ८ । १ । १०८ ॥
(१०९) सभायां ढः ॥ ८ । १ । १०९ ॥
(११०) प्राक् परिमाणाद् यत् ॥ ८ । १ । ११० ॥

(१११) भवे पाथोनदीभ्यां ड्यण् ॥ ८ । १ । १११ ॥
(११२) स्रोतसो ड्यड्ड्यौ वा ॥ ८ । १ । ११२ ॥
(११३) सगर्भसयूथसनुताद् यन् ॥ ८ । १ । ११३ ॥
(११४) तुग्राद् घन् ॥ ८ । १ । ११४ ॥
(११५) अग्राद् यत् ॥ ८ । १ । ११५ ॥
(११६) घच्छौ च ॥ ८ । १ । ११६ ॥
(११७) समुद्राभ्राद् घः ॥ ८ । १ । ११७ ॥
(११८) तद्वानासामुपधानो मन्त्र इतीष्टकासु लुक् च मतोः ॥ ८ । १ । ११८ ॥
(११९) अश्विमानण् ॥ ८ । १ । ११९ ॥
(१२०) वयस्यासु मूर्ध्नो मतुप् ॥ ८ । १ । १२० ॥
(१२१) मत्वर्थे मासतन्वोः ॥ ८ । १ । १२१ ॥
(१२२) लुगकारेकाररेफाश्च ॥ ८ । १ । १२२ ॥
(१२३) मधोर्ञ च ॥ ८ । १ । १२३ ॥
(१२४) विभाषायां च ॥ ८ । १ । १२४ ॥
(१२५) ओजसोऽहनि यत्खौ ॥ ८ । १ । १२५ ॥
(१२६) वेशोयशआदेर्भगाद्यल् ॥ ८ । १ । १२६ ॥
(१२७) ख च ॥ ८ । १ । १२७ ॥
(१२८) पूर्वैः कृतमिनयौ च ॥ ८ । १ । १२८ ॥
(१२९) अद्भिः संस्कृतम् ॥ ८ । १ । १२९ ॥
(१३०) सहस्रेण सम्मितौ घः ॥ ८ । १ । १३० ॥
(१३१) मतौ च ॥ ८ । १ । १३१ ॥
(१३२) यूपदर्भादीनर्हति यः ॥ ८ । १ । १३२ ॥
(१३३) सामम् ॥ ८ । १ । १३३ ॥
(१३४) मये च ॥ ८ । १ । १३४ ॥
(१३५) मधोः ॥ ८ । १ । १३५ ॥
(१३६) वसोः समूहे च ॥ ८ । १ । १३६ ॥
(१३७) स्वार्थे छन्दसोऽक्षराणाम् ॥ ८ । १ । १३७ ॥
(१३८) नक्षत्राद् घः ॥ ८ । १ । १३८ ॥
(१३९) शिवशमरिष्टानां करभावयोस्तातिल् ॥ ८ । १ । १३९ ॥
(१४०) तदस्य परिमाणम् ॥ ८ । १ । १४० ॥
(१४१) सप्तनोऽञ् वर्गे ॥ ८ । १ । १४१ ॥
(१४२) संख्यायाः शन्शतच्छतिभ्यो डिनिर्वा ॥ ८ । १ । १४२ ॥
(१४३) वत्सरान्तात् तेन निर्वृत्तादिषु च्छः ॥ ८ । १ । १४३ ॥
(१४४) संपरिपूर्वात् ख च ॥ ८ । १ । १४४ ॥
(१४५) तदस्य प्राप्तमृत्वियः ॥ ८ । १ । १४५ ॥
(१४६) उपसर्गाद् धात्वर्थे वतिः ॥ ८ । १ । १४६ ॥
(१४७) युष्मदस्मद्भ्यां सादृश्ये वतुप् ॥ ८ । १ । १४७ ॥
(१४८) नः संख्याया असंख्यादेर्डटो मट् ॥ ८ । १ । १४८ ॥
(१४९) पूरणे थड् वा ॥ ८ । १ । १४९ ॥
(१५०) परिपन्थिपरिपरिणौ पर्यवस्थातरि ॥ ८ । १ । १५० ॥
(१५१) ईवनिपौ च मत्वर्थे ॥ ८ । १ । १५१ ॥

(१५२) अङ्कोठमेखलारुजादिभ्यो विनिः ॥ ८ । १ । १५२ ॥
(१५३) द्वयोभयहृद्यमर्मणां दीर्घश्च ॥ ८ । १ । १५३ ॥
(१५४) सप्तम्यर्थे किमोऽद्वा हः कुश्च ॥ ८ । १ । १५४ ॥
(१५५) इदंतद्भ्यां दार्हिलौ काले ॥ ८ । १ । १५५ ॥
(१५६) किमो हेतुप्रकारवचनयोस्था ॥ ८ । १ । १५६ ॥
(१५७) पच्छ पच्छा पच्छादर्थे ॥ ८ । १ । १५७ ॥
(१५८) तुरिष्ठन्नीयसूनौ ॥ ८ । १ । १५८ ॥
(१५९) अमु चामु वाद्रव्यप्रकर्षे ॥ ८ । १ । १५९ ॥
(१६०) इवार्थे प्रत्नपूर्वविश्वेमाभ्यस्थाल् ॥ ८ । १ । १६० ॥
(१६१) स्वार्थे मित्राद्धेयः ॥ ८ । १ । १६१ ॥
(१६२) कुलालवरूडनिषादकर्मारचण्डालमित्रामित्रेभ्योऽण् ॥ ८ । १ । १६२ ॥
(१६३) अयवसमरुद्भ्यामञ् ॥ ८ । १ । १६३ ॥
(१६४) वस्वयस्वर्चस्पूर्वकविनिष्केवलोक्थजनौकेभ्यो यद् वा ॥ ८ । १ । १६४ ॥
(१६५) समादावतुः ॥ ८ । १ । १६५ ॥
(१६६) वृकात् तिल् प्रशंसायाम् ॥ ८ । १ । १६६ ॥
(१६७) ज्येष्ठात् तातिल् ॥ ८ । १ । १६७ ॥
(१६८) सर्वदेवाभ्यां च ॥ ८ । १ । १६८ ॥
(१६९) अनसोर्नपुंसकात्तत्पुरुषाट्टज्वा ॥ ८ । १ । १६९ ॥
(१७०) अर्चशित्यहिभ्यो नस् नासिकायाः ॥ ८ । १ । १७० ॥
(१७१) नेतुरप् ॥ ८ । १ । १७१ ॥
(१७२) बहोरसिज् प्रजायाः ॥ ८ । १ । १७२ ॥
(१७३) दन्तस्य दतृ ॥ ८ । १ । १७३ ॥
(१७४) नर्तः कप् ॥ ८ । १ । १७४ ॥

इति प्रथमः पादः ।

॥ अथ द्वितीयः पादः ॥

(१७५) द्विर्वा ॥ ८ । २ । १ ॥
(१७६) तुजादीनां दीर्घोऽभ्यासस्य ॥ ८ । २ । २ ॥
(१७७) ह्वः सम्प्रसारणम् ॥ ८ । २ । ३ ॥
(१७८) रय्यैर्मतौ ॥ ८ । २ । ४ ॥
(१७९) ऋचि त्रेरुत्तरपदादिलोपश्च ॥ ८ । २ । ५ ॥
(१८०) चायः की ॥ ८ । २ । ६ ॥
(१८१) अपस्पृधेथामानृचुरानृहश्चिच्युषेतित्याजश्राताःश्रितमाशीराशीर्त्ताः ॥ ८ । २ । ७ ॥
(१८२) खिदेरादेचो वा ॥ ८ । २ । ८ ॥
(१८३) शिरसः शीर्षन् ॥ ८ । २ । ९ ॥
(१८४) दन्तनासिकासृग्यकृच्छकृदुदकासनपृतनासानूनां दन्नसस्नन्यकन्शकन्नुदनासन्पृत्स्नवः शसादौ ॥ ८ । २ । १० ॥
(१८५) शेर्लोपः ॥ ८ । २ । ११ ॥
(१८६) विश्वजनादीनां छे तुक् ॥ ८ । २ । १२ ॥
(१८७) गोरव्यूतौ ॥ ८ । २ । १३ ॥
(१८८) हृदय्या आपः ॥ ८ । २ । १४ ॥

(१८९) भय्यप्रवय्ये ॥ ८ । २ । १५ ॥
(१९०) अचः पररूपमेमन्त्रादिषु ॥ ८ । २ । १६ ॥
(१९१) दीर्घादौश्जसोः ॥ ८ । २ । १७ ॥
(१९२) पूर्वसवर्णो वा ॥ ८ । २ । १८ ॥
(१९३) एङः प्रकृत्यान्तःपादमव्यपरेऽति ॥ ८ । २ । १९ ॥
(१९४) अव्यादवद्यादवक्रमुरव्रतायमवन्त्ववस्युषु च ॥ ८ । २ । २० ॥
(१९५) उरो यजुषि ॥ ८ । २ । २१ ॥
(१९६) आपोजुषाणोवृष्णोवर्षिष्ठे ॥ ८ । २ । २२ ॥
(१९७) अम्बे अम्बालिके अम्बिकेपूर्वे ॥ ८ । २ । २३ ॥
(१९८) अङ्ग इत्यादौ च ॥ ८ । २ । २४ ॥
(१९९) अनुदात्ते च कुधपरे ॥ ८ । २ । २५ ॥
(२००) अवपथासि च ॥ ८ । २ । २६ ॥
(२०१) ईषा अक्षादयः ॥८ । २ । २७ ॥
(२०२) आङोऽनुनासिकश्च ॥ ८ । २ । २८ ॥
(२०३) त्यदस्सुलोपो हलि वा ॥ ८ । २ । २९ ॥
(२०४) ह्रस्वाच्चन्द्रस्य सुण्मन्त्रे ॥ ८ । २ । ३० ॥
(२०५) पितरामातरा द्वन्द्वे ॥ ८ । २ । ३१ ॥
(२०६) ङ्यपो ह्रस्वो वा ॥ ८ । २ । ३२ ॥
(२०७) भक्षस्य कारे मुम् ॥ ८ । २ । ३३ ॥
(२०८) नीचस्यावगुच्चादौ ॥ ८ । २ । ३४ ॥
(२०९) समानस्यामूर्धप्रभुत्युदर्केषु सः ॥ ८ । २ । ३५ ॥
(२१०) सहेः क्त्वात् साढ्यै साढ्वा तृचि साढा निगमे ॥ ८ । २ । ३६ ॥
(२११) अष्टनो दीर्घः ॥ ८ । २ । ३७ ॥
(२१२) मन्त्रे सोमाश्वेन्द्रियविश्वदेव्यस्य मतौ ॥ ८ । २ । ३८ ॥
(२१३) ओषधेर्विभक्तावप्रथमायां वा ॥ ८ । २ । ३९ ॥
(२१४) संहितायाम् ॥ ८ । २ । ४० ॥
(२१५) ऋचि तुनुघमक्षुतङ्कुत्रोरुष्याणाम् ॥ ८ । २ । ४१ ॥
(२१६) इकः सुञि ॥ ८ । २ । ४२ ॥
(२१७) द्व्यचोऽतस्तिङः ॥ ८ । २ । ४३ ॥
(२१८) निपातस्य च ॥ ८ । २ । ४४ ॥
(२१९) तिसृचतस्रोर्नामि वा ॥ ८ । २ । ४५ ॥
(२२०) षपूर्वनोपधायाः शि सुटि ॥ ८ । २ । ४६ ॥
(२२१) विड्वनोरनुनासिकस्यात् ॥ ८ । २ । ४७ ॥
(२२२) जनिता मन्त्रे ॥ ८ । २ । ४८ ॥
(२२३) शमिता यज्ञे ॥ ८ । २ । ४९ ॥
(२२४) णेरयिष्णुचि ॥ ८ । २ । ५० ॥
(२२५) युप्लुवोर्ल्यपि दीर्घः ॥ ८ । २ । ५१ ॥
(२२६) नाडमाड्योगेऽपि ॥ ८ । २ । ५२ ॥
(२२७) आट् च ॥ ८ । २ । ५३ ॥
(२२८) इरयो रे ॥ ८ । २ । ५४ ॥
(२२९) श्नुतन्वादीनां य्वोरचीयुवौ वा ॥ ८ । २ । ५५ ॥

(२३०) भूसुधियोर्यण् ॥ ८ । २ । ५६ ॥
(२३१) तनिपत्योर्लोप उपधाया क्ङित्यजादौ ॥ ८ । २ । ५७ ॥
(२३२) घसिभसोर्हलि च ॥ ८ । २ । ५८ ॥
(२३३) श्रुशृणुपृकृवृभ्यो हेर्धिः ॥ ८ । २ । ५९ ॥
(२३४) अङितश्च ॥ ८ । २ । ६० ॥
(२३५) उतो लुग्वा ॥ ८ । २ । ६१ ॥
(२३६) अमिपचियजिवपीनामतोऽलिट्येत् ॥ ८ । २ । ६२ ॥
(२३७) वाहो वाङ्यचि ॥ ८ । २ । ६३ ॥
(२३८) तुरिष्ठेयसोर्लोपः ॥ ८ । २ । ६४ ॥
(२३९) र ऋत ऋजोर्वा ॥ ८ । २ । ६५ ॥
(२४०) मन्त्रेष्वाङ्यादेरात्मनः ॥ ८ । २ । ६६ ॥
(२४१) ऋत्व्यवास्त्व्यवास्त्वमाध्वीहिरण्ययानि ॥ ८ । २ । ६७ ॥
(२४२) समासेऽनञ्पूर्वे ल्यपः क्त्वा वा ॥ ८ । २ । ६८ ॥
(२४३) क्त्वो यक् ॥ ८ । २ । ६९ ॥
(२४४) इष्ट्वीनं पीत्वीनमिति च ॥ ८ । २ । ७० ॥
(२४५) स्नात्व्यादयः ॥ ८ । २ । ७१ ॥
(२४६) अस्थ्यादीनामनङ् ॥ ८ । २ । ७२ ॥
(२४७) ई च द्विवचने ॥ ८ । २ । ७३ ॥
(२४८) दृक्स्ववस्स्वतवसां नुं सौ ॥ ८ । २ । ७४ ॥
(२४९) ऋत इद्धातोः ॥ ८ । २ । ७५ ॥
(२५०) उच्च ॥ ८ । २ । ७६ ॥
(२५१) युष्मदस्मदोरात् ॥ ८ । २ । ७७ ॥
(२५२) न प्रथमाद्विवचने ॥ ८ । २ । ७८ ॥
(२५३) ह्व ह्वरेर्निष्ठायाम् ॥ ८ । २ । ७९ ॥
(२५४) अपरिह्वृताश्च ॥ ८ । २ । ८० ॥
(२५५) सोमे ह्वरितः ॥ ८ । २ । ८१ ॥
(२५६) ग्रसितस्कभितस्तभितोत्तभितचत्तविकस्ता विशस्तृशंस्तृशास्तृतरुतृतरूतृवरुतृवरूतृवरूत्रीरुज्ज्वलितिक्षरितिक्षमितिवमित्यमितीति च ॥ ८ । २ । ८२ ॥
(२५७) बभूथाततन्थजगृम्भववर्थाः ॥ ८ । २ । ८३ ॥
(२५८) सनिससनिवांसम् ॥ ८ । २ । ८४ ॥
(२५९) नेत्पावकादीनां प्रत्ययस्थात् कात्पूर्वस्यात आप्यसुपः ॥ ८ । २ । ८५ ॥
(२६०) दाधोर्लोपो लेटि वा ॥ ८ । २ । ८६ ॥
(२६१) मीनातेः शिति ह्रस्वः ॥ ८ । २ । ८७ ॥
(२६२) तुरुस्तुशम्यमिभ्य ईद् सार्वधातुकस्य हलादेर्वा ॥ ८ । २ । ८८ ॥
(२६३) अस्तिसिज्भ्याम् ॥ ८ । २ । ८९ ॥
(२६४) अभ्यस्तस्यापिति गुणो वा लघूपधस्य ॥ ८ । २ । ९० ॥
(२६५) ह्रस्वश्चोपधाया अचि पिति ॥ ८ । २ । ९१ ॥
(२६६) सम्बुद्धौ नद्यम्बार्थानाम् ॥ ८ । २ । ९२ ॥
(२६७) तलो डौ च ॥ ८ । २ । ९३ ॥
(२६८) सम्बुद्ध्यादिषु गुणादयो ह्रस्वस्य प्राग्लिटः ॥ ८ । २ । ९४ ॥
(२६९) नित्यमुत्रृत् ॥ ८ । २ । ९५ ॥

(२७०) न क्यचि दीर्घादपुत्रादीनाम् ॥ ८ । २ । ९६ ॥
(२७१) दुरस्युर्द्रविणस्युर्वृषण्यतिरिषण्यति ॥ ८ । २ । ९७ ॥
(२७२) अश्वाघस्यात् ॥ ८ । २ । ९८ ॥
(२७३) देवसुम्नयोर्यजुषि काठके ॥ ८ । २ । ९९ ॥
(२७४) कव्यध्वरपृतनस्यर्चि लोपः ॥ ८ । २ । १०० ॥
(२७५) हाको हिर्वा किति ॥ ८ । २ । १०१ ॥
(२७६) सुधितवसुधितनेमधितधिष्वधिषीयाः ॥ ८ । २ । १०२ ॥
(२७७) स्ववःस्वतवस्मासुषसां तो भि ॥ ८ । २ । १०३ ॥
(२७८) न कृपेरभ्यासस्य चुर्यङि ॥ ८ । २ । १०४ ॥
(२७९) दाधर्तिदर्धर्तिदर्धषिबोभूतुतेतिक्तेऽलर्ष्यापनीफणत् ॥ ८ । २ । १०५ ॥
(२८०) संसनिष्यदत्करिक्रत्कनिक्रदद्भरिभ्रद्दविध्वतोदविद्युतत्तरित्रतःसरीसृपतंवरीवृजन्मर्मृ-
ज्यागनीगन्तीति च ॥ ८ । २ । १०६ ॥
(२८१) ससूव ॥ ८ । २ । १०७ ॥
(२८२) श्लावभ्यासस्येत् ॥ ८ । २ । १०८ ॥
(२८३) प्रसमुपोदः पादपूरणे द्वे ॥ ८ । २ । १०९ ॥
(२८४) सिद्धः संयोगान्तलोपो रोरुत्वे ॥ ८ । २ । ११० ॥
(२८५) इऋभ्यां मतोर्वः ॥ ८ । २ । १११ ॥
(२८६) अनो नुट् ॥ ८ । २ । ११२ ॥
(२८७) नादूघस्य ॥ ८ । २ । ११३ ॥
(२८८) भूरिदाव्नस्तुट् ॥ ८ । २ । ११३ ॥
(२८९) ह्यग्रहोर्हस्य भः ॥ ८ । २ । ११५ ॥
(२९०) नसत्तनिषत्तानुत्तप्रतूर्तसूर्तगूर्तानि ॥ ८ । २ । ११६ ॥
(२९१) अवयाश्वेतवाः ॥ ८ । २ । ११७ ॥
(२९२) पुरोडा उक्थशाश्च ॥ ८ । २ । ११८ ॥
(२९३) अम्नसूधसवसां रो वा ॥ ८ । २ । ११९ ॥
(२९४) प्रचेतसा राजनि ॥ ८ । २ । १२० ॥
(२९५) अहरादीनां पत्यादिषु ॥ ८ । २ । १२१ ॥
(२९६) भुवश्च महाव्याहृतेः ॥ ८ । २ । १२२ ॥
(२९७) नभस्वदङ्गिरस्वन्मनुष्वद्वृषण्वसुवृषणश्वायस्मयसत्रऋक्वतादयः ॥ ८ । २ । १२३ ॥
(२९८) अधउपरिभ्यां स्विदासीतष्टिः प्लुतः ॥ ८ । २ । १२४ ॥
(२९९) ओमभ्यादाने ॥ ८ । २ । १२५ ॥
(३००) ये यज्ञ कर्मणि ॥ ८ । २ । १२६ ॥
(३०१) याज्यान्तः ॥ ८ । २ । १२७ ॥
(३०२) एचः प्रश्नान्तादिवत् पूर्वस्यार्धस्यादुत्तरस्येदुतौ ॥ ८ । २ । १२८ ॥
(३०३) प्रणवष्टेः ॥ ८ । २ । १२९ ॥
(३०४) ये यजामहे ब्रूहिप्रेष्यश्रौषड्वौषडावहानामादेः ॥ ८ । २ । १३० ॥
(३०५) ओश्रावयाश्रावयेत्यग्नीत्प्रेषणे परस्य च ॥ ८ । २ । १३१ ॥
(३०६) मतुवसुवनानां रु सम्बुद्धौ संहितायाम् ॥ ८ । २ । १३२ ॥
(३०७) ऋक्षु नश्छव्यम्परे वा ॥ ८ । २ । १३३ ॥
(३०८) दीर्घादटि समानपादे ॥ ८ । २ । १३४ ॥
(३०९) स्वतवान् पायौ ॥ ८ । २ । १३५ ॥

(३१०) रस्सोऽप्रद्विरुक्तपरयोः कुप्वोः ॥ ८ । २ । १३६ ॥
(३११) कःकरत्करतिकृधिकृतेष्वनदितेः ॥ ८ । २ । १३७ ॥
(३१२) पञ्चम्याः परावध्यर्थे ॥ ८ । २ । १३८ ॥
(३१३) पातौ वा ॥ ८ । २ । १३९ ॥
(३१४) षष्ठ्याः पतिपुत्रपृष्ठपारपदपयस्पोषेषु ॥ ८ । २ । १४० ॥
(३१५) इडाया वा ॥ ८ । २ । १४१ ॥
(३१६) सहेः साडस्सष्षः ॥ ८ । २ । १४२ ॥
(३१७) तादियुष्मत्तत्ततक्षुष्वन्तःपादम् ॥ ८ । २ । १४३ ॥
(३१८) यजुषि वा ॥ ८ । २ । १४४ ॥
(३१९) स्तुतस्तोमादीनाम् ॥ ८ । २ । १४५ ॥
(३२०) पूर्वपदात् ॥ ८ । २ । १४६ ॥
(३२१) सुञः ॥ ८ । २ । १४७ ॥
(३२२) सनोतेरनः ॥ ८ । २ । १४८ ॥
(३२३) ऋतिपृतनाभ्यां सहेः ॥ ८ । २ । १४९ ॥
(३२४) न रपरसृपिसृजिस्पृशिस्पृहाम् ॥ ८ । २ । १५० ॥
(३२५) सवनसूतसामसवनमुखानां द्विरुक्तौ ॥ ८ । २ । १५१ ॥
(३२६) किंसानुसवनयोश्च ॥ ८ । २ । १५२ ॥
(३२७) निर्व्यभिभ्योऽड्व्यवाये वा ॥ ८ । २ । १५३ ॥
(३२८) उदस्कन्देर्लोपः ॥ ८ । २ । १५४ ॥
(३२९) ऋतोऽवग्रहान्नो णः ॥ ८ । २ । १५५ ॥
(३३०) धातुस्थोरुषुभ्यो नः ॥ ८ । २ । १५६ ॥

इति द्वितीयः पादः ।

॥ अथ तृतीयः पादः ॥

(३३१) स्वरः सतिशिष्टो बलीयानविकरणस्य ॥ ८ । ३ । १ ॥
(३३२) विभक्तितन्निमित्तयोर्नञः ॥ ८ । ३ । २ ॥
(३३३) कृतश्च ॥ ८ । ३ । ३ ॥
(३३४) स्वरविधौ व्यञ्जनमविद्यमानवत् ॥ ८ । ३ । ४ ॥
(३३५) अनुदात्तं पदमेकवर्जम् ॥ ८ । ३ । ५ ॥
(३३६) इदमस्तृतीयादावशन्वादेशे ॥ ८ । ३ । ६ ॥
(३३७) एतदस्त्रतसोस्त्रतसौ च ॥ ८ । ३ । ७ ॥
(३३८) द्वितीया टौस्स्वेनः ॥ ८ । ३ । ८ ॥
(३३९) एनच्च ॥ ८ । ३ । ९ ॥
(३४०) दिशः स्वाङ्गान् ङीष् ॥ ८ । ३ । १० ॥
(३४१) ओगुर्णादनुपसर्जनात् ॥ ८ । ३ । ११ ॥
(३४२) यत्रोदात्तलोपः स उदात्तः ॥ ८ । ३ । १२ ॥
(३४३) हिमारण्याभ्याम् ॥ ८ । ३ । १३ ॥
(३४४) बहुव्रीहेः संख्यादेरूधसो ङीप् ॥ ८ । ३ । १४ ॥
(३४५) प्रत्ययस्यादिः ॥ ८ । ३ । १५ ॥
(३४६) धातोरन्तः ॥ ८ । ३ । १६ ॥
(३४७) कर्षात्वतो घञः ॥ ८ । ३ । १७ ॥

(३४८) तौदादिको न ॥ ८ । ३ । १८ ॥
(३४९) उच्छम्लेच्छजञ्जजल्पभक्षमन्थभोगदेहखेलखरभागयुगानां च ॥ ८ । ३ । १९ ॥
(३५०) वेदवेगवेष्टबन्धानां करणे ॥ ८ । ३ । २० ॥
(३५१) साम्बतापयोर्भावगर्हायाम् ॥ ८ । ३ । २१ ॥
(३५२) वधव्यधजपाः ॥ ८ । ३ । २२ ॥
(३५३) गरदरौ दूष्यश्वभ्रयोः ॥ ८ । ३ । २३ ॥
(३५४) स्तुयुद्रुवः क्विबुपसृष्टाच्छन्दसि ॥ ८ । ३ । २४ ॥
(३५५) वर्तनिः स्तोत्रे ॥ ८ । ३ । २५ ॥
(३५६) उत्तमशश्वत्तमौ ॥ ८ । ३ । २६ ॥
(३५७) गर्ह्यै कुसीदिकदशैकादशिकौ ॥ ८ । ३ । २७ ॥
(३५८) व्रजयजोः स्त्रियां भावे क्यपः ॥ ८ । ३ । २८ ॥
(३५९) मन्त्रे वृषेषपचमनविदभूवीरादिभ्यः क्तिन् ॥ ८ । ३ । २९ ॥
(३६०) ऊतियूतिजूतिसातिहेतिकीर्तीनाम् ॥ ८ । ३ । ३० ॥
(३६१) चितः ॥ ८ । ३ । ३१ ॥
(३६२) तद्धितस्य ॥ ८ । ३ । ३२ ॥
(३६३) कितः ॥ ८ । ३ । ३३ ॥
(३६४) भवतष्ठकः ॥ ८ । ३ । ३४ ॥
(३६५) मात्रदघ्नज्द्वयसचाम् ॥ ८ । ३ । ३५ ॥
(३६६) तयस्यायोऽनुभात् ॥ ८ । ३ । ३६ ॥
(३६७) त्रयसस्तिस्रतितिसृभ्यां जसः ॥ ८ । ३ । ३७ ॥
(३६८) समासे वा ॥ ८ । ३ । ३८ ॥
(३६९) चतुरः शसि ॥ ८ । ३ । ३९ ॥
(३७०) सुप्येकाचोऽनाट्टादयः ॥ ८ । ३ । ४० ॥
(३७१) अन्तोदात्तादुत्तरपदादनित्यसमासे वा ॥ ८ । ३ । ४१ ॥
(३७२) अञ्चेश्छन्दस्याशिसुट् ॥ ८ । ३ । ४२ ॥
(३७३) पद्दन्नोमास्हृन्निशप्सुरैद्युभ्यः ॥ ८ । ३ । ४३ ॥
(३७४) ऊठ उपधायाः ॥ ८ । ३ । ४४ ॥
(३७५) आतो अष्टनः ॥ ८ । ३ । ४५ ॥
(३७६) शसादिश्चेदमः ॥ ८ । ३ । ४६ ॥
(३७७) शतुरनुमो नद्यजादी ॥ ८ । ३ । ४७ ॥
(३७८) बृहन्महद्भ्यां च ॥ ८ । ३ । ४८ ॥
(३७९) उदात्तयणो हल्पूर्वात् ॥ ८ । ३ । ४९ ॥
(३८०) नोङ्धात्वोः ॥ ८ । ३ । ५० ॥
(३८१) ह्रस्वनुड्भ्यो मतुप् ॥ ८ । ३ । ५१ ॥
(३८२) न त्रिपूर्वात् ॥ ८ । ३ । ५२ ॥
(३८३) नाम्विधौ ह्रस्वाद् वा ॥ ८ । ३ । ५३ ॥
(३८४) ङ्याच्छन्दसि बहुलम् ॥ ८ । ३ । ५४ ॥
(३८५) त्रिचतुष्णः संख्याया हलादिः ॥ ८ । ३ । ५५ ॥
(३८६) झल्युपोत्तमम् ॥ ८ । ३ । ५६ ॥
(३८७) वा भाषायाम् ॥ ८ । ३ । ५७ ॥
(३८८) न गोश्व न्साड्ड्कुड्कृद्भयः ॥ ८ । ३ । ५८ ॥

(३८९) सावर्णात् ॥ ८ । ३ । ५९ ॥
(३९०) दिवो झल् ॥ ८ । ३ । ६० ॥
(३९१) नुर्वा ॥ ८ । ३ । ६१ ॥
(३९२) तित्स्वरितम् । ८ । ३ । ६२ ॥
(३९३) तास्यात्मनेपद्यदुपदेशेभ्यो लसार्वधातुकमनुदात्तम् ॥ ८ । ३ । ६३ ॥
(३९४) न विदीन्धिखिदिह्वुडिङ्भ्यः ॥ ८ । ३ । ६४ ॥
(३९५) न शतृशानन्शानचः ॥ ८ । ३ । ६५ ॥
(३९६) सिच आदिरुदात्तो वा ॥ ८ । ३ । ६६ ॥
(३९७) पिदनिटः ॥ ८ । ३ । ६७ ॥
(३९८) स्वपश्वसहिंसामच्यनिटि ॥ ८ । ३ । ६८ ॥
(३९९) अभ्यस्तदीधीवेवीङामादिः ॥ ८ । ३ । ६९ ॥
(४००) अनुदात्ते च ॥ ८ । ३ । ७० ॥
(४०१) भीह्रीभृहमदजनधनदरिद्राजागरां पिति प्रत्ययात् पूर्वम् ॥ ८ । ३ । ७१ ॥
(४०२) लिति ॥ ८ । ३ । ७२ ॥
(४०३) किंसर्वनामबहनामद्व्यादीनां तसि ॥ ८ । ३ । ७३ ॥
(४०४) रथोर्वा ॥ ८ । ३ । ७४ ॥
(४०५) णमुल्यादिः ॥ ८ । ३ । ७५ ॥
(४०६) उपदेशेऽचः कर्तृयकि ॥ ८ । ३ । ७६ ॥
(४०७) जनसनखनतनां च ॥ ८ । ३ । ७७ ॥
(४०८) थलि सेटीडन्तश्च वा ॥ ८ । ३ । ७८ ॥
(४०९) ञ्नित्यादिर्नित्यमलुमति ॥ ८ । ३ । ७९ ॥
(४१०) आमन्त्रितस्य ॥ ८ । ३ । ८० ॥
(४११) पथिमथोः सुटि ॥ ८ । ३ । ८१ ॥
(४१२) सर्वस्यानकच्कस्य सुपि ॥ ८ । ३ । ८२ ॥
(४१३) अन्तश्च तवै युगपत् ॥ ८ । ३ । ८३ ॥
(४१४) क्षयो निवासे ॥ ८ । ३ । ८४ ॥
(४१५) जयः करणे ॥ ८ । ३ । ८५ ॥
(४१६) वृषजनज्वरग्रहहयगयनयतयांशदववेदसूदानाम् ॥ ८ । ३ । ८६ ॥
(४१७) गुहराधाराकाराधातिमन्त्रकामयामकल्पपादवहमहाराजिकदाण्डाजिनिकाण्डीर-
पात्रियादीनाम् ॥ ८ । ३ । ८७ ॥
(४१८) संज्ञायामुपमानम् ॥ ८ । ३ । ८८ ॥
(४१९) शमरणौ भावकर्मणोः ॥ ८ । ३ । ८९ ॥
(४२०) क्तस्य द्व्यजनात् ॥ ८ । ३ । ९० ॥
(४२१) शुष्कधृष्टौ ॥ ८ । ३ । ९१ ॥
(४२२) आशितः कर्ता ॥ ८ । ३ । ९२ ॥
(४२३) रिक्ते वा ॥ ८ । ३ । ९३ ॥
(४२४) जुष्टार्पितौ छन्दसि ॥ ८ । ३ । ९४ ॥
(४२५) नित्यं मन्त्रे ॥ ८ । ३ । ९५ ॥
(४२६) युष्मदस्मदोर्ङसि ॥ ८ । ३ । ९६ ॥
(४२७) ङयि च ॥ ८ । ३ । ९७ ॥
(४२८) द्व्यचो यतोऽनावः ॥ ८ । ३ । ९८ ॥

(४२९) ईडवन्दवृशंसदुहकुण्डपां ण्यतः ॥ ८ । ३ । ९९ ॥
(४३०) वेण्विन्धानयोर्वा ॥ ८ । ३ । १०० ॥
(४३१) त्यागरागहासकुहश्वठक्रथानाम् ॥ ८ । ३ । १०१ ॥
(४३२) उपोत्तमं रितः ॥ ८ । ३ । १०२ ॥
(४३३) चङो वा ॥ ८ । ३ । १०३ ॥
(४३४) ओत्समानोदराद् यति ॥ ८ । ३ । १०४ ॥
(४३५) सोदराद् यः ॥ ८ । ३ । १०५ ॥
(४३६) पूतक्रतो ङ्र्यामैत् ॥ ८ । ३ । १०६ ॥
(४३७) अस्थ्यादीनामनङ् ॥ ८ । ३ । १०७ ॥
(४३८) लुङादिष्वडादौ ॥ ८ । ३ । १०८ ॥
(४३९) मतोः पूर्वमात् स्त्रीसंज्ञायाम् ॥ ८ । ३ । १०९ ॥
(४४०) अन्त्य ईवत्यवत्योः ॥ ८ । ३ । ११० ॥
(४४१) चावतद्धिते ॥ ८ । ३ । १११ ॥
(४४२) प्रातिपदिकस्यान्तः ॥ ८ । ३ । ११२ ॥
(४४३) पाटलापालङ्काम्बासागरार्थानाम् ॥ ८ । ३ । ११३ ॥
(४४४) गेहार्थानामस्त्रियाम् ॥ ८ । ३ । ११४ ॥
(४४५) गुदस्य च ॥ ८ । ३ । ११५ ॥
(४४६) ध्यपूर्वस्त्रीविषयस्य ॥ ८ । ३ । ११६ ॥
(४४७) खान्तस्याश्मादेः ॥ ८ । ३ । ११७ ॥
(४४८) हिष्ठवत्सरतिशत्यान्तानाम् ॥ ८ । ३ । ११८ ॥
(४४९) दक्षिणस्य साधौ ॥ ८ । ३ । ११९ ॥
(४५०) स्वाङ्गाख्यायामादिर्वा ॥ ८ । ३ । १२० ॥
(४५१) छन्दसि च ॥ ८ । ३ । १२१ ॥
(४५२) कृष्णस्यामृगाख्या चेत् ॥ ८ । ३ । १२२ ॥
(४५३) वा नामधेयस्य ॥ ८ । ३ । १२३ ॥
(४५४) शुक्लगौरयोरादिः ॥ ८ । ३ । १२४ ॥
(४५५) अङ्गुष्टोदकबकवशानां छन्दसि ॥ ८ । ३ । १२५ ॥
(४५६) पृष्ठस्य च ॥ ८ । ३ । १२६ ॥
(४५७) वा भाषायाम् ॥ ८ । ३ । १२७ ॥
(४५८) अर्जुनस्य तृणाख्या चेत् ॥ ८ । ३ । १२८ ॥
(४५९) अर्यस्य स्वाम्याख्या चेत् ॥ ८ । ३ । १२९ ॥
(४६०) आशाया अदिगाख्या चेत् ॥ ८ । ३ । १३० ॥
(४६१) नक्षत्राणामव्विषयाणाम् ॥ ८ । ३ । १३१ ॥
(४६२) न कुपूर्वस्य कृत्तिकाख्या चेत् ॥ ८ । ३ । १३२ ॥
(४६३) घृतादीनां च ॥ ८ । ३ । १३३ ॥
(४६४) ज्येष्ठकनिष्ठयोर्वयसि ॥ ८ । ३ । १३४ ॥
(४६५) विल्वतिष्ययोः स्वरितो वा ॥ ८ । ३ । १३५ ॥
(४६६) अथादिः प्राक् शकटेः ॥ ८ । ३ । १३६ ॥
(४६७) ह्रस्वान्तस्य स्त्रीविषयस्य ॥ ८ । ३ । १३७ ॥
(४६८) नव्विषयस्यानिसन्तस्य ॥ ८ । ३ । १३८ ॥
(४६९) तृणधान्यानां च द्व्यषाम् ॥ ८ । ३ । १३९ ॥

[(४७०) ञः संख्यायाः ॥ ८ । ३ । १४० ॥]
(४७१) स्वाङ्गशिटामदन्तानाम् ॥ ८ । ३ । १४१ ॥
(४७२) प्राणिनां कुपूर्वः ॥ ८ । ३ । १४२ ॥
(४७३) खय्युवर्णः कृत्रिमाख्या चेत् ॥ ८ । ३ । १४३ ॥
(४७४) उनर्वन्तानाम् ॥ ८ । ३ । १४४ ॥
(४७५) वर्णानां तणतिनितान्तानाम् ॥ ८ । ३ । १४५ ॥
(४७६) ह्रस्वान्तस्य ह्रस्वमनृत्ताच्छील्ये ॥ ८ । ३ । १४६ ॥
(४७७) अक्षस्यादेवनस्य ॥ ८ । ३ । १४७ ॥
(४७८) अर्धस्यासमद्योतने ॥ ८ । ३ । १४८ ॥
(४७९) पीतद्र्वर्थानाम् ॥ ८ । ३ । १४९ ॥
(४८०) ग्रामादीनां च ॥ ८ । ३ । १५० ॥
(४८१) लुबन्तस्योपमेयनामधेयस्य ॥ ८ । ३ । १५१ ॥
(४८२) न वृक्षपर्वतविशेषव्याघ्रसिंहमहिषाणाम् ॥ ८ । ३ । १५२ ॥
(४८३) राजविशेषस्य यमन्वाख्या चेत् ॥ ८ । ३ । १५३ ॥
(४८४) लघावन्ते द्वयोश्च बह्वषो गुरुः ॥ ८ । ३ । १५४ ॥
(४८५) स्त्रीविषयवर्णाक्षुपूर्वाणाम् ॥ ८ । ३ । १५५ ॥
(४८६) शकुनीनां च लघु पूर्वम् ॥ ८ । ३ । १५६ ॥
(४८७) नर्तुप्राण्याख्यायाम् ॥ ८ । ३ । १५७ ॥
(४८८) धान्यानां च वृद्धक्षान्तानाम् ॥ ८ । ३ । १५८ ॥
(४८९) जनपदशब्दानामषन्तानाम् ॥ ८ । ३ । १५९ ॥
(४९०) हयादीनामसंयुक्तलान्तनामन्तः पूर्वं वा ॥ ८ । ३ । १६० ॥
(४९१) इगन्तानां च द्व्यषाम् ॥ ८ । ३ । १६१ ॥
(४९२) अथ द्वितीयं प्रागीषात् ॥ ८ । ३ । १६२ ॥
(४९३) त्र्यषां प्राङ्मकरात् ॥ ८ । ३ । १६३ ॥
(४९४) स्वाङ्गानामकुर्वादीनाम् ॥ ८ । ३ । १६४ ॥
(४९५) मादीनां च ॥ ८ । ३ । १६५ ॥
(४९६) शादीनां शाकानाम् ॥ ८ । ३ । १६६ ॥
(४९७) पान्तानां गुर्वादीनाम् ॥ ८ । ३ । १६७ ॥
(४९८) युतान्यण्यन्तानाम् ॥ ८ । ३ । १६८ ॥
(४९९) मकरवरूथपारेवतवितस्तेक्ष्वार्जिद्राक्षाकालोमाकाष्ठापेष्टाकाशीनामादिर्वा ॥ ८ । ३ । १६९ ॥
(५००) छन्दसि च ॥ ८ । ३ । १७० ॥
(५०१) कर्दमादीनां च ॥ ८ । ३ । १७१ ॥
(५०२) सुगन्धितेजनस्य ते वा ॥ ८ । ३ । १७२ ॥
(५०३) नपः फलान्तानाम् ॥ ८ । ३ । १७३ ॥
(५०४) यान्तस्यान्तात् पूर्वम् ॥ ८ । ३ । १७४ ॥
(५०५) आन्तस्य च नालघुनी ॥ ८ । ३ । १७५ ॥
(५०६) शिंशुमारोदुम्बरबलीवर्दोष्ट्रारपुरूरवसां च ॥ ८ । ३ ।१७६ ॥
(५०७) साङ्काश्यकाम्पिल्यनासिक्यदार्वाघाटानामन्तश्च ॥ ८ । ३ । १७७ ॥
(५०८) ईषान्तस्य हयादेरादिर्वा ॥ ८ । ३ । १७८ ॥

(५०९) उशीरदासेरकपलालशेवालश्यामाकशरीरशरावहृदयहिरण्यारण्यापत्यदेवराणाम्
॥ ८ । ३ । १७९ ॥
(५१०) महिष्यषाढयोज्यायेष्टकाख्या चेत् ॥ ८ । ३ । १८० ॥
(५११) शकटिशकट्योरक्षरमक्षरं पर्यायेण ॥ ८ । ३ । १८१ ॥
(५१२) गोष्टजस्य ब्राह्मणनामधेयस्य ॥ ८ । ३ । १८२ ॥
(५१३) पारावतस्योपोत्तमवर्जम् ॥ ८ । ३ । १८३ ॥
(५१४) धूम्रजानुमुञ्जकेशकालवालस्थालीपाकानामधूजलस्थानाम् ॥ ८ । ३ । १८४ ॥
(५१५) कपिकेशहरिकेशयोश्छन्दसि ॥ ८ । ३ । १८५ ॥
(५१६) न्यङ्स्वरौ स्वरितौ ॥ ८ । ३ । १८६ ॥
(५१७) न्यर्बुदव्यल्कशयोरादिः ॥ ८ । ३ । १८७ ॥
(५१८) तिल्यशिक्यमत्यकाष्मर्यधान्यकन्याराजन्यमनुष्याणामन्तः ॥ ८ । ३ । १८८ ॥
(५१९) विल्वबर्स्ववीर्याणि छन्दसि ॥ ८ । ३ । १८९ ॥
(५२०) त्वत्त्वसमसीमीमित्यनुच्चानि ॥ ८ । ३ । १९० ॥
(५२१) सिमस्याथर्वणेऽन्त उदात्तः ॥ ८ । ३ । १९१ ॥
(५२२) निपाता आद्युदात्ताः ॥ ८ । ३ । १९२ ॥
(५२३) उपसर्गाश्चाभिवर्जम् ॥ ८ । ३ । १९३ ॥
(५२४) एवादीनामन्तः ॥ ८ । ३ । १९४ ॥
(५२५) वावादीनामुभावुदात्तौ ॥ ८ । ३ । १९५ ॥
(५२६) चादयोऽनुदात्ताः ॥ ८ । ३ । १९६ ॥
(५२७) यथेति पादान्ते ॥ ८ । ३ । १९७ ॥
(५२८) प्रकारादिद्विरुक्तौ परस्यान्त उदात्तः ॥ ८ । ३ । १९८ ॥
(५२९) शेषं सर्वमनुदात्तम् ॥ ८ । ३ । १९९ ॥
(५३०) वस्नसादयः ॥ ८ । ३ । २०० ॥
(५३१) तद्वदामन्त्रितम् ॥ ८ । ३ । २०१ ॥
(५३२) तिङ् गोत्रब्रुवप्रवचनप्रकथनप्रहसनप्रायप्रत्ययनप्रचक्षणविचक्षणावचक्षणस्वाध्याय-
भूयिष्टानि कुत्सनाभीक्ष्ण्ययोः ॥ ८ । ३ । २०२ ॥
(५३३) नाम वा ॥ ८ । ३ । २०३ ॥
(५३४) तिङ्ङतिङः ॥ ८ । ३ । २०४ ॥
(५३५) न लुट् ॥ ८ । ३ । २०५ ॥
(५३६) निपातैर्यद्यदिहन्तकुविन्नेच्चेच्चण्कच्चिद्यत्रयुक्तम् ॥ ८ । ३ । २०६ ॥
(५३७) नह प्रत्यारम्भे ॥ ८ । ३ । २०७ ॥
(५३८) सत्यं प्रश्ने ॥ ८ । ३ । २०८ ॥
(५३९) अङ्गाप्रातिलोम्ये ॥ ८ । ३ । २०९ ॥
(५४०) हि च ॥ ८ । ३ । २१० ॥
(५४१) छन्दस्यनेकमपि साकाङ्क्षम् ॥ ८ । ३ । २११ ॥
(५४२) पुरा च परीप्सायां वा ॥ ८ । ३ । २१२ ॥
(५४३) अहो च ॥ ८ । ३ । २१३ ॥
(५४४) पूजायां नित्यम् ॥ ८ । ३ । २१४ ॥
(५४५) तुपश्यपश्यताहैः पूजायाम् ॥ ८ । ३ । २१५ ॥
(५४६) यावद्यथाभ्याम् ॥ ८ । ३ । २१६ ॥
(५४७) उपसर्गव्यपेतम् ॥ ८ । ३ । २१७ ॥

(५४८) शेषे वा ॥ ८ । ३ । २१८ ॥
(५४९) नन्वित्यनुज्ञैषणायाम् ॥ ८ । ३ । २१९ ॥
(५५०) जात्वपूर्वम् ॥ ८ । ३ । २२० ॥
(५५१) आहो उताहो चानन्तरम् ॥ ८ । ३ । २२१ ॥
(५५२) किं वृत्तं च चिदुत्तरम् ॥ ८ । ३ । २२२ ॥
(५५३) क्रियाप्रश्नेऽनुपसर्गप्रतिषिद्धम् ॥ ८ । ३ । २२३ ॥
(५५४) लोपे वा ॥ ८ । ३ । २२४ ॥
(५५५) यद्वृत्ताद्व्यवायेऽपि ॥ ८ । ३ । २२५ ॥
(५५६) कामचारे वा ॥ ८ । ३ । २२६ ॥
(५५७) एहिमन्ये प्रहासे लृट् ॥ ८ । ३ । २२७ ॥
(५५८) गत्यर्थलोटा लृण्न चेत् कारकं सर्वान्यत् ॥ ८ । ३ । २२८ ॥
(५५९) लोटा च ॥ ८ । ३ । २२९ ॥
(५६०) सोपसर्गमनुत्तमं वा ॥ ८ । ३ । २३० ॥
(५६१) हन्त च ॥ ८ । ३ । २३१ ॥
(५६२) आम एकान्तरमामन्त्रितमनन्तिके ॥ ८ । ३ । २३२ ॥
(५६३) यद्धितुपरं छन्दसि ॥ ८ । ३ । २३३ ॥
(५६४) चनचिदिवगोत्रादितद्धिताम्रेडितेष्वनुपसर्गात् ॥ ८ । ३ । २३४ ॥
(५६५) चवाहाहैवेषु च ॥ ८ । ३ । २३५ ॥
(५६६) चवाभ्यां प्रथमा ॥ ८ । ३ । २३६ ॥
(५६७) हेति क्षियायाम् ॥ ८ । ३ । २३७ ॥
(५६८) अहेति विनियोगे च ॥ ८ । ३ । २३८ ॥
(५६९) चाहलोप एवेत्यवधारणे ॥ ८ । ३ । २३९ ॥
(५७०) चादिलोपे वा ॥ ८ । ३ । २४० ॥
(५७१) वैवावाभ्यां छन्दसि ॥ ८ । ३ । २४१ ॥
(५७२) एकान्याभ्यां तुल्यार्थाभ्याम् ॥ ८ । ३ । २४२ ॥
(५७३) पूजनेभ्यः काष्ठादारुणामातापुत्रवेशानुज्ञातायुताद्भुतभृशघोरपरमस्वतिभ्यः
पूजितमनुदात्तं समासे ॥ ८ । ३ । २४३ ॥
(५७४) सोपसर्गमपि तिङ् ॥ ८ । ३ । २४४ ॥
(५७५) क्रियायाः कुत्सने सुप्यगोत्रादौ ॥ ८ । ३ । २४५ ॥
(५७६) बह्वर्थं वा ॥ ८ । ३ । २४६ ॥
(५७७) गतिर्गतौ ॥ ८ । ३ । २४७ ॥
(५७८) तिङ्ङ्युदात्तवति ॥ ८ । ३ । २४८ ॥
(५७९) प्रत्ययान्ते च ॥ ८ । ३ । २४९ ॥
(५८०) सुवामन्त्रिते पराङ्गवत् तन्निमित्तम् ॥ ८ । ३ । २५० ॥
(५८१) समानाधिकरणे वा ॥ ८ । ३ । २५१ ॥
(५८२) परमपि छन्दसि ॥ ८ । ३ । २५२ ॥
(५८३) नाव्ययमनव्ययीभावे ॥ ८ । ३ । २५३ ॥
(५८४) एकश्रुति दूरात् सम्बुद्धौ ॥ ८ । ३ । २५४ ॥
(५८५) यज्ञकर्मण्यजपन्युङ्खसामसु ॥ ८ । ३ । २५५ ॥
(५८६) उच्चैस्तरां वौषड् वा ॥८ ।३ ।२५६ ॥
(५८७) छन्दसि वा ॥ ८ । ३ । २५७ ॥

(५८८) स्वरितात् संहितायामनुदात्तानाम् ॥ ८ । ३ । २५८ ॥
(५८९) उदात्तस्वरितपरस्य सन्नतरः ॥ ८ । ३ । २५९ ॥
(५९०) न सुब्रह्मण्यायाम् ॥ ८ । ३ । २६० ॥
(५९१) देवब्रह्मणोः स्वरितस्त्वनुदात्तः ॥ ८ । ३ । २६१ ॥
(५९२) शेष उदात्तः ॥ ८ । ३ । २६२ ॥
(५९३) असावमुष्येत्यन्तः स्यान्तस्योपोत्तमश्च ॥ ८ । ३ । २६३ ॥
(५९४) वा नाम्नः ॥ ८ । ३ । २६४ ॥

इति तृतीयः पादः ॥

॥ अथ चतुर्थः पादः ॥

(५९५) समासस्यान्तः ॥ ८ । ४ । १ ॥
(५९६) बहुव्रीहौ प्रकृत्या पूर्वपदम् ॥ ८ । ४ । २ ॥
(५९७) तत्पुरुषे द्वितीयातृतीयातुल्यार्थोपमानकृत्याः ॥ ८ । ४ । ३ ॥
(५९८) अव्यये नञ्कुचादयः ॥ ८ । ४ । ४ ॥
(५९९) शीलिकामिभिक्ष्याचरिभ्यो णः ॥ ८ । ४ । ५ ॥
(६००) वर्णो वर्णेष्वनेते ॥ ८ । ४ । ६ ॥
(६०१) गाधलवणयोः प्रमाणे ॥ ८ । ४ । ७ ॥
(६०२) द्विगौ ॥ ८ । ४ । ८ ॥
(६०३) दायो दायादे ॥ ८ । ४ । ९ ॥
(६०४) प्रतिबन्धि चिरकृच्छ्रयोः ॥ ८ । ४ । १० ॥
(६०५) पदेऽपदेशे ॥ ८ । ४ । ११ ॥
(६०६) निवाते वातत्राणे ॥ ८ । ४ । १२ ॥
(६०७) शारदेऽनार्तवे ॥ ८ । ४ । १३ ॥
(६०८) अध्वर्युकषाययोर्जातौ ॥ ८ । ४ । १४ ॥
(६०९) सदृशप्रतिरूपयोः सादृश्ये ॥ ८ । ४ । १५ ॥
(६१०) गन्तव्यपण्यं वाणिजे ॥ ८ । ४ । १६ ॥
(६११) मात्रोपज्ञोपक्रमच्छाये नपुंसके ॥ ८ । ४ । १७ ॥
(६१२) सुखप्रिययोर्हिते ॥ ८ । ४ । १८ ॥
(६१३) प्रीतौ च ॥ ८ । ४ । १९ ॥
(६१४) स्वं स्वामिनि ॥ ८ । ४ । २० ॥
(६१५) पत्यावैश्वर्ये ॥ ८ । ४ । २१ ॥
(६१६) न भूवाक्चिद्दिधिषु ॥ ८ । ४ । २२ ॥
(६१७) वा भुवनम् ॥ ८ । ४ । २३ ॥
(६१८) आशङ्काबाधनेदीयःसु संभावने ॥ ८ । ४ । २४ ॥
(६१९) पूर्वे भूतपूर्वे ॥ ८ । ४ । २५ ॥
(६२०) सविधसनीडसमर्यादसवेशसदेशेषु सामीप्ये ॥ ८ । ४ । २६ ॥
(६२१) विस्पष्टविचित्रविचित्तव्यक्तसम्पन्नपटुपण्डितकुशलचपलनिपुणा गुणवचनेषु ॥ ८ । ४ । २७ ॥
(६२२) इगन्तकालकपालभगालशरावेषु द्विगौ ॥ ८ । ४ । २८ ॥
(६२३) बह वा ॥ ८ । ४ । २९ ॥
(६२४) दिष्टिवितस्त्योश्च ॥ ८ । ४ । ३० ॥

(६२५) अज्यावमकन्यापवत्सु भावे कर्मधारये ॥ ८ । ४ । ३१ ॥
(६२६) कुमारः ॥ ८ । ४ । ३२ ॥
(६२७) आदिः प्रत्येनसि ॥ ८ । ४ । ३३ ॥
(६२८) पूगेषु वा ॥ ८ । ४ । ३४ ॥
(६२९) महान्व्रीह्यपराह्णगृष्टीष्वासजाबालभारभारतहैलिहिलरौरवप्रवृद्धेषु ॥ ८ । ४ ।३५ ॥
(६३०) क्षुल्लकश्च वैश्वदेवे ॥ ८ । ४ । ३६ ॥
(६३१) कतरकतमौ वा ॥ ८ । ४ । ३७ ॥
(६३२) आर्यो ब्राह्मणकुमारयोः ॥ ८ । ४ । ३८ ॥
(६३३) राजा च ॥ ८ । ४ । ३९ ॥
(६३४) षष्ठी प्रत्येनसि ॥ ८ । ४ । ४० ॥
(६३५) ग्रामश्च शिल्पिनि ॥ ८ । ४ । ४१ ॥
(६३६) राजा च प्रशंसायाम् ॥ ८ । ४ । ४२ ॥
(६३७) क्ते नित्यार्थे ॥ ८ । ४ । ४३ ॥
(६३८) अनिष्ठा ॥ ८ । ४ । ४४ ॥
(६३९) द्वितीयानुपसर्गे ॥ ८ । ४ । ४५ ॥
(६४०) तृतीया कर्मणि ॥ ८ । ४ । ४६ ॥
(६४१) गतिरनन्तरः ॥ ८ । ४ । ४७ ॥
(६४२) तादौ च निति कृत्यतौ ॥ ८ । ४ । ४८ ॥
(६४३) तवै चान्तो युगपत् ॥ ८ । ४ । ४९ ॥
(६४४) अनिगन्तोऽञ्चतौ वप्रत्यये ॥ ८ । ४ । ५० ॥
(६४५) न्यधी च ॥ ८ । ४ । ५१ ॥
(६४६) ईषद्वा ॥ ८ । ४ । ५२ ॥
(६४७) हिरण्यपरिमाणं धने ॥ ८ ! ४ । ५३ ॥
(६४८) प्रथमोऽचिरोपसंपत्तौ ॥ ८ । ४ । ५४ ॥
(६४९) उष्ट्रः सादिवाम्योः ॥ ८ । ४ । ५५ ॥
(६५०) गौः सादसादिसारथिषु ॥ ८ । ४ । ५६ ॥
(६५१) कुरुवृजी गार्हपते ॥ ८ । ४ । ५७ ॥
(६५२) देवः सूतिहतिजूतिषु ॥ ८ । ४ । ५८ ॥
(६५३) नीतौ वसुश्च ॥ ८ । ४ । ५९ ॥
(६५४) रिक्तगुर्वसूतजरत्यश्लीलदृढरूपापारेवडवातैतिलकद्रूदासीभारादीनां च ॥ ८ । ४ । ६० ॥
(६५५) पण्यकम्बलः संज्ञायाम् ॥ ८ । ४ । ६१ ॥
(६५६) चतुर्थी प्रकृतौ ॥ ८ । ४ । ६२ ॥
(६५७) अर्थे ॥ ८ । ४ । ६३ ॥
(६५८) क्ते च ॥ ८ । ४ । ६४ ॥
(६५९) परिप्रत्युपापा वर्ज्यमानाहोरात्रावयवेषु ॥ ८ । ४ । ६५ ॥
(६६०) राजन्यबहुवचनद्वन्द्वेऽन्धकवृष्णिषु ॥ ८ । ४ । ६६ ॥
(६६१) संख्या ॥ ८ । ४ । ६७ ॥

कार्तकौजपसावर्णिमाण्डूकेयकटुकवार्चलेयशैतिकाक्षपाञ्चालेयावन्त्यश्मका-
विमत्तकामविद्ध तण्डवतण्डशाकलशुनकशणकबाभ्रवयाज्यानुवाक्यवत्सजरज्जरामृत्यु-
स्त्रीकुमारकपिपैलश्यापर्णेयेषु ॥ ८ । ४ । ६८ ॥

(६६३) कुन्तिचिन्ती सुराष्ट्रे ॥ ८ । ४ । ६९ ॥

(६६४) बाभ्रवः शालङ्कायनदानच्युतयोः ॥ ८ । ४ । ७० ॥

(६६५) आचार्योपसर्जनान्तेवासिनां च ॥ ८ । ४ । ७१ ॥

(६६६) मौदः पैप्पलादे वा ॥ ८ । ४ । ७२ ॥

(६६७) सप्तमी सिद्धशुष्कपक्वबन्धेष्वकालात् ॥ ८ । ४ । ७३ ॥

(६६८) आद्युदात्तम् ॥ ८ । ४ । ७४ ॥

(६६९) धर्म्येऽहरणे ॥ ८ । ४ । ७५ ॥

(६७०) हारियुक्ते च ॥ ८ । ४ । ७६ ॥

(६७१) वाध्यक्षे ॥ ८ । ४ । ७७ ॥

(६७२) पापं शिल्पिनि ॥ ८ । ४ । ७८ ॥

(६७३) गोत्रान्तेवासिमाणवब्राह्मणेषु क्षेपे ॥ ८ । ४ । ७९ ॥

(६७४) अङ्गानि मैरेये ॥ ८ । ४ । ८० ॥

(६७५) भक्ताख्यास्तदर्थेषु ॥ ८ । ४ । ८१ ॥

(६७६) गोबिडालसिंहसैन्धवेषूपमाने ॥ ८ । ४ । ८२ ॥

(६७७) अके जीविकायाम् ॥ ८ । ४ । ८३ ॥

(६७८) प्राचां क्रीडायाम् ॥ ८ । ४ । ८४ ॥

(६७९) अणि नियुक्ते ॥ ८ । ४ । ८५ ॥

(६८०) शिल्पिनि चाकृञः ॥ ८ । ४ । ८६ ॥

(६८१) संज्ञायां च ॥ ८ । ४ । ८७ ॥

(६८२) गोतन्तियवं पाले ॥ ८ । ४ । ८८ ॥

(६८३) णिनि ॥ ८ । ४ । ८९ ॥

(६८४) शब्दार्थप्रकृतावेवोपमानम् ॥ ८ । ४ । ९० ॥

(६८५) युक्तारोही ॥ ८ । ४ । ९१ ॥

(६८६) राहियोधिप्रहारिषु चागतः ॥ ८ । ४ । ९२ ॥

(६८७) मत्स्ये वा ॥ ८ । ४ । ९३ ॥

(६८८) क्षीरभगिनिग्रामा होतृभर्तृगोधुक्षु ॥ ८ । ४ । ९४ ॥

(६८९) अश्वगर्गव्युष्टास्त्रिरात्रे ॥ ८ । ४ । ९५ ॥

(६९०) गणैकशितौ पादपातोः ॥ ८ । ४ । ९६ ॥

(६९१) पात्रेसमितादीनां च ॥ ८ । ४ । ९७ ॥

(६९२) दीर्घकाशतुषभ्राष्ट्रवटं जे ॥ ८ । ४ । ९८ ॥

(६९३) अन्त्यात् पूर्वं बह्वचः ॥ ८ । ४ । ९९ ॥

(६९४) अनिवासि ग्रामे ॥ ८ । ४ । १०० ॥

(६९५) घोषकटपल्वलह्रदबदराश्वत्थशाल्मलिशिल्पिपिङ्गलमुनितृणकूटकुन्दरदश्रेयस्सु
॥ ८ । ४ । १०१ ॥

(६९६) छात्रिपेलिभाण्ड्याखण्डिव्याड्यापिशलिगोम्यापार्यः शालायाम् ॥ ८ । ४ । १०२ ॥

(६९७) अवृद्धमकर्कीकर्कन्धूमघीमकरीशमीकरीरकटुककु·लवदरं प्रस्थे
॥ ८ । ४ । १०३ ॥

(६९८) मालाशालाशोणाद्राक्षाध्राक्षीक्षौमाक्षामाकाञ्च्येककामाश्छ ॥ ८ । ४ । १०४ ॥

(६९९) अमहन्नवन्नगरेऽनुदीचाम् ॥ ८ । ४ । १०५ ॥
(७००) द्व्यच्त्र्यच्चावर्णमर्मे ॥ ८ । ४ । १०६ ॥
(७०१) न भूताधिकसञ्जीवमद्राश्मकज्जलाः ॥ ८ । ४ । १०७ ॥
(७०२) दिवोदासादीनां छन्दसि ॥ ८ । ४ । १०८ ॥
(७०३) अन्तः ॥ ८ । ४ । १०९ ॥
(७०४) गुर्णकात्स्र्न्ये सर्वस्य ॥ ८ । ४ । ११० ॥
(७०५) संज्ञायां गिरिनिकाययोः ॥ ८ । ४ । १११ ॥
(७०६) कुमार्यां वयसि ॥ ८ । ४ । ११२ ॥
(७०७) उदके मिश्रे ॥ ८ । ४ । ११३ ॥
(७०८) द्विगौ क्रतौ ॥ ८ । ४ । ११४ ॥
(७०९) षष्टी सभे ॥ ८ । ४ । ११५ ॥
(७१०) पुरे प्राचाम् ॥ ८ । ४ । ११६ ॥
(७११) गोडारिष्टतत्पूर्वाणि ॥ ८ । ४ । ११७ ॥
(७१२) न हास्तिनफलकमार्देयाः ॥ ८ । ४ । ११८ ॥
(७१३) कुसूलकूपकुम्भशालं बिले ॥ ८ । ४ । ११९ ॥
(७१४) दिक्शब्दा ग्रामजनपदाख्यानचानराटेषु ॥ ८ । ४ । १२० ॥
(७१५) आचार्योपसर्जनान्तेवासिनि ॥ ८ । ४ । १२१ ॥
(७१६) उत्तरपदवृद्धौ सर्वं च ॥ ८ । ४ । १२२ ॥
(७१७) बहव्रीहौ विश्वं संज्ञायाम् ॥ ८ । ४ । १२३ ॥
(७१८) इषूँदराश्वेषु क्षेपे ॥ ८ । ४ । १२४ ॥
(७१९) नदी बन्धुनि ॥ ८ । ४ । १२५ ॥
(७२०) निष्ठोपसर्गपूर्वं वा ॥ ८ । ४ । १२६ ॥
(७२१) मरुद्वृद्धसूतशयादीनां छन्दसि ॥ ८ । ४ । १२७ ॥
(७२२) उत्तरपदादिः ॥ ८ । ४ । १२८ ॥
(७२३) कर्णो वर्णलक्षणात् ॥ ८ । ४ । १२९ ॥
(७२४) संज्ञौपम्ययोः ॥ ८ । ४ । १३० ॥
(७२५) कण्ठपृष्ठग्रीवाजङ्घं च ॥ ८ । ४ । १३१ ॥
(७२६) शृङ्गमवस्थायां च ॥ ८ । ४ । १३२ ॥
(७२७) नञो जरमरमित्रमृताः ॥ ८ । ४ । १३३ ॥
(७२८) सोर्मनसी अलोमोषसी ॥ ८ । ४ । १३४ ॥
(७२९) क्रतुदृशीकप्रतीकप्रतूर्तिहव्यभगाश्च ॥ ८ । ४ । १३५ ॥
(७३०) आद्युदात्तं द्व्यच् छन्दसि ॥ ८ । ४ । १३६ ॥
(७३१) वीरवीर्यौ च ॥ ८ । ४ । १३७ ॥
(७३२) कूलतीरतूलमूलशालाक्षसमाव्ययीभावे ॥ ८ । ४ । १३८ ॥
(७३३) कंसमन्थशूर्पपाय्यकाण्डानि द्विगौ ॥ ८ । ४ । १३९ ॥
(७३४) तत्पुरुषे शालम् ॥ ८ । ४ । १४० ॥
(७३५) कन्थं च ॥ ८ । ४ । १४१ ॥
(७३६) चिहणचिक्कणमड्डुरमडरवैतुलवैतालिकर्णकुक्कुटपटत्कानामादिः ॥ ८ । ४ । १४२ ॥
(७३७) चेलखेटकटुककाण्डानि गर्हायाम् ॥ ८ । ४ । १४३ ॥
(७३८) चीरमुपमानम् ॥ ८ । ४ । १४४ ॥

(७३९) पललसूपशाकानि मिश्रे ॥ ८ । ४ । १४५ ॥
(७४०) कूलसूदस्थलकर्षाः संज्ञायाम् ॥ ८ । ४ । १४६ ॥
(७४१) अकर्मधारये राज्यम् ॥ ८ । ४ । १४७ ॥
(७४२) वर्ग्यादयश्च ॥ ८ । ४ । १४८ ॥
(७४३) पुत्रः पुम्भ्यः ॥ ८ । ४ । १४९ ॥
(७४४) नाचार्यराजर्त्विक्संयुक्तज्ञात्याख्येभ्यः ॥ ८ । ४ । १५० ॥
(७४५) चूर्णचौलचमसीचक्कनकरिवकरिपकुन्दमदलपद्राक्षातूस्तशाकिनशाकटान्यप्राणिषष्ठ्या ॥ ८ । ४ । १५१ ॥
(७४६) काण्डचीरपललसूपशाककुलानि ॥ ८ । ४ । १५२ ॥
(७४७) कुण्डं वनम् ॥ ८ । ४ । १५३ ॥
(७४८) प्रकृत्या भगालम् ॥ ८ । ४ । १५४ ॥
(७४९) शितेर्नित्याबह्वज्बहुव्रीहावभसत् ॥ ८ । ४ । १५५ ॥
(७५०) वनस्पतिबृहस्पतिशचीपतितनूनपान्नराशंसशुनःशेपशण्डामर्कतृष्टावरूत्राबम्बाविश्ववयामर्मृत्युनामुभे युगपत् ॥ ८ । ४ । १५६ ॥
(७५१) देवताद्वन्द्वे च ॥ ८ । ४ । १५७ ॥
(७५२) पृथ्वीरुद्रपूषमन्थिष्वेवानुदात्तादिषु ॥ ८ । ४ । १५८ ॥
(७५३) प्रकृत्यैव त्रयः ॥ ८ । ४ । १५९ ॥
(७५४) गत्युपपदकारकेभ्यः कृत् ॥ ८ । ४ । १६० ॥
(७५५) अन्तः ॥ ८ । ४ । १६१ ॥
(७५६) थाथघञ्क्ताजबित्रकाणाम् ॥ ८ । ४ । १६२ ॥
(७५७) क्तः सूपमानाभ्याम् ॥ ८ । ४ । १६३ ॥
(७५८) संज्ञायामनाचितपर्याचितास्थापितपरिगृहीतनिरुक्तप्रतिपन्नप्रश्लिष्टोपश्लिष्टोपहतोपस्थापितानाम् ॥ ८ । ४ । १६४ ॥
(७५९) गोः संहितायाः ॥ ८ । ४ । १६५ ॥
(७६०) कारकाद्दत्तश्रुतयोरेवाशिषि ॥ ८ । ४ । १६६ ॥
(७६१) प्रवृद्धस्य यानवृषलयोः ॥ ८ । ४ । १६७ ॥
(७६२) प्रयुक्तस्य सक्तुषु ॥ ८ । ४ । १६८ ॥
(७६३) अवहितस्य भोगाकर्षयोः ॥ ८ । ४ । १६९ ॥
(७६४) खट्वारूढकविशस्तपुनरुत्स्यूतपुनर्निष्कृतानां च ॥ ८ । ४ । १७० ॥
(७६५) इत्थंभूतेन कृते ॥ ८ । ४ । १७१ ॥
(७६६) अनो भावकर्मणोः ॥ ८ । ४ । १७२ ॥
(७६७) मन्क्तिन्व्याख्यानशयनासनस्थानयाजकादिक्रीताः ॥ ८ । ४ । १७३ ॥
(७६८) सप्तम्याः पुण्यम् ॥ ८ । ४ । १७४ ॥
(७६९) ऊनार्थकलहाः तृतीयायाः ॥ ८ । ४ । १७५ ॥
(७७०) मिश्रमनुपसर्गमसन्धौ ॥ ८ । ४ । १७६ ॥
(७७१) नञो निषेधे स्वार्थेशोभ्यर्हार्थाश्च ॥ ८ । ४ । १७७ ॥
(७७२) कृत्योकेष्णुच् ॥ ८ । ४ । १७८ ॥
(७७३) चारुसाधुयौधिकानङ्गमेजयवदान्याकस्मात् ॥ ८ । ४ । १७९ ॥
(७७४) गृहपतिगृहपतिकौ ॥ ८ । ४ । १८० ॥
(७७५) वर्तमानवर्धमानत्वरमाणध्रियमाणक्रियमाणरोचमानशोभमानाः संज्ञायाम् ॥ ८ । ४ । १८१ ॥

(૭૭૬) राजाह्नोश्छन्दसि ॥ ८ । ४ । १८२ ॥
(૭૭૭) विकारसदृशे व्यस्तसमस्ते ॥ ८ । ४ । १८३ ॥
(૭૭૮) तृन्नन्तीक्ष्णशुचिनि वा ॥ ८ । ४ । १८४ ॥
(૭૭૯) बहव्रीहाविदमेतत्तद्भ्यः प्रथमपूरणयोः क्रियागणने ॥ ८ । ४ । १८५ ॥
(૭૮૦) संख्यायाः स्तनः ॥ ८ । ४ । १८६ ॥
(૭૮૧) छन्दसि वा ॥ ८ । ४ । १८७ ॥
(૭૮૨) संज्ञायामजिनम् ॥ ८ । ४ । १८८ ॥
(૭૮૩) मित्रोऽनृषौ ॥ ८ । ४ । १८९ ॥
(૭૮૪) व्यवायिनोऽन्तरम् ॥ ८ । ४ । १९० ॥
(૭૮૫) मुखं स्वाङ्गम् ॥ ८ । ४ । १९१ ॥
(૭૮૬) निष्ठोपमानाद् वा ॥ ८ । ४ । १९२ ॥
(૭૮૭) नाव्ययदिक्शब्दगोमहत्स्थूलमुष्टिपृथुवत्सेभ्यः ॥ ८ । ४ । १९३ ॥
(૭૮૮) जातिकालसुखादिभ्योऽनाच्छादनात् क्तोऽकृतमितप्रतिपन्नाः ॥ ८ । ४ । १९४ ॥
(૭૮૯) वा जाते ॥ ८ । ४ । १९५ ॥
(૭૯૦) द्वित्रिभ्यां पाद्दन्मूर्धानः ॥ ८ । ४ । १९६ ॥
(૭૯૧) सक्थमक्रान्तात् ॥ ८ । ४ । १९७ ॥
(૭૯૨) छन्दस्यादिश्च ॥ ८ । ४ । १९८ ॥
(૭૯૩) त्रिचक्रत्रिबन्धुरत्रिवृतादीनाम् ॥ ८ । ४ । १९९ ॥
(૭૯૪) नञ्सुभ्याम् ॥ ८ । ४ । २०० ॥
(૭૯૫) कपि पूर्वम् ॥ ८ । ४ । २०१ ॥
(૭૯૬) ह्रस्वान्तेऽन्त्यात् पूर्वम् ॥ ८ । ४ । २०२ ॥
(૭૯૭) कप्येकाचि बहोर्नञ्समानाधिकरणे ॥ ८ । ४ । २०३ ॥
(૭૯૮) न गुणाक्षरच्छन्दोमानसूक्ताध्यायादयोऽवयवाः ॥ ८ । ४ । २०४ ॥
(૭૯૯) उपसर्गात् स्वाङ्गं ध्रुवमपर्शु ॥ ८ । ४ । २०५ ॥
(૮૦૦) वनं समासे ॥ ८ । ४ । २०६ ॥
(૮૦૧) अन्तश्च ॥ ८ । ४ । २०७ ॥
(૮૦૨) न निविभ्यामन्तः ॥ ८ । ४ । २०८ ॥
(૮૦૩) परेरभितोभावि मण्डलम् ॥ ८ । ४ । २०९ ॥
(૮૦૪) प्रादस्वाङ्गं संज्ञायाम् ॥ ८ । ४ । २१० ॥
(૮૦૫) उदकोपलोलपमशकमक्षिकाकालककालिकतरीकतरीपपेषा निरः
॥ ८ । ४ । २११ ॥
(૮૦૬) उदुपाभ्यां चाजिनम् ॥ ८ । ४ । २१२ ॥
(૮૦૭) परेर्हस्तपादकेशकर्षाः ॥ ८ । ४ । २१३ ॥
(૮૦૮) दुस्तरीपादयश्च ॥ ८ । ४ । २१४ ॥
(૮૦૯) अभेर्मुखम् ॥ ८ । ४ । २१५ ॥
(૮૧૦) अपाच्च ॥ ८ । ४ । २१६ ॥
(૮૧૧) स्फिगपूतवीणाञ्जोऽध्वकुक्षिसीरनामनामानि च ॥ ८ । ४ । २१७ ॥
(૮૧૨) अधेरुपरिस्थम् ॥ ८ । ४ । २१८ ॥
(૮૧૩) अनोरप्रधानकनीयसी ॥ ८ । ४ । २१९ ॥
(૮૧૪) पुरुषश्चान्वादिष्टः ॥ ८ । ४ । २२० ॥
(૮૧૫) अतेरकृत्पदम् ॥ ८ । ४ । २२१ ॥

(८१६) नेरनिधाने ॥ ८ । ४ । २२२ ॥
(८१७) प्रतेरंशुजनराजन्नुष्ट्रखेटकाजिरार्द्राश्रवणकृत्तिकार्धपुराणि तत्पुरुषे ॥ ८ । ४ । २२३ ॥
(८१८) उपाद् द्व्यजजिनमगौरलटलोटजिह्वाकृष्णाकन्यागुडकल्पपादादयः ॥ ८ । ४ । २२४ ॥
(८१९) सोरवक्षेपणे ॥ ८ । ४ । २२५ ॥
(८२०) उत्पुच्छे वा ॥ ८ । ४ । २२६ ॥
(८२१) नलोपः पूर्वत्रासिद्धः ॥ ८ । ४ । २२७ ॥
(८२२) वाक्यस्य टेः प्लुत उदात्तः ॥ ८ । ४ । २२८ ॥
(८२३) प्रश्नान्ताभिपूजितापरिस्विदासीत्स्वनुदात्तः ॥ ८ । ४ । २२९ ॥
(८२४) असूयासम्मतिकोपकुत्सनाक्षियाशीःप्रैषप्रश्नाख्यानेषु स्वरितः ॥ ८ । ४ । २३० ॥
(८२५) उदात्तादनुदात्तः ॥ ८ । ४ । २३१ ॥
(८२६) उदात्तस्वरितपरयोश्च यणः ॥ ८ । ४ । २३२ ॥
(८२७) एकादेश उदात्तेनोदात्तः ॥ ८ । ४ । २३३ ॥
(८२८) स्वरितो वानुदात्ते पदादौ ॥ ८ । ४ । २३४ ॥
(८२९) वाक्ये स्वरितस्यैकश्रुतौ सिद्धिः ॥ ८ । ४ । २३५ ॥

॥ इति चतुर्थः पादः ॥

॥ इति श्रीभोजदेवविरचित-सरस्वतीकण्ठाभरणाष्टमाध्याय-वैदिकव्याकरणं समाप्तम् ॥

॥ हरिः ॐ ॥

પરિશિષ્ટ - ૨

સૂત્રોની અકારાદિ સૂચિ

અનુ. ક્ર.	સૂત્ર
(७४१)	अकर्मधारये राज्यम् ।
(६७७)	अके जीविकायाम् ।
(४७७)	अक्षस्यादेवनस्य ।
(११५)	अगाद् यत् ।
(११८)	अङ्ग इत्यादौ च ।
(५३९)	अङ्गादप्रातिलोम्ये ।
(६७४)	अङ्गानि मैरेये ।
(२३४)	अङ्गितश्च ।
(४५५)	अङ्गुष्ठोदकबककवशानां_ ।
(१९०)	अचः पररूपमेमन्त्रादिषु ।
(३७२)	अञ्चेश्छन्दस्याशि_ ।
(६७९)	अणि नियुक्ते ।
(८१५)	अतेरकृत्पदम् ।
(४९२)	अथ द्वितीयं प्रागीषात् ।
(४६६)	अथादिः प्राक्शकटे ।
(१२९)	अद्भिः संस्कृतम् ।
(२९८)	अधउपरिभ्यां स्विदा_ ।
(८१२)	अधेरुपरिस्थम् ।
(६०८)	अध्वर्युकषाययोर्जातौ ।
(१६९)	अनसोर्नपुंसकाट्टज्वा ।
(६४४)	अनिगन्तोऽञ्चतौ_ ।
(६९४)	अनिवासि ग्रामे ।
(३६८)	अनिष्ठा ।
(३३५)	अनुदात्तं पदमेक_ ।
(४००)	अनुदात्ते च ।
(१९९)	अनुदात्ते च कुधपरे ।
(२८६)	अनो नुट् ।
(८८)	अनो बहुव्रीहेरुपधा_ ।
(७६६)	अनोः भावकर्मणोः ।
(८१३)	अनोरप्रधानकनीयसी ।
(७०३)	अन्तः ।
(७५५)	अन्तः ।
(४१३)	अन्तश्च तवै युगपत् ।
(३७१)	अन्तोदात्तादुत्तरपदा_ ।
(४४०)	अन्त्य ईवत्यवत्योः _ ।
(६९३)	अन्त्यात्पूर्वं बह्वचः ।
(८०१)	अन्तश्च ।
(९१)	अन्तर्वत्पतिवतोर्नुग्वा ।
(२५४)	अपरिह्वृताश्च ।
(१८१)	अपस्पृधेथामानृचु_ ।
(८१०)	अपाच्च ।
(८०९)	अभेर्मुखम् ।
(३९९)	अभ्यस्तदीधीवेवी_ ।
(२६४)	अभ्यस्तस्यापिति_ ।
(१२)	अभ्युत्सादयां प्रजनयां_ ।
(६९९)	अमहन्नवन्नगरे_ ।
(२३६)	अमिपचियजिवपी_ ।
(१५९)	अमु चामु वाद्रव्य_ ।
(६३)	अमो मश् ।
(२९३)	अम्नसूधसवसां_ ।
(१९७)	अम्बे अम्बालिके_ ।
(१६३)	अयवसमरुद्भ्यामञ् ।
(१७०)	अर्च्चिशित्यहिभ्यो नस्_ ।
(४५८)	अर्जुनस्य तृणाख्या_ ।
(६५७)	अर्थे ।
(४७८)	अर्धस्यासमद्योतने ।
(४५९)	अर्यस्य स्वाम्याख्या_ ।
(४९)	अवचक्षे ।
(२००)	अवपथासि ।
(२९१)	अवयाश्वेतवाः ।
(७६३)	अवहितस्य भोगाकर्षयोः ।
(६९७)	अवृद्धमकर्कीकर्कन्धु ।

(३४) उपयजो विच्।

(५४७) उपसर्गव्यपेतम्।

(४) उपसर्गाः।

(७९९) उपसर्गात् स्वाङ्ग।

(१४६) उपसर्गाद् धात्वर्थे वतिः।

(५२३) उपसर्गाश्चाभिवर्जम्।

(४७) उपसंवादाशङ्क्योश्च।

(८१८) उपाद्द्व्यजजिनमगौर...।

(४३२) उपोत्तमं रिति।

(१९५) उरो यजुषि।

(५०९) उशीरदासेरकपलाल...।

(६४९) उष्ट्रसादिवाम्योः।

(३७४) ऊठ उपधायाः।

(३६०) ऊतियूतिजूतिसाति...।

(७६९) ऊनार्थकलहाः तृतीयायाः।

(३०७) ऋक्षु नश्छव्यम्परे।

(२१५) ऋचि तुनुघमक्षुतङ्कु...।

(१७९) ऋचि त्रेरुत्तरपदादि...।

(२०१) ऋत इद्धातोः।

(३२३) ऋतिपृतनाभ्यां...।

(३२९) ऋतोऽवग्रहान्नो...।

(२४१) ऋत्व्यवास्त्व्यवास्त्व...।

(५२४) एकश्रुति दूरात्...।

(८२७) एकादेश उदात्तेनोदात्तः।

(५७२) एकान्याभ्यां तुल्या...।

(१९३) एङः प्रकृत्यान्तःपादम्।

(३०२) एचः प्रश्नान्तादि...।

(३३७) एतदस्त्रतसो...।

(३३९) एतच्च।

(५२४) एवादीनामन्तः।

(५५७) एहिमन्ये प्रहासे लृट्।

(१२५) ओजसो अहनि यत्खौ।

(४०४) ओत्समानोदराद्...।

(२९९) ओमभ्यादाने।

(३४१) ओर्गुणादनुपसर्ज...।

(३०५) ओश्रावयाश्रावये...।

(२१३) ओपधर्विभक्ताव...।

(७२५) कण्ठपृष्ठग्रीवाजङ्घाश्च।

(६३१) कतरकतमौ वा।

(८३) कर्तृकर्मणोः।

(९९) कद्रुकमण्डलुगुल्गुलु...।

(७३५) कन्थं च।

(५१५) कपिकेशहरिकेश।

(७९५) कपि पूर्वम्।

(७९७) पकप्येकाचि बहोर्नञ्स...।

(५०१) कर्दमादीनां च।

(७२३) कर्णो वर्णलक्षणात्।

(२५) कर्मणि सुरायां पिबते...।

(३४७) कर्षात्वतो घञः...।

(२७४) कव्यध्वरपृतनस्य...।

(२९) कव्यपुरीशपुरीष्येपु...।

(७३३) कंसमन्थशूर्पपाय्य...।

(३११) कः करत्करति कृधि...।

(७४६) काण्डचीरपललसूप...।

(५५६) कामचारे वा।

(७६०) कारकद्दत्तश्रुतयो...।

(६६२) कार्तकौपजपसावर्णि...।

(३६३) कितः।

(१५६) किमो हेतुप्रकारवचनयो...।

(५५२) किं वृत्तं च चिदन्तरम्।

(४०३) किंसर्वनामबहना।

(३२६) किंसानुसवनयोश्च।

(७४७) कुण्डं वनम्।

(६६३) कुन्तिचिन्ती सुराष्ट्रे।

(६२६) कुमारः।

(७०६) कुमार्यां वयसि

(६५१) कुरुवृजी गार्हपते।

(१६२) कुलालवरुडनिपादकर्मार...।

(७१३) कुसूलकूपकुम्भशालं...।

(७३२) कूलतीरतूलमूल...।

(७४०) कूलसूदस्थलकर्षाः ...।

(३३३) कृतश्च।

(८८) कृत्यार्थे तवैकेन्केन्य...।

(७७२) कृत्योकेष्णुच्।

(१७) कृमृदृरुहिभ्योऽऊ।

(८५२) कृष्णस्यामृगाख्या...।

(८९) केवलदिभ्यश्च।

(७५७) क्तः सूपमानाभ्याम्।

(६९६) छात्रिपेलिभाण्ड्या_ ।
(४८९) जनपदशब्दानामष_ ।
(४०७) जनसनखनतनां_ ।
(२२२) जनिता मन्त्रे ।
(४१५) जयः करणे ।
(७८८) जातिकालसुखादिभ्यो_ ।
(५५०) जात्वपूर्वम् ।
(४२४) जुष्टार्पितौ छन्दसि ।
(४६४) ज्येष्ठकनिष्ठयो_ ।
(१३७) झल्यपोत्तमम् ।
(६५) झस्य रुट् ।
(४०९) ञ्नित्यादिर्नित्य_ ।
(४०५) णमुल्यादिः ।
(६८३) णिनि ।
(२२४) णेरयिष्णुचि ।
(३८) तच्छीलतद्धर्मतत्साधु_ ।
(५९७) तत्पुरुषे द्वितीया_ ।
(७३४) तत्पुरुष शालम् ।
(१०८) तत्र साधौ यत् ।
(१४०) तदस्य परिणाम् ।
(१४५) तदस्य प्राप्तमृत्विवः ।
(३६२) तद्धितस्य ।
(५३१) तद्वदामन्त्रितम् ।
(११८) तद्वानासामुपधानो मन्त्र_ ।
(२३१) तनिपत्योर्लोप_ ।
(३६६) तयस्यायोऽनुभात् ।
(२६७) तलो ङौ च ।
(६४३) तवै चान्तो युगपत् ।
(६८) तस्य तात्तन्तनथनाः ।
(१०६) तस्य विकारावयवे_ ।
(३१७) तादियुष्मत्ततक्षु_ ।
(६४२) तादौ च निति कृत्यतौ ।
(३९३) तास्यात्मनेपद्यदुप_ ।
(५३४) तिङतिङः ।
(५३२) तिङो गोत्रबुवप्रवचन_ ।
(५७८) तिङ्युत्तवति ।
(३९२) तित्स्वरितम् ।
(१०२) तिलान्निष्फलात् पिञ्जो_ ।
(५१८) तिल्यशिक्यमत्य_ ।
(२१९) तिसृचतस्रोर्नामि वा ।
(११४) तुग्राद् घन् ।
(१७६) तुजादीनां दीर्घोऽभ्यासस्य ।
(५४५) तुपश्यरश्याताहैः_ ।
(५०) तुमर्थे च ।
(१५८) तुरिष्ठन्नीयमुन_ ।
(२३८) तुरिष्ठेयसोर्लोपः ।
(२६२) तुरुस्तुशम्यमिभ्य_ ।
(४६९) तृणधान्यानां च ।
(६४०) तृतीया कर्मणि ।
(७७८) तृन्नन्नतीक्ष्णशुचि_ ।
(८२) तौसुकसुनोः ।
(३४८) तौदादिको न ।
(२०३) त्यदस्सुलोपो हलि वा ।
(४३१) त्यागरागहासकुह_ ।
(३६७) त्रयसस्तिस्त्रतितिसृ_ ।
(७९३) त्रिचक्रत्रिबन्धुरत्रिवृ_ ।
(३८५) त्रिचतुष्णः संख्याया_ ।
(४९३) त्र्यपां प्राङ्मकरात् ।
(५२०) त्वत्त्वसमसीमीमि_ ।
(४०८) थलि सेटीडन्तश्च_ ।
(७५६) थाथघ्क्ताजवित्र_ ।
(४४९) दक्षिणस्य साधौ ।
(१८४) दन्तनासिकासृग्यकृच्छकृ_ ।
(१७३) दन्तस्य दतृ ।
(३९) दंशेः क्स्नुः ।
(२७९) दाधर्तिदर्धतिदर्धर्षि_ ।
(२६०) दाधोर्लोपो लेटि वा ।
(६०३) दायो दागादे ।
(७१४) दिक्शब्दा ग्रामजन_ ।
(७९) दिवः पण्यर्थस्य द्वितीया_ ।
(३९०) दिवो झल् ।
(७०२) दिवोदासादीनां छन्दसि ।
(२०) दृशेरक् ।
(३४०) दिशः स्वाङ्गाङीप् ।
(६२४) दिष्टिवितस्त्योश्च ।
(६९२) दीर्घकाशतुपभ्राष्ट्र_ ।
(९६) दीर्घजिह्वी ।
(३०८) दीर्घादिटि समान_ ।

પરિશિષ્ટ - ૩

ભોજદેવના વૈદિકવ્યાકરણના ડો. ચિન્તામણિના પાઠમાં આવશ્યક શુદ્ધિપ્રક્રિયા

ભોજદેવ રચિત સૂત્રાત્મક આઠ અધ્યાયવાળું સરસ્વતીકંઠાભરણ વ્યાકરણ સૌ પ્રથમ મદ્રાસ યુનિવર્સિટી દ્વારા ૧૯૩૭માં પ્રકાશિત થયું અને 'હૃદયહારિણી વ્યાખ્યા' સહિત આ સૂત્રગ્રંથ સમયે સમયે અલગ અલગ ભાગોમાં છઠ્ઠા અધ્યાય સુધી ત્રિવેન્દ્રમ્ સંસ્કૃત સિરીઝમાં પ્રસિદ્ધ થયો. સાતમા અધ્યાયની વ્યાખ્યા સહિતની હસ્તપ્રત્ર અડ્યાર મેન્યુસ્ક્રીપ્ટ લાયબ્રેરીમાં સંગ્રહયેલી છે. પણ આઠમા અધ્યાયની હસ્તપ્રત ત્યાં પણ નથી. સંભવતઃ વ્યાખ્યાકારે આઠમાં અધ્યાય પર વ્યાખ્યા લખવાનું છોડી દીધું હશે એવું લાગે છે. ડો. ટી. આર ચિંતામણિએ બે હસ્તપ્રતોના આધારે સંપાદિત કરેલી સંશોધિત આવૃત્તિમાંના સૂત્રોના પાઠ અને હૃદયસહારિણી વ્યખ્યાકારે સ્વીકારેલ સૂત્રોના પાઠ વચ્ચે ઠીક ઠીક પાઠભેદ જોવા મળે છે. આ હકીકત આઠમા અધ્યાયને પણ લાગુ પડે છે. પાણિનીય સૂત્રોના સંદર્ભમાં મેં કરેલા તુલનાત્મક અભ્યાસના પરિણામે મને એવા ઘણા પ્રસંગો મળ્યા, જેમાં ડો. ચિંતામણિએ ઉપયોગમાં લીધેલ હસ્તપ્રતોના લહિયાઓએ પ્રતોની આદર્શપ્રત વાંચવામાં અનેક ભૂલો કરી છે, જેમાંની કેટલીક લહિયાઓના અજ્ઞાનને આભારી છે, જ્યારે બીજી કેટલીક ભૂલોમાં કદાચ લેખકની પોતાની શરતચૂકો હોવાનું સંભવિત જણાય છે. કારણ એ છે કે ભોજદેવે આ વ્યાકરણમાં પાણિનીય પદ્ધતિના સૂત્ર, ગણપાઠ, ધાતુપાઠ, ઉણાદિસૂત્ર, વાર્તિક, મહાભાષ્ય અને કાશિકવૃત્તિ જેવા ગ્રંથોનો આધાર લઈ આ બધામાંથી ઉપયોગી સામગ્રી ચૂંટી ચૂંટીને પોતાના સૂત્રપાઠમાં જ સમાવી લઈને પાણિનીય વ્યાકરણને સુબદ્ધ, સરળ અને સ્વાધ્યાય માટે સુગમ બનાવવા પુરુષાર્થ કર્યો છે, અને શક્ય હોય ત્યાં મૂળ પાણિનીય સૂત્ર કે સૂત્રભાગને અપનાવી લઈ અનુવૃત્તિ અને અધિકાર પૂરતો અને સૂત્રોમાં સુધારા વધારા કરવા જરૂરી જણાય તો તે પૂરતો ફેરફાર કર્યો છે. વૈદિક-છાન્દસ-પ્રયોગો વિષે તો ભોજદેવના સમયમાં ઈ.સની અગિયારમી સદીમાં વિકાસને બદલે હ્રાસનો જ સંભવ વધુ હતો, કેમકે કેટલાય વૈદિકગ્રંથો કાળબળને લીધે લુપ્ત થવા લાગ્યા હતા. તેથી આ ક્ષેત્રે તો ભોજદેવને પાણિનીય સૂત્રોને મઠારીને એક જ - આઠમા - પાદમાં સુગ્રથિત રૂપે એક સુવ્યવસ્થિત વૈદિક વ્યાકરણ આપવાની કામગિરી બજાવવાની હતી; એમાં નવા પ્રયોગને સમાવવાનો કોઈ પ્રશ્ન જ સંભવિત ન હતો. પરિણામે આ અધ્યાયનાં સૂત્રનાં મૂળ પાણિનીય અષ્ટાધ્યાયી, વાર્તિક અને મહાભાષ્યમાંથી શોધવાં મુશ્કેલ નથી. આવો પ્રયાસ મેં આરંભ્યો ત્યારે લહિયાઓની અણસમજને લીધે સરજાયેલી ઘણી અશુદ્ધિઓનો તાળો મળી જતાં, શુદ્ધિપાઠ અનાયાસે ઉપસી આવવા લાગ્યો. પરિણામે ઘણીવાર લેખકની શરતચૂકો પણ છતી થઈ જવા લાગી. આ બધા સૂક્ષ્મ અધ્યનને પરિણામે સૂત્રોના પાઠમાં ઘણી શુદ્ધિ કરવી અનિવાર્ય થઈ પડી. અને એ રીતે શુદ્ધ પાઠ તારવીને આ આવૃત્તિમાં સૂત્રોનો પાઠ આ ગુજરાતી આવૃત્તિમાં છાપ્યો છે.

આવા અનિવાર્ય પાઠશુદ્ધિના પ્રસંગો કેવા આવ્યા તેના નમૂના વિદ્વાનોને આ વિષયમાં જાણકારી આપવાના હેતુથી આ પરિશિષ્ટમાં રજૂ કર્યા છે. અહીં સૂત્રક્રમાંકો આપણી આ ગુજરાતી આવૃત્તિ અનુસાર આપ્યા છે. પાણિનીય સૂત્રોના ક્રમાંકો કાશિકાવૃત્તિને અનુસરીને આપ્યા છે. ડૉ. ચિન્તામણિના મતનો ઉલ્લેખ છે ત્યાં સૂત્રક્રમાંકો એમની આવૃત્તિ અનુસારના છે.

૧. नाम्लिटो मन्त्रे ॥ ८ । १ । ११ ॥

ડૉ. ચિંતામણિ આ સૂત્રનો પાઠ नाम्लिटो मज्ञे એ પ્રમાણે છે.

અષ્ટાધ્યાયીમાં પાણિનિએ कास्प्रत्ययादाममन्त्रे लिटि (૩. ૧. ૩૫) એ સૂત્રમાં મન્ત્રની બાબતમાં લિટ્ લકારમાં आम् આગમનો નિષેધ કર્યો છે. તેથી ડૉ. ચિન્તામણિનો मज्ञे પાઠનો मन्त्रे એમ સુધારો અપક્ષિત છે.

૨. सुप्युपसर्गयोर्जनसनखनक्रमगमो विट् ॥८ । १ । ३१ ॥

ડૉ. ચિંતામણિ અનુસાર આ સૂત્રનો પાઠ जनसनखनक्रमगमो विट् (૩. ૨. ૩૧) એમ છે. ભોજદેવે પાણિનીય સૂત્રમાં छन्दसि उपसर्गे અને सुपि ની અનુવૃત્તિ પૂર્વસૂત્રોમાંથી આવે છે, એવું કાશિકાકારના छन्दस्युपसर्गे सुपीत्यनुवर्तते એ વચન ઉપરથી જણાઈ આવે છે. ભોજદેવના ગ્રંથમાં छन्दसि નો અધિકાર તો સમગ્ર આઠમા અધ્યાયમાં આવે છે. પણ બાકીના બે પદો માટે કોઈ આયોજન નથી. તેથી સૂત્રમાં આ બે પદોનો સમાવેશ ભોજદેવનાં ગ્રંથમાં આવશ્યક થઈ પડયો છે.

૩. भूते हनः कर्मणि ब्रह्मभ्रूणवृत्रेषु क्विप् ॥ ८ । १ । ३५ ॥

ડૉ. ચિતામણિનો આ સૂત્રનો પાઠ भूते हनः क्विप् છે.

પાણિનિએ અષ્ટાધ્યાયીમાં भूते (૩. ૨. ૮૪), कर्मणि हनः (૩. ૨. ૮૬) અને ब्रह्मभ्रूणवृत्रेषु क्विप् (૩. ૨. ૮૮) એ ત્રણ સૂત્રો રચ્યાં છે. ભોજદેવે कर्मणि हनः कुत्सायाम् (૧. ૪. ૧૧૫) અને क्वि ब्रह्मभ्रूणवृत्रेषु (૧. ૪. ૧૧૬) એ સૂત્ર આપ્યા છે. પણ આનો સંદર્ભ અહીં જોડવામાં દૂરાન્વય કરવો પડે છે. ભોજદેવના ગ્રંથમાં પૂર્વ સૂત્રોમાં क्विप् નું કોઈ વિધાન આવતું નથી. તેથી ભોજદેવના સૂત્રમાં પાણિનીય અનુવૃત્તિના સંદર્ભમાં ઉપર મુજબ સુધારો જરૂરી થઈ પડયો છે.

૪. तच्छील तद्धर्मतत्साधुकारिषु णेरिष्णुच् ॥ ८ । १ । ३८ ॥

ડૉ. ચિતામણિ અનુસાર આ સૂત્રનો પાઠ णेरिष्णुच् (૮. ૧. ૩૮) એ પ્રમાણે છે. ભોજદેવ 'સરસ્વતીકંઠાભરણવ્યાકરણ'માં तच्छीलीतद्धर्मतत्साधुकारिष्वा क्वेः (૧. ૪. ૧૮૭) એ સૂત્ર આપ્યું છે. પાણિનીય અષ્ટાધ્યાયીમાં आक्वेस्तच्छीलतद्धर्मतत्साधुकारिषु (૩. ૨. ૧૩૪) अलङ्कृञ्निराकृञ् . . . सहचर इष्णुच् (૩. ૨. ૧૩૬) અને णेश्छन्दसि (૩. ૨. ૧૩૭) એમ ત્રણ સૂત્રો છે. કાશિકાકાર અનુસાર આ છેલ્લા પાણિનીય

સૂત્રમાં तच्छीलादि ની અનુવૃત્તિ આવે છે. ભોજદેવે આ સૂત્રોને પોતાના વ્યાકરણમાં પોતાની રીતે લીધાં છે. પણ આ આઠમા અધ્યાયમાં એની સંદર્ભ દૂરાન્વયથી જ આવી શકે, આ પાદમાં પૂર્વસૂત્રોમાંથી આની અનુવૃત્તિ આવી શકતી નથી. તેથી અહીં આ સૂત્રમાં ઉપર મુજબની પાઠશુદ્ધિ અપેક્ષિત ઠરે છે.

૫. शम्प्रविभ्यो भुवः ॥ ८ । १ । ९४ ॥

ડો. ચિંતામણિએ संप्रविभ्यो भुवः (૮. ૧. ૯૭) સૂત્ર નિર્દેશ્યું છે. આ સૂત્રમાં ङीष् પ્રત્યયનું વિધાન પૂર્વસૂત્ર ૮.૧.૯૫ માંથી અનુવૃત્ત થાય છે. પાણિનીએ भुवश्च (૪. ૧. ૪૭) સૂત્ર આપ્યું છે. કાશિકાકારે આ સૂત્રનાં ઉદાહરણોમાં विभ्वी, प्रभ्वी અને शम्भ्वी નો નિર્દેશ કર્યો છે. આ જોતાં સૂત્રમાં सम् બે બદલે शम् પાઠ હોવો અપેક્ષિત છે. તેથી એ પ્રમાણેની પાઠશુદ્ધિ કરવામાં આવવી છે, કારણ કે सम्भ्वी એવું ઉદાહરણ મળતું નથી.

૬. मुद्गलस्यानुग्लिच्च ॥ ८ । १ ९५ ॥

ડો. ચિંતામણિ મુજબ આ સૂત્રનો પાઠ मुद्गवस्य नुग्लिच्च (૮. ૧. ૯૪) એમ છે. પાણિનિ इन्द्रवरुणभवशर्वरुद्र... (૪. ૧. ૪૯) માં आनुक् આગમનું વિધાન કર્યું છે. મહાભાષ્યકાર આ સૂત્રના ભાષ્યમાં मुद्गलाच्छन्दसि लिच्च એવો વાર્તિક નિર્દેશ છે. કાશિકાકારે પણ આ વાર્તિકનો નિર્દેશ કર્યો છે. તેથી ડો. ચિંતામણિના પાઠમાં मुद्गवस्य ને બદલે मुद्गलस्य એમ સુધારો અપેક્ષિત ઠરે છે.

બીજું, નોંધપાત્ર એ છે કે પાણિનિએ ઉપર નિર્દેશેલા પોતાના સૂત્રની પૂર્વે बह्वादिभ्यश्च। नित्यं छन्दसि। भुव्च। (૪. ૧. ૪૫-૪૭) એ સૂત્રોમાં उ કારાન્ત સ્ત્રીલિંગી શબ્દોને ङीष् પ્રત્યયનું વિધાન કરીને, પછી ૪૯ માં સૂત્રમાં आनुक् નું વિધાન કર્યું છે. આ હકીકત લક્ષમાં લેતાં આ સૂત્રને ભોજદેવના સૂત્ર પાઠમાં बह्वाहति...ङीष् (૮. ૧. ૯૫) એ ङीष् પ્રત્યયનું વિધાન કરનારાં સૂત્ર આવતાં संप्रविभ्यो भुवः (૮. ૧. ૯૭) પછી મૂકવા તેનો ક્રમ બદલવો જોઈએ, તેથી આપણી આવૃત્તિમાં આ નવેસરથી ગોઠવ્યો છે.

૭. तिलान्निष्फलात्पिञ्जो डित् ॥ ८ । १ । १०२ ॥

ડો. ચિંતામણિ અનુસાર આ સૂત્રનો પાઠ पिच्छो डिः (૮. ૧. ૧૦૪) એ પ્રમાણે છે. પાણિનીય સૂત્ર पितृव्यमातुलमातामहपितामहाः (૪. ૨. ૩૬) ઉપર મહાભાષ્યમાં નીચેના બે વાર્તિક આપ્યા છે : तिलान्निष्मालात् पिञ्जपेजौ प्रत्ययौ वक्तव्यौ। અને पिञ्जश्छन्दसि डिच्च। અહીં બીજા વાર્તિકમાં પ્રથમ વાર્તિકમાંના तिलान्निष्फालात् એ શબ્દો અધ્યાહૃત છે જ. બીજા વાર્તિક ને આધારે પોતાના સૂત્રની રચના કરી છે. અહીં पिञ्ज શબ્દ तिल શબ્દ સાથે સંબંધ ધરાવે છે, જેમકે डित् પ્રત્યયના ઉદાહરણ તરીકે तिल्पञ्जः એવો છાન્દસ પ્રયોગ ટાંકવામાં આવ્યો છે. ભોજદેવે પણ तिलान्निष्फालात्पिञ्जपेजौ (૪. ૨. ૮૪) એવું સૂત્ર રચ્યું છે. દૂરાન્વયથી તેનો અહીં સંબંધ આવે છે. પણ આ પાધમાં પૂર્વસૂત્રોમાં એની અનુવૃત્તિ કોઈ રીતે આવતી નથી. તેથી ભોજદેવના સૂત્રપાઠમાં આનો સંદર્ભ આપી પાઠની શુદ્ધિ અપેક્ષિત છે.

૮. स्वार्थे छन्दसोऽक्षराणाम् ॥८।१।१३७॥

ડૉ. ચિંતામણિની આવૃત્તિમાં આ સૂત્રનો પાઠ છે : छन्दसोऽक्षराणाम् (૮. ૧. ૧૩૮). પાણિનીય સૂત્ર वसोः समूह च (૪. ૪. ૧૪૦) ઉપર વાર્તિકકારે अक्षरसमूहे छन्दसः स्वार्थ उपसंख्यानम् એ વાર્તિક રચ્યો છે. ભોજદેવના સૂત્રમાં આ વાર્તિકને અપનાવવામાં આવ્યો છે. પણ તેમાં स्वार्थे પદનો સમાવેશ કરવાનું ભોજદેવ ચૂકી ગયા છે. તેથી સૂત્રપાઠમાં સુધારો અનિવાર્ય ઠરે છે.

૯. संख्यायाः शन्शताच्छतिभ्यो डिनिर्वा ॥८।१।१४२॥

ભોજદેવે शन्शच्छतिभ्यो डिनिर्वा (૫. ૨. ૬૫) એ સૂત્રમાં આ પ્રયોગ વિષય સમાવ્યો છે. પાણિનિએ संख्यायाः संज्ञासंघसूत्राध्ययनेषु (૫. ૧. ૫૮) એ સૂત્રમાં સંખ્યાવાચક પ્રથમાસમર્થ શબ્દને ષષ્ઠ્યર્થે યથાવિહિત પ્રત્યયોનું વિધાન પરિણામવાચક તરીકે કર્યું છે. આ સૂત્ર ઉપર કાત્યાયને शन्शतोर्डिनिश्छन्दसि અને विंशतेश्चेति वक्तव्यम् એ બે વાર્તિક રચ્યા છે. આ બંને વાર્તિકો વૈદિકપ્રયોગને લગતાં છે એવું કાશિકાકારે આપેલાં ઉદાહરણો પરથી જણાઈ આવે છે. ભોજદેવે આ સૂત્રને લૌકિક પ્રયોગપરક માનીને પાંચમા અધ્યાયના બીજાપદમાં મૂક્યું છે. એ એમની શરતચૂક લાગે છે. આ કારણે એને આઠમાં અધ્યાયના પ્રથમપાદમાં तदस्य परिणाम् (૮. ૧. ૧૪૦) પછી તરત જ મૂકવું જરૂરી કર્યું છે.

૧૦. नः संख्याया असंख्यादेर्डटो मट् ॥८।१।१४८॥

ડૉ. ચિંતામણિની આવૃત્તિમાં આ સૂત્રનો પાઠ આ પ્રમાણે છે : नः संख्याया असंख्यादेः (૮. ૧. ૧૪૮) પાણિનીય અષ્ટાધ્યાયીમાં આ વિષયને લગતું સૂત્ર છે : नान्तादसंख्यादेर्मट् (૫. ૨. ૪૯) ત્યાં તેના પૂર્વસૂત્ર तस्य पूरणे डट् (૫. ૨. ૪૮) માં પાણિનિએ ષષ્ઠીસમર્થ સંખ્યાવાચક પ્રાતિપદિકને પૂરણાર્થક डट् પ્રત્યયનું વિધાન કર્યું છે, અને પછી ૪૯મા સૂત્રમાં न કારાન્ત સંખ્યાવચકને તેની પૂર્વે બીજો સંખ્યાવચક શબ્દ ન આવ્યો હોય તો, डट् પ્રત્યયને मट् આગમ લાગે છે એમ જણાવ્યું છે. આ સૂત્રોને લક્ષમાં રાખીને જ ભોજદેવે પોતાના સૂત્રની રચના કરી છે. પણ ભોજદેવના ગ્રંથના આઠમા અધ્યાયમાં પૂર્વસૂત્રમાં ક્યાંય डट् પ્રત્યય કે मट् આગમનો નિર્દેશ નથી. ભોજદેવે સરસ્વતીકંઠાભરણ વ્યાકરણમાં પાંચમા અધ્યાયમાં तस्य पूरणे डट् (૫. ૨. ૭૫) અને विंशत्यादिभ्यस्तमड्वा (૫. ૨. ૭૬) આ સૂત્રમાં मट् પ્રત્યયનું વિધાન કર્યું છે, પણ તે આઠમા અધ્યાયમાં દૂરાન્વયથી જ સમજવું પડે તેમ છે. લૌકિક અને વૈદિક બંને પ્રયોગોને આ વિધિ લાગું પડે છે, અને ભોજદેવે આઠમા અધ્યાયમાં પણ આ વિધિ લીધો હોઈ પાઠશુદ્ધિ અપેક્ષિત છે.

૧૧. पूरणे थड् वा ॥ ८ । १ । १४९ ॥

ડૉ. ચિંતામણિની આવૃત્તિમાં पूरणे थड्वा परिपन्थिपरिपणौ पर्यवस्थातरि (૮. ૧. ૧૪૯) એવું સૂત્ર છે. પાણિનીય અષ્ટાધ્યાયીમાં थट् च छन्दसि (૫. ૨. ૫૦) એવું સૂત્ર વૈદિકપ્રયોગની બાબતમાં ન કારાન્ત અસંખ્યવાચક પદને પૂરણાર્થક डट् પ્રત્યય લાગતાં मट् ને બદલે थट् આગમનું વિધાન કરે છે. અને એ જ પાદમાં આડત્રીસ સૂત્રો પછી छन्दसि परिपन्थिपरिपरिणौ पर्यवस्थातरि (૫. ૨. ૮૯) એ સૂત્ર 'પર્યવસ્થા'ના અર્થમાં બે શબ્દોનું નિપાતન કરે છે. સ્પષ્ટ જ છે કે આ બે સૂત્રોના વિષયો અને વિધાનો અલગ અલગ હોવાથી સૂત્રો પણ અલગ અલગ હોવાં જોઈએ. ભોજદેવે આ પાણિનીય સૂત્રોના આધારે પોતાના સૂત્રોની રચના કરી છે. એ પણ સ્પષ્ટ છે. આ જોતાં ડૉ. ચિન્તામણિના સૂત્રનો વિભાગ કરી તેને બે અલગ સૂત્રો ગણવામાં માટે, તથા परिपणौ એ અશુદ્ધ પાઠનો પણ સુધારો જરૂરી કર્યો છે.

૧૨. अनसोर्नपुंसकात्तत्पुरुषाट्ट्ज्वा ॥ ८ । २ । १६९ ॥

ડૉ. ચિંતામણિની આવૃત્તિમાં असो नपुंसकाद्दज्वा (૮. ૧. ૧૬૮) એવું સૂત્ર છે. પાણિનીય અષ્ટાધ્યાયીમાં अनसन्तान्नपुंसका च्छन्दसि (૫. ૪. ૧૦૩) એવું સૂત્ર છે, આ સૂત્ર એની પૂર્વના तत्पुरुष स्याङ्गलेः संख्याव्ययादेः (૫. ૨. ૮૬) માંના 'તત્પુરુષાધિકાર'ની અંતર્ગત હોવાથી તેમાં 'તત્પુરુષ' પદની અનુવૃત્તિ અપેક્ષિત છે, એવું કાશિકાવૃત્તિ પરથી સ્પષ્ટ છે. વાર્તિકકાર આ વિધિ અંગે વાર્તિકમાં वावचनम् ઉમેરી વૈદિક પ્રયોગમાં વિકલ્પે આપે છે. મહાભાષ્યકાર તથા કાશિકાકારે આપેલાં ब्रह्मसाम અને देवच्छन्दस् એ બે ઉદાહરણો પણ નપુંસકલિંગી તત્પુરુષને લગતાં છે. ભોજદેવનાં આઠમા અધ્યાયનાં પૂર્વસૂત્રોમાંથી અહીં 'તત્પુરુષ' પદની અનુવૃત્તિ આવતી નથી. આ સંજોગોમાં સૂત્રપાઠશુદ્ધિ અપેક્ષિત ઠરી છે.

૧૩. समासेऽनञ्पूर्वे ल्यपः क्त्वा वा ॥ ८ । २ । ६८ ॥

ડૉ. ચિંતામણિના પાઠ મુજબ ल्यपः क्त्वा वा (૮. ૨. ૬૭) એવું સૂત્ર છે. પાણિનીય અષ્ટાધ્યાયીમાં क्त्वापि छन्दसि (૭. ૧. ૩૮) એવું સૂત્ર છે, જેમાં પૂર્વસૂત્રમાંથી समासेऽनञ्पूर्वे એ પદોની અનુવૃતિ અપેક્ષિત છે, એવું કાશિકાવૃતિ ઉપરથી સ્પષ્ટ થાય છે. ભોજદેવના આઠમા અધ્યાયના બીજા પાદનાં પૂર્વસૂત્રમાંથી આ પદોની અનુવૃત્તિ આવતી નથી. તેથી આ સૂત્રમાં ઉપર દર્શાવ્યા મુજબની પાઠશુદ્ધિ આવશ્યક ઠરે છે.

ભોજદેવના આ સૂત્રોનો આ રીતે પાઠ સ્વીકારવાનો ફાયદો એ છે કે વેદમાં સમાસ ન હોય ત્યાં ल्यप् પ્રત્યયનો વિકલ્પ રહે છે. જેમક, अर्च्य तान् देवान् गतः। પાણિનિએ સૂત્રોમાં अपि શબ્દ પ્રયોજ્યો, નહીં કે वा એ ઉપરથી આ વિકલ્પ માત્ર સમાસનો જ લાગુ પડે છે એવું ફલિત થાય છે. એમ કાશિકાકારે નોંધ્યું છે.

૧૪. उच्च ॥ ८ । २ । ७६ ॥

ડો. ચિંતામણિએ અષ્ટાધ્યાયીમાં ऋत इद्धातोः (૭. ૧. ૧૦૦) એવું સૂત્ર રચ્યું છે જેને ભોજદેવે સરસ્વતીકંઠાભરણમાં પોતાના સૂત્ર તરીકે અપનાવી લીધું છે, અને ડો. ચિંતામણિના પાઠમાં એ ક્રમાંકે આ સૂત્ર નોંધ્યું છે. પાણિનિએ ઉપર નિર્દેશેલા સૂત્ર પછી, વચમાં એક સૂત્ર મૂકીનેસ उदोष्ठ्यपूर्वस्य (૭. ૧. ૧૦૨) એવું સૂત્ર રચીને ऋકારની પૂર્વે ઐષ્ઠ્યવર્ણ આવતો હોય તેવા ઋકારન્ત ધાતુના અંગને उ કારાદેશનું વિધાન કર્યું છે. ત્યારબાદ પાણિનિએ बहुलं छन्दसि (૭. ૨. ૧૦૩) એવું સૂત્ર રચીને વૈદિકપ્રયોગમાં ऋ કારાન્ત ધાતુના અંગને તેં ઓષ્ઠય પૂર્વ હોય કે ન હોય તો પણ બાહુલકથી उકારાદેશ થાય છે તેવું વિધાન કર્યું છે. તેથી ભોજદેવ આ પાદના ऋत इद्धातोः એ સૂત્ર પછી આ उ કારાદેશની વૈદિકપ્રયોગમાંની જોગવાઈ કરવા ઉપર મુજબનું એક સૂત્ર આપવાનું ચૂકી ગયા છે. આ ક્ષતિ દૂર કરવા ઉપર મુજબનું વધારાનું સૂત્ર ભોજદેવના પાઠમાં જરૂરી ઠરે છે.

૧૫. युष्मदस्मदोरात् ॥ ८ । २ । ७७ ॥

न प्रथमाद्विवचने ॥ ८ । २ । ७८ ॥

ડો. ચિંતામણિની આવૃત્તિમાં આ સૂત્રનો ક્રમ ઉપર દર્શાવવા કરતાં न प्रथमाद्विवचने (૮. ૨. ૭૫)। युष्मदस्मदोरात् (૮. ૨. ૭૬)। એમ ઉલટો છે. પાણિનિએ અષ્ટાધ્યાયીમાં प्रथमायाश्च द्विवचने भाषायाम् (૮. ૨. ૮૮) એ સૂત્ર રચ્યું છે. જેમાં પૂર્વસૂત્ર ૮૬ માંથી युष्मदस्मदोः એ પદની અનુવૃત્તિ આવે છે. આ સૂત્રો युष्मद् અને अस्मद् એ સર્વનામને આ કારાદેશનું વિધાન કરે છે. આ વિધાન લૌકિક અને વૈદિક બંને પ્રયોગોમાં લગુ પડે છે. તેથી ભોજદેવે आत् પદ પ્રયોજીને એને પોતાના સૂત્રમાં વણી લીધું છે. પછી પ્રથમા દ્વિવચનની બાબતમાં આ કારાદેશ માત્ર લૌકિક પ્રયોગ પૂરતો જ મર્યાદિત હોવાથી પાણિનિએ સૂત્રોમાં भाषायाम् પદ પ્રયોજ્યું છે, જ્યારે ભોજદેવના સૂત્રમાં छन्दसिનો અધિકાર આવતો હોઈ તેમણે નિષેધવાચક न પ્રયોજ્યો છે. પ્રથમા દ્વિવચનને લગતું આ વિધાન युष्मद् અને अस्मद् સર્વનામને જ લાગુ પડતું હોવાથી પાણિનિનો સૂત્રક્રમ બરાબર હતો, જેથી આ પદોની અનુવૃત્તિ તે પછી પ્રથમા દ્વિવચન અંગેના સૂત્રમાં આવી શકતી હતી. પરંતુ ભોજદેવના ડો. ચિન્તામણિ મુજબના સૂત્રક્રમમાં આવી અનુવૃત્તિ આવી શકતી નથી. ઉલટું એ પૂર્વ સૂત્રમાંના ऋકારાન્ત ધાતુઓને લાગુ પડતાં અનર્થ જ સર્જાય ! તેથી ભોજદેવના સૂત્રક્રમમાં ઉપર દર્શાવ્યા મુજબ ક્રમ પલટાવો આવશ્યક ઠરે છે. ઉપરાંત ભોજદેવના પાઠમાંનો द्विर्वचने એ પાઠ ભ્રષ્ટ હોવાથી રેફ કાઢી નાખી પાઠશુદ્ધિ પણ અપેક્ષિત ઠરે છે.

૧૬. सनिंससनिवांसम् ॥ ८ । २ । ८४ ॥

नेत्पावकादीनां प्रत्ययस्थात् कात्पूर्वस्यात आप्यसुपः ॥ ८ । २ । ८५ ॥

ડૉ. ચિંતામણિની આવૃત્તિમાં આ સૂત્રનો પાઠ सनिंससनिवांसंनेपावकादीनाम् (૮. ૨. ૮૨) એમ આપેલો છે. પાણિનીય અષ્ટાધ્યાયીમાં सनिंससनिवांसम् (૭. ૨. ૬૯) એવું સૂત્ર છે, અને न यासयोः (૭. ૩. ૪૫) એ સૂત્ર પર કાત્યાયને पावकादीनां छन्दस्युपसंख्यानम् એવો વાર્તિક રચ્યો છે. પ્રથમ સૂત્રમાં વૈદિક પ્રયોગનું નિપાતન છે, જ્યારે બીજા સૂત્રમાં અને વાર્તિકમાં પૂર્વસૂત્રમાંના इत् પદની અનુવૃત્તિ આવે છે. અને સૂત્ર તથા વાર્તિકમાં હ્રસ્વ इ કારાદેશનો નિષેધ છે. આ રીતે આ બે સૂત્રોના પ્રતિપાદ્ય વિષયો અલગ હોવાથી બે સૂત્રો અલગ અલગ હોવાં અપેક્ષિત છે. વળી ડૉ. ચિંતામણિના પાઠમાં.. नेपा...એ અશુદ્ધ પાઠ છે. કેમકે ત્યાં न + इत् = नेत् અવું પદ હોઈ... नेत्पा...એમ પાઠશુદ્ધિ જરૂરી બને છે.

૧૭. तुरुस्तुशम्यमिभ्य ईट् सार्वधातुकस्य हलादेर्वा ॥ ८ । २ । ८८ ॥

ડૉ. ચિંતામણિની આવૃત્તિમાં तुकस्तुशमिभ्य ईट (૮. ૨. ૮૫) અને सार्वधातुकस्य (૮. ૨. ૮૬) એમ બે સૂત્ર દર્શાવ્યા છે. પાણિનીય અષ્ટાધ્યાયીમાં तुरुस्तशभम्यमः सार्वधातुके (૭. ૩. ૯૫) એવું સૂત્ર છે. આ સૂત્રમાં પૂર્વસૂત્રોમાંથી हलि, ईट् અને वा ની અનુવૃત્તિ આવે છે. ભોજદેવના સૂત્રમાં हलि અને वा ની અનુવૃત્તિની કોઈ જ જોગવાઈ નથી. તેથી બે સૂત્રને ભેગા ગણી અપેક્ષિત પદોનો ઉમેરો કરીને આ સૂત્રની પાઠશુદ્ધિ આવશ્યક ઠરી છે. આ પાણિનીય સૂત્રની કાશિકાવૃત્તિમાં આચાર્ય આપશલિના મતે આ પ્રયોગ હોવાનો નિર્દેશ થયો છે. આ કારણે જ ભોજદેવે આ સૂત્રને આ આઠમા અધ્યાયમાં સમાવ્યું જણાય છે.

૧૮. सम्बुद्ध्यादिषु गुणादयो ह्रस्वस्य प्राग्लिटः ॥ ८ । २ । ९४ ॥

नित्यमुर्ऋत् ॥ ८ । २ । ९५ ॥

ડૉ. ચિંતામણિની આવૃત્તિમાં संबुध्यादिषु गुणादयः प्राग्लिटः नित्यमुरुत् (૮. ૨. ૯૨) એવું સૂત્ર આપેલું છે. પાણિનીય અષ્ટાધ્યાયીમાં जसि च (૭. ૩. ૧૦૯) એવું સૂત્ર છે. કાત્યાયને આ સૂત્ર પર जसादिषु छन्दसि वावचनं प्राग्णौ चङ्युपधाया ह्रस्व इत्येतस्मात् એમ વાર્તિક રચ્યો છે. આ પાણિનીય સૂત્રમાં પૂર્વસૂત્રમાંથી संबुद्धौ અને ह्रस्वस्य गुणः એ પદો અનુવૃત્તિથી અપેક્ષિત છે. અને પાણિનીય અષ્ટાધ્યાયીમાં આ વિધિ વૈદિક પ્રયોગમાં વૈકલ્પિક હોવાનું વાર્તિકકારે જણાવ્યું છે. ભોજદેવે सम्बुद्धौ च (૭. ૨. ૪૧) એ સૂત્ર દ્વારા ગુણ, હ્રસ્વભાવ વગેરેનું વિધાન લૌકિક પ્રયોગમાં કર્યું છે, પણ વાર્તિકકારના વચનને લક્ષમાં લઈને આઠમા અધ્યાયમાં વૈદિક પ્રયોગ અર્થે આ સૂત્ર

રચ્યું છે. પણ અહીં અનુવૃત્તિની કોઈ જોગવાઈ ન હોવાથી તથા પૂર્વ સૂત્રો સાથે દૂરાન્વય થતો હોઈ, અહીં સૂત્રમાં ઉપર દર્શાવેલી પાઠશુદ્ધિ આવશ્યક ઠરી છે.

પાણિનિએ नित्यं छन्दसि (૭. ૪. ૮) એ સૂત્ર રચ્યું છે. જેમાં પૂર્વસૂત્ર उर्ऋत्‌ની અનુવૃત્તિ આવે છે. ભોજદેવે આ કારણે આઠમા અધ્યાયમાં વૈદિક પ્રયોગને લગતું સૂત્ર આ બે પાણિનીય સૂત્રોનો સમાવેશ કરીને બનાવ્યું છે, જેમાં ઉપધા ऋ વર્ણના સ્થાને કાયમ ऋ કારાદેશનું વિધાન થયું છે. હ્રસ્વના ગુણ વગેરે કરતાં આ અલગ વિષય હોવાથી સૂત્ર પણ અલગ છે. છતાં લહિયાની ભૂલથી બે અલગ સૂત્રોને એક ગણી લેવામાં આવ્યાં જણાય છે. તેથી ઉપર મુજબ પાઠશુદ્ધિ અને બન્ને સૂત્રોને છૂટાં પાડવાં આવશ્યક છે.

૧૯. ससूव ॥ ८ । २ । १०७ ॥

श्लावभ्यासस्येत् ॥ ८ । २ । १०८ ॥

ડૉ. ચિંતામણિની આવૃત્તિમાં ससूवश्लावभ्यांसस्येत् (૮. ૨. ૧. ૪) એમ સૂત્ર આપ્યું છે. પાણિનિએ ससूवेति निगमे (૭. ૪. ૭૪) અને बहलं छन्दसि (૭. ૪. ૭૮) એમ બે સૂત્રો રચ્યાં છે. આ બીજા સૂત્રમાં પૂર્વસૂત્રોમાંથી अभ्यासस्य, श्लौ અને इत् એ પદોની અનુવૃત્તિ આવે છે. પ્રથમ સૂત્રમાં ससूव એ વૈદિક પ્રયોગનું નિપાતન છે, જ્યારે બીજા સૂત્રોમાં વૈદિક પ્રયોગમાં श्लु આદેશ લાગતાં અભ્યાસસંજ્ઞક પૂર્વવર્ણના इ કારાદેશનો વિધિ છે. આ બે વિધિઓ અલગ હોવાથી સૂત્રો પણ અલગ જ છે. પણ લહિયાએ ભૂલથી એક સૂત્ર ગણી લીધું છે. તેથી બે સૂત્રો અલગ પાડવાં આવશ્યક છે.

૨૦. नभवस्वदङ्गिरस्वन्मनुष्वद्वृषण्वसुवृषणश्वायस्मयसत्रक्वातादयः ॥ ८ । २ । १२३ ॥

ડૉ. ચિંતામણિની આવૃત્તિમાં नभश्वदंशिस्वन्मनुप्यवृपवत्सु वृपणश्वायः स्मयसत्र-क्वादादयः (૮. ૨. ૧૧૭) એમ સૂત્ર છે. પાણિનિના यचि भम् (૧. ૪. ૧૮) એ સૂત્ર ઉપર કાત્યાયને नभोङ्गिरोमनुषां वत्युपसंख्यानम्। અને वृपण्व- श्वश्वोयोः। એ બે વાર્તિક રચ્યા છે. કાશિકાકારે આ પ્રયોગો વૈદિક હોવાનું નોંધ્યું છે. ત્યારબાદ પાણિનીય अयस्मयादीनि च्छन्दसि (૧. ૪. ૨૦) સૂત્ર આપ્યું છે. ભોજદેવે આ બંને પાણિનીય સૂત્રો અને વચલા વાર્તિકોને એક જ સૂત્રમાં સમાવી લઈને પોતાનું સૂત્ર રચ્યું છે એ સ્પષ્ટ જ છે. પણ લહિયાએ અજ્ઞાનવશ स्व ને બદલે श्च, ङ्गि ને બદલે शि, ष्वद्‌ને બદલે ष्य, ण्वसु ને બદલે वत्सु, श्वा ને બદલે श्चा અને ता ને બદલે दा એવું લખીને સૂત્રનો પાઠ ભ્રષ્ટ કરી નાખ્યો છે. અહીં ઉપર નિર્દેશેલ પાણિનીય કાશિકાવૃત્તિમાંના ઉદાહરણોને આધારે સૂત્રનો પાઠ શુદ્ધ કરવો અપેક્ષિત પડયો છે.

૨૧. न रपरसृपिसृजिस्पृशिस्पृहाम् ॥ ८ । २ । १५० ॥

सवनसूतसामसवनमुखानां द्विरुक्तौ ॥ ८ । २ । १५१ ॥

ડૉ. ચિંતામણિની પોતાની આવૃત્તિમાં न रपरसृपिसृजिस्पृशिस्पृहां स्वतस्ततसोमसवनमुखानां द्विरुक्तौ (८. २. १४४) એવો પાઠ સ્વીકાર્યો છે અને નીચે પાદટીપમાં નોંધ્યું છે કે स्वत થી શરૂ થતો ભાગ મૂળ હસ્તપ્રતમાં અલગ સૂત્ર તરીકે દર્શાવ્યો છે. પાણિનીએ આ પ્રયોગો માટે न रपरसृपिसृजिस्पृशिस्पृहाम् (૮. ૩. ૧૧૦) એ સૂત્ર રચ્યું છે. એ ઉપરની વૃત્તિમાં કાશિકાકારે सवनादि ગણની સ્પષ્ટતા કરતાં सवने, सूते, सामे, सवनमुखे એમ ચાર શબ્દોનો સપ્તમ્યન્ત નિર્દેશ કર્યો છે. ભોજદેવે ઊંડી સૂઝ દર્શાવી सवनादि ગણના શબ્દોની અલગ અલગ પરિગણના કરી મૂળ વૈદિક પ્રયોગમાં આ ગણના શબ્દોની દ્વિરુક્તિ થતાં સકારનો મૂર્ધાન્યાદેશ થતો નથી તે લક્ષમાં રાખીને, અને रपर, सृप्, सृज्, स्पृश् અને स्पृह् ધાતુઓની વેદમાં દ્વિરુક્તિ થયેલી જોવામાં આવતી નથી, તેથી આ બે સૂત્રો છૂટાં જ રાખ્યાં છે. ડૉ. ચિંતામણિએ પાણિનિના સૂત્રને લક્ષમાં રાખીને અણસમજમાં જ બે સૂત્ર ભેગા કરી દીધાં છે. તેથી ઉપર મુજબ પાઠશુદ્ધિ આવશ્યક ઠરી છે.

૨૨. गर्ह्यौ कुसीददशैकादशिकौ ॥ ८ । ३ । २७ ॥

ડૉ. ચિંતામણિની આવૃત્તિમાં वार्यदशैकादशिकाः (૮. ૩. ૨૫) એવું સૂત્ર છે. પાણિનિએ प्रयच्छति गर्ह्यम् (૪. ૪. ૩૦) અને कुसिददशैकादशात् ष्ठन्ष्ठचौ (૪. ૪. ૩૧) એ બે સૂત્રો રચ્યાં છે. અહીં कुसीद અને दशैकादश એ બે શબ્દોને નિંદનીય લેવડ દેવડના અર્થમાં ष्ठन् એ नित् અને ठच् એ चित् પ્રત્યયો લાગવાનો વિધિ છે. ભોજદેવે गर्ह्यम् (૪. ૪. ૮૯) दशौकादशकुसीदाभ्या ष्ठन् (૪. ૪. ૯૧) એમ બે સૂત્રોમાં આ વિષય સમાવી લીધો છે, પણ તેમાં ष्ठच् પ્રત્યયનો વિધિ નિર્દેશ્યો નથી. તેથી સ્વરવિધિ વખતે ठन् પ્રત્યય લાગતાં તે नित् હોવાથી આદ્યુદાત્ત સ્વર થશે, પણ चित् પ્રત્યયનો વિધિ દર્શાવ્યો ન હોવાથી અન્તોદાત્ત વિધિ નહીં થઈ શકે. તેથી જ તેમણે વૈદિક પ્રયોગમાં અન્તોદાત્ત સ્વરનું નિપાતન કરવા આ સૂત્ર આઠમા અધ્યાયમાં લીધું છે. પણ અહીં લહિયાએ અણસમજને લીધે गर्ह्य ને બદલે वार्य સમજીને ત્રણ શબ્દો થવાથી દ્વિવચનને બદલે બહુવચન કરી कौ ને બદલે काः એમ ભ્રષ્ટ પાઠ લખી દીધો જણાય છે. તેથી ઉપર મુજબ પાઠશુદ્ધિ આવશ્યક ઠરી છે.

૨૩. तयस्यायोऽनुभात् ॥ ८ । ३ । ३६ ॥

ડૉ. ચિંતામણિની આવૃત્તિ મુજબ આ સૂત્રનો પાઠ तयस अयोऽनुभात् (૮. ૩. ૩૪) એ પ્રમાણે છે. પાણિનિએ द्वित्रिभ्यां तयस्यायज्वा (૫. ૨. ૪૩) અને उभादुदात्तो नित्यम् (૫. ૨. ૩૫) એ બે સૂત્ર રચ્યાં છે. પણ આ પ્રયોગ લોક અને વેદ બંનેમાં પ્રચલિત લાગે છે. ભોજદેવે પોતાનાં द्वित्रिभ्यामयड्वा (૫. ૨. ૭૧) અને उभात्रित्यम् (૫. ૨. ૭૨) એ બે સૂત્રોમાં આ વિષય સમાવી લીધો છે. પણ સ્વરવિધિની ચર્ચા તેમણે આઠમા અધ્યાયમાં કરી છે. અને अयच् એ चित् પ્રત્યય લાગતાં द्वि त्रि ઉપરથી

અન્તોદાત્ત સ્વર આવે છે, પણ उभ શબ્દને આ નિયમ લાગું ન પડતાં તે શબ્દમાંનો ઉદાત્ત કાયમ રહે છે. આ હકીકત લક્ષમાં રાખી ભોજદેવે આ સૂત્રની રચના કરી છે. અને તેમાં પાણિનીય સૂત્રની કાશિકામાંની ચર્ચાને ધ્યાનમાં રાખી સૂત્રમાં तयस्य પાઠ અને અનુબંધાર્થક च કાર વગરનો પ્રત્યયનિર્દેશ કરી સૂત્રની રચના કરી છે. તેથી ડૉ. ચિંતામણિના પાઠમાં શુદ્ધિ અપેક્ષિત ઠરે છે.

૨૪. त्रिचतुष्णः संख्याया हलादिः ॥८।३।५५॥

ડૉ. ચિંતામણિની આવૃત્તિ મુજબ આ સૂત્રનો પાઠ तितष्णुः (?) संख्याया हलादिः (८. २. ५३) એ પ્રમાણે છે. પાણિનીય અષ્ટાધ્યાયીમાં षट्त्रिचतुर्भ्यो हलादिः (६. १. १७९) એ સૂત્રોમાં હલાદિ પ્રત્યયો લાગતા षट्, त्रि અને चतुस् એ સંખ્યાવાચક શબ્દોને ઉદાત્ત સ્વરનું વિધાન છે. ભોજદેવે આ પાણિનીય સૂત્રોમાંના શબ્દોનો ક્રમ બદલીને त्रि, चतुस् અને षट् એમ ગોઠવી પોતાનું સૂત્ર રચ્યું છે. તેથી ભ્રષ્ટ પાઠની ઉપર મુજબ શુદ્ધિ આવશ્યક ઠરી છે.

૨૫. न विन्दीन्धिखिदिह्लङिभ्यः ॥८।३।६४॥

ડૉ. ચિંતામણિ અનુસાર આ સૂત્રનો પાઠ विदिन्धिविदिहस्विभ्यः (८. ३. ६१) છે. પાણિનિના સૂત્ર अनुदात्तस्य च यत्रोदात्तलोपः (६. १. १६१) ઉપર પતંજલિએ विन्दीन्धिखिदिभ्यश्च लसार्वधातुकानुदात्तप्रतिषेधाल्लिङि सिद्धम् એવો ભાષ્યવાર્તિક રચ્યો છે. ઉપરાંત પાણિનીય तास्यनुदात्तेन्ङिददुपदेशाल्लसार्वधातुकमनुदात्तमहन्विङोः (६. १. १८६) એ સૂત્ર પણ આપ્યું છે. ભોજદેવે ઉપર નિર્દેશેલ ભાષ્યવાર્તિકમાંના પ્રતિષેધ અને આ સૂત્રમાંના अहन्विङो એ નિષેધભાગને એકત્રિત કરીને પોતાના સૂત્રની રચના નવતર રીતે કરી છે, જેમાં विदि, इन्धि, खिदि, ह्लु અને इङ् એ પદો જોડી દઈને સમાસ બનાવ્યો છે. આ જોતાં સૂત્રમાં નિષેધવાચક न પદનો ઉમેરો અને ભ્રષ્ટ પાઠની શુદ્ધિ આવશ્યક ઠરી છે.

૨૬. वृषजनज्वरग्रहहयगयनयतयांशदववेदसूदानाम् ॥८।३।८६॥

गुहाराधाराकाराधातिमन्त्रकामयामकल्पपाद-
वहमहाराजिकदाण्डाजिनिकाण्डीरपात्रियादी- नाम्
॥८।३।८७॥

संज्ञायामुपमानम् ॥८।३।८८॥

ડૉ. ચિંતામણિની આવૃત્તિમાં છેલ્લાં બે સૂત્રોને એક ગણીને તેનો પાઠ गुहाराधा.... पात्रियादीनां संज्ञायामुपमानम् (८. ३. ८४) એ પ્રમાણે આપેલો છે. પાણિનિએ वृषादीनां च (६. १. २०३) એ સૂત્રોમાં वृषादिगण માં પઠિત શબ્દોમાં આદિ સ્વરવર્ણ ઉદાત્ત હોવાનું વિધાન કર્યું છે. वृषादि ગણ નો પાઠ આ પ્રમાણે છેઃ वृप, जन, ज्वर, ग्रह, हय, गय, ताय (કે तय), अय (કે पय કે अर्य), वेद, अंश, सूद, गुहा शमरणौ संज्ञायां सम्मतौ भावकर्मणोः, मंत्र, शान्ति, काम, याम, आरा, धारा, कारा, वह, कल्प, पाद, अम।

आकृतिगणोऽयम्। ભોજદેવે આ ગણમાંના શબ્દોને આધારે બે સૂત્રો રચ્યાં છે. પ્રથમ તો આઠમા અધ્યાયના ત્રીજા પાદના ૮૬મા સૂત્રમાં वृष થી सूद સુધીના શબ્દો સમાવીને એક સૂત્ર બનાવ્યું છે. પછી ૮૭મા સૂત્રમાં गुहा થી શરૂ કરીને पाद સુધીના કેટલાક શબ્દોને નવેસરથી ગોઠવીને સમાવી લીધા છે. ઉપરાંત વૃષાદિગણના वद (કે दव), बन्ध, घाति, महाराजिक, दण्ड, अजिन काण्डीर અને पात्रिय નો પણ સમાવેશ કેટલાક આચાર્યોના મતે થાય છે. તેથી તે શબ્દોમાંના કેટલોકનો પણ સમાવેશ આ ૮૭મા સૂત્રમાં ભોજદેવે કર્યો છે.

પાણિનિએ પોતાના ઉપર નર્દેશલા સૂત્ર (૬. ૧. ૨૦૩) પછી संज्ञायामुपमानम् (૬. ૧. ૨૦૪) એમ અલગ સૂત્ર આપી ઉપમાનવાચક શબ્દ ઉપમેયના સંજ્ઞાવાચક તરીકે પ્રયોજાયા હોય ત્યારે આદ્યુદાત્ત બને છે એવો વિધિ દર્શાવ્યો છે. વૃષાદિગણમાંના શબ્દોને આ વિધિ લાગુ પડતો નથી. તેથી આ સૂત્ર અલગ છે. પણ લહિયાએ અને ડૉ. ચિંતામણિએ અણસમજમાં આ સૂત્રને પૂર્વસૂત્ર સાથે જોડી દીધું છે. તેથી પાઠશુદ્ધિ કરીને અલગ પાડવું આવશ્યક ઠર્યું છે.

૨૭. पतोः पूर्वमात् स्त्रीसंज्ञायाम् ॥ ८ । ३ ।१०९ ॥

ડૉ. ચિંતામણિની આવૃત્તિમાં मता वा (૮. ૩. ૧૦૫) અને स्त्री संज्ञायाम् (૮. ૩. ૧૦૬) એમ બે સૂત્રો દર્શાવ્યા છે. પાણિનીય અષ્ટાધ્યાયીમાં मतोः पूर्वमात् स्त्रीसंज्ञायाम् (૬. ૧. ૨૧૯) એવું સૂત્ર છે. ભોજદેવે આ સૂત્રને થોડાક ફેરફાર સાથે આઠમા અધ્યાયમાં સમાવી લીધું છે, કેમકે તેમાં मतुप् પ્રત્યયની પૂર્વેના आ કારનો ઉદાત્ત વિધિ છે. આ સૂત્રોમાં પાણિનીએ मतुप् પ્રત્યયનો અનુબંધરહિત ષષ્ઠી નિર્દેશ કર્યો છે. અને पूर्व શબ્દનો પ્રયોગ તેની તરત પૂર્વેના એવો અર્થ દર્શાવવાના આશયથી કર્યો છે. અવું પદમંજરીકાર તથા ન્યાસકારે સ્પષ્ટ કર્યું છે. આ ઉપરથી સ્પષ્ટ થાય છે કે મૂળ સૂત્રનો પાઠ અત્યંત ભ્રષ્ટ છે, અને લહિયા તથા ડૉ. ચિંતામણિએ અણસમજમાં એક સૂત્રને બે ગણ્યાં છે. અને કદાચ ભોજદેવે પણ શરતચૂકથી पूर्व પદ છોડી દીધું જણાય છે. તેથી સૂત્રના પાઠની શુદ્ધિ આવશ્યક ઠરી છે.

૨૮. त्रः संख्यायाः ॥ ८ । ३ । १४० ॥

ભોજદેવે શાન્તવાચાર્યના ફિટ્ સૂત્રને પોતાના વૈદિકવ્યાકરણમાં સૂત્ર ૮. ૩. ૧૧૨ થી ૮. ૩. ૧૯૯ સુધીનાં સૂત્રોમાં થોડાક ફેરફાર સાથે ક્રમવાર અપનાવી લીધાં છે. હવે ડૉ. ચિંતામણિ અનુસાર, ફિટ્ સૂત્ર ૨. ૪ ને तृणधान्यानांद्व्यषाम् (૮. ૩. ૧૩૬) તરીકે અને ફિટ્સૂત્ર ૨.૬ ને स्वाङ्गशिटा- मदन्ताम् (૮. ૩. ૧૩૭) તરીકે અપનાવી લીધાં છે. તો વચ્ચેના त्रः संख्यायाः એ ફિટ્ સૂત્ર ૨. ૫ ને બાકાત રાખવાનું કશું કારણ નથી. ભોજદેવની શરતચૂકથી અથવા લહિયાઓની શરતચૂકથી આ સૂત્ર હસ્તપ્રતમાં લખવું રહી ગયું જણાય છે. તેથી વૈદિક વિષયના આ વ્યાકરણમાંની આ ક્ષતિની પૂર્તિ કરવા આ ફિટ્ સૂત્રનો વચ્ચે સમાવેશ કરી લેવો આવશ્યક કર્યો છે.

૨૯. पत्यावैश्वर्ये ॥ ८ । ४ । २१ ॥

न भूवाक्चिद्दिधिषु ॥ ८ । ४ । २२ ॥

ડૉ. ચિંતામણિની આવૃત્તિમાં अभूवाचिदिधिषु (૮. ૪. ૨૦) અને पत्यावैश्वर्ये (૮. ૪. ૨૧) એમ બે સૂત્રો આપ્યાં છે. પાણિનીય અષ્ટાધ્યાયીમાં पत्यावैश्वर्ये (૬. ૨. ૧૮) અને न भूवाचिदिधिषु (૬. ૨. ૧૯) એ ક્રમે એ સૂત્રો જોવા મળે છે. આમાંથી ૧૯ મા સૂત્રમાં પૂર્વના ૧૮મા સૂત્રનાં બંને પદોની અનુવૃત્તિ આવે છે. અને ૧૯મું સૂત્ર भू वाक्, चित् અને दिधिषू એ શબ્દોની બાબતમાં પ્રકૃત્તિ સ્વરનો નિષેધ કરે છે. ભોજદેવના પાઠમાં સૂત્રોનો ક્રમ ઉલટો થઈ ગયો છે તેથી આ પ્રમાણેની અનુવૃત્તિ ન આવવાથી અભીષ્ટ પ્રયોગો સિદ્ધ થશે નહીં. તેથી ભોજદેવના ગ્રંથમાં ગ્રંથકાર કે લહિયાની શરતચૂકથી ઉલટસૂલટ થયેલો આ ક્રમ સુધારવાની પાઠશુદ્ધિ આવશ્યક ઠરી છે.

૩૦. आचार्योपसर्जनान्तेवासिनां च ॥८।४।७१॥

मौदः पैप्पलादे वा ॥ ८ । ४ । ७२ ॥

ડૉ. ચિંતામણિની આવૃત્તિમાં आचार्योपसर्जनान्तेवासिनां चामोदः (૮. ૪. ૬૯) અને पैप्पलादेर्वा (૮. ૪. ૭૦) એમ બે સૂત્રો દર્શાવ્યા છે. પાણિનિએ आचार्योपसर्जनश्चान्तेवासी (૬. ૨. ૩૬) અને कार्तकौजपादयश्च (૬. ૨. ૩૭) એ સૂત્રો આપ્યાં છે. અહીં ૩૭મા સૂત્રમાં પાણિનિએ कार्तकौजपादिगण નો નિર્દેશ કર્યો છે, અને આ બંને સૂત્રો દ્વારા દ્વન્દ્વસમાસમાં પૂર્વપદના પ્રકૃતિસ્વરનું વિધાન કર્યું છે. ભોજદેવે कार्तकौजपादिगण માંના શબ્દોને ૮. ૪. ૬૮ થી ૭૨ સુધીના પાંચ સૂત્રોમાં સમાવી લીધા છે અને તેમાં પાણિનિના ૬. ૨. ૩૬ મા સૂત્રને ૮. ૨. ૭૧ મા સૂત્ર તરીકે થોડાક ફેરફારથી અપનાવી લીધું છે. અને અંતે ૮. ૨. ૭૨ મા સૂત્રમાં ઉપર નિર્દેશલા ગણમાંના मौदपैप्पलादाः એ શબ્દોને માટે અલગ સૂત્ર પ્રયોજ્યું છે. આ સંગતિ જોતાં ડૉ. ચિંતામણિનો આ બે સૂત્રોનો પાઠ ભ્રષ્ટ જણાય છે, તેથી ઉપર દર્શાવ્યા મુજબ પાઠશુદ્ધિ અપેક્ષિત ઠરી છે. પૂર્વના સૂત્રોમાં ભોજદેવે कार्तकौजपादिगण પઠિત શબ્દો સમાવ્યા છે, અને છેલ્લે मौदपैप्पलादाः માંના સ્વર વિષયક વિકલ્પનું વિધાન કર્યું છે.

૩૧. दिवोदासादीनां छन्दसि ॥ ८ । ४ । १०८ ॥

ડૉ. ચિંતામણિના પાઠમાં दिवोदासवाध्य्रश्वादीनां छन्दसि (૮. ૪. ૧૦૫) એવું સૂત્ર છે. પાણિનિએ न भूताधिकसंजीवमद्राश्मकज्जलम् (૬. ૨. ૯૧) એ સૂત્ર રચ્યું છે. તેની ઉપર કાત્યાયને आद्युदात्तप्रकरणे दिवोदासादीनां छन्दस्युपसंख्यानाम् એ વાર્તિક આપ્યો છે. પાણિનીય સૂત્રને ભોજદેવે પોતાના સૂત્ર રૂપે ૮. ૪. ૧૦૭ તરીકે અપનાવી લીધું છે, અને આ સૂત્રમાં વાર્તિક વચનને સમાવ્યું જણાય છે. વાર્તિકમાં સ્પષ્ટપણે दिवोदास આદિ શબ્દો આદ્યુદાત્ત હોવાનું વિધાન છે. પણ ભોજદેવે મહાભાષ્યકારના वध्य्रश्व ના ઉદાહરણને પણ સૂત્રમાં સમાવી લીધું છે, તેથી તેનો ઉલ્લેખ वाध्य्रश्व એમ કર્યો છે. પણ વેદમાં वाध्य्रश्व શબ્દ સંબોધન તરીકે પ્રયોજાયો હોઈ સર્વાનુદાત્ત છે. જ્યારે

वध्र्यश्व શબ્દ અન્તોદાત્ત જ મળે છે. અને કેવળ दिवोदास શબ્દ જ આદ્યુદાત્ત મળે છે. પતંજલિના સમયે કોઈ વૈદિક ગ્રંથમાં કદાચ वध्र्यश्व શબ્દ પણ આદ્યુદાત્ત મળતો હશે, પણ આજે એવો કોઈ વૈદિક ગ્રંથ મળતો નથી. તેથી સૂત્રમાંથી वाध्र्यश्व શબ્દ રદ કરવો આવશ્યક છે.

૩૨. अन्तः ॥ ८ । ४ । १०९ ॥

ડૉ. ચિંતામણિની અવૃત્તિમાં गुणाकात्स्न्र्ये सर्वस्य (૮. ૪. ૧૦૬) સૂત્રથી પૂર્વપદનો ઉદાત્ત વિધિ આરંભાય છે, પાણિનિ सर्वं गुणाकात्स्न्र्ये (૬. ૨. ૯૩) એ સૂત્રથી આ વિષય આરંભ્યો છે. ભોજદેવે આ પાણિનીય સૂત્રને જ પોતાના વ્યાકરણમાં થોડાક ફેરફાર સાથે અપનાવ્યું છે. પાણિનિએ આ સૂત્રની પહેલાં अन्तः (૬. ૨. ૯૨) એ અધિકાર સૂત્ર રચ્યું છે, જેની અનુવૃત્તિ ૯૩ માં સૂત્રમાં આવે છે. ભોજદેવના વ્યાકરણમાં ઉપર નિર્દેશેલ ૧૦૬ મા સૂત્રની પૂર્વે પણ આવું અધિકારસૂત્ર અપેક્ષિત છે. ભોજદેવના આઠમા અધ્યાયના ચોથા પાદમાં આ પહેલાં ડૉ. ચિંતામણિની આવૃત્તિ મુજબ आद्युदात्तम् (૮. ૪. ૭૨) અને अन्त्यात् पूर्वं बह्वचः (૮. ૪. ૯૬) એવાં અધિકારસૂત્રો છે જ. તેથી આ સ્થાન પણ અન્તોદાત્તસૂચક અધિકારસૂત્ર ઉમેરવું આવશ્યક ઠરે છે.

૩૩. प्रकृत्यैव त्रयः ॥ ८ । ४ । १५९ ॥

ડૉ. ચિંતામણિની અવૃત્તિમાં उत्कृत्यो वाश्रमः (૮. ૪. ૧૫૬) એમ સૂત્ર આપેલું છે. પાણિનીય અષ્ટાધ્યાયીમાં देवता द्वन्द्वे च (૬. ૨. ૧૪૧) એ સૂત્રની વૃત્તિમાં કાશિકાકારે જણાવ્યું છે કે बृहस्पति શબ્દમાં તે વનસ્પત્યાદિ હોવાથી બે ઉદાત્તો છે. તેથી इन्द्राबृहस्पति એ સમાસમાં इन्द्र, बृहस् અને पति એ ત્રણેયમાંના ઉદાત્ત સચવાઈ રહે છે. આ કાશિકાવચનને ભોજદેવે આ સૂત્રમાં સમાવી લીધું જણાય છે. તેથી ડૉ. ચિંતામણિનો પાઠ ભ્રષ્ટ છે. અને તેને લગતું કોઈ પ્રમાણ અષ્ટાધ્યાયી, મહાભાષ્ય કે કાશિકામાં મળતું નથી. તેથી સૂત્રની ઉપર મુજબ પાઠશુદ્ધિ આવશ્યક ઠરી છે.

૩૪. गत्युापदकारकेभ्यः कृत् ॥ ८ । ४ । १६० ॥

ડૉ. ચિંતામણિની અવૃત્તિમાં पथ्युपपदकारकेभ्यः (૮. ૪. ૧૫૫) એવું સૂત્ર છે. પાણિનિએ गतिकारकोपपदात् कृत् (૬. ૨. ૧૩૯) એ સૂત્રમાં ગતિસંજ્ઞક, કારકસંજ્ઞક અને ઉપપદ પછી આવતા કૃદન્ત ઉત્તરપદનો તત્પુરુષ સમાસમાં પ્રકૃતિસ્વર રહે છે એવું વિધાન છે. ભોજદેવે આ પાણિનીય સૂત્રને તેમાંનાં પદોનો ક્રમ બદલીને પોતાના સૂત્ર તરીકે અપનાવી લીધું છે. પણ એમના આ પાદમાં કોઈ પૂર્વસૂત્રમાંથી कृत् પદની અનુવૃત્તિ આવતી નથી. તેથી સૂત્રના पथ्य એ ભ્રષ્ટપાઠની શુદ્ધિ અને कृत् પદનો ઉમેરો આવશ્યક ઠરે છે.

૩૫. द्वित्रिभ्यां पाद्दन्मूर्धानः ॥ ८ । ४ । १९६ ॥

ડૉ. ચિંતામણિ અનુસાર द्वित्रिभ्यां पाद्दत् (૮. ૪. ૧૯૧) અને मूर्धानः (૮. ૪. ૧૯૨) એમ બે સૂત્રો છે. પાણિનિએ द्वित्रिभ्यां पाद्दन्मूर्धसु बहुव्रीहौ (૬. ૨. ૧૯૭) એવું સૂત્ર રચ્યું છે. સ્પષ્ટ છે કે લહિયાએ અને ડૉ. ચિંતામણિએ અણસમજમાં એક સૂત્રને

બદલે બે સૂત્ર માની લીધાં છે, કારણ કે યોગવિભાગ કરી બે સૂત્રો રચવામાં કોઈ વિશેષ પ્રયોજન સિદ્ધ થતું નથી. તેથી આ પાઠશુદ્ધિ આવશ્યક ઠરી છે.

૩૬. वाक्यस्य टेः प्लुत उदात्तः ॥ ८ । ४ । २२८ ॥

ડો. ચિંતામણિની અવૃત્તિમાં प्लुत उदात्तः (૮. ૨. ૨૨૫) એવું સૂત્ર છે. પાણિનીય અષ્ટાધ્યાયીમાં वाक्यस्य टेः प्लुत उदात्तः (૮. ૨. ૮૨) સૂત્ર છે. ભોજદેવે સાતમા અધ્યાયમાં લૌકિક પ્રયોગની બાબતમાં वाक्यटेः प्लुतः (૭. ૩. ૧૩૧) સૂત્ર રચ્યું છે. તેથી આઠમા અધ્યાયમાં તેમને આ સૂત્રનો સંદર્ભ અભિપ્રેત છે એવું જણાય છે. પણ તેમાં દૂરાન્વય દોષ નડશે. પાણિનીય સૂત્રની વૃત્તિમાં કાશિકાકારે જણાવ્યું છે કે સૂત્રમાં वाक्य પદ મૂકવાનું પ્રયોજન છેલ્લા સિવાયનું બીજું કોઈ પદ પ્લુત ન થાય તે માટે છે, અને टि પદ મૂકવાનું પ્રયોજન વચ્ચે બીજા વ્યંજનવાળા टि ભાગને પણ આ નિયમ લાગુ પડી શકે. ભોજદેવનો આ નિયમ લૌકિક વૈદિક બંને પ્રયોગોને લગતો હોવાથી, અને પૂર્વસૂત્રમાંથી અહીં સીધી અનુવૃત્તિ દ્વારા वाक्यस्य टेः એ પદો પ્રાપ્ત થઈ શકે તેમ ન હોવાથી ભોજદેવના સૂત્રમાં આ પદોનો નિર્દેશ થવો આવશ્યક ઠરે છે.

૩૭. उदात्तस्वरितपरयोश्च यणः ॥ ८ । ४ । २३२ ॥

ડો. ચિંતામણિની આવૃત્તિમાં उदात्तस्वरितवरूचवार्यणः (૮. ૪. ૨૩૦) એવો પઠ છે. પાણિનીએ उदात्तस्वरितयोर्यणः स्वरितोऽनुदात्तस्य (૮. ૨. ૪) એવું સૂત્ર આપ્યું છે, અને એમાં સ્વરિતનું વિધાન છે. ભોજદેવના સૂત્રમાં પૂર્વસૂત્રમાંથી स्वरित પદની અનુવૃત્તિ આવે છે જ. પણ સૂત્રમાં वरूच એ સૂત્રભાગ ભ્રષ્ટ જણાય છે, તેથી તેને બદલે परयोश्च એમ પાઠશુદ્ધિ આવશ્યક ઠરી ચે.

૩૮. एकादेश उदात्तेनोदात्तः ॥ ८ । ४ । २३३ ॥

स्वरितो वानुदात्ते पदादौ ॥ ८ । ४ । २३४ ॥

वाक्ये स्वरितस्येकश्रुतौ सिद्धिः ॥ ८ । ४ । २३५ ॥

ડો. ચિંતામણિની આવૃત્તિમાં एकादे अपादादौ पादाके वाक्ये (૮. ૪. ૨૩૧) એમ સૂત્રો છે. અને स्वरितस्येकश्रुतौ सिद्धिः (૮. ૪. ૨૩૨) સ્પષ્ટતઃ પ્રથમ સૂત્રનો પાઠ અત્યંત ભ્રષ્ટ છે. પાણિનીય અષ્ટાધ્યાયીમાં एकादेश उदात्तेनोदात्तः (૮. ૨. ૫) અને स्वरितो वाऽनुदात्ते पदादौ (૮. ૨. ૬) એમ બે સૂત્રો છે. અહીં ઉદાત્ત પછી અનુદાત્ત આવતાં બંનેનો એકાદેશ થાય ત્યારે તે ઉદાત્ત બને છે એવું, અને પદના આદિમાં અનુદાત્ત હોય અને તેનો ઉદાત્ત સાથે એકાદેશ થાય તો, તે પણ ઉદાત્ત થાય છે., અને વિકલ્પે સ્વરિત પણ થાય છે. એવું વિધાન છે. લહિયાએ અણસમજમાં બે સૂત્રોને એક ગણીને લખવામાં ભૂલ કરી છે. તેથી ભ્રષ્ટ પાઠની શુદ્ધિ આવશ્યક થઈ પડી છે. वाक्य પદ આ પછીના સૂત્રનું હોવાનું જણાય છે, તેથી તેમાં તેનો સમાવેશ કરી લઈને છેલ્લા સૂત્રનો પાઠ પણ શુદ્ધ કરવો જરૂરી કર્યો છે.

* * *